Kinh Vô Thượng Bảo Ấn của Đại Bạch Tản Cái Tổng Trì Được Tuyên Thuyết ở Trên Đại Phật Đảnh, là Thanh Tịnh Hải Nhãn của Mười Phương Như Lai ♦ Quyển 1

Dịch sang cổ văn: Pháp sư Cực Lượng ở Thế Kỷ 7-8
Dịch sang tiếng Việt: Tại gia Bồ-tát giới Thanh tín nam Nguyên Thuận

TÔI NGHE NHƯ VẦY:

Một thuở nọ, Đức Phật cùng với 1.250 vị đại Bhikṣu [bíc su] ở tại Tinh xá Kỳ Viên gần thành Phong Đức. Tất cả đệ tử của Phật đều là những bậc đại Ưng Chân vô lậu, khéo trụ Pháp và trì Pháp. Các ngài khéo siêu việt các cõi và có thể thành tựu uy nghi ở mọi nơi đến. Họ theo Phật chuyển Pháp luân và diệu kham nhậm di giáo của Thế Tôn. Nghiêm trì và thanh tịnh trong giới luật, họ là những bậc đại gương mẫu cho các chúng sanh trong ba cõi. Các ngài ứng hiện vô lượng thân để độ thoát chúng sanh, bạt trừ và cứu độ những chúng sanh ở vị lai để họ vượt khỏi tất cả trần lụy.

Tên các ngài là: Đại trí Thu Lộ Tử, Tôn giả Đại Thải Thục Thị, Tôn giả Đại Tất, Tôn giả Mãn Từ Tử, Tôn giả Thiện Hiện, Tôn giả Trần Tánh, và các vị khác như thế làm thượng thủ.

Lại có vô lượng bậc Độc Giác đã đạt đến quả vị Vô Học, cùng với những vị sơ phát khởi Đạo tâm, cũng đồng đến chỗ của Phật và các vị Bhikṣu đang cư trú.

Khi ấy là vào ngày Tự Tứ, ngày cuối cùng của an cư mùa hạ, chư Bồ-tát trong mười phương đều tụ họp và mong muốn được chỉ dẫn để đoạn trừ lòng nghi. Tất cả đều khâm phụng Đức Từ Nghiêm, và chuẩn bị lắng nghe mật nghĩa của Phật.

Lúc bấy giờ Như Lai trải tọa cụ, ngồi tĩnh lặng an nhiên, rồi vì mọi người trong đại hội mà tuyên thuyết Pháp thâm áo. Tất cả đại chúng trong tiệc Pháp được điều chưa từng có. Thanh âm của Đại Tiên như tiếng của chim mỹ âm và biến khắp tất cả thế giới trong mười phương. Chư Bồ-tát nhiều như cát sông Hằng đều đến hội họp ở Đạo Tràng, với ngài Diệu Cát Tường làm thượng thủ.

Khi ấy vua Thắng Quân nhân ngày giỗ của cha nên đã thiết lễ chay trong vương cung. Nhà vua thỉnh Phật và đích thân nghênh đón Như Lai, rồi dọn rất nhiều cao lương mỹ vị. Ngài cũng lại đích thân mời chư đại Bồ-tát đến dự. Giữa lúc ấy ở trong thành, các trưởng giả và cư sĩ cũng chuẩn bị thức ăn cho chư Tăng, và họ đứng đợi Phật đến tiếp thọ cúng dường. Đức Phật bảo ngài Diệu Cát Tường hãy thứ tự mà phân chia chư Bồ-tát và những vị Ứng Chân đến tiếp thọ thức ăn chay cúng dường của các trai chủ.

Chỉ có Tôn giả Khánh Hỷ, do trước đó nhận lời thỉnh riêng và đang đi xa chưa về, nên đã không kịp đến giữa lúc chư Tăng phân chia đi khất thực. Ngài một mình trên đường trở về và không có thượng tọa hay thầy giáo thọ đi cùng.

Vào ngày ấy, do chẳng có ai cúng dường nên khi đến giờ, ngài Khánh Hỷ cầm bát, rồi đi vào thành tuần tự khất thực. Giữa lúc khất thực từ vị thí chủ đầu tiên cho đến vị cuối cùng, ngài luôn tự nghĩ trong lòng sẽ nhận thức ăn từ mọi người, chẳng kể là từ vua chúa tôn quý thuộc dòng dõi thanh tịnh hay những kẻ làm nghề mổ giết thuộc dòng dõi ô uế. Với tâm thực hành bình đẳng và từ bi, ngài chẳng hề kén chọn sang hèn, mà chỉ phát tâm viên thành để hết thảy chúng sanh được vô lượng công đức.

Tôn giả Khánh Hỷ biết Như Lai đã quở trách Tôn giả Thiện Hiện và Tôn giả Đại Ẩm Quang, là những vị Ứng Chân mà tâm chẳng bình đẳng. Do vậy ngài khâm tuân lời dạy của Như Lai về sự khất thực bình đẳng, và không để có người sẽ khởi lòng nghi hay phỉ báng.

Giữa lúc đi ngang qua cái hào của thành kia, Tôn giả Khánh Hỷ đi chầm chậm tới cổng ngoài. Với uy nghi trang nghiêm chỉnh tề, ngài cung kính tuân theo Pháp khất thực. Do bởi khất thực theo thứ tự, khi ấy ngài Khánh Hỷ đi ngang qua một dâm xá, và bất chợt bị trúng đại huyễn thuật. Với sức mạnh chú thuật của Phạm chí Hoàng Phát đã có được từ một vị trời ở Phạm Thiên, một cô gái thuộc tộc Mātaṅga [ma tân ga] đã cám dỗ ngài lên dâm sàng. Rồi cô ta áp sát vuốt ve cho đến khi giới thể của ngài sắp phá hủy.

Biết ngài Khánh Hỷ đang bị dâm thuật khống chế, Như Lai thọ trai xong thì liền quay về. Vì muốn nghe Pháp yếu, nhà vua cùng các đại thần, trưởng giả, và cư sĩ đều đi theo Phật.

Lúc bấy giờ từ trên đảnh nhục kế, Thế Tôn phóng ra 100 luồng ánh sáng báu vô úy. Trong quang minh xuất hiện một hoa sen báu ngàn cánh. Trên đó có một hóa Phật đang ngồi xếp bằng với tư thế hoa sen và tuyên thuyết thần chú. Khi ấy Đức Phật sắc lệnh cho ngài Diệu Cát Tường mang thần chú này đến bảo hộ Tôn giả Khánh Hỷ. Khi ác chú tiêu diệt, Diệu Cát Tường Bồ-tát đỡ ngài Khánh Hỷ lên, rồi khuyên ngài và cô gái cùng trở về chỗ của Phật.

❖

Khi thấy Phật, ngài Khánh Hỷ đảnh lễ và than khóc. Ngài hối hận vì từ hồi nào đến giờ chỉ chuyên hướng đa văn mà chưa hết mình tu tập Đạo lực. Tôn Giả ân cần khải thỉnh Đức Phật hãy thuyết giảng cho ngài về những phương tiện tối sơ dẫn đến sự chứng đắc vi diệu của Tịch Chỉ, Diệu Quán, và tĩnh lự mà chư Như Lai trong mười phương được thành Phật Đạo.

Giữa lúc ấy lại có số lượng Bồ-tát nhiều như cát sông Hằng, cùng với các bậc đại Ứng Chân, Độc Giác, và những vị khác từ các thế giới trong mười phương, tất cả đều vui thích muốn nghe. Họ ngồi xuống và chờ đợi trong yên lặng để tiếp thọ lời chỉ dạy từ bậc thánh.

Lúc bấy giờ ở giữa đại chúng, Thế Tôn duỗi cánh tay sắc vàng và xoa lên đỉnh đầu của Tôn giả Khánh Hỷ, rồi bảo ngài Khánh Hỷ cùng các đại chúng rằng:

"Có một Đẳng Trì tên là Đại Phật Đảnh Cứu Cánh Kiên Cố Vương Cụ Túc Vạn Hành. Nó là cánh cổng đặc biệt đến một con đường vi diệu trang nghiêm mà chư Như Lai trong mười phương siêu xuất thế gian. Ông nay hãy lắng nghe."

Ngài Khánh Hỷ đảnh lễ và chờ đợi lời chỉ dạy từ bi.

Phật bảo ngài Khánh Hỷ:

"Ông và Ta đồng chung một dòng tộc, và chúng ta chia sẻ tình cảm thiêng liêng giữa thân tộc. Vào lúc đầu tiên khi phát tâm tu Đạo, ông đã thấy các tướng thù thắng gì ở trong Pháp Ta mà khiến ông liền dứt bỏ ân ái thâm trọng của thế gian?"

Ngài Khánh Hỷ thưa với Phật rằng:

"[Thưa Thế Tôn!] Khi thấy 32 tướng thù thắng tuyệt diệu của Như Lai với thân hình ánh triệt tựa như lưu ly, con thường tự suy nghĩ rằng, các tướng này không thể từ ái dục mà sanh ra.

Vì sao thế? Bởi dục khí thô trược, tinh dịch của giao cấu tanh hôi, và máu mủ tạp loạn thì không thể sanh ra một thân thể thù thắng tịnh diệu với ánh sáng vàng tím kết tụ. Do đó con khát ngưỡng và cạo bỏ râu tóc để theo Phật."

Đức Phật bảo:

"Lành thay, Khánh Hỷ! Các ông phải biết rằng từ vô thỉ đến nay, tất cả chúng sanh thọ sanh tử tương tục, bởi đều là do chẳng biết thường trụ chân tâm và tánh tịnh minh thể. Thay vào đó, họ sử dụng các vọng tưởng. Do tâm tưởng này chẳng thật nên họ phải luân chuyển sanh tử.

Ông nay muốn nghiên cứu về Đạo vô thượng để chân thật nhận ra bổn tánh trong sáng. Ông hãy nên trả lời câu hỏi của Ta với tâm chánh trực, bởi vì chư Như Lai trong mười phương thảy đồng đi qua con đường này để ra khỏi sanh tử. Do đều dùng tâm chánh trực và lời chánh trực như thế, cho nên trong suốt tiến trình tu tập từ quả vị đầu tiên cho đến cuối cùng, họ vĩnh viễn không gặp những khúc mắc.

Này Khánh Hỷ! Ta nay hỏi ông, khi nhờ duyên ở 32 tướng của Như Lai mà ông sơ khởi phát tâm, ông đã thấy gì trong các tướng đó, và ai là người yêu mến chúng?"

Ngài Khánh Hỷ thưa với Phật rằng:

"Thưa Thế Tôn! Con yêu mến chúng với tâm và mắt của mình. Do mắt con thấy các tướng thù thắng của Như Lai nên tâm sanh yêu mến. Cho nên con phát tâm nguyện rời sanh tử."

Phật bảo ngài Khánh Hỷ:

"Đúng như lời ông nói. Tâm và mắt của ông là nguyên nhân cho sự yêu mến đó. Nếu ai chẳng nhận biết tâm và mắt ở đâu thì sẽ không thể nào hàng phục được trần lao. Ví như khi đất nước bị giặc xâm nhiễu và nhà vua khởi binh dẹp trừ, những binh sĩ này trước tiên cần phải biết bọn giặc đang ở chỗ nào. Đây là lỗi của tâm và mắt mà khiến ông lưu chuyển sanh tử.

Ta nay hỏi ông, chính xác thì tâm và mắt của ông hiện đang ở đâu?"

❖

Ngài Khánh Hỷ thưa với Phật rằng:

"Thưa Thế Tôn! Mười loại chúng sanh ở tất cả thế giới đồng tin rằng thức tâm của họ cư ngụ trong thân. Như con nhìn xem đôi mắt hoa sen xanh của Như Lai thì biết chúng là một phần trên gương mặt của Phật. Con nay xem xét mắt tai mũi lưỡi tiếp xúc với bốn trần và chúng đều thuộc ở gương mặt con. Do đó thức tâm chắc chắn cũng ở trong thân.

Phật bảo ngài Khánh Hỷ:

"Như hiện tại ông đang ngồi trong giảng đường của Như Lai, ông có thể thấy rừng Chiến Thắng. Vậy nó bây giờ đang ở đâu?"

"Thưa Thế Tôn! Đại giảng đường Trùng Các thanh tịnh này ở tại vườn Cấp Cô Độc, và rừng Chiến Thắng thật sự đang ở bên ngoài của giảng đường."

"Này Khánh Hỷ! Bây giờ đang ở trong giảng đường, ông thấy gì trước tiên?"

"Thưa Thế Tôn! Con hiện đang ở trong giảng đường, trước tiên con thấy Như Lai. Tiếp đến con thấy đại chúng, rồi khi nhìn kỹ ra ngoài thì thấy viên lâm."

"Này Khánh Hỷ! Tại sao khi nhìn kỹ ra ngoài, ông có thể thấy viên lâm?"

"Thưa Thế Tôn! Do những cánh cửa và cửa sổ của đại giảng đường này mở toát, nên con có thể ở trong giảng đường mà thấy được rất xa."

Phật bảo ngài Khánh Hỷ:

"Đúng như lời ông nói. Tuy thân ở trong giảng đường nhưng bởi những cánh cửa và cửa sổ mở toát, nên họ có thể ngắm xa đến viên lâm. Giả sử có người đang ở tại giảng đường này không thấy Như Lai, thế thì họ có thể thấy ở bên ngoài của giảng đường chăng?"

Ngài Khánh Hỷ thưa rằng:

"Thưa Thế Tôn! Nếu ở tại giảng đường mà không thấy Như Lai thì làm sao có thể thấy khu rừng hay suối nước. Thật không có việc ấy!"

"Này Khánh Hỷ! Ông thì cũng như thế. Tâm của ông có thể hiểu rõ tất cả. Vậy nếu tâm hiện tiền của ông thông hiểu mọi thứ mà nó thật sự lại ở trong thân, thế thì nó phải biết rõ ở trong thân trước nhất. Có chúng sanh nào thấy ở trong thân trước, rồi sau đó mới nhìn thấy cảnh vật ở ngoài chăng? Cho dù nếu họ không thể thấy tim, gan, lá lách, hay dạ dày, thì ít nhất họ vẫn có thể nhận ra khi móng với tóc mọc dài, gân chuyển động, hoặc mạch đập. Sao họ lại chẳng biết? Nếu ở trong mà chẳng biết thì làm sao biết bên ngoài?

Cho nên phải biết rằng, điều ông nói là tâm hiểu rõ và phân biệt ở trong thân, thật không có việc ấy!"

❖

Ngài Khánh Hỷ cúi đầu và thưa với Phật rằng:

"[Thưa Thế Tôn!] Nay con nghe Như Lai tuyên giảng Pháp âm như thế, con tỏ ngộ ra rằng, tâm của con phải ở ngoài thân.

Vì sao con lại nói thế? Ví như có một cây đèn được thắp sáng ở trong phòng thì nó chắc chắn phải chiếu ở trong phòng trước, rồi ánh sáng của nó sẽ chiếu xuyên qua cánh cửa và ra đến sân. Hết thảy chúng sanh không thấy ở trong thân mà chỉ thấy ở ngoài thân, việc đó cũng như ngọn đèn được đặt ở phía ngoài căn phòng, nên nó không thể chiếu vào trong. Nghĩa lý này rất rõ ràng, tuyệt đối không nghi ngờ, và đồng với liễu nghĩa của Phật nên chẳng thể sai, có đúng không ạ?"

Phật bảo ngài Khánh Hỷ:

"Vừa rồi những vị Bhikṣu ở đây đã theo Ta đến thành Phong Đức và tuần tự đi khất thực. Sau đó họ trở về rừng Chiến Thắng, rồi vo tròn thực phẩm thành nắm và lấy ăn. Ta đã thọ trai xong, nhưng ông hãy xem các vị Bhikṣu, nếu chỉ một người ăn thì mọi người có no chăng?"

Ngài Khánh Hỷ thưa rằng:

"Dạ không, thưa Thế Tôn!

Vì sao thế? Tuy các vị Bhikṣu này đều là những bậc Ưng Chân, nhưng thân thể và lối sinh hoạt của mỗi người chẳng giống nhau. Thế thì làm sao chỉ một người ăn mà có thể khiến cho mọi người đều no chứ?"

Phật bảo ngài Khánh Hỷ:

"Nếu tâm của ông nhận thức rõ và thấy biết rằng nó thật sự ở ngoài thân, thì thân và tâm của ông sẽ tách rời và chúng không có liên quan gì với nhau. Thân sẽ không thể cảm nhận được những gì tâm biết, và tâm cũng sẽ không thể biết được những gì thân cảm nhận. Ta nay đưa ra bàn tay mềm mại như bông gòn cho ông thấy, tâm của ông có khởi phân biệt khi mắt nhìn thấy chăng?"

Ngài Khánh Hỷ thưa rằng:

"Dạ có, thưa Thế Tôn!"

Phật bảo ngài Khánh Hỷ:

"Nếu mắt và tâm cùng nhận biết thì làm sao tâm có thể ở ngoài chứ? Cho nên phải biết rằng, điều ông nói là tâm hiểu rõ và phân biệt ở ngoài thân, thật không có việc ấy!"

❖

Ngài Khánh Hỷ thưa với Phật rằng:

"Thưa Thế Tôn! Đúng như lời Phật dạy. Do không thấy trong thân nên tâm con không có ở đó. Do thân và tâm làm việc chung và chẳng tách rời nhau, nên tâm con cũng không ở ngoài thân. Nay con nghĩ đã biết nó ở đâu."

Đức Phật bảo:

"Thế thì nó ở đâu?"

Ngài Khánh Hỷ thưa rằng:

"[Thưa Thế Tôn!] Bởi cái tâm hiểu rõ này không biết gì ở trong nhưng lại có thể thấy bên ngoài, theo sự suy nghĩ của con thì nó ẩn nấp trong con mắt.

Ví như có người đặt những cái tách lưu ly ở trước con mắt của họ, tuy có vật ngăn che nhưng thị giác không bị chướng ngại. Căn mắt có thể thấy và phân biệt tùy theo hoàn cảnh. Cũng vậy, tâm hiểu rõ và phân biệt của con không thấy ở trong là vì nó ở trong căn mắt. Nó có thể nhìn kỹ và phân biệt rõ ràng mà không bị chướng ngại là vì nó ẩn nấp trong con mắt."

Phật bảo ngài Khánh Hỷ:

"Hãy cứ cho là tâm ẩn nấp trong con mắt như lời ông nói qua thí dụ về tách lưu ly. Vậy khi người ấy đặt những cái tách lưu ly ở trước con mắt rồi nhìn sông núi, họ có thấy những cái tách lưu ly chăng?"

"Dạ có, thưa Thế Tôn! Người ấy thật sự nhìn thấy những cái tách lưu ly khi đặt chúng ở trước mắt của họ."

Phật bảo ngài Khánh Hỷ:

"Nếu tâm của ông thật sự tương tự như thí dụ về tách lưu ly và nhìn thấy sông núi, tại sao ông lại không thấy con mắt của mình? Còn nếu ông có thể thấy con mắt của mình, con mắt của ông sẽ đồng như cảnh vật bên ngoài, nên tâm và mắt sẽ không thể làm việc với nhau. Nếu chẳng thể thấy, tại sao lại nói rằng cái tâm hiểu rõ này ẩn nấp trong căn mắt, như qua thí dụ về tách lưu ly?

Cho nên phải biết rằng, điều ông nói là tâm hiểu rõ và phân biệt ẩn nấp trong con mắt thì cũng tương tự như thí dụ về tách lưu ly, thật không có việc ấy!"

❖

Ngài Khánh Hỷ thưa với Phật rằng:

"Thưa Thế Tôn! Con nay lại nghĩ như vầy. Nội tạng của chúng sanh ở bên trong, còn chín lỗ thì ở bên ngoài. Nội tạng ẩn trong tối, còn chín lỗ thì có ánh sáng. Bây giờ ở trước Phật với hai mắt mở, con thấy ánh sáng và gọi đó là thấy ở ngoài. Thấy đen tối khi nhắm mắt lại, con gọi đó là thấy bên trong. Nghĩa lý này có đúng chăng?"

Phật bảo ngài Khánh Hỷ:

"Lúc ông nhắm mắt lại và thấy đen tối, cảnh tượng đen tối này là ở trước mắt ông hay là chẳng phải ở trước mắt ông?

Nếu sự đen tối ở trước mắt ông, sao có thể nói là ở trong? Cứ cho là nó ở trong, thì khi ông ở trong một căn phòng tối tăm chẳng có mặt trời, mặt trăng, hay đèn đuốc, cảnh tối tăm ở trong phòng phải là cảnh tối tăm ở bên trong của ông.

Còn nếu sự đen tối chẳng ở trước mắt ông, sao ông có thể thấy? Cứ cho là ông có thể thấy ở trong bằng một cách khác hơn so với thấy ở ngoài, khi nhắm mắt lại và thấy đen tối thì gọi đó là thấy ở trong thân, rồi khi mở mắt thấy ánh sáng, tại sao ông chẳng thấy gương mặt của mình?

Nếu ông chẳng thấy gương mặt của mình thì không thể thấy bên trong. Nếu ông thấy gương mặt của mình thì cái tâm hiểu rõ này cùng với mắt sẽ ở hư không. Thế thì làm sao chúng thuộc về thân thể của ông chứ?

Nếu tâm và mắt ở hư không, thì chúng không thuộc về thân thể của ông. Còn nếu tâm và mắt thuộc về thân thể của ông nhưng ở hư không, thì bây giờ Như Lai thấy gương mặt của ông, nó đáng lẽ cũng phải thuộc về thân thể của ông. Nếu là thế thì khi mắt của ông nhận biết điều gì, thân của ông sẽ chẳng biết được. Nếu một mực bảo rằng mắt và thân, mỗi thứ có sự nhận biết riêng, thì ông sẽ có hai thứ nhận biết, và một thân thể của ông sẽ trở thành hai vị Phật.

Cho nên phải biết rằng, điều ông nói là thấy đen tối thì gọi đó là thấy ở trong thân, thật không có việc ấy!"

❖

Ngài Khánh Hỷ thưa rằng:

"[Thưa Thế Tôn!] Con từng nghe Phật khai thị cho bốn chúng đệ tử rằng:

'Do tâm sanh nên muôn pháp sanh, và bởi muôn pháp sanh nên muôn cảnh giới của tâm khởi sanh.'

Bây giờ con nghĩ rằng, thể tánh của suy tư đích thực là tâm tánh của con. Tùy thuộc sự kết hợp mà tâm theo đó khởi sanh. Nó không tồn tại chỉ một trong ba nơi--trong, ngoài, và ở giữa."

Phật bảo ngài Khánh Hỷ:

"Nay ông nói rằng, do pháp sanh nên muôn cảnh giới của tâm khởi sanh, và tùy thuộc sự kết hợp mà tâm theo đó khởi sanh. Nhưng với một cái tâm như thế thì nó chẳng có thể tánh, và không thể kết hợp với bất cứ gì. Nếu một cái tâm chẳng có thể tánh như thế mà vẫn có thể kết hợp thì tức đã có 19 giới, nhân qua sự kết hợp của trần thứ bảy. Nghĩa lý này không thể được.

Còn nếu một cái tâm có thể tánh như thế, thì khi ông lấy tay tự nhéo mình, tâm của ông có nhận biết được là từ bên trong ra hay từ bên ngoài vào chăng? Nếu nó từ bên trong ra thì ông cũng sẽ thấy ở trong thân. Còn nếu nó từ bên ngoài vào thì ông sẽ thấy gương mặt của mình trước."

Ngài Khánh Hỷ thưa rằng:

"[Thưa Thế Tôn!] Cái thấy là do con mắt, và tâm nhận biết chứ không phải con mắt. Nói rằng tâm nhìn thấy thì chẳng hợp nghĩa."

Đức Phật bảo:

"Nếu con mắt có thể thấy, thì khi ông ở trong phòng, lẽ ra cánh cửa nhìn thấy cảnh vật ở ngoài chứ không phải ông. Lại nữa, một khi ai đó đã chết nhưng con mắt vẫn chưa hư hoại thì con mắt của người ấy lẽ ra phải thấy cảnh vật. Làm sao đã chết mà còn nhìn thấy cảnh vật chứ?

Này Khánh Hỷ! Nếu tâm hiểu rõ và phân biệt của ông thật sự có thể tánh, thì nó là một thể tánh hay nhiều thể tánh? Thể tánh này biến khắp hay chẳng biến khắp thân thể của ông?

Hãy cứ cho nó là một thể tánh, vậy khi ông dùng tay nhéo một ngón tay thì bốn ngón khác có cảm giác chăng? Nếu có thì cảm giác bị nhéo đó không thể chỉ dồn ở một nơi. Còn nếu cảm giác bị nhéo đó chỉ dồn ở một nơi thì tâm ông không thể chỉ có một thể tánh.

Nhưng nếu tâm ông có nhiều thể tánh, ông sẽ trở thành nhiều người. Vậy thì thể tánh nào là ông?

Lại nữa, nếu một thể tánh biến khắp thân thể của ông, thì một cái nhéo sẽ lan tỏa cảm giác khắp toàn thân. Nhưng nếu chẳng biến khắp toàn thân, thì khi ông chạm vào đầu và chân cùng một lúc, ông sẽ cảm giác sự xúc chạm ở trên đầu mà không có cảm giác sự xúc chạm ở chân. Nhưng đó không phải là những gì ông cảm nhận.

Cho nên phải biết rằng, điều ông nói là tùy thuộc sự kết hợp mà tâm theo đó khởi sanh, thật không có việc ấy!"

❖

Ngài Khánh Hỷ thưa với Phật rằng:

"Thưa Thế Tôn! Con cũng nghe khi Phật đàm luận thật tướng với ngài Diệu Cát Tường và những vị Pháp Vương Tử khác. Thế Tôn cũng nói rằng tâm không ở trong và cũng không ở ngoài.

Nay con suy nghĩ rằng, nếu tâm ở trong thì nó sẽ không thấy gì, và nếu tâm ở ngoài thì nó và thân chẳng biết nhau. Do tâm chẳng biết ở trong nên nó không thể nào ở trong. Do thân và tâm biết lẫn nhau nên nó không thể nào ở ngoài. Vì vậy, do thân và tâm biết lẫn nhau và tâm chẳng thể thấy ở trong, nên tâm phải ở giữa."

Đức Phật bảo:

"Ông nói rằng tâm ở giữa. Ở giữa thì phải ở một nơi nhất định nào đó. Thế thì cái ở giữa này của ông ở đâu? Có phải nó ở ngoài hay ở trong thân? Nếu nó ở trong thân, nó có thể ở trên bề mặt của thân hoặc nơi nào đó bên trong. Nếu nó ở trên bề mặt thì nó không thể gọi là ở giữa. Còn nếu nó ở bên trong thì nó sẽ đồng như ở trong. Cái ở giữa này có vị trí chăng? Nếu có thì có dấu hiệu gì về vị trí đó chăng? Nếu không có dấu hiệu gì về vị trí đó, thì ở giữa chẳng tồn tại. Và cho dù có dấu hiệu gì về vị trí của nó, vị trí đó là bất định.

Tại sao thế? Ví như khi có người làm ký hiệu để xác định vị trí ở giữa. Khi nhìn từ hướng đông thì nó ở hướng tây. Khi nhìn từ hướng nam thì nó ở hướng bắc. Ký hiệu như thế sẽ không thể làm một điểm ở giữa nhất định, và tương tự như thế, nó không rõ ràng cho cái tâm ở giữa nghĩa là sao."

Ngài Khánh Hỷ thưa rằng:

"[Thưa Thế Tôn!] Ở giữa mà con nói thì không phải ở những nơi đó. Như Thế Tôn đã dạy, căn mắt và sắc trần làm duyên để sanh ra thức của mắt. Căn mắt hiển lộ hình ảnh, sắc trần thì vô tri, và thức của mắt sanh ra ở giữa chúng. Đó là nơi của tâm."

Đức Phật bảo:

"Nếu tâm của ông ở giữa căn mắt và sắc trần, thể tánh của tâm đồng như thể tánh của căn mắt và sắc trần hay không? Nếu thể tánh của tâm đồng như thể tánh của căn mắt và sắc trần, nó sẽ lẫn lộn giữa cái có nhận biết và cái không nhận biết. Việc ấy là trái nghịch. Cái ở giữa này ở đâu? Và cho dù thể tánh của tâm chẳng đồng như thể tánh của căn mắt và sắc trần, thì tâm sẽ chẳng phải nhận biết hay chẳng phải không nhận biết. Cái tâm như thế sẽ không có thể tánh. Vậy thì sao nó có thể ở giữa chứ?

Cho nên phải biết rằng, điều ông nói là tâm ở giữa, thật không có việc ấy!"

❖

Ngài Khánh Hỷ thưa với Phật rằng:

"Thưa Thế Tôn! Xưa con thấy Đức Phật cùng với bốn vị đại đệ tử--Tôn giả Đại Thải Thục Thị, Tôn giả Thiện Hiện, Tôn giả Mãn Từ Tử, và Tôn giả Thu Lộ Tử--cùng chuyển Pháp luân và thường nói rằng, cái tâm hiểu rõ và phân biệt không phải ở trong, cũng không phải ở ngoài hay ở giữa; nó đều chẳng ở những nơi ấy. Nơi không nhất định gọi là tâm. Có thể nào nơi không nhất định gọi là tâm chăng?"

Phật bảo ngài Khánh Hỷ:

"Ông nói rằng tánh của tâm hiểu rõ và phân biệt không ở nơi nhất định. Tuy nhiên, mọi cảnh tượng trên thế gian, như là không khí, đất, nước, những loài biết bay hoặc đi đều có nơi nhất định.

Thế thì cái tâm ở nơi không nhất định của ông đang ở nơi nào, hay nó chẳng ở nơi nào? Nếu nó chẳng ở nơi nào, thì cũng như rùa có lông hay thỏ có sừng. Làm sao ông có thể nói về thứ mà chẳng có nơi nhất định? Giả sử có thứ tồn tại mà không có nơi nhất định. Những gì chẳng tồn tại thì không có tướng. Những gì tồn tại thì có tướng. Và bất cứ thứ gì có tướng đều có nơi. Làm sao ông có thể nói rằng tâm không ở nơi nhất định?

Cho nên phải biết rằng, điều ông nói là tâm hiểu rõ và phân biệt không ở nơi nhất định, thật không có việc ấy!"

❖

Lúc bấy giờ ở giữa đại chúng, ngài Khánh Hỷ liền từ chỗ ngồi đứng dậy, vén áo lộ vai phải, gối phải quỳ sát đất, chắp tay cung kính và thưa với Phật rằng:

"Con là người em họ út nhất của Như Lai và được Phật rải lòng từ ái. Tuy nay con đã xuất gia nhưng vẫn cậy nương tình thương ấy, cho nên chỉ đa văn mà chưa được vô lậu.

Do không thể chiết phục chú thuật của Phạm chí Hoàng Phát nên con bị nó dụ dỗ vào nhà của dâm nữ. Tất cả là vì con chẳng biết làm sao để tìm cảnh giới của chân thật. Kính mong Thế Tôn đại từ thương xót mà khai thị cho chúng con về con đường tu Chỉ, để chỉ dẫn những ai tin không đủ nơi Pháp và đối kháng với những tà kiến mọi rợ."

Khi nói lời ấy xong, ngài Khánh Hỷ cúi đầu đảnh lễ với năm điểm chạm đất, rồi cùng với các đại chúng đứng đợi khao khát để cung kính lắng nghe giáo Pháp.

Lúc bấy giờ từ khuôn mặt, Thế Tôn phóng ra muôn loại tia sáng với nhiều màu sắc. Ánh sáng đó chói lòa như 100.000 mặt trời. Khi đó, khắp thế giới của chư Phật đều chấn động sáu cách, và có số lượng quốc độ nhiều như vi trần ở khắp mười phương đồng thời hiện ra. Do uy thần của Phật nên khiến các thế giới hợp thành một thế giới. Ở trong thế giới đó, tất cả chư đại Bồ-tát đều ở quốc độ của mình, chắp tay và cung kính lắng nghe.

Phật bảo ngài Khánh Hỷ:

"Tất cả chúng sanh từ vô thỉ đến nay, do muôn thứ điên đảo nên đã tạo những hạt giống nghiệp và tự nhiên sẽ như chùm quả côm lá hẹp. Sở dĩ những người tu hành không thể thành tựu Đạo vô thượng--các vị như là Thanh Văn, Duyên Giác, cùng với ngoại đạo, chư thiên, ma vương và quyến thuộc của ma--là bởi họ chẳng hiểu hai loại căn bổn và nhầm lẫn trong sự tu tập. Họ ví như có kẻ nấu cát mà muốn thành thức ăn ngon vậy. Cho dù trải qua số kiếp nhiều như vi trần nhưng kết cục là chẳng thể nào đạt được.

Những gì là hai, Khánh Hỷ?

1. Cái tâm tìm cầu nơi duyên mà nay chính ông và các chúng sanh cho là tự tánh của mình, là căn bổn của sanh tử từ vô thỉ.

2. Thể tánh thanh tịnh bổn nguyên của tuệ giác tịch diệt, không có khởi đầu. Nó là sự hiểu biết bổn nguyên, là thật tánh của thức, có thể sanh các duyên, và bị các duyên của chúng sanh làm mất đi. Do các chúng sanh làm mất đi sự hiểu biết bổn nguyên này, mặc dù nó luôn hiện hữu ở mọi lúc, nhưng họ chẳng tự biết và nhầm lẫn mà sa vào các đường.

Này Khánh Hỷ! Do bởi ông nay muốn biết về con đường tu Chỉ để ra khỏi sanh tử, nên bây giờ Ta sẽ hỏi ông thêm một lần nữa."

Lúc bấy giờ Thế Tôn nhấc cánh tay sắc vàng và cong năm ngón tay của Ngài--mỗi ngón tay đều có hình bánh xe, rồi bảo ngài Khánh Hỷ rằng:

"Giờ ông có thấy gì chăng?"

Ngài Khánh Hỷ thưa rằng:

"Dạ thấy!"

Đức Phật bảo:

"Ông thấy gì?"

Ngài Khánh Hỷ thưa rằng:

"Dạ, con thấy Như Lai nhấc cánh tay lên rồi cong những ngón tay của Ngài thành nắm tay và từ nơi đó phóng ra ánh sáng chói lòa tâm và mắt con."

Đức Phật bảo:

"Ông dùng cái gì để thấy?"

Ngài Khánh Hỷ thưa rằng:

"Dạ, con và đại chúng đều thấy với mắt của mình."

Phật bảo ngài Khánh Hỷ:

"Ông nay đáp rằng, Như Lai cong những ngón tay của Ngài thành nắm tay và từ nơi đó phóng ra ánh sáng chói lòa tâm và mắt của ông. Con mắt của ông có thể thấy nắm tay, nhưng điều gì mà ông cho rằng tâm của ông chói lòa bởi nắm tay của Ta?"

Ngài Khánh Hỷ thưa rằng:

"[Thưa Thế Tôn!] Bây giờ Như Lai hỏi con về vị trí của tâm. Con dùng tâm để tìm kiếm cùng khắp và khả năng ra sự quyết định đó là tâm của con.

Đức Phật bảo:

"Ôi không, Khánh Hỷ! Đó chẳng phải là tâm của ông!"

Ngài Khánh Hỷ kinh ngạc, rời chỗ ngồi, đứng dậy và chắp tay bạch Phật rằng:

"[Bạch Thế Tôn!] Nếu đó chẳng phải là tâm của con thì là gì?"

Phật bảo ngài Khánh Hỷ:

"Đó là tưởng tâm sanh khởi từ tướng hư vọng của trần cảnh hiện tiền. Nó mê hoặc chân tánh của ông, khiến ông từ vô thỉ đến đời hiện tại đã nhận giặc làm con và đánh mất tâm bổn nguyên thường hằng của ông. Do đó mà ông phải thọ luân chuyển trong sanh tử."

Ngài Khánh Hỷ thưa rằng:

"Thưa Thế Tôn! Con là người em họ được Phật thương nhất. Do lòng thương mến Phật mà con xuất gia. Tâm của con không chỉ riêng cúng dường Như Lai, mà cho đến phụng sự chư Phật và các vị Thiện Tri Thức biến khắp quốc độ nhiều như cát sông Hằng. Con đều dùng cái tâm phát đại dũng mãnh ấy để làm những việc khó làm ở trong Chánh Pháp.

Giả sử nếu có khi nào con hủy báng Chánh Pháp và vĩnh viễn từ bỏ căn lành của mình, thì cũng sẽ chính là cái tâm đó.

Nếu sự hoạt động của thấu hiểu này chẳng phải là tâm thì con không có tâm. Con sẽ đồng như nắm đất hay khúc gỗ, bởi rời khỏi sự hiểu biết này thì chẳng có gì tồn tại.

Vì sao Như Lai nói đó không phải là tâm con? Nay con thật sự kinh hoàng, và toàn thể đại chúng nơi đây, không ai là chẳng hoài nghi. Kính mong Như Lai rủ lòng đại bi mà khai thị cho những kẻ chưa khai ngộ."

Lúc bấy giờ Thế Tôn khai thị cho ngài Khánh Hỷ và các đại chúng để dẫn tâm họ vào Vô Sanh Pháp Nhẫn.

Từ trên tòa sư tử, Đức Phật xoa đỉnh đầu của ngài Khánh Hỷ và bảo rằng:

"Như Lai thường nói rằng, các pháp sanh ra chỉ là sự biến hiện của tâm. Do đó tất cả đều bị chi phối bởi định luật nhân quả. Từ thế giới cho đến hạt vi trần, nhân bởi tâm mà được hình thành.

Này Khánh Hỷ! Nếu xem xét căn nguyên của hết thảy mọi thứ trên thế giới, cho đến cỏ lá hay chỉ một sợi tơ, chúng ta sẽ thấy chúng đều có thể tánh. Cho dù hư không thì cũng có tên và đặc tánh. Huống nữa là tâm thanh tịnh, trong sáng vi diệu, là tánh của tất cả trạng thái tâm thức mà chẳng có tự thể hay sao?

Nếu ông khăng khăng cho rằng, tánh hiểu rõ, phân biệt, và nhận biết là tâm, thì cái tâm đó lẽ ra phải có tự tánh riêng biệt và tách rời tất cả sự hòa hợp với các trần--sắc, thanh, hương, vị, xúc, pháp. Tuy nhiên, như bây giờ ông đang lắng nghe Pháp của Ta, nhân bởi âm thanh mà ông có thể phân biệt nghĩa lý. Cho dù ông có thể làm im bặt tất cả sự thấy nghe, hiểu biết, và giữ lắng đọng bên trong, thì hình bóng của sự phân biệt về pháp trần vẫn còn.

Ta không phải bảo ông chỉ chấp nhận đó chẳng phải là tâm, mà ông hãy xem xét tỉ mỉ về tâm của ông. Nếu có tánh phân biệt mà lìa khỏi những diễn biến của tâm thức, thì đó tức là chân tâm của ông. Trái lại, nếu tánh phân biệt chẳng có tự thể khi lìa khỏi các trần, thì đó tức là diễn biến của tâm thức, là hình bóng của sự phân biệt. Trần cảnh thì không thường trụ. Nếu khi cái tâm đó biến đổi hoại diệt, thì nó tức đồng như lông rùa hay sừng thỏ. Như vậy Pháp thân của ông cũng theo nó mà đoạn diệt. Thế thì ai sẽ là người tu hành để chứng Vô Sanh Pháp Nhẫn đây?"

Bấy giờ ngài Khánh Hỷ cùng các đại chúng đều lặng câm và không nói được gì.

Phật bảo ngài Khánh Hỷ:

"Sở dĩ vô số người tu hành ở thế gian, mặc dù hiện tiền đã trải qua Chín Loại Định Theo Thứ Tự, nhưng vẫn không được lậu tận và thành bậc Ưng Chân, đều là do chấp trước cái vọng tưởng sanh tử này mà nhận lầm là chân thật. Cho nên, tuy ông nay đa văn học rộng nhưng vẫn không thành tựu quả vị của bậc thánh."

Khi nghe xong, ngài Khánh Hỷ lại rơi lệ xót thương.

Tôn Giả cúi đầu đảnh lễ với năm điểm chạm đất, hai gối quỳ, chắp tay, và thưa với Phật rằng:

"[Thưa Thế Tôn!] Kể từ khi phát tâm theo Phật xuất gia, con đã cậy nương uy thần của Phật. Con thường tự nghĩ rằng, mình không cần phải khổ nhọc tu hành, bởi Như Lai sẽ ban Đẳng Trì cho mình. Con hoàn toàn chẳng biết rằng, thân tâm của mỗi người chẳng thể thay thế cho nhau. Do đó con đã đánh mất bổn tâm của mình, và tuy thân xuất gia nhưng tâm chẳng vào Đạo. Con như kẻ cùng tử đã bỏ cha chạy trốn. Mãi đến hôm nay con mới biết rằng, tuy mình đa văn học rộng nhưng nếu không tu hành, thì mình sẽ chẳng học được gì. Đây ví như có người cứ nói về thức ăn thì sẽ không bao giờ no cả.

Thưa Thế Tôn! Nay chúng con bị siết bởi hai chướng ngại [--chướng ngại của phiền não và chướng ngại của hiểu biết--] nên do đó chẳng biết tự tánh thường tịch của tâm. Kính mong Như Lai thương xót chúng con, là những kẻ cùng khổ, mà hiển lộ diệu minh chân tâm và mở con mắt Đạo của chúng con."

Lúc bấy giờ từ chữ vạn trên ngực của Như Lai vọt ra quang minh báu. Ánh sáng đó chói lòa với trăm ngàn màu sắc, cũng đồng thời chiếu khắp tất cả thế giới nhiều như vi trần của chư Phật trong mười phương, rồi nó rót vào khắp đỉnh đầu của chư Như Lai ở trong mỗi quốc độ báu. Sau đó ánh sáng trở về, rồi chiếu đến ngài Khánh Hỷ và các đại chúng.

Khi ấy Phật bảo ngài Khánh Hỷ rằng:

"Ta nay sẽ vì ông mà dựng lên Pháp tràng lớn và cũng khiến cho hết thảy chúng sanh trong mười phương được con mắt thanh tịnh để vào vi diệu bí mật của tánh tịnh minh tâm.

❖

Này Khánh Hỷ! Vừa rồi ông đáp rằng, ông thấy nắm tay của Như Lai phóng ra ánh sáng. Nguyên nhân gì khiến nắm tay của Như Lai phóng ra ánh sáng? Ta làm thành nắm tay như thế nào? Và ông đã dùng cái gì để thấy?"

Ngài Khánh Hỷ thưa rằng:

"[Thưa Thế Tôn!] Do toàn thân thể của Phật có màu sắc của tử ma hoàng kim và đỏ thắm như hòn núi báu, nên do từ thanh tịnh mà có ánh sáng phóng ra. Con thật sự tận mắt nhìn thấy Như Lai nhấc cánh tay lên cho mọi người thấy, rồi cong năm ngón tay với hình bánh xe của Ngài lại, nên mới có tướng của nắm tay."

Phật bảo ngài Khánh Hỷ:

"Bây giờ Như Lai sẽ nói lời thành thật cho ông rõ. Qua thí dụ đó, những ai có trí sẽ được khai ngộ.

Này Khánh Hỷ! Hãy dùng nắm tay của Ta làm thí dụ. Nếu chẳng có tay, Ta sẽ không thể làm một nắm tay. Nếu chẳng có mắt, ông sẽ không thể thấy. Qua thí dụ về căn mắt của ông và nắm tay của Ta, sự so sánh ấy có giống nhau chăng?"

Ngài Khánh Hỷ thưa rằng:

"Dạ có, thưa Thế Tôn! Nếu chẳng có mắt, con sẽ không thể thấy. Vì vậy, qua thí dụ về căn mắt của con và nắm tay của Như Lai, sự so sánh ấy là giống nhau."

Phật bảo ngài Khánh Hỷ:

"Ông nói rằng sự so sánh của chúng giống nhau, tuy nhiên, chúng chẳng tương đồng.

Vì sao thế? Bởi một người không có tay thì sẽ chẳng bao giờ làm được một nắm tay, nhưng người không có mắt thì chẳng phải hoàn toàn không thấy.

Vì sao thế? Bởi nếu ông hỏi những người mù trên đường phố rằng:

'Anh có thấy gì chăng?'

Những người mù kia sẽ không ngần ngại mà trả lời ông rằng:

'Bây giờ tôi chỉ thấy tối om ở trước mắt và không có gì khác để nhìn.'

Quán sát về nghĩa lý này, trần cảnh ở trước tự tối, chứ thị giác chẳng hề tổn giảm."

Ngài Khánh Hỷ bạch rằng:

"[Bạch Thế Tôn!] Những người mù chỉ thấy tối om ở trước mắt thì làm sao có thể gọi là thấy?"

Phật bảo ngài Khánh Hỷ:

"Nếu bỏ chung những người mù chỉ thấy tối om ở trước mắt với người mắt sáng ở trong một căn phòng tối om, hai loại đen tối ấy có khác biệt hay chẳng khác biệt?"

"Dạ không, thưa Thế Tôn! So sánh về hai loại đen tối giữa người mắt sáng ở trong căn phòng tối om và người mù kia thì hoàn toàn chẳng khác biệt.

Này Khánh Hỷ! Giả sử người mù chỉ thấy tối đen ở trước mắt, bỗng nhiên được mắt sáng trở lại và giờ thì họ thấy đủ mọi hình sắc ở trước mắt. Ông có thể gọi đó là mắt thấy. Giả sử người mắt sáng ở trong căn phòng tối om kia chỉ thấy tối đen ở trước mắt, bỗng nhiên ngọn đèn được thắp sáng và giờ thì họ cũng thấy đủ mọi hình sắc ở trước mắt. Ông có thể gọi đó là đèn thấy.

Bây giờ, nếu đèn có thể thấy thì nó không còn gọi là đèn nữa. Vả lại, nếu đèn có thể thấy thì có liên quan gì với người mắt sáng đâu.

Cho nên phải biết rằng, cái đèn có thể hiển lộ hình sắc và sự thấy như thế là con mắt chứ chẳng phải cái đèn. Con mắt có thể hiển lộ hình sắc và tánh thấy như thế là đến từ tâm chứ chẳng phải con mắt."

❖

Mặc dù ngài Khánh Hỷ và các đại chúng đã nghe lời Phật nói, nhưng tâm vẫn chưa khai ngộ nên giữ im lặng. Hy vọng rằng sẽ tiếp tục nghe được âm thanh từ bi tuyên giảng của Như Lai, họ chắp tay, thanh tịnh tâm ý, và chờ đợi lời dạy bảo từ bi của Phật.

Lúc bấy giờ Thế Tôn duỗi cánh tay ra, rồi mở bàn tay chói sáng, mềm mại như bông gòn, có màng lưới giữa các ngón tay, và hiển lộ hình bánh xe ở trên những ngón tay.

Đức Phật bảo ngài Khánh Hỷ và các đại chúng rằng:

"Sau khi thành Đạo, Ta đi đến vườn Nai và vì nhóm năm người của Bhikṣu Giải Bổn Tế cùng bốn chúng đệ tử các ông mà nói rằng:

'Sở dĩ các chúng sanh không thành tựu Phật Đạo hay trở thành bậc Ưng Chân là do họ đều bị mê hoặc bởi phiền não tựa như những du khách và vi trần.'

Đương thời các ông do nhân duyên gì mà khai ngộ và nay được thành tựu quả vị của bậc thánh?"

Khi ấy ngài Giải Bổn Tế đứng dậy và thưa với Phật rằng:

"[Thưa Thế Tôn!] Trong tất cả những vị trưởng lão hiện diện ở giữa đại chúng nơi đây, con là người độc nhất được tên gọi là Giải, nhân bởi con giác ngộ hai chữ khách trần mà thành tựu quả vị của bậc thánh.

Thưa Thế Tôn! Ví như có một du khách dừng chân ở quán trọ để ăn uống hoặc ngủ qua đêm. Một khi đã nghỉ ngơi hoặc ăn uống xong, họ liền thu xếp hành trang mà lên đường và không nhàn rỗi nán lại. Nhưng nếu người ấy đích thực là chủ quán thì không thể rời khỏi. Suy ngẫm qua thí dụ này, người không ở lại gọi là khách và người ở lại gọi là chủ. Do chẳng trụ lâu nên nó là tạm thời.

Lại ví như bầu trời khi mưa vừa tạnh ở buổi sáng, một luồng ánh sáng trong thanh từ mặt trời nhô lên chiếu xuyên qua lỗ hổng và hiển lộ những hạt bụi ở không trung. Thể chất của vi trần dao động nhưng hư không thì tịch nhiên. Suy ngẫm qua thí dụ này, lặng yên gọi là hư không và dao động gọi là vi trần. Do có dao động nên nó là di chuyển."

Đức Phật bảo:

"Như thị!"

Lúc bấy giờ ở giữa đại chúng, Như Lai cong năm ngón tay với hình bánh xe thành nắm tay. Khi đã cong thành nắm tay rồi lại mở ra.

Khi đã mở năm ngón tay ra rồi lại cong thành nắm tay và bảo ngài Khánh Hỷ rằng:

"Bây giờ ông thấy gì?"

Ngài Khánh Hỷ thưa rằng:

"Dạ, con thấy Như Lai mở và khép lòng bàn tay có hình bánh xe trăm báu ở giữa đại chúng."

Phật bảo ngài Khánh Hỷ:

"Ông thấy bàn tay của Ta mở và khép ở giữa đại chúng. Là tay của Ta có mở và khép, hay là thị giác của ông có mở và khép?"

Ngài Khánh Hỷ thưa rằng:

"Dạ, bàn tay báu của Thế Tôn có mở và khép ở giữa đại chúng. Mặc dù con thấy tay của Như Lai tự mở và khép, nhưng thị giác của con không có mở hay khép."

Đức Phật bảo:

"Cái gì động và cái gì tĩnh?"

Ngài Khánh Hỷ thưa rằng:

"Dạ, bàn tay của Phật có dao động, nhưng thị giác của con còn vượt ra khỏi sự tịch tĩnh. Huống nữa là có dao động hay sao?"

Đức Phật bảo:

"Như thị!"

Lúc bấy giờ có một luồng ánh sáng báu phóng ra từ lòng bàn tay có hình bánh xe của Như Lai và xẹt ngang qua vai phải của ngài Khánh Hỷ. Ngài Khánh Hỷ lập tức xoay đầu và nhìn sang bên phải. Đức Phật lại phóng một luồng ánh sáng ở bên vai trái của ngài Khánh Hỷ. Ngài Khánh Hỷ cũng xoay đầu và nhìn sang bên trái.

Phật bảo ngài Khánh Hỷ:

"Vừa rồi tại sao ông lại xoay đầu?"

Ngài Khánh Hỷ thưa rằng:

"Dạ, con thấy Như Lai phóng một luồng ánh sáng báu vi diệu xẹt ngang qua vai phải của con, rồi một luồng ánh sáng khác xẹt ngang qua vai trái của con. Cho nên con xoay đầu của mình qua bên phải và trái để nhìn."

"Này Khánh Hỷ! Khi ông xoay đầu qua bên phải và trái để nhìn Phật quang, là đầu của ông dao động, hay là thị giác của ông dao động?"

"Thưa Thế Tôn! Đầu của con dao động, nhưng thị giác của con còn vượt ra khỏi sự tịch tĩnh. Huống nữa là có dao động hay sao?"

Đức Phật bảo:

"Như thị!"

Khi ấy Như Lai bảo toàn thể đại chúng rằng:

"Tất cả chúng sanh cần phải hiểu rằng, những thứ gì dao động là vi trần và chúng tựa như du khách chẳng ở lại. Như vừa rồi các ông thấy đầu của Khánh Hỷ dao động, nhưng thị giác của ông ta chẳng hề dao động.

Lại nữa, khi Khánh Hỷ thấy bàn tay của Ta khép và mở, nhưng thị giác của ông ta chẳng khép hay mở.

Thế thì tại sao nay các ông vẫn cho những gì dao động là thân của mình, và cho những gì dao động là cảnh của nó? Vả lại chúng hình thành và hoại diệt trong từng niệm. Các ông đã đánh mất chân tánh của mình và làm những việc điên đảo. Do bởi đánh mất chân tánh của tâm và nhận lấy trần cảnh làm của mình, nên các ông vẫn luôn lưu chuyển trong luân hồi."

Kinh Vô Thượng Bảo Ấn của Đại Bạch Tản Cái Tổng Trì
Được Tuyên Thuyết ở Trên Đại Phật Đảnh,
là Thanh Tịnh Hải Nhãn của Mười Phương Như Lai ♦ Hết quyển 1

Kinh Vô Thượng Bảo Ấn của Đại Bạch Tản Cái Tổng Trì Được Tuyên Thuyết ở Trên Đại Phật Đảnh, là Thanh Tịnh Hải Nhãn của Mười Phương Như Lai ♦ Quyển 2

Khi ngài Khánh Hỷ và các đại chúng nghe lời dạy bảo của Phật, thân tâm của họ an nhiên. Họ nhận ra rằng từ vô thỉ đến nay đã đánh mất bổn tâm. Thay vào đó, họ nhận lầm duyên trần và hình bóng của sự phân biệt. Bây giờ họ đều khai ngộ. Họ như những đứa trẻ thất lạc bỗng nhiên gặp lại mẹ hiền. Họ chắp tay đảnh lễ Phật. Họ muốn được nghe Như Lai hiển lộ tánh tương phản của thân và tâm: cái gì là chân và cái gì là vọng, cái gì là thật và cái gì là giả, cái gì hình thành rồi hoại diệt và cái gì bất sanh bất diệt.

Lúc bấy giờ vua Thắng Quân đứng lên và thưa với Phật rằng:

"[Thưa Thế Tôn!] Trước khi được Phật chỉ dạy, thuở xưa con đã gặp ngoại đạo Hắc Lãnh Tiễn Phát và Đẳng Thắng Bất Tác Tử. Cả hai đồng bảo rằng, thân này sau khi chết sẽ hoàn toàn đoạn diệt và đó gọi là tịch diệt. Tuy nay đã gặp Phật nhưng con vẫn hoài nghi. Làm sao con có thể chứng biết cái tâm này không sanh không diệt? Bây giờ ở giữa đại chúng nơi đây, các vị hữu lậu thảy đều muốn nghe."

Phật bảo đại vương:

"Ta nay lại hỏi về thân thể hiện tại của ông. Thân xác thịt này của ông là đồng với kim cang, thường trụ bất hoại, hay là sẽ biến đổi hư hoại?"

"Thưa Thế Tôn! Hiện tại thân này của con sẽ luôn biến đổi cho tới khi hoại diệt."

Đức Phật bảo:

"Này đại vương! Ông chưa từng trải qua hoại diệt thì làm sao biết mình sẽ hoại diệt?"

"Thưa Thế Tôn! Thân này của con là vô thường và sẽ biến đổi hư hoại, mặc dù nó chưa từng hoại diệt. Nhưng bây giờ con quán sát thì thấy từng niệm của con phai đi, rồi niệm mới nối tiếp và cũng chẳng trụ, như lửa cháy thành tro rồi dần dần tiêu mất và hoại diệt chẳng ngừng. Qua đó con chắc chắn biết rằng, thân này cũng sẽ diệt tận."

Đức Phật bảo:

"Như thị, đại vương! Ông nay đã già yếu. Nhan mạo bây giờ mà so với thời trẻ thơ thì như thế nào?"

"Thưa Thế Tôn! Khi con là một đứa bé ở thuở xưa, làn da trơn mịn và tràn đầy năng lượng cho đến tuổi trưởng thành. Nhưng bây giờ ở lứa tuổi già suy, hình sắc khô héo, tinh thần lờ đờ, tóc bạc trắng, da mặt nhăn nheo, và e rằng không còn nhiều thời gian cho con nữa. Sức khỏe bây giờ thì làm sao mà có thể sánh với thời trai trẻ chứ?"

Đức Phật bảo:

"Này đại vương! Hình mạo của ông chẳng thể hốt nhiên suy yếu như thế."

Nhà vua thưa rằng:

"Thưa Thế Tôn! Sự biến đổi quá vi tế nên con khó nhận biết. Trải qua bao mùa lạnh nóng đổi dời và dần dần thì con trở thành như vậy.

Vì sao thế? Bởi khi con 20 tuổi, tuy gọi là thời niên thiếu, nhưng nhan mạo đã già hơn so với lúc 10 tuổi. Ở tuổi 30 thì suy yếu hơn so với lúc 20 tuổi. Và bây giờ ở tuổi 62, con nhìn lại lúc 50 tuổi như một thời cường tráng.

Thưa Thế Tôn! Xem xét những biến đổi vi tế này, nay con nhận thấy rằng những sự thay đổi dẫn đến cái chết không phải chỉ từ mười năm đến mười năm, mà chúng phân ra từng giai đoạn nhỏ. Xem xét kỹ hơn, những sự biến đổi ấy xảy ra từ năm này sang năm khác. Mà nói đúng hơn, làm sao mà chúng chỉ xảy ra từng năm chứ? Những sự biến đổi ấy cũng xảy ra từng tháng. Làm sao mà chúng chỉ xảy ra từng tháng? Những sự biến đổi ấy cũng xảy ra từng ngày. Và nếu ai tư duy kỹ, họ sẽ thấy có những sự thay đổi không ngừng trong từng niệm. Cho nên con biết rằng thân con sẽ biến đổi cho đến khi hoại diệt."

Phật bảo đại vương:

"Ông thấy những sự biến hóa đổi dời không ngừng đó mà ngộ ra rằng ông sẽ hoại diệt. Nhưng có biết rằng khi ông hoại diệt, có thứ trong ông mà sẽ không hoại diệt với ông chăng?"

Vua Thắng Quân chắp tay và thưa với Phật rằng:

"Dạ, con thật không biết."

Đức Phật bảo:

"Ta nay sẽ chỉ cho ông biết thể tánh bất sanh bất diệt.

Này đại vương! Khi ông thấy nước sông Hằng đầu tiên là lúc khoảng mấy tuổi?"

Nhà vua thưa rằng:

"Dạ, lúc lên ba tuổi, mẹ hiền của con đã dẫn con đến diện kiến Trường Mạng Thiên. Khi đi qua một dòng sông, con liền biết đó là nước sông Hằng."

Đức Phật bảo:

"Này đại vương! Như lời ông nói, khi ông 20 tuổi thì đã suy yếu hơn so với lúc 10 tuổi. Ngày tháng năm trôi qua, trong từng niệm luôn có sự đổi dời cho tới khi ông 60 tuổi. Hãy nghĩ xem lúc ông 3 tuổi đã nhìn thấy con sông đó, rồi đến khi 13 tuổi, nước của con sông đó như thế nào?"

Nhà vua thưa rằng:

"Dạ, nó giống như hồi con 3 tuổi. Và cho đến bây giờ, khi con 62 tuổi, nó vẫn giống như vậy."

Đức Phật bảo:

"Nay ông tự thương cảm cho mái tóc bạc và khuôn mặt nhăn nheo của mình. Chắc chắn rằng khuôn mặt hiện giờ của ông đã có nhiều nếp nhăn so với thời trẻ thơ. Nhưng nay khi ông nhìn lại sông Hằng, thị giác của ông bây giờ có khác biệt gì so với thị giác lúc còn thơ ấu chăng?"

Nhà vua thưa rằng:

"Dạ không, thưa Thế Tôn!"

Đức Phật bảo:

"Này đại vương! Tuy mặt của ông bị nhăn, nhưng bổn tánh của thị giác chưa từng bị nhăn. Những gì bị nhăn sẽ biến đổi. Những gì chẳng bị nhăn sẽ không biến đổi. Những gì biến đổi sẽ hoại diệt. Còn những gì không biến đổi thì chưa từng có sanh hay diệt. Thế thì làm sao nó bị ảnh hưởng bởi sự sanh tử của ông chứ? Cho nên ông không cần phải lo lắng đối với lời nói của ngoại đạo Mịch Đạo Ngưu Xá Tử và những kẻ khác, rằng sau khi thân này chết đi sẽ hoàn toàn hoại diệt."

Khi nghe lời ấy, nhà vua tin nhận và biết rằng sau khi xả thân này sẽ chuyển sanh. Lúc ấy nhà vua cùng với các đại chúng vui mừng hớn hở và được điều chưa từng có.

Bấy giờ ngài Khánh Hỷ liền từ chỗ ngồi đứng dậy, chắp tay đảnh lễ Phật, hai gối quỳ và thưa với Phật rằng:

"Thưa Thế Tôn! Nếu thị giác và thính giác đều không sanh diệt, vậy sao Thế Tôn lại nói rằng chúng con đã đánh mất chân tánh của mình và làm những việc điên đảo? Kính mong Thế Tôn khởi lòng từ bi mà tẩy trừ trần cấu của chúng con."

Lúc bấy giờ Như Lai rũ cánh tay sắc vàng và làm cho những ngón tay có hình bánh xe hướng xuống, rồi bảo ngài Khánh Hỷ rằng:

"Ông vừa mới thấy Ta làm thành thủ ấn. Nó đang đảo ngược hay thẳng đứng?"

Ngài Khánh Hỷ thưa rằng:

"[Thưa Thế Tôn!] Chúng sanh ở thế gian sẽ cho đó là đảo ngược. Riêng con không biết cái gì là đảo ngược và cái gì là thẳng đứng."

Phật bảo ngài Khánh Hỷ:

"Nếu người thế gian cho đó là đảo ngược, thế thì cái gì mà người thế gian sẽ cho là thẳng đứng?"

Ngài Khánh Hỷ thưa rằng:

"Dạ, họ sẽ gọi là thẳng đứng nếu Như Lai dựng đứng cánh tay mềm mại như bông gòn và những ngón tay chỉ thẳng lên không trung."

Đức Phật liền dựng đứng cánh tay của Ngài và bảo Tôn giả Khánh Hỷ rằng:

"Một khi những người thế gian nhìn thấy đầu đuôi thay đổi lẫn nhau, họ sẽ mê loạn. Cũng như vậy, phải biết rằng, nếu thân của ông so với Pháp thân thanh tịnh của chư Như Lai, thì như so sánh thân Chánh Biến Tri của Như Lai đối với thân điên đảo của các ông vậy. Ông hãy quán sát tường tận, nếu thân ông so với thân Phật thì gọi là điên đảo, nhưng chính xác thì tánh điên đảo tìm thấy ở chỗ nào?"

Đến đây ngài Khánh Hỷ và các đại chúng đều trơ mắt nhìn Phật và mắt không hề nháy. Họ chẳng biết tánh điên đảo ở chỗ nào trong thân và tâm.

Bấy giờ Đức Phật khởi lòng từ bi mà thương xót ngài Khánh Hỷ cùng các đại chúng.

Với âm thanh như hải triều, Đức Phật bảo khắp đại hội rằng:

"Các thiện nam tử! Ta thường nói rằng, tất cả sắc pháp, tâm pháp, các pháp thuộc tâm, và những pháp khác đều do các duyên khởi sanh. Hết thảy pháp nương nơi duyên chỉ là sự biến hiện của tâm. Thân ông và tâm ông đều hiện ở trong tâm nhiệm mầu, chân thật vi diệu và tinh khiết trong sáng. Tại sao các ông lại đánh mất bổn nguyên nhiệm mầu, vi diệu minh tâm, và bảo minh diệu tánh, rồi nhận mê lầm ở trong giác ngộ?

Tinh thần hắc ám tạo thành rỗng không hôn muội. Cái rỗng không hôn muội này ở trong hắc ám kết hợp với tối tăm mà hình thành sắc. Sắc tạp loạn với vọng tưởng mà tạo thành thân. Duyên hội tụ bên trong dao động thân này và hướng sự chú ý ra ngoài. Chúng sanh cho rằng tướng của sự hôn ám nhiễu loạn này là tánh của tâm. Một khi mê lầm cho nó là tâm, chúng sanh chắc chắn bị mê hoặc và cho rằng tâm ở trong sắc thân.

Họ không biết rằng, sắc thân và tất cả mọi vật ở ngoài thân--như là sông, núi, đất đai, và hư không--đều bao hàm ở trong diệu minh chân tâm. Họ chỉ nhận biết một bọt nước mà bỏ quên cả đại dương mênh mông lắng trong. Họ thấy bọt nước kia trôi ở đó và nghĩ rằng nó là toàn bộ nước thủy triều đang đẩy về những nơi tận cùng của biển. Các ông ở trong mê muội lại càng si mê. Đây tựa như sự điên đảo khi Ta rũ tay xuống--không chút sai khác. Bởi vậy Như Lai mới nói rằng các ông thật đáng thương."

❖

Nghe được lời dạy bảo thâm sâu và từ bi cứu độ của Phật, ngài Khánh Hỷ rơi lệ, chắp tay và thưa với Phật rằng:

"Khi nghe được âm thanh vi diệu của Phật, con ngộ rằng tâm trong sáng nhiệm mầu của con là bổn nguyên viên mãn và thường trụ tâm địa. Nhưng nếu với lòng thành khẩn khát ngưỡng mà con giác ngộ qua Pháp âm tuyên thuyết của Phật, thì tức là con đang dùng tâm duyên. Đạt được tâm này, con không dám cảm nhận là bổn nguyên tâm địa. Kính mong Đức Phật thương xót mà tuyên giảng khai thị với âm thanh viên mãn để bạt trừ gốc nghi của con và dẫn về Đạo vô thượng."

Phật bảo ngài Khánh Hỷ:

"Các ông vẫn còn dùng tâm duyên để nghe Pháp. Do bởi Pháp cũng trở thành duyên nên các ông không ngộ pháp tánh.

Đây ví như có người lấy ngón tay chỉ mặt trăng để cho kẻ khác thấy. Kẻ kia do nhờ ngón tay chỉ đến mà thấy được mặt trăng. Nhưng nếu họ lại nhìn ngón tay rồi cho đó là mặt trăng, chẳng những không thấy mặt trăng mà còn nhầm lẫn ngón tay của người kia.

Vì sao thế? Bởi kẻ đó cho ngón tay là mặt trăng trong sáng vậy.

Không những họ nhận lầm ngón tay mà lại còn chẳng phân biệt đâu là sáng và đâu là tối.

Vì sao thế? Bởi họ cho ngón tay là tánh trong sáng của mặt trăng và hoàn toàn chẳng hiểu tánh của sáng hay tối.

Ông thì cũng như vậy.

Nếu cho rằng sự phân biệt Pháp âm của Ta nói là tâm ông, thì cái tâm này phải tự có tánh phân biệt riêng và tách khỏi sự phân biệt của âm thanh. Đây ví như có một du khách nghỉ đêm ở quán trọ. Họ tạm dừng nghỉ rồi lên đường và không trú mãi. Trái lại, chủ quán thì sẽ không đi đâu hết, bởi là người chủ của quán trọ vậy.

Cũng tương tự như thế, nếu đó là chân tâm của ông thì nó sẽ không đi đâu hết. Vậy sao khi tách khỏi âm thanh thì nó không có tánh phân biệt chứ? Do đó, chẳng những tâm phân biệt âm thanh của Ta, mà nó cũng phân biệt dung mạo của Ta. Nó không có tánh phân biệt nếu lìa khỏi các sắc tướng. Như thế cho dù những sự phân biệt dừng hẳn, một cảnh giới phi sắc phi không mà ngoại đạo Mịch Đạo Ngưu Xá Tử và những kẻ khác mê muội gọi là minh đế, thì nó cũng không có tánh phân biệt nếu lìa khỏi các cảnh duyên. Nếu mỗi trạng thái tâm thức của ông đều có chỗ trả về thì làm sao gọi là chủ được chứ?"

Ngài Khánh Hỷ bạch rằng:

"[Bạch Thế Tôn!] Nếu mỗi trạng thái tâm thức của con đều có chỗ trả về, thế thì tại sao diệu minh nguyên tâm của Như Lai nói đến không có chỗ trả về? Kính mong Như Lai rủ lòng thương xót mà tuyên nói cho con."

Phật bảo ngài Khánh Hỷ:

"Như ông đang thấy Ta với thị giác trong sáng, tinh khiết, và bổn nguyên, thì nó không phải là diệu minh chân tâm. Tuy nhiên, nó có thể được ví như một mặt trăng thứ hai mà không phải là bóng của mặt trăng. Ông hãy lắng nghe. Ta nay sẽ chỉ cho ông về cái mà không có chỗ trả về.

Này Khánh Hỷ! Đại giảng đường này mở rộng về hướng đông. Cho nên khi mặt trời mọc, khắp giảng đường đều có ánh sáng rực rỡ. Nhưng nếu ở giữa đêm không một ánh trăng, hoặc bầu trời bị mây hay sương mù che mờ, thì giảng đường sẽ tối tăm. Ai đó có thể thấy xuyên qua các lỗ hổng của cánh cửa hay cửa sổ, nhưng bức tường và mái che thì vẫn bị ngăn khuất. Ở nơi đâu mà cảnh vật có sự phân biệt thì sẽ thấy các duyên. Nhưng nếu hoàn toàn trống rỗng thì chỉ thấy hư không. Ở nơi đâu có bụi bặm, cảnh vật sẽ bị lu mờ. Một khi trời quang đãng thì không khí trong lành và lại thấy mọi thứ một cách rõ ràng.

Này Khánh Hỷ! Ông đều đã nhìn thấy các tướng biến hóa đó. Ta nay sẽ chỉ cho ông mỗi thứ đều có bổn nhân để trả về.

Cái gì là bổn nhân?

Này Khánh Hỷ! Những sự biến hóa này, ánh sáng trả về mặt trời.

Vì sao thế? Bởi sẽ không có ánh sáng nếu chẳng có mặt trời, và nhân do ánh sáng từ mặt trời nên nó trả về mặt trời.

Đen tối trả về đêm không trăng. Các lỗ hổng trả về cánh cửa và cửa sổ. Sự ngăn khuất trả về bức tường và mái che. Các duyên trả về phân biệt. Trống rỗng trả về hư không. Lu mờ trả về bụi bặm. Trong sáng trả về bầu trời quang đãng. Chẳng một thứ gì ở thế gian mà vượt ra khỏi những loại này.

Bây giờ, khi thị giác trong sáng và tinh khiết của ông đối diện với tám loại trên thì nó sẽ trả về đâu?

Vì sao thế? Bởi nếu trả về ánh sáng thì sẽ chẳng còn thấy đen tối khi không có ánh sáng.

Mặc dù ánh sáng, đen tối, và những thứ khác có muôn sự sai khác nhưng thị giác thì vẫn không sai khác. Những thứ gì mà có nơi trả về thì hiển nhiên chẳng phải ông. Nhưng cái gì mà không có nơi trả về, nếu chẳng phải ông thì là ai? Cho nên phải biết rằng, tâm của ông vốn nhiệm mầu, thanh tịnh và trong sáng. Ông chỉ tự mê muội và đánh mất bổn nguyên, nên phải chịu luân hồi và luôn bị chìm nổi ở trong sanh tử. Bởi vậy Như Lai mới nói rằng các ông thật đáng thương."

❖

Ngài Khánh Hỷ bạch rằng:

"[Bạch Thế Tôn!] Tuy con nhận biết rằng, tánh của thị giác không có chỗ trả về. Nhưng làm sao con biết được đó là chân tánh của con?"

Phật bảo ngài Khánh Hỷ:

"Ta nay lại hỏi ông. Tuy hiện tại chưa được thanh tịnh vô lậu, nhưng nương nhờ thần lực của Phật, ông có thể thấy đến tận các cõi trời của tĩnh lự thứ nhất mà không bị chướng ngại. Còn Bhikṣu [bíc su] Vô Diệt thấy châu Thắng Kim như nhìn trái xoài trong lòng bàn tay. Chư Bồ-tát có thể thấy trăm ngàn thế giới; không một quốc độ thanh tịnh nào của chư Như Lai trong mười phương, nhiều như số tận cùng của những hạt vi trần, mà họ chẳng nhìn thấy. Tuy nhiên, chúng sanh thì không thể nhìn rõ như thế, dù chỉ một phần của một tấc.

Này Khánh Hỷ! Hiện tại ông và Ta có thể thấy các cung điện của Bốn Vị Thiên Vương đang cư trú. Khoảng giữa từ đây đến đó, chúng ta thấy muôn loại hình tượng, hoặc ở trong sáng hay ở trong tối, đang di chuyển trên đất, trong nước, hay giữa không trung; chẳng một thứ gì mà không phải trần cảnh, là kết quả của chướng ngại từ sự phân biệt. Ông nên phân biệt những thứ đó, cái nào là ông và cái nào chẳng phải ông. Bây giờ Ta hỏi ông hãy tuyển chọn ở trong thị giác, cái gì là thể của ông và cái gì là cảnh tượng.

Này Khánh Hỷ! Cho dù ông dùng hết thị lực, xa tận đến Cung điện Mặt Trời và Cung điện Mặt Trăng, thì những cảnh vật đó đều không phải ông. Thậm chí ông quan sát kỹ càng xa tận đến Bảy Vòng Núi Vàng, mọi thứ ông thấy và cho đến muôn loại ánh sáng, thì cũng chỉ là những cảnh vật và chúng đều không phải ông. Lần lượt ông hãy quan sát mây trôi, chim bay, gió thổi, bụi bốc lên, cây cối, sông núi, hoa cỏ, loài người, và động vật. Tất cả cảnh vật đều chẳng phải ông.

Này Khánh Hỷ! Những cảnh vật này, dù gần hay xa, đều có tánh sai khác đặc thù, nhưng tất cả đồng thấy ở trong thị giác thanh tịnh và tinh khiết của ông. Tuy mỗi loại cảnh vật đều có sai khác, nhưng ở trong thị giác thì không có đặc thù. Cái nhiệm mầu, trong sáng và tinh khiết này thật sự là thị giác của ông.

Nếu thị giác là một vật thì ông cũng có thể thấy thị giác của Ta. Nếu bảo rằng ông thấy thị giác của Ta khi chúng ta cùng nhìn vào một nơi giống nhau. Vậy khi Như Lai không còn nhìn vào nơi đó, ông có còn thấy thị giác của Ta chăng? Cho dù ông có thể thấy thị giác của Ta khi chúng ta cùng nhìn vào một nơi giống nhau, nhưng hiển nhiên ông sẽ chẳng thể thấy thị giác của Ta khi Như Lai nhìn sang nơi khác. Do bởi ông chẳng thể thấy thị giác của Ta khi Như Lai nhìn sang nơi khác, nên chắc chắn rằng thị giác của Ta không phải là một vật. Thế thì làm sao có thể nói rằng, thị giác của ông mà chẳng phải là ông chứ?

Nếu không phải là như thế, vậy khi ông thấy cảnh vật, cảnh vật cũng sẽ thấy ông. Nếu thị giác và cảnh vật hỗn tạp như thế, thì Ta và ông cùng mọi thứ khác trên thế gian sẽ chẳng thể phân định rõ ràng.

Này Khánh Hỷ! Khi ông nhận biết điều gì, đó là ông chứ chẳng phải Ta. Thị giác của ông trùm khắp. Nếu nó không phải của ông thì là của ai? Tại sao ông tự nghi ngờ chân tánh của chính mình và chẳng tiếp nhận nó là chân, rồi lại đến hỏi Ta cái gì là thật chứ?"

❖

Ngài Khánh Hỷ thưa với Phật rằng:

"Thưa Thế Tôn! Nếu như thị giác này thật sự là của con mà chẳng phải của ai khác, vậy khi con và Như Lai nhìn các cung điện báu thù thắng của Bốn Vị Thiên Vương, tiếp đến là Cung điện Mặt Trời và Cung điện Mặt Trăng, rồi thị giác của con trải rộng và trùm khắp Thế giới Kham Nhẫn. Tuy nhiên, khi nhìn trở lại tinh xá, con chỉ thấy giảng đường thanh tịnh ở trung tâm tự viện mà không thể nhìn xuyên qua tường vách và mái che.

Thưa Thế Tôn! Thị giác này của con là như thế. Trước tiên nó trùm khắp một thế giới, rồi bây giờ nó chỉ vừa khít ở trong căn phòng này. Có phải thị giác của con từ lớn thu nhỏ lại, hay là nó bị chia cắt bởi tường vách và mái che? Con nay chẳng biết lập luận nào ở trên là đúng. Kính mong Thế Tôn rủ lòng đại từ mà diễn giải cho con."

Phật bảo ngài Khánh Hỷ:

"Hết thảy vạn vật trên thế gian--dù lớn hay bé, ở trong hay ngoài--tất cả đều thuộc về trần cảnh. Ông không nên nói rằng thị giác của mình có mở lớn hay thu nhỏ.

Đây ví như khi ông nhìn vào khoảng trống ở trong một hộp vuông. Ta nay lại hỏi ông. Khoảng trống mà ông nhìn thấy ở trong hộp vuông này là hình vuông cố định hay chẳng phải là hình vuông cố định? Nếu nó là hình vuông cố định thì khi bỏ vào một hộp tròn, nó sẽ không trở thành hình tròn. Ngược lại, nếu nó là bất định, thì sẽ không thể có một khoảng trống hình vuông ở trong hộp vuông.

Nói rằng, ông chẳng biết lập luận nào của ông ở trên là đúng. Những gì ông nói về tánh của thị giác thì có thể so sánh với những gì Ta nói về khoảng trống ở trong hộp vuông vậy. Sự thật thì khoảng trống và thị giác đều chẳng có một vị trí.

Này Khánh Hỷ! Nếu lại muốn khoảng trống ở trong hộp chẳng vuông hay tròn, ông chỉ cần loại bỏ cái hộp thì sẽ thấy bản thể của hư không chẳng có hình dáng. Ông chớ nên nói rằng, khi cái hộp đã chẳng còn mà ông vẫn có thể trừ bỏ hình dáng của khoảng trống trong hộp.

Nếu như cho rằng thị giác của ông thu nhỏ lại khi bước vào một căn phòng, thế thì tại sao khi ông ngước lên nhìn mặt trời, thị giác của ông chẳng mở lớn cho đến khi ngang bằng với bề mặt của mặt trời.

Lại nữa, nếu tường vách và mái che có thể chia cắt thị giác của ông, thế thì tại sao khi khoét một lỗ nhỏ ở bức tường mà chẳng thấy bất cứ dấu tích kết nối gì? Do đó, các lập luận của ông đều chẳng đúng.

Tất cả chúng sanh từ vô thỉ đến nay đã mê lầm chính mình với những gì nhận biết. Họ đánh mất bổn tâm và bị trần cảnh lay chuyển. Cho nên ở trong đó mà họ tính xem thị giác là lớn hay nhỏ.

Tuy nhiên, nếu có thể chuyển trần cảnh thì họ tức đồng Như Lai, thân tâm bất động, viên mãn trong sáng, và trở thành nơi giác ngộ. Bấy giờ, chỉ ở trên một đầu sợi lông mà có thể bao hàm tất cả quốc độ khắp mười phương."

❖

Ngài Khánh Hỷ thưa với Phật rằng:

"Thưa Thế Tôn! Nếu thị giác này thật sự là diệu tánh của con, thì bây giờ diệu tánh này phải hiện ra ở trước con. Hơn nữa, nếu thị giác thật sự là chân tánh của con, vậy thì thân và tâm hiện tại của con lại là vật gì? Nhưng bây giờ thân và tâm của con đều thật sự có phân biệt, còn thị giác của con thì không có sự phân biệt và chẳng nhận biết thân con.

Nếu thị giác thật sự là tâm con và làm cho con bây giờ thấy được, thế thì tánh của thị giác đích thực là con, mà thân thể chẳng phải là con vậy. Làm sao việc này khác với lời phủ nhận trước đây của Như Lai, rằng cảnh vật lẽ ra cũng có thể thấy con? Kính mong Thế Tôn rủ lòng đại từ mà khai thị cho những kẻ chưa giác ngộ."

Phật bảo ngài Khánh Hỷ:

"Điều ông vừa nói, rằng thị giác ở trước ông, là không đúng. Nếu nó thật sự ở trước mặt, ông chắc chắn sẽ thấy. Ở trong trường hợp đó, thị giác của ông sẽ có một vị trí và có thể chỉ ra được.

Như hiện tại ông và Ta đang ngồi ở trong rừng Chiến Thắng, chúng ta có thể thấy Pháp đường, cây cối, kênh rạch, xa xa ở phía trước là sông Hằng, và cho đến mặt trời mặt trăng ở trên cao. Nay ông ở trước tòa sư tử của Ta, có thể đưa tay chỉ ra muôn loại sự vật, như là bóng cây, ánh sáng mặt trời, bức tường ngăn che, hư không thông suốt, cho đến cỏ cây to lớn hoặc nhỏ bé như đường tơ kẽ tóc. Tuy chúng có đặc điểm riêng, nhưng miễn là có thể nhìn thấy thì ông đều có thể chỉ ra hết.

Nếu thị giác của ông thật sự ở trước mặt, vậy khi ông dùng tay chỉ ra các vật thì lẽ ra cũng sẽ thấy được nó chứ.

Này Khánh Hỷ! Nên biết rằng, nếu thị giác của ông đồng như hư không, thì làm sao hư không còn gọi là hư không chứ? Nếu các vật đồng như thị giác của ông, thì làm sao chúng còn gọi là vật chứ? Ông có thể nào phân tích tỉ mỉ và vạch ra bổn nguyên tịnh diệu, trong sáng và tinh khiết của thị giác chăng? Tương tự như phương thức đã chỉ ra các vật rõ ràng và không nhầm lẫn, ông có thể nào chỉ ra nó cho Ta thấy chăng?"

Ngài Khánh Hỷ thưa rằng:

"[Thưa Thế Tôn!] Hiện tại con đang ở trong Giảng đường Trùng Các này, có thể nhìn xa đến tận sông Hằng và mặt trời mặt trăng ở trên cao. Con cũng có thể đưa tay chỉ ra mọi thứ mà mắt con thấy. Tất cả chúng đều là cảnh vật; không một thứ nào là thị giác của con hết.

Thưa Thế Tôn! Đúng như lời Phật dạy. Không chỉ riêng con đang ở bậc hữu lậu, mà những vị Thanh Văn sơ học, và cho đến Bồ-tát, cũng không thể phân tích vạn vật và chỉ ra một thị giác với tự tánh riêng của nó mà lìa khỏi tất cả cảnh vật."

Đức Phật bảo:

"Như thị, như thị!"

Đức Phật lại bảo ngài Khánh Hỷ:

"Đúng như lời ông nói. Nếu lìa khỏi tất cả cảnh vật thì sẽ không có một thị giác với tự tánh riêng biệt. Do đó hết thảy sự vật mà ông có thể chỉ ra đều không phải là thị giác.

Ta nay sẽ giải thích thêm một lần nữa cho ông. Như ông và Như Lai đang ngồi ở trong rừng Chiến Thắng, hãy nhìn thêm một lần nữa nơi cây cối, khu vườn, và cho đến mặt trời mặt trăng. Tuy chúng có muôn loại hình tượng khác nhau, nhưng không một vật nào mà ông chỉ ra là thị giác của ông hết. Ông hãy tiếp tục nghiên cứu, có cái nào ở trong những vật này mà tách rời khỏi thị giác của ông chăng?"

Ngài Khánh Hỷ thưa rằng:

"[Thưa Thế Tôn!] Con thật sự đã nhìn khắp rừng Chiến Thắng này và không nghĩ rằng có bất cứ vật nào ở trong đó mà tách rời khỏi thị giác của con.

Vì sao thế? Bởi nếu cây cối tách rời khỏi thị giác của con, thì làm sao gọi là nhìn thấy cây cối? Nhưng nếu cây cối đồng như thị giác của con, thì làm sao chúng còn gọi là cây cối chứ? Cũng tương tự như thế, nếu hư không tách rời khỏi thị giác của con, thì làm sao gọi là nhìn thấy hư không? Nhưng nếu hư không đồng như thị giác của con, thì làm sao nó còn gọi là hư không chứ? Sau khi tư duy thêm một lần nữa ở trong muôn vạn cảnh tượng, con nhận ra rằng, cho dù vật cực nhỏ đi nữa thì cũng không tách rời khỏi thị giác của con."

Đức Phật bảo:

"Như thị, như thị!"

Khi nghe lời này của Phật, những vị chưa đạt đến bậc Vô Học ở trong đại chúng đều mê muội và chẳng biết về ý nghĩa cứu cánh đó. Họ thảy đều hoảng sợ và đánh mất những gì đang ôm giữ.

Biết được tinh thần lo âu và hoảng hốt của họ, Như Lai khởi lòng thương xót mà an ủi ngài Khánh Hỷ và các đại chúng rằng:

"Các thiện nam tử! Đây là lời chân thật của vô thượng Pháp Vương. Như Lai chỉ nói lời thật, không điêu ngoa, không dối gạt. Những gì Như Lai tuyên nói cho các ông, khác biệt với luận nghị mơ hồ về bốn loại bất tử mà ngoại đạo Mịch Đạo Ngưu Xá Tử và những kẻ khác đưa ra. Các ông hãy tư duy kỹ và tha thiết quý mến để xứng đáng lòng thương xót của Ta."

Lúc bấy giờ Diệu Cát Tường Pháp Vương Tử đang ở giữa đại chúng, vì xót thương bốn chúng đệ tử, liền từ chỗ ngồi đứng dậy, đảnh lễ với trán chạm sát chân của Phật, chắp tay cung kính và thưa với Phật rằng:

"Thưa Thế Tôn! Nay các đại chúng đều chẳng hiểu về hai điều mà Như Lai hiển lộ. Đó là thị giác tinh khiết cùng với những vật có hình sắc và hư không, là tương đồng và chẳng tương đồng.

Thưa Thế Tôn! Nếu thị giác đồng như các duyên ở trước ta, như là hư không và những vật có hình sắc, thì chúng ta đáng lẽ có thể chỉ ra vị trí của nó. Nhưng nếu thị giác tách rời khỏi cảnh duyên, chúng ta sẽ không thể quan sát sự vật. Hiện tại các đại chúng đều kinh hãi, do chẳng biết ý nghĩa này sẽ về đâu. Đây tuyệt đối không phải là căn lành ở đời trước của họ cạn mỏng.

Kính mong Như Lai rủ lòng đại từ mà hiển lộ chân thật giữa các cảnh tượng được thấy với thị giác tinh khiết, và tại sao lại nói rằng thị giác chẳng phải tương đồng hay chẳng phải không tương đồng đối với cảnh vật quan sát."

Phật bảo ngài Diệu Cát Tường và các đại chúng:

"Đối với mười phương Như Lai và chư đại Bồ-tát trụ ở trong Đẳng Trì, thì thị giác và các duyên của thấy cùng với các pháp thuộc tâm, tựa như hoa đốm giữa hư không và bổn nguyên không chỗ có. Thị giác này và các duyên vốn là tuệ giác vi diệu, tánh tịnh minh thể. Thế thì làm sao ở trong giác ngộ mà có phải hay chẳng phải?

Này Diệu Cát Tường! Ta nay hỏi ông. Như ông là Diệu Cát Tường thì có chỗ nào là Diệu Cát Tường hay không phải là Diệu Cát Tường chăng?"

"Dạ không, thưa Thế Tôn! Con đơn giản chỉ là Diệu Cát Tường, không một chỗ nào là chẳng phải Diệu Cát Tường.

Vì sao thế? Bởi nếu có chỗ nào thì sẽ có hai Diệu Cát Tường, nhưng bây giờ đâu phải con không phải là Diệu Cát Tường. Thật sự thì không có tướng của phải hay chẳng phải."

Đức Phật bảo:

"Thị giác vi diệu trong sáng này, cùng với hư không và trần cảnh thì cũng lại như thế. Chúng vốn là từ chân tâm của tuệ giác vi diệu, trong sáng vô thượng, và thanh tịnh viên mãn. Là một sự nhầm lẫn nếu xem những vật có hình sắc, hư không, thính giác, thị giác, hay những giác quan khác là riêng rẽ. Như ở trong thí dụ về một mặt trăng thứ hai, cái nào là mặt trăng và cái nào chẳng phải là mặt trăng?

Này Diệu Cát Tường! Thật sự chỉ có một mặt trăng. Chúng ta không thể nói rằng đó là mặt trăng, còn kia chẳng phải mặt trăng. Do bởi ông nay xem xét thị giác với trần cảnh nên muôn thứ khởi lên. Đây gọi là vọng tưởng. Và ông chẳng thể ở trong ấy mà thoát khỏi chấp trước của phải hay chẳng phải. Duy chỉ từ chân tánh trong sáng và diệu giác tinh khiết thì mới có thể khiến ông lìa khỏi chấp trước của phải hay chẳng phải."

❖

Ngài Khánh Hỷ thưa với Phật rằng:

"Thưa Thế Tôn! Thật đúng như lời của Pháp Vương về tánh giác ngộ duyên khắp các thế giới trong mười phương, nhưng nó vẫn trạm nhiên thường trụ, thể tánh chẳng sanh hay diệt. Nếu vậy thì lời Phật dạy khác biệt như thế nào đối với luận thuyết minh đế của Phạm chí Hoàng Phát, hoặc phái ngoại đạo bôi tro lên thân hay những phái ngoại đạo khác nói rằng, có chân ngã biến khắp mười phương?

Thế Tôn cũng từng ở trên núi Bảo Danh diễn giải nghĩa này cho Đại Tuệ Bồ-tát và những vị khác rằng:

'Các ngoại đạo luôn nói về tự nhiên, còn Ta nói về nhân duyên; đây không phải là cảnh giới của họ.'

Nhưng nay theo con thấy thì tánh giác ngộ là tự nhiên, không sanh không diệt, lìa xa tất cả hư vọng điên đảo, dường như chẳng sanh từ nhân duyên và nó là tự nhiên. Con chỉ mong Đức Phật khai thị để con không rơi vào tà đạo và được tâm chân thật với diệu giác minh tánh."

Phật bảo ngài Khánh Hỷ:

"Như Ta vừa mới dùng phương tiện mà khai thị điều chân thật cho ông. Tuy nhiên ông vẫn chưa khai ngộ và nhầm lẫn rằng tánh giác ngộ là tự nhiên.

Này Khánh Hỷ! Nếu tánh giác ngộ đích thực là tự nhiên thì ông lẽ ra phải có thể phân biệt được thể chất của tự nhiên. Giờ ông hãy quán sát ở trong thị giác nhiệm mầu trong sáng này. Nó dùng cái gì để làm tự thể? Thị giác này dùng ánh sáng để làm tự thể, dùng đen tối để làm tự thể, dùng hư không để làm tự thể, hay dùng ngăn che để làm tự thể?

Này Khánh Hỷ! Nếu nó dùng ánh sáng để làm tự thể thì ông sẽ chẳng thể thấy đen tối. Nếu nó dùng hư không để làm tự thể thì ông sẽ chẳng thể thấy ngăn che. Tương tự như thế, nếu nó dùng tướng đen tối để làm tự thể thì tánh của thị giác sẽ đoạn diệt khi ánh sáng rọi đến. Vậy thì làm sao ông có thể thấy ánh sáng chứ?"

Ngài Khánh Hỷ bạch rằng:

"[Bạch Thế Tôn!] Nếu là thế, tánh của thị giác này chắc chắn không phải tự nhiên. Con bây giờ khởi nghĩ rằng nó sanh bởi nhân duyên. Tuy nhiên tâm con vẫn chưa hiểu rõ. Kính hỏi Như Lai làm sao nghĩa này khế hợp với lời dạy của Phật về tánh nhân duyên?"

Đức Phật bảo:

"Ông nói rằng nó sanh bởi nhân duyên. Ta lại hỏi ông. Nay ông nhân bởi gì mà nhận biết thị giác hiện tiền? Sự nhận biết này có phải nhân bởi ánh sáng mà thấy chăng? Có phải nhân bởi đen tối mà thấy chăng? Có phải nhân bởi hư không mà thấy chăng? Có phải nhân bởi ngăn che mà thấy chăng?

Này Khánh Hỷ! Nếu sự nhận biết nhân bởi ánh sáng thì lẽ ra ông sẽ không thấy đen tối. Nếu sự nhận biết nhân bởi đen tối thì lẽ ra ông sẽ không thấy ánh sáng. Tương tự như thế, nếu nhân bởi hư không hay ngăn che thì đồng như nhân của ánh sáng và đen tối.

Lại nữa, Khánh Hỷ! Sự nhận biết này có phải duyên bởi ánh sáng mà thấy chăng? Có phải duyên bởi đen tối mà thấy chăng? Có phải duyên bởi hư không mà thấy chăng? Có phải duyên bởi ngăn che mà thấy chăng?

Này Khánh Hỷ! Nếu sự nhận biết duyên bởi hư không thì lẽ ra ông sẽ không thấy ngăn che. Nếu sự nhận biết duyên bởi ngăn che thì lẽ ra ông sẽ không thấy hư không. Tương tự như thế, nếu duyên bởi ánh sáng hay đen tối thì đồng như duyên của hư không và ngăn che.

Cho nên phải biết rằng, sự hiện hữu của thị giác nhiệm mầu trong sáng tinh khiết, thì không lệ thuộc vào nhân hay duyên, cũng chẳng phải tự nhiên hay chẳng phải không tự nhiên. Sự hiện hữu của nó không thể phủ định, nhưng đồng thời cũng chẳng thể nói rằng nó không thể phủ định. Sự hiện hữu của nó không thể xác định, nhưng đồng thời cũng chẳng thể nói rằng nó không thể xác định. Lìa khỏi tất cả tướng tức là tất cả pháp.

Nay ông làm sao có được sự phân biệt ở trong các pháp khi lại dùng tâm ý dựa trên danh tướng và những hí luận của thế gian? Đó cũng như dùng nắm tay bắt lấy hư không--chỉ tự chuốc nhọc nhằn. Làm sao mà ông có thể bắt lấy hư không chứ?"

❖

Ngài Khánh Hỷ bạch Phật rằng:

"Bạch Thế Tôn! Nếu tánh diệu giác chắc chắn không lệ thuộc vào nhân hay duyên, vậy thì tại sao Thế Tôn thường tuyên giảng cho các vị Bhikṣu rằng, thị giác phải cần đủ bốn loại duyên. Đó là hư không, ánh sáng, tâm, và căn mắt. Nghĩa lý này là sao?"

Đức Phật bảo:

"Này Khánh Hỷ! Ta nói về các tướng nhân duyên vận hành trong thế gian, đó không phải là Chân Lý Cứu Cánh.

Này Khánh Hỷ! Ta lại hỏi ông. Khi những người ở thế gian nói rằng tôi có thể thấy. Sao gọi là thấy? Sao gọi là không thấy?"

Ngài Khánh Hỷ thưa rằng:

"[Thưa Thế Tôn!] Nhân bởi ánh sáng của mặt trời, mặt trăng, hay ngọn đèn mà người ở thế gian có thể thấy đủ mọi hình tướng. Đó gọi là thấy. Nếu chẳng có ba loại ánh sáng này thì họ sẽ không thể thấy."

"Này Khánh Hỷ! Nếu gọi là không thấy khi chẳng có ánh sáng, thì lẽ ra họ cũng không thấy đen tối. Nếu thật sự thấy đen tối dù chẳng có ánh sáng, thì làm sao gọi là không thấy?

Này Khánh Hỷ! Nếu khi ở nơi tối, do họ chẳng thấy ánh sáng nên gọi là không thấy. Bây giờ khi ở nơi sáng và họ chẳng thấy tướng của đen tối, thì cũng nên gọi là không thấy. Như vậy cả hai trường hợp đều gọi là không thấy.

Cho dù ánh sáng và đen tối luân phiên hiện hữu, thì thị giác của ông vẫn không tạm dừng nghỉ. Như vậy phải biết rằng, cả hai trường hợp đều gọi là thấy. Thế thì làm sao mà ông bảo là không thấy chứ?

Cho nên, Khánh Hỷ! Ông nay phải biết rằng, khi ai đó thấy ánh sáng, sự nhận biết của họ hiện hữu không phải vì ánh sáng. Khi ai đó thấy đen tối, sự nhận biết của họ hiện hữu không phải vì đen tối. Khi ai đó thấy hư không, sự nhận biết của họ hiện hữu không phải vì hư không. Khi ai đó thấy ngăn che, sự nhận biết của họ hiện hữu không phải vì ngăn che. Nên biết sự hiện hữu của thị giác đều chẳng phải bốn trường hợp trên.

Ông cũng nên biết rằng, khi dùng chân giác để nhận biết thị giác của ông, chân giác thì chẳng giống thị giác. Cả hai tách rời lẫn nhau. Thị giác thì không bằng chân giác. Làm sao ông lại có thể nói về nhân duyên, tự nhiên, và tướng hòa hợp chứ? Thanh Văn các ông kém cỏi chẳng biết và chẳng thể thông đạt thật tướng của thanh tịnh. Nay Ta sẽ dạy bảo thêm cho ông. Hãy khéo tư duy và chớ mệt mỏi hay chểnh mảng trên con đường đến tuệ giác vi diệu."

❖

Ngài Khánh Hỷ thưa với Phật rằng:

"Thưa Thế Tôn! Tuy Đức Phật Thế Tôn đã tuyên nói về nhân duyên, tự nhiên, cùng các tướng hòa hợp và chẳng hòa hợp cho chúng con, nhưng tâm con vẫn chưa khai ngộ. Bây giờ khi lại nghe về cái thấy của thị giác chẳng phải là chân giác, thì chúng con càng thêm mê muội. Kính mong Như Lai rủ lòng đại từ mà ban thí con mắt đại trí tuệ và khai thị cho chúng con để hiểu rõ về tâm trong sáng thanh tịnh."

Khi nói lời ấy xong, ngài rơi lệ bi ai, rồi đảnh lễ, và chờ đợi để tiếp thọ lời chỉ dạy từ bậc thánh. Lúc bấy giờ Thế Tôn thương xót ngài Khánh Hỷ cùng các đại chúng, và muốn diễn giải con đường vi diệu của tu hành để dẫn họ đến tất cả Đẳng Trì của đại Tổng Trì.

Phật bảo ngài Khánh Hỷ:

"Tuy ông có trí nhớ sắc bén, nhưng việc đó chỉ lợi ích đa văn. Còn đối với quán chiếu vi tế ẩn mật của tu Chỉ, tâm ông vẫn chưa liễu đạt. Ông nay hãy lắng nghe. Ta sẽ phân biệt khai thị và cũng khiến những hành giả hữu lậu ở tương lai đắc Đạo Quả.

Này Khánh Hỷ! Hết thảy chúng sanh luân hồi trong thế gian đều là do phân biệt vọng kiến từ hai loại điên đảo. Khi hai cái thấy sai lệch này khởi sanh, chúng sanh phải luân chuyển theo nghiệp.

Hai thứ vọng kiến này là gì?

1. chúng sanh biệt nghiệp vọng kiến
2. chúng sanh đồng phần vọng kiến

Sao gọi là biệt nghiệp vọng kiến?

Này Khánh Hỷ! Ví như con mắt bị quầng đỏ của người ở thế gian, khi nhìn vào ngọn đèn ở ban đêm, chỉ riêng họ thấy có những vòng tròn với ánh sáng năm màu chất chồng lên nhau. Ý ông nghĩ sao? Những vòng ánh sáng hiện ra ở xung quanh ngọn đèn vào ban đêm, là thuộc về ngọn đèn, hay là thuộc về thị giác của người kia?

Này Khánh Hỷ! Nếu là thuộc về ngọn đèn, thì tại sao người không có mắt bị nhặm lại chẳng thấy, mà các vòng ánh sáng này chỉ riêng người có mắt bị nhặm mới thấy?

Còn nếu là thuộc về thị giác của người kia, thì sự nhận biết của họ cũng đã trở thành màu sắc. Thế thì các vòng ánh sáng được thấy của người có mắt bị nhặm gọi là những gì?

Lại nữa, Khánh Hỷ! Nếu những vòng ánh sáng không thuộc về ngọn đèn, vậy khi người có mắt bị nhặm nhìn các vật xung quanh, như là bình phong, tấm rèm, cái bàn, hay tấm chiếu, thì lẽ ra cũng có những vòng ánh sáng như thế xuất hiện.

Còn nếu những vòng ánh sáng không thuộc về thị giác của người ấy, thì lẽ ra mắt của họ sẽ không nhìn thấy. Thế nhưng tại sao người có mắt bị nhặm lại thấy được những vòng ánh sáng kia chứ?

Cho nên phải biết rằng, tuy màu sắc thật sự ở tại ngọn đèn, nhưng do mắt bị nhặm nên mới xuất hiện những vòng ánh sáng. Mặc dù những vòng ánh sáng và sự nhận biết của chúng là do mắt bị nhặm mà có, nhưng sự nhận biết của mắt nhặm không phải là bệnh. Nói tóm lại, ông không thể nói rằng, những vòng ánh sáng thuộc về ngọn đèn, hay thuộc về thị giác của người kia. Nhưng đồng thời ông cũng không thể nói rằng, chúng chẳng thuộc về ngọn đèn, hay chẳng thuộc về thị giác của người kia. Tương tự như thí dụ về mặt trăng thứ hai, nó chẳng phải là mặt trăng thật mà cũng chẳng phải là bóng của mặt trăng thật.

Vì sao thế? Bởi khi lấy ngón tay ấn vào con mắt, người đó sẽ thấy hai mặt trăng.

Những ai có trí sẽ không bảo rằng, mặt trăng thứ hai có từ kết quả của ấn vào con mắt, là mặt trăng thật hay nó chẳng phải là mặt trăng thật, hoặc là thuộc về thị giác của người kia hay chẳng thuộc về thị giác của người kia.

Việc này cũng lại như thế; do mắt bị nhặm nên mới xuất hiện những vòng ánh sáng. Nay ông có thể nói rằng chúng chỉ thuộc về ngọn đèn, hoặc chỉ thuộc về thị giác của người kia chăng? Chắc chắn là không. Hà huống là có thể phân biệt chúng chẳng thuộc về ngọn đèn hoặc chẳng thuộc về thị giác của người kia.

Sao gọi là đồng phần vọng kiến?

Này Khánh Hỷ! Ở châu Thắng Kim, ngoại trừ nước của biển lớn, trong ấy có 3.000 châu lục với một châu lục lớn nằm ở trung tâm. Từ đông sang tây của đại châu lục này trải rộng và có 2.300 nước lớn. Còn các tiểu châu lục nằm ở trong các biển, trong ấy hoặc có 200 hay 300 quốc gia, hoặc 1 hoặc 2, cho đến 30, 40, hay 50 quốc gia.

Này Khánh Hỷ! Nếu ở trong ấy lại có một tiểu châu lục với hai quốc gia, và duy chỉ nhân dân của một trong hai nước đồng cảm ứng duyên ác, thì chúng sanh của quốc gia đó sẽ thấy những việc không cát tường. Hoặc họ thấy hai mặt trời, hoặc thấy hai mặt trăng. Hoặc nơi mặt trời và mặt trăng xuất hiện những vòng tròn hay nửa vòng tròn với màu trắng hay màu khác. Hoặc họ thấy thiên thạch hay sao chổi bay xẹt bầu trời. Hoặc bên cạnh hay ở trên mặt trời xuất hiện vầng năng lượng hình cung hay hình lỗ tai, hoặc những đường ánh sáng giữa bầu trời. Có muôn loại hiện tượng xấu như thế. Chỉ có chúng sanh ở trong nước đó thấy những hiện tượng này. Còn chúng sanh ở nước khác thì hoàn toàn không thấy và cũng chẳng hề nghe đến.

Này Khánh Hỷ! Ta nay sẽ so sánh hai sự việc này để làm sáng tỏ cho ông.

Này Khánh Hỷ! Hãy xem xét về biệt nghiệp vọng kiến của những chúng sanh kia. Khi có ai với mắt bị nhặm thì nhìn thấy những vòng ánh sáng ở xung quanh ngọn đèn. Tuy có cảnh tượng như thế xuất hiện, nhưng thật sự những gì họ thấy là do bởi mắt bị nhặm. Bởi con mắt bị nhặm nên làm lao nhọc thị giác, chứ chẳng phải do những vòng ánh sáng tạo ra. Tuy nhiên, sự nhận biết của mắt bị nhặm thì vĩnh viễn không sai lầm.

Tương tự như thế, tất cả những gì mắt của ông thấy bây giờ, như là sông núi, quốc thổ, và các chúng sanh, đều là căn bệnh đã tồn tại trong thị giác của ông từ vô thỉ. Thị giác và các duyên của thấy dường như hiện ra cảnh tượng ở trước. Tuy bổn nguyên chân giác của ta trong sáng, nhưng thị giác và các duyên của thấy thì có sai lầm. Mặc dù sự nhận biết của thị giác có sai lầm, nhưng giác duyên của bổn giác minh tâm thì không sai lầm. Đó là chân giác, sự nhận biết của cái nhận biết sai lầm, thì không sai lầm. Nó thật sự là chân giác của nhận biết, và không nên nhầm lẫn với thị giác bình thường, thính giác, hay bất cứ loại giác quan nào khác.

Đúc kết lại, thị giác của ông bây giờ cảm nhận Ta, chính bản thân mình và mười loại chúng sanh trong thế gian, đều là sự nhận biết sai lầm, không phải là sự nhận biết của cái nhận biết sai lầm. Tánh của thị giác tinh nguyên chân thật thì không sai lầm. Do đó nó chẳng phải là thị giác mà ta thường hay gọi.

Này Khánh Hỷ! Hãy xem xét về đồng phần vọng kiến của những chúng sanh kia, rồi so sánh nó với biệt nghiệp vọng kiến của một người có mắt bị bệnh. Tình cảnh giữa người có mắt bị bệnh đồng với chúng sanh ở trong nước kia. Người ấy thấy những vòng ánh sáng là do mắt nhặm hư vọng sanh ra. Còn những việc không cát tường thấy bởi chúng sanh ở trong nước kia là do ác khí khởi sanh từ nghiệp chung của họ. Sự hình thành của biệt nghiệp và cộng nghiệp là do cái thấy sai lầm đã tồn tại từ vô thỉ.

Mặc dù vậy, hết thảy chúng sanh hữu lậu cùng tất cả quốc độ trong mười phương, bao gồm Thế giới Kham Nhẫn với bốn biển lớn và 3.000 châu lục ở châu Thắng Kim, thảy đồng với tâm nhiệm mầu vô lậu, trong sáng và giác liễu. Các duyên cần thiết để tất cả chúng khởi sanh đều là hư vọng, có bệnh trong thị giác, thính giác, và những giác quan khác. Khi các duyên hòa hợp này hiện hữu, chúng sanh và quốc độ hư vọng hình thành. Khi các duyên hòa hợp này không còn, chúng sanh và quốc độ hư vọng diệt mất.

Nếu ai có thể xa rời các duyên hòa hợp và không hòa hợp, họ tức sẽ diệt trừ tất cả nhân của sanh tử. Bấy giờ, họ sẽ viên mãn tuệ giác, chính là tánh không sanh không diệt, thanh tịnh bổn tâm và bổn giác thường trụ.

❖

Này Khánh Hỷ! Tuy ông đã hiểu rằng tánh của thị giác nhiệm mầu trong sáng và bổn nguyên giác liễu, chẳng khởi sanh từ nhân hay duyên và tánh nó cũng chẳng phải tự nhiên. Nhưng ông còn chưa tỏ ngộ, rằng thị giác bổn nguyên giác liễu của ông cũng chẳng phải do hòa hợp hay không hòa hợp mà sanh.

Này Khánh Hỷ! Ta nay lại hỏi ông về những trần cảnh mà ông nhận biết ở trước mặt. Do ông bây giờ ôm giữ vọng tưởng hòa hợp với các tánh nhân duyên của mọi thứ trong thế gian, nên tự mình hoài nghi, rằng có phải tâm giác ngộ chứng đắc là do hòa chung mà khởi sanh chăng.

Cứ cho điều ông đang suy nghĩ là đúng. Vậy thị giác nhiệm mầu thanh tịnh và tinh khiết của ông, là hòa chung với ánh sáng, là hòa chung với đen tối, là hòa chung với hư không, hay là hòa chung với ngăn che?

Nếu là hòa chung với ánh sáng, vậy khi ông nhìn vào ánh sáng hiện tiền đó thì nó hòa chung ở chỗ nào?

Nếu ông có thể phân biệt tướng của thị giác, thì nó có hình dáng ra sao ở trong sự hòa chung với ánh sáng?

Nếu không phải là thị giác thì làm sao ông thấy ánh sáng?

Nếu là thị giác thì làm sao thị giác thấy chính nó?

Nếu tánh của thị giác đã viên mãn thì làm sao có nơi để hòa chung với ánh sáng?

Nếu ánh sáng đã viên mãn thì nó không thể hòa chung với thị giác của ông.

Do bởi thị giác khác biệt với ánh sáng, nó sẽ diệt mất chính nó nếu hòa chung ở trong ánh sáng. Cũng vậy, ánh sáng sẽ mất tên gọi của nó nếu hòa chung ở trong thị giác. Tóm lại, nói rằng thị giác hòa chung với ánh sáng là chẳng đúng. Tương tự, thị giác đối với đen tối, hư không, và ngăn che thì cũng lại như thế.

Lại nữa, Khánh Hỷ! Ta nay lại hỏi ông. Thị giác nhiệm mầu thanh tịnh và tinh khiết của ông, là hợp nhất với ánh sáng, là hợp nhất với đen tối, là hợp nhất với hư không, hay là hợp nhất với ngăn che?

Nếu là hợp nhất với ánh sáng, tướng của ánh sáng sẽ diệt mất khi đen tối đến, thế thì làm sao ông có thể thấy đen tối khi mà thị giác chẳng hợp nhất với đen tối chứ?

Giả sử thị giác chẳng hợp nhất với đen tối mà hợp nhất với ánh sáng, vậy khi thấy đen tối, ông lẽ ra sẽ không thấy ánh sáng. Nếu ông chẳng thấy ánh sáng thì làm sao gọi là hợp nhất với ánh sáng? Nhưng thực tế thì ông có thể thấy ánh sáng và biết rõ đó không phải là đen tối. Tương tự, thị giác đối với đen tối, hư không, và ngăn che thì cũng lại như thế."

Ngài Khánh Hỷ thưa với Phật rằng:

"Thưa thế Tôn! Nay con suy nghĩ rằng, thị giác nhiệm mầu và giác liễu bổn nguyên này, không hòa chung hay hợp nhất với các duyên trần hoặc với tâm niệm suy tư."

Đức Phật bảo:

"Nay ông lại nói rằng, giác tánh của ông chẳng hòa chung hay hợp nhất. Ta lại hỏi ông. Nếu thị giác nhiệm mầu tinh khiết này của ông chẳng hòa chung, là chẳng hòa chung với ánh sáng, là chẳng hòa chung với đen tối, là chẳng hòa chung với hư không, hay là chẳng hòa chung với ngăn che?

Nếu chẳng hòa chung với ánh sáng, thì tất sẽ có một ranh giới giữa thị giác của ông và ánh sáng. Ông bây giờ hãy quán sát tường tận, ánh sáng ở chỗ nào? Thị giác của ông ở chỗ nào? Ranh giới giữa thị giác của ông và ánh sáng ở chỗ nào?

Này Khánh Hỷ! Nếu thị giác của ông hoàn toàn không ở trong phạm vi của ánh sáng, thì tức là cả hai chẳng tiếp xúc. Do đó ông cũng không biết ánh sáng ở chỗ nào. Thế thì ranh giới giữa chúng làm sao tồn tại? Tương tự, thị giác đối với đen tối, hư không, và ngăn che thì cũng lại như thế.

Lại nữa, nếu thị giác nhiệm mầu tinh khiết này của ông chẳng hợp nhất, là chẳng hợp nhất với ánh sáng, là chẳng hợp nhất với đen tối, là chẳng hợp nhất với hư không, hay là chẳng hợp nhất với ngăn che?

Nếu chẳng hợp nhất với ánh sáng, thì tánh của thị giác và ánh sáng sẽ hoàn toàn không tương quan. Đây giống như thính giác và ánh sáng chẳng tương quan; chúng sẽ không bao giờ tiếp xúc với nhau. Như ông chẳng biết tướng của ánh sáng ở chỗ nào, thì làm sao có thể biết được ánh sáng có hợp nhất hay chẳng hợp nhất với thị giác của ông chứ? Tương tự, thị giác đối với đen tối, hư không, và ngăn che thì cũng lại như thế.

❖

Này Khánh Hỷ! Ông vẫn còn chưa hiểu, rằng tướng của hết thảy trần cảnh đều là huyễn hóa. Chúng tùy theo chỗ mà sanh ra và tùy theo chỗ mà diệt mất. Tướng của chúng gọi là huyễn hóa hư vọng, nhưng tánh của chúng thật sự ở trong diệu giác minh thể.

Cho đến 5 uẩn, 6 nhập, 12 xứ, và 18 giới thì cũng lại như thế. Chúng do nhân duyên hòa hợp mà hư vọng sanh ra, và cũng do nhân duyên biệt ly mà hư vọng diệt mất.

Ông hoàn toàn chẳng biết rằng, mọi thứ sanh diệt và đến đi vốn là từ tánh Chân Như nhiệm mầu, thường trụ diệu minh, và bất động chu viên của Như Lai tạng. Cho dù ông tìm cầu sự đến đi, mê ngộ, hay sanh diệt ở trong tánh chân thường của Như Lai Tạng, thì vĩnh viễn chẳng thể được.

❖

Này Khánh Hỷ! Làm sao năm uẩn vốn là từ tánh Chân Như nhiệm mầu của Như Lai tạng?

Này Khánh Hỷ! Ví như có người với đôi mắt trong sáng nhìn lên bầu trời quang đãng, họ chỉ thấy hư không và hoàn toàn chẳng có gì khác. Giả sử, chẳng biết vì nguyên nhân gì, mắt của người ấy chẳng hề nháy và trừng mắt nhìn cho đến khi chỉ riêng một mình họ thấy những hoa đốm giữa hư không, cùng với đủ mọi hình ảnh hỗn loạn và không có tướng chân thật. Ông nên biết rằng sắc uẩn thì cũng lại như vậy.

Này Khánh Hỷ! Những hoa đốm này chẳng phải từ hư không đến và cũng chẳng phải từ mắt sanh ra.

Như thế, Khánh Hỷ! Giả sử những hoa đốm này từ hư không đến. Nhưng nếu chúng từ hư không đến thì sẽ vào lại hư không. Nếu có sự sanh ra và vào lại hư không thì đó chẳng phải là hư không. Nếu hư không mà chẳng phải rỗng không thì sẽ chẳng thể dung chứa hiện tượng sanh khởi và diệt mất của những hoa đốm này. Đây ví như thân thể của Khánh Hỷ thì chẳng thể dung chứa một Khánh Hỷ khác vậy.

Ngược lại, giả sử những hoa đốm này từ mắt sanh ra. Nhưng nếu chúng từ mắt sanh ra thì sẽ vào lại trong mắt. Nếu tánh của những hoa đốm từ mắt sanh ra, chúng sẽ hợp chung ở trong thị giác của con mắt. Nếu chúng có thị giác, thì khi từ con mắt ra khỏi, chúng có thể vào lại và nhìn thấy con mắt. Còn nếu chúng chẳng có thị giác, thì khi từ con mắt ra khỏi, chúng sẽ che khuất một phần của hư không, rồi khi chúng vào lại, chúng sẽ che khuất nhãn lực. Hơn nữa, nhãn lực của người ấy không thể bị che khuất, do bởi họ có thể thấy những hoa đốm; và chẳng phải trước đó chúng ta nói rằng người ấy với đôi mắt trong sáng nhìn lên bầu trời quang đãng hay sao?

Cho nên phải biết rằng, sắc uẩn là hư vọng. Nó vốn chẳng sanh ra từ nhân hay duyên, và tánh nó cũng chẳng phải tự nhiên.

❖

Này Khánh Hỷ! Ví như có người với chân tay thả lỏng để nghỉ ngơi và toàn khắp thân thể được an hòa. Ngay lúc này, người ấy bỗng quên đi thân thể của mình, và chẳng cảm thấy vừa ý hay chẳng phải không vừa ý. Giả sử, chẳng biết vì nguyên nhân gì, người ấy chà xát hai lòng bàn tay với nhau ở trong hư không. Ở giữa hai lòng bàn tay, người ấy hư vọng sanh ra những cảm giác thô ráp, trơn mịn, ấm áp hay lạnh giá. Ông nên biết rằng thọ uẩn thì cũng lại như vậy.

Này Khánh Hỷ! Những cảm giác xúc chạm huyễn hóa này chẳng do từ hư không đến và cũng chẳng phải do từ lòng bàn tay sanh ra.

Như thế, Khánh Hỷ! Giả sử hư không có thể tạo ra những cảm giác xúc chạm ở lòng bàn tay, tại sao nó lại chẳng xúc chạm đến thân? Hư không lẽ ra không nên có sự tuyển lựa nơi xúc chạm.

Ngược lại, giả sử những cảm giác xúc chạm này từ lòng bàn tay sanh ra, thì đáng lẽ không cần phải cọ xát hai lòng bàn tay.

Lại nữa, nếu những cảm giác xúc chạm này từ hai lòng bàn tay sanh ra, thì chúng đáng lẽ sẽ nhận biết được những cảm giác xúc chạm đó. Và khi người ấy tách rời hai lòng bàn tay, cảm giác xúc chạm lẽ ra phải vào lại cổ tay, cánh tay, rồi xương tủy, và lẽ ra những nơi ấy cũng nhận biết được tung tích khi nó vào lại. Trong trường hợp đó thì tâm chắc chắn cũng nhận biết được nó khi ra khi vào, tựa như có một vật đến đi ở trong thân vậy. Thế thì cần gì phải đợi có hai lòng bàn tay cọ xát để tạo ra những cảm giác xúc chạm đó?

Cho nên phải biết rằng, thọ uẩn là hư vọng. Nó vốn chẳng sanh ra từ nhân hay duyên, và tánh nó cũng chẳng phải tự nhiên.

❖

Này Khánh Hỷ! Ví như có người chảy nước miếng khi nhắc đến trái mận chua, hoặc lòng bàn chân cảm thấy thốn khi nghĩ đến đang bước trên bờ vực thẳm. Ông nên biết rằng tưởng uẩn thì cũng lại như vậy.

Này Khánh Hỷ! Như trường hợp chảy nước miếng khi nhắc đến trái mận chua, thì chẳng do từ trái mận thật và cũng chẳng do từ miệng của người ấy.

Như thế, Khánh Hỷ! Nếu chảy nước miếng là do từ trái mận thật, vậy có nghĩa là trái mận chịu trách nhiệm nhắc đến chính nó. Thế thì đâu cần phải đợi người khác nhắc đến nó làm gì? Trái lại, nếu chảy nước miếng là do từ miệng, vậy có nghĩa là cái miệng có thể nghe được. Thế thì đâu cần lỗ tai làm gì? Còn nếu chỉ riêng tai nghe được, vậy có phải lỗ tai cũng có thể tiết ra nước miếng chăng?

Về việc lòng bàn chân cảm thấy thốn khi nghĩ đến đang bước trên bờ vực thẳm và trường hợp chảy nước miếng khi nhắc đến trái mận chua thì cả hai giống nhau.

Cho nên phải biết rằng, tưởng uẩn là hư vọng. Nó vốn chẳng sanh ra từ nhân hay duyên, và tánh nó cũng chẳng phải tự nhiên.

❖

Này Khánh Hỷ! Ví như các dòng nước chảy xiết, những làn sóng nối tiếp nhau liên tục, và những làn sóng ở sau thì không bao giờ bắt kịp những làn sóng ở trước. Ông nên biết rằng hành uẩn thì cũng lại như vậy.

Này Khánh Hỷ! Các dòng chảy xiết như thế chẳng do từ hư không tạo ra, và cũng chẳng do từ nước mà có. Chúng chẳng giống như nước, nhưng đồng thời chúng cũng không tách rời khỏi nước hay hư không.

Như thế, Khánh Hỷ! Nếu các dòng chảy xiết nhân bởi hư không mà sanh ra, thế thì vô tận hư không khắp mười phương sẽ trở thành những dòng chảy vô tận, và tất cả thế giới đều sẽ bị nhấn chìm. Còn nếu các dòng chảy xiết nhân bởi nước mà có, thế thì tánh của các dòng chảy xiết này sẽ chẳng giống như tánh của nước. Các dòng chảy xiết và nước sẽ tách rời và riêng biệt; nhưng rõ ràng thì chúng không phải. Ngược lại, nếu các dòng chảy xiết và nước giống nhau, thì khi nước lắng trong, nó sẽ chẳng còn là nước nữa. Tuy nhiên, các dòng chảy xiết và nước không thể tách rời nhau, do bởi sẽ không có các dòng chảy xiết nếu chẳng có nước. Các dòng chảy xiết cũng không thể tách rời hư không, do bởi chẳng gì tồn tại ở ngoài hư không.

Cho nên phải biết rằng, hành uẩn là hư vọng. Nó vốn chẳng sanh ra từ nhân hay duyên, và tánh nó cũng chẳng phải tự nhiên.

❖

Này Khánh Hỷ! Ví như có người lấy một cái bình trống rồi bịt nắp lại. Người ấy nghĩ rằng đã chứa đầy hư không ở trong bình, rồi đi xa 1.000 dặm để đến nước khác. Ông nên biết rằng thức uẩn thì cũng lại như vậy.

Này Khánh Hỷ! Hư không ở trong bình thật sự chẳng đến từ nơi khởi hành và cũng chẳng đến từ nơi đích.

Như thế, Khánh Hỷ! Nếu hư không ở trong bình đến từ nơi đích, thì hư không chứa ở nơi khởi hành đã bị thất thoát. Còn nếu hư không đến từ nơi khởi hành, thì khi mở nắp và lật ngược bình xuống, lẽ ra phải thấy hư không ở trong tuôn ra.

Cho nên phải biết rằng, thức uẩn là hư vọng. Nó vốn chẳng sanh ra từ nhân hay duyên, và tánh nó cũng chẳng phải tự nhiên."

Kinh Vô Thượng Bảo Ấn của Đại Bạch Tản Cái Tổng Trì
Được Tuyên Thuyết ở Trên Đại Phật Đảnh,
là Thanh Tịnh Hải Nhãn của Mười Phương Như Lai ♦ Hết quyển 2

"Lại nữa, Khánh Hỷ! Làm sao sáu nhập vốn là từ tánh Chân Như nhiệm mầu của Như Lai Tạng?

Này Khánh Hỷ! Như thí dụ ở trên về người trừng mắt nhìn hư không cho đến khi mắt mệt mỏi. Những gì mắt nhìn thấy khi bị căng thẳng và cũng như căn mắt, đều hình thành từ sự căng thẳng đè lên tuệ giác. Sự căng thẳng làm cho biến dạng trong nhận thức.

Nhân do hai loại trần cảnh hư vọng của ánh sáng và đen tối hút vào trong căn mắt, rồi có sự hấp thu của trần cảnh đó mà gọi là thấy. Nếu lìa khỏi hai trần cảnh của ánh sáng và đen tối thì thị giác cứu cánh chẳng có tự thể.

Cũng vậy, Khánh Hỷ! Phải biết rằng thị giác này chẳng phải đến từ ánh sáng hay đen tối, chẳng phải ra từ căn mắt, và cũng chẳng phải sanh từ hư không.

Vì sao thế? Bởi nếu thị giác đến từ ánh sáng thì đen tối liền theo đó mà diệt mất và sẽ chẳng thấy đen tối. Nếu đến từ đen tối thì ánh sáng liền theo đó mà diệt mất và sẽ chẳng thấy ánh sáng. Nếu từ căn mắt sanh ra thì tất sẽ chẳng có ánh sáng hay đen tối. Thị giác như vậy vốn chẳng có tự tánh. Nếu từ hư không sanh ra thì tức là hư không có thể nhìn thấy trần cảnh trước mắt và khi quay trở lại cũng sẽ nhìn thấy căn mắt. Nếu hư không có thể tự thấy, vậy thì có liên quan gì với căn mắt của ông.

Cho nên phải biết rằng, căn mắt là hư vọng. Nó vốn chẳng sanh ra từ nhân hay duyên, và tánh nó cũng chẳng phải tự nhiên.

❖

Này Khánh Hỷ! Ví như có người lấy những ngón tay bịt mạnh hai tai của mình. Sự ấn vào lỗ tai sẽ làm cho có tiếng lùng bùng ở trong đầu. Những gì tai nghe được khi bị căng thẳng và cũng như căn tai, đều hình thành từ sự căng thẳng đè lên tuệ giác. Sự căng thẳng làm cho biến dạng trong nhận thức.

Nhân do hai loại trần cảnh hư vọng của tiếng động và yên tĩnh hút vào trong căn tai, rồi có sự hấp thu của trần cảnh đó mà gọi là nghe. Nếu lìa khỏi hai trần cảnh của tiếng động và yên tĩnh thì thính giác cứu cánh chẳng có tự thể.

Cũng vậy, Khánh Hỷ! Phải biết rằng thính giác này chẳng phải đến từ tiếng động hay yên tĩnh, chẳng phải ra từ căn tai, và cũng chẳng phải sanh từ hư không.

Vì sao thế? Bởi nếu thính giác đến từ yên tĩnh thì tiếng động liền theo đó mà diệt mất và sẽ chẳng nghe tiếng động. Nếu đến từ tiếng động thì yên tĩnh liền theo đó mà diệt mất và sẽ chẳng nhận biết yên tĩnh. Nếu từ căn tai sanh ra thì tất sẽ chẳng có tiếng động hay yên tĩnh. Thính giác như vậy vốn chẳng có tự tánh. Nếu từ hư không sanh ra thì tức là hư không có thể nghe và như thế nó không còn gọi là hư không nữa. Nếu hư không có thể tự nghe, vậy thì có liên quan gì với căn tai của ông.

Cho nên phải biết rằng, căn tai là hư vọng. Nó vốn chẳng sanh ra từ nhân hay duyên, và tánh nó cũng chẳng phải tự nhiên.

❖

Này Khánh Hỷ! Ví như có người hít mạnh vào qua hai lỗ mũi của mình. Khi hít vào lâu như thế sẽ có cảm giác lạnh ở trong lỗ mũi. Nhân do sự tiếp xúc đó mà người ấy có thể phân biệt là lỗ mũi đang khai thông hay bế tắc, trống rỗng hay có gì, và cho đến các mùi thơm hay mùi hôi thì cũng như thế. Những gì mũi ngửi được khi bị căng thẳng và cũng như căn mũi, đều hình thành từ sự căng thẳng đè lên tuệ giác. Sự căng thẳng làm cho biến dạng trong nhận thức.

Nhân do hai loại trần cảnh hư vọng của khai thông và bế tắc phải ở trong căn mũi, rồi có sự hấp thu của trần cảnh đó mà gọi là ngửi. Nếu lìa khỏi hai trần cảnh của khai thông và bế tắc thì khứu giác cứu cánh chẳng có tự thể.

[Cũng vậy, Khánh Hỷ!] Phải biết rằng khứu giác này chẳng phải đến từ khai thông hay bế tắc, chẳng phải ra từ căn mũi, và cũng chẳng phải sanh từ hư không.

Vì sao thế? Bởi nếu khứu giác đến từ khai thông thì bế tắc liền theo đó mà diệt mất và làm sao có thể nhận biết bế tắc. Nếu đến từ bế tắc thì khai thông liền theo đó mà diệt mất và làm sao có thể nhận biết mùi thơm, mùi hôi, hay những tiếp xúc khác. Nếu từ căn mũi sanh ra thì tất sẽ chẳng có khai thông hay bế tắc. Khứu giác như vậy vốn chẳng có tự tánh. Nếu từ hư không sanh ra thì tức là hư không có thể trở lại ngửi cái mũi của ông. Nếu hư không có thể tự ngửi, vậy thì có liên quan gì với căn mũi của ông.

Cho nên phải biết rằng, căn mũi là hư vọng. Nó vốn chẳng sanh ra từ nhân hay duyên, và tánh nó cũng chẳng phải tự nhiên.

❖

Này Khánh Hỷ! Ví như có người liếm môi của mình cho đến khi cái lưỡi mệt nhọc. Giả như người ấy đang bệnh thì sẽ có vị đắng, còn người chẳng bệnh thì sẽ có một chút ngọt. Cảm thọ đắng hay ngọt của người ấy chứng tỏ rằng, căn lưỡi luôn có tánh lạt tồn tại cho dù lúc chẳng hoạt động. Những gì lưỡi nếm được khi bị căng thẳng và cũng như căn lưỡi, đều hình thành từ sự căng thẳng đè lên tuệ giác. Sự căng thẳng làm cho biến dạng trong nhận thức.

Nhân do hai loại trần cảnh hư vọng của vị đắng và ngọt, hoặc lạt, phải tiếp xúc với căn lưỡi, rồi có sự hấp thu của trần cảnh đó mà gọi là nếm. Nếu lìa khỏi hai trần cảnh của vị đắng và ngọt, hoặc lạt, thì vị giác cứu cánh chẳng có tự thể.

Cũng vậy, Khánh Hỷ! Phải biết rằng vị giác này chẳng phải đến từ vị đắng, ngọt hay lạt, chẳng phải ra từ căn lưỡi, và cũng chẳng phải sanh từ hư không.

Vì sao thế? Bởi nếu vị giác đến từ vị đắng hay ngọt thì làm sao nhận biết vị lạt. Nếu đến từ vị lạt thì vị đắng và ngọt liền diệt mất. Thế thì làm sao có thể nhận biết vị đắng hay ngọt? Nếu từ căn lưỡi sanh ra thì tất sẽ chẳng có vị đắng, ngọt hay lạt. Vị giác như vậy vốn chẳng có tự tánh. Nếu từ hư không sanh ra thì tức là hư không có thể tự nếm vị chứ chẳng phải cái lưỡi của ông nhận biết. Nếu hư không có thể tự nếm, vậy thì có liên quan gì với căn lưỡi của ông.

Cho nên phải biết rằng, căn lưỡi là hư vọng. Nó vốn chẳng sanh ra từ nhân hay duyên, và tánh nó cũng chẳng phải tự nhiên.

❖

Này Khánh Hỷ! Ví như có người lấy một bàn tay đang lạnh chạm vào một bàn tay đang ấm. Nếu bàn tay lạnh chiếm ưu thế thì bàn tay ấm sẽ trở nên lạnh. Nếu bàn tay ấm chiếm ưu thế thì bàn tay lạnh sẽ trở nên ấm. Với sự trao đổi của ấm và lạnh từ giữa hai bàn tay mà người ấy nhận biết sự giao tiếp và tách rời. Những gì thân xúc chạm khi bị căng thẳng và cũng như căn thân, đều hình thành từ sự căng thẳng đè lên tuệ giác. Sự căng thẳng làm cho biến dạng trong nhận thức.

Nhân do hai loại trần cảnh hư vọng của giao tiếp và tách rời đã cảm giác qua căn thân, rồi có sự hấp thu của trần cảnh đó mà gọi là chạm. Nếu lìa khỏi hai trần cảnh của giao tiếp và tách rời, hoặc chúng vừa ý hay chẳng vừa ý, thì xúc giác cứu cánh chẳng có tự thể.

Cũng vậy, Khánh Hỷ! Phải biết rằng xúc giác này chẳng phải đến từ giao tiếp hay tách rời, chẳng phải ra từ căn thân, và cũng chẳng phải sanh từ hư không.

Vì sao thế? Bởi nếu xúc giác đến từ giao tiếp thì làm sao nhận biết tách rời khi giao tiếp chẳng còn? Cảm thọ vừa ý và chẳng vừa ý thì cũng lại như vậy. Nếu từ căn thân sanh ra thì tất sẽ chẳng có giao tiếp hay tách rời, và chẳng có cảm thọ vừa ý hay chẳng vừa ý. Xúc giác như vậy vốn chẳng có tự tánh. Nếu từ hư không sanh ra thì tức là hư không có thể tự cảm nhận xúc chạm, vậy thì có liên quan gì với căn thân của ông.

Cho nên phải biết rằng, căn thân là hư vọng. Nó vốn chẳng sanh ra từ nhân hay duyên, và tánh nó cũng chẳng phải tự nhiên.

❖

Này Khánh Hỷ! Ví như có người mỏi mệt và buồn ngủ. Khi đã ngủ đủ, người ấy thức dậy và cố gắng nhớ lại giấc mơ của mình. Họ nhớ lại vài thứ nhưng quên những thứ khác. Sự nối tiếp của ngủ thức nhớ quên này là một thí dụ điên đảo của sanh trụ dị diệt ở trong căn ý. Nó tham dự vào một diễn biến thói quen để mang lại sự nhận biết nối tiếp của pháp trần. Những gì ý nghĩ tưởng khi bị căng thẳng và cũng như căn ý, đều hình thành từ sự căng thẳng đè lên tuệ giác. Sự căng thẳng làm cho biến dạng trong nhận thức.

Nhân do hai loại trần cảnh hư vọng của sanh và diệt tích tập ở trong căn ý, rồi nó bị thu hút bởi những nội trần này nên tạo ra dòng chảy bên trong của vật thấy hoặc tiếng nghe trước khi chúng vào tâm địa, mà gọi là biết. Nếu lìa khỏi hai trần cảnh của sanh diệt giữa ngủ và thức, thì tri giác cứu cánh chẳng có tự thể.

Cũng vậy, Khánh Hỷ! Phải biết rằng tri giác này chẳng phải đến từ ngủ hay thức, chẳng phải có từ sanh hay diệt, chẳng phải ra từ căn ý, và cũng chẳng phải sanh từ hư không.

Vì sao thế? Bởi nếu tri giác đến từ thức dậy thì sẽ chẳng có tri giác khi đang ngủ, vậy làm sao trải nghiệm giấc ngủ đây? Nếu nó đến từ sanh thì sẽ chẳng còn khi diệt, vậy ai sẽ trải nghiệm diệt mất chứ? Nếu nó đến từ diệt thì sẽ chẳng còn khi sanh, vậy ai sẽ trải nghiệm sanh khởi đây? Nếu từ căn ý sanh ra thì ngủ và thức sẽ tùy theo thân thể mà có mở và khép. Nếu lìa khỏi mở và khép, tri giác sẽ đồng như hoa đốm và cứu cánh chẳng có tự thể. Nếu từ hư không sanh ra thì tức là hư không có thể tự biết, vậy thì có liên quan gì với căn ý của ông.

Cho nên phải biết rằng, căn ý là hư vọng. Nó vốn chẳng sanh ra từ nhân hay duyên, và tánh nó cũng chẳng phải tự nhiên.

❖

Lại nữa, Khánh Hỷ! Làm sao 12 xứ vốn là từ tánh Chân Như nhiệm mầu của Như Lai Tạng?

Này Khánh Hỷ! Ông hãy nhìn các ao suối và cây cối ở trong rừng Chiến Thắng thêm một lần nữa. Ý ông nghĩ sao? Có phải những hình sắc ấy làm cho căn mắt của ông thấy, hay là căn mắt sanh ra các sắc tướng đó?

Này Khánh Hỷ! Nếu là căn mắt sanh ra các sắc tướng đó, vậy khi ông nhìn bầu trời trống rỗng, chẳng một vật thể, thì tất cả những vật thể mà ông không nhìn đến, sẽ phải biến mất. Nếu mọi sắc tướng đều chẳng còn thì làm sao ta biết thể chất của hư không? Hư không thì cũng vậy.

Còn nếu là những hình sắc ấy làm cho căn mắt của ông thấy, vậy khi ông nhìn hư không, chẳng một vật thể, thì căn mắt của ông sẽ chẳng tồn tại. Nếu căn mắt chẳng tồn tại và không còn thấy gì, thì làm sao ta biết hình sắc và hư không là gì?

Cho nên phải biết rằng, căn mắt, hình sắc, và hư không đều chẳng có xứ sở. Do đó hai xứ--căn mắt và hình sắc--là hư vọng. Chúng vốn chẳng sanh ra từ nhân hay duyên, và tánh chúng cũng chẳng phải tự nhiên.

❖

Này Khánh Hỷ! Ông đã nghe tiếng trống đánh ở trong rừng Chiến Thắng khi bữa ăn sẵn sàng. Khi ấy đại chúng tụ tập, rồi có tiếng chuông ngân vang. Âm thanh của trống và chuông nối liền trước sau. Ý ông nghĩ sao? Có phải những âm thanh ấy đến bên cạnh căn tai, hay là căn tai đến chỗ của âm thanh?

Này Khánh Hỷ! Nếu là những âm thanh ấy đến bên cạnh căn tai, thì trường hợp đó có thể so sánh như khi Ta đang đi khất thực ở thành Phong Đức và không còn ở tại rừng Chiến Thắng. Nếu âm thanh đến chỗ tai của Khánh Hỷ để ông có thể nghe được, thì Đại Thải Thục Thị và Đại Ẩm Quang đáng lẽ đều chẳng nghe được. Hà huống là 1.250 vị Bhikṣu [bíc su] ở nơi đây. Một khi nghe tiếng chuông, họ đồng thời đến nhà ăn.

Còn nếu là căn tai của ông đến chỗ của âm thanh, thì trường hợp đó có thể so sánh như khi Ta trở về rừng Chiến Thắng và không còn ở tại thành Phong Đức. Vậy khi ông nghe tiếng trống, căn tai của ông đã đến chỗ của tiếng trống đánh. Do đó, khi tiếng chuông ngân vang, ông lẽ ra sẽ chẳng nghe được. Hà huống là tiếng voi ngựa bò dê và đủ mọi âm hưởng ở xung quanh. Nếu chẳng có sự đến đi thì đáng lẽ cũng không nghe được.

Cho nên phải biết rằng, căn tai và âm thanh đều chẳng có xứ sở. Do đó hai xứ--căn tai và âm thanh--là hư vọng. Chúng vốn chẳng sanh ra từ nhân hay duyên, và tánh chúng cũng chẳng phải tự nhiên.

❖

Lại nữa, Khánh Hỷ! Như ông có thể ngửi mùi thơm đàn hương ở trong lò. Một miếng nhỏ của loại hương này mà đốt lên thì sẽ lan tỏa trong phạm vi 40 dặm của thành Phong Đức. Ý ông nghĩ sao? Có phải mùi hương đó sanh ra từ gỗ đàn hương, sanh ra từ căn mũi của ông, hay sanh ra từ hư không?

Này Khánh Hỷ! Giả sử mùi hương đó sanh ra từ căn mũi của ông. Do sanh ra từ lỗ mũi nên mùi hương từ lỗ mũi tỏa ra. Nhưng lỗ mũi chẳng phải làm bằng gỗ đàn hương, thế thì trong lỗ mũi làm sao có mùi thơm đàn hương? Chắc chắn rằng hương thơm phải vào lỗ mũi thì ông mới có thể ngửi được. Nói rằng mùi hương từ lỗ mũi tỏa ra thì thật phi lý.

Giả sử mùi hương đó sanh ra từ hư không. Do tánh của hư không là thường hằng nên mùi hương lẽ ra phải luôn tồn tại. Vậy cần gì phải đốt gỗ đàn hương ở trong lò để làm chi?

Giả sử mùi hương đó sanh ra từ gỗ đàn hương. Thể chất của loại hương này sẽ có khói khi đốt. Để lỗ mũi ngửi được khói, thì khói phải vào căn mũi. Tuy nhiên hương thơm đã lan tỏa trong phạm vi 40 dặm trước khi khói của nó bốc lên xa vút trong không khí.

Cho nên phải biết rằng, căn mũi và mùi hương đều chẳng có xứ sở. Do đó hai xứ--căn mũi và mùi hương--là hư vọng. Chúng vốn chẳng sanh ra từ nhân hay duyên, và tánh chúng cũng chẳng phải tự nhiên.

❖

Này Khánh Hỷ! Ông và đại chúng thường cầm bát để ăn vào buổi sáng và giữa trưa. Ở những lúc đó, có người thì được các thượng vị như là sữa đặc, bơ, hay bơ tinh chế. Ý ông nghĩ sao? Có phải những vị nếm này sanh ra từ hư không, sanh ra từ trong lưỡi, hay sanh ra từ thực phẩm?

Này Khánh Hỷ! Giả sử những vị nếm này sanh ra từ lưỡi ở trong miệng của ông. Tuy nhiên ông chỉ có một cái lưỡi. Giả sử khi vị nếm của sữa đặc đến từ lưỡi, rồi nếu bỏ một cục đường ở trên lưỡi, cái lưỡi lẽ ra sẽ không thể nếm được vị ngọt. Nếu cái lưỡi không thể thay đổi để nếm nhiều vị khác nhau, nó chẳng thể gọi là biết nếm vị. Còn nếu cái lưỡi có thể thay đổi, thì nghĩa là ông có nhiều cái lưỡi. Thế thì làm sao một cái lưỡi mà nhận biết nhiều vị khác nhau?

Giả sử những vị nếm này sanh ra từ thực phẩm. Nhưng thực phẩm chẳng có thức thì làm sao tự biết? Cứ cho là thực phẩm tự biết, tức nghĩa là đồng như người khác ăn. Vậy ông làm sao biết được vị nếm đó?

Giả sử những vị nếm này sanh ra từ hư không. Vậy khi ông ăn hư không sẽ nếm được vị gì? Cứ cho là hư không có vị mặn. Nếu có vị mặn ở trên lưỡi thì cũng sẽ có vị mặn trên gương mặt của ông. Thế thì mọi người trên thế giới sẽ như cá trong biển. Do luôn nếm vị mặn, ông sẽ không bao giờ biết vị lạt là gì. Nếu chẳng biết vị lạt và cũng chẳng nhận biết vị mặn, tất cả đều chẳng biết, vậy sao gọi là nếm vị?

Cho nên phải biết rằng, căn lưỡi và vị nếm đều chẳng có xứ sở. Do đó hai xứ--căn lưỡi và vị nếm--là hư vọng. Chúng vốn chẳng sanh ra từ nhân hay duyên, và tánh chúng cũng chẳng phải tự nhiên.

❖

Này Khánh Hỷ! Vào buổi sáng sớm, ông thường lấy tay sờ đầu của mình. Ý ông nghĩ sao? Có phải sự cảm nhận của xúc chạm này là ở nơi bàn tay hay ở nơi đầu của ông? Nếu chỉ ở nơi tay của ông thì đầu sẽ chẳng cảm nhận, vậy sao gọi là xúc chạm. Còn nếu chỉ ở nơi đầu của ông thì tay sẽ chẳng cảm nhận, vậy sao gọi là xúc chạm?

Nếu đầu và tay của Khánh Hỷ có sự cảm nhận riêng biệt thì ông lẽ ra phải có hai thân thể. Còn nếu đầu và tay cùng tạo ra một xúc chạm thì đầu và tay của ông phải là một thể. Nếu là một thể thì không thể có xúc chạm. Nếu là hai thể thì cái nào cảm nhận xúc chạm? Cái cảm nhận thì không thể là vật xúc chạm, vật xúc chạm thì không thể là cái cảm nhận, và cũng chớ bảo rằng có sự xúc chạm giữa ông và hư không.

Cho nên phải biết rằng, căn thân và xúc chạm đều chẳng có xứ sở. Do đó hai xứ--căn thân và xúc chạm--là hư vọng. Chúng vốn chẳng sanh ra từ nhân hay duyên, và tánh chúng cũng chẳng phải tự nhiên.

❖

Này Khánh Hỷ! Pháp trần luôn duyên ở trong tâm ông với ba thể loại: thích, ghét, chẳng thích hay ghét. Có phải những pháp trần này khởi sanh từ căn ý của ông, hay chúng khởi sanh từ nguồn nào khác mà chẳng phải từ căn ý của ông?

Này Khánh Hỷ! Giả sử những pháp trần này khởi sanh từ căn ý của ông thì chúng không thể là pháp trần, và chúng không thể làm chỗ duyên của tâm. Làm thế nào mà chúng có thể là một nơi cho sự khởi sanh của ý thức chứ?

Giả sử chúng khởi sanh từ nguồn nào khác mà chẳng phải từ căn ý của ông. Thế thì chúng có tự biết chúng là pháp trần hay không? Nếu chúng có tri giác thì chúng là một phần của căn ý. Nếu chúng có tri giác nhưng khởi sanh từ nguồn nào khác mà chẳng phải từ căn ý của ông và lại chẳng phải pháp trần, thì chúng chỉ có thể ở nơi căn ý của người khác. Do ông có thể nhận biết những pháp trần này nên chúng phải ở nơi căn ý của ông mà chẳng phải ở nơi căn ý của người khác.

Giả sử những pháp trần này chẳng có tri giác và chúng khởi sanh từ nguồn nào khác mà chẳng phải từ căn ý của ông. Tuy nhiên những pháp trần này không phải là sắc, thanh, hương, vị, ly, hợp, nóng, lạnh, hay hư không. Thế thì chúng ở đâu? Chúng đều không phải sắc hay hư không, hoặc tồn tại nơi nào đó ở ngoài hư không của cõi người. Do bởi căn ý chẳng phải là chỗ duyên của pháp trần, vậy cõi giới thành lập từ đâu?

Cho nên phải biết rằng, căn ý và pháp trần đều chẳng có xứ sở. Do đó hai xứ--căn ý và pháp trần--là hư vọng. Chúng vốn chẳng sanh ra từ nhân hay duyên, và tánh chúng cũng chẳng phải tự nhiên.

❖

Lại nữa, Khánh Hỷ! Làm sao 18 giới vốn là từ tánh Chân Như nhiệm mầu của Như Lai Tạng?

Này Khánh Hỷ! Theo sự hiểu biết của ông thì căn mắt và sắc trần làm duyên để sanh ra thức của mắt. Nhưng có phải thức này sanh ra từ con mắt và dùng căn mắt làm cõi giới chăng? Hay nó sanh ra từ hình sắc và dùng sắc trần làm cõi giới chăng?

Này Khánh Hỷ! Giả sử thức của mắt sanh ra từ căn mắt. Bây giờ nếu chẳng có hình sắc hay hư không thì thức của mắt sẽ không thể phân biệt. Giả như ông có một loại thức như thế thì có hữu dụng gì? Thức của mắt không phải là màu xanh, vàng, đỏ, hay trắng. Không một thứ gì có thể biểu thị cho nó, vậy thức của mắt thành lập từ cõi giới nào?

Giả sử thức của mắt sanh ra từ hình sắc. Vậy khi hư không trống rỗng và chẳng có hình sắc thì thức của mắt lẽ ra phải diệt mất. Thế thì thức của mắt làm sao nhận biết tánh của hư không chứ?

Giả sử thức của mắt sanh ra từ hình sắc. Nhưng nếu khi hình sắc biến đổi, thì thức của mắt lẽ ra cũng thay đổi với chúng. Nếu thức của mắt chẳng thay đổi với chúng, vậy cõi giới thành lập từ đâu? Nhưng nếu thức của mắt thay đổi với chúng thì sẽ không có tướng của cõi giới. Nếu thức của mắt chẳng thay đổi thì nó sẽ thường hằng, và do từ sắc sanh ra nên nó sẽ chẳng nhận biết hư không ở đâu.

Giả sử thức của mắt cùng sanh ra từ căn mắt và hình sắc. Nhưng nó không thể khởi sanh từ một sự kết hợp cả hai, bởi vì như thế nó sẽ phân ly ở bên trong. Nó cũng không thể khởi sanh từ hai cái riêng rẽ, bởi vì như thế nó sẽ tạp loạn. Vậy cõi giới làm sao thành lập?

Cho nên phải biết rằng, căn mắt và sắc trần không thể làm duyên để sanh ra thức của mắt, bởi vì ba nơi--căn mắt, sắc trần, và thức của mắt--đều không tồn tại riêng biệt. Nó vốn chẳng sanh ra từ nhân hay duyên, và tánh nó cũng chẳng phải tự nhiên.

❖

Này Khánh Hỷ! Theo sự hiểu biết của ông thì căn tai và thanh trần làm duyên để sanh ra thức của tai. Nhưng có phải thức này sanh ra từ lỗ tai và dùng căn tai làm cõi giới chăng? Hay nó sanh ra từ âm thanh và dùng thanh trần làm cõi giới chăng?

Này Khánh Hỷ! Giả sử thức của tai sanh ra từ căn tai. Bây giờ nếu tiếng động lẫn yên tĩnh đều chẳng có thì căn tai sẽ hoàn toàn chẳng nhận biết được gì. Sự nhận biết còn không thành, huống nữa là hình mạo của thức. Nếu cứ khăng khăng cho rằng là tai nghe. Nhưng khi chẳng có tiếng động hay yên tĩnh thì sự nghe không thể thành lập. Lại nữa, lỗ tai bao bọc bằng da, và căn thân liên hệ với xúc trần. Có thể nào thức của tai sanh ra từ đó chăng? Do không thể, vậy thức của tai thành lập từ cõi giới nào?

Giả sử thức của tai sanh ra từ âm thanh. Nếu nhân bởi âm thanh mà có thức thì sẽ chẳng liên quan gì đến sự nghe. Nhưng nếu sự nghe không thành lập thì làm sao biết âm thanh ở đâu? Giả sử thức của tai từ âm thanh sanh ra. Do âm thanh phải được nghe rồi mới có tướng của âm thanh, thế thì thức của tai lẽ ra cũng nghe âm thanh. Và khi thức của tai chẳng nghe thì nó không tồn tại. Hơn nữa, nếu thức của tai mà có thể nghe được thì nó sẽ đồng như âm thanh. Thức mà bị nghe thì ai nghe và biết nó chứ? Nếu chẳng có người nhận biết thì cuối cùng ông sẽ như cỏ cây.

Đừng nên bảo rằng âm thanh và sự nghe có thể pha trộn để tạo thành thức của tai. Chẳng có nơi nào như thế mà hai thứ đó có thể trộn lẫn nhau, bởi vì một thứ là bên trong và thứ kia là bên ngoài. Vậy cõi giới làm sao thành lập?

Cho nên phải biết rằng, căn tai và thanh trần không thể làm duyên để sanh ra thức của tai, bởi vì ba nơi--căn tai, thanh trần, và thức của tai--đều không tồn tại riêng biệt. Nó vốn chẳng sanh ra từ nhân hay duyên, và tánh nó cũng chẳng phải tự nhiên.

❖

Này Khánh Hỷ! Theo sự hiểu biết của ông thì căn mũi và hương trần làm duyên để sanh ra thức của mũi. Nhưng có phải thức này sanh ra từ lỗ mũi và dùng căn mũi làm cõi giới chăng? Hay nó sanh ra từ mùi hương và dùng hương trần làm cõi giới chăng?

Này Khánh Hỷ! Giả sử thức của mũi sanh ra từ căn mũi. Thế thì trong tâm của ông cho gì là lỗ mũi? Là hai sống mũi với thịt bao phủ chăng? Là khứu giác nhận biết tánh của mùi hương chăng?

Giả sử cho rằng lỗ mũi là hai sống mũi với thịt bao phủ. Thế nhưng lỗ mũi thuộc về thân thể và căn thân nhận biết xúc chạm. Những gì thuộc về căn thân thì không phải là căn mũi, và chức năng của căn thân là cảm nhận xúc trần. Do đó, chẳng còn phần nào gọi là căn mũi cả. Vậy cõi giới làm sao thành lập?

Giả sử cho rằng lỗ mũi là khứu giác nhận biết tánh của mùi hương. Thế thì trong tâm của ông cho gì là nhận biết? Là hai sống mũi với thịt bao phủ chăng? Nếu vậy nó sẽ nhận biết xúc chạm và do đó không phải là căn mũi nhận biết hương trần.

Giả sử nó là hư không nhận biết hương trần. Nếu hư không tự nhận biết thì lẽ ra hai sống mũi với thịt bao phủ sẽ chẳng nhận biết. Như vậy hư không là ông rồi, và do thân của ông chẳng nhận biết nên lẽ ra bây giờ Khánh Hỷ sẽ không tồn tại ở đây.

Giả sử nó là mùi hương nhận biết. Nếu sự nhận biết là một chức năng của mùi hương thì có can dự gì đến ông? Nếu lỗ mũi của ông tỏa ra mùi hương, hương thơm hoặc mùi hôi, thì mùi hương như thế sẽ chẳng đến từ mùi thơm đàn hương hay từ mùi hôi của cây cực xú.

Nếu những mùi hương đó chẳng đến từ hai vật kia thì tức là mũi của ông phải tự có mùi hương. Vậy nó là hương thơm hay mùi hôi? Nếu nó là hương thơm thì chẳng phải là mùi hôi. Nếu là mùi hôi thì chẳng phải là hương thơm. Nếu hương thơm lẫn mùi hôi đều có thể ngửi được thì một mình ông lẽ ra sẽ có hai cái mũi, hoặc ở trước Ta hỏi về Đạo có hai Khánh Hỷ. Thế thì ai là bản thể của ông? Giả sử chỉ có một cái mũi thì hương thơm và mùi hôi sẽ không phải là hai. Mùi hôi sẽ thành hương thơm và hương thơm sẽ thành mùi hôi. Do cả hai đều chẳng có tự tánh, vậy thức của mũi thành lập từ cõi giới nào?

Giả sử thức của mũi sanh ra từ mùi hương và nhân bởi mùi hương mà có thức. Vậy thì sẽ như căn mắt có thể thấy mọi thứ nhưng chẳng thể thấy chính nó. Cũng vậy, nếu nhân bởi mùi hương mà có thức thì nó lẽ ra sẽ không nhận biết mùi hương của chính nó. Nếu nhận biết mùi hương thì nó không thể sanh ra từ chúng. Còn nếu chẳng nhận biết mùi hương thì nó không thể là thức của mũi. Do thức chẳng nhận biết mùi hương nên cõi giới chẳng thể kiến lập từ mùi hương.

Sau cùng, do chẳng có nơi trung gian ở giữa căn mũi bên trong và hương trần bên ngoài nên thức của mũi cứu cánh là hư vọng.

Cho nên phải biết rằng, căn mũi và hương trần không thể làm duyên để sanh ra thức của mũi, bởi vì ba nơi--căn mũi, hương trần, và thức của mũi--đều không tồn tại riêng biệt. Nó vốn chẳng sanh ra từ nhân hay duyên, và tánh nó cũng chẳng phải tự nhiên.

❖

Này Khánh Hỷ! Theo sự hiểu biết của ông thì căn lưỡi và vị trần làm duyên để sanh ra thức của lưỡi. Nhưng có phải thức này sanh ra từ lưỡi và dùng căn lưỡi làm cõi giới chăng? Hay nó sanh ra từ vị nếm và dùng vị trần làm cõi giới chăng?

Này Khánh Hỷ! Giả sử thức của lưỡi sanh ra từ căn lưỡi. Thế thì ông đều chẳng thể nếm các vị khác nhau ở thế gian, như là mía ngọt, mận chua, hoàng liên đắng, vị mặn, cay, gừng, và quế. Ông sẽ chỉ có thể tự nếm lưỡi của mình. Vậy là đắng hay ngọt? Giả sử tánh của lưỡi là đắng, vậy cái gì nếm nó? Do căn lưỡi chẳng thể tự nếm, thế thì ai sẽ nhận biết vị nếm? Giả sử tánh của lưỡi không đắng thì vị đắng sẽ không sanh ra từ nó, vậy thức của lưỡi thành lập từ cõi giới nào?

Giả sử thức của lưỡi sanh ra từ vị nếm. Như thế thức của lưỡi sẽ tự có vị nếm, tức đồng như căn lưỡi và lẽ ra không thể tự nếm. Thế thì làm sao thức của lưỡi nhận biết là vị nếm hay chẳng phải vị nếm?

Lại nữa, tất cả vị nếm không phải sanh ra từ một thứ. Do vị nếm sanh ra từ nhiều thứ nên thức của lưỡi lẽ ra phải có nhiều thể. Giả sử thức của lưỡi chỉ một thể và sanh ra từ vị nếm, thì khi vị mặn, lạt, ngọt, và cay hòa hợp, những đặc điểm khác nhau của chúng sẽ chuyển thành một vị và không thể phân biệt. Bởi chẳng có sự phân biệt nên không thể gọi là thức. Thế thì làm sao còn gọi là cõi giới của lưỡi, vị, và thức?

Đừng nên cho rằng hư không sanh ra tâm thức của ông. Khi căn lưỡi và vị nếm tiếp xúc, thì ở trong ấy, chúng sẽ không còn tự tánh riêng biệt. Vậy cõi giới làm sao thành lập?

Cho nên phải biết rằng, căn lưỡi và vị trần không thể làm duyên để sanh ra thức của lưỡi, bởi vì ba nơi--căn lưỡi, vị trần, và thức của lưỡi--đều không tồn tại riêng biệt. Nó vốn chẳng sanh ra từ nhân hay duyên, và tánh nó cũng chẳng phải tự nhiên.

❖

Này Khánh Hỷ! Theo sự hiểu biết của ông thì căn thân và xúc trần làm duyên để sanh ra thức của thân. Nhưng có phải thức này sanh ra từ thân và dùng căn thân làm cõi giới chăng? Hay nó sanh ra từ xúc chạm và dùng xúc trần làm cõi giới chăng?

Này Khánh Hỷ! Giả sử thức của thân sanh ra từ căn thân. Nhưng khi chẳng có sự cảm nhận của hai duyên: giao tiếp và tách rời từ xúc trần, thì thân sẽ nhận biết gì?

Giả sử nó sanh ra từ xúc trần thì chẳng liên quan gì đến thân của ông. Vậy ai không có thân mà vẫn có thể biết sự giao tiếp và tách rời từ xúc trần đây?

Này Khánh Hỷ! Vật vô tình không thể có xúc giác. Cảm nhận xúc trần là do thức của thân. Có căn thân thì mới có sự nhận biết của xúc trần. Sự nhận biết của xúc trần cần thông qua căn thân. Do đó xúc trần chẳng phải căn thân và căn thân chẳng phải xúc trần. Cả hai căn thân và xúc trần vốn chẳng đủ làm chỗ tựa cho thức của thân. Nếu thức của thân kết hợp với căn thân, tức nó sẽ tự có thể tánh của căn thân. Nhưng nếu thức của thân lìa khỏi căn thân, tức nó đồng như tánh hư không.

Do bởi thức của thân không thể sanh ra từ căn thân bên trong hay xúc trần bên ngoài, vậy làm sao nó tồn tại ở giữa chúng? Nếu nó chẳng tồn tại ở giữa chúng, còn căn thân bên trong cùng xúc trần bên ngoài đều tự tánh rỗng không, vậy thức của thân thành lập từ cõi giới nào?

Cho nên phải biết rằng, căn thân và xúc trần không thể làm duyên để sanh ra thức của thân, bởi vì ba nơi--căn thân, xúc trần, và thức của thân--đều không tồn tại riêng biệt. Nó vốn chẳng sanh ra từ nhân hay duyên, và tánh nó cũng chẳng phải tự nhiên.

❖

Này Khánh Hỷ! Theo sự hiểu biết của ông thì căn ý và pháp trần làm duyên để sanh ra thức của ý. Nhưng có phải thức này sanh ra từ ý và dùng căn ý làm cõi giới chăng? Hay nó sanh ra từ pháp trần và dùng pháp trần làm cõi giới chăng?

Này Khánh Hỷ! Giả sử thức của ý sanh ra từ căn ý. Vậy trong căn ý của ông phải có điều gì suy tư để phát khởi ý ông. Nếu pháp trần chẳng hiện tiền thì căn ý sẽ không chỗ sanh. Khi lìa khỏi duyên, nó sẽ vô hình sắc, vậy thức của ý như thế sẽ hữu dụng gì?

Lại nữa, thức của ý và căn ý của ông với khả năng suy tư và phân biệt là giống nhau hay sai khác? Nếu thức của ý đồng như căn ý thì nó trở thành căn ý; vậy thức của ý làm sao sanh ra từ căn ý? Nếu thức của ý khác với căn ý thì nó sẽ chẳng nhận biết gì. Nếu nó chẳng nhận biết gì thì làm sao nó sanh ra từ căn ý. Còn nếu nó có nhận biết, làm sao ông có thể phân biệt nó từ căn ý? Do sự giống nhau lẫn sai khác đều chẳng thể phân biệt, vậy thức của ý thành lập từ cõi giới nào?

Giả sử thức của ý sanh ra từ pháp trần. Các pháp của thế gian đều chẳng rời khỏi năm trần. Bây giờ ông hãy quán sát sắc, thanh, hương, vị, và xúc. Mỗi thứ đều có tướng trạng rõ ràng và khế hợp với năm căn, nhưng không một thứ nào khế hợp với căn ý.

Nếu ông vẫn nhất quyết cho rằng thức của ý sanh ra từ pháp trần, thì bây giờ ông hãy quán sát tường tận tướng trạng của pháp trần và những trần khác. Nếu lìa khỏi các tướng, như là hình sắc và rỗng không, tiếng động và yên tĩnh, khai thông và bế tắc, tụ hợp và ly tán, sanh và diệt, thì sẽ chẳng còn gì cho pháp trần. Khi sanh thì hình sắc, rỗng không, và các pháp sanh. Khi diệt thì hình sắc, rỗng không, và các pháp diệt. Trong khi đó pháp trần không thể độc lập sanh ra mà chẳng cần nương các trần kia. Nếu pháp trần là nhân để thức của ý sanh ra, vậy nó có hình tướng gì? Do pháp trần chẳng có tướng trạng, thế thì làm sao thức của ý sanh ra từ chúng?

Cho nên phải biết rằng, căn ý và pháp trần không thể làm duyên để sanh ra thức của ý, bởi vì ba nơi--căn ý, pháp trần, và thức của ý--đều không tồn tại riêng biệt. Nó vốn chẳng sanh ra từ nhân hay duyên, và tánh nó cũng chẳng phải tự nhiên."

❖

Ngài Khánh Hỷ bạch Phật rằng:

"Bạch Thế Tôn! Như Lai thường nói về nhân duyên hòa hợp. Tất cả muôn loại biến hóa ở thế gian đều nhân bởi bốn đại hòa hợp mà phát sanh. Vậy thì tại sao Như Lai gạt bỏ cả nhân duyên lẫn tự nhiên? Con bây giờ chẳng biết ý nghĩa này sẽ về đâu. Kính mong Như Lai rủ lòng thương xót mà khai thị liễu nghĩa của Trung Đạo cho chúng sanh, là Pháp không hí luận."

Lúc bấy giờ Thế Tôn bảo ngài Khánh Hỷ:

"Do ông đã nhàm bỏ Pháp Nhị Thừa của Thanh Văn và Duyên Giác, và do ông đã phát tâm tinh cần để cầu Đạo vô thượng, nên bây giờ Ta sẽ khai thị Chân Lý Cứu Cánh cho ông. Tại sao ông vẫn còn tự mình siết trói bởi hí luận của thế gian và vọng tưởng về nhân duyên? Tuy ông đa văn nhưng đó chỉ như người có thể bàn luận về phương thuốc mà chẳng thể phân biệt khi nó thật sự hiện tiền. Bởi vậy Như Lai mới nói rằng ông thật đáng thương.

Ông nay hãy lắng nghe. Ta sẽ phân biệt cùng khai thị cho ông, và cũng làm cho những hành giả tu Pháp Đại Thừa ở vị lai thông đạt thật tướng."

Ngài Khánh Hỷ lặng yên và chờ đợi lời chỉ dạy từ bậc thánh.

"Này Khánh Hỷ! Theo như lời ông nói, muôn loại biến hóa ở thế gian đều nhân bởi bốn đại hòa hợp mà phát sanh.

Này Khánh Hỷ! Nếu thể tánh của bốn đại kia chẳng hòa hợp thì sẽ không thể cùng với các đại hòa hợp. Đây ví như hư không chẳng hòa hợp với các sắc pháp. Còn nếu thể tánh của bốn đại kia hòa hợp thì sẽ đồng như sự biến hóa không cùng tận của sanh diệt tương tục. Sanh tử tử sanh, sanh sanh tử tử như vòng lửa xoay mà chưa từng dừng nghỉ.

Này Khánh Hỷ! Việc đó cũng như nước thành băng, rồi băng trở lại thành nước.

❖

Ông hãy quán sát tánh của đất. Phần thô kệch là đất đai, phần tinh tế là vi trần, và cho đến lân hư trần. Nếu ai cắt lân hư trần siêu nhỏ kia thành bảy phần thì sắc tướng biên tế của nó rất khó phân biệt. Nếu lại cắt nữa thì chính là tánh của hư không.

Này Khánh Hỷ! Nếu những lân hư trần này bị chia cắt cho đến khi chúng trở thành hư không, thì tức là hư không có khả năng sanh ra sắc tướng. Ông nay hỏi rằng, có phải các tướng biến hóa sanh ra ở thế gian là do hòa hợp của bốn đại chăng? Ông hãy quán sát điều này. Cho dù có hòa hợp bao nhiêu hư không đi chăng nữa thì cũng sẽ không trở thành một lân hư trần, và cũng chớ bảo rằng những lân hư trần này hợp thành bởi những lân hư trần của chính nó.

Lại nữa, giả sử những lân hư trần này bị chia cắt để trở thành hư không, vậy phải dùng bao nhiêu sắc tướng để hợp thành hư không? Thật ra, khi sắc tướng hòa hợp, chúng không trở thành hư không. Khi hư không tích tụ, nó không trở thành sắc tướng. Hơn nữa, sắc tướng thì có thể chia cắt, nhưng hư không làm sao mà tích tụ đây?

Ông vốn không biết rằng ở trong Như Lai tạng, tánh của sắc chẳng khác chân không. Tánh của không tức là chân sắc. Nó vốn thanh tịnh và trùm khắp Pháp Giới. Sự thật thì tánh của đất tùy theo tâm của chúng sanh mà ứng với khả năng hiểu biết của họ và tùy theo nghiệp của họ mà hiện ra. Thế gian vô tri và mê lầm mà cho rằng yếu tố của đất đến từ nhân duyên hoặc từ tánh tự nhiên. Những sự phân biệt và tính toán đó đều tạo bởi thức tâm. Chúng chỉ có lời nói và hoàn toàn chẳng có nghĩa lý chân thật.

❖

Này Khánh Hỷ! Tánh của lửa không tồn tại độc lập mà phải nương các duyên. Ông hãy quán sát một gia đình chưa dùng bữa ở trong thành. Khi muốn đun bếp, tay họ cầm vật phản chiếu giơ lên ở trước mặt trời để lấy lửa.

Này Khánh Hỷ! Một thí dụ của hòa hợp là Tăng đoàn ở nơi đây, gồm có ông với Ta và 1.250 vị Bhikṣu. Mặc dù là một đoàn thể nhưng suy xét cho tận cùng, mỗi vị đều sanh ra ở một gia tộc với tên gọi riêng. Như là Bhikṣu Thu Lộ Tử thuộc dòng dõi Phạm Chí, Bhikṣu Mộc Qua Lâm Ẩm Quang thuộc dòng tộc Ẩm Quang, và cho đến ông, Khánh Hỷ, thuộc dòng họ Địa Tối Thắng.

Này Khánh Hỷ! Nếu tánh của lửa nhân bởi hòa hợp mà có, vậy khi tay họ cầm tấm gương giơ lên ở trước mặt trời để lấy lửa, thì lửa kia là từ trong gương mà ra? Là từ vật bắt lửa mà ra? Hay đến từ mặt trời?

Này Khánh Hỷ! Giả sử lửa kia đến từ mặt trời, tức là nó tự có khả năng đốt vật bắt lửa ở trong tay ông. Vậy nó lẽ ra cũng có thể đốt rừng cây khi rọi vào chúng.

Giả sử lửa kia từ trong gương mà ra, tức là ở trong gương tự có khả năng phát ra lửa để đốt vật bắt lửa. Vậy thì tại sao tấm gương lại không bị nấu chảy khi tay ông giơ nó lên? Thế nhưng tướng nhiệt còn chẳng có, huống chi là bị nấu chảy.

Giả sử lửa kia từ vật bắt lửa mà ra, vậy cần gì phải nhờ đến ánh sáng của mặt trời chiếu vào tấm gương, rồi sau đó mới bốc lửa.

Ông hãy quán sát kỹ lưỡng thêm một lần nữa. Cần có người cầm tấm gương để lấy ánh sáng đến từ mặt trời, rồi chiếu vào vật bắt lửa sanh ra từ đất, nhưng lửa từ nơi nào mà đến đây? Mặt trời và tấm gương không thể hòa hợp bởi vì cách xa nhau. Lửa cũng không thể từ tự nhiên mà có.

Ông vẫn không biết rằng ở trong Như Lai tạng, tánh của lửa chẳng khác chân không. Tánh của không tức là chân hỏa. Nó vốn thanh tịnh và trùm khắp Pháp Giới. Tánh của lửa tùy theo tâm của chúng sanh mà ứng với khả năng hiểu biết của họ.

Này Khánh Hỷ! Phải biết rằng khắp Pháp Giới, ở bất kỳ nơi đâu trên thế gian cũng có thể lấy lửa bằng cách cầm tấm gương giơ lên mặt trời. Do có thể phát lửa ở bất cứ nơi đâu trên thế gian, thế thì làm sao nó chỉ giới hạn ở một nơi chứ? Sự thật thì tánh của lửa tùy theo nghiệp của chúng sanh mà hiện ra. Thế gian vô tri và mê lầm mà cho rằng yếu tố của lửa đến từ nhân duyên hoặc từ tánh tự nhiên. Những sự phân biệt và tính toán đó đều tạo bởi thức tâm. Chúng chỉ có lời nói và hoàn toàn chẳng có nghĩa lý chân thật.

❖

Này Khánh Hỷ! Tánh của nước bất định, không phải luôn chảy hay luôn dừng. Ví như các tiên nhân, như là Hoàng Phát, Luân Tiên, Hồng Liên, và Hải Thủy cùng với những đại huyễn sư ở thành Phong Đức. Vào đêm trăng sáng, các nhà huyễn thuật này cầm một cái bát giơ lên mặt trăng để hứng lấy nước có tinh khí của nó, rồi hòa chung với thuốc ảo giác của họ. Có phải nước đó là từ trong bát mà ra? Là đã có sẵn ở trong hư không? Hay đến từ mặt trăng?

Này Khánh Hỷ! Giả sử nước đó đến từ mặt trăng. Nếu ánh trăng đến từ nơi xa mà có thể làm cho cái bát hiện ra nước, thì giữa lúc chiếu xuyên qua rừng cây, lẽ ra nó cũng làm cho cây cối vọt ra nước. Vậy thì đâu cần đến cái bát để làm gì? Do bởi nước không chảy ra từ cây nên nó chẳng đến từ mặt trăng.

Giả sử nước đó từ trong bát mà ra. Vậy nghĩa là ở trong bát này sẽ luôn chảy ra nước. Thế thì đâu cần phải đợi đến trăng sáng ở giữa đêm làm chi?

Giả sử nước đó sanh ra từ hư không. Do hư không là vô biên nên nước đáng lẽ cũng mênh mông. Như vậy từ nhân gian cho đến cõi trời đều bị nhấn chìm. Thế thì làm sao còn có chúng sanh di chuyển trên đất, trong nước, hay giữa không trung?

Ông hãy quán sát tường tận thêm một lần nữa. Mặt trăng di chuyển trên không. Các nhà huyễn thuật cầm bát giơ lên để hứng lấy nước. Sự thật thì nước từ đâu đến mà chảy vào bát? Mặt trăng và cái bát không thể hòa hợp bởi vì cách xa nhau. Nước cũng không thể từ tự nhiên mà có.

Ông còn không biết rằng ở trong Như Lai tạng, tánh của nước chẳng khác chân không. Tánh của không tức là chân thủy. Nó vốn thanh tịnh và trùm khắp Pháp Giới. Tánh của nước tùy theo tâm của chúng sanh mà ứng với khả năng hiểu biết của họ.

Phải biết rằng khắp Pháp Giới, hễ nơi nào mà có ai cầm lên một cái bát thì nước sẽ vọt ra ở chỗ đó. Do nước có thể tìm thấy ở khắp thế gian, thế thì làm sao nó chỉ giới hạn ở một nơi chứ? Sự thật thì tánh của nước tùy theo nghiệp của chúng sanh mà hiện ra. Thế gian vô tri và mê lầm mà cho rằng yếu tố của nước đến từ nhân duyên hoặc từ tánh tự nhiên. Những sự phân biệt và tính toán đó đều tạo bởi thức tâm. Chúng chỉ có lời nói và hoàn toàn chẳng có nghĩa lý chân thật.

❖

Này Khánh Hỷ! Gió chẳng có thể tánh nhất định, không phải luôn chuyển động hay luôn tĩnh lặng. Ông thường chỉnh y phục khi ngồi vào đại chúng. Lúc đó, góc cạnh của đại y dao động đến người xung quanh. Kết quả có một làn gió nhẹ phẩy qua mặt của người kia. Có phải làn gió này vọt ra từ góc cạnh của Pháp y? Là sanh khởi từ hư không? Hay sanh ra từ khuôn mặt của người bên cạnh?

Này Khánh Hỷ! Giả sử làn gió này vọt ra từ góc cạnh của Pháp y. Vậy nghĩa là ông đang quấn gió vào mình. Khi ấy y phục của ông sẽ bay lên xuống và đáng lẽ nó phải lìa khỏi thân thể của ông. Tuy nhiên, bây giờ Ta đang thuyết Pháp ở giữa đại hội và đại y của Ta rủ xuống. Ông hãy nhìn Pháp y của Ta và chỉ ra gió ở chỗ nào? Sự thật thì yếu tố của gió chẳng ẩn tàng trong y phục.

Giả sử làn gió này sanh khởi từ hư không. Vậy y phục của ông cần gì phải dao động mới khiến người khác cảm giác được làn gió chứ? Lại nữa, tánh của hư không thường trụ. Nếu gió khởi sanh từ đó thì nó sẽ luôn thổi. Nếu khi gió ngưng thổi thì nghĩa là hư không sẽ diệt mất. Chúng ta có thể thấy biết khi gió biến mất, nhưng hư không diệt mất thì có tướng trạng gì? Hễ có sanh diệt thì không thể gọi là hư không. Cho nên gió không thể đến từ hư không.

Giả sử làn gió này sanh ra từ khuôn mặt của người bên cạnh. Thế thì đáng lẽ chính ông là người cảm giác làn gió phẩy qua chứ không phải người bên cạnh. Tại sao lại là người bên cạnh cảm giác làn gió phẩy qua khi ông chỉnh y phục?

Ông hãy quán sát kỹ càng. Việc chỉnh y phục là ông. Cảm giác làn gió phẩy qua khuôn mặt là người bên cạnh. Hư không lặng yên và chẳng hề dao động. Vậy gió từ đâu đến mà thổi vào khuôn mặt của người bên cạnh? Gió và hư không có tánh riêng biệt và không thể hòa hợp. Gió cũng không thể từ tự nhiên mà có.

Ông vẫn còn không biết rằng ở trong Như Lai tạng, tánh của gió chẳng khác chân không. Tánh của không tức là chân phong. Nó vốn thanh tịnh và trùm khắp Pháp Giới. Tánh của gió tùy theo tâm của chúng sanh mà ứng với khả năng hiểu biết của họ.

Này Khánh Hỷ! Như riêng ông đã tạo ra một làn gió nhẹ khi chỉnh y phục, thì điều này cũng sẽ xảy ra ở bất cứ quốc độ nào biến khắp Pháp Giới. Do vì gió có thể khởi lên bất kỳ nơi đâu trên thế gian, thế thì làm sao nó chỉ giới hạn ở một nơi chứ? Sự thật thì tánh của gió tùy theo nghiệp của chúng sanh mà hiện ra. Thế gian vô tri và mê lầm mà cho rằng yếu tố của gió đến từ nhân duyên hoặc từ tánh tự nhiên. Những sự phân biệt và tính toán đó đều tạo bởi thức tâm. Chúng chỉ có lời nói và hoàn toàn chẳng có nghĩa lý chân thật.

❖

Này Khánh Hỷ! Hư không chẳng có hình tướng. Nhân bởi vật có hình sắc mà nó hiển lộ. Ví như thành Phong Đức này cách xa bờ sông. Những người thuộc dòng tộc Lợi Căn, chủng tánh vua chúa, Phạm Chí, thương gia, nông dân, và cho đến tầng lớp hạ tiện, họ đều phải đào giếng tìm nước khi tạo lập chỗ ở mới. Khi họ đào một thước đất thì ở trong đó sẽ có một thước hư không hiện ra. Và như thế cho đến đào một trượng đất thì ở trong đó cũng sẽ có một trượng hư không hiện ra. Độ sâu cạn của hư không ở trong giếng là tùy vào việc đào đất nhiều hay ít. Có phải hư không ở trong giếng là nhân bởi đất mà xuất hiện? Là nhân bởi sự đào bới mà có? Hay là nó tự sanh mà chẳng cần nhân?

Này Khánh Hỷ! Giả sử hư không ở trong giếng là tự sanh mà chẳng cần nhân. Thế thì trước khi đào đất, tại sao nó chẳng vô ngại? Tại sao chỉ thấy khối đất mà chẳng thể xuyên qua?

Giả sử hư không ở trong giếng là nhân bởi đất mà xuất hiện. Vậy khi đất được đào lên, lẽ ra phải thấy hư không vào trong giếng. Nếu khi đất vừa đào lên mà chẳng có hư không tràn vào, thế thì làm sao gọi hư không ở trong giếng là nhân bởi đất mà xuất hiện chứ? Nhưng nếu hư không chẳng ra khỏi từ đất để vào trong giếng, tức là đất và hư không vốn chẳng sai khác. Chẳng sai khác nghĩa là giống nhau. Vậy khi đất được đào lên, tại sao hư không chẳng theo cùng với nó chứ?

Giả sử hư không ở trong giếng là nhân bởi sự đào bới mà có. Vậy nghĩa là sự đào bới làm cho hư không hiện ra và đáng lẽ chẳng nên có đất được đào lên. Nhưng nếu hư không chẳng nhân bởi sự đào bới mà có, mà chỉ có đất được đào lên, thế thì tại sao lại thấy có hư không?

Ông hãy quán sát kỹ lưỡng và tư duy sâu xa. Người đào giếng chọn một nơi thích hợp để thi hành. Đất được đào lên trong quá trình ấy. Nhưng còn về hư không thì sao? Làm sao nó sanh ra? Đất được đào lên có hình thể rõ ràng, nhưng hư không thì chẳng có.

Do đó chúng chẳng thể hỗ tương tác dụng và không thể hòa hợp. Hư không cũng chẳng thể từ tự nhiên mà có.

Tánh của hư không bao trùm khắp và bổn thể chẳng dao động. Ông nên biết rằng, hiện tại đất nước gió lửa cùng với hư không gọi là năm yếu tố chính. Thể tánh chân thật của chúng hoàn toàn dung hòa với nhau. Chúng đều từ Như Lai tạng và vốn chẳng sanh hay diệt.

Này Khánh Hỷ! Khi giảng về bốn đại ở trước, tâm của ông mê muội và chẳng hiểu rằng chúng vốn từ Như Lai tạng. Cho nên ông vẫn còn xem xét rằng, hư không là có ra khỏi, là có vào, hay chẳng ra khỏi hay vào khi đào giếng.

Ông hoàn toàn không biết rằng ở trong Như Lai tạng, tánh của giác chẳng khác chân không. Tánh của không tức là chân giác. Nó vốn thanh tịnh và trùm khắp Pháp Giới. Hư không tùy theo tâm của chúng sanh mà ứng với khả năng hiểu biết của họ.

Này Khánh Hỷ! Ví như khi đào một cái giếng thì hư không liền hiện ra ở trong đó. Hư không hiện ra ở mười phương thì cũng lại như vậy. Do hư không trùm khắp mười phương, thế thì làm sao nó chỉ giới hạn ở một nơi chứ? Sự thật thì tánh của hư không tùy theo nghiệp của chúng sanh mà hiện ra. Thế gian vô tri và mê lầm mà cho rằng yếu tố của hư không đến từ nhân duyên hoặc từ tánh tự nhiên. Những sự phân biệt và tính toán đó đều tạo bởi thức tâm. Chúng chỉ có lời nói và hoàn toàn chẳng có nghĩa lý chân thật.

❖

Này Khánh Hỷ! Thị giác của ông chẳng thể nhận biết nếu hư không và sắc tướng chẳng hiện hữu. Ví dụ như ông bây giờ ở trong rừng Chiến Thắng, nơi đây có ánh sáng ở ban ngày và bóng tối ở ban đêm. Ở giữa đêm khi trăng tròn thì có ánh sáng nhưng lại tối đen vào đêm không trăng. Ông có thể phân biệt sáng tối ở những lúc đó là do bởi thị giác của ông. Như thế, có phải thị giác của ông là cùng một thể hay chẳng phải một thể với tướng của sáng, tối, và hư không? Hoặc tuy đồng nhưng có khác? Hoặc tuy khác nhưng chẳng sai khác?

Này Khánh Hỷ! Giả sử thị giác của ông vốn là một thể với sáng, tối, và hư không. Nhưng thể tướng của sáng và tối trái nghịch, cái này phải diệt mất thì cái khác mới hiện ra. Khi tối thì không sáng. Khi sáng thì không tối. Do đó, nếu thị giác của ông đồng với tối thì nó sẽ diệt mất khi sáng. Còn nếu thị giác của ông đồng với sáng thì nó sẽ diệt mất khi tối. Một khi thị giác của ông đã diệt mất thì làm sao nó còn thấy sáng hay tối được nữa? Làm sao thị giác chẳng sanh diệt của ông lại có thể đồng với sáng và tối khi mà chúng đã diệt mất?

Giả sử thị giác của ông chẳng cùng một thể với sáng hoặc tối. Vậy khi lìa khỏi sáng, tối, và hư không, ông có thể nào phân tích thị giác của ông có hình tướng ra sao chăng? Lìa khỏi sáng, tối, và hư không thì một thị giác như thế cũng như rùa có lông hay thỏ có sừng. Như ba việc đều chẳng có--sáng, tối, và hư không--vậy thị giác thành lập từ đâu? Do sáng và tối trái nghịch nhau, thế thì làm sao thị giác của ông có thể đồng với chúng chứ? Mặt khác, nó chẳng thể hiện hữu mà lìa khỏi ba việc trên, vậy làm sao thị giác của ông có thể khác với chúng chứ?

Lại nữa, hư không và thị giác của ông vốn là vô biên và chẳng có ranh giới. Thế thì làm sao chúng không giống nhau? Nhưng khi ông thấy sáng và tối, tánh của thị giác chẳng biến đổi. Thế thì làm sao chúng không khác nhau?

Ông hãy nghiên cứu và thẩm tường tỉ mỉ thêm một lần nữa. Hãy tư duy và quán sát tường tận. Ánh sáng đến từ mặt trời, và đen tối xuất hiện vào đêm không trăng. Không ngăn ngại thuộc về hư không và chướng ngại thuộc về đất đai. Vậy nhân bởi gì mà thị giác như thế sanh ra? Thị giác có sự nhận biết nhưng hư không thì hoàn toàn vô tri. Do đó chúng không thể hòa hợp. Thị giác cũng chẳng thể từ tự nhiên mà có.

Tánh của thị giác, thính giác, và cho đến tri giác là bao trùm khắp và bổn thể chẳng dao động. Ông nên biết rằng, thị giác và hư không vô biên bất động, cùng với bốn đại dao động--đất nước gió lửa, gọi là sáu yếu tố chính. Thể tánh chân thật của chúng hoàn toàn dung hòa với nhau. Chúng đều từ Như Lai tạng và vốn chẳng sanh hay diệt.

Này Khánh Hỷ! Do tánh của ông trầm luân nên chẳng hiểu rằng, thị giác, thính giác, và cho đến tri giác của ông vốn là từ Như Lai tạng. Ông hãy quán sát thị giác, thính giác, và cho đến tri giác của ông. Là sanh hay diệt? Là giống nhau hay sai khác? Là chẳng sanh hay diệt? Là chẳng giống nhau hay sai khác?

Ông chưa từng biết rằng ở trong Như Lai tạng, tánh của thị giác chẳng khác giác ngộ minh liễu. Tánh của giác ngộ tức là thị giác trong sáng. Nó vốn thanh tịnh và trùm khắp Pháp Giới. Thị giác tùy theo tâm của chúng sanh mà ứng với khả năng hiểu biết của họ.

Tương tự như thị giác của căn mắt biến khắp Pháp Giới, thì diệu đức oánh nhiên của thính giác, khứu giác, vị giác, xúc giác, và tri giác cũng biến khắp Pháp Giới. Do chúng trùm khắp mười phương, thế thì làm sao chúng chỉ giới hạn ở một nơi chứ? Sự thật thì tánh của giác tùy theo nghiệp của chúng sanh mà hiện ra. Thế gian vô tri và mê lầm mà cho rằng yếu tố của giác đến từ nhân duyên hoặc từ tánh tự nhiên. Những sự phân biệt và tính toán đó đều tạo bởi thức tâm. Chúng chỉ có lời nói và hoàn toàn chẳng có nghĩa lý chân thật.

❖

Này Khánh Hỷ! Tánh của sáu thức chẳng có nguồn cội. Nhân bởi sáu căn và sáu trần hư vọng mà chúng sanh ra.

Ông bây giờ hãy nhìn khắp thánh chúng ở đại hội này. Khi mắt của ông tuần tự nhìn lướt qua thì thấy họ như đang ở trong gương và chẳng có phân biệt. Nhưng trong thức của ông sẽ nhận dạng theo thứ tự. Đây là Diệu Cát Tường Bồ-tát, Tôn giả Mãn Từ Tử, Tôn giả Đại Thải Thục Thị, Tôn giả Vô Diệt, và Tôn giả Thu Lộ Tử.

Có phải thức phân biệt này là sanh từ căn mắt? Là sanh từ sắc tướng? Là sanh từ hư không? Hay là nó đột nhiên sanh ra mà chẳng cần nhân?

Này Khánh Hỷ! Giả sử thức tánh của ông sanh từ căn mắt. Vậy nếu bốn loại này đều chẳng có--sáng, tối, hình sắc, và hư không--thì căn mắt của ông sẽ chẳng hoạt động. Căn mắt còn không hoạt động thì thức của ông sẽ phát khởi từ đâu?

Giả sử thức tánh của ông sanh từ sắc tướng mà chẳng phải từ căn mắt. Vậy ông sẽ không thấy ánh sáng và cũng không thấy đen tối. Như đã chẳng nhận biết sáng hay tối, ông cũng sẽ chẳng nhận biết hình sắc hay hư không. Những tướng này còn chẳng thấy thì làm sao thức của ông phát khởi từ chúng đây?

Giả sử thức tánh của ông sanh từ hư không mà chẳng phải từ căn mắt hay sắc tướng. Nhưng nếu không có căn mắt thì sẽ chẳng thấy gì. Do đó ông sẽ không thể tự biết sáng, tối, hình sắc, hay hư không. Nếu các trần chẳng hiện hữu ở nơi các căn để làm duyên thì thị giác, thính giác, và cho đến tri giác sẽ không chỗ an lập.

Giả sử thức tánh của ông sanh từ hư không mà chẳng phải từ căn mắt hay sắc tướng. Tuy nhiên, hư không đồng với chẳng có gì. Và cho dù hư không có gì thì nó chẳng giống như vật có thật. Giả như hư không phát khởi thức của ông, thế thì làm sao ông phân biệt?

Giả sử thức tánh của ông đột nhiên sanh ra mà chẳng cần nhân. Thế thì tại sao mặt trăng lại không hốt nhiên chiếu sáng ở giữa ban ngày?

Ông hãy nghiên cứu và thẩm tường tỉ mỉ thêm một lần nữa. Cái thấy là một chức năng của căn mắt. Trần cảnh hiện ra ở trước thì có hình tướng, nhưng hư không thì chẳng có. Như vậy thức nhân ở đâu mà sanh ra? Bởi thức khởi phân biệt nên tánh của nó là dao động, còn căn mắt là tĩnh lặng do bởi chỉ ghi nhận sắc trần. Do đó chúng không thể hòa hợp với nhau. Các căn và thức của tai, mũi, lưỡi, thân, ý thì cũng lại như vậy. Sáu thức chẳng thể từ tự nhiên mà có.

Nếu yếu tố của thức chẳng phải do những điều trên mà sanh ra, thì ông phải biết rằng thức phân biệt của mắt, thức của tai, và cho đến thức của ý là viên mãn trạm nhiên và tánh của nó chẳng đến từ nơi nào hết. Thức, giác, hư không, đất, nước, gió, và lửa gọi là bảy yếu tố chính. Thể tánh chân thật của chúng hoàn toàn dung hòa với nhau. Chúng đều từ Như Lai tạng và vốn chẳng sanh hay diệt.

Này Khánh Hỷ! Do tâm của ông thô kệch và cạn hẹp nên chẳng hiểu rằng, thức của mắt, thức của tai, và cho đến thức hiểu rõ của ý vốn là từ Như Lai tạng. Ông hãy quán sát tất cả sáu thức này của ông. Là giống nhau hay sai khác? Là hiện hữu hay rỗng không? Là chẳng giống nhau hay sai khác? Là chẳng hiện hữu hay rỗng không?

Ông vốn dĩ không biết rằng ở trong Như Lai tạng, tánh của thức chẳng khác giác ngộ minh liễu. Tánh của giác ngộ tức là chân thức. Nó là diệu giác trạm nhiên và trùm khắp Pháp Giới. Nó bao hàm tất cả hư không trong mười phương. Thế thì làm sao nó chỉ giới hạn ở một nơi chứ? Sự thật thì tánh của thức tùy theo nghiệp của chúng sanh mà hiện ra. Thế gian vô tri và mê lầm mà cho rằng yếu tố của thức đến từ nhân duyên hoặc từ tánh tự nhiên. Những sự phân biệt và tính toán đó đều tạo bởi thức tâm. Chúng chỉ có lời nói và hoàn toàn chẳng có nghĩa lý chân thật."

❖

Lúc bấy giờ ngài Khánh Hỷ và toàn thể đại chúng, khi nghe lời khai thị vi diệu của Đức Phật Như Lai, thân tâm của họ an nhiên và chẳng bị ngăn ngại. Mỗi vị trong đại chúng nơi đây đều tự biết tâm của mình bao trùm mười phương và thấy tận cùng của hư không khắp mười phương như nhìn lá cây trong lòng bàn tay. Tất cả vạn vật trên thế gian đều là từ diệu minh nguyên tâm. Nó giác liễu thanh tịnh, trùm khắp viên dung, và bao hàm mười phương.

Họ lại quán sát thân thể của chính mình khi sanh ra từ cha mẹ. Họ thấy chúng như vi trần phiêu lãng trong hư không và có lúc chúng tồn tại hay diệt mất. Chúng như những bọt nước nổi trôi giữa biển cả mênh mông và sanh diệt không dấu vết. Họ liễu đạt và tự biết rằng, diệu tâm bổn nguyên là thường trụ bất diệt.

Khi thông đạt điều chưa từng có, ngài Khánh Hỷ chắp tay đảnh lễ Phật và ở trước Như Lai mà nói kệ tán thán Đức Phật rằng:

"Diệu trạm Tổng Trì bất động Tôn
Cứu Cánh Kiên Cố hiếm trên đời
Tiêu trừ ức kiếp điên đảo tưởng
Chẳng trải muôn kiếp chứng Pháp thân

Nay nguyện giác ngộ thành Bảo Vương
Trở lại hóa độ Hằng sa chúng
Hoằng thệ rải khắp vi trần cõi
Như thế tức là báo Phật ân

Thỉnh cầu Thế Tôn chứng giám cho
Đời ác năm trược nguyện vào trước
Nếu một chúng sanh chưa thành Phật
Vĩnh viễn sẽ không vào tịch diệt

Đại hùng đại lực đại từ bi
Giúp con diệt trừ niệm hoài nghi
Để mau chứng đắc vô thượng giác
Và ngồi Đạo Tràng khắp mười phương

Cho dù tánh không có tiêu vong
Tâm như kim cang vô động chuyển"

Kinh Vô Thượng Bảo Ấn của Đại Bạch Tản Cái Tổng Trì
Được Tuyên Thuyết ở Trên Đại Phật Đảnh,
là Thanh Tịnh Hải Nhãn của Mười Phương Như Lai ♦ Hết quyển 3

Kinh Vô Thượng Bảo Ấn của Đại Bạch Tản Cái Tổng Trì Được Tuyên Thuyết ở Trên Đại Phật Đảnh, là Thanh Tịnh Hải Nhãn của Mười Phương Như Lai ♦ Quyển 4

Lúc bấy giờ Tôn giả Mãn Từ Tử đang ở giữa đại chúng, liền từ chỗ ngồi đứng dậy, vén áo lộ vai phải, gối phải quỳ sát đất, chắp tay cung kính và bạch Phật rằng:

"Thế Tôn là bậc đại uy đức và khéo diễn giải Chân Lý Cứu Cánh của Như Lai cho chúng sanh. Trong số người thuyết Pháp, Thế Tôn thường ngợi khen con là đệ nhất. Nhưng nay khi nghe Pháp âm vi diệu của Như Lai, con giống như kẻ mù muốn nghe tiếng con muỗi ở khoảng cách hơn một trăm bước. Kẻ đó vốn còn chẳng thấy con muỗi, huống nữa là nghe được tiếng của nó.

Tuy Phật đã giải thích rõ ràng để diệt trừ hoài nghi của con, nhưng hiện tại con vẫn chưa hiểu rõ tường tận nghĩa này để dứt sạch mọi hoài nghi.

Bạch Thế Tôn! Mặc dù Khánh Hỷ và những vị khác đã khai ngộ nhưng tập khí hữu lậu chưa trừ. Riêng con và những vị vô lậu khác ở trong đại hội đã trừ sạch các lậu. Tuy nhiên khi nghe lời Pháp âm của Như Lai hôm nay, con vẫn còn sự khúc mắc và hoài nghi.

Bạch Thế Tôn! Nếu thật sự tất cả căn và trần trong thế gian, cùng với uẩn xứ giới đều từ Như Lai tạng và bổn nguyên thanh tịnh, thế thì tại sao hốt nhiên sanh ra sông núi đất đai và tất cả tướng hữu vi? Chúng tuần tự biến đổi, khi vừa kết thúc rồi lại bắt đầu.

Như Lai cũng nói rằng bổn tánh của đất nước gió lửa hoàn toàn dung hòa lẫn nhau. Chúng trùm khắp Pháp Giới và trạm nhiên thường trụ.

Bạch Thế Tôn! Nếu yếu tố của đất biến khắp, vậy làm sao nó cùng chung với nước? Và nếu yếu tố của nước biến khắp thì yếu tố của lửa sẽ không sanh. Làm sao biết rõ yếu tố của nước với lửa đều cùng khắp hư không và chẳng hủy diệt lẫn nhau?

Bạch Thế Tôn! Tánh của đất có sự ngăn ngại nhưng yếu tố của hư không thì thông suốt. Thế thì làm sao cả hai cùng trùm khắp Pháp Giới? Con chẳng biết nghĩa này sẽ về đâu. Kính mong Như Lai với lòng đại từ mà tuyên giảng để tách rời đám mây u mê của con và các đại chúng."

Khi nói lời ấy xong, ngài cúi đầu đảnh lễ với năm điểm chạm đất, khâm kính và khát ngưỡng lời dạy từ bi vô thượng của Như Lai.

Lúc bấy giờ Thế Tôn bảo ngài Mãn Từ Tử cùng những vị Ưng Chân ở trong đại hội với các lậu trừ sạch và đã đạt đến quả vị Vô Học rằng:

"Hôm nay Như Lai sẽ rộng vì mọi người trong đại hội nơi đây mà tuyên nói về nghĩa lý tối thắng ở trong những thắng nghĩa chân thật, hầu khiến cho Thanh Văn định tánh các ông ở trong đại hội này, cùng tất cả những vị Ưng Chân và các vị khác mà chưa chứng đắc hai loại không [: nhân không và pháp không], sẽ hướng về thượng thừa và đều sẽ vào Đạo Tràng tịch diệt của Nhất Thừa, là nơi tu hành tĩnh mịch chân chánh. Ông nay hãy lắng nghe! Ta sẽ thuyết giảng cho ông."

Ngài Mãn Từ Tử cùng những vị khác đều khâm kính Pháp âm của Phật và lặng yên để nghe lời dạy của Như Lai.

Đức Phật bảo:

"Này Mãn Từ Tử! Theo như lời ông nói, nếu tất cả vốn thanh tịnh thì tại sao hốt nhiên sanh ra sông núi đất đai? Chẳng phải ông thường nghe Như Lai tuyên nói về tánh giác diệu minh và bổn giác minh diệu hay sao?"

Ngài Mãn Từ Tử thưa rằng:

"Dạ vâng, thưa Thế Tôn! Con thường nghe Phật tuyên giảng về nghĩa lý này."

Đức Phật bảo:

"Vậy có phải ông cho rằng bổn giác minh liễu là thể tánh trong sáng? Hay là bổn giác minh liễu vẫn thiếu sự hiểu biết cho đến khi đạt đến giác ngộ?"

Ngài Mãn Từ Tử thưa rằng:

"[Thưa Thế Tôn!] Bổn giác minh liễu được biểu thị bởi hiểu biết và sự hiểu biết đó thêm vào nó."

Đức Phật bảo:

"Giả sử bổn giác minh liễu được biểu thị bởi hiểu biết và sự hiểu biết đó thêm vào nó khi đạt đến giác ngộ. Nhưng sự giác ngộ mà có điều hiểu biết thêm vào thì không thể là giác ngộ chân thật. Sự giác ngộ như thế sẽ thiếu hiểu biết nếu nó không được thêm vào. Nhưng sự giác ngộ mà thiếu hiểu biết thì không thể gọi là bổn giác minh liễu trạm nhiên. Cho nên, nếu ông cho rằng sự hiểu biết phải thêm vào bổn giác minh liễu thì ông đã hiểu sai lệch.

Đó là vì sự giác ngộ chân thật thì không cần thêm vào điều gì. Nhân có sự hiểu biết thêm vào nên có chỗ thành lập. Khi chỗ hư vọng đã thành lập thì sẽ sanh ra vọng tâm của ông. Ban đầu ở trong đó chẳng có sự giống nhau hay sai khác, nhưng rồi do dấy khởi bốc cháy mà hình thành sai khác. Rồi từ sai khác của sự sai khác kia, nhân bởi sai khác mà thành lập giống nhau. Nhân bởi sai khác và giống nhau sanh khởi nên sự chẳng giống nhau hay sai khác lại thành lập.

Sự nhiễu loạn như thế hỗ tương sanh khởi một tinh thần căng thẳng. Khi tinh thần căng thẳng kéo dài sẽ chấp trước pháp trần. Tinh thần căng thẳng và chấp trước pháp trần cùng tạo ra tâm vẩn đục, rồi từ đó mà dẫn đến khởi sanh trần lao phiền não. Sự khuấy động trở thành thế giới của trần cảnh, và tĩnh lặng trở thành hư không. Hư không thì giống nhau, nhưng thế giới có sai khác. Nó đích thực là pháp hữu vi và chẳng phải tương đồng hay dị biệt.

Một khi ánh sáng của hiểu biết được thêm vào bổn giác thì u ám của hư không hiện ra. Chúng giao tiếp lẫn nhau và tạo thành sự dao động ở trong tâm. Cho nên mới có phong luân và nó trì giữ thế giới. Nhân bởi hư không sanh khởi dao động, kiên cố của minh giác tạo lập chướng ngại và trở thành kim bảo. Do minh giác tạo lập kiên cố, cho nên mới có kim luân và nó bảo trì quốc độ.

Kiên cố của minh giác tạo thành kim luân. Dao động của minh giác lưu xuất phong luân. Gió và kim ma xát với nhau nên mới có ánh sáng của lửa và tánh của nó là biến hóa. Do ánh sáng của kim sanh ra ẩm ướt và ánh sáng của lửa bốc lên nên mới có thủy luân trùm khắp cõi giới mười phương.

Khi lửa bừng lên và nước đổ xuống, sự giao tiếp của chúng thành lập rắn chắc. Ẩm ướt là biển cả. Khô ráo là châu lục. Do bởi lẽ này nên ánh lửa thỉnh thoảng lóe khởi ở trong biển lớn kia và sông ngòi luôn chảy mãi ở trên châu lục.

Nếu nước chiếm ưu thế và lửa suy kém thì sẽ kết thành núi cao. Cho nên cục đá khi bị đập sẽ xẹt lửa và khi bị nung sẽ thành nước.

Nếu đất chiếm ưu thế và nước suy kém thì sẽ mọc ra cỏ cây. Cho nên rừng cây khi bị đốt sẽ thành đất tro và khi bị ép sẽ thành chất lỏng.

Những sự giao tiếp hư vọng cùng nhau lần lượt phát sanh làm chủng tử. Bởi nhân duyên ấy mà thế giới tương tục chẳng ngừng.

Lại nữa, Mãn Từ Tử! Những hiểu biết hư vọng của chúng sanh là do sự hiểu biết được thêm vào bổn giác. Một khi hư vọng đã thành lập thì sự nhận biết không thể vượt khỏi nó. Bởi nhân duyên ấy mà căn tai chỉ cảm nhận âm thanh và căn mắt không thể siêu du sắc trần. Do sáu trần--sắc, thanh, hương, vị, xúc, pháp--được nhận biết qua hư vọng nên bị phân khai thành những giác quan: thấy, nghe, ngửi, nếm, chạm, và biết.

Có những chúng sanh sanh ra là bởi nghiệp siết trói tương đồng.

Có những chúng sanh sanh ra là bởi hợp tụ hoặc ly tán. Khi chúng sanh đang ở trung hữu thấy một điểm lóe sáng, rồi lại nhìn kỹ vào chỗ lóe sáng đó nên có tưởng hình thành. Dị kiến trở thành ghét và đồng tưởng trở thành ái. Dòng chảy của ái làm chủng tử và thu hút tưởng vào thai. Do vậy khi cha mẹ giao cấu sẽ phát sanh lực thu hút với một chúng sanh mà họ có nghiệp tương đồng. Bởi có những nhân duyên ấy nên thác vào thai, rồi phát triển ở tuần thứ nhất, thứ nhì, và những giai đoạn kế tiếp.

Sanh ra từ trứng, sanh ra từ bào thai, sanh ra từ ẩm ướt, và sanh ra từ biến hóa đều ứng theo nghiệp của chúng. Sanh ra từ trứng là do nghĩ tưởng. Sanh ra từ bào thai là do tình cảm. Sanh ra từ ẩm ướt là do hợp tụ. Sanh ra từ biến hóa là do ly tán. Do nghĩ tưởng, tình cảm, hợp tụ, và ly tán mà chúng sanh có thể chuyển từ một loại sanh này đến một loại sanh khác. Tùy theo nghiệp thọ báo mà họ thăng hay đọa. Bởi nhân duyên ấy mà chúng sanh tương tục chẳng ngừng.

Này Mãn Từ Tử! Chúng sanh siết chặt lẫn nhau với niệm yêu thương. Do họ chẳng thể rời yêu thương nên cha mẹ con cháu hỗ tương sanh ra chẳng đoạn tuyệt ở thế gian. Căn gốc của những việc này chính là ái dục.

Do bởi yêu thương và tham muốn càng thêm lớn nên sự khao khát chẳng thể đình chỉ. Cho nên tất cả chúng sanh ở thế gian, hoặc sanh ra từ trứng, sanh ra từ bào thai, sanh ra từ ẩm ướt, hay sanh ra từ biến hóa, tùy vào sức mạnh yếu mà lần lượt ăn nuốt lẫn nhau. Căn gốc của những việc này chính là giết hại.

Giả sử có người giết dê để ăn thịt. Sau khi chết, con dê sẽ sanh làm người. Còn kẻ sát sanh kia sẽ sanh làm dê. Như vậy cho đến mười loại chúng sanh, họ ăn nuốt lẫn nhau ở trong vòng sanh tử và nghiệp ác cùng khởi sanh cho đến hết ranh giới của vị lai. Căn gốc của những việc này chính là trộm cắp.

Giả sử anh nợ tôi một mạng. Tôi chắc chắn sẽ muốn đòi mạng của anh. Bởi nhân duyên ấy nên chúng sanh phải trải qua trăm ngàn kiếp sanh tử.

Giả sử bạn thương yêu tâm tánh của tôi, hoặc tôi nhung nhớ sắc đẹp của bạn. Bởi nhân duyên ấy nên chúng sanh luôn bị siết trói đến suốt 100.000 kiếp.

Căn gốc của tất cả những việc này chính là ái dục, giết hại, và trộm cắp. Bởi nhân duyên ấy nên nghiệp quả tương tục chẳng ngừng.

Này Mãn Từ Tử! Ba loại điên đảo tương tục này đều là do bởi thêm sự hiểu biết vào bổn giác minh liễu. Nhân bởi thêm vào sự hiểu biết nên cái thấy sai lầm khởi sanh. Kể từ đó, sông núi đất đai và tất cả tướng hữu vi đều lần lượt đổi dời. Nhân bởi sự hư vọng đó nên khi vừa kết thúc rồi lại bắt đầu nối tiếp.

❖

Ngài Mãn Từ Tử bạch rằng:

"[Bạch Thế Tôn!] Nếu diệu giác này vốn là tuệ giác vi diệu trong sáng và tâm của Như Lai không tăng không giảm, thế thì tại sao vô cớ hốt nhiên sanh ra sông núi đất đai và tất cả tướng hữu vi? Như bây giờ Như Lai đã chứng đắc diệu không minh giác, vậy sông núi đất đai và tập lậu hữu vi sẽ còn khởi sanh chăng?"

Phật bảo ngài Mãn Từ Tử:

"Ví như có người bị lạc trong một làng nọ và chẳng biết đâu là hướng nam hay hướng bắc. Người ấy lạc mất phương hướng là do si mê hay là do giác ngộ?"

Ngài Mãn Từ Tử thưa rằng:

"[Thưa Thế Tôn!] Người lạc đường ấy chẳng phải do si mê và cũng chẳng phải do giác ngộ.

Vì sao thế? Bởi si mê vốn chẳng có căn gốc. Thế thì làm sao nó là nguyên nhân của lạc đường? Giác ngộ tất không sanh si mê. Thế thì làm sao nó là nguyên nhân của lạc đường?"

Đức Phật bảo:

"Giả sử đương lúc bị lạc, kẻ lạc đường kia bỗng nhiên gặp một người biết đường và được người ấy chỉ cho biết phương hướng.

Này Mãn Từ Tử! Ý ông nghĩ sao? Lúc trước người ấy đã lạc ở trong làng này, vậy bây giờ người ấy có còn bị lạc nữa chăng?"

"Dạ không, thưa Thế Tôn!"

"Này Mãn Từ Tử! Chư Như Lai khắp mười phương thì cũng lại như vậy. Si mê vốn chẳng có căn gốc. Tánh của nó cứu cánh rỗng không. Xưa nay vốn chẳng mê. Nó chỉ tựa như có mê và giác. Một khi giác ngộ từ si mê thì nó liền diệt mất và từ giác ngộ sẽ không còn khởi sanh si mê nữa.

Lại cũng như người bị nhặm nên thấy hoa đốm giữa hư không. Nếu mắt hết nhặm thì hoa đốm liền diệt mất. Giả sử kẻ kia ngu si đến nỗi cứ nhìn ở chỗ hoa đốm biến mất và mong thấy chúng xuất hiện. Ông sẽ cho kẻ đó là ngu si hay trí tuệ?"

Ngài Mãn Từ Tử thưa rằng:

"[Thưa Thế Tôn!] Vốn chẳng có hoa ở trong hư không. Do cái thấy hư vọng sanh diệt nên mới thấy có hoa xuất hiện hay diệt mất ở trong hư không. Vốn đã là điên đảo mà còn muốn chúng xuất hiện nữa, đây quả thật ngu si điên cuồng? Làm sao có thể gọi kẻ điên cuồng như thế chỉ là ngu si, huống nữa là có trí tuệ ư?"

Đức Phật bảo:

"Như ông đã hiểu điều đó, vậy sao còn hỏi rằng: khi chư Phật Như Lai đã chứng diệu giác minh không thì sông núi đất đai sẽ còn khởi sanh nữa chăng?

Lại như quặng mỏ vàng. Quặng mỏ có vàng lẫn lộn với tạp chất. Một khi được nung lọc để thành vàng ròng thì nó sẽ không trở thành như xưa nữa.

Lại như khúc gỗ một khi đã bị đốt thành tro thì nó sẽ không còn trở thành khúc gỗ được nữa.

Đạo tịch diệt của chư Phật Như Lai thì cũng lại như vậy.

Này Mãn Từ Tử! Ông đã hỏi rằng, nếu bổn tánh của đất nước gió lửa hoàn toàn dung hòa lẫn nhau và trùm khắp Pháp Giới, thế thì tại sao yếu tố của nước và lửa lại không hủy diệt lẫn nhau? Ông cũng hỏi rằng, tại sao yếu tố của hư không và đất trùm khắp Pháp Giới nhưng lại chẳng dung hợp với nhau?

Này Mãn Từ Tử! Ví như thể của hư không chẳng có hình tướng nhưng nó không cản ngăn mọi tướng khác phát huy ở trong nó.

Vì sao thế, Mãn Từ Tử? Bầu trời bao la kia sẽ sáng khi mặt trời chiếu soi. Nó sẽ tối khi mây bao phủ. Ở trong nó sẽ có dao động khi gió thổi. Nó sẽ trong thanh khi mưa tạnh. Nó sẽ ô trược khi không khí ngưng đọng. Nó sẽ mù mịt khi gió thổi cuốn bụi. Nó sẽ phản chiếu khi nước lắng trong.

Ý ông nghĩ sao? Các tướng hữu vi đặc thù như thế là nhân bởi kia mà sanh hay là có từ hư không?

Này Mãn Từ Tử! Giả sử những hiện tượng kia sanh ra từ hoàn cảnh. Vậy khi mặt trời chiếu soi, có phải ánh sáng ở trong không sanh ra là do bởi mặt trời chiếu sáng chăng? Nếu là thế thì mặt trời sẽ ở khắp các thế giới trong mười phương. Tại sao chúng ta chỉ thấy một mặt trời hình tròn ở giữa không trung? Ngược lại, nếu ánh sáng của bầu trời đến từ hư không thì lẽ ra tất cả hư không sẽ tự chiếu. Tại sao nó không tỏa sáng rực rỡ ở giữa đêm, hoặc những lúc có mây hay sương mù? Cho nên phải biết rằng, ánh sáng này chẳng do mặt trời hay hư không, nhưng nó cũng không thể có nếu chẳng có mặt trời và hư không.

Chân diệu giác minh thì cũng lại như vậy. Nếu ai phát khởi rằng có hư không ở trong tâm thì hư không sẽ hiện ở trong diệu giác.

Đất nước gió lửa, mỗi thứ đều hiện ở trong diệu giác nếu ai phát khởi chúng. Giả như phát khởi tất cả thì chúng cũng đều hiện ra. Làm sao mà chúng đều có thể hiện ra?

Này Mãn Từ Tử! Việc đó ví như ánh phản chiếu của mặt trời ở trong một vùng nước. Khi hai người cùng nhìn xem ánh phản chiếu đều rời khỏi, người đi về hướng đông, kẻ đi về hướng tây. Mỗi người sẽ thấy ánh phản chiếu của mặt trời di chuyển theo họ. Do ánh phản chiếu di chuyển về hướng đông và cũng di chuyển về hướng tây nên nó vốn chẳng có vị trí cố định. Chớ nên một mực hỏi rằng, làm sao chỉ một ánh phản chiếu của mặt trời mà có thể đi mỗi ngã? Hoặc làm sao hai ánh phản chiếu mà hiện ra chỉ một? Đó là vì chúng là hư vọng quanh co và chẳng thể có căn cứ.

Ông hãy quán sát các tướng trạng này vốn là hư vọng. Bởi vậy nên không thể nào chỉ ra chúng. Nếu cứ khăng khăng đi tìm thì cũng như cầu mong hoa đốm giữa hư không sẽ kết trái. Thế thì làm sao ông có thể hỏi về việc các yếu tố có hủy diệt lẫn nhau hay không chứ? Ông hãy quán sát rằng, tánh bổn nguyên chân thật của chúng chính là diệu giác minh tâm, là tuệ giác trong sáng nhiệm mầu. Nước, lửa và những yếu tố khác vốn không hề có. Vậy sao ông còn hỏi về việc chúng làm sao có thể tồn tại với nhau?

Này Mãn Từ Tử! Ông cho rằng hình sắc và hư không xâm đoạt lẫn nhau ở trong Như Lai tạng. Nhưng ở trong Như Lai tạng, hình sắc và hư không trùm khắp Pháp Giới. Cho nên sự chuyển động của gió, sự tĩnh lặng của hư không, mặt trời chiếu sáng hay mây u ám, đều hiện ở trong Như Lai tạng. Tuy nhiên, do chúng sanh mê muội nên quay lưng với giác ngộ mà hợp chung với trần lao. Do đó phát khởi các pháp hữu vi của thế gian.

Với diệu minh không sanh không diệt, Ta đồng với Như Lai tạng. Như Lai tạng là diệu giác minh liễu và chiếu khắp Pháp Giới. Cho nên ở trong đó, một là vô lượng, vô lượng là một, và lớn hiện ra ở trong nhỏ, như nhỏ hiện ra ở trong lớn. Ta ngồi bất động ở Đạo Tràng và Pháp thân của Như Lai bao trùm vô tận hư không khắp mười phương. Chỉ ở trên một đầu sợi lông cũng có thể hiện ra quốc độ của Đức Bảo Vương. Rồi ngồi ở trong mỗi vi trần, Như Lai chuyển đại Pháp luân. Do Ta đã diệt trừ trần lao và hợp nhất với giác ngộ nên mới chứng diệu giác minh tánh của Chân Như.

Vì vậy Như Lai tạng, là tâm nhiệm mầu viên mãn bổn nguyên: chẳng phải tâm phân biệt, chẳng phải hư không, chẳng phải đất, chẳng phải nước, chẳng phải gió, chẳng phải lửa, chẳng phải mắt tai mũi lưỡi thân ý, chẳng phải sắc thanh hương vị xúc pháp, chẳng phải thức của mắt và cho đến thức của ý. Nó chẳng phải sự hiểu biết, chẳng phải vô minh, và cũng chẳng phải chấm dứt vô minh. Cho đến nó chẳng phải già, chẳng phải chết, và cũng chẳng phải chấm dứt già chết. Nó chẳng phải khổ, chẳng phải tập, chẳng phải diệt, chẳng phải Đạo, chẳng phải trí, chẳng phải chứng đắc, chẳng phải bố thí, chẳng phải tịnh giới, chẳng phải an nhẫn, chẳng phải tinh tấn, chẳng phải tĩnh lự, chẳng phải Diệu Tuệ, và chẳng phải các Pháp Đến Bờ Kia. Như vậy cho đến chẳng phải Như Lai, chẳng phải Ưng Cúng, chẳng phải Chánh Đẳng Giác, chẳng phải đại tịch diệt, chẳng phải thường, chẳng phải lạc, chẳng phải ngã, và chẳng phải tịnh. Nó đều chẳng phải những thứ ấy, dù là Pháp xuất thế hay pháp thế gian. Tất cả những thứ ấy đều không phải là Như Lai tạng, là tâm nhiệm mầu minh liễu bổn nguyên.

Tuy nhiên Như Lai tạng cũng chính là tâm phân biệt, là hư không, là đất, là nước, là gió, là lửa, là mắt tai mũi lưỡi thân ý, là sắc thanh hương vị xúc pháp, là thức của mắt và cho đến thức của ý. Nó là sự hiểu biết, là vô minh, và cũng là chấm dứt vô minh. Cho đến nó là già, là chết, và cũng là chấm dứt già chết. Nó là khổ, là tập, là diệt, là Đạo, là trí, là chứng đắc, là bố thí, là tịnh giới, là an nhẫn, là tinh tấn, là tĩnh lự, là Diệu Tuệ, và là các Pháp Đến Bờ Kia. Như vậy cho đến là Như Lai, là Ưng Cúng, là Chánh Đẳng Giác, là đại tịch diệt, là thường, là lạc, là ngã, và là tịnh. Nó đều là những thứ ấy, dù là Pháp xuất thế hay pháp thế gian. Tất cả những thứ ấy đều chính là Như Lai tạng, là tâm nhiệm mầu minh liễu bổn nguyên.

Như Lai tạng lìa khỏi phải hay chẳng phải, nhưng nó cũng là phải và chẳng phải.

Làm sao chúng sanh ở trong ba cõi với tâm phân biệt của họ, cho đến Thanh Văn và Duyên Giác đã vượt khỏi thế gian, mà có thể suy lường Đạo vô thượng của Như Lai? Làm sao mà có thể dùng ngôn ngữ của thế gian để vào tri kiến của Phật chứ?

Ví như đàn cầm, đàn hạc, và đàn tỳ bà. Tuy chúng có âm thanh tuyệt vời, nhưng nếu chẳng có những ngón tay khéo léo thì chúng sẽ không bao giờ có thể phát ra tiếng đó. Ông và chúng sanh thì cũng lại như vậy; trong mỗi người đều viên mãn bảo giác chân tâm. Như khi Ta đưa các ngón tay lên để bắt ấn, thì ánh sáng của Hải Ấn Đẳng Trì phóng ra. Một khi ông vừa khởi tâm thì trần lao đã khởi sanh trước. Đó là do ông chẳng tinh cần tìm con đường đến tuệ giác vô thượng mà chỉ yêu nhớ Nhị Thừa và khi được một chút mà đã cho là đủ."

Ngài Mãn Từ Tử thưa rằng:

"[Thưa Thế Tôn!] Con cùng Như Lai đều giống nhau và đầy đủ bảo giác viên minh với chân tâm thanh tịnh nhiệm mầu. Tuy nhiên, con từ vô thỉ xa xưa đã vướng mắc vọng tưởng nên khiến con phải ở rất lâu trong luân hồi. Mặc dù con nay đã trở thành bậc thánh, nhưng sự giác ngộ của con vẫn chưa viên mãn. Còn riêng Thế Tôn thì đã diệt trừ mọi vọng niệm và chỉ còn diệu giác chân thật thường hằng. Con tha thiết xin mạo muội hỏi Như Lai rằng, do bởi nhân gì mà tất cả chúng sanh lại có hư vọng? Nó che lấp diệu minh của họ và khiến họ trầm luân trong sanh tử."

Phật bảo ngài Mãn Từ Tử:

"Tuy ông đã diệt trừ hoài nghi và lậu hoặc thô kệch, nhưng hoài nghi và lậu hoặc vi tế thì vẫn chưa đoạn hết. Ta nay sẽ dùng các việc hiện tại của thế gian để hỏi ông. Ông há chẳng nghe về câu chuyện của một người tên là Từ Thọ ở trong thành Phong Đức hay sao? Vào một buổi sáng sớm nọ, anh ta lấy gương soi mặt và say đắm khuôn mặt của mình khi nhìn thấy con mắt và lông mi ở trong gương. Rồi anh ta nổi sân và quở trách cái đầu của mình sao không thấy chúng, [hay là nó đã mất rồi chăng?] Thế là anh ta cho rằng mình đã trở thành yêu tinh, rồi điên cuồng một cách vô cớ và bỏ chạy ra ngoài.

Ý ông nghĩ sao? Do nhân gì mà kẻ này điên cuồng một cách vô cớ và bỏ chạy ra ngoài?"

Ngài Mãn Từ Tử thưa rằng:

"[Thưa Thế Tôn!] Tâm của kẻ này cuồng loạn chứ không phải nguyên nhân nào khác."

Đức Phật bảo:

"Tuệ giác vi diệu trong sáng là viên mãn. Nó vốn nhiệm mầu minh liễu viên dung. Làm sao có nhân gì để gọi nó là vọng tưởng? Và dù có nhân gì đi nữa thì làm sao gọi nó là vọng tưởng?

Những vọng tưởng của ông tự triển chuyển làm nhân lẫn nhau. Từ si mê chồng chất thêm si mê và trải qua số kiếp nhiều như vi trần. Mặc dù Phật đã khai thị và chỉ rõ, nhưng cũng không thể đảo ngược lại cho ông.

Từ nhân của si mê như thế nên nhân của si mê vẫn tự có. Ông phải thấu hiểu rằng, si mê chẳng có nhân và vọng tưởng không có chỗ nương. Chúng còn không có chỗ sanh ra, vậy ông còn muốn diệt trừ để làm gì? Những ai đắc Đạo thì ví như người đã tỉnh giấc và kể lại những chuyện trong mộng. Cho dù bây giờ tâm của người ấy rất sáng suốt, nhưng làm sao người ấy có thể lấy những đồ vật trong mộng chứ. Huống nữa là nhân của si mê vốn không chỗ có.

Ví như gã Từ Thọ ở trong thành kia. Sao lại có nhân duyên gì để khiến anh ta hoảng sợ mà bỏ chạy chứ? Giả sử sự điên cuồng của y bỗng nhiên dừng nghỉ thì đầu của anh ta cũng không thể có được từ bên ngoài. Cho dù sự điên cuồng của anh ta vẫn chưa dừng nghỉ thì đầu của y sao lại có thể biến mất chứ?

Này Mãn Từ Tử! Tánh của hư vọng cũng lại như thế. Nhân của nó ở đâu? Ông chỉ cần không chạy theo sự phân biệt của ba loại tương tục, gồm có: thế gian, nghiệp quả, và chúng sanh. Một khi đã đoạn trừ ba nghiệp duyên thì ba nghiệp nhân này sẽ không sanh. Do đó tánh điên cuồng ở trong tâm của ông, tựa như sự cuồng loạn của gã Từ Thọ, sẽ tự nhiên dừng nghỉ. Sự dừng nghỉ đó chính là tuệ giác, là tâm trong sáng, thù thắng thanh tịnh, và vốn luôn trùm khắp Pháp Giới. Nó không phải từ người khác mà có được. Thế thì ông hà tất phải lao nhọc đến tận gân cốt để tu chứng làm chi?

Đây ví như có người không hề hay biết ở trong áo của mình có buộc một hạt châu như ý. Do đó hắn phải chịu bần cùng rách rưới và bôn ba đi xin ăn khắp nơi. Mặc dù kẻ đó thật sự bần cùng nhưng hạt châu vẫn chưa từng bị mất. Nếu hốt nhiên gặp được bậc trí và chỉ ra chỗ hạt châu thì mọi sở nguyện của người ấy sẽ được như ý và trở nên giàu sang vô cùng. Khi đó người ấy mới ngộ rằng, hạt châu thần diệu không thể từ bên ngoài mà có được."

Lúc bấy giờ ngài Khánh Hỷ đứng dậy từ giữa đại chúng, rồi đảnh lễ với trán chạm sát chân của Phật và bạch Phật rằng:

"Bạch Thế Tôn! Như Lai vừa mới nói rằng, một khi đoạn trừ ba nghiệp duyên của sát sanh, trộm cắp, và tà dâm, thì ba nghiệp nhân của chúng sẽ không sanh. Do đó tánh điên cuồng ở trong tâm của chúng ta, tựa như sự cuồng loạn của gã Từ Thọ, sẽ tự nhiên dừng nghỉ. Sự dừng nghỉ đó chính là tuệ giác và nó không phải từ người khác mà có được. Rõ ràng những việc này không phải là thí dụ của nhân duyên hay sao? Vậy thì tại sao Như Lai gạt bỏ thuyết nhân duyên? Con cũng từ nhân duyên mà tâm được khai ngộ.

Bạch Thế Tôn! Nghĩa lý này chẳng phải riêng những vị Hữu Học Thanh Văn trẻ tuổi như chúng con, mà hiện tại ở trong đại hội này, như là Tôn giả Đại Thải Thục Thị, Tôn giả Thu Lộ Tử, Tôn giả Vô Diệt cùng những vị khác, lúc xưa họ đã từng theo học các vị

Phạm Chí lớn tuổi. Họ do nhờ nghe giáo lý duyên khởi của Phật mà tâm khai ngộ và trở thành bậc vô lậu. Giờ đây Thế Tôn nói rằng sự khai ngộ không từ nhân duyên. Như vậy thì luận thuyết về sự giác ngộ là tự nhiên của ngoại đạo Mịch Đạo Ngưu Xá Tử và những người khác ở thành Vương Xá, chính là Chân Lý Cứu Cánh rồi. Kính mong Như Lai rủ lòng đại bi mà khai thị để trừ bỏ sự mê muội của chúng con."

Phật bảo ngài Khánh Hỷ:

"Hãy so sánh những gì ông nói với trường hợp của gã Từ Thọ ở trong thành Phong Đức. Nếu sự điên cuồng của anh ta là do nhân duyên mà được diệt trừ, tức là tánh cuồng loạn của y sẽ tự nhiên xuất hiện nữa. Ông bàn luận về lý thuyết nhân duyên và tự nhiên, xét cho cùng là vậy.

Này Khánh Hỷ! Đầu của gã Từ Thọ vốn tự nhiên có. Nó luôn là một phần của anh ta. Bằng không thì hắn sẽ không còn là chính mình nữa. Thế thì nhân duyên làm sao liên quan đến việc hoảng sợ mất đầu nên đã điên cuồng chạy loạn của anh ta đây?

Nếu đầu của gã Từ Thọ vốn tự nhiên có nhưng do bởi nhân duyên nên cuồng loạn, thế thì tại sao không tự nhiên do bởi nhân duyên mà biến mất? Đầu của y vốn chẳng mất. Sự điên cuồng và sợ hãi của anh ta sanh ra từ hư vọng. Sự thật thì chưa từng có biến đổi nào. Thế thì làm sao sự điên cuồng của anh ta là khởi sanh từ nhân duyên chứ? Và nếu sự điên cuồng của y vốn tự nhiên có, tức là vốn có sự điên cuồng và sợ hãi, vậy trước khi anh ta trở nên cuồng loạn thì sự điên cuồng ấy đã cất giấu ở đâu? Ngược lại, nếu sự điên cuồng của kẻ đó vốn chẳng tự nhiên có và anh ta vốn không vọng tưởng về đầu của mình, thế thì tại sao y lại điên cuồng chạy loạn chứ?

Nếu gã Từ Thọ giác ngộ rằng, đầu của anh ta luôn là một phần của mình và nhận biết sự điên cuồng chạy loạn, thì lý thuyết nhân duyên và tự nhiên đều là hí luận. Đó là tại sao Ta nói rằng, một khi ba nghiệp duyên đoạn trừ thì tức là tâm giác ngộ.

Nếu ông bảo rằng tâm giác ngộ sanh ra khi sanh diệt của tâm chấm dứt, thì ông sẽ lại bảo rằng tâm giác ngộ cũng là sanh diệt. Sự thật thì con đường đến giác ngộ mà chẳng tốn công phí sức chính là chấm dứt cả sanh lẫn diệt.

Giả sử tâm giác ngộ là tự nhiên sanh ra. Như thế rất rõ là tâm tự nhiên sanh ra khi sự sanh diệt của tâm chấm dứt. Nhưng đó cũng là sanh diệt. Đừng nghĩ rằng những gì không sanh không diệt thì sẽ tự nhiên sanh ra.

Ví như những tạp chất ở thế gian hòa chung với nhau để thành một thể chất thì gọi là tánh hòa hợp. Những gì chẳng thể hòa hợp thì gọi là tánh bổn nhiên. Sự thật thì bổn nhiên chẳng phải bổn nhiên và hòa hợp chẳng phải hòa hợp. Bổn nhiên và hòa hợp đều chẳng tồn tại. Sự tồn tại của hòa hợp và bổn nhiên đều chẳng còn, khi đó cú nghĩa này mới gọi là Pháp không hí luận.

Đối với ông, Đạo tịch diệt vẫn còn xa thẳm. Ông sẽ phải trải qua nhiều kiếp với khổ nhọc tinh cần mới tu chứng. Tuy ông có khả năng nhớ trọn 12 Phần Giáo với nghĩa lý thanh tịnh vi diệu nhiều như cát sông Hằng của chư Như Lai trong mười phương, nhưng đó chỉ giúp ích cho việc hí luận. Tuy ông có thể đàm luận cùng giảng nói về nhân duyên và những việc tự nhiên sanh ra, với sự thấu rõ chắc chắn như thế nên được người thế gian tôn ông là bậc đa văn đệ nhất, nhưng cho dù ông huân tập đa văn trong nhiều kiếp thì cũng không thể thoát miễn ách nạn của cô gái thuộc tộc Mātaṅga [ma tân ga]. Tại sao ông phải cần Ta niệm Phật đảnh thần chú cho ông? Lửa dâm trong lòng của cô gái thuộc tộc Mātaṅga đã diệt hẳn và liền đắc Quả Bất Hoàn. Bây giờ ở trong Pháp của Ta, cô ấy trở thành một trong muôn người ở trong rừng tinh tấn. Do sông ái của cô ta đã khô cạn nên khiến ông được giải thoát.

Cho nên, Khánh Hỷ! Dù ông trải qua nhiều kiếp thọ trì Pháp bí mật trang nghiêm vi diệu của Như Lai, thì chẳng bằng như một ngày tu hành nghiệp vô lậu và lìa xa hai thứ khổ, thương với ghét của thế gian. Như lúc xưa cô gái thuộc tộc Mātaṅga là một dâm nữ, nhưng do uy lực của thần chú nên đã tiêu trừ ái dục của cô ta. Bây giờ cô ấy đã trở thành Bhikṣuṇī [bíc su ni] ở trong Pháp của Ta, tên là Tánh. Bhikṣuṇī Tánh và Bhikṣuṇī Trì Dự, tức là mẹ của Phật tử Phú Chương, thảy đồng giác ngộ những việc đời trước của mình. Họ biết rằng nguyên nhân trải qua nhiều đời sanh tử khổ đau chính là tham ái. Do nhờ một niệm huân tu của Pháp thiện vô lậu mà họ thoát khỏi siết buộc hoặc được Phật thọ ký. Tại sao ông vẫn còn dối gạt chính mình mà chỉ đứng yên, nghe ngóng, và quan sát?"

Khi ngài Khánh Hỷ và các đại chúng nghe lời dạy bảo của Phật, thì hoài nghi và lậu hoặc của họ được diệt trừ và tâm giác ngộ thật tướng. Thân tâm của họ khinh an và được điều chưa từng có.

❖

Một lần nữa, ngài Khánh Hỷ rơi lệ xót thương, rồi đảnh lễ với trán chạm sát chân của Phật, quỳ hai gối, chắp tay, và thưa với Phật rằng:

"Bậc Vô Thượng Đại Bi, Thanh Tịnh Bảo Vương đã khéo khai mở tâm con. Ngài có thể dùng muôn loại nhân duyên như thế để phương tiện dìu dắt và khích lệ, hầu chỉ dẫn các chúng sanh chìm đắm ra khỏi biển khổ u minh.

Thưa Thế Tôn! Con nay do nhờ nghe Pháp âm như thế nên mới biết Như Lai tạng, là tâm nhiệm mầu giác ngộ minh liễu và trùm khắp cõi giới trong mười phương. Nó bao hàm và dưỡng dục khắp các quốc độ của chư Như Lai trong mười phương, là những quốc độ thanh tịnh trang nghiêm báu của Diệu Giác Vương.

Như Lai cũng quở trách con chỉ nghe Pháp mà không áp dụng vào việc tu tập. Vì vậy con nay như kẻ lữ khách phiêu bạt và hốt nhiên gặp được vua trời ban cho ngôi nhà mỹ lệ. Tuy có được ngôi nhà nguy nga nhưng người ấy vẫn cần tìm cổng vào. Con chỉ mong Như Lai chớ rời bỏ đại bi đối với chúng con ở đại hội nơi đây, là những kẻ bị si ám che phủ, hầu khiến chúng con lìa bỏ Nhị Thừa. Kính mong Như Lai chỉ dẫn con đường từ sơ phát tâm cho đến chứng đắc Vô Dư Y Tịch Diệt của Như Lai, hầu khiến các vị Hữu Học nhiếp phục các duyên tìm cầu tích tập, đắc Tổng Trì và vào tri kiến của Phật."

Khi đã thỉnh cầu, ngài Khánh Hỷ cúi đầu đảnh lễ với năm điểm chạm đất; tất cả đại chúng trong đại hội cũng nhất tâm chờ đợi lời chỉ dạy từ bi của Phật.

Lúc bấy giờ Thế Tôn thương xót cho Thanh Văn và Duyên Giác ở trong đại hội, là những vị chưa được tự tại đối với Đạo tâm. Ngài cũng vì thương xót các chúng sanh vị lai sẽ sanh ra sau khi Phật diệt độ ở vào thời Mạt Pháp, nên hiển lộ con đường tu hành vi diệu của Vô Thượng Thừa để khiến tất cả đều phát tâm Bồ-tát.

Đức Phật khai thị cho Tôn giả Khánh Hỷ cùng toàn thể đại chúng rằng:

"Các ông đều đã phát khởi Đạo tâm vững chắc và chẳng sanh mệt mỏi đối với Đẳng Trì vi diệu của chư Phật Như Lai. Vì vậy trước tiên các ông phải nên thông hiểu hai nghĩa quyết định về sơ phát khởi Đạo tâm.

Hai nghĩa quyết định về sơ phát khởi Đạo tâm là những gì?

Này Khánh Hỷ! Nghĩa quyết định thứ nhất là: nếu các ông muốn lìa bỏ Thanh Văn Thừa và tu Bồ-tát Thừa để vào tri kiến của Phật, thì phải nên quán sát tường tận lúc phát tâm ở Nhân Địa cùng với Quả Địa khi giác ngộ, là giống nhau hay sai khác?

Này Khánh Hỷ! Nếu ở Nhân Địa mà dùng tâm sanh diệt để làm căn bổn tu nhân, ông sẽ không thể nào cầu được Phật Thừa không sanh không diệt. Do bởi lẽ này, ông hãy chiếu soi sự hiểu biết của mình vào các pháp hữu vi của thế gian và chúng đều trải qua biến đổi cùng hoại diệt.

Này Khánh Hỷ! Ông hãy quán sát những pháp tạo tác của thế gian. Có cái nào là bất hoại chăng? Tuy nhiên, ông sẽ không bao giờ nghe rằng hư không có hư hoại.

Vì sao thế? Bởi hư không chẳng phải là thứ có thể làm ra. Do vậy nó thỉ chung không bao giờ hoại diệt.

Ở trong thân thể của ông, những gì rắn chắc thuộc về yếu tố đất, những gì ẩm ướt thuộc về yếu tố nước, những gì ấm áp thuộc về yếu tố lửa, và những gì dao động thuộc về yếu tố gió. Do bốn đại này quấn siết với nhau nên đã phân chia tâm nhiệm mầu, giác ngộ minh liễu, và trạm nhiên viên mãn của ông thành những chức năng, như là thị giác, thính giác, xúc giác, hoặc tri giác. Do vậy năm lớp ô trược hình thành kể từ đó.

Sao gọi là ô trược?

Này Khánh Hỷ! Ví như nước vốn thanh khiết, nhưng đất cát tro bụi vốn là chất ngăn ngại. Do thể của chúng là vậy nên tánh của chúng không tương thích với nhau. Giả sử có người ở thế gian lấy một chút đất bụi bỏ vào nước trong. Đất sẽ mất thể ngăn ngại và nước sẽ mất thể thanh khiết. Do chúng cùng nhau hiện ra vẩn đục nên gọi là ô trược. Năm lớp ô trược của ông thì cũng lại như vậy.

Này Khánh Hỷ! Như khi ông nhìn vào hư không biến khắp mười phương, chẳng có sự phân chia nào giữa hư không và thị giác của ông. Nếu chỉ hư không tồn tại thì sẽ chẳng có gì để nhận biết nó cả. Nếu chỉ thị giác tồn tại thì sẽ chẳng có thứ gì để cho nó nhận biết. Do hư không và thị giác vướng mắc với nhau nên hình thành hư vọng. Đây là lớp ô trược thứ nhất, gọi là ô trược của thời gian.

Thân thể của ông được kết hợp bởi bốn đại. Thị giác, thính giác, khứu giác, vị giác, xúc giác, và tri giác của ông vun đắp nên khiến cho ngăn ngại. Đất nước gió lửa xoay chuyển nên khiến có sự nhận biết. Do sự nhận biết và bốn đại vướng mắc với nhau nên hình thành hư vọng. Đây là lớp ô trược thứ nhì, gọi là ô trược của cái thấy.

Lại ở trong tâm ông có sự huân tập của nhớ biết và tánh phát khởi thấy biết. Do đó sáu thức sanh khởi và dung thọ sáu trần. Nếu lìa khỏi các trần thì các thức sẽ chẳng có tướng. Nếu lìa khỏi sự nhận biết thì các trần sẽ chẳng có tánh. Do các trần và các thức vướng mắc với nhau nên hình thành hư vọng. Đây là lớp ô trược thứ ba, gọi là ô trược của phiền não.

Lại nữa, chúng sanh sớm tối sanh ra và diệt mất mà chẳng tạm đình. Tri kiến của họ luôn mong sống mãi ở thế gian. Nghiệp lực luôn đưa đẩy họ từ cõi này đến cõi khác. Do ý tưởng và nghiệp của họ vướng mắc với nhau nên hình thành hư vọng. Đây là lớp ô trược thứ tư, gọi là ô trược của chúng sanh.

Tánh thấy nghe của các ông vốn chẳng sai khác với nhau. Do các trần chia cách nên tuy chúng giống nhau mà chức năng có sai khác. Do các thức và các trần mất đi chuẩn mực và vướng mắc với nhau nên hình thành hư vọng. Đây là lớp ô trược thứ năm, gọi là ô trược của thọ mạng.

Này Khánh Hỷ! Ông nay muốn chuyển thị giác, thính giác, và cho đến tri giác để khế hợp từ xa với thường lạc ngã tịnh của Như Lai. Ông trước tiên phải nhổ trừ căn gốc của sanh tử và nương vào tánh viên thành trạm nhiên không sanh không diệt. Hãy dùng tánh trạm nhiên để xoay chuyển cảnh sanh diệt hư vọng và hồi phục bổn giác. Khi đã được minh giác bổn nguyên, là tánh không sanh diệt để làm Nhân Địa, rồi sau đó ông sẽ tu chứng thành tựu viên mãn Quả Địa.

Việc này có thể sánh với phương pháp làm lắng đọng nước đục. Nếu ông có thể giữ nó yên tĩnh bất động ở trong thùng chứa thì cát với đất sẽ tự nhiên chìm xuống và nước sẽ trở nên thanh khiết. Đây có thể so sánh với giai đoạn đầu của hàng phục phiền não từ khách trần. Khi đã loại trừ bùn dơ và chỉ còn nước trong thì gọi là vĩnh viễn đoạn trừ căn gốc của vô minh. Khi minh tướng tinh thuần, tất cả đều biến hiện và không bị phiền não. Tất cả đều khế hợp với diệu đức thanh tịnh của tịch diệt.

❖

Nghĩa quyết định thứ nhì là: nếu các ông muốn hết lòng phát khởi Đạo tâm thì phải sanh tâm đại dũng mãnh ở trong Bồ-tát Thừa. Các ông phải nhất quyết xả bỏ các tướng hữu vi, và phải thẩm tường căn bổn của phiền não. Nó từ vô thỉ đến nay đã phát khởi và sanh trưởng nghiệp. Ai làm ra nó và ai thọ nhận?

Này Khánh Hỷ! Trong tiến trình tu Đạo, nếu ông chẳng quán sát căn gốc của phiền não một cách tường tận, thì sẽ không thể biết điên đảo hư vọng của các căn và các trần ở đâu. Nơi xứ mà còn chẳng biết thì làm sao hàng phục chúng và đạt đến quả vị của Như Lai?

Này Khánh Hỷ! Ông hãy quan sát người tháo gút ở thế gian. Nếu người ấy không thấy chỗ thắt buộc thì làm sao biết mà gỡ ra? Tuy nhiên, ông chưa bao giờ nghe hư không bị hủy nát ra từng mảnh.

Vì sao thế? Bởi hư không chẳng có hình tướng nên không thể kết hợp hay chia cắt.

Nhưng hiện tại sáu căn của ông, gồm có mắt tai mũi lưỡi thân ý, đang làm nội gián cho bọn giặc để vào nhà cướp của. Cũng như vậy, do chúng sanh và thế giới từ vô thỉ đã trói buộc lẫn nhau bởi sự hư vọng này nên chúng sanh không thể vượt khỏi y báo thế gian.

Này Khánh Hỷ! Sao gọi là chúng sanh và thế giới của không gian và thời gian?

Thế tức là đổi dời; giới tức là phương hướng và vị trí. Ông nay nên biết rằng: không gian chia làm đông, tây, nam, bắc, đông nam, tây nam, đông bắc, tây bắc, phương trên và phương dưới; thời gian chia làm quá khứ, hiện tại, và vị lai. Vị trí có mười và thời gian có ba. Do các chúng sanh mắc kẹt nơi hư vọng nên họ qua lại ở trong không gian và thời gian liên kết với nhau.

Mặc dù không gian trải rộng đến mười phương và có thể biết rõ ràng, nhưng mắt phàm của thế gian chỉ xem đông tây nam bắc là bốn hướng chính. Họ không xem phương trên và phương dưới có vị trí rõ rệt. Họ xem bốn hướng phụ chẳng phải là những phương hướng cố định. Bốn hướng chính được hiểu là cố định. Do đó có thể nói rằng không gian là 4, thời gian là 3. Nếu lấy 4 nhân cho 3 sẽ bằng 12, rồi nhân cho 10, rồi lại nhân cho 10 nữa thì sẽ là 1.200. Tổng quát thì chung ở trong sáu căn, mỗi căn sẽ có 1.200 công đức.

Này Khánh Hỷ! Ông cũng có thể xác định mức độ thắng liệt ở trong mỗi căn. Ví như căn mắt nhìn thấy ở trước chứ không thấy ở sau. Ở phía trước toàn là ánh sáng và ở phía sau toàn là đen tối. Nếu thêm vào một nửa nhãn lực bên trái và một nửa nhãn lực bên phải, tổng nhãn lực là 2/3. Thế nên tổng số công đức của căn mắt chẳng vẹn toàn và chỉ hoạt động ở ba trong bốn hướng chính. Do đó phải biết rằng, căn mắt bị giới hạn và chỉ còn 800 công đức.

Ví như căn tai có thể nghe khắp mười phương mà chẳng thiếu sót. Tiếng động có thể nghe gần hoặc xa. Khi yên tĩnh, thính giác là vô biên tế. Do đó phải biết rằng, căn tai đầy đủ 1.200 công đức.

Ví như căn mũi có thể ngửi mùi. Hơi thở ra vào ở lỗ mũi. Đương lúc hít vào và thở ra, hơi thở có gián đoạn. Thông qua sự chứng nghiệm này, căn mũi bị thiếu một trong ba phần. Do đó phải biết rằng, căn mũi bị giới hạn và chỉ còn 800 công đức.

Ví như căn lưỡi có thể tuyên dương hết thảy mọi hiểu biết của thế gian và xuất thế gian. Tuy ngôn ngữ ở mỗi nơi có khác nhưng nghĩa lý thì vô cùng tận. Do đó phải biết rằng, căn lưỡi đầy đủ 1.200 công đức.

Ví như căn thân có thể cảm giác xúc chạm và biết là thoải mái hay khó chịu. Nó có thể cảm giác khi xúc chạm nhưng lại chẳng biết khi tách rời. Tách rời là một phẩm chất và xúc chạm có hai phẩm chất. Thông qua sự chứng nghiệm này, căn thân bị thiếu một trong ba phần. Do đó phải biết rằng, căn thân bị giới hạn và chỉ còn 800 công đức.

Ví như căn ý có thể tĩnh lặng dung thọ tất cả pháp thế gian và Pháp xuất thế gian trong ba đời mười phương. Dù là ý niệm của thánh nhân hay phàm phu, không gì chẳng bao dung, và nó biết đến tận ranh giới. Do đó phải biết rằng, căn ý đầy đủ 1.200 công đức.

Này Khánh Hỷ! Ông nay muốn đi ngược dòng ái dục đã dẫn đến sanh tử. Ông muốn đi ngược dòng chảy qua các căn để đến nơi tận cùng không sanh không diệt. Thế thì ông phải suy nghiệm sáu căn hoạt động như thế nào. Những căn nào hoạt động khi tiếp xúc với trần cảnh của chúng và những căn nào hoạt động khi tách rời trần cảnh của chúng. Những căn nào dễ tu tập và những căn nào khó tu tập. Những căn nào có thể đạt đến viên thông và những căn nào chẳng viên mãn.

Nếu ông tỏ ngộ những căn nào có thể đạt đến viên thông, thì ông sẽ có thể đi ngược dòng nghiệp hư vọng đã siết buộc từ vô thỉ. Một ngày tu hành nương theo căn viên thông, tức sẽ bằng một kiếp tu hành nương theo căn chẳng viên thông. Ta nay đã giải thích rõ ràng về công đức vốn có của sáu căn viên minh trạm nhiên, và số lượng của chúng như thế. Bây giờ chỉ tùy ông tuyển lựa kỹ càng là căn nào có thể vào. Ta sẽ làm rõ việc này để giúp ông tiến bước dũng mãnh.

Chư Như Lai trong mười phương đều chọn 1 trong 18 giới để tu hành và thảy đắc Đạo vô thượng viên mãn. Đối với các Ngài, không một cái nào ở trong 18 giới là ưu việt hay hạ liệt. Nhưng do ông đang ở bậc thấp kém và vẫn chưa có thể viên mãn tự tại ở trong đó, nên Ta mới tuyên nói để giúp ông chọn một căn duy nhất và xem nó như một cánh cổng để vào sâu tu hành. Nếu ông vào sâu tu hành và chẳng còn hư vọng ở trong một căn, thì các căn còn lại sẽ đồng thời thanh tịnh."

Ngài Khánh Hỷ bạch Phật rằng:

"Bạch Thế Tôn! Làm sao con có thể vào sâu tu hành ở trong một căn để ngược dòng sanh tử và khiến sáu căn đồng thời thanh tịnh?"

Phật bảo ngài Khánh Hỷ:

"Nay ông đắc Quả Dự Lưu và đã đoạn diệt cái thấy si mê của chúng sanh thế gian trong ba cõi. Nhưng ông vẫn còn chưa biết tập khí hư vọng từ vô thỉ đã sanh ra và tích chứa ở trong căn. Ông sẽ tu hành không chỉ trừ các tập khí này, mà cũng phải đoạn vô số tập khí vi tế của chúng khi trải qua sanh trụ dị diệt.

Bây giờ ông hãy quán sát sáu căn hiện tiền là một hay sáu.

Này Khánh Hỷ! Nếu bảo là một thì tại sao tai không thể thấy và mắt chẳng thể nghe? Tại sao đầu chẳng thể đi và chân không thể nói? Nếu sáu căn này nhất định là sáu, thì như bây giờ Ta đang tuyên dương Pháp môn vi diệu ở giữa đại hội, căn nào ở trong sáu căn của ông đến lãnh thọ?"

Ngài Khánh Hỷ thưa rằng:

"Dạ con dùng tai để nghe."

Đức Phật bảo:

"Nếu tai của ông tự có thể nghe thì nó liên quan gì đến thân và miệng của ông chứ? Thế nhưng, ông dùng miệng để hỏi nghĩa lý và ông dùng thân để bày tỏ khâm tuân phụng thừa. Cho nên phải biết rằng, nếu chúng không phải là một thì là sáu. Và nếu chúng không phải là sáu thì phải là một. Nhưng cũng không thể nói rằng chúng vốn là một mà cũng là sáu.

Này Khánh Hỷ! Phải biết rằng, các căn này chẳng phải một hay sáu. Do ông điên đảo luân phiên từ vô thỉ cho đến nay, nên mới sanh ra ý tưởng một và sáu ở trong viên minh trạm nhiên. Tuy ông đã tiêu trừ được sáu ở Quả Dự Lưu, nhưng vẫn còn chưa tan mất được một.

Ví như có người muốn chứa một ít hư không ở trong những thùng đựng. Do những thùng đựng có hình dáng khác nhau nên hư không ở trong đó cũng có hình dáng sai khác. Nếu bỏ đi thùng đựng rồi nhìn hư không ở trong nó, ông sẽ bảo rằng hư không là một. Thế nhưng làm sao hư không bao la kia trở nên hợp nhất hoặc phân ly là do bởi ông chứ? Hà huống còn gọi hư không là một hay chẳng phải một. Cho nên ông phải hiểu rõ rằng, sáu căn thọ dụng thì cũng lại như vậy.

Do bởi hai loại--sáng với tối--cùng hiện ra ở trong diệu giác viên minh trạm nhiên và chúng vướng vào đó nên phát khởi tánh thấy tinh nguyên. Tiếp đến tánh thấy tinh nguyên hiển lộ hình sắc, rồi kết giao với hình sắc mà thành căn mắt. Căn mắt tinh nguyên được làm từ bốn đại thanh tịnh. Do vậy mà nó gọi là thể của mắt. Con mắt có hình dáng như trái nho và được làm từ bốn đại thô nhiễm. Căn mắt chạy loạn ra ngoài để tìm hình sắc.

Do bởi hai loại--động với tĩnh--cùng xung đột lẫn nhau ở trong diệu giác viên minh trạm nhiên và chúng vướng vào đó nên phát khởi tánh nghe tinh nguyên. Tiếp đến tánh nghe tinh nguyên hiển lộ âm thanh, rồi cuốn hút với âm thanh mà thành căn tai. Căn tai tinh nguyên được làm từ bốn đại thanh tịnh. Do vậy mà nó gọi là thể của tai. Lỗ tai có hình dáng như chiếc lá tươi cuộn lại và được làm từ bốn đại thô nhiễm. Căn tai chạy loạn ra ngoài để tìm âm thanh.

Do bởi hai loại--khai thông với bế tắc--cùng phát khởi ở trong diệu giác viên minh trạm nhiên và chúng vướng vào đó nên phát khởi tánh ngửi tinh nguyên. Tiếp đến tánh ngửi tinh nguyên hiển lộ mùi hương, rồi thu nạp mùi hương mà thành căn mũi. Căn mũi tinh nguyên được làm từ bốn đại thanh tịnh. Do vậy mà nó gọi là thể của mũi. Lỗ mũi có hình dáng như đôi móng rủ xuống và được làm từ bốn đại thô nhiễm. Căn mũi chạy loạn ra ngoài để tìm mùi hương.

Do bởi hai loại--có vị với vô vị--cùng tham dự ở trong diệu giác viên minh trạm nhiên và chúng vướng vào đó nên phát khởi tánh nếm tinh nguyên. Tiếp đến tánh nếm tinh nguyên hiển lộ vị nếm, rồi quấn siết vị nếm mà thành căn lưỡi. Căn lưỡi tinh nguyên được làm từ bốn đại thanh tịnh. Do vậy mà nó gọi là thể của lưỡi. Cái lưỡi có hình dáng như trăng lưỡi liềm và được làm từ bốn đại thô nhiễm. Căn lưỡi chạy loạn ra ngoài để tìm vị nếm.

Do bởi hai loại--kết hợp với phân ly--cùng ma xát ở trong diệu giác viên minh trạm nhiên và chúng vướng vào đó nên phát khởi tánh chạm tinh nguyên. Tiếp đến tánh chạm tinh nguyên hiển lộ xúc chạm, rồi bắt lấy xúc chạm mà thành căn thân. Căn thân tinh nguyên được làm từ bốn đại thanh tịnh. Do vậy mà nó gọi là thể của thân. Thân thể có hình dáng như cái trống thắt hẹp ở giữa và được làm từ bốn đại thô nhiễm. Căn thân chạy loạn ra ngoài để tìm xúc chạm.

Do bởi hai loại--sanh với diệt--cùng tương tục ở trong diệu giác viên minh trạm nhiên và chúng vướng vào đó nên phát khởi tánh biết tinh nguyên. Tiếp đến tánh biết tinh nguyên hiển lộ pháp trần, rồi nhìn ngắm pháp trần mà thành căn ý. Căn ý tinh nguyên được làm từ bốn đại thanh tịnh. Do vậy mà nó gọi là ý tư. Căn ý được ví như sự nhìn thấy bốn đại thô nhiễm ở trong căn phòng tối. Căn ý chạy loạn ra ngoài để tìm pháp trần.

Này Khánh Hỷ! Khi sự hiểu biết được thêm vào bổn giác minh liễu, sáu căn như thế sanh ra từ đó. Kết quả là minh liễu tinh nguyên bị đánh mất và các căn vướng mắc hư vọng mà phát triển những chức năng. Cho nên nếu ông bây giờ lìa khỏi sáng và tối thì sẽ không có thể chất của thấy. Lìa khỏi động và tĩnh thì vốn chẳng có thể chất của nghe. Không có khai thông và bế tắc thì tánh ngửi chẳng sanh. Không có vị và vô vị thì cảm giác nếm vị sẽ chẳng có chỗ để sanh ra. Chẳng có kết hợp và phân ly thì cảm giác xúc chạm vốn không. Chẳng có sanh và diệt thì tri giác sẽ an nghỉ.

Ông chỉ cần không hướng theo 12 tướng hữu vi, gồm có sáng với tối, động với tĩnh, khai thông với bế tắc, có vị với vô vị, kết hợp với phân ly, và sanh với diệt. Kế đến tập trung vào một căn và kéo nó ra khỏi trần cảnh, rồi chuyển dẫn căn đó hướng vào trong. Như vậy nó sẽ có thể quay về chân nguyên và phát huy ánh sáng rực rỡ của bổn giác. Ánh sáng rực rỡ này sẽ chiếu soi năm căn còn lại cho đến khi chúng hoàn toàn giải thoát. Một khi sáu căn thoát khỏi trần cảnh mà chúng hấp thu, sự hiểu biết sẽ không theo các căn. Do đó sự hiểu biết sẽ phát huy ở tất cả sáu căn và chúng sẽ hỗ tương hoạt động.

Này Khánh Hỷ! Ông há chẳng biết nay ở trong đại hội này, Bhikṣu [bíc su] Vô Diệt tuy bị mù nhưng vẫn có thể thấy. Hiền Hỷ Long Vương tuy bị điếc nhưng vẫn có thể nghe. Thần nữ của sông Hằng chẳng có mũi nhưng vẫn có thể ngửi mùi. Lưỡi của Bhikṣu Ngưu Tướng bị dị tật nhưng vẫn có thể biết vị. Thần hư không tuy chẳng có thân nhưng vẫn cảm giác xúc chạm và tạm hiện ra ở trong quang minh của Như Lai; tuy nhiên, thể của ông ta vốn rỗng không và vô hình như gió. Các vị Thanh Văn chứng đắc Diệt Tận Định, như là Bhikṣu Đại Ẩm Quang ở trong đại hội này, từ lâu đã diệt căn ý nhưng vẫn viên minh liễu tri mà chẳng nhờ tâm niệm.

Này Khánh Hỷ! Giả sử bây giờ các căn của ông đã nhổ ra khỏi trần cảnh, một ánh sáng trong suốt sẽ chiếu soi từ bên trong. Tiếp đến những trần cảnh thô nhiễm và tướng của pháp thế gian sẽ biến hóa, ví như băng tan trong nước nóng. Ứng theo tâm niệm của ông, chúng sẽ hóa thành tri giác vô thượng.

Này Khánh Hỷ! Ví như có người ở thế gian chỉ nhìn thấy với con mắt của họ, nếu người ấy mau chóng nhắm mắt lại thì cảnh tượng đen tối sẽ hiện ra ngay. Sáu căn của người ấy sẽ bao trùm trong tối tăm. Mắt của người ấy sẽ không thể phân biệt nào là đầu hoặc chân ở trên thân người khác. Tuy nhiên vẫn có thể nếu người ấy dùng tay mò mẫm hình dáng ở ngoài. Mặc dù người ấy chẳng thấy, nhưng tri giác nhận biết về đầu hoặc chân thì giống nhau.

Nếu thị giác của người ấy nương nhờ ánh sáng, tức sẽ không thấy khi chìm vào đen tối. Mặc dù chẳng có ánh sáng nhưng người ấy vẫn có thể cảm nhận. Vì vậy mọi tướng đen tối đều vĩnh viễn không thể cản ngăn. Cũng vậy, một khi các căn và các trần đã tiêu trừ, làm sao giác minh của ông chẳng trở thành viên mãn vi diệu cho được?"

❖

Ngài Khánh Hỷ bạch Phật rằng:

"Bạch Thế Tôn! Như Phật đã dạy rằng, khi phát khởi Đạo tâm muốn cầu thường trụ ở Nhân Địa thì tất phải tương ứng với Quả Địa.

Bạch Thế Tôn! Ở trong Quả Địa có những tên gọi khác nhau, như là Tuệ Giác, Tịch Diệt, Chân Như, Phật Tánh, Vô Cấu Thức, Không của Như Lai Tạng, và Đại Viên Kính Trí. Danh xưng của bảy loại tên này tuy có khác nhưng đồng một nghĩa là thanh tịnh viên mãn, thể tánh kiên cố như kim cang vương và thường trụ bất hoại.

Nếu một khi thấy, nghe, và những giác quan khác tách rời sáng với tối, động với tĩnh, khai thông với bế tắc, có vị với vô vị, kết hợp với phân ly, và sanh với diệt, thì chúng cứu cánh chẳng có tự thể. Đây ví như ý niệm mà lìa khỏi pháp trần thì nó vốn không chỗ có. Làm sao có thể mang các thức sẽ đoạn diệt này làm nhân để tu hành và muốn đạt đến quả vị thường trụ của Như Lai với bảy tên gọi chứ?

Bạch Thế Tôn! Nếu tách rời sáng và tối thì cứu cánh sẽ không thấy gì. Cũng vậy, nếu như chẳng có pháp trần thì tự tánh của ý niệm sẽ diệt mất. Con đã tìm đi tìm lại rất tỉ mỉ, nhưng vốn chẳng có cái gì gọi là tâm và vật của nó. Thế thì con phải lập nhân gì để cầu vô thượng giác?

Những gì Như Lai vừa nói trái nghịch với lời dạy ở trước về thường trụ trạm nhiên viên mãn và cuối cùng nó trở thành hí luận. Làm sao những lời nói đó của Như Lai có thể là chân thật chứ? Kính mong Thế Tôn rủ lòng đại từ mà khai thị để giải trừ u mê và chấp trước của con."

Phật bảo ngài Khánh Hỷ:

"Tuy ông đa văn học rộng nhưng các lậu vẫn chưa trừ sạch. Mặc dù trong tâm ông biết nguyên nhân của điên đảo, nhưng đến khi điên đảo thật sự hiện tiền thì ông đích thực chẳng thể nhận ra. Cho dù ông rất thành tâm nhưng ông vẫn chưa tín thọ giáo Pháp. Ta nay sẽ đưa ra những việc của trần thế để dứt trừ hoài nghi của ông."

Bấy giờ Như Lai bảo Tôn giả Phú Chướng hãy gõ một tiếng chuông, rồi hỏi ngài Khánh Hỷ rằng:

"Ông bây giờ có nghe chăng?"

Ngài Khánh Hỷ và đại chúng đều thưa rằng:

"Dạ nghe!"

Khi tiếng chuông không còn vang nữa, Đức Phật lại hỏi rằng:

"Ông bây giờ có nghe chăng?"

Ngài Khánh Hỷ và đại chúng đều thưa rằng:

"Dạ không nghe!"

Lúc ấy Tôn giả Phú Chướng lại gõ một tiếng chuông, và Đức Phật lại hỏi rằng:

"Ông bây giờ có nghe chăng?"

Ngài Khánh Hỷ và đại chúng lại thưa rằng:

"Dạ nghe!"

Đức Phật hỏi ngài Khánh Hỷ:

"Làm sao ông có thể nghe rồi lại chẳng nghe?"

Ngài Khánh Hỷ và đại chúng đều thưa với Phật rằng:

"[Thưa Thế Tôn!] Chúng con nghe tiếng chuông khi nó mới được gõ vào, nhưng một hồi lâu sau khi chuông vang tan mất thì chúng con không còn nghe nữa."

Như Lai lại bảo Tôn giả Phú Chướng hãy gõ một tiếng chuông, rồi hỏi ngài Khánh Hỷ rằng:

"Bây giờ có âm thanh chăng?"

Ngài Khánh Hỷ và đại chúng đều thưa rằng:

"Dạ có âm thanh!"

Một lát sau khi âm thanh phai mất, Đức Phật lại hỏi rằng:

"Và bây giờ có âm thanh chăng?"

Ngài Khánh Hỷ và đại chúng đáp rằng:

"Dạ không có âm thanh!"

Một lát sau, Tôn giả Phú Chướng lại gõ một tiếng chuông, và Đức Phật lại hỏi rằng:

"Và bây giờ có âm thanh chăng?"

Ngài Khánh Hỷ và đại chúng đều thưa rằng:

"Dạ có âm thanh!"

Đức Phật hỏi ngài Khánh Hỷ:

"Làm sao có âm thanh rồi lại chẳng có âm thanh?"

Ngài Khánh Hỷ và đại chúng đều thưa với Phật rằng:

"[Thưa Thế Tôn!] Khi chuông mới được gõ vào thì có âm thanh, nhưng một hồi lâu sau khi chuông vang tan mất thì không còn âm thanh nữa."

Phật bảo ngài Khánh Hỷ và các đại chúng rằng:

"Sao nay ông lại trả lời hỗn loạn như vậy?"

Ngài Khánh Hỷ và đại chúng đồng thời hỏi Phật rằng:

"Dạ thưa con trả lời hỗn loạn nghĩa là sao?"

Đức Phật bảo:

"Khi Ta hỏi rằng ông có nghe chăng thì ông nói là có. Ta lại hỏi có âm thanh chăng thì ông nói là có. Câu trả lời bất định của ông giữa nghe và âm thanh, như thế chẳng gọi hỗn loạn thì là gì?

Này Khánh Hỷ! Khi chuông vang phai mất thì ông nói là không còn nghe nữa. Nếu ông thật sự chẳng còn nghe nữa, tức là tánh nghe của ông đã diệt mất hoàn toàn. Vậy có nghĩa là nó sẽ giống như cây khô và ông sẽ không bao giờ còn nhận biết tiếng chuông nào nữa. Tuy nhiên ông tự biết khi nào thì có và khi nào thì không, hoặc khi nào thì không và khi nào thì có về loại thanh trần này. Thế nhưng tánh nghe của ông làm sao đã có rồi lại không? Giả sử tánh nghe chẳng còn nữa thì ai sẽ biết âm thanh đã phai mất.

Cho nên, Khánh Hỷ! Mặc dù thanh trần ở trong tánh nghe tự có sanh diệt, nhưng tánh nghe của ông chẳng phải do thanh trần có sanh hay diệt mà khiến nó phải sanh hay diệt.

Ông vẫn còn điên đảo và nhầm lẫn âm thanh là tánh nghe. Sao lại hôn mê mà cho rằng cái thường hằng là đoạn diệt chứ? Ông vĩnh viễn chớ nên bảo rằng, tánh nghe lệ thuộc vào tiếng động và yên tĩnh, hoặc lệ thuộc vào lỗ tai khai thông hay bế tắc.

Ví như có người ngủ say ở trên giường. Giữa lúc kẻ kia đang say ngủ thì có người trong gia đình giặt giũ hay giã gạo. Anh ta ở trong mơ nghe tiếng giã gạo hoặc tiếng giặt giũ mà nhầm cho là tiếng trống đánh hoặc là tiếng chuông gõ. Liền ở trong mơ, anh ta lấy làm lạ là tại sao tiếng chuông lại như âm thanh phát ra từ gỗ hay đá. Khi hốt nhiên tỉnh giấc, anh ta lập tức nhận biết âm thanh của tiếng đập giã.

Anh ta nói với người nhà rằng:

'Giữa lúc đang mơ, tôi nhầm lẫn tiếng đập giã là tiếng trống.'

Này Khánh Hỷ! Làm sao người ấy ở trong mơ mà có thể ghi nhớ tiếng động hay yên tĩnh? Làm sao tai của người ấy không bị ngăn ngại và vẫn hoạt động? Mặc dù thân thể của người ấy đã ngủ say nhưng tánh nghe chẳng hôn mê. Cho dù thân thể của ông tan rã và mạng sống tiêu tan, nhưng tánh nghe này của ông làm sao có thể bị chúng diệt mất chứ?

Tuy nhiên từ vô thỉ cho đến nay, do các chúng sanh chạy theo hình sắc với âm thanh nên niệm niệm lưu chuyển và chưa từng khai ngộ tánh thanh tịnh vi diệu thường hằng. Họ chẳng theo chân thường mà lại chạy theo những sự sanh diệt. Do đó từ đời này sang đời khác, họ bị nhiễm ô nên phải lưu chuyển. Nhưng nếu họ từ bỏ sanh diệt và giữ lấy chân thường thì ánh sáng thường hằng sẽ hiện tiền. Căn, trần, và thức tâm sẽ ứng thời tiêu tan.

Tưởng tướng là trần và thức tình là cấu nhiễm. Nếu lìa xa cả hai, Pháp nhãn của ông sẽ ứng thời trong sáng. Như thế làm sao mà không thành tựu vô thượng tri giác cho được?"

Kinh Vô Thượng Bảo Ấn của Đại Bạch Tản Cái Tổng Trì
Được Tuyên Thuyết ở Trên Đại Phật Đảnh,
là Thanh Tịnh Hải Nhãn của Mười Phương Như Lai ♦ Hết quyển 4

Ngài Khánh Hỷ bạch Phật rằng:

"Bạch Thế Tôn! Tuy Như Lai đã thuyết giảng nghĩa quyết định thứ nhì, nhưng nay hãy quán sát về người cởi trói ở thế gian. Nếu họ chẳng biết nguyên gốc của chỗ bị buộc, thì con tin rằng người ấy sẽ không bao giờ có thể gỡ ra.

Bạch Thế Tôn! Con và những vị Hữu Học Thanh Văn thì cũng lại như vậy. Từ vô thỉ, chúng con sanh ra trong vô minh và diệt mất trong vô minh. Mặc dù chúng con đa văn, có thiện căn, và còn được xuất gia, nhưng chúng con như những kẻ cách vài ngày lại bị sốt. Kính mong Như Lai đại từ mà thương xót cho những kẻ chìm đắm trong luân hồi. Làm sao thân và tâm của chúng con hôm nay bị siết buộc và chúng con phải gỡ trói từ đâu? Xin Thế Tôn hãy chỉ dạy và hầu cũng khiến cho những chúng sanh khổ nạn ở vị lai được thoát miễn luân hồi và không còn rơi vào ba cõi."

Khi tác bạch xong, ngài Khánh Hỷ cùng toàn thể đại chúng cúi đầu đảnh lễ với năm điểm chạm đất. Rồi Tôn Giả rơi lệ như mưa và thành tâm chờ đợi lời khai thị vô thượng của Đức Phật Như Lai.

Lúc bấy giờ Thế Tôn thương xót ngài Khánh Hỷ cùng những vị Hữu Học ở trong đại hội, lại cũng vì hết thảy chúng sanh vị lai mà làm nhân xuất thế và làm con mắt cho tương lai. Đức Phật dùng bàn tay xoa lên đỉnh đầu của ngài Khánh Hỷ, và từ nơi đó phóng ra ánh sáng vàng tím như tử ma hoàng kim. Lập tức khắp thế giới của chư Phật đều chấn động sáu cách. Số lượng chư Như Lai đang trụ thế nhiều như vi trần, mỗi vị phóng ra ánh sáng báu từ đỉnh đầu. Những ánh sáng đó đồng thời ở các thế giới kia chiếu đến rừng Chiến Thắng và rót vào đỉnh đầu của Như Lai. Khi ấy toàn thể đại chúng được điều chưa từng có.

Tiếp đến Tôn giả Khánh Hỷ và các đại chúng đều nghe chư Như Lai trong mười phương nhiều như vi trần, dị khẩu đồng âm, bảo ngài Khánh Hỷ rằng:

"Lành thay, Khánh Hỷ! Ông muốn nhận biết vô minh đã sanh cùng lúc với ông, là căn gốc kết buộc đã khiến ông luân chuyển trong sanh tử, chính là sáu căn của ông--không có vật nào khác. Ông lại muốn biết Đạo vô thượng để khiến ông mau chứng giải thoát an lạc, tịch tĩnh vi diệu và thường hằng, thì cũng sẽ do sáu căn của ông--không có vật nào khác."

Tôn giả Khánh Hỷ tuy nghe Pháp âm như thế, nhưng tâm vẫn chưa hiểu.

Ngài cúi đầu và bạch Phật rằng:

"[Bạch Thế Tôn!] Làm sao sáu căn này mà không phải bất cứ vật nào khác, đã khiến con sanh tử luân hồi nhưng đồng thời cũng sẽ giúp con được an lạc vi diệu thường hằng?"

Phật bảo ngài Khánh Hỷ:

"Căn và trần đồng đến từ một nguồn gốc. Giải thoát và trói buộc chẳng phải hai. Tánh của thức là hư vọng và tựa như hoa đốm.

Này Khánh Hỷ! Do bởi các trần mà phát khởi tri kiến, và nhân bởi các căn mà có tướng. Tướng và tri kiến đều chẳng có tự tánh. Chúng phụ thuộc lẫn nhau, tựa như lau sậy đan siết với nhau. Cho nên ông nay dựa vào tri kiến để nhận biết, nhưng nó chính là gốc của vô minh. Nếu nhận biết tri kiến vốn không thì chính là chân tánh thanh tịnh, tịch diệt vô lậu. Tại sao ông lại chứa thêm vật khác vào trong chân tánh chứ?"

Lúc bấy giờ Thế Tôn muốn tuyên lại nghĩa lý ở trên nên nói kệ rằng:

"Hữu vi rỗng không trong chân tánh
Do từ duyên sanh nên như huyễn
Vô vi vô khởi bất sanh diệt
Nhưng cũng chẳng thật như hoa đốm

Giảng nói hư vọng để hiển chân
Nhưng vọng lẫn chân đều hư vọng
Bởi chân và vọng vốn phi chân
Năng kiến sở kiến làm sao có?

Ở giữa hai chúng không thật tánh
Cho nên đan siết như lau sậy
Trói buộc giải thoát đồng sở nhân
Thánh nhân phàm phu chẳng hai lối

Ông hãy quán sát trong tánh siết
Có - không cả hai đều chẳng phải
Si mê tối tăm tức vô minh
Phát huy diệu minh liền giải thoát

Tháo gút cần phải theo thứ tự
Khi sáu đã gỡ một cũng vong
Tuyển chọn một căn đắc viên thông
Bước vào dòng thánh thành chánh giác

Như Lai tịnh thức rất vi tế
Tập khí kết thành dòng chảy xiết
Chân với phi chân e sẽ mê
Nên Ta hiếm nói về điều ấy

Khi tâm của ông giữ tâm ông
Phi huyễn sẽ thành pháp huyễn hóa
Huyễn và phi huyễn chẳng nắm giữ
Phi huyễn mà còn chẳng sanh ra
Huống là huyễn pháp sao thành lập?

Pháp này gọi là diệu liên hoa
Kim cang kiên cố bảo giác vương
Như Huyễn Đẳng Trì ai tu hành
Thoáng khảy móng tay vượt Vô Học

Đây là diệu Pháp không gì sánh
Chư Phật Thế Tôn khắp mười phương
Một đường thẳng đến cổng tịch diệt"

Khi ngài Khánh Hỷ và các đại chúng nghe được bài kệ giáo hối từ bi vô thượng của Đức Phật Như Lai, kết hợp với diệu lý thanh tịnh oánh triệt, mắt tâm của họ mở sáng và tán thán là điều chưa từng có.

❖

Ngài Khánh Hỷ chắp tay đảnh lễ, rồi thưa với Phật rằng:

"Nhờ lòng đại bi vô tận của Phật mà con nay nghe được Pháp cú chân thật về tánh tịnh diệu thường hằng. Tuy nhiên, tâm con vẫn chưa thông đạt phương pháp thứ tự tháo gút và khi sáu đã gỡ ra thì một cũng sẽ tiêu vong. Kính mong Thế Tôn rủ lòng đại từ mà xót thương đại hội này thêm một lần nữa và cũng như chúng sanh ở vị lai, xin hãy ban thí Pháp âm để tẩy trừ cáu bẩn của trầm luân."

Bấy giờ Như Lai vẫn đang ngồi trên tòa sư tử, Ngài chỉnh sửa áo trong và đại y khoác ở ngoài, rồi đưa tay tới cái bàn bảy báu trước mặt để lấy tấm khăn choàng hoa văn mà một vị thiên nhân ở trời Thiện Thời đã dâng lên.

Ở trước đại chúng, Thế Tôn buộc nó thành một nốt gút, rồi chỉ cho ngài Khánh Hỷ thấy và bảo rằng:

"Đây là gì?"

Ngài Khánh Hỷ và đại chúng đều thưa với Phật rằng:

"Dạ đó là một nốt gút."

Tiếp đến Như Lai buộc thành một nốt gút khác chồng lên ở tấm khăn choàng hoa văn và lại bảo ngài Khánh Hỷ:

"Và đây là gì?"

Ngài Khánh Hỷ và đại chúng lại thưa với Phật rằng:

"Dạ đó cũng là một nốt gút khác."

Lần lượt như vậy, Đức Phật tổng cộng buộc thành sáu nốt gút chất chồng lên ở tấm khăn choàng hoa văn.

Mỗi nốt gút khi đã buộc xong, Đức Phật đều cầm lên và hỏi ngài Khánh Hỷ rằng:

"Và đây là gì?"

Mỗi lần như thế, ngài Khánh Hỷ và đại chúng đều cùng thưa với Phật rằng:

"Dạ đó cũng là một nốt gút khác."

Phật bảo ngài Khánh Hỷ:

"Khi Ta buộc nốt gút đầu tiên ở tấm khăn choàng, ông nói là một nốt gút. Ngay từ đầu, tấm khăn choàng hoa văn thật sự chỉ là một tấm khăn. Cho đến lần thứ nhì và thứ ba, tại sao các ông đều gọi là một nốt gút khác?"

Ngài Khánh Hỷ bạch Phật rằng:

"Bạch Thế Tôn! Mặc dù tấm khăn choàng hoa văn quý báu này được dệt thành và nó vốn là một vật, nhưng theo sự suy nghĩ của con khi Như Lai buộc nó lại thì đó gọi là một nốt gút. Cho dù Thế Tôn buộc nó 100 lần thì chúng con vẫn mãi gọi đó là 100 nốt gút. Hà huống chỉ có sáu nốt gút ở tấm khăn này. Đức Phật đã không buộc thành nốt gút thứ bảy và cũng không dừng lại ở nốt gút thứ năm. Thế thì tại sao Như Lai chỉ thừa nhận nốt gút thứ nhất nhưng phủ nhận nốt gút thứ nhì và thứ ba?"

Phật bảo ngài Khánh Hỷ:

"Ông biết tấm khăn choàng hoa văn quý báu này vốn chỉ là một tấm khăn. Khi Ta buộc nó sáu lần thì gọi là có sáu nốt gút. Ông hãy quán sát tường tận, thể của tấm khăn thì giống nhau, nhưng nhân bởi thắt gút mà ông nói rằng nó có sai khác. Ý ông nghĩ sao? Khi Ta buộc thành nốt gút đầu tiên thì ông gọi là nốt gút thứ nhất, và tương tự như vậy cho đến nốt gút thứ sáu. Ta nay muốn mang nốt gút thứ sáu để trở thành nốt gút thứ nhất có được chăng?"

"Dạ không, thưa Thế Tôn! Do bởi có sáu nốt gút, chúng ta vĩnh viễn không thể gọi nốt gút thứ sáu là nốt gút thứ nhất được. Suốt đời con chuyên chú vào sự học hỏi và biện luận, làm sao có thể khiến con lẫn lộn tên gọi của nốt gút thứ sáu và thứ nhất chứ?"

Đức Phật bảo:

"Như thị! Sáu nốt gút chẳng giống nhau. Bây giờ chúng ta hãy thứ tự nhìn lại nguồn gốc hình thành của chúng. Chúng đều do một tấm khăn tạo thành và dù muốn chúng tạp loạn chẳng theo thứ tự thì vĩnh viễn không thể được. Sáu căn của ông thì cũng lại như vậy. Ở trong một cứu cánh, sự khác biệt tất sẽ khởi sanh."

Phật bảo ngài Khánh Hỷ:

"Giả sử ông chẳng thích sáu nốt gút ở trong tấm khăn choàng mà chỉ muốn nó là một tấm khăn dài. Thế thì làm sao sẽ được?"

Ngài Khánh Hỷ thưa rằng:

"[Thưa Thế Tôn!] Những nốt gút này vẫn còn thì sẽ tự nhiên sanh khởi trái phải ở trong đó. Nốt gút này chẳng phải là nốt gút kia, hoặc nốt gút kia chẳng phải là nốt gút này. Nhưng nếu Như Lai hôm nay giải trừ tất cả và không còn nốt gút nào, thì sẽ chẳng có sự phân biệt đây kia. Tên gọi của nốt gút thứ nhất mà còn chẳng có, huống nữa là nốt gút thứ sáu ư?"

Đức Phật bảo:

"Khi sáu đã gỡ ra và một sẽ tiêu vong thì cũng lại như vậy. Do sự cuồng loạn về tâm tánh của ông từ vô thỉ nên tri kiến hư vọng phát sanh và những sự phát sanh hư vọng này chưa từng ngừng nghỉ. Sự căng thẳng đè lên nhận biết thì sẽ phát khởi trần cảnh. Đây ví như cứ nhìn trừng mắt đến hồi lâu tức sẽ có hoa đốm. Ở giữa tánh trạm nhiên tinh nguyên minh liễu, sự cuồng loạn khởi sanh mà chẳng do nguyên nhân. Tất cả vạn vật trên thế gian, sông núi đất đai, và cũng như sanh tử tịch diệt đều chỉ là do căng thẳng cuồng loạn điên đảo và chúng tựa như hoa đốm."

Ngài Khánh Hỷ bạch rằng:

"[Bạch Thế Tôn!] Sự căng thẳng này giống như những nốt gút. Làm sao giải trừ nó đây?"

Khi ấy Như Lai dùng tay kéo những nốt gút ở tấm khăn choàng về bên trái, rồi hỏi ngài Khánh Hỷ rằng:

"Có phải tháo ra như thế chăng?"

"Dạ không, thưa Thế Tôn!"

Đức Phật lại dùng tay kéo những nốt gút về bên phải, rồi cũng hỏi ngài Khánh Hỷ rằng:

"Có phải tháo ra như thế chăng?"

"Dạ không, thưa Thế Tôn!"

Phật bảo ngài Khánh Hỷ:

"Ta nay đã dùng tay kéo những nốt gút về bên trái và phải, nhưng Ta vẫn không thể tháo ra. Ông có cách nào để tháo gút chăng?"

Ngài Khánh Hỷ thưa với Phật rằng:

"Thưa Thế Tôn! Như Lai phải tháo ra từ giữa mỗi nốt gút thì mới nới lỏng chúng được."

Phật bảo ngài Khánh Hỷ:

"Như thị, như thị! Nếu ai muốn cởi gút thì họ phải tháo ra từ giữa mỗi nốt gút.

Này Khánh Hỷ! Ta thuyết giảng Phật Pháp từ nhân duyên sanh, nhưng các Pháp này không phải nắm lấy từ tướng hòa hợp thô kệch của thế gian. Như Lai hiển thị rõ pháp thế gian và Pháp xuất thế gian. Ta biết bổn nhân của chúng tùy theo duyên mà sanh ra. Thậm chí cho đến có bao nhiêu giọt nước mưa đang rơi ở thế giới, cách xa các thế giới khác nhiều như số cát sông Hằng, Ta cũng biết được. Ta đều thấu hiểu nguyên do của muôn sự việc ở hiện tiền, như là vì sao cây tùng thẳng đứng, gai góc uốn cong, chim ngỗng màu trắng, hay chim quạ màu đen.

Cho nên, Khánh Hỷ! Ông hãy lựa chọn kỹ càng từ một căn ở trong sáu căn. Nếu ông gỡ nốt gút của căn đó thì trần tướng của nó sẽ tự động diệt trừ và những hư vọng liền tiêu tan. Vậy những gì còn lại sao không thể là chân thật chứ?

Này Khánh Hỷ! Bây giờ Ta hỏi ông, làm sao chúng ta có thể đồng thời tháo gỡ hết sáu nốt gút ở chiếc khăn choàng bông gòn này?"

"Không thể, thưa Thế Tôn! Do những nốt gút này được buộc theo thứ tự, nên bây giờ chúng cần phải gỡ ra theo thứ tự. Mặc dù sáu nốt gút ở cùng một chiếc khăn choàng, nhưng chúng được buộc ở mỗi thời điểm khác nhau. Vì vậy làm sao mà có thể đồng thời gỡ ra hết chứ?"

Đức Phật bảo:

"Giải trừ sáu căn thì cũng lại như vậy. Một khi căn đầu tiên được gỡ ra, họ trước tiên sẽ hiểu rằng ngã là không. Một khi hiểu rõ thấu triệt không tánh, họ sẽ có thể giải thoát các pháp. Một khi đã giải thoát các pháp, thì cả ngã lẫn pháp đều không và chẳng còn sanh nữa. Đây gọi là Bồ-tát từ Đẳng Trì mà được Vô Sanh Nhẫn."

❖

Khi ngài Khánh Hỷ và các đại chúng tiếp thọ lời khai thị của Phật, họ được tuệ giác viên thông và không còn hoài nghi.

Bấy giờ ngài Khánh Hỷ chắp tay, rồi đảnh lễ với trán chạm sát đôi chân của Phật và thưa với Phật rằng:

"Hôm nay thân tâm của chúng con tỏa sáng và mau được sự hiểu biết vô ngại. Mặc dù chúng con giác ngộ về nghĩa lý khi sáu đã gỡ ra thì một sẽ tiêu vong, nhưng vẫn chưa thấu rõ căn nào sẽ dẫn chúng con đạt đến viên thông.

Thưa Thế Tôn! Chúng con phiêu dạt trong sanh tử đến nhiều kiếp như kẻ xin ăn cô độc. Chúng con không bao giờ lại ngờ rằng mình sẽ gặp được Phật và có quan hệ mật thiết với Ngài. Chúng con như các đứa trẻ thất lạc hốt nhiên gặp lại mẹ hiền. Do nhân ấy mà chúng con có cơ hội thành Đạo. Nhưng lời mật ngôn mà chúng con nghe được lại đồng như giác ngộ căn bổn. Như thế với việc chưa hề nghe chẳng có khác biệt gì. Kính mong Thế Tôn rủ lòng đại bi mà huệ thí cho con Pháp bí mật uy nghiêm và đó sẽ là lời khai thị tối hậu của Như Lai."

Khi nói lời ấy xong, ngài cúi đầu đảnh lễ với năm điểm chạm đất và lui xuống, rồi ẩn tàng vào tâm bí mật và hy vọng Đức Phật sẽ mật truyền cho ngài.

Lúc bấy giờ Thế Tôn bảo chư đại Bồ-tát và những vị đại Ưng Chân đã trừ sạch các lậu ở trong đại chúng rằng:

"Chư Bồ-tát và những vị Ưng Chân các ông đây đã sanh trưởng trong Pháp của Ta và được thành bậc Vô Học. Ta bây giờ hỏi các ông. Khi phát khởi Đạo tâm lúc tối sơ, cái nào trong 18 giới mà các ông đã sử dụng để chứng viên thông, và từ phương tiện nào mà vào Đẳng Trì?"

❖

[1] Bấy giờ Tôn giả Giải Bổn Tế và những vị khác ở trong nhóm năm vị Bhikṣu [bíc su], liền từ chỗ ngồi đứng dậy, đảnh lễ với trán chạm sát chân của Phật và thưa với Phật rằng:

"Khi ở vườn Nai và vườn Gà, chúng con đã nhìn thấy Như Lai thành Đạo vào lúc tối sơ. Khi nghe âm thanh của Phật, chúng con liền giác ngộ Bốn Thánh Đế. Bấy giờ Đức Phật hỏi các vị Bhikṣu, và con là người liễu giải đầu tiên. Như Lai ấn chứng và đặt tên cho con là Giải. Âm thanh vi diệu bí mật đã hiển lộ khắp nơi đến con. Do từ thanh âm mà con được thành bậc Ưng Chân.

Phật hỏi về viên thông. Nhân qua sự chứng đắc của con, quán sát âm thanh là phương pháp đệ nhất."

❖

[2] Bấy giờ Tôn giả Trần Tánh liền từ chỗ ngồi đứng dậy, đảnh lễ với trán chạm sát chân của Phật và thưa với Phật rằng:

"Con cũng thấy Đức Phật thành Đạo ở lúc ban sơ. Con quán tướng bất tịnh và sanh tâm nhàm chán vô cùng. Con giác ngộ rằng các sắc tánh khởi sanh từ bất tịnh. Xương trắng trở thành vi trần và tan biến trong hư không. Do con hiểu rằng hư không và hình sắc đều chẳng thật sự tồn tại nên thành tựu Đạo Vô Học. Như Lai ấn chứng và đặt tên cho con là Trần Tánh. Hình sắc vi diệu bí mật đã hiển lộ khắp nơi đến con. Do từ sắc tướng mà con được thành bậc Ưng Chân.

Phật hỏi về viên thông. Nhân qua sự chứng đắc của con, quán sát hình sắc là phương pháp đệ nhất."

❖

[3] Bấy giờ Đồng tử Hương Nghiêm liền từ chỗ ngồi đứng dậy, đảnh lễ với trán chạm sát chân của Phật và thưa với Phật rằng:

"Khi nghe Như Lai chỉ dạy rằng, con nên quán sát tường tận về các tướng hữu vi. Sau đó con từ biệt Phật và ẩn tu ở một nơi thanh tịnh yên tĩnh. Con quán sát khi các vị Bhikṣu thắp hương trầm thủy, mùi hương của nó lặng lẽ vào trong lỗ mũi. Con quán sát nguồn cội của mùi hương này chẳng phải từ gỗ, chẳng phải từ hư không, chẳng phải từ khói, và cũng chẳng phải từ lửa. Nó chẳng từ đâu đến và cũng chẳng đi về đâu. Do đó ý thức tiêu vong và vô lậu phát huy. Như Lai ấn chứng và đặt tên cho con là Hương Nghiêm. Mặc dù mùi hương hốt nhiên diệt mất, nhưng diệu hương bí mật đã hiển lộ khắp nơi đến con. Do từ hương thơm diệu nghiêm mà con được thành bậc Ưng Chân.

Phật hỏi về viên thông. Nhân qua sự chứng đắc của con, quán sát hương thơm là phương pháp đệ nhất."

❖

[4] Bấy giờ hai vị Pháp Vương Tử là Dược Vương Bồ-tát và Dược Thượng Bồ-tát cùng với 500 Phạm Thiên đang ở tại đại hội, liền từ chỗ ngồi đứng dậy, đảnh lễ với trán chạm sát chân của Phật và thưa với Phật rằng:

"Từ vô thỉ kiếp, chúng con đã làm lương y ở thế gian. Trong miệng của chúng con đã nếm qua cỏ cây và kim thạch ở Thế giới Kham Nhẫn. Tổng số có đến 108.000 loại. Chúng con đều biết vị nếm của mỗi thứ, như là đắng, chua, mặn, lạt, ngọt, hoặc cay. Chúng con cũng đều biết tất cả đặc tánh khi chúng hòa hợp và phát sanh biến dị, như là nóng lạnh, có độc hay vô độc.

Giữa lúc phụng sự Như Lai, chúng con thấu hiểu rằng tánh của vị nếm chẳng phải không, chẳng phải có, chẳng phải từ căn lưỡi hay thức của lưỡi, chẳng phải lìa khỏi căn lưỡi hay thức của lưỡi. Nhân do phân biệt giữa các vị nếm mà chúng con được khai ngộ. Như Lai ấn chứng và đặt tên cho hai anh em chúng con là Dược Vương Bồ-tát và Dược Thượng Bồ-tát. Bây giờ ở giữa đại chúng, chúng con là hai vị Pháp Vương Tử. Nhân bởi vị nếm mà chúng con giác ngộ và thăng lên quả vị của Bồ-tát.

Phật hỏi về viên thông. Nhân qua sự chứng đắc của chúng con, quán sát vị nếm là phương pháp đệ nhất."

❖

[5] Bấy giờ ngài Hiền Hộ và những vị khác ở trong nhóm 16 vị Khai Sĩ, liền từ chỗ ngồi đứng dậy, đảnh lễ với trán chạm sát chân của Phật và thưa với Phật rằng:

"Khi nghe Pháp của Đức Phật Uy Âm Vương vào thuở xưa, chúng con liền theo Ngài xuất gia. Vào lúc chư Tăng tắm gội, con cũng theo tục lệ mà vào nhà tắm. Nhân vì hốt nhiên tiếp xúc với nước, con ngộ rằng nước không tẩy trừ bụi bặm và cũng không tẩy rửa thân thể của con. Giữa lúc ấy, con được an nhiên và hiểu rằng không có gì hết.

Kể từ đó, con chẳng hề quên mất những việc đã xảy ra và cho đến đời hiện tại. Nhân do theo Phật xuất gia nên con trở thành bậc Vô Học. Đức Phật kia đã đặt tên cho con là Hiền Hộ. Xúc chạm vi diệu đã hiển lộ khắp nơi đến con và con trở thành một người con của Phật.

Phật hỏi về viên thông. Nhân qua sự chứng đắc của con, quán sát xúc chạm là phương pháp đệ nhất."

❖

[6] Bấy giờ Tôn giả Đại Ẩm Quang cùng với Bhikṣuṇī [bíc su ni] Tử Kim Quang và những vị khác, liền từ chỗ ngồi đứng dậy, đảnh lễ với trán chạm sát chân của Phật và thưa với Phật rằng:

"Khi Đức Phật Nhật Nguyệt Đăng xuất hiện ở thế gian vào kiếp xưa trong thế giới này, con có cơ hội được thân cận, nghe Pháp, và tu học. Sau khi Đức Phật ấy diệt độ, con cúng dường xá-lợi, thắp đèn và để cháy sáng liên tục. Con lại mạ vàng hình tượng Phật và làm cho tượng tỏa sáng với màu vàng tím. Từ đó về sau, đời đời sanh ra, thân con luôn hoàn chỉnh và tỏa sáng màu vàng tím. Bhikṣuṇī Tử Kim Quang cùng với những vị khác là quyến thuộc của con và tất cả đã đồng thời phát khởi Đạo tâm.

Con quán sát sự biến hoại của pháp trần thế gian. Duy chỉ tu hành quán sát rỗng không và vắng lặng của những pháp trần này mà con vào Diệt Tận Định. Thân và tâm của con có thể vượt qua trăm ngàn kiếp mà giống như thời gian chừng khảy móng tay. Do con quán sát không pháp nên trở thành bậc Ưng Chân. Thế Tôn cũng ngợi khen con là vị tu khổ hành đệ nhất. Pháp trần vi diệu đã hiển lộ đến con và con trừ sạch các lậu.

Phật hỏi về viên thông. Nhân qua sự chứng đắc của con, quán sát pháp trần là phương pháp đệ nhất."

❖

[7] Bấy giờ Tôn giả Vô Diệt liền từ chỗ ngồi đứng dậy, đảnh lễ với trán chạm sát chân của Phật và thưa với Phật rằng:

"Lúc mới xuất gia, con rất thích ham ngủ. Như Lai quở trách con chẳng khác nào như loài súc sanh. Khi nghe Phật quở trách, con khóc lóc tự trách đến bảy ngày chẳng ngủ nên khiến đôi mắt bị mù.

Thế Tôn thương xót nên đã khai thị cho con về Nhạo Kiến Chiếu Minh Kim Cang Đẳng Trì. Sau khi tu tập, con không cần nhờ con mắt mà vẫn có thể nhìn thấy thông suốt rõ ràng mọi thứ khắp mười phương, như nhìn trái xoài trong lòng bàn tay. Do đó con trở thành bậc Ưng Chân và được Như Lai ấn chứng.

Phật hỏi về viên thông. Nhân qua sự chứng đắc của con, xoay ngược căn mắt và tìm về nguồn cội là phương pháp đệ nhất."

❖

[8] Bấy giờ Tôn giả Tiểu Lộ liền từ chỗ ngồi đứng dậy, đảnh lễ với trán chạm sát chân của Phật và thưa với Phật rằng:

"Con có trí nhớ kém cỏi và lại không có căn tánh đa văn. Lúc vừa mới gặp Phật nghe Pháp rồi xin xuất gia, suốt 100 ngày con cố gắng ghi nhớ một câu kệ của Như Lai. Khi nhớ được câu đầu thì quên câu sau. Nhớ được câu sau thì lại quên câu trước.

Phật thương xót con tối dạ nên đã dạy con hãy tìm một nơi vắng vẻ để điều hòa hơi thở ra vào. Lúc ấy con quán sát hơi thở từng li từng tí cho đến khi con có thể phân biệt ở mỗi niệm sanh trụ dị diệt của các hành. Hoát nhiên tâm con hoàn toàn chẳng bị ngăn ngại, cho đến được lậu tận và thành tựu Đạo Ưng Chân. Thế Tôn ấn chứng cho con thành bậc Vô Học và được đứng ở dưới Pháp tòa của Phật.

Phật hỏi về viên thông. Nhân qua sự chứng đắc của con, quán sát rỗng không của hơi thở là phương pháp đệ nhất."

❖

[9] Bấy giờ Tôn giả Ngưu Tướng liền từ chỗ ngồi đứng dậy, đảnh lễ với trán chạm sát chân của Phật và thưa với Phật rằng:

"Ở kiếp quá khứ con đã tạo nghiệp xấu qua lời nói. Con đã khinh miệt người xuất gia. Thế nên đời đời sanh ra, con bị một chứng bệnh, khiến con nhai thức ăn giống như bò nhai cỏ. Như Lai khai thị cho con về tâm địa Pháp môn của một vị thanh tịnh. Nhờ đó mà vọng tâm dừng nghỉ và con vào Đẳng Trì. Rồi con quán sát và nhận biết vị nếm chẳng phải đến từ căn lưỡi hay từ vật nếm. Ứng theo tâm niệm, con liền siêu việt các lậu của thế gian. Con thoát khỏi thân tâm ở trong, bỏ lại thế giới ở ngoài, và rời xa ba cõi như chim sổ lồng. Do con tách lìa cấu nhiễm và tiêu trừ trần lao nên được Pháp nhãn thanh tịnh và trở thành bậc Ưng Chân. Như Lai đích thân ấn chứng rằng con đã thăng lên Đạo Vô Học.

Phật hỏi về viên thông. Nhân qua sự chứng đắc của con, chuyển vị giác ra khỏi vật nếm để trở về lại chính nó là phương pháp đệ nhất."

❖

[10] Bấy giờ Tôn giả Dư Tập liền từ chỗ ngồi đứng dậy, đảnh lễ với trán chạm sát chân của Phật và thưa với Phật rằng:

"Sau khi sơ phát khởi Đạo tâm, con theo Phật vào Đạo. Rất nhiều lần con nghe Như Lai nói rằng, những việc ở thế gian đều chẳng thể an vui. Đang giữa lúc tư duy Pháp môn này khi đi khất thực trong thành của một ngày nọ, con bất giác giẫm trúng gai độc ở trên đường nên khiến toàn thân đau nhức. Con liền quán sát cảm giác đó. Con nhận biết sự đau đớn khổ xiết, nhưng con cũng nhận biết cái cảm giác của đau đớn. Nhờ đó con hiểu rằng ở trong tâm thanh tịnh thì không có đau đớn hay cảm giác của đau đớn.

Con lại tư duy thêm:

'Làm sao chỉ một thân mà có hai cảm giác?'

Khi con thu nhiếp niệm đó chẳng bao lâu thì thân tâm hốt nhiên rỗng không. Suốt 21 ngày tiếp theo, các lậu của con dần dần trừ sạch và cuối cùng trở thành bậc Ưng Chân. Như Lai đích thân ấn chứng rằng con đã thăng lên Đạo Vô Học.

Phật hỏi về viên thông. Nhân qua sự chứng đắc của con, thanh tịnh xúc giác cho đến khi quên hẳn có thân là phương pháp đệ nhất."

❖

[11] Bấy giờ Tôn giả Thiện Hiện liền từ chỗ ngồi đứng dậy, đảnh lễ với trán chạm sát chân của Phật và thưa với Phật rằng:

"Từ kiếp lâu xa về trước, tâm con đã được vô ngại và tự nhớ biết vô số đời thọ sanh nhiều như số cát sông Hằng. Dù ở trong thai mẹ, con cũng nhớ biết tịch tĩnh của không. Như vậy cho đến mọi thứ khắp mười phương cũng là không, và con cũng làm cho các chúng sanh chứng đắc không tánh. Nhờ được Như Lai hiển lộ rằng tánh của giác là chân không và tánh của không là viên minh, nên con đắc Đạo Ưng Chân. Con lập tức vào biển chân không sáng báu của Như Lai và đồng với tri kiến của Phật. Thế Tôn ấn chứng rằng con đã thành tựu Đạo Vô Học và là vị bậc nhất đã đạt đến giải thoát qua tánh không.

Phật hỏi về viên thông. Nhân qua sự chứng đắc của con, các tướng đều rỗng không, cái biết về rỗng không và sự hiểu biết về rỗng không đều tan biến, xoay chuyển muôn pháp trở về không là phương pháp đệ nhất."

❖

[12] Bấy giờ Tôn giả Thu Lộ Tử liền từ chỗ ngồi đứng dậy, đảnh lễ với trán chạm sát chân của Phật và thưa với Phật rằng:

"Từ kiếp lâu xa về trước, con đã thanh tịnh thức của mắt. Do đó vô số đời thọ sanh nhiều như số cát sông Hằng, con chỉ cần nhìn một lần là thông suốt không ngăn ngại về muôn sự biến hóa của pháp thế gian và Pháp xuất thế gian. Thuở xưa con đã gặp hai anh em Ẩm Quang ở giữa đường và con đã đi theo. Lúc ấy họ giải thích cho con về lý duyên khởi. Nhờ đó con giác ngộ về vô biên của tâm rồi theo Phật xuất gia. Sau đó thị giác của con được viên minh, chẳng còn sợ hãi bất cứ điều gì, và trở thành bậc Ưng Chân. Con được làm trưởng tử của Phật, sanh ra từ miệng của Phật, và hóa sanh từ Pháp.

Phật hỏi về viên thông. Nhân qua sự chứng đắc của con, thức của mắt phát ra ánh sáng và khi ánh sáng đó đến tột cùng, nó sẽ chiếu soi tri kiến của Như Lai. Đây là phương pháp đệ nhất."

❖

[13] Bấy giờ Phổ Hiền Bồ-tát liền từ chỗ ngồi đứng dậy, đảnh lễ với trán chạm sát chân của Phật và thưa với Phật rằng:

"Con đã từng làm Pháp Vương Tử cho chư Như Lai nhiều như cát sông Hằng. Đối với những đệ tử có căn tánh Bồ-tát, mười phương Như Lai đều dạy tu tập thực hành của Phổ Hiền, là Pháp môn được đặt từ tên gọi của con.

Thưa Thế Tôn! Với thức của tai, con có thể phân biệt tri kiến của mỗi chúng sanh. Cho dù tại thế giới cách xa số lượng thế giới ở phương khác nhiều như số cát sông Hằng, nếu trong tâm của bất kỳ chúng sanh nào phát khởi thực hành của Phổ Hiền, lúc bấy giờ con sẽ phân ra trăm ngàn hóa thân, cưỡi voi trắng sáu ngà và đều đến nơi đó. Cho dù chúng sanh kia có nghiệp chướng thâm trọng nên chưa có thể thấy con, con cũng sẽ âm thầm xoa đỉnh đầu của người đó, ủng hộ an ủi và khiến họ thành tựu.

Phật hỏi về viên thông. Như con đã trình bày về bổn nhân tu hành của mình, tâm con lắng nghe rõ ràng và phân biệt tự tại. Đây là phương pháp đệ nhất."

❖

[14] Bấy giờ Tôn giả Diễm Hỷ liền từ chỗ ngồi đứng dậy, đảnh lễ với trán chạm sát chân của Phật và thưa với Phật rằng:

"Lúc mới xuất gia và theo Phật vào Đạo, tuy con đầy đủ giới luật, nhưng khi muốn vào Đẳng Trì thì tâm luôn tán loạn. Do vậy mà con vẫn chưa được vô lậu. Sau đó Thế Tôn đã dạy con và Tôn giả Đại Tất về cách quán sát điểm trắng ở trên sống mũi. Trải qua 21 ngày quán sát tường tận, con thấy hơi thở ở trong lỗ mũi ra vào tựa như làn khói. Thân và tâm của con phát sáng bởi quang minh từ bên trong, rồi nó chiếu soi cùng khắp thế giới. Mọi thứ biến thành thanh tịnh trong suốt giống như lưu ly. Làn khói ở lỗ mũi dần dần tinh lọc cho đến khi trở thành màu trắng. Khi ấy tâm con được khai ngộ và dứt sạch các lậu. Hơi thở ra và hơi thở vào của con chuyển hóa thành quang minh và chiếu sáng khắp các thế giới trong mười phương. Sau đó con đắc Đạo Ưng Chân. Thế Tôn cũng thọ ký con sẽ thành Đạo ở vào đời vị lai.

Phật hỏi về viên thông. Con tinh lọc hơi thở cho đến khi nó phát ra ánh sáng, và khi quang minh chiếu khắp thì các lậu diệt trừ. Đây là phương pháp đệ nhất."

❖

[15] Bấy giờ Tôn giả Mãn Từ Tử liền từ chỗ ngồi đứng dậy, đảnh lễ với trán chạm sát chân của Phật và thưa với Phật rằng:

"Từ kiếp lâu xa về trước, con đã được biện tài vô ngại. Khi tuyên thuyết khổ và không, con có thể thông đạt thâm sâu vào thật tướng. Như vậy cho đến Pháp môn bí mật của chư Như Lai nhiều như cát sông Hằng, con có thể khai thị nghĩa lý vi diệu ở giữa đại chúng mà chẳng hề sợ hãi.

Biết con có đại biện tài, Thế Tôn chỉ dạy con hãy dùng âm thanh để tuyên dương Chánh Pháp. Và kể từ đó con theo Phật trợ chuyển Pháp luân. Với lời thuyết giảng như sư tử hống, con trở thành bậc Ưng Chân. Thế Tôn cũng ấn chứng con là vị thuyết Pháp đệ nhất.

Phật hỏi về viên thông. Con dùng Pháp âm để hàng phục ma oán và tiêu diệt các lậu. Đây là phương pháp đệ nhất."

❖

[16] Bấy giờ Tôn giả Cận Thủ liền từ chỗ ngồi đứng dậy, đảnh lễ với trán chạm sát chân của Phật và thưa với Phật rằng:

"Con là người đích thân hộ tống Phật vượt thành để đi xuất gia. Con tận mắt thấy Như Lai siêng tu khổ hành suốt sáu năm. Con tự mình thấy Như Lai hàng dẹp chúng ma, chế phục ngoại đạo, và giải thoát tham dục cùng các lậu của thế gian.

Nương vào giới luật của Phật đã dạy, con dần dần đầy đủ 3.000 uy nghi và 80.000 hạnh vi tế. Ba tánh nghiệp [--nghiệp thiện, nghiệp ác, nghiệp chẳng thiện chẳng ác--] và giới cấm thảy đều thanh tịnh. Do đó thân tâm tịch diệt và trở thành bậc Ưng Chân. Giờ đây con là vị giới sư ở trong đại chúng của Như Lai. Thế Tôn đích thân ấn chứng rằng con trì giới với thân lẫn tâm, và được đại chúng tôn là bậc nhất.

Phật hỏi về viên thông. Con gìn giữ thân nghiệp cho đến khi thân con được tự tại. Kế đến con gìn giữ tâm ý cho đến khi tâm con được thông đạt. Sau đó thân và tâm của con thảy đều thông suốt. Đây là phương pháp đệ nhất."

❖

[17] Bấy giờ Tôn giả Đại Thải Thục Thị liền từ chỗ ngồi đứng dậy, đảnh lễ với trán chạm sát chân của Phật và thưa với Phật rằng:

"Thuở xưa khi con đang trên đường đi khất thực thì gặp ba anh em Ẩm Quang, gồm có Mộc Qua Lâm Ẩm Quang, Thành Ẩm Quang, và Hà Ẩm Quang. Họ đã tuyên giảng về nghĩa lý thâm sâu của nhân duyên. Con lập tức phát khởi Đạo tâm và được thông suốt hoàn toàn. Khi được Như Lai từ bi thu nhận, Pháp y hốt nhiên khoác lên thân và râu tóc của con tự rụng. Bây giờ con có thể du hành đến khắp mười phương mà chẳng gì có thể ngăn ngại. Với thần thông hiển lộ, con đạt đến vô thượng và trở thành bậc Ưng Chân. Chẳng riêng Thế Tôn mà chư Như Lai trong mười phương cũng ngợi khen thần lực của con là viên minh thanh tịnh và tự tại vô úy.

Phật hỏi về viên thông. Con xoay ngược thức tâm để trở về chân tâm trạm nhiên. Như thế quang minh của tâm con sẽ chiếu sáng và hiển lộ dòng chảy ô trược, rồi lâu dần nó sẽ trở thành thanh tịnh óng ánh. Đây là phương pháp đệ nhất."

❖

[18] Bấy giờ Hỏa Đầu Kim Cang Lực Sĩ đến trước Như Lai, chắp tay, rồi đảnh lễ với trán chạm sát chân của Phật và thưa với Phật rằng:

"Nhớ lại nhiều kiếp xa xưa về trước, con có tánh tham dục rất nặng nề. Lúc ấy có một Đức Phật xuất hiện ở thế gian, hiệu là Không Vương. Ngài nói rằng một đám lửa hừng hực sẽ hình thành ở bên trong của những ai nhiều dâm dục. Ngài dạy con quán sát các dòng khí nóng lạnh chảy dọc theo khắp khớp xương và tứ chi. Khi đó một ánh sáng thần diệu ngưng tụ ở bên trong và chuyển hóa tâm dâm dục nặng nề của con để trở thành lửa trí tuệ. Kể từ ấy, chư Phật đều gọi con là Hỏa Đầu. Do năng lực của Hỏa Quang Đẳng Trì mà con trở thành bậc Ưng Chân.

Sau đó con phát đại nguyện rằng:

'Hễ khi nào có ai thành tựu Phật Đạo, con sẽ làm lực sĩ hộ vệ và đích thân hàng phục ma oán.'

Phật hỏi về viên thông. Con quán sát tỉ mỉ những nơi ấm ở trong thân thể của con cho đến khi chúng lưu thông chẳng trở ngại. Rồi khi các lậu đã tiêu vong, ở trong tâm con sanh ra một ánh sáng báu rực rỡ và thắp sáng con đường vô thượng giác. Đây là phương pháp đệ nhất."

❖

[19] Bấy giờ Trì Địa Bồ-tát liền từ chỗ ngồi đứng dậy, đảnh lễ với trán chạm sát chân của Phật và thưa với Phật rằng:

"Nhớ lại vào thuở xưa khi Phổ Quang Như Lai xuất hiện ở thế gian, con từng là một vị Bhikṣu. Ở tất cả đại lộ, bến đò, con đường ra đồng, hoặc những lối đi hiểm trở mà bị hư hoại và có thể gây thương tổn đến ngựa với xe, con đều làm cho bằng phẳng và vác cát với đất để sửa sang, hoặc có lúc con xây cầu. Trải qua vô lượng chư Phật xuất hiện ở thế gian, con siêng làm những việc khổ nhọc như thế. Hoặc nếu có ai ở trước cổng chợ mà cần người khiêng vác đồ vật, con liền vác giùm họ đến tận nơi rồi bỏ đi và không lấy tiền công.

Có một khoảng thời gian bị đói kém ở vào thời Đức Phật Biến Thắng còn tại thế, con cõng những người yếu đuối trên lưng. Bất kể là gần hay xa, con chỉ lấy một đồng tiền. Hoặc nếu có xe bò của ai bị lún trong bùn, con giúp họ thoát khỏi ách nạn, bằng cách dùng thần lực của mình mà đẩy xe lên cho đến khi nó có thể lăn bánh.

Một ngày nọ, vị vua của nước này thỉnh Phật vào cung để dọn thức ăn chay. Lúc đó con đã làm bằng phẳng đất và chờ đợi Phật đi qua.

Khi ấy Đức Phật Biến Thắng lấy tay xoa đỉnh đầu của con và bảo rằng:

'Ông nên làm bằng phẳng đất tâm của mình thì tất cả đất đai ở khắp thế giới đều sẽ bằng phẳng.'

Tâm con lập tức mở thông và thấy vi trần trong thân thể cùng với vi trần tạo ra thế giới chẳng có gì khác biệt. Tự tánh của những vi trần này chẳng hề xúc chạm với nhau. Cho đến vi trần của binh khí cũng không có chỗ xúc chạm. Thế là con ngộ Vô Sanh Nhẫn ở trong pháp tánh và thành bậc Ưng Chân, rồi hồi tâm để vào những quả vị của Bồ-tát. Khi nghe Như Lai tuyên thuyết Pháp vi diệu liên hoa, là căn bổn để đạt đến tri kiến của Phật, sự hiểu biết của con cũng được ấn chứng và trở thành thượng thủ trong đại hội.

Phật hỏi về viên thông. Con quán sát tường tận về vi trần ở thân con và thế giới. Chúng chẳng có sai khác với nhau và vốn từ trong Như Lai tạng. Những vi trần này phát sanh từ hư vọng. Khi chúng tiêu tan thì sự hiểu biết viên thành và con bước lên Đạo vô thượng. Đây là phương pháp đệ nhất."

❖

[20] Bấy giờ Đồng tử Nguyệt Quang liền từ chỗ ngồi đứng dậy, đảnh lễ với trán chạm sát chân của Phật và thưa với Phật rằng:

"Con nhớ thuở xưa Hằng Hà sa kiếp, có Đức Phật xuất hiện ở thế gian, hiệu là Thủy Thiên. Ngài dạy các vị Bồ-tát về sự tu tập quán sát nước để vào Đẳng Trì. Con quán sát tánh nước ở trong thân chẳng tương đoạt lẫn nhau. Con bắt đầu quán sát từ nước mắt, nước mũi, nước miếng, và cho đến đàm, dịch, tinh, huyết, nước tiểu, và phân. Tất cả thể lỏng vận hành ở trong thân con đều giống nhau. Con thấy tánh nước ở bên trong thân con và nước ở thế giới bên ngoài đều chẳng sai khác. Cho dù xa tận ở biển Hương Thủy của quốc độ Phù Tràng Vương thì tánh của nước cũng chẳng có sự khác biệt gì với nhau.

Khi mới thành tựu Pháp quán này, con chỉ thấy nước ở trong thân thể của mình và chưa đạt đến vô thân. Lúc đó con là một vị Bhikṣu. Giữa lúc đang tu tĩnh lự an nhiên của một ngày nọ, có một đệ tử của con nhìn vào trong thất qua khung cửa sổ, và chỉ thấy toàn là nước trong veo tràn khắp ở trong thất mà chẳng thấy có gì khác. Do tiểu đồng tinh nghịch vô tri nên lấy một cục gạch ném vào trong nước và đã tạo ra tiếng khi va chạm với nước. Tiểu đồng nghoảnh nhìn rồi bỏ đi. Sau khi xuất định, con cảm thấy đau nhói ở tim. Sự đau nhức ấy giống như khi Tôn giả Thu Lộ Tử gặp quỷ dữ gây hại.

Con tự suy nghĩ rằng:

'Nay mình đã đắc Đạo Ưng Chân và từ lâu đã lìa khỏi các duyên để dẫn đến bệnh hoạn. Cớ gì hôm nay trong tim lại hốt nhiên nhức nhối như thế? Chẳng lẽ ta đã thoái chuyển rồi sao?'

Ngay lúc đó đồng tử chạy đến ở trước con và kể lại sự việc như trên.

Con liền dạy rằng:

'Nếu thấy vũng nước như lúc trước, con hãy liền mở cửa và vào trong nước để lấy cục gạch ra.'

Đồng tử vâng lời căn dặn. Rồi sau khi con nhập định, đồng tử lại thấy nước và cục gạch giống hệt như trước đây. Đồng tử mở cửa và lấy cục gạch ra ngoài. Sau khi xuất định, thân thể của con bình thường như lúc trước.

Kể từ lúc tu tập Pháp quán này, con đã gặp vô lượng chư Phật. Như vậy cho đến khi Sơn Hải Tự Tại Thông Vương Như Lai xuất hiện ở thế gian thì con mới chứng đắc vô thân. Lúc ấy tánh nước ở bên trong thân con và tất cả nước của biển Hương Thủy ở khắp các thế giới trong mười phương đều hợp vào chân không--chẳng hai, chẳng sai khác. Nay ở trước Như Lai, con được gọi là đồng chân và tham dự vào đại hội của Bồ-tát.

Phật hỏi về viên thông. Con liễu đạt rằng tánh của nước là một vị lưu thông, rồi chứng đắc Vô Sanh Nhẫn và viên mãn tuệ giác. Đây là phương pháp đệ nhất."

❖

[21] Bấy giờ Lưu Ly Quang Pháp Vương Tử liền từ chỗ ngồi đứng dậy, đảnh lễ với trán chạm sát chân của Phật và thưa với Phật rằng:

"Con nhớ thuở xưa Hằng Hà sa kiếp, có Đức Phật xuất hiện ở thế gian, hiệu là Vô Lượng Thanh. Ngài khai thị cho các vị Bồ-tát về bổn giác diệu minh. Ngài dạy hãy quán sát thế giới này cùng thân của chúng sanh đều là duyên hư vọng bị chuyển động bởi sức gió.

Lúc ấy con quán sát sự thành lập của thế giới, quán sát khi thời gian di chuyển, quán sát thân con làm sao chuyển động rồi dừng lại, và quán tâm động niệm của chính mình. Con nhận ra rằng những sự chuyển động này đều giống nhau--không chút sai khác. Khi ấy con giác ngộ rằng tánh của những sự chuyển động này đều chẳng từ đâu đến và cũng chẳng đi về đâu. Số lượng chúng sanh điên đảo nhiều như vi trần ở khắp mười phương đều đồng với hư vọng. Như vậy cho đến một tỷ thế giới tức là một Đại Thiên Thế Giới, tất cả chúng sanh ở trong đó tựa như đám muỗi bị nhốt trong lọ. Chúng kêu vo ve rối ren và bay náo loạn điên cuồng ở trong cái lọ nhỏ hẹp.

Khi vừa mới gặp Đức Phật Vô Lượng Thanh chẳng bao lâu, con liền đắc Vô Sanh Nhẫn. Lúc ấy tâm con mở thông và cho đến thấy quốc độ của Đức Phật Bất Động ở phương đông. Sau đó con trở thành Pháp Vương Tử và phụng sự chư Phật khắp mười phương. Thân và tâm của con phát ra ánh sáng và chiếu triệt vô ngại.

Phật hỏi về viên thông. Con giác ngộ Đạo tâm là do nhờ quán sát sức gió không có chỗ nương. Con vào Đẳng Trì, hợp nhất với chư Phật ở mười phương, và truyền thọ diệu Pháp của nhất tâm. Đây là phương pháp đệ nhất."

❖

[22] Bấy giờ Hư Không Tạng Bồ-tát liền từ chỗ ngồi đứng dậy, đảnh lễ với trán chạm sát chân của Phật và thưa với Phật rằng:

"Khi con và Như Lai ở chỗ của Đức Phật Định Quang, con đã được thân vô biên. Lúc ấy trên tay con cầm bốn châu báu lớn. Chúng chiếu sáng vi trần số cõi Phật ở mười phương và con thấy những quốc độ kia đều hóa thành hư không.

Lại nữa, tâm con hiện ra như một tấm gương tròn to lớn. Ở trong đó phóng ra mười loại quang minh báu vi diệu và chúng tuôn tràn khắp mười phương cho đến tận cùng ranh giới của hư không. Hết thảy quốc độ Tràng Vương đều phản chiếu ở trong gương, rồi vào trong thân con. Thân con đồng như hư không và chẳng hề chướng ngại lẫn nhau. Con có thể khéo vào quốc độ nhiều như vi trần để rộng làm Phật sự và được tùy thuận như ý.

Do con quán sát tường tận về bốn đại chẳng có chỗ nương nên thành tựu sức đại thần thông này. Do vọng tưởng mà bốn đại sanh ra và diệt mất. Hư không cùng quốc độ của chư Phật vốn giống nhau và chẳng phải hai. Qua sự quán sát này mà con khai ngộ và đắc Vô Sanh Nhẫn.

Phật hỏi về viên thông. Con do nhờ quán sát hư không vô biên nên vào Đẳng Trì và được diệu lực viên minh. Đây là phương pháp đệ nhất."

❖

[23] Bấy giờ Từ Thị Bồ-tát liền từ chỗ ngồi đứng dậy, đảnh lễ với trán chạm sát chân của Phật và thưa với Phật rằng:

"Con nhớ thuở xưa vi trần số kiếp, có Đức Phật xuất hiện ở thế gian, hiệu là Nhật Nguyệt Đăng Minh. Con theo học Đức Phật ấy và sau đó xin xuất gia. Tuy nhiên lòng con tham danh lợi của thế gian và thích lai vãng đến gia đình quyền quý.

Lúc ấy Thế Tôn kia đã dạy con tu tập để vào Đẳng Trì bằng cách tư duy tất cả đều chỉ tồn tại ở trong tâm thức. Từ khi vào Đẳng Trì này và trải qua nhiều kiếp cho đến nay, con phụng sự chư Phật nhiều như cát sông Hằng. Kể từ đó, lòng mong cầu danh lợi của thế gian xưa kia đã diệt mất không dấu vết. Mãi đến khi Đức Phật Nhiên Đăng xuất hiện ở thế gian, con mới chứng đắc Vô Thượng Diệu Viên Thức Tâm Đẳng Trì. Đến lúc này, con mới thấu hiểu rằng hết thảy quốc độ của chư Như Lai tận hư không--hoặc thanh tịnh, uế trược, hay cả hai--đều là từ tâm của con biến hóa hiện ra.

Thưa Thế Tôn! Do bởi con liễu giải như thế, rằng tất cả đều chỉ tồn tại ở trong tâm thức. Con giác ngộ tánh của thức lưu xuất vô lượng Như Lai và nay được thọ ký sẽ làm vị Phật kế tiếp.

Phật hỏi về viên thông. Con quán sát tường tận, rằng mọi thứ ở mười phương đều chỉ tồn tại trong thức tâm. Do đó tâm con được minh liễu viên mãn và vào tánh viên thành thật. Con rời xa tánh y tha khởi và tánh biến kế chấp nên đắc Vô Sanh Nhẫn. Đây là phương pháp đệ nhất."

❖

[24] Bấy giờ Đại Thế Chí Pháp Vương Tử và 52 vị Bồ-tát đồng hạnh như ngài, liền từ chỗ ngồi đứng dậy, đảnh lễ với trán chạm sát chân của Phật và thưa với Phật rằng:

"Con nhớ thuở xưa Hằng Hà sa kiếp, có Đức Phật xuất hiện ở thế gian, hiệu là Vô Lượng Quang. Khi ấy có 12 Như Lai kế tiếp nhau xuất hiện ở thế gian trong cùng một kiếp. Đức Phật sau cùng hiệu là Siêu Nhật Nguyệt Quang. Đức Phật đó đã dạy con Niệm Phật Đẳng Trì.

Ví như có hai người, một người luôn nhớ, còn một người luôn quên. Hai người như thế, dù gặp cũng như chẳng gặp, dù thấy cũng như chẳng thấy. Nhưng nếu cả hai đồng nhớ nhau thì họ sẽ luôn nhớ mãi. Cho đến từ đời này sang đời khác, họ sẽ như hình với bóng và không bao giờ cách xa.

Chư Như Lai trong mười phương thương nhớ chúng sanh như mẹ nhớ con. Nếu con bỏ trốn thì dù mẹ có nhớ nhưng cũng chẳng biết làm sao. Nếu con nhớ mẹ như mẹ nhớ con, thì mẹ và con sẽ đời đời không bao giờ lìa xa.

Nếu tâm của chúng sanh nhớ Phật niệm Phật, thì hiện tại cùng vị lai sẽ nhất định thấy Phật. Do cách Phật chẳng xa nên không cần dùng phương tiện, tâm sẽ tự khai mở, như người gần hương thơm thì thân sẽ có mùi hương. Đây gọi là hương quang trang nghiêm.

Lúc xưa con ở Nhân Địa đã dùng tâm niệm Phật mà vào Vô Sanh Nhẫn. Giờ con ở thế giới này nhiếp thọ những ai niệm Phật về tịnh độ.

Phật hỏi về viên thông. Con không có tuyển lựa [căn nào dễ dàng đạt đến viên thông, mà con chỉ nhận thấy rằng], thu nhiếp trọn cả sáu căn, tịnh niệm kế nhau để đắc Đẳng Trì. Đây là phương pháp đệ nhất."

Kinh Vô Thượng Bảo Ấn của Đại Bạch Tản Cái Tổng Trì
Được Tuyên Thuyết ở Trên Đại Phật Đảnh,
là Thanh Tịnh Hải Nhãn của Mười Phương Như Lai ♦ Hết quyển 5

[25] Bấy giờ Quán Thế Âm Bồ-tát liền từ chỗ ngồi đứng dậy, đảnh lễ với trán chạm sát chân của Phật và thưa với Phật rằng:

"Thưa Thế Tôn! Con nhớ thuở xưa vô số Hằng Hà sa kiếp, đương thời có Đức Phật xuất hiện ở thế gian, hiệu là Quán Thế Âm. Và ở trước Đức Phật kia, con đã phát khởi Đạo tâm. Đức Phật kia đã dạy con vào Đẳng Trì qua sự tu hành của lắng nghe và tư duy.

Trước tiên con chuyển thính giác hướng vào trong để vào dòng thánh và như thế âm thanh bên ngoài sẽ tiêu vong. Một khi sự lắng nghe hướng vào trong và âm thanh đã lặng yên, cả hai tướng--tiếng động và yên tĩnh--đều hoàn toàn chẳng sanh. Và khi dần dần tăng tiến như thế, những gì con nghe và sự nhận biết của những gì đã nghe đều chấm dứt. Một khi sự lắng nghe đó chấm dứt thì không còn gì để trụ nương. Sự nhận biết và vật của nhận biết trở thành rỗng không. Khi làm cho rỗng không của nhận biết đạt đến viên mãn cực độ, thì sự rỗng không đó và những gì đã rỗng không đều tan biến. Khi sanh diệt diệt rồi, tịch diệt sẽ hiện tiền.

Hốt nhiên con siêu việt thế gian và xuất thế gian. Mọi thứ ở mười phương được chiếu sáng tròn đầy, và con được hai điều thù thắng.

1. Tâm con thăng lên để hợp nhất với bổn giác diệu tâm của chư Phật ở mười phương, và sức từ bi của con đồng nhất với chư Phật Như Lai.

2. Tâm con hạ xuống để hợp nhất với tất cả chúng sanh trong sáu đường ở khắp mười phương, và con có thể cảm nhận nỗi ưu bi và ước nguyện của các chúng sanh giống như của mình.

Thưa Thế Tôn! Do đã cúng dường Quán Thế Âm Như Lai và nhờ

hồng ân của Như Lai kia đã truyền thọ cho con Kim Cang Đẳng Trì như huyễn qua sự tu hành của lắng nghe và tư duy, nên sức từ bi của con đồng nhất với chư Phật Như Lai. Do đó con có thể hiện ra 32 ứng thân để vào các quốc độ.

[1] Thưa Thế Tôn! Giả sử có những vị Bồ-tát nào đã vào Đẳng Trì, tu hành tăng tiến, và được vô lậu. Nếu họ muốn chứng đắc thắng giải hiện tiền viên mãn, con sẽ hiện ra thân Phật mà thuyết Pháp và chỉ dẫn họ đến giải thoát.

[2] Giả sử có những vị Hữu Học nào với tâm tịch tĩnh diệu minh. Nếu họ muốn chứng đắc thắng diệu hiện tiền viên mãn, con sẽ hiện ra thân Độc Giác mà thuyết Pháp và chỉ dẫn họ đến giải thoát.

[3] Giả sử có những vị Hữu Học nào đã đoạn trừ 12 Duyên Khởi và do nhân duyên đã đoạn nên được tánh thù thắng. Nếu họ muốn chứng đắc thắng diệu hiện tiền viên mãn, con sẽ hiện ra thân Duyên Giác mà thuyết Pháp và chỉ dẫn họ đến giải thoát.

[4] Giả sử có những vị Hữu Học nào đã được tâm không, khế hợp với Bốn Thánh Đế và đang tu Đạo để đạt đến tịch diệt. Nếu họ muốn chứng đắc thắng tánh hiện tiền viên mãn, con sẽ hiện ra thân Thanh Văn mà thuyết Pháp và chỉ dẫn họ đến giải thoát.

[5] Giả sử có những chúng sanh nào đã hiểu rõ lòng tham muốn, không còn vướng mắc ái dục của hồng trần, và muốn thân thanh tịnh, con sẽ hiện ra thân Phạm Vương mà thuyết Pháp và chỉ dẫn họ đến giải thoát.

[6] Giả sử có những chúng sanh nào muốn làm thiên chủ để thống lãnh chư thiên, con sẽ hiện ra thân Năng Thiên Đế mà thuyết Pháp và khiến họ thành tựu.

[7] Giả sử có những chúng sanh nào muốn được thân tự tại để du hành khắp mười phương, con sẽ hiện ra thân Tự Tại Thiên mà thuyết Pháp và khiến họ thành tựu.

[8] Giả sử có những chúng sanh nào muốn được thân tự tại để phi hành hư không, con sẽ hiện ra thân Đại Tự Tại Thiên mà thuyết Pháp và khiến họ thành tựu.

[9] Giả sử có những chúng sanh nào thích thống lãnh quỷ thần để cứu hộ quốc thổ, con sẽ hiện ra thân thiên đại tướng quân mà thuyết Pháp và khiến họ thành tựu.

[10] Giả sử có những chúng sanh nào thích thống lãnh thế giới để bảo hộ chúng sanh, con sẽ hiện ra thân của một trong Bốn Vị Thiên Vương mà thuyết Pháp và khiến họ thành tựu.

[11] Giả sử có những chúng sanh nào thích sanh về thiên cung để sai khiến quỷ thần, con sẽ hiện ra thân thái tử của một trong Bốn Vị Thiên Vương mà thuyết Pháp và khiến họ thành tựu.

[12] Giả sử có những chúng sanh nào thích làm vua ở nhân gian, con sẽ hiện ra thân vua mà thuyết Pháp và khiến họ thành tựu.

[13] Giả sử có những chúng sanh nào thích làm chủ dòng tộc để người thế gian kính nể, con sẽ hiện ra thân trưởng giả mà thuyết Pháp và khiến họ thành tựu.

[14] Giả sử có những chúng sanh nào thích đàm luận văn chương và sống đời trong sạch, con sẽ hiện ra thân cư sĩ mà thuyết Pháp và khiến họ thành tựu.

[15] Giả sử có những chúng sanh nào thích quản lý quốc gia hoặc quyết định sự việc của tỉnh hay huyện, con sẽ hiện ra thân tể quan mà thuyết Pháp và khiến họ thành tựu.

[16] Giả sử có những chúng sanh nào thích toán số và những kỳ thuật khác để bảo vệ cho cuộc sống chính mình, con sẽ hiện ra thân Phạm Chí mà thuyết Pháp và khiến họ thành tựu.

[17] Giả sử có người nam nào thích học trở thành Bhikṣu [bíc su] và thọ trì các giới luật, con sẽ hiện ra thân Bhikṣu mà thuyết Pháp và khiến họ thành tựu.

[18] Giả sử có người nữ nào thích học trở thành Bhikṣuṇī [bíc su ni] và gìn giữ các giới cấm, con sẽ hiện ra thân Bhikṣuṇī mà thuyết Pháp và khiến họ thành tựu.

[19] Giả sử có người nam nào thích giữ Năm Giới, con sẽ hiện ra thân Thanh Tín Nam mà thuyết Pháp và khiến họ thành tựu.

[20] Giả sử có người nữ nào thích giữ Năm Giới, con sẽ hiện ra thân Thanh Tín Nữ mà thuyết Pháp và khiến họ thành tựu.

[21] Giả sử có người nữ nào thích quản lý hậu cung hoặc chuyện của gia tộc, con sẽ hiện ra thân nữ chủ, vương hậu, hay mệnh phụ phu nhân mà thuyết Pháp và khiến họ thành tựu.

[22] Giả sử có những bé trai nào muốn giữ thân đồng tử vĩnh viễn, con sẽ hiện ra thân đồng nam mà thuyết Pháp và khiến họ thành tựu.

[23] Giả sử có những bé gái nào muốn giữ thân trinh nữ vĩnh viễn và không muốn thân thể xâm phạm, con sẽ hiện ra thân đồng nữ mà thuyết Pháp và khiến họ thành tựu.

[24] Giả sử có vị trời nào muốn thoát khỏi cảnh trời, con sẽ hiện ra thân trời mà thuyết Pháp và khiến họ thành tựu.

[25] Giả sử có vị rồng nào muốn thoát khỏi loài rồng, con sẽ hiện ra thân rồng mà thuyết Pháp và khiến họ thành tựu.

[26] Giả sử có quỷ tiệp tật nào muốn thoát khỏi loài quỷ tiệp tật, con sẽ hiện ra thân quỷ tiệp tật mà thuyết Pháp và khiến họ thành tựu.

[27] Giả sử có tầm hương thần nào muốn thoát khỏi loài tầm hương thần, con sẽ hiện ra thân tầm hương thần mà thuyết Pháp và khiến họ thành tựu.

[28] Giả sử có phi thiên nào muốn thoát khỏi loài phi thiên, con sẽ hiện ra thân phi thiên mà thuyết Pháp và khiến họ thành tựu.

[29] Giả sử có nghi thần nào muốn thoát khỏi loài nghi thần, con sẽ hiện ra thân nghi thần mà thuyết Pháp và khiến họ thành tựu.

[30] Giả sử có đại mãng xà nào muốn thoát khỏi loài đại mãng xà, con sẽ hiện ra thân đại mãng xà mà thuyết Pháp và khiến họ thành tựu.

[31] Giả sử có những chúng sanh nào vẫn yêu thích làm người, con sẽ hiện ra thân người mà thuyết Pháp và khiến họ thành tựu.

[32] Giả sử có những phi nhân nào--có hình tướng hay không hình tướng, có nhận thức hay lìa nhận thức--muốn thoát khỏi loài phi nhân, con sẽ hiện ra thân phi nhân mà thuyết Pháp và khiến họ thành tựu.

Đây là 32 ứng thân vi diệu thanh tịnh để vào các quốc độ. Tất cả đều từ năng lực vi diệu vô tác của Đẳng Trì qua sự tu hành của lắng nghe và tư duy mà được thành tựu tự tại.

Thưa Thế Tôn! Lại với năng lực vi diệu vô tác của Kim Cang Đẳng Trì qua sự tu hành của lắng nghe và tư duy, con có thể cảm nhận giống như của mình về nỗi ưu bi và ước nguyện của tất cả chúng sanh trong sáu đường ở ba đời mười phương. Cho nên với sự kết hợp của thân và tâm, con có thể làm cho các chúng sanh được công đức của 14 loại vô úy.

1. Do con không nghe theo âm thanh, nhưng trái lại con quán sát âm thanh của người đó ở bên trong, nên con có thể nghe âm thanh của chúng sanh khổ não khắp mười phương và khiến họ liền được giải thoát.

2. Do con đã xoay ngược và hồi phục tri kiến của mình, giả sử có những chúng sanh nào rơi vào trong lửa lớn, con có thể làm cho lửa chẳng thể đốt cháy họ.

3. Do con đã xoay ngược và hồi phục tánh thấy nghe của mình, giả sử có những chúng sanh nào bị nước cuốn trôi, con có thể làm cho nước chẳng thể nhấn chìm họ.

4. Do con đã đoạn diệt vọng tưởng và không có tâm giết hại, giả sử có những chúng sanh nào lạc vào nước của quỷ, con có thể làm cho loài quỷ chẳng thể hại họ.

5. Do con đã thành tựu hợp nhất căn nghe với tánh giác của nghe, sáu căn hòa quyện và trở thành đồng nhất với căn nghe. Cho nên nếu có chúng sanh nào sắp bị hại, con có thể làm cho đao của người tấn công gãy từng đoạn. Binh khí của kẻ đó sẽ như chém vào nước, hoặc cũng như gió thổi vào tánh không dao động của ánh sáng.

6. Do tánh nghe của con xông ướp với diệu minh tinh nguyên nên nó chiếu sáng khắp Pháp Giới và phá tan đen tối của mọi nơi u ám. Cho dù có những chúng sanh nào ở gần cạnh quỷ tiệp tật, quỷ bạo ác, quỷ úng hình, quỷ hút tinh khí, hay quỷ xú uế thì mắt của chúng vẫn không thể nhìn thấy.

7. Do tánh của âm thanh tiêu tan hoàn toàn khi con chuyển ngược sự lắng nghe vào trong, nên con lìa hư vọng của các trần và có thể làm cho những chúng sanh đang chịu gông cùm xiềng xích không bị nó trói buộc.

8. Do âm thanh đã diệt mất và sự lắng nghe viên mãn, nên con được sức từ bi biến khắp và có thể làm cho những chúng sanh đang đi qua đường hiểm không bị giặc cướp bóc.

9. Do căn nghe của con hợp nhất với tánh giác của nghe, nên con lìa trần cấu và sắc tướng chẳng thể ức chế. Con có thể làm cho tất cả chúng sanh nhiều lòng dâm dục được rời xa tham dục.

10. Do âm thanh thuần nhất rỗng không và chẳng chút trần cấu nên căn và cảnh viên dung, không có sự đối đãi hoặc có gì để đối đãi. Con có thể làm cho tất cả chúng sanh sân hận lìa khỏi sân hận.

11. Do trần cảnh tiêu vong và chuyển thành quang minh, Pháp Giới cùng thân tâm của con tựa như lưu ly trong suốt và không bị ngăn ngại. Con có thể làm cho tất cả chúng sanh với căn tánh ngu độn và tâm bất thiện vĩnh viễn lìa si ám.

12. Do hình sắc dung hòa và trở về tánh giác của nghe, con chẳng rời Đạo Tràng mà có thể vào thế gian và không hủy hoại tướng của thế giới. Con có thể cúng dường khắp chư Phật Như Lai ở mười phương nhiều như vi trần và làm Pháp Vương Tử ở bên cạnh của mỗi Đức Phật. Những chúng sanh nào không có con cái và cầu mong một bé trai, con có thể làm cho họ sanh được một bé trai với phước đức trí tuệ.

13. Do sáu căn viên thông với nhau và đồng thời chiếu sáng trùm khắp các thế giới trong mười phương, tâm con trở thành như một tấm gương tròn to lớn và phản chiếu tánh không của Như Lai tạng. Con phụng sự mười phương Như Lai nhiều như số vi trần và lãnh thọ Pháp môn bí mật của chư Phật mà chẳng hề quên mất. Những chúng sanh nào không có con cái ở khắp Pháp Giới và cầu mong một bé gái, con có thể làm cho họ sanh được một bé gái với tướng mạo đoan chánh, đầy đủ phước đức, tánh nết nhu hòa, và mọi người thương mến.

14. Ở Tam Thiên Đại Thiên Thế Giới này có một tỷ mặt trời và mặt trăng, với các vị Pháp Vương Tử bằng số lượng của số cát trong 62 sông Hằng, hiện đang trụ ở thế gian để tu hành Phật Pháp, làm mô phạm cho trời người, và giáo hóa chúng sanh. Các ngài tùy thuận chúng sanh với phương tiện cùng trí tuệ của mình, và mỗi vị đều chẳng giống nhau. Do con đã chứng đắc viên thông qua bổn căn, nên căn tai phát huy nhiệm mầu như một cánh

cổng. Sau đó thân tâm của con trở nên vi diệu, bao hàm vạn vật, và trùm khắp Pháp Giới. Vì vậy những chúng sanh nào thọ trì danh hiệu của con, con có thể làm cho họ được phước đức như người thọ trì danh hiệu của các vị Pháp Vương Tử bằng số lượng của số cát trong 62 sông Hằng. Phước đức của hai người ấy bằng nhau không khác.

Thưa Thế Tôn! Do sự tu tập của con đã đạt đến viên thông chân thật, nên phước đức của một danh hiệu con bằng phước đức của tất cả danh hiệu kia--không chút sai khác.

Và như thế, con có thể làm cho chúng sanh được công đức từ uy lực của 14 loại vô úy.

Lại nữa, thưa Thế Tôn! Do con chứng đắc viên thông và tu chứng Đạo vô thượng như thế, con lại khéo có thể đạt được bốn diệu đức chẳng thể nghĩ bàn của vô tác.

1. Do con giác ngộ điều vi diệu trong vi diệu ở nơi tâm của lắng nghe, và một khi sự lắng nghe hòa quyện vào tâm tinh nguyên của con, thì sự lắng nghe của con đối với thấy, ngửi, nếm, chạm, và biết trở thành không thể phân biệt với nhau. Toàn bộ sáu công năng viên dung hợp nhất để trở thành một bảo giác thanh tịnh. Cho nên, con có thể hiện ra nhiều loại thân hình vi diệu và có thể tuyên thuyết vô biên thần chú bí mật. Hoặc con hiện ra với 1 đầu, 3 đầu, 5 đầu, 7 đầu, 9 đầu, 11 đầu, và như vậy cho đến 108 đầu, 1.000 đầu, 10.000 đầu, hay 84.000 đầu kiên cố bất hoại. Hoặc con hiện ra với 2 tay, 4 tay, 6 tay, 8 tay, 10 tay, 12 tay, 14 tay, 16 tay, 18 tay, 20 tay, 24 tay, và như vậy cho đến 108 tay, 1.000 tay, 10.000 tay, hay 84.000 tay đang bắt ấn. Trong những bàn tay của con hoặc có 2 mắt, 3 mắt, 4 mắt, 9 mắt, và như vậy cho đến 108 mắt, 1.000 mắt, 10.000 mắt, hay 84.000 mắt thanh tịnh báu. Hoặc hiện ra với từ bi, uy nghiêm, và định tuệ ở trong những thân hình đó, con có thể cứu hộ chúng sanh và làm cho họ được đại tự tại.

2. Do sự tu hành của lắng nghe và tư duy, con thoát ra khỏi sáu trần. Ví như âm thanh bị bức tường làm chướng ngại, nhưng giờ đây con không còn bị sáu trần làm chướng ngại nữa. Bởi vậy mà con có năng lực nhiệm mầu để hiện ra nhiều loại thân hình và tụng nhiều loại thần chú. Vì những thân hình cùng với thần chú đó có thể ban điều không sợ hãi cho các chúng sanh, cho nên hữu tình ở khắp vi trần quốc độ trong mười phương đều gọi con là bậc thí vô úy.

3. Do đạt đến viên thông từ sự tu tập căn bổn vi diệu, nên căn tai của con được thanh tịnh. Vì thế khi du hành qua bất kỳ thế giới nào, con đều làm cho chúng sanh có thể xả bỏ trân bảo và chẳng tiếc thân mạng để cầu mong con hãy thương xót cho họ.

4. Do chứng ngộ cứu cánh và chứng đắc Phật tâm, con có thể dùng muôn loại trân bảo để cúng dường mười phương Như Lai, và cũng như bố thí cho chúng sanh trong sáu đường ở khắp Pháp Giới. Những ai cầu mong có vợ sẽ được vợ, cầu mong con cái sẽ được con cái, cầu mong Đẳng Trì sẽ được Đẳng Trì, cầu mong trường thọ sẽ được trường thọ, và như vậy cho đến cầu mong đại tịch diệt sẽ được đại tịch diệt.

Phật hỏi về viên thông. Từ cánh cổng của căn tai mà con đắc Viên Chiếu Đẳng Trì. Khi tâm duyên nơi cảnh vắng lặng nên con được tự tại. Rồi nhân bởi vào dòng chảy của bậc giác ngộ mà con đắc Đẳng Trì. Đây là phương pháp đệ nhất.

Thưa Thế Tôn! Thuở xưa Quán Thế Âm Như Lai đã ngợi khen con khéo dùng Pháp môn này để chứng đắc viên thông. Bấy giờ ở giữa đại chúng, Đức Phật kia đã thọ ký và đặt tên cho con là Quán Thế Âm. Do con có thể nghe thấu khắp mười phương với minh liễu viên dung, cho nên danh hiệu Quán Thế Âm của con cũng được biết khắp các thế giới trong mười phương."

Bấy giờ ở trên tòa sư tử, Thế Tôn đồng một lúc phóng ra quang minh báu từ hai tay, hai chân, và trên trán. Ánh sáng đó chiếu rất xa để rót vào đỉnh đầu chư Như Lai cùng những vị Pháp Vương Tử Bồ-tát và số lượng đó nhiều như vi trần trong mười phương. Chư Như Lai kia cũng đồng một lúc phóng ra quang minh báu từ hai tay, hai chân, và trên trán. Những ánh sáng đó nhiều như vi trần từ khắp mười phương đến để rót vào đỉnh đầu của Đức Phật cùng chư đại Bồ-tát và những vị Ưng Chân ở trong đại hội. Khắp rừng cây và ao hồ đều vang Pháp âm. Các luồng ánh sáng hòa quyện như những dây tơ của lưới giăng báu.

Khi ấy toàn thể đại chúng thấy được việc chưa từng có và tất cả đều đắc Kim Cang Đẳng Trì. Tiếp đến, trời mưa hoa sen trăm báu với màu xanh, vàng, đỏ, trắng và chúng xen kẽ rơi xuống. Hư không khắp mười phương trở thành màu sắc của bảy báu. Sông núi đất đai của Thế giới Kham Nhẫn đồng thời biến mất. Duy chỉ thấy mười phương vi trần quốc độ hợp thành một thế giới và tiếng ca vịnh thanh tịnh tự nhiên trỗi lên.

❖

Bấy giờ Như Lai bảo Diệu Cát Tường Pháp Vương Tử:

"Ông nay hãy quán sát những gì vừa nói của 25 vị thánh, gồm có chư đại Bồ-tát và các vị Ưng Chân đã đạt đến bậc Vô Học, về phương pháp mà họ bước lên Chánh Đạo lúc tối sơ. Ai nấy đều nói rằng phương pháp tu tập để đạt đến viên thông của mình là đệ nhất. Tuy những phương pháp đã nói ở trước và sau có sai khác, nhưng sự thật thì không có cái nào là ưu việt hay hạ liệt. Nhưng bây giờ Ta muốn chỉ dạy Khánh Hỷ đạt đến khai ngộ, thế thì phương pháp nào trong 25 vị thánh là phù hợp với căn cơ của ông ấy? Và sau khi Ta diệt độ, phương pháp nào sẽ dẫn chúng sanh của thế giới này vào Bồ-tát Thừa để cầu Đạo vô thượng? Cánh cổng phương tiện nào sẽ giúp họ dễ được thành tựu?"

Khi đã lãnh thọ lời chỉ dạy từ bi của Phật, Diệu Cát Tường Pháp Vương Tử liền từ chỗ ngồi đứng dậy, đảnh lễ với trán chạm sát chân của Phật, rồi nương uy thần của Phật và nói kệ đáp rằng:

"Tánh của biển giác lắng trong viên
Viên mãn lắng trong giác nguyên diệu
Nhận biết vừa khởi cảnh hiện ra
Khi cảnh thành lập bổn giác vong

Rồi từ mê vọng có hư không
Thế giới thành lập nương hư không
Vọng tưởng cô đọng thành quốc độ
Do bởi tri giác có chúng sanh

Hư không sanh ra trong đại giác
Như một bọt nước nổi trên biển
Vi trần thế giới và hữu lậu
Đều nương hư không mà sanh ra
Bọt nổ hư không còn chẳng có
Hà huống lại có ba cõi sao?

Trở về nguồn cội tánh chẳng hai
Cánh cổng phương tiện có nhiều lối
Thánh trí không gì mà chẳng thông
Thuận nghịch đều là pháp phương tiện
Sơ phát Đạo tâm vào Đẳng Trì
Người mau kẻ chậm chẳng đồng nhau

Sắc kết hợp tưởng thành trần lao
Tinh yếu của chúng chẳng thông suốt
Nếu mà dùng thứ không minh triệt
Làm sao mà dễ chứng viên thông? [2]

Ngôn ngữ kết tạp nhiều âm thanh
Để thành danh từ và câu nghĩa
Nhưng chúng không thể gồm tất cả
Làm sao mà dễ chứng viên thông? [1]

Mùi hương vào mũi mới ngửi biết
Lìa hương và mũi, ngửi vốn không
Do bởi khứu giác chẳng thường tại
Làm sao mà dễ chứng viên thông? [3]

Vị nếm chẳng phải tánh bổn giác
Vị nếm chỉ có khi nếm gì
Do bởi vị giác chẳng thường tại
Làm sao mà dễ chứng viên thông? [4]

Cảm nhận xúc chạm khi sờ vào
Không vật xúc chạm làm sao biết
Tánh chạm và rời chẳng cố định
Làm sao mà dễ chứng viên thông? [5]

Pháp được gọi là, trần ở trong
Là trần thì tất phải có chỗ
Năng quán sở quán chẳng biến khắp
Làm sao mà dễ chứng viên thông? [6]

Mặc dù căn mắt thấy rõ ràng
Nhưng chỉ thấy trước chẳng thấy sau
Bốn hướng một lúc chỉ thấy nửa
Làm sao mà dễ chứng viên thông? [7]

Hít vào thở ra qua lỗ mũi
Nhưng giữa lúc nghỉ không hơi thở
Bởi có gián đoạn chẳng liên tiếp
Làm sao mà dễ chứng viên thông? [8]

Nếu không có gì lưỡi chẳng biết
Nhân bởi nếm vật sanh vị giác
Nhận biết chẳng còn khi vị hết
Làm sao mà dễ chứng viên thông? [9]

Thân và xúc trần có tương đồng
Do chúng chẳng phải viên giác quán
Ranh giới, số lượng, chẳng luôn gặp
Làm sao mà dễ chứng viên thông? [10]

Căn ý tạp loạn với suy tư
Trạm nhiên minh liễu mãi chẳng thấy
Không thể thoát khỏi tưởng và niệm
Làm sao mà dễ chứng viên thông? [11]

Quán thức của mắt gồm ba phần
Suy xét căn bổn vô hình tướng
Tự thể nó vốn chẳng cố định
Làm sao mà dễ chứng viên thông? [12]

Nếu thức của tai biết cùng khắp
Là sức nhân lớn ở đời trước
Tâm người mới tu chẳng thể vào
Làm sao mà dễ chứng viên thông? [13]

Quán tưởng sống mũi là phương tiện
Nhằm chỉ nhiếp tâm trụ một chỗ
Tâm có chỗ trụ khi trụ thành
Làm sao mà dễ chứng viên thông? [14]

Thuyết Pháp qua tiếng của văn từ
Khai ngộ những ai đã thành tựu
Danh cú chẳng phải là vô lậu
Làm sao mà dễ chứng viên thông? [15]

Trì giới duy chỉ kiềm giữ thân
Phi thân không chỗ để kiềm giữ
Vốn chẳng áp dụng cho tất cả
Làm sao mà dễ chứng viên thông? [16]

Thần thông dựa vào nhân đời trước
Liên quan gì với phân biệt pháp?
Ý niệm không thể lìa khỏi vật
Làm sao mà dễ chứng viên thông? [17]

Nếu như quán sát tánh của đất
Rắn chắc ngăn ngại chẳng xuyên thông
Hữu vi không phải tánh của thánh
Làm sao mà dễ chứng viên thông? [19]

Nếu như quán sát tánh của nước
Tưởng niệm như thế chẳng chân thật
Đó không phải là chân giác quán
Làm sao mà dễ chứng viên thông? [20]

Nếu như quán sát tánh của lửa
Nhàm dục chẳng phải chân xuất ly
Không phải phương tiện cho sơ căn
Làm sao mà dễ chứng viên thông? [18]

Nếu như quán sát tánh của gió
Chuyển động tĩnh mịch tức đối nhau
Có đối chẳng phải vô thượng giác
Làm sao mà dễ chứng viên thông? [21]

Nếu như quán sát tánh của không
Hôn muội hỗn độn vốn phi giác
Vô giác tức khác với thượng giác
Làm sao mà dễ chứng viên thông? [22]

Nếu như quán sát tánh của thức
Nhưng thức chẳng phải là thường trụ
Nó cũng ở tâm nên hư vọng
Làm sao mà dễ chứng viên thông? [23]

Tất cả các hành là vô thường
Tánh niệm bổn nguyên có sanh diệt
Muốn dùng nhân quả vượt nhân quả
Làm sao mà dễ chứng viên thông? [24]

Con nay kính cẩn thưa Thế Tôn
Đức Phật thị hiện tại Kham Nhẫn
Truyền dạy chân Pháp ở cõi này
Thanh tịnh chính là ở lắng nghe [25]

Những ai mà muốn đắc Đẳng Trì
Chắc chắn lắng nghe dễ vào nhất
Lìa khỏi khổ ách được giải thoát
Lành thay diệu Pháp Quán Thế Âm

Ở trong số kiếp Hằng Hà sa
Vào số cõi Phật như vi trần
Ngài được thần lực đại tự tại
Ban thí vô úy cho chúng sanh

Âm thanh vi diệu Quán Thế Âm
Như tiếng hải triều thanh tịnh âm
Cứu hộ chúng sanh đến bình an
Giúp vượt thế gian chứng thường trụ

Con nay thưa với Như Lai rằng
Như Quán Thế Âm đã thuyết giảng
Ví như có người tâm tĩnh lặng
Nghe tiếng trống đánh khắp mười phương
Mười phương đồng thời nghe rõ ràng
Do đó căn tai thật viên dung

Mắt chẳng thấy xuyên vật ngăn ngại
Miệng mũi giới hạn cũng như thế
Thân cần xúc chạm mới cảm nhận
Tâm niệm rối ren không đầu mối

Dù bị tường ngăn tiếng vẫn nghe
Âm thanh gần xa đều nghe cả
Năm căn khác kia sao bằng tai
Là căn viên thông chân thật nhất

Tĩnh động là tánh của âm thanh
Tai nghe có tiếng hoặc tĩnh lặng
Mặc dù không tiếng bảo chẳng nghe
Nhưng thật tánh nghe chẳng gián đoạn

Không tiếng nó chẳng bị diệt mất
Có tiếng nó cũng không khởi sanh
Hoàn toàn vượt khỏi sanh và diệt
Nên nó chân thật là thường hằng

Dù khi ý dừng trong giấc mơ
Thế nhưng tánh nghe chẳng tạm đình
Thính giác của tai vượt suy tư
Thân tâm các căn chẳng thể sánh

Nay vì hữu tình cõi Kham Nhẫn
Con giải thích rõ về lắng nghe
Chúng sanh mê muội tánh của nghe
Chạy theo âm thanh nên lưu chuyển

Cho dù Khánh Hỷ trí nhớ dai
Cũng không thoát miễn rơi niệm tà
Khánh Hỷ nếu chẳng theo dòng chảy
Ngược dòng làm sao bị vọng mê?

Đại đức Khánh Hỷ hãy lắng nghe
Tôi nương thần lực của Đức Phật
Tuyên giảng cho ngài, kim cang vương
Như huyễn chân thật chẳng nghĩ bàn
Nó là Đẳng Trì mẹ chư Phật

Đại đức dù nghe vi trần Phật
Hết thảy vi diệu bí mật môn
Dục lậu nếu như chẳng trừ trước
Tu bồi học vấn thành lỗi lầm
Thọ trì muôn Pháp từ chư Phật
Sao không lắng nghe, nghe của mình?

Bảo nghe chẳng phải tự nhiên có
Nhân bởi âm thanh có danh tự
Xoay ngược lắng nghe thoát khỏi thanh
Vậy năng giải thoát gọi là gì?

Chỉ cần một căn về nguồn cội
Tất cả sáu căn liền giải thoát
Những gì thấy nghe như huyễn che
Ba cõi như hoa giữa hư không
Xoay ngược lắng nghe căn vô ngại
Trần cảnh tiêu trừ giác viên tịnh

Thanh tịnh tột cùng sáng thông suốt
Tịch tĩnh chiếu soi khắp hư không
Quán sát muôn sự trên thế gian
Tựa như những việc ở trong mơ
Mātaṅga [ma tân ga] nữ cũng trong mơ
Vậy ai có thể bắt giữ ông?

Như nhà múa rối ở thế gian
Khéo làm huyễn hóa hình nam nữ
Mặc dù thấy chúng có di chuyển
Nhưng phải kéo dây để dao động
Khi cơ quan ngừng về lặng yên
Các huyễn trở thành vô bổn tánh

Sáu căn chúng ta cũng như vậy
Chúng vốn từ một tinh nguyên minh

Rồi được phân thành sáu chức năng
Một căn dừng nghỉ quay trở về
Sáu căn đều sẽ mất công năng
Trần cấu theo niệm liền tiêu tan
Chuyển thành viên minh tịnh nhiệm mầu

Ai còn trần lao cần phải học
Ai hiểu tột cùng tức Như Lai

Đại đức Khánh Hỷ và đại chúng
Hãy chuyển cơ quan nghe điên đảo
Xoay ngược lắng nghe nghe tự tánh
Khi tánh đạt đến Đạo vô thượng
Như thế mới là chân viên thông

Đây là cánh cổng mà chư Phật
Nhiều như vi trần đến tịch diệt
Chư Phật Như Lai ở quá khứ
Tu Pháp môn này được thành tựu

Hiện tại vô lượng chư Bồ-tát
Mỗi vị cũng vào viên giác minh
Những ai tu hành ở vị lai
Hãy nên y theo Pháp như thế

Qua phương pháp này con cũng chứng
Chẳng riêng một mình Quán Thế Âm
Thành tựu như Phật chư Thế Tôn

Phật đã hỏi con phương tiện nào
Cứu hộ chúng sanh thời Mạt Pháp
Những vị phát tâm lìa thế gian
Dễ dàng thành tựu Đạo tịch diệt
Pháp môn Quán Âm là tối thượng

Tất cả phương tiện tu tập khác
Đều cần uy thần của Phật giúp
Tỉnh ngộ thế sự xả trần lao
Nhưng không phải Pháp tu học thường
Căn lành sâu cạn đồng thuyết Pháp

Con nay đảnh lễ Phật Pháp tạng
Những vị vô lậu chẳng nghĩ bàn
Chúng sanh tương lai nguyện gia bị
Với phương pháp này không hoài nghi

Đây là phương tiện dễ thành tựu
Rất hợp để dạy cho Khánh Hỷ
Cùng chúng trầm luân thời Mạt Pháp
Chỉ cần tu tập căn tai này
Viên thông siêu việt những môn khác
Đó là con đường đến chân tâm"

Khi ngài Khánh Hỷ và các đại chúng nghe được lời khai thị sâu xa, thân tâm của họ an nhiên minh liễu. Quán sát về giác ngộ và đại tịch diệt của Phật, họ được ví như có người phải đi xa vì công việc. Mặc dù chưa có thể quay về, nhưng người ấy biết rất rõ con đường trở về nhà của mình.

Toàn thể đại chúng trong đại hội--thiên long bát bộ, những vị Hữu Học ở Nhị Thừa, cùng tất cả sơ phát tâm Bồ-tát--tổng số lượng nhiều như số cát của mười sông Hằng, họ đều chứng đắc bổn tâm, xa rời trần cấu, và được Pháp nhãn thanh tịnh. Khi vừa nghe xong những bài kệ, Bhikṣuṇī Tánh trở thành bậc Ưng Chân. Vô lượng chúng sanh đều phát tâm Vô Thượng Chánh Đẳng Chánh Giác.

❖

Bấy giờ ở giữa đại chúng, ngài Khánh Hỷ chỉnh y phục, rồi chắp tay và đảnh lễ. Ngài vừa buồn vừa vui khi thấy dấu vết của tâm mình rất rõ ràng.

Vì muốn làm lợi ích cho các chúng sanh ở vị lai, ngài cúi đầu và thưa với Phật rằng:

"Thưa đại bi Thế Tôn! Con bây giờ đã hiểu Pháp môn để thành Phật. Ở trong phương pháp đó, con có thể tu hành mà chẳng khởi hoài nghi. Con thường nghe Như Lai nói rằng, Bồ-tát phát tâm độ người trước khi tự mình đã qua bờ kia, còn Như Lai thì tự mình đã giác ngộ viên mãn và có thể ứng hiện ở thế gian để giác ngộ kẻ khác. Tuy vẫn chưa qua bờ kia, nhưng con nguyện độ hết thảy chúng sanh ở vào thời Mạt Pháp.

Thưa Thế Tôn! Những chúng sanh ở thời đó sẽ dần dần xa cách Phật, còn tà sư giảng pháp thì nhiều như cát sông Hằng. Giả như các chúng sanh ở thời ấy muốn nhiếp tâm mình để vào Đẳng Trì, thì họ phải làm sao an lập Đạo Tràng, rời xa những việc của ma, và được Đạo tâm không thoái chuyển?"

Lúc bấy giờ Thế Tôn ở giữa đại chúng mà ngợi khen Tôn giả Khánh Hỷ rằng:

"Lành thay, lành thay! Ông đã hỏi làm sao an lập Đạo Tràng để cứu hộ chúng sanh chìm đắm ở vào thời Mạt Pháp. Ông nay hãy lắng nghe. Ta sẽ thuyết giảng cho ông."

Ngài Khánh Hỷ và đại chúng đáp rằng:

"Dạ vâng, chúng con xin y giáo phụng hành."

Phật bảo ngài Khánh Hỷ:

"Khi Ta tuyên giảng Luật Tạng, ông thường nghe Ta nói về ba nghĩa quyết định trong sự tu hành. Đó là muốn nhiếp tâm thì phải trì giới, nhân giới sanh định, và nhân định phát tuệ. Đây gọi là Ba Môn Học Vô Lậu.

Này Khánh Hỷ! Vì sao Ta gọi trì giới là để nhiếp tâm?

Nếu các chúng sanh ở sáu đường trong tất cả thế giới mà chẳng khởi tâm dâm dục thì họ sẽ không chuyển theo vòng sanh tử tương tục. Ông tu tập Đẳng Trì nhằm để ra khỏi trần lao, nhưng nếu tâm dâm chưa trừ thì ông chẳng thể ra khỏi trần lao. Cho dù có người thông minh tài trí và hiện tiền có thể vào tĩnh lự, nhưng nếu không đoạn trừ dâm dục thì chắc chắn sẽ rơi vào cảnh ma. Hạng thượng phẩm sẽ làm ma vương; hạng trung phẩm sẽ làm ma dân; hạng hạ phẩm sẽ làm ma nữ. Chúng ma kia cũng có đồ chúng và ai nấy đều bảo rằng mình đã thành Đạo vô thượng.

Sau khi Ta diệt độ, trong thời Mạt Pháp sẽ xuất hiện đầy rẫy chúng ma dân này ở thế gian. Tuy chúng làm toàn việc dâm dục nhưng tỏ ra vẻ Thiện Tri Thức. Chúng ma sẽ làm cho các hữu tình rơi xuống hố tà kiến của ái dục và khiến họ lạc mất con đường giác ngộ.

Khi ông dạy người tu tập Đẳng Trì, thì trước tiên hãy dạy họ đoạn trừ tâm dâm dục. Đây là giáo hối minh bạch quyết định thứ nhất về thanh tịnh mà chư Phật Thế Tôn quá khứ đã dạy.

Cho nên, Khánh Hỷ! Những ai tu hành tĩnh lự mà nếu không trừ bỏ dâm dục thì như nấu cát đá mà mong nó biến thành cơm vậy. Dù trải qua trăm ngàn kiếp thì cũng chỉ gọi là cát nóng mà thôi.

Vì sao thế? Bởi nó vốn chẳng phải là gạo mà chỉ là cát và đá.

Nếu ông cầu diệu Quả của Phật mà thân vẫn còn dâm dục, cho dù được một chút khai ngộ vi diệu nhưng sự hiểu biết đó đều là từ gốc của dâm. Nếu căn bổn của sự hiểu biết là dâm dục, ông sẽ luân chuyển trong ba đường ác và chắc chắn không thể ra khỏi. Thế thì ông làm sao tìm ra con đường để tu chứng Đạo tịch diệt của Như Lai?

Ông phải đoạn trừ những đầu mối khởi dâm dục từ thân lẫn tâm, và cho đến ý nghĩ diệt trừ cũng đoạn nốt. Chỉ như vậy thì đối với sự giác ngộ của Phật mới có hy vọng.

Những gì Ta vừa dạy chính là Phật nói. Nếu giảng khác đi tức là Thiên ma Ác Giả nói.

❖

Này Khánh Hỷ! Nếu các chúng sanh ở sáu đường trong tất cả thế giới mà chẳng khởi tâm giết hại thì họ sẽ không chuyển theo vòng sanh tử tương tục. Ông tu tập Đẳng Trì nhằm để ra khỏi trần lao, nhưng nếu tâm sát chưa trừ thì ông chẳng thể ra khỏi trần lao. Cho dù có người thông minh tài trí và hiện tiền có thể vào tĩnh lự, nhưng nếu không đoạn trừ giết chóc thì chắc chắn sẽ rơi vào cõi giới của quỷ thần. Hạng thượng phẩm sẽ làm đại lực quỷ vương; hạng trung phẩm sẽ làm quỷ tiệp tật bay trên không hoặc làm thủ lãnh của loài quỷ; hạng hạ phẩm sẽ làm quỷ bạo ác đi trên đất. Chúng quỷ thần kia cũng có đồ chúng và ai nấy đều bảo rằng mình đã thành Đạo vô thượng.

Sau khi Ta diệt độ, trong thời Mạt Pháp sẽ xuất hiện đầy rẫy chúng quỷ thần này ở thế gian. Chúng bảo rằng ăn thịt sẽ không cản trở con đường giác ngộ.

Này Khánh Hỷ! Ta cho phép các vị Bhikṣu ăn năm loại tịnh nhục. Những loại thịt đó đều do thần lực của Ta biến hóa ra và chúng vốn chẳng có mạng căn.

Vì lòng đại bi cho những vị muốn tu hành thanh tịnh nhưng phải sống ở vùng đầm lầy ẩm ướt hoặc nơi cát đá mà rau cỏ chẳng thể sanh trưởng, nên Ta đã dùng thần lực gia hộ. Giả danh gọi chúng là thịt để cho các ông được mùi vị đó. Thế thì sau khi Như Lai diệt độ, làm sao những ai ăn thịt chúng sanh mà có thể gọi là đệ tử của Năng Nhân?

Các ông phải biết rằng, cho dù những kẻ ăn thịt này được chút khai ngộ trong khi tu tập Đẳng Trì, nhưng chúng đều là quỷ chúa bạo ác. Sau khi hết báo thân, chúng chắc chắn sẽ chìm đắm trong biển khổ của sanh tử. Chúng không phải là đệ tử của Phật. Những kẻ như thế sẽ tàn sát và ăn nuốt lẫn nhau. Vậy thì làm sao những kẻ đó có thể ra khỏi ba cõi chứ?

Khi ông dạy người tu tập Đẳng Trì, thì hãy dạy họ đoạn trừ tâm giết hại. Đây là giáo hối minh bạch quyết định thứ nhì về thanh tịnh mà chư Phật Thế Tôn quá khứ đã dạy.

Cho nên, Khánh Hỷ! Những ai tu hành tĩnh lự mà nếu không trừ bỏ giết hại thì tựa như có người tự bịt tai của mình, rồi hô lớn tiếng và mong người khác chẳng nghe vậy. Đây gọi là muốn che giấu chứng cứ rành rành.

Khi đi trên con đường nhỏ, chư Bồ-tát và những vị Bhikṣu thanh tịnh còn không giẫm chân lên cỏ, huống nữa là lấy tay nhổ chúng. Làm sao có thể gọi là từ bi mà lại ăn thịt uống máu của các chúng sanh chứ?

Nếu các vị Bhikṣu không mặc tơ lụa từ phương đông, dù là thô hay mịn; cũng như không mang giày da, áo lông cừu, hay sản phẩm làm bằng lông của các loài chim ở quốc gia này; cũng như không dùng sữa, sữa đặc, hay bơ tinh chế, thì các vị Bhikṣu như thế thật đã thoát khỏi thế giới. Khi đã trả xong nợ của những đời trước, họ sẽ không còn lưu chuyển ở ba cõi.

Vì sao thế? Bởi sử dụng một phần của loài hữu tình nào đó thì sẽ có nghiệp duyên với chúng. Đây ví như con người do ăn trăm loại hạt sanh sôi từ đất nên chân của họ chẳng lìa khỏi mặt đất vậy. Những ai không ăn thịt hoặc không khoác lên đồ vật làm từ thân thể của các chúng sanh, và cho đến thân tâm chẳng nghĩ ăn hay mặc những sản phẩm làm từ động vật, thì Ta nói rằng họ là người giải thoát chân thật.

Những gì Ta vừa dạy chính là Phật nói. Nếu giảng khác đi tức là Thiên ma Ác Giả nói.

❖

Lại nữa, Khánh Hỷ! Nếu các chúng sanh ở sáu đường trong tất cả thế giới mà chẳng khởi tâm trộm cắp thì họ sẽ không chuyển theo vòng sanh tử tương tục. Ông tu tập Đẳng Trì nhằm để ra khỏi trần lao, nhưng nếu tâm trộm cắp chưa trừ thì ông chẳng thể ra khỏi trần lao. Cho dù có người thông minh tài trí và hiện tiền có thể vào tĩnh lự, nhưng nếu không đoạn trừ trộm cắp thì chắc chắn sẽ rơi vào tà đạo. Hạng thượng phẩm sẽ làm yêu tinh hút tinh khí; hạng trung phẩm sẽ làm yêu ma quỷ quái; hạng hạ phẩm sẽ làm người bị ma quỷ nhập. Chúng yêu tà kia cũng có đồ chúng và ai nấy đều bảo rằng mình đã thành Đạo vô thượng.

Sau khi Ta diệt độ, trong thời Mạt Pháp sẽ xuất hiện đầy rẫy chúng yêu tà này ở thế gian. Chúng giấu giếm gian dối nhưng tỏ ra vẻ Thiện Tri Thức, và ai nấy đều bảo rằng mình đã đắc Pháp của bậc thượng nhân. Chúng mê hoặc những kẻ vô tri và khủng bố tinh thần người khác. Bất cứ nơi nào mà chúng đi qua, gia đình đó sẽ suy hao và ly tán.

Ta dạy các vị Bhikṣu hãy tùy mỗi phương xứ mà đi khất thực là để xả bỏ lòng tham của mình và giúp thành tựu Đạo. Các vị Bhikṣu không tự mình nấu thức ăn. Họ sống như thế đến trọn đời và du hành trong ba cõi. Nơi nào họ đã đi qua một lần thì sẽ không trở lại. Làm sao kẻ cướp giả mặc y phục của Ta để tự lợi, buôn bán trong Pháp của Như Lai, và tạo đủ mọi nghiệp ác mà có thể gọi là Phật Pháp chứ? Họ hủy báng người xuất gia và nói rằng những vị Bhikṣu đã thọ giới Cụ Túc đi theo Đạo Nhị Thừa. Và như thế họ khiến cho vô lượng chúng sanh ngờ vực và mê lầm, rồi chính họ sẽ đọa Địa ngục Vô Gián.

Sau khi Ta diệt độ, nếu có những vị Bhikṣu nào phát tâm kiên định tuyệt đối để tu tập Đẳng Trì, thì có thể trước hình tượng của Như Lai mà thắp một ngọn đèn ở trên thân, hoặc đốt một ngón tay, hay thiêu một miếng hương ở trên thân. Ta nói người này cùng một lúc sẽ trả hết nợ từ vô thỉ. Vị ấy sẽ có thể chào vĩnh biệt thế gian và vĩnh viễn thoát khỏi các lậu. Tuy chưa có thể lập tức hiểu làm sao tiến bước trên con đường giác ngộ vô thượng, nhưng vị ấy đã lập quyết tâm nơi Pháp. Nếu ai chẳng chịu xả chút thân nho nhỏ đó để làm nhân, và cho dù đã thành tựu vô vi thì chắc chắn cũng sẽ sanh trở lại làm người để trả nợ đời trước. Đây giống như việc Ta đã phải ăn lúa mạch dành cho ngựa vậy--không chút sai khác.

Khi ông dạy người tu tập Đẳng Trì, thì hãy dạy họ đoạn trừ tâm trộm cắp. Đây là giáo hối minh bạch quyết định thứ ba về thanh tịnh mà chư Phật Thế Tôn quá khứ đã dạy.

Cho nên, Khánh Hỷ! Những ai tu hành tĩnh lự mà nếu không trừ bỏ trộm cắp thì tựa như có người muốn rót đầy nước cho một cái ly bị lủng lỗ. Cho dù trải qua số kiếp nhiều như vi trần thì cũng không bao giờ đầy ly.

Nếu những vị Bhikṣu nào không cất giữ vật gì ngoại trừ Pháp y và bình bát; vị ấy bố thí phần thức ăn thừa từ khất thực cho chúng sanh đang đói; vị ấy có thể chắp tay đảnh lễ mọi người ở giữa đại chúng; vị ấy có thể xem như xưng tán dù bị người đánh đập hay mắng chửi; vị ấy thật sự có thể xả bỏ thân tâm và chia sẻ xương máu thịt của mình với chúng sanh; vị ấy không bao giờ mang lời dạy chẳng liễu nghĩa của Như Lai để truyền dạy sai lầm cho người sơ học--Ta ấn chứng cho vị ấy sẽ đắc Đẳng Trì chân thật.

Những gì Ta vừa dạy chính là Phật nói. Nếu giảng khác đi tức là Thiên ma Ác Giả nói.

❖

Này Khánh Hỷ! Mặc dù có những chúng sanh ở trong sáu đường đã hoàn toàn lìa khỏi ba nghiệp--sát sanh, trộm cắp, và dâm dục, nhưng nếu phạm đại vọng ngữ thì Đẳng Trì của họ sẽ không được thanh tịnh, sẽ bị ma tình ái hoặc ma tà kiến mê hoặc, và sẽ đánh mất hạt giống để thành Phật. Họ sẽ nói rằng mình đã đắc nhưng thật chưa đắc, rằng mình đã chứng nhưng thật chưa chứng.

Hoặc vì muốn cho người đời tôn mình là đệ nhất, họ ở trước mọi người mà nói rằng nay họ đã đắc Quả Dự Lưu, Quả Nhất Lai, Quả Bất Hoàn, Đạo Ứng Chân, Đạo Độc Giác, hoặc một Địa nào đó trong Mười Địa, hay một quả vị nào đó trước Mười Địa của Bồ-tát. Và vì tham cúng dường, họ khuyến khích mọi người lễ lạy và sám hối ở trước mình. Những kẻ đó hoàn toàn chẳng tin Pháp, tiêu diệt hạt giống để thành Phật, và họ được ví như cây cọ đã bị người lấy dao chặt đứt. Phật dự ký những kẻ này sẽ vĩnh viễn hủy diệt căn lành và sẽ không hồi phục tri kiến. Họ sẽ trầm luân trong biển của ba thống khổ và sẽ không thành tựu Đẳng Trì.

Sau khi Ta diệt độ, Như Lai sắc lệnh cho chư Bồ-tát và những vị Ứng Chân hãy ứng thân sanh ra vào thời Mạt Pháp với đủ mọi thân hình để độ các chúng sanh trong luân hồi. Hoặc các ngài sẽ hiện ra hình tướng của Đạo Nhân, cư sĩ bạch y, vua chúa, tể quan, đồng nam, đồng nữ, và như vậy cho đến dâm nữ, quả phụ, kẻ lừa đảo, đạo tặc, kẻ làm nghề mổ giết, hay kẻ buôn bán gian lận. Các ngài sẽ trở thành đồng sự với những hạng người trên, nhưng luôn xưng tán Phật Thừa và khiến thân tâm của họ vào Đẳng Trì. Tuy nhiên, các ngài sẽ không bao giờ tùy tiện nói với người sơ học và tiết lộ mật nhân của Phật, rằng mình đích thực là một vị Bồ-tát hoặc là bậc Ưng Chân--chỉ duy trừ bí mật phó chúc ở vào lúc cuối đời. Còn những ai giả mạo chứng Quả tức là đang mê hoặc và não loạn chúng sanh với đại vọng ngữ.

Khi ông dạy người tu tập Đẳng Trì, thì hãy dạy họ đoạn trừ đại vọng ngữ. Đây là giáo hối minh bạch quyết định thứ tư về thanh tịnh mà chư Phật Thế Tôn quá khứ đã dạy.

Cho nên, Khánh Hỷ! Những ai không trừ bỏ đại vọng ngữ thì tựa như có người lấy phân để nặn thành hình của một miếng đàn hương, rồi mong nó tỏa ra mùi thơm. Thật không có việc ấy!

Ta dạy các vị Bhikṣu, rằng trực tâm là Đạo Tràng và phải hoàn toàn không chút hư ngụy của mọi hành vi trong bốn uy nghi. Tại sao có người lại tự xưng rằng mình đã đắc Pháp của bậc thượng nhân chứ? Việc đó thì giống như có kẻ bần cùng mạo xưng là đế vương; ắt sẽ phải tự chuốc cái chết. Huống chi lại có kẻ mạo xưng là Pháp Vương?

Nếu lúc khởi đầu không chân thật thì kết quả sẽ chuốc lấy quanh co. Những ai cầu Phật Đạo như thế thì như người muốn tự cắn rốn của mình. Có ai mong việc đó sẽ thành tựu chăng? Nếu tâm của các vị Bhikṣu ngay thẳng như sợi dây đàn và hoàn toàn chân thật vào Đẳng Trì thì vĩnh viễn sẽ không gặp những việc ma. Ta ấn chứng người ấy sẽ thành tựu tri giác vô thượng của Bồ-tát.

Những gì Ta vừa dạy chính là Phật nói. Nếu giảng khác đi tức là Thiên ma Ác Giả nói."

**Kinh Vô Thượng Bảo Ấn của Đại Bạch Tản Cái Tổng Trì
Được Tuyên Thuyết ở Trên Đại Phật Đảnh,
là Thanh Tịnh Hải Nhãn của Mười Phương Như Lai ♦ Hết quyển 6**

"Này Khánh Hỷ! Ông đã hỏi phương pháp nhiếp tâm và Ta cũng vừa thuyết giảng về diệu môn tu học để vào Đẳng Trì. Những ai cầu Đạo Bồ-tát thì trước tiên phải thọ trì bốn điều luật nghi này. Đây ví như giọt sương đóng băng trên cây thì tự nhiên không một cành lá nào có thể nảy nở. Cũng vậy, khi giới hạnh trong sáng thì ba nghiệp ác từ tâm ý và bốn nghiệp ác từ lời nói sẽ chẳng thể có nhân để sanh khởi.

Này Khánh Hỷ! Nếu ai chẳng đánh mất bốn điều luật nghi này, thì tâm của họ còn chẳng duyên nơi sắc thanh hương vị xúc pháp. Hà huống tất cả việc ma làm sao mà có thể phát sanh chứ? Còn những ai có tập khí từ nhiều đời và chẳng thể diệt trừ thì ông dạy họ hãy nhất tâm tụng Phật Đảnh Quang Minh Đại Bạch Tản Cái Vô Thượng Thần Chú của Ta. Ở trên tướng vô kiến đảnh của Như Lai có Đức Phật hiện ra từ nơi tâm vô vi. Hóa Phật ngồi trên tòa hoa sen báu ở trên đỉnh đầu của Ta và đã tuyên thuyết thần chú này.

Từ nhiều kiếp về trước, ông cùng với cô gái thuộc tộc Mātaṅga [ma tân ga] đã có nhân duyên sâu đậm, và tập khí của ái ân đó chẳng phải chỉ một đời hay một kiếp. Nhưng khi vừa nghe Ta tuyên dương giáo Pháp chỉ một lần, cô ấy đã vĩnh viễn thoát khỏi tâm si ái và trở thành bậc Ưng Chân. Trước kia cô ta là một dâm nữ và chưa từng khởi tâm tu hành, nhưng do năng lực âm thầm của thần chú mà còn mau chứng quả vị Vô Học. Hà huống Thanh Văn các ông ở đại hội nơi đây đã phát tâm cầu Tối Thượng Thừa và quyết định thành Phật. Đây ví như việc tung bụi thuận chiều gió thì làm sao có gian nan hay hiểm trở chứ?

Nếu có ai muốn ngồi Đạo Tràng ở vào thời Mạt Pháp, trước tiên họ cần thọ trì giới cấm thanh tịnh của bậc Bhikṣu [bíc su], rồi phải tìm một vị Đạo Nhân với giới hạnh thanh tịnh đệ nhất để làm thầy của họ. Giả như họ không gặp được vị chân Tăng thanh tịnh để truyền giới luật uy nghi thì tất sẽ chẳng thành tựu. Sau khi đã thọ giới, họ hãy mặc áo sạch thanh khiết, rồi thắp hương ở nơi vắng vẻ, và tụng 108 lần thần chú được tuyên thuyết bởi Đức Phật hiện ra từ nơi tâm của Như Lai. Sau đó họ hãy kết giới để kiến lập Đạo Tràng, và thỉnh cầu vô thượng Như Lai hiện đang trụ ở các quốc độ khắp mười phương hãy phóng ánh sáng từ bi để rót vào đỉnh đầu của họ.

Này Khánh Hỷ! Những vị Bhikṣu thanh tịnh, hoặc Bhikṣuṇī [bíc su ni], cư sĩ bạch y, và các thí chủ nào ở vào thời Mạt Pháp mà thọ trì tịnh giới của Phật và đã diệt trừ lòng tham cùng tâm dâm dục, thì nên phát nguyện Bồ-tát ở trong Đạo Tràng. Nếu họ có thể tắm gội trước khi vào Đạo Tràng, ngày đêm sáu thời hành Đạo, và tu hành không ngủ nghỉ như thế cho đến 21 ngày, thì Ta sẽ tự hiện thân ở trước người ấy, xoa đảnh an ủi, và giúp họ khai ngộ."

Ngài Khánh Hỷ bạch Phật rằng:

"Bạch Thế Tôn! Nhờ lời dạy từ bi vô thượng của Như Lai mà tâm con đã khai ngộ. Con tự biết làm sao để tu chứng thành Đạo của bậc Vô Học. Giả sử những hành giả nào ở vào thời Mạt Pháp muốn kiến lập Đạo Tràng, thì họ phải làm sao kết giới để khế hợp với quy tắc thanh tịnh của chư Phật Thế Tôn?"

Phật bảo ngài Khánh Hỷ:

"Nếu có ai ở vào thời Mạt Pháp muốn kiến lập Đạo Tràng, trước tiên họ hãy tìm được con bò đại lực màu trắng sống ở vùng núi Tuyết. Giống bò này ăn cỏ mượt thơm ngát ở trên núi và chỉ uống nước thanh khiết của vùng núi Tuyết nên phân của nó rất sạch sẽ. Họ hãy lấy phân của nó và trộn với đàn hương, rồi trát chúng lên đất. Nếu chẳng phải là giống bò sống ở vùng núi Tuyết thì phân của nó sẽ hôi dơ và không thể dùng để trát lên đất.

Hoặc một cách khác là tìm chỗ có đất sét màu vàng ở vùng đồng bằng, rồi đào xuống đất năm thước và lấy đất sét từ nơi ấy. Sau đó hãy trộn nó với đàn hương, hương trầm thủy, hương tô hợp, hương huân lục, hương uất kim, hương bạch giao, hương thanh mộc, hương linh lăng, hương cam tùng, và hương kê thiệt. Họ hãy nghiền nguyên liệu của mười loại hương này thành bột và trộn với đất sét, rồi trát chúng trên đất ở Đạo Tràng. Pháp đàn này có tám góc vuông vức và chiều ngang là một trượng sáu.

Ở chính giữa pháp đàn hãy an trí một hoa sen làm bằng vàng, bạc, đồng, hay gỗ. Ở giữa hoa sen hãy đặt một bát nước sương đầy được hứng lấy vào tháng Tám và rải những cánh hoa vào trong đó. Hãy lấy 8 tấm gương hình tròn, rồi an trí mỗi cái ở mỗi hướng xung quanh hoa sen và bát nước, với mặt gương xoay ra ngoài. Kế đến hãy an trí 16 hoa sen và 16 lư hương ở trước những tấm gương. Ở giữa các lư hương hãy trang nghiêm với hoa sen xen kẽ. Trong các lư hương chỉ đốt toàn loại hương trầm thủy và chớ để chúng bốc lửa.

Hành giả hãy lấy sữa của con bò màu trắng, rồi rót vào trong 16 cái bình để chuẩn bị làm các loại thức ăn, gồm có: bánh nướng, bánh đường, bánh dầu, cháo sữa, hương tô hộp, mật với gừng, bơ tinh chế, và mật ong nguyên chất; mỗi thứ 16 phần. Sau khi xong, hãy đặt một phần từ mỗi loại thức ăn ở trước 16 hoa sen để dâng lên chư Phật và các vị đại Bồ-tát.

Ở mỗi bữa ăn và giữa khuya, hành giả hãy lấy nửa thăng mật ong và hòa nó ba lần với bơ tinh chế. Ở trước pháp đàn hãy an trí một bếp lò than nhỏ. Trước đó hãy lấy hương bạch mao đun sôi với nước, rồi rưới nước hương này vào than và sau đó mới đốt than cháy hừng hực. Tiếp đó hãy rải bơ trộn với mật ong lên ngọn lửa ở bếp lò. Hãy đốt như thế cho đến khi hết bơ và mật ong để cúng dường chư Phật và Bồ-tát.

Ở bên ngoài của tịnh thất làm pháp đàn, hãy treo cờ hiệu và hoa khắp nơi. Trên bốn bức tường bên trong của tịnh thất, hành giả hãy treo các hình tượng của mười phương Như Lai và chư Bồ-tát. Ở chính giữa bức tường xoay về hướng nam, hãy treo hình tượng của Đức Phật Biến Chiếu, Đức Phật Năng Nhân, Từ Thị Bồ-tát, Đức Phật Bất Động, và Đức Phật Vô Lượng Thọ. Còn ở bức tường bên trái và phải, hãy an trí một hình tượng đại biến hóa của Quán Thế Âm Bồ-tát và một hình tượng của Kim Cang Tạng Bồ-tát. Ở hai bên trái và phải của cánh cửa, hãy an trí hình tượng của Năng Thiên Đế, Phạm Vương, Hỏa Đầu Kim Cang, Thanh Diện Kim Cang, Giải Oán Kết Kim Cang, Thiên nữ Sân Mục, Tứ Đại Thiên Vương, và chướng ngại thần.

Lại nữa, hãy lấy tám tấm gương khác treo từ trần nhà và làm cho chúng đối diện với tám tấm gương hình tròn đã an trí trong đàn tràng. Các tấm gương sẽ phản chiếu với nhau trùng trùng.

Bảy ngày đầu tiên, hành giả hãy chí thành đảnh lễ danh hiệu của mười phương Như Lai, chư đại Bồ-tát, và các vị Ưng Chân. Trong sáu thời, hành giả đi vòng quanh pháp đàn và tụng chú liên tục. Hãy chí tâm hành Đạo như thế và tụng chú 108 lần.

Bảy ngày kế tiếp, hành giả hãy nhất hướng chuyên tâm phát nguyện Bồ-tát và chớ để tâm bị gián đoạn. Trước đây ở trong Luật Tạng, Ta đã có dạy phương pháp phát nguyện.

Bảy ngày sau cùng, hành giả hãy nhất tâm tụng trì Đại Bạch Tản Cái Tổng Trì của Phật suốt 12 thời. Vào ngày cuối cùng, mười phương Như Lai sẽ đồng thời xuất hiện. Chư Phật và quang minh sẽ phản chiếu trong gương, rồi chư Phật sẽ lấy tay xoa đỉnh đầu của hành giả. Ngay lúc ấy, những ai mà có thể tu tập Đẳng Trì trong Đạo Tràng ở vào thời Mạt Pháp như thế, thân tâm của họ sẽ trong sáng như lưu ly.

Này Khánh Hỷ! Nếu bổn sư truyền giới cho vị Bhikṣu này hoặc có ai trong nhóm của mười vị Bhikṣu mà chẳng thanh tịnh, thì phần lớn sự tu hành ở trong Đạo Tràng như thế sẽ không thành tựu.

Sau 21 ngày, hành giả hãy ngồi ngay thẳng và an nhiên cho đến 100 ngày. Những ai với căn lành sâu dày, họ sẽ không đứng dậy suốt thời gian đó và sẽ đắc Quả Dự Lưu. Cho dù ở trong thân và tâm của người ấy chưa thành tựu quả vị của bậc thánh, nhưng họ tự biết chắc chắn sẽ thành Phật.

Ông hỏi làm sao kiến lập Đạo Tràng, thì đây chính là phương pháp."

❖

Lúc ấy ngài Khánh Hỷ đảnh lễ với trán chạm sát chân của Phật, rồi thưa với Phật rằng:

"Kể từ khi xuất gia, con đã ỷ lại vào sự thương mến của Phật. Bởi con chỉ cầu đa văn nên chưa chứng vô vi. Do đó con bị tà thuật của Phạm Thiên cấm chế. Mặc dù tâm vẫn sáng suốt nhưng lực chẳng được tự do. May nhờ có Diệu Cát Tường Bồ-tát đến giải cứu nên con mới thoát khỏi. Tuy nhờ thần lực vô hình từ thần chú tuyên thuyết bởi hóa Phật ở trên đỉnh đầu của Như Lai, nhưng con vẫn chưa đích thân được nghe. Kính mong Như Lai với lòng đại từ bi mà hãy tuyên thuyết thêm một lần nữa để cứu hộ những vị tu hành trong đại hội này, và cũng như các chúng sanh luân hồi vào thời Mạt Pháp tương lai. Do nương vào mật âm của thần chú mà thân tâm của họ sẽ được giải thoát."

Khi ấy tất cả đại chúng trong đại hội thảy đều đảnh lễ và chờ đợi lắng nghe bí mật chương cú của Như Lai.

Lúc bấy giờ từ trên đảnh nhục kế của Thế Tôn phóng ra ánh sáng trăm báu, rồi từ trong ánh sáng đó vọt ra một hoa sen ngàn cánh. Trên hoa báu có một hóa Như Lai đang ngồi và từ trên đỉnh đầu của Đức Phật đó phóng ra mười luồng ánh sáng trăm báu. Mỗi luồng ánh sáng đều hiện khắp các vị Kim Cang Mật Tích nhiều như số cát của mười sông Hằng. Có vị vác núi hoặc có vị cầm chày, và các ngài đứng đầy cõi giới hư không. Khi nhìn lên, đại chúng vừa mừng vừa sợ và cầu Phật thương xót. Họ nhất tâm lắng nghe hóa Phật được vọt từ ánh sáng phóng ra ở trên tướng vô kiến đảnh của Như Lai, tuyên thuyết thần chú rằng:

||namas tathāgatāya sugatāya arhate samyak-saṃbuddhāya

|| nam mác, ta tha ga ta da, su ga ta da, a ra ha te, sam dắc - sam bu đa da

|namas tathāgata-buddha-koṭy-uṣṇīṣaṃ | namas sarva-buddha-bodhi-sattvebhyaḥ

|nam mác, ta tha ga ta - bu đà - cô ti - u sờ ni sâm | nam mác, sa qua - bu đà - bô đi - sách toe bi a ha

|namas saptānāṃ samyak-saṃbuddha-koṭīnāṃ sa-śrāvaka-saṃghānāṃ

|nam mác, sáp ta nâm, sam dắc - sâm bu đà - cô ti nâm, sa - sờ ra qua ca - sâm ga nâm

|namo loke arhantānāṃ | namas srota-āpannānāṃ | namas sakṛdāgamīnāṃ | [namo anāgamīnāṃ]

|nam mô, lô ke, a ra hân ta nâm | nam mác, sờ rô ta - a ban na nâm | nam mác, sác ri đa ga mi nâm | [nam mô, a na ga mi nâm]

|namo loke samyag-gatānāṃ samyak-pratipannānāṃ | namo devarṣīnāṃ

|nam mô, lô ke, sam dắc - ga ta nâm, sam dắc - bờ ra ti ban na nâm | nam mô, đe va ri si nâm

|namas siddhyā vidyā-dhara-ṛṣīnāṃ śāpa-anu-graha-saha-samarthānāṃ

|nam mác, sít đi a, vi đi a - đa ra - ri si nâm, sa ba - a nu - gờ ra ha - sa ha - sa ma tha nâm

|namo brahmaṇe | nama indrāya | namo bhagavate rudrāya umā-pati-sahāyāya

|nam mô, bờ ra ma ne | nam ma, in đờ ra da | nam mô, ba ga qua te, ru đờ ra da, u ma - ba ti - sa ha da da

|namo bhagavate nārāyaṇāya pañca-mahā-mudrā-namas-kṛtāya | namo bhagavate mahā-kālāya

|nam mô, ba ga qua te, na ra da na da, ban cha - ma ha - mu đờ ra - nam mác - cờ ri ta da | nam mô, ba ga qua te, ma ha - ca la da

|tripura-nagara-vidrā-āpaṇa-kārāya adhi-mukti-śmaśāna-nivāsini mātṛ-gaṇa-namas-kṛtāya

|tri bu ra - na ga ra - vi đờ ra - a ba na - ca ra da, a đi - múc ti - sờ ma sa na - ni va si ni, ma tri - ga na - nam mác - cờ ri ta da

|namo bhagavate tathāgata-kulāya

|nam mô, ba ga qua te, ta tha ga ta, cu la da

|namaḥ padma-kulāya | namo vajra-kulāya | namo maṇi-kulāya | namo gaja-kulāya

|nam ma ha, bách ma - cu la da | nam mô, va chờ ra - cu la da | nam mô, ma ni - cu la da | nam mô, ga cha - cu la da

|namo bhagavate dṛḍha-sūra-senā-pra-haraṇa-rājāya tathāgatāya arhate samyak-saṃbuddhāya

|nam mô, ba ga qua te, đờ ri đa - su ra - se na - bờ ra - ha ra na - ra cha da, ta tha ga ta da, a ra ha te, sam dắc - sam bu đa da

|namo bhagavate namo'mitābhāya tathāgatāya arhate samyak-saṃbuddhāya

|nam mô, ba ga qua te, nam mô, a mi ta ba da, ta tha ga ta da, a ra ha te, sam dắc - sam bu đa da

|namo bhagavate'kṣobhyāya tathāgatāya arhate samyak-saṃbuddhāya

|nam mô, ba ga qua te, át sô bi da da, ta tha ga ta da, a ra ha te, sam dắc - sam bu đa da

|namo bhagavate bhaiṣajya-guru-vaiḍūrya-prabha-rājāya tathāgatāya [arhate samyak-saṃbuddhāya]

|nam mô, ba ga qua te, bai sa cha - gu ru - vai đu ri a - bờ ra ba - ra cha da, ta tha ga ta da, [a ra ha te, sam dắc - sam bu đa da]

|namo bhagavate saṃpuṣpitā-sālendra-rājāya tathāgatāya arhate samyak-saṃbuddhāya

|nam mô, ba ga qua te, sâm bu sờ bi ta - sa len đờ ra - ra cha da, ta tha ga ta da, a ra ha te, sam dắc - sam bu đa da

|namo bhagavate śākyamunaye tathāgatāya arhate samyak-saṃbuddhāya

|nam mô, ba ga qua te, sác ky a mu na de, ta tha ga ta da, a ra ha te, sam dắc - sam bu đa da

|namo bhagavate ratna-ketu-rājāya tathāgatāya arhate samyak-saṃbuddhāya

|nam mô, ba ga qua te, rát na - ke tu - ra cha da, ta tha ga ta da, a ra ha te, sam dắc - sam bu đa da

|tebhyo namas-kṛtvā idaṃ bhagavatas tathāgata-uṣṇīṣaṃ sita-ātapatraṃ namo'parājitaṃ pratyaṅgiraṃ

|te bi ô, nam mác - cờ ri toa, i đâm, ba ga qua tác, ta tha ga ta - u sờ ni sâm, si ta - a ta ba trâm, nam mô, a ba ra chi tâm, bờ ra ty ân ghi râm

|sarva-bhūta-graha-nigrahaka-kara-hani

|sa qua - bu ta - gờ ra ha - ni gờ ra ha ca - ca ra - ha ni

|para-vidyā-chedanīṃ | akāla-mṛtyu-pari-trāyaṇa-karīṃ

|ba ra - vi đi a - che đa nim | a ca la - mơ ri ty u - ba ri - tra da na - ca rim

|sarva-bandhana-mokṣaṇīṃ | sarva-duṣṭa-duḥ-svapna-nivāraṇīṃ

|sa qua - ban đa na - mốc sa nim | sa qua - đu sờ ta - đơ - sờ vấp na - ni va ra nim

|caturaśītīnāṃ graha-sahasrāṇāṃ vidhvaṃsana-karīṃ

|cha tu ra si ti nâm, gờ ra ha - sa ha sờ ra nâm, vi đờ vâm sa na - ca rim

|aṣṭa-viṃśatīnāṃ nakṣatrāṇāṃ pra-sādana-karīṃ | aṣṭānāṃ mahā-grahāṇāṃ vidhvaṃsana-karīṃ

|a sờ ta - vim sa ti nâm, nấc sa tra nâm, bờ ra - sa đa na - ca rim | a sờ ta nâm, ma ha - gờ ra ha nâm, vi đờ vâm sa na - ca rim

|sarva-śatru-nivāraṇam | ghorāṃ duḥ-svapnāṃ ca nāśanīṃ | viṣa-śastra-agni-udaka-raṇaṃ

|sa qua - sa tru - ni va ra nam | gô râm, đơ - sờ vấp nâm, cha, na sa nim | vi sa - sa sờ tra - át ni - u đa ca - ra nâm

| aparājita-ghora mahā-bala-caṇḍa mahā-dīpta mahā-teja mahā-śveta-jvala mahā-bala
| a ba ra chi ta - gô ra, ma ha - ba la - chân đa, ma ha - đíp ta, ma ha - te cha, ma ha - sờ que ta - chờ qua la, ma ha - ba la
| pāṇḍara-vāsinī ārya-tārā | bhṛ-kuṭīṃ ce va vijaya vajra-maletiḥ
| ban đa ra - va si ni, a ri a - ta ra | bờ ri - cu tim, che, va, vi cha da, va chờ ra - ma le ti hi
| vi-śruta-padmakaḥ vajra-jihvaś ca mālā ce va aparājitā-vajra-daṇḍaḥ
| vi - sờ ru ta - bách ma ca ha, va chờ ra - chi vác, cha, ma la, che, va, a ba ra chi ta - va chờ ra - đan đa ha
| viśālā ca śānta śveteva pūjitā sauma-rūpā-mahā-śvetā-ārya-tārā
| vi sa la, cha, san ta, sờ que te qua, bu chi ta, sau ma - ru ba - ma ha - sờ que ta - a ri a - ta ra
| mahā-bala-apara-vajra-saṃkalā ce va vajra-kaumārī kulaṃ-dharī
| ma ha - ba la - a ba ra - va chờ ra - sâm ca la, che, va, va chờ ra - câu ma ri, cu lâm - đa ri
| vajra-hastā ca vidyā | kāñcana-mallikāḥ kusumbhaka-ratnaḥ
| va chờ ra - hách ta, cha, vi đi a | can cha na - ma li ca ha, cu sum ba ca - rát na ha
| vairocana-kulīyāya artha-uṣṇīṣaḥ | vi-jṛmbha-mānī ca vajra-kanaka-prabha-locanā
| vai rô cha na - cu li da da, a tha - u sờ ni sa ha | vi - chờ rim ba - ma ni, cha, va chờ ra - ca na ca - bờ ra ba - lô cha na
| vajra-tuṇḍī ca śvetā ca kamala-akṣaś śaśi-prabhā
| va chờ ra - tun đi, cha, sờ que ta, cha, ca ma la - ạt sác, sa si - bờ ra ba
| ity-iti-mudrā-gaṇas sarve rakṣaṃ kurvantu imān mama-asya ||
| i ty - i ti - mu đờ ra - ga nác, sa que, rất sâm, cưa van tu, i man, ma ma - a sy a ||

❖

|| oṃ | ṛṣi-gaṇa-pra-śastas tathāgata-uṣṇīṣaṃ
|| ôm | ri si - ga na - bờ ra - sa sờ ta, ta tha ga ta - u sờ ni sâm
| hūṃ trūṃ jambhana hūṃ trūṃ stambhana | hūṃ trūṃ para-vidyā-saṃ-bhakṣaṇa-kara
| hùm, trùm, cham ba na, hùm, trùm, sờ tam ba na | hùm, trùm, ba ra - vi đi a - sâm - bấc sa na - ca ra
| hūṃ trūṃ sarva-yakṣa-rākṣasa-grahānāṃ vidhvaṃsana-kara
| hùm, trùm, sa qua - dấc sa - rất sa sà - gờ ra ha nâm, vi đờ vâm sa na - ca ra
| hūṃ trūṃ caturaśītīnāṃ graha-sahasrānāṃ vidhvaṃsana-kara | hūṃ trūṃ rakṣa rakṣa māṃ
| hùm, trùm, cha tu ra si ti nâm, gờ ra ha - sa ha sờ ra nâm, vi đờ vâm sa na - ca ra | hùm, trùm, rất sa, rất sa, mâm
| bhagavāṃs tathāgata-uṣṇīṣaṃ | pratyaṅgire mahā-sahasra-bhuje sahasra-śīrṣe koṭi-sahasra-netre
| ba ga quâm, ta tha ga ta - u sờ ni sâm | bờ ra ty ân ghi re, ma ha - sa ha sờ ra - bu che, sa ha sờ ra - sia se, cô ti - sa ha sờ ra - ne tre
| abhede jvalita-atațaka mahā-vajra-udāra-tri-bhuvana-maṇḍala
| a be đe, chờ qua li ta - a ta ta ca, ma ha - va chờ ra - u đa ra - tri - bu qua na - man đa la
| oṃ svastīr bhavatu mama imān mama-asya ||
| ôm, sờ qua sơ tia, ba qua tu, ma ma, i man, ma ma - a sy a ||

❖

|| rāja-bhayāś cora-bhayā agni-bhayā udaka-bhayā viṣa-bhayāḥ śastra-bhayāḥ
|| ra cha - bây dạc, chô ra - bây da, át ni - bây da, u đa ca - bây da, vi sa - bây da ha, sa sờ tra - bây da ha
| paracakra-bhayā dur-bhikṣa-bhayā aśani-bhayā akāla-mṛtyu-bhayā
| ba ra chất cờ ra - bây da, đưa - bíc sa - bây da, a sa ni - bây da, a ca la - mơ ri ty u - bây da
| dharaṇi-bhūmi-kampaka-pata-bhayā ulkā-pāta-bhayā rāja-daṇḍa-bhayā
| đa ra ni - bu mi - cam ba ca - ba ta - bây da, u ca - ba ta - bây da, ra cha - đan đa - bây da
| nāga-bhayā vidyud-bhayās suparṇa-bhayā
| na ga - bây da, vi đi út - bây dạc, su ba na - bây da
| yakṣa-grahā rākṣasī-grahāḥ preta-grahāḥ piśāca-grahā bhūta-grahāḥ
| dấc sa - gờ ra ha, rất sa si - gờ ra ha, bờ re ta - gờ ra ha, bi sa cha - gờ ra ha, bu ta - gờ ra ha,
| kumbhāṇḍa-grahāḥ pūtana-grahāḥ kaṭapūtana-grahās skanda-grahā
| cum ban đa - gờ ra ha, bu ta na - gờ ra ha, ca ta bu ta na - gờ ra hạc, sờ canh đa - gờ ra ha,
| ’pa-smāra-grahā unmāda-grahāś chāya-grahā revatī-grahā
| a ba - sờ ma ra - gờ ra ha, un ma đa - gờ ra hạc, cha da - gờ ra ha, re va ti - gờ ra ha
| jāta-āhārīnaṃ garbha-āhārīnaṃ rudhira-āhārīnaṃ māṃsa-āhārīnaṃ
| cha ta - a ha ri nâm, ga ba - a ha ri nâm, ru đi ra - a ha ri nâm, mâm sa - a ha ri nâm,
| medha-āhārīnaṃ majja-āhārīnaṃ jāta-āhārīnīṃ jīvita-āhārīnaṃ
| me đa - a ha ri nâm, ma cha - a ha ri nâm, cha ta - a ha ri nim, chi vi ta - a ha ri nâm,

|pīta-āhārīnaṃ vānta-āhārīnam aśucya-āhārīnīṃ citta-āhārīnīṃ
|bi ta - a ha ri nâm, van ta - a ha ri nam, a su chi a ha ri nim, chít ta - a ha ri nim
|teṣāṃ sarveṣāṃ sarva-grahānāṃ vidyāṃ chedayāmi kīlayāmi
|te sâm, sa que sâm, sa qua - gờ ra ha nâm, vi đi âm, che đa da mi, ki la da mi
|pari-vrājaka-kṛtaṃ vidyāṃ chedayāmi kīlayāmi
|ba ri - vờ ra cha ca - cờ ri tâm, vi đi âm, che đa da mi, ki la da mi
|ḍākinī-kṛtaṃ vidyāṃ chedayāmi kīlayāmi
|đa ki ni - cờ ri tâm, vi đi âm, che đa da mi, ki la da mi
|mahā-paśupati-rudra-kṛtaṃ vidyāṃ chedayāmi kīlayāmi
|ma ha - ba su ba ti - ru đờ ra - cờ ri tâm, vi đi âm, che đa da mi, ki la da mi
|nārāyaṇa-kṛtaṃ vidyāṃ chedayāmi kīlayāmi
|na ra da na - cờ ri tâm, vi đi âm, che đa da mi, ki la da mi
|tattva-garuḍa-kṛtaṃ vidyāṃ chedayāmi kīlayāmi
|tách toa - ga ru đa - cờ ri tâm, vi đi âm, che đa da mi, ki la da mi
|mahā-kāla-mātṛ-gaṇa-kṛtaṃ vidyāṃ chedayāmi kīlayāmi
|ma ha - ca la - ma tri - ga na - cờ ri tâm, vi đi âm, che đa da mi, ki la da mi
|kāpālika-kṛtaṃ vidyāṃ chedayāmi kīlayāmi
|ca ba li ca - cờ ri tâm, vi đi âm, che đa da mi, ki la da mi
|jaya-kara-madhu-kara-sarva-artha-sādhaka-kṛtaṃ vidyāṃ chedayāmi kīlayāmi
|cha da - ca ra - ma đu - ca ra - sa qua - a tha - sa đa ca - cờ ri tâm, vi đi âm, che đa da mi, ki la da mi
|catur-bhaginī-kṛtaṃ vidyāṃ chedayāmi kīlayāmi
|cha tưa - ba ghi ni - cờ ri tâm, vi đi âm, che đa da mi, ki la da mi
|bhṛṅgi-riṭi-nandikeśvara-gaṇa-pati-sahāya-kṛtaṃ vidyāṃ chedayāmi kīlayāmi
|bơ rin ghi - ri ti - nan đi ke sờ qua ra - ga na - ba ti - sa ha da - cờ ri tâm, vi đi âm, che đa da mi, ki la da mi
|nagna-śramaṇa-kṛtaṃ vidyāṃ chedayāmi kīlayāmi
|nát na - sờ ra ma na - cờ ri tâm, vi đi âm, che đa da mi, ki la da mi
|arhanta-kṛtaṃ vidyāṃ chedayāmi kīlayāmi |vīta-rāga-kṛtaṃ vidyāṃ chedayāmi kīlayāmi
|a ra hân ta - cờ ri tâm, vi đi âm, che đa da mi, ki la da mi | vi ta - ra ga - cờ ri tâm, vi đi âm, che đa da mi, ki la da mi
|vajra-pāṇi-guhya-guhyaka-adhipati-kṛtaṃ vidyāṃ chedayāmi kīlayāmi
|va chờ ra - ba ni - gu hy a - gu hy a ca - a đi ba ti - cờ ri tâm, vi đi âm, che đa da mi, ki la da mi
|rakṣa māṃ bhagavann imān mama-asya ||
|rất sa, mâm, ba ga quanh, i man, ma ma - a sy a ||

❖

||bhagavat-sita-ātapatra-namo'stute |asita-nala-arka-prabha-sphuṭa-vi-kas-sita-ātapatre
||ba ga quách, si ta - a ta ba tra, na mô, sờ tu te | a si ta - na la - a ca - bờ ra ba - sờ phu ta - vi - ca - si ta - a ta ba tre
|jvala jvala dara dara bhidara bhidara chida chida |hūṃ hūṃ phaṭ phaṭ phaṭ phaṭ phaṭ svāhā hehe phaṭ
|chờ qua la, chờ qua la, đa ra, đa ra, bi đa ra, bi đa ra, chi đa, chi đa |hùm, hùm, phạt, phạt, phạt, phạt, phạt, sờ qua ha, he he, phạt
|amoghāya phaṭ apratihata phaṭ |vara-prada phaṭ asura-vidāraka phaṭ
|a mô ga da, phạt, a bờ ra ti ha ta, phạt | va ra - bờ ra đa, phạt, a su ra - vi đa ra ca, phạt
|sarva-devebhyaḥ phaṭ sarva-nāgebhyaḥ phaṭ |sarva-yakṣebhyaḥ phaṭ sarva-gandharvebhyaḥ phaṭ
|sa qua - đe ve bi a ha, phạt, sa qua - na ghe bi a ha, phạt, | sa qua - dấc se bi a ha, phạt, sa qua - ganh đa ve bi a ha, phạt
|sarva-pūtanebhyaḥ phaṭ kaṭa-pūtanebhyaḥ phaṭ
|sa qua - bu ta ne bi a ha, phạt, ca ta - bu ta ne bi a ha, phạt,
|sarva-dur-laṅghitebhyaḥ phaṭ sarva-duṣ-prekṣitebhyaḥ phaṭ
|sa qua - đưa - lân ghi te bi a ha, phạt, sa qua - đu sờ - bờ rắc si te bi a ha, phạt
|sarva-jvarebhyaḥ phaṭ sarva-apasmārebhyaḥ phaṭ sarva-śramaṇebhyaḥ phaṭ
|sa qua - chờ qua re bi a ha, phạt, sa qua - a ba sờ ma re bi a ha, phạt, sa qua - sờ ra ma ne bi a ha, phạt,
|sarva-tīrthikebhyaḥ phaṭ sarva-unmādakebhyaḥ phaṭ sarva-vidyā-rāja-ācāryebhyaḥ phaṭ
|sa qua - tia thi ke bi a ha, phạt, sa qua - un ma đa ke bi a ha, phạt, sa qua - vi đi a - ra cha - a cha ri e bi a ha, phạt
|jaya-kara-madhu-kara-sarva-artha-sādhakebhyaḥ phaṭ
|cha da - ca ra - ma đu - ca ra - sa qua - a tha - sa đa ke bi a ha, phạt,

|vidya-ācāryebhyaḥ phaṭ catur-bhaginībhyaḥ phaṭ
|vi đi a - a cha ri e bi a ha, phạt, cha tưa - ba ghi ni bi a ha, phạt
|vajra-kaumārī-vidyā-rājebhyaḥ phaṭ mahā-praty-aṅgirebhyaḥ phaṭ
|va chờ ra - câu ma ri - vi đi a - ra che bi a ha, phạt, ma ha - bờ ra ty - ân ghi re bi a ha, phạt
|vajra-saṃkalāya praty-aṅgira-rājāya phaṭ mahā-kālāya mahā-mātṛ-gaṇa-namas-kṛtāya phaṭ
|va chờ ra - sâm ca la da, bờ ra ty - ân ghi ra - ra cha da, phạt, ma ha - ca la da, ma ha - ma tri - ga na - nam mác - cờ ri ta da, phạt
|viṣṇave phaṭ brāhmaṇiye phaṭ agniye phaṭ mahā-kāliye phaṭ kāla-daṇḍiye phaṭ
|vi sờ na ve, phạt, bờ ra ma ni de, phạt, át ni de, phạt, ma ha - ca li de, phạt, ca la - đan đi de, phạt,
|mātre phaṭ raudriye phaṭ cāmuṇḍiye phaṭ kālā-rātriye phaṭ kāpāliye phaṭ
|ma tre, phạt, rau đờ ri de, phạt, cha mun đi de, phạt, ca la - ra tri de, phạt, ca ba li de, phạt
|adhi-muktaka-śmaśāna-vāsiniye phaṭ | ye ke cittās sattvāsya mama imān mama-asya ||
|a đi - múc ta ca - sờ ma sa na - va si ni de, phạt | de ke, chít ta, sách toa sy a, ma ma, i man, ma ma - a sy a ||

❖

|| duṣṭa-cittā amitrī-cittā
|| đu sờ ta - chít ta, a mi tri - chít ta
|oja-āhārā garbha-āhārā rudhira-āhārā vasa-āhārā majja-āhārā jāta-āhārā
|ô cha - a ha ra, ga ba - a ha ra, ru đi ra - a ha ra, va sa - a ha ra, ma cha - a ha ra, cha ta - a ha ra,
|jīvita-āhārā mālya-āhārā gandha-āhārāḥ puṣpa-āhārāḥ phala-āhārās sasya-āhārāḥ
|chi vi ta - a ha ra, ma ly a - a ha ra, ganh đa - a ha ra ha, bu sờ ba - a ha ra ha, pha la - a ha rạc, sa sy a - a ha ra ha
|pāpa-cittā duṣṭa-cittā raudra-cittā
|ba ba - chít ta, đu sờ ta - chít ta, rau đờ ra - chít ta
|yakṣa-grahā rākṣasa-grahāḥ preta-grahāḥ piśāca-grahā bhūta-grahāḥ
|dấc sa - gờ ra ha, rất sa sà - gờ ra ha, bờ re ta - gờ ra ha, bi sa cha - gờ ra ha, bu ta - gờ ra ha
|kumbhāṇḍa-grahās skanda-grahā unmāda-grahāś chāyā-grahā apa-smāra-grahā
|cum ban đa - gờ ra hạc, sờ canh đa - gờ ra ha, un ma đa - gờ ra hạc, cha da - gờ ra ha, a ba - sờ ma ra - gờ ra ha,
|ḍāka-ḍākinī-grahā revatī-grahā jāmika-grahāś śakunī-grahā
|đa ca - đa ki ni - gờ ra ha, re va ti - gờ ra ha, cha mi ca - gờ ra hạc, sác cu ni - gờ ra ha,
|raudrā-mātṛ-nāndika-grahā ālambā-grahā ghatnu-kaṇṭhapaṇinī-grahāḥ
|rau đờ ra - ma tri - nan đi ca - gờ ra ha, a lam ba - gờ ra ha, gạch nu - can tha ba ni ni - gờ ra ha
|jvarā ekāhikā dvaitīyakās traitīyakāś cāturthakā nitya-jvarā viṣama-jvarā vātikāḥ paittikāś ślaiṣmikās sāṃ-nipātikās sarva-jvarāś śiro'rtīr vārddha-bādha-arocakā
|chờ qua ra, e ca hi ca, đoái ti da cạc, trai ti da cạc, cha tưa tha ca, ni ty a - chờ qua ra, vi sa ma - chờ qua ra, va ti ca ha, bai ti cạc, sờ lai sơ mi cạc, sâm - ni ba ti cạc, sa qua - chờ qua rạc, si rô ri tia, va đa - ba đa - a rô cha ca
|akṣi-rogaṃ mukha-rogaṃ hṛd-rogaṃ gala-grahaṃ karṇa-śūlaṃ danta-śūlaṃ
|át si - rô gâm, múc kha - rô gâm, hê ri - rô gâm, ga la - gờ ra hâm, ca na - su lâm, đan ta - su lâm,
|hṛdaya-śūlaṃ marman-śūlaṃ pārśva-śūlaṃ pṛṣṭha-śūlam udara-śūlaṃ kaṭi-śūlaṃ
|hê ri đa da - su lâm, ma man - su lâm, ba sờ qua - su lâm, bờ ri sơ tha - su lâm, u đa ra - su lâm, ca ti - su lâm,
|vasti-śūlaṃ ūru-śūlaṃ nakha-śūlaṃ hasta-śūlaṃ pāda-śūlaṃ sarva-aṅga-pratyaṅga-śūlaṃ
|va sơ ti - su lâm, u ru - su lâm, na kha - su lâm, hách ta - su lâm, ba đa - su lâm, sa qua - ân ga - bờ ra ty ân ga - su lâm
|bhūta-vetāḍa-ḍākinī-jvarā dadrukāḥ kaṇḍūḥ kiṭibhā lūtā vaisarpā loha-liṅgāḥ
|bu ta - ve ta đa - đa ki ni - chờ qua ra, đa đờ ru ca ha, can đu hu, ki ti ba, lu ta, vai sa ba, lo ha - lin ga ha
|śastra-saṃ-gara viṣa-yoga agne udaka māra vaira kāntāra akāla-mṛtyo
|sa sơ tra - sâm - ga ra, vi sa - dô ga, át ne, u đa ca, ma ra, vai ra, can ta ra, a ca la - mơ ri ty ô
|try-ambuka trai-lāṭa vṛscika sarpa nakula siṃha vyāghra ṛkṣa tarakṣa mārā jīvīs teṣāṃ sarveṣāṃ
|tri - am bu ca, trai - la ta, vơ ri chi ca, sa ba, na cu la, sim ha, vy a gờ ra, rít sa, ta rất sa, ma ra, chi vít, te sâm, sa que sâm
|sita-ātapatra-mahā-vajra-uṣṇīṣaṃ mahā-praty-aṅgiraṃ
|si ta - a ta ba tra - ma ha - va chờ ra - u sờ ni sâm, ma ha - bờ ra ty - ân ghi râm
|yāvad-dvādaśa-yojana-abhy-antareṇa [sīmā-bandhaṃ karomi] vidyā-bandhaṃ karomi tejo-bandhaṃ karomi para-vidyā-bandhaṃ karomi
|da qua - đờ qua đa sa - dô cha na - a bi - an ta re na, [si ma - ban đâm, ca rô mi,] vi đi a - ban đâm, ca rô mi, te chô - ban đâm, ca rô mi, ba ra - vi đi a - ban đâm, ca rô mi
|tadyathā oṃ anale viśade vīra-vajra-dhare bandha bandhani vajra-pāṇiḥ phaṭ hūṃ trūṃ phaṭ svāhā ||
|ta đi a tha, ôm, a na le, vi sa đe, vi ra - va chờ ra - đa re, ban đa, ban đa ni, va chờ ra - ba ni hi, phạt, hùm, trùm, phạt, sờ qua ha ||

❖

"Này Khánh Hỷ! Tất cả chư Phật khắp mười phương đều sanh ra từ chương cú vi diệu bí mật của Đại Bạch Tản Cái Tổng Trì được tuyên thuyết bởi Đức Phật vọt ra từ ánh sáng ở trên đỉnh đầu của Như Lai.

Nhân bởi thần chú của tâm này nên mười phương Như Lai được thành Vô Thượng Chánh Đẳng Chánh Giác.

Do mười phương Như Lai chấp trì thần chú của tâm này nên có thể hàng dẹp chúng ma và chế phục ngoại đạo.

Do mười phương Như Lai nhờ vào thần chú của tâm này nên có thể ngồi trên tòa hoa sen báu và ứng thân đến khắp quốc độ nhiều như vi trần.

Do mười phương Như Lai gìn giữ thần chú của tâm này nên có thể chuyển đại Pháp luân ở trong quốc độ nhiều như vi trần.

Do mười phương Như Lai thọ trì thần chú của tâm này nên có thể xoa đảnh thọ ký cho các chúng sanh trong các thế giới khắp mười phương. Những chúng sanh chưa thành tựu quả vị ở các thế giới trong mười phương thì cũng nhờ ơn của chư Phật mà được thọ ký.

Do mười phương Như Lai nương vào thần chú của tâm này nên có thể cứu tế chúng sanh khổ ách ở các thế giới trong mười phương, gồm có: địa ngục, ngạ quỷ, bàng sanh, mù điếc câm ngọng, nỗi khổ của oán ghét gặp nhau, nỗi khổ của yêu thương chia lìa, nỗi khổ của mong cầu không được, nỗi khổ của năm uẩn cháy phừng, và những việc xui xẻo hoặc lớn hay nhỏ. Đồng thời chư Phật cũng giải thoát chúng sanh ra khỏi giặc cướp, đao binh, nạn vua, ngục tù, gió bão, lũ lụt, hỏa hoạn, và đói khát bần cùng. Chư Thế Tôn chỉ ứng tâm niệm chú thì tất cả những việc không may đều tiêu tan.

Do mười phương Như Lai thuở xưa đã tùy thuận thần chú của tâm này nên có thể ở trong bốn uy nghi mà phụng sự các vị Thiện Tri Thức, cúng dường như ý, và được chọn làm những vị đại Pháp Vương Tử ở trong đại hội của Như Lai nhiều như cát sông Hằng.

Do mười phương Như Lai thực hành thần chú của tâm này nên có thể nhiếp thọ các chúng sanh hữu duyên và có thể làm cho những ai tu hành Nhị Thừa chẳng sanh kinh sợ khi nghe về tạng bí mật.

Do mười phương Như Lai đã tụng niệm thần chú của tâm này nên được thành vô thượng giác, ngồi dưới cội Đạo thụ, và vào đại tịch diệt.

Do mười phương Như Lai truyền dạy thần chú của tâm này nên có thể phó chúc Phật sự sau khi diệt độ, làm cho giáo Pháp trụ thế dài lâu, và những ai nghiêm trì giới luật tất sẽ được thanh tịnh.

Nếu từ sáng đến tối chẳng gián đoạn và cũng không lặp lại văn từ, Ta liên tục nói về công đức của Đại Bạch Tản Cái Tổng Trì được tuyên thuyết bởi Đức Phật vọt ra từ ánh sáng ở trên đỉnh đầu của Như Lai, thì cho dù trải qua số kiếp nhiều như cát sông Hằng cũng chẳng thể cùng tận.

Mật chú này cũng gọi là Thần Chú Được Tuyên Thuyết Từ Trên Đỉnh Đầu của Như Lai.

Hữu Học các ông vẫn chưa dứt sạch luân hồi. Tuy các ông đã phát tâm chí thành để trở thành bậc Ưng Chân, nhưng nếu không trì chú này mà ngồi Đạo Tràng và muốn thân tâm của mình lìa khỏi những việc ma, thì thật không có việc ấy.

Này Khánh Hỷ! Nếu có chúng sanh ở bất kỳ quốc gia nào trên thế giới mà có thể dùng vỏ cây hoa, lá cây cọ, giấy, hay vải bông gòn trắng mà biên chép thần chú này, rồi lưu giữ trong túi thơm. Cho dù tâm trí của ai ám độn đi nữa và chưa có thể tụng niệm hay học thuộc thần chú, nhưng nếu mang túi thơm bên mình hoặc cất giữ ở trong nhà, thì phải biết suốt đời của người ấy sẽ không bị bất cứ loại độc nào mà có thể gây hại.

Này Khánh Hỷ! Ta nay sẽ nói thêm cho ông biết về việc làm sao thần chú này có thể cứu hộ thế gian, giúp chúng sanh thoát khỏi sợ hãi kinh hoàng, và thành tựu sự hiểu biết xuất thế gian.

Sau khi Ta diệt độ, nếu có chúng sanh nào ở vào thời Mạt Pháp mà có thể tự mình tụng niệm hoặc dạy bảo người khác tụng niệm thần chú này, thì phải biết những chúng sanh tụng trì thần chú như thế: lửa chẳng thể đốt họ, nước chẳng thể dìm họ, dù là thuốc độc mạnh hay nhẹ thì cũng không thể tổn hại họ, và như vậy cho đến tất cả chú thuật tà ác của trời rồng quỷ thần hay yêu tinh quỷ quái thì cũng đều chẳng thể khống chế họ.

Khi tâm họ đã đắc chánh thọ, mọi tố chất chế tạo từ chú thuật, bùa ngải trù ếm, thuốc độc trộn với vàng hay bạc, thảo mộc trùng xà, hay vạn vật độc khí, một khi những thứ ấy vào miệng của người đó thì đều sẽ thành vị cam lộ. Tất cả yêu tinh ác độc và chúng quỷ thần oán tâm hại người đều chẳng thể khởi lòng ác. Chướng ngại thần, các vị quỷ vương từng làm ác, và quyến thuộc của họ, do đều thọ ân sâu của Phật đã hóa độ nên sẽ luôn thủ hộ người trì chú.

Này Khánh Hỷ! Phải biết thần chú này luôn được 84.000 nayuta [na du ta] Hằng Hà sa ức chư Bồ-tát trong chủng tộc của Kim Cang Tạng Vương hộ trì. Mỗi vị đều có các kim cang chúng làm quyến thuộc và ngày đêm họ luôn đi theo để bảo vệ người trì chú. Cho dù có chúng sanh nào do tâm tán loạn nên không thể vào Đẳng Trì nhưng nếu tâm họ nhớ nghĩ và miệng đọc chú, thì các vị Bồ-tát ở trong chủng tộc của Kim Cang Tạng Vương cũng luôn đi theo hộ vệ. Hà huống là các thiện nam tử đã phát khởi Đạo tâm kiên định.

Lại nữa, các vị Bồ-tát ở trong chủng tộc của Kim Cang Tạng Vương sẽ âm thầm chú tâm phát khởi thần thức của người trì chú. Bấy giờ tâm của người ấy sẽ có thể nhớ lại rõ ràng mọi việc ở trong 84.000 Hằng Hà sa kiếp mà chẳng hề nhầm lẫn. Từ đó về sau cho đến thân cuối cùng, đời đời họ sẽ không sanh làm quỷ tiệp tật, quỷ bạo ác, quỷ xú uế, quỷ cực xú uế, quỷ úng hình, quỷ hút tinh khí, hay quỷ đói, hoặc những loài chúng sanh xấu ác có hình tướng hay không hình tướng, có nhận thức hay lìa nhận thức.

Các thiện nam tử nào đọc tụng hay biên chép thần chú, mang thần chú theo bên mình, hoặc an trí thần chú ở nơi thích hợp để làm những sự cúng dường, thì từ kiếp này đến kiếp khác, họ không sanh ở gia đình bần cùng hạ tiện hay ở nơi chẳng an vui.

Giả sử các chúng sanh này không đích thân làm những việc phước đức, mười phương Như Lai cũng sẽ chuyển công đức của mình cho người ấy. Do vậy nên trải qua số kiếp nhiều như cát sông Hằng, vô số, bất khả thuyết bất khả thuyết kiếp, họ sẽ thường sanh cùng một nơi với chư Phật. Vô lượng công đức của họ sẽ dày khít như chùm quả côm lá hẹp. Họ sẽ ở cùng một nơi để huân tu Pháp lành và vĩnh viễn không rời xa chư Phật.

Lại nữa, thần chú này có thể làm cho những người phá giới được phục hồi giới căn thanh tịnh, những ai chưa thọ giới sẽ được thọ giới, những ai chưa tinh tấn sẽ khiến họ tinh tấn, những ai vô trí tuệ sẽ được trí tuệ, những ai không thanh tịnh sẽ mau được thanh tịnh, và những ai chưa ăn chay trì giới thì sẽ tự mình thành tựu trai giới.

Này Khánh Hỷ! Giả sử thiện nam tử đó đã phạm giới cấm trước khi thọ trì thần chú. Sau khi trì chú, những tội phá giới của họ, chẳng kể là nặng hay nhẹ, sẽ đồng thời tiêu diệt.

Giả sử những người ấy có thể đã uống rượu, ăn năm loại thực vật hăng nồng [: hành, hẹ, tỏi, củ kiệu, củ nén], hoặc dùng đủ mọi thức ăn bất tịnh, nhưng hết thảy chư Phật, chư Bồ-tát, kim cang thần, thiên chúng, tiên nhân, và quỷ thần sẽ không xem đó là lỗi lầm. Hoặc giả sử những người ấy mặc quần áo rách nát đi nữa, nhưng mọi việc làm của họ đều vẫn thanh tịnh.

Cho dù họ không kiến lập pháp đàn, không vào Đạo Tràng, và cũng không hành Đạo đi nữa, nhưng nếu họ tụng trì chú này thì công đức cũng giống như đã vào đàn tràng để hành Đạo--không chút sai khác.

Hoặc giả sử những người ấy đã tạo năm trọng tội ngỗ nghịch và lẽ ra phải đọa Địa ngục Vô Gián, hoặc họ là những vị Bhikṣu phạm bốn giới nghiêm trọng đáng bị trục xuất, hoặc họ là những vị Bhikṣuṇī phạm tám giới nghiêm trọng đáng bị trục xuất, nhưng một khi tụng chú này xong, các nghiệp trọng như thế thảy đều tiêu diệt đến sợi lông tơ cũng chẳng còn, tựa như cơn gió lốc thổi tan bãi cát.

Này Khánh Hỷ! Giả sử có những chúng sanh ở đời hiện tại hay ở đời trước mà chưa từng sám hối tất cả tội chướng nặng nhẹ đã tạo từ vô lượng vô số kiếp cho đến nay, nhưng nếu họ có thể đọc tụng, biên chép, mang thần chú theo bên mình, hoặc an trí thần chú ở nơi cư trú--trong nhà, khu vườn, hay quán trọ, thì những nghiệp tội tích tập của họ sẽ tan rã như tuyết bị nấu chảy. Không lâu sau đó, họ đều sẽ chứng đắc Vô Sanh Nhẫn.

Lại nữa, Khánh Hỷ! Giả sử có người nữ nào không con và cầu mong con cái, nếu họ có thể chí tâm tụng thuộc lòng thần chú hoặc có thể mang Đại Bạch Tản Cái Tổng Trì này ở bên mình, thì sẽ sanh con cái với phước đức trí tuệ. Hoặc những ai mong sống lâu thì sẽ được sống lâu. Hoặc những ai mong kết quả mỹ mãn thì sẽ mau được viên mãn. Cho đến thân mạng và sắc lực thì cũng lại như vậy. Sau khi mạng chung, họ sẽ tùy theo ước nguyện mà vãng sanh về các quốc độ trong mười phương và nhất định sẽ không sanh ở chốn biên địa hạ tiện. Hà huống là sanh vào tạp loại chúng sanh.

Này Khánh Hỷ! Giả sử ở bất kỳ nơi đâu, hoặc ở xóm làng, tỉnh huyện, hay trong quốc gia nào mà gặp nạn đói kém, bệnh dịch, đao binh, giặc cướp, đấu tranh, cùng đủ mọi ách nạn khác xảy ra, thì hãy biên chép thần chú này và an trí ở bốn cổng thành, các ngôi tháp, hoặc treo lên cờ xí. Hãy chỉ dạy tất cả dân chúng ở trong quốc gia đó phải nghênh tiếp, cung kính lễ bái, và nhất tâm cúng dường thần chú này. Hãy chỉ dạy mỗi công dân ở đó nên mang theo thần chú bên mình hoặc an trí trong nhà. Như thế mọi tai ách thảy đều tiêu diệt.

Này Khánh Hỷ! Trong quốc gia nào hoặc ở bất kỳ nơi đâu mà có chúng sanh tùy thuận chú này thì trời rồng sẽ hoan hỷ, mưa gió thuận hòa, ngũ cốc chín rộ, và muôn dân an lạc. Thần chú này cũng lại có thể ngăn chặn tất cả tai chướng được thấy qua sự biến đổi quái dị xấu ác của tinh tú ở mỗi phương xứ. Dân chúng sẽ không bị chết yểu, chẳng bị gông cùm xiềng xích trói buộc nơi thân, ngày đêm ngủ nghỉ an lành, và không hề gặp ác mộng.

Này Khánh Hỷ! Ở Thế giới Kham Nhẫn có 84.000 tinh tú báo hiệu cho tai biến xấu. Trong số đó có 28 đại tinh tú là báo hiệu cho điềm xấu nhất. Và trong đó lại có tám đại tinh tú là báo hiệu cho điềm xấu cực kỳ. Chúng hiện ra đủ mọi hình thù, và có thể phát sanh đủ mọi tai ương khác lạ khi xuất hiện ở thế gian. Tuy nhiên, nếu ở nơi nào mà có thần chú này thì trong vòng 12 hạn lượng sẽ trở thành chỗ kết giới, mọi tai ương điềm xấu thảy đều diệt trừ và vĩnh viễn không thể lọt vào.

Cho nên Như Lai đã tuyên thuyết thần chú này là để bảo hộ những hành giả mới tu học ở vào đời vị lai, hầu giúp họ vào Đẳng Trì, thân tâm an nhiên, và được an ổn tự tại. Lại nữa, họ sẽ không bị tất cả chúng ma quỷ thần cùng oán thù tai ương ở đời trước và nghiệp vay nợ thuở xưa từ vô thỉ đến não hại.

Giả sử ông và các vị Hữu Học cùng những hành giả ở vào đời vị lai y theo cách kiến lập đàn tràng mà Ta đã dạy và trì giới đúng như giáo Pháp, lại được thọ giới từ vị Tăng thanh tịnh, và cũng trì chú này với lòng không sanh nghi ngờ hay hối tiếc, nếu như thiện nam tử này ở ngay tại thân do cha mẹ sanh ra mà tâm chẳng thông đạt, thì tức là mười phương Như Lai đã vọng ngữ."

❖

Khi nói lời ấy xong, vô lượng trăm ngàn kim cang thần ở trong đại hội đồng một lúc chắp tay và đảnh lễ ở trước Phật, rồi thưa với Phật rằng:

"[Thưa Thế Tôn!] Tùy thuận như lời dạy của Phật, chúng con sẽ thành tâm bảo hộ những vị tu Đạo như thế."

Lúc bấy giờ Phạm Vương, Năng Thiên Đế, và Tứ Đại Thiên Vương cũng đồng một lúc đảnh lễ ở trước Phật, rồi thưa với Phật rằng:

"[Thưa Thế Tôn!] Nếu có những người thiện nào tu học như thế, chúng con sẽ tận tâm chí thành bảo hộ và khiến cho việc làm của họ ở trong đời hiện tại sẽ như ước nguyện."

Lại có vô lượng đại tướng tiệp tật, vua quỷ bạo ác, vua quỷ úng hình, vua quỷ hút tinh khí, chướng ngại thần, cùng các đại quỷ vương khác cũng chắp tay và đảnh lễ ở trước Phật, rồi thưa rằng:

"[Thưa Thế Tôn!] Chúng con cũng phát thệ nguyện để hộ trì những người ấy và làm cho Đạo tâm của họ mau được viên mãn."

Lại có vô lượng Nhật Thiên Tử, Nguyệt Thiên Tử, phong thiên, vũ thiên, vân thiên, lôi thiên, điện thiên, và những vị khác như thế, cùng với những vị quan trời niên tuế tuần tra và quyến thuộc cũng ở trong đại hội, họ đảnh lễ với trán chạm sát chân của Phật, rồi thưa với Phật rằng:

"[Thưa Thế Tôn!] Chúng con cũng sẽ bảo hộ những người tu hành này, làm cho Đạo Tràng bình an và họ sẽ không phải sợ bất cứ điều gì."

Lại có vô lượng thần núi, thần biển, muôn chúng thần linh của vạn vật đi trên đất, bơi trong nước, hay bay giữa trời, cùng với chúa thần của gió và các vị trời từ cõi vô sắc, cũng đồng một lúc cúi đầu ở trước Như Lai, rồi thưa với Phật rằng:

"[Thưa Thế Tôn!] Chúng con cũng sẽ bảo hộ các vị tu hành này để họ vĩnh viễn không có những việc ma và mau được thành Đạo."

Bấy giờ 84.000 nayuta Hằng Hà sa ức chư Bồ-tát trong chủng tộc của Kim Cang Tạng Vương đang ở giữa đại hội, liền từ chỗ ngồi đứng dậy, đảnh lễ với trán chạm sát chân của Phật, rồi thưa với Phật rằng:

"Thưa Thế Tôn! Tương tự như các vị khác tu hành công đức, từ lâu chúng con đã giác ngộ nhưng lại không chọn vào tịch diệt. Trái lại, chúng con luôn đi theo để cứu hộ những ai chân chánh tu tập Đẳng Trì của thần chú này ở vào thời Mạt Pháp.

Thưa Thế Tôn! Những ai tu tâm để cầu chánh định như thế, hoặc họ ở tại Đạo Tràng, hoặc đang đi trên đường, và cho đến tâm tán loạn khi dạo qua xóm làng, thì quyến thuộc chúng con cũng sẽ luôn tùy tùng để bảo vệ người ấy. Cho dù ma vương ở trời Tha Hóa Tự Tại luôn mãi tìm cách để trục lợi từ họ thì vĩnh viễn chẳng thể được. Trong vòng mười hạn lượng, các tiểu quỷ thần không thể đến gần những người thiện này--duy trừ họ đã phát khởi Đạo tâm và vui thích tu tĩnh lự.

Thưa Thế Tôn! Nếu những ác ma như thế hoặc quyến thuộc của ma mà muốn đến xâm hại hay quấy nhiễu người hiền lương này, chúng con sẽ vung chày báu đập nát đầu của chúng ra thành như các hạt vi trần. Chúng con cũng luôn giúp mọi việc làm của người ấy sẽ như ước nguyện."

❖

Lúc ấy ngài Khánh Hỷ liền từ chỗ ngồi đứng dậy, đảnh lễ với trán chạm sát chân của Phật, rồi bạch Phật rằng:

"Chúng con ngu độn, chỉ thích đa văn, và vẫn ở trong các tâm hữu lậu mà chẳng mong ra khỏi. Nhờ lời dạy từ bi của Phật nên chúng con mới tu hành chân chánh, thân tâm an nhiên, và được lợi ích lớn lao.

Bạch Thế Tôn! Giả sử có người tu chứng Đẳng Trì của Phật như thế nhưng vẫn chưa đạt đến tịch diệt. Sao gọi là giai đoạn của trí tuệ khô? 44 giai đoạn mà tâm lần lượt trải qua để đạt đến mục đích tu hành là những gì? Ở giai đoạn nào thì gọi là vào trong Mười Địa? Sao gọi là Bồ-tát ở giai đoạn Đẳng Giác?"

Khi nói lời ấy xong, ngài cúi đầu đảnh lễ với năm điểm chạm đất. Đại chúng cũng nhất tâm chờ đợi âm thanh từ bi của Phật và chiêm ngưỡng không nháy mắt.

Lúc bấy giờ Thế Tôn ngợi khen ngài Khánh Hỷ rằng:

"Lành thay, lành thay! Các ông đã có thể rộng vì đại chúng cùng tất cả chúng sanh ở vào thời Mạt Pháp, là những vị tu tập Đẳng Trì và cầu Pháp Đại Thừa, mà hỏi Ta chỉ ra con đường tu hành chân chánh vô thượng để dẫn họ từ giai đoạn phàm phu cho đến vào đại tịch diệt sau cùng. Ông nay hãy lắng nghe! Ta sẽ thuyết giảng cho ông."

Tôn giả Khánh Hỷ cùng đại chúng chắp tay với tâm khai mở và yên lặng chờ dạy bảo.

Đức Phật bảo:

"Này Khánh Hỷ! Phải biết rằng diệu tánh viên minh lìa mọi danh tướng và nó vốn không có thế giới hay chúng sanh. Nhân bởi hư vọng mà có sanh khởi và nhân bởi sanh khởi mà có diệt mất. Sanh diệt là hư vọng. Một khi hư vọng diệt trừ thì đó là chân thật. Sự xoay chuyển để trở về chẳng hai này gọi là tuệ giác vô thượng của Như Lai, là đại tịch diệt.

Này Khánh Hỷ! Ông nay muốn tu tập Đẳng Trì chân chánh để thẳng đến đại tịch diệt của Như Lai, thì trước tiên phải hiểu nhân của hai loại điên đảo: đó là chúng sanh và thế giới. Khi điên đảo không sanh thì Đẳng Trì chân thật của Như Lai sẽ hiện ra.

Này Khánh Hỷ! Sao gọi là điên đảo về chúng sanh?

Này Khánh Hỷ! Do vì giác tánh của chân tâm là sự hiểu biết viên minh và nhân bởi sự hiểu biết này phát sanh một tánh khác, rồi từ tánh đó sanh ra một vọng kiến. Do vậy từ trong bổn giác hoàn toàn chẳng có gì mà cứu cánh thành có gì. Mọi thứ từ cái có này đều không dựa ở bất cứ nhân nào. Chỗ nương trụ và tướng trụ của nó hoàn toàn vốn chẳng có căn gốc. Mặc dù chỗ trụ của nó vốn không có căn gốc, nhưng thế giới và các chúng sanh lại được kiến lập.

Sự mê muội về bổn giác viên minh là sanh bởi hư vọng. Tánh của hư vọng này chẳng có tự thể và nó không có chỗ y tựa. Giả sử như muốn trở về tánh chân, nhưng cái muốn cho sự chân thật đó đã chẳng phải là chân thật rồi. Tánh của Chân Như không phải là một chân thật mà có thể mong cầu để trở về. Khi uyển chuyển như thế sẽ trở thành chẳng phải tướng, rồi chẳng phải sanh, chẳng phải trụ, chẳng phải tâm, và chẳng phải Pháp sẽ triển chuyển phát sanh. Từ năng lực của sanh phát khởi hiểu biết. Khi huân tập sẽ trở thành nghiệp. Nghiệp tương đồng sẽ thu hút với nhau. Nhân bởi có nghiệp cảm nên tương sanh tương diệt. Bởi vậy mới có điên đảo về chúng sanh.

Này Khánh Hỷ! Sao gọi là điên đảo về thế giới?

Do từ cái có mà hư vọng sanh khởi phần này đoạn kia. Nhân đó mà ranh giới thành lập. Nó không dựa vào nhân nào hoặc làm nhân dựa cho thứ gì, không trụ hoặc có chỗ nào của trụ, và chỉ có đổi dời không ngừng. Nhân đó mà thế giới thành lập. Do ba đời cùng bốn phương của thế giới hòa hợp tương giao nên chúng sanh biến hóa và trở thành một trong 12 thể loại.

Cho nên thế giới nhân bởi dao động mà có âm thanh. Nhân bởi âm thanh mà có hình sắc. Nhân bởi hình sắc mà có mùi hương. Nhân bởi mùi hương mà có xúc chạm. Nhân bởi xúc chạm mà có vị nếm. Nhân bởi vị nếm mà biết pháp trần. Do vì sáu loại vọng tưởng rối ren này nên hình thành nghiệp tánh và 12 thể loại chúng sanh phải chịu luân chuyển.

Do vì có sắc thanh hương vị xúc pháp ở thế gian nên chúng sanh tiếp nối sanh ra ở trong 12 thể loại và kết thành một vòng tròn. Do bởi cưỡi ở trên tướng điên đảo của luân chuyển này nên thế giới mới có chúng sanh sanh ra từ trứng, sanh ra từ bào thai, sanh ra từ ẩm ướt, hoặc sanh ra từ biến hóa. Có chúng sanh có sắc, chúng sanh vô sắc, chúng sanh có nhận thức, chúng sanh lìa nhận thức, chúng sanh chẳng phải có sắc, chúng sanh chẳng phải vô sắc, chúng sanh chẳng phải hoàn toàn có nhận thức, hay chúng sanh chẳng phải hoàn toàn lìa nhận thức.

❖

[1] Này Khánh Hỷ! Nhân bởi chúng sanh luân hồi ở trong thế giới do hư vọng nên sanh khởi điên đảo từ dao động, rồi nó hòa hợp với tinh khí và tạo thành 84.000 loài loạn tưởng để bay hoặc bơi. Cho nên mới có giai đoạn phát triển đầu tiên của chúng sanh sanh ra từ trứng. Đó là cá, rùa, hay rắn và chủng loại của chúng đầy khắp thế giới.

[2] Nhân bởi chúng sanh luân hồi ở trong thế giới do tạp nhiễm nên sanh khởi điên đảo từ ái dục, rồi nó hòa hợp với chất sinh sản và tạo thành 84.000 loài loạn tưởng để đứng thẳng hoặc đứng ngang. Cho nên mới có giai đoạn phát triển đầu tiên của chúng sanh sanh ra từ bào thai. Đó là con người, thú vật, rồng hay tiên và chủng loại của chúng đầy khắp thế giới.

[3] Nhân bởi chúng sanh luân hồi ở trong thế giới do chấp trước nên sanh khởi điên đảo từ thú hướng, rồi nó hòa hợp với ấm áp và tạo thành 84.000 loài loạn tưởng để di chuyển mau lẹ. Cho nên mới có giai đoạn phát triển đầu tiên của chúng sanh sanh ra từ ẩm ướt. Đó là những loài sâu bọ và chủng loại của chúng đầy khắp thế giới.

[4] Nhân bởi chúng sanh luân hồi ở trong thế giới do biến đổi nên sanh khởi điên đảo từ giả mượn, rồi nó hòa hợp với xúc chạm và tạo thành 84.000 loài loạn tưởng để thay mới bỏ cũ. Cho nên mới có giai đoạn phát triển đầu tiên của chúng sanh sanh ra từ biến hóa. Đó là những loài lột xác biết bay hoặc bò và chủng loại của chúng đầy khắp thế giới.

[5] Nhân bởi chúng sanh luân hồi ở trong thế giới do ngăn ngại nên sanh khởi điên đảo từ chướng ngại, rồi nó hòa hợp với chấp trước hiển thị và tạo thành 84.000 loài loạn tưởng để sáng chói. Cho nên mới có giai đoạn phát triển đầu tiên của chúng sanh có sắc. Đó là những loài phát quang cho điềm tốt hay xấu và chủng loại của chúng đầy khắp thế giới.

[6] Nhân bởi chúng sanh luân hồi ở trong thế giới do tiêu tán nên sanh khởi điên đảo từ nghi ngờ, rồi nó hòa hợp với u ám và tạo thành 84.000 loài loạn tưởng để ẩn tàng. Cho nên mới có giai đoạn phát triển đầu tiên của chúng sanh vô sắc. Đó là chúng sanh ở Không Vô Biên Xứ, Thức Vô Biên Xứ, Vô Sở Hữu Xứ, hoặc Phi Tưởng Phi Phi Tưởng Xứ và chủng loại của chúng đầy khắp thế giới.

[7] Nhân bởi chúng sanh luân hồi ở trong thế giới do ảnh tượng giả tạo nên sanh khởi điên đảo từ bóng hình, rồi nó hòa hợp với ký ức và tạo thành 84.000 loài loạn tưởng để giấu kín. Cho nên mới có giai đoạn phát triển đầu tiên của chúng sanh có nhận thức. Đó là quỷ thần yêu tinh ma quái và chủng loại của chúng đầy khắp thế giới.

[8] Nhân bởi chúng sanh luân hồi ở trong thế giới do ám độn nên sanh khởi điên đảo từ si mê, rồi nó hòa hợp với ngu đần và tạo thành 84.000 loài loạn tưởng để khô héo. Cho nên mới có giai đoạn phát triển đầu tiên của chúng sanh lìa nhận thức. Tinh thần của chúng hóa thành đất, gỗ, kim loại, hay đá và chủng loại của chúng đầy khắp thế giới.

[9] Nhân bởi chúng sanh luân hồi ở trong thế giới do phụ thuộc lẫn nhau nên sanh khởi điên đảo từ hư ngụy, rồi nó hòa hợp với nhiễm ô và tạo thành 84.000 loài loạn tưởng để cộng sinh. Cho nên mới có giai đoạn phát triển đầu tiên của chúng sanh chẳng phải có sắc. Chúng bao gồm nhiều loài khác nhau, như là hải quỳ phải nương con tôm để thấy và chủng loại của chúng đầy khắp thế giới.

[10] Nhân bởi chúng sanh luân hồi ở trong thế giới do giao tiếp nên sanh khởi điên đảo từ bổn tánh, rồi nó hòa hợp với chú thuật và tạo thành 84.000 loài loạn tưởng để bị hô triệu. Cho nên mới có giai đoạn phát triển đầu tiên của chúng sanh chẳng phải vô sắc. Đó là những chúng sanh bị chú thuật trù ếm và chủng loại của chúng đầy khắp thế giới.

[11] Nhân bởi chúng sanh luân hồi ở trong thế giới do hư vọng họp hội nên sanh khởi điên đảo từ giả dối, rồi nó hòa hợp với dị biệt và tạo thành 84.000 loài loạn tưởng để thay thế. Cho nên mới có giai đoạn phát triển đầu tiên của chúng sanh chẳng phải hoàn toàn có nhận thức. Đó là giống ong thắt lưng nhỏ, hoặc những loài phát triển thân mình ở các loài khác, và chủng loại của chúng đầy khắp thế giới.

[12] Nhân bởi chúng sanh luân hồi ở trong thế giới do oán hại nên sanh khởi điên đảo từ giết hại, rồi nó hòa hợp với quái ác và tạo thành 84.000 loài loạn tưởng để ăn thịt cha mẹ. Cho nên mới có giai đoạn phát triển đầu tiên của chúng sanh chẳng phải hoàn toàn lìa nhận thức. Đó là những loài như: con kiêu bám đất sanh con, chim phá kính đẻ trứng trong quả của cây độc để giữ con của nó. Khi con của chúng lớn, nó lại ăn thịt cha mẹ mình, và chủng loại của chúng đầy khắp thế giới.

Đây là 12 thể loại chúng sanh."

Kinh Vô Thượng Bảo Ấn của Đại Bạch Tản Cái Tổng Trì Được Tuyên Thuyết ở Trên Đại Phật Đảnh, là Thanh Tịnh Hải Nhãn của Mười Phương Như Lai ♦ Hết quyển 7

"Này Khánh Hỷ! Mỗi loài trong 12 thể loại chúng sanh này cũng đều có đầy đủ 12 thứ điên đảo. Cũng như hoa đốm phát sanh khi ấn vào mắt, những điên đảo ấy hoàn toàn che khuất chân tâm minh tịnh nhiệm mầu viên mãn và thay vào đó là hư vọng loạn tưởng. Ông nay muốn tu chứng Đẳng Trì của Phật. Ông phải kiến lập ba bước để dần dần thứ tự tăng tiến thì mới diệt trừ căn nguyên bổn nhân của loạn tưởng đó. Như việc làm sạch một cái hũ đã đựng qua mật ong độc, chúng ta phải dùng nước nóng trộn với tro đốt trong lư hương để tẩy trừ. Sau khi cái hũ đã rửa sạch thì mới có thể đựng cam lộ.

Ba bước để dần dần thứ tự tăng tiến là những gì?

1. tu tập để diệt trừ nhân hỗ trợ
2. chân thật tu trì để cắt đứt mọi vi phạm đến chánh hành căn bổn
3. thực hành tinh tấn để đối trị với nghiệp hiện ra

Sao gọi là nhân hỗ trợ?

Này Khánh Hỷ! Hãy quán sát như sau: 12 thể loại chúng sanh trong thế gian không thể tự bảo toàn. Họ phải nương một trong bốn cách ăn để sinh sống. Đó là ăn từng đợt bằng miệng, ăn bằng xúc chạm, ăn bằng ý niệm, và ăn bằng thức. Cho nên Phật mới nói rằng, tất cả chúng sanh đều phải nhờ thức ăn để sinh sống.

Này Khánh Hỷ! Do vì hết thảy chúng sanh phải ăn mới có thể sống, nhưng nếu họ ăn nhầm chất độc thì sẽ tử vong. Những chúng sanh nào mong muốn vào Đẳng Trì thì phải tuyệt hẳn năm loại thực vật hăng nồng. Nếu ăn chín năm loại thực vật hăng nồng này thì sẽ phát sanh dâm dục, còn ăn sống thì sẽ gia tăng sân khuể.

Cho dù những người ăn năm loại thực vật hăng nồng mà có thể giảng giải 12 Phần Giáo đi nữa, nhưng do chư thiên và tiên nhân ở các thế giới trong mười phương rất ghét mùi xú uế của các loại thực vật đó nên họ đều sẽ xa lánh. Ngược lại thì những loài ngạ quỷ sẽ đến liếm và hôn vào môi của người đã ăn các loại thực vật đó. Kẻ kia sẽ luôn chung sống với quỷ, phước đức ngày càng suy hao và chỉ tăng trưởng những việc không lợi ích.

Khi những người tu tập Đẳng Trì ăn các loại thực vật đó, chư Bồ-tát, trời, tiên, và các thiện thần trong mười phương sẽ không đến bảo hộ. Trái lại, những đại lực ma vương sẽ thừa cơ hội đến ở trước họ, rồi hiện ra thân Phật và thuyết giảng tà pháp. Chúng sẽ phá hủy giới cấm và ca ngợi tham sân si. Sau khi mạng chung, họ sẽ tự động làm quyến thuộc của ma vương. Khi đã hưởng hết phước làm ma, họ sẽ đọa Địa ngục Vô Gián.

Này Khánh Hỷ! Những ai tu hành tuệ giác thì phải vĩnh viễn tuyệt hẳn năm loại thực vật hăng nồng.

Đây gọi là bước thứ nhất để dần dần thứ tự tăng tiến trong việc tu hành.

Sao gọi là chánh hành căn bổn?

Này Khánh Hỷ! Những chúng sanh nào muốn vào Đẳng Trì thì trước tiên phải nghiêm trì giới luật thanh tịnh. Họ phải vĩnh viễn đoạn tuyệt tâm dâm dục. Họ không được uống rượu hay ăn thịt. Họ có thể dùng thức ăn thanh tịnh khi đã được nấu và như thế sẽ không ăn sanh khí của rau quả.

Này Khánh Hỷ! Nếu ai tu hành nhưng chẳng đoạn trừ dâm dục và sát sanh mà vẫn có thể ra khỏi ba cõi thì quyết không có việc ấy.

Họ nên quán sát dâm dục tựa như rắn độc hoặc như gặp oán tặc. Họ hãy giữ thân không lay động bằng cách thọ trì bốn giới cấm hoặc tám giới cấm của bậc Thanh Văn, rồi sau đó hãy tu hành luật nghi thanh tịnh của Bồ-tát và giữ tâm không sanh khởi. Những ai thành tựu giới luật thì đời đời sẽ vĩnh viễn lìa khỏi nghiệp giết hại lẫn nhau ở thế gian. Những ai không trộm cắp thì sẽ không mắc nợ lẫn nhau và cũng không phải trả nợ đời trước.

Khi những người thanh tịnh tu tập Đẳng Trì như thế, dù với thân máu thịt từ cha mẹ sanh và không phải cần dùng thiên nhãn, họ tự nhiên vẫn có thể nhìn thấy các thế giới trong mười phương. Họ sẽ thấy Phật nghe Pháp và đích thân phụng trì thánh giáo. Họ đắc đại thần thông và du hành các thế giới trong mười phương. Họ nhớ biết việc đời trước rất rõ ràng và sẽ không gặp nguy hiểm.

Đây gọi là bước thứ nhì để dần dần thứ tự tăng tiến trong việc tu hành.

Sao gọi là nghiệp hiện ra?

Này Khánh Hỷ! Những vị thọ trì giới cấm thanh tịnh và lòng chẳng ham muốn dâm dục như thế, họ sẽ không có nhiều hữu lậu đối với sáu trần. Nhân bởi không có hữu lậu, họ có thể xoay ngược sự chú ý của các căn để trở về gốc. Do căn của họ chẳng duyên nơi các trần nên căn và trần sẽ không còn phối hợp với nhau nữa. Một khi xoay ngược dòng chảy thì các căn sẽ hợp thành một và sáu công dụng riêng rẽ sẽ ngừng.

Bấy giờ các quốc độ ở mười phương sẽ thanh tịnh trong suốt tựa như mặt trăng tỏa sáng lơ lửng trong báu lưu ly. Thân tâm của họ sẽ an nhiên, vi diệu viên mãn bình đẳng, và được an ổn quảng đại. Giữa lúc ấy, tất cả Như Lai đều sẽ hiện ra với thần lực bí mật viên mãn và thanh tịnh vi diệu. Người ấy liền đắc Vô Sanh Pháp Nhẫn. Từ đó họ tu tập lần lần và tùy theo sự phát tâm tu hành nên sẽ được an lập vào những quả vị của bậc thánh.

Đây gọi là bước thứ ba để dần dần thứ tự tăng tiến trong việc tu hành.

❖

Này Khánh Hỷ! Khi ái dục của thiện nam tử đó khô kiệt, các căn sẽ không còn phối hợp với trần cảnh và tập khí còn sót lại của họ sẽ không tiếp tục sanh khởi. Những chấp trước sẽ rỗng không, tâm ý sáng suốt, và chỉ còn trí tuệ tinh thuần. Tuệ tánh viên minh của họ oánh triệt các thế giới trong mười phương. Có được trí tuệ đó là do ái dục của họ đã khô cạn. Giai đoạn này gọi là Can Tuệ Địa. Mặc dù tập khí ái dục của họ mới vừa khô cạn nhưng họ vẫn chưa vào dòng Pháp thủy của Như Lai.

[1] Bấy giờ người ấy liền dùng tâm đó để vào dòng Trung Đạo và sự viên mãn vi diệu được mở bày. Từ sự nhiệm mầu viên mãn chân thật đó, một vi diệu chân thật khác lại hiện ra và họ có được một lòng tin nhiệm mầu thường trụ. Đến đây, tất cả vọng tưởng của họ đều diệt sạch chẳng sót và chỉ còn Trung Đạo chân thật. Giai đoạn này gọi là Tín Tâm.

[2] Từ tín tâm chân thật đó phát huy trí tuệ minh liễu. Mọi thứ đều viên thông và uẩn xứ giới không thể làm chướng ngại nữa. Như vậy cho đến việc xả thân thọ thân và tất cả tập khí trong vô số kiếp ở quá khứ cùng vị lai, đều hiện ra ở trước. Thiện nam tử đó đều có thể ghi nhớ mà không hề quên sót. Giai đoạn này gọi là Niệm Tâm.

[3] Khi chỉ còn lại chân diệu viên mãn, tinh nguyên của chân thật đó bắt đầu chuyển hóa tập khí từ vô thỉ của họ để khai thông thành một tinh nguyên minh liễu. Duy chỉ với tinh nguyên minh liễu đó, họ sẽ tiến bước vào thanh tịnh chân thật. Giai đoạn này gọi là Tinh Tấn Tâm.

[4] Khi tinh nguyên minh liễu hiện tiền, tâm của họ hoạt động hoàn toàn bằng trí tuệ. Giai đoạn này gọi là Tuệ Tâm.

[5] Khi chấp trì trí minh đó, tâm của họ sẽ chu biến tịch tĩnh trạm nhiên và tịch diệu thường trụ. Giai đoạn này gọi là Định Tâm.

[6] Khi quang minh của định càng phát sáng, minh tánh của họ vào sâu trong định và chỉ có tiến chứ không thoái. Giai đoạn này gọi là Bất Thoái Tâm.

[7] Khi tâm tiến vào sâu thì càng được an nhiên, họ bảo trì và không để mất cảnh giới đó. Bấy giờ họ có thể giao tiếp với nguồn khí của chư Như Lai trong mười phương. Giai đoạn này gọi là Hộ Pháp Tâm.

[8] Khi thành tựu bảo trì giác minh, họ có thể dùng năng lực vi diệu để chuyển quang minh từ bi của chư Phật hướng vào bên trong nơi chư Phật an trụ. Đây ví như ánh sáng phản chiếu lẫn nhau giữa hai tấm gương và những hình ảnh vi diệu ở trong đó trùng trùng tương nhập. Giai đoạn này gọi là Hồi Hướng Tâm.

[9] Khi ánh sáng của tâm ẩn mật phản chiếu, họ được kiên định và thanh tịnh vi diệu vô thượng của chư Phật. Họ an trụ trong vô vi và không còn quên mất. Giai đoạn này gọi là Giới Tâm.

[10] Khi đã an trụ tự tại trong giới luật, họ có thể du hành khắp mười phương và tùy ý đến nơi muốn. Giai đoạn này gọi là Nguyện Tâm.

❖

[1] Này Khánh Hỷ! Khi thiện nam tử đó đã dùng phương tiện chân chánh để vào mười cảnh giới của tâm, thì tâm tinh nguyên của họ sẽ phát huy rực rỡ. Công dụng ở mười cảnh giới của tâm tích hợp với nhau để thành tựu một tâm viên mãn. Giai đoạn này gọi là Phát Tâm Trụ.

[2] Từ ở trong cảnh giới của tâm đó sẽ phóng ra ánh sáng. Nó tựa như vàng ròng hiện ra ở trong lưu ly báu thanh tịnh. Hành giả nương vào cảnh giới vi diệu của tâm đó để tu chỉnh bản thân. Đây ví như việc san bằng đất đai. Giai đoạn này gọi là Trị Địa Trụ.

[3] Ở giai đoạn của tâm địa này, trí tuệ của họ tích hợp với nhau và mọi thứ đều được minh liễu. Họ có thể du hành khắp mười phương mà chẳng hề bị chướng ngại. Giai đoạn này gọi là Tu Hành Trụ.

[4] Khi ấy họ đi chung với chư Phật và cùng thọ nguồn khí của chư Phật. Như thân trung hữu âm thầm tự tìm cha mẹ, hành giả vào gia tộc của Như Lai thì cũng vậy. Giai đoạn này gọi là Sanh Quý Trụ.

[5] Bây giờ họ đã vào gia tộc của Như Lai nên sẽ thừa hưởng đặc tánh của bậc giác ngộ. Đây ví như khi bào thai đã hình thành thì nhân tướng hiện ra không thiếu sót. Giai đoạn này gọi là Phương Tiện Cụ Túc Trụ.

[6] Dung mạo của họ đồng như chư Phật và tâm tướng của họ cũng vậy. Giai đoạn này gọi là Chánh Tâm Trụ.

[7] Thân tâm của họ hợp thành và ngày càng tăng trưởng lợi ích. Giai đoạn này gọi là Bất Thoái Trụ.

[8] Thân của họ cùng một lúc có thể hiện ra đầy đủ mười tướng thần diệu. Giai đoạn này gọi là Đồng Chân Trụ.

[9] Một khi thân tướng hình thành đầy đủ, họ ra khỏi thai và làm con của Phật. Giai đoạn này gọi là Pháp Vương Tử Trụ.

[10] Khi đã thành nhân, họ ví như thái tử được đại vương ủy nhiệm việc nước. Rồi khi trưởng thành, thái tử được vua cha làm lễ quán đảnh. Giai đoạn này gọi là Quán Đảnh Trụ.

❖

[1] Này Khánh Hỷ! Khi thiện nam tử đó đã trở thành con của Phật, họ đầy đủ vô lượng diệu đức của Như Lai và tùy thuận chúng sanh khắp mười phương. Giai đoạn này gọi là Hoan Hỷ Hành.

[2] Tiếp đến, họ khéo có thể lợi ích tất cả chúng sanh. Giai đoạn này gọi là Nhiêu Ích Hành.

[3] Trong tiến trình của giác ngộ chính mình và giác ngộ người khác, họ được khả năng không vi phạm hay kháng cự. Giai đoạn này gọi là Vô Sân Hận Hành.

[4] Cho đến hết ranh giới của vị lai, họ sanh ra giữa muôn loài chúng sanh với ba đời bình đẳng và thông đạt khắp mười phương. Giai đoạn này gọi là Vô Tận Hành.

[5] Khi tất cả muôn loại Pháp môn hợp thành đồng nhất thì họ không còn sai lầm trong việc tu tập. Giai đoạn này gọi là Ly Si Loạn Hành.

[6] Ở trong sự đồng nhất hiện rõ những dị biệt, nhưng đối với mỗi tướng sai khác đó, họ đều thấy giống nhau. Giai đoạn này gọi là Thiện Hiện Hành.

[7] Như vậy cho đến số vi trần đầy khắp mười phương hư không và trong mỗi vi trần hiện ra các thế giới ở mười phương, nhưng họ chẳng thấy vi trần và thế giới hiện ra mà có sự chướng ngại nào. Giai đoạn này gọi là Vô Trước Hành.

[8] Họ quán sát muôn cảnh giới hiện tiền đều là Pháp đệ nhất Đến Bờ Kia. Giai đoạn này gọi là Tôn Trọng Hành.

[9] Khi tất cả viên dung như thế, họ có thể thành tựu quy tắc của chư Phật ở mười phương. Giai đoạn này gọi là Thiện Pháp Hành.

[10] Mỗi Pháp thực hành đều là thanh tịnh vô lậu, do bởi tánh bổn nhiên của chúng là một vô vi chân thật. Giai đoạn này gọi là Chân Thật Hành.

❖

[1] Này Khánh Hỷ! Bây giờ thiện nam tử đó đã đầy đủ thần thông và thành tựu Phật sự, tâm họ thuần khiết tinh chân và rời xa những hoạn nạn. Tuy họ cứu độ chúng sanh nhưng diệt trừ tướng cứu độ chúng sanh. Họ xoay chuyển tâm vô vi để hướng đến con đường tịch diệt cho chúng sanh. Giai đoạn này gọi là Cứu Nhất Thiết Chúng Sanh Ly Chúng Sanh Tướng Hồi Hướng.

[2] Họ hoại trừ những gì đáng hoại trừ và rời xa những gì đáng rời xa. Giai đoạn này gọi là Bất Hoại Hồi Hướng.

[3] Bổn giác của họ trạm nhiên và bằng như sự giác ngộ của chư Phật. Giai đoạn này gọi là Đẳng Nhất Thiết Phật Hồi Hướng.

[4] Khi tinh nguyên chân thật phát huy sáng rực, họ đứng cùng một nơi với chư Phật. Giai đoạn này gọi là Chí Nhất Thiết Xứ Hồi Hướng.

[5] Khi đi vào các thế giới và trở thành đồng với cảnh giới của chư Như Lai, họ trải nghiệm sự kết hợp cả hai mà chẳng bị ngăn ngại. Giai đoạn này gọi là Vô Tận Công Đức Tạng Hồi Hướng.

[6] Khi trở thành đồng với cảnh giới của chư Như Lai, họ đều sanh khởi nhân thanh tịnh ở trong mỗi tiến trình tu tập. Nương vào nhân đó, họ phát huy rực rỡ và hướng đến Đạo tịch diệt. Giai đoạn này gọi là Tùy Thuận Bình Đẳng Thiện Căn Hồi Hướng.

[7] Do căn lành đã thành lập nơi thật tướng, họ quán sát như vầy, 'Tất cả chúng sanh trong mười phương đều đồng bổn tánh với mình. Bây giờ tánh của ta thành tựu viên mãn và biết rằng không một chúng sanh nào mất chúng vĩnh viễn.' Giai đoạn này gọi là Tùy Thuận Đẳng Quán Nhất Thiết Chúng Sanh Hồi Hướng.

[8] Mặc dù trải nghiệm một với hết thảy pháp, nhưng họ lìa tất cả tướng. Ý niệm về một với hết thảy pháp và lìa tất cả tướng, cả hai họ đều không chấp trước. Giai đoạn này gọi là Chân Như Tướng Hồi Hướng.

[9] Khi đạt đến Chân Như thật sự, họ không gặp bất cứ sự cản trở nào ở khắp mười phương. Giai đoạn này gọi là Vô Phược Giải Thoát Hồi Hướng.

[10] Khi họ thành tựu viên mãn công đức của chân tánh, mọi giới hạn đến Pháp Giới đều diệt trừ. Giai đoạn này gọi là Pháp Giới Vô Lượng Hồi Hướng.

❖

Này Khánh Hỷ! Khi thiện nam tử đó đã hoàn toàn thanh tịnh tâm của mình qua 41 giai đoạn, họ tiếp đến cần thành tựu thêm bốn loại tu hành vi diệu viên mãn.

[1] Đến đây, họ dùng tâm của mình để tu hành và đang ở ranh giới đạt đến giác ngộ của Phật. Họ được ví như người dùi lửa và mong phát lửa để đốt miếng cây đang dùi. Giai đoạn này gọi là Noãn Địa.

[2] Họ lại dùng tâm của mình để tu hành, gần hoàn thành những gì mà Phật đã trải qua và sắp không còn lệ thuộc trên đất. Họ được ví như người đứng trên đỉnh núi cao, gần như toàn thân vào hư không và chỉ có một chút nhỏ ngăn ngại ở phía dưới. Giai đoạn này gọi là Đảnh Địa.

[3] Bây giờ tâm của họ và tâm của Phật đồng nhau. Họ khéo chứng đắc Trung Đạo. Họ được ví như người nhẫn nhịn những việc mà không thể ôm trọn, nhưng cũng chẳng thể bày tỏ. Giai đoạn này gọi là Nhẫn Địa.

[4] Khi mọi số lượng tiêu diệt, họ không còn phân biệt giữa mê với giác và Trung Đạo. Giai đoạn này gọi là Thế Gian Đệ Nhất Địa.

❖

[1] Này Khánh Hỷ! Khi thiện nam tử đó ở trong đại giác mà khéo được thông đạt, họ giác ngộ như chư Như Lai và thông đạt tất cả cảnh giới của Phật. Giai đoạn này gọi là Hoan Hỷ Địa.

[2] Khi tánh dị biệt trở thành tương đồng và tánh tương đồng cũng diệt mất, giai đoạn này gọi là Ly Cấu Địa.

[3] Khi thanh tịnh đến tột cùng thì sáng rực phóng ra. Giai đoạn này gọi là Phát Quang Địa.

[4] Khi sáng rực đến tột độ thì tuệ giác viên mãn. Giai đoạn này gọi là Diễm Tuệ Địa.

[5] Khi họ hoàn toàn vượt qua tất cả những điểm tương đồng và dị biệt ở các giai đoạn trước, giai đoạn này gọi là Nan Thắng Địa.

[6] Khi tánh thanh tịnh của Chân Như vô vi hiển lộ sáng ngời, giai đoạn này gọi là Hiện Tiền Địa.

[7] Khi họ đến tận cùng ranh giới của Chân Như, giai đoạn này gọi là Viễn Hành Địa.

[8] Khi mọi thứ đều là một tâm Chân Như, giai đoạn này gọi là Bất Động Địa.

[9] Khi họ có thể phát khởi công dụng của Chân Như, giai đoạn này gọi là Thiện Tuệ Địa.

Này Khánh Hỷ! Đến đây, sự tu tập và công đức của những vị Bồ-tát ấy đã viên mãn. Cho nên, giai đoạn này cũng gọi là Tu Tập Vị.

[10] Khi bóng râm của mây từ nhiệm mầu che phủ biển tịch diệt, giai đoạn này gọi là Pháp Vân Địa.

❖

Khi chư Như Lai xoay ngược hướng [để trở lại độ chúng sanh] và những vị Bồ-tát đó thuận hướng trên con đường tu tập, họ gặp gỡ ở ranh giới giác ngộ của Phật. Giai đoạn này gọi là Đẳng Giác.

Này Khánh Hỷ! Từ Can Tuệ Địa đến Đẳng Giác, họ được tuệ giác đó, là do làm khô kiệt vô minh ở trong tâm kim cang. Như vậy khi đã trải qua 12 giai đoạn, 7 quả vị đơn lập và 5 nhóm của mười quả vị, họ cuối cùng mới đạt đến Diệu Giác và thành Đạo vô thượng.

Ở mỗi giai đoạn, họ đều dùng tâm kim cang để quán sát như huyễn về mười loại thí dụ thâm sâu [: tất cả nghiệp như huyễn hóa; tất cả pháp như ảo ảnh; tất cả thân như trăng trong nước; tất cả diệu sắc như hoa đốm; tất cả diệu âm như tiếng dội trong sơn cốc; tất cả cõi Phật như thành tầm hương thần; tất cả Phật sự như chiêm bao; Phật thân như phản chiếu; báo thân như bóng hình; Pháp thân như biến hóa]. Với Tịch Chỉ [để diệt trừ vọng tưởng trong tâm] và dùng Diệu Quán của Như Lai, họ lần lần thứ tự vào sâu và thanh tịnh tu chứng.

Này Khánh Hỷ! Do bởi vị ấy đã dùng ba bước để dần dần thứ tự tăng tiến như thế, nên họ khéo có thể thành tựu 55 quả vị chân thật trên con đường giác ngộ.

Người khởi quán tưởng này gọi là chánh quán. Nếu ai quán khác thì là tà quán."

❖

Lúc bấy giờ Diệu Cát Tường Pháp Vương Tử đang ở giữa đại chúng, liền từ chỗ ngồi đứng dậy, đảnh lễ với trán chạm sát chân của Phật, rồi bạch Phật rằng:

"[Bạch Thế Tôn!] Kinh này tên là gì? Con và chúng sanh phụng trì như thế nào?"

Phật bảo ngài Diệu Cát Tường:

"Kinh này tên là Vô Thượng Bảo Ấn của Đại Bạch Tản Cái Tổng Trì Được Tuyên Thuyết ở Trên Đại Phật Đảnh, là Thanh Tịnh Hải Nhãn của Mười Phương Như Lai.

Cũng tên là Cứu Hộ Em Họ Khánh Hỷ và Độ Thoát Bhikṣuṇī [bíc su ni] Tánh ở Trong Đại Hội Này để Được Đạo Tâm Mà Vào Biển Chánh Biến Tri.

Cũng tên là Mật Nhân của Như Lai để Tu Chứng Liễu Nghĩa.

Cũng tên là Đại Phương Quảng Diệu Liên Hoa Vương và Mười Phương Phật Mẫu Tổng Trì.

Cũng tên là Quán Đảnh Chương Cú và Cứu Cánh Kiên Cố Vạn Hành của Chư Bồ-tát. Ông hãy theo đó mà phụng trì."

Khi Phật nói lời ấy xong, ngài Khánh Hỷ cùng các đại chúng do nhờ được Như Lai khai thị mật ấn diệu nghĩa của Đại Bạch Tản Cái Tổng Trì và lại nghe được danh mục liễu nghĩa của Kinh này, nên lập tức giác ngộ phương pháp tu hành tĩnh lự để thăng tiến đến những quả vị của bậc thánh. Họ tăng tiến đến nghĩa lý vi diệu, tâm tư rỗng không và ngưng lại. Họ đoạn trừ sáu loại phiền não vi tế trong ba cõi đã ảnh hưởng đến tâm của người tu hành.

❖

Bấy giờ Tôn giả Khánh Hỷ liền từ chỗ ngồi đứng dậy, đảnh lễ với trán chạm sát chân của Phật, rồi chắp tay cung kính và bạch Phật rằng:

"Thế Tôn là bậc đại uy đức. Với âm thanh từ bi không ngăn ngại, Ngài đã khéo khai thị cho chúng sanh về sự vi tế của si mê trầm luân. Nhờ đó, thân tâm của con hôm nay an nhiên và được lợi ích lớn lao.

"Bạch Thế Tôn! Nếu diệu minh chân tâm thanh tịnh nhiệm mầu này xưa nay vốn viên mãn cùng khắp, như vậy cho đến cỏ cây đất đai và loài sâu bọ đều có bổn nguyên Chân Như. Đó chính là thể tánh chân thật để thành Phật của chư Như Lai. Vậy thì tại sao lại có địa ngục, ngạ quỷ, bàng sanh, phi thiên, nhân gian, và thiên thượng?

Bạch Thế Tôn! Những cõi giới ấy là xưa nay tự có, hay là chúng do tập khí hư vọng sanh khởi của chúng sanh mà có?

Bạch Thế Tôn! Như trường hợp của Bhikṣuṇī Bảo Liên Hương, là người trì giới Bồ-tát nhưng lại lén lút hành dâm, rồi sau đó vọng ngữ mà bảo rằng hành dâm không có nghiệp báo, bởi vì nó không liên quan đến việc giết hại hay trộm cắp. Khi vừa dứt lời thì nữ căn của cô ta phun ra lửa hừng hực. Mỗi khớp xương của cô ta đều bị lửa dữ lan đến đốt cháy, rồi sau đó cô ta đọa Địa ngục Vô Gián.

Ngoài ra còn có vua Lưu Ly và Bhikṣu [bíc su] Thiện Tinh. Vua Lưu Ly tru diệt dòng họ Địa Tối Thắng, và Bhikṣu Thiện Tinh vọng thuyết về không của tất cả pháp. Hai người đó cũng rơi vào Địa ngục Vô Gián đương lúc còn sống.

Những địa ngục này có nơi cố định chăng? Hay là chúng tự nhiên hình thành tùy theo nghiệp tạo của từng người và mỗi người phải tự lãnh thọ? Kính mong Như Lai đại từ mà khai thị cho các đệ tử trẻ non nớt, và cũng làm cho tất cả chúng sanh trì giới khi nghe về nghĩa quyết định thì sẽ hoan hỷ đội mang lời dạy trên đỉnh đầu của họ, cẩn thận gìn giữ thanh tịnh và không vi phạm."

❖

Phật bảo ngài Khánh Hỷ:

"Lành thay! Câu hỏi này sẽ làm cho các chúng sanh không rơi vào tà kiến. Ông nay hãy lắng nghe! Ta sẽ thuyết giảng cho ông.

Này Khánh Hỷ! Bổn tánh của hết thảy chúng sanh đích thực là thanh tịnh chân thật. Nhân bởi cái thấy sai lầm của họ mà có tập khí hư vọng sanh ra. Nhân đó phân chia làm nội phần và ngoại phần.

Này Khánh Hỷ! Nội phần tức là phần bên trong của chúng sanh. Nhân bởi những sự ái nhiễm mà phát khởi tình cảm hư vọng. Do tình cảm tích tụ chẳng dừng nên nó có thể sanh ra ái thủy.

Vì vậy, khi chúng sanh nghĩ về thức ăn ngon thì nước miếng chảy ra từ trong miệng của họ. Khi nhớ về người quá cố thương yêu hoặc căm hận thì họ rưng rưng nước mắt. Khi tham cầu tài bảo thì lòng họ ước ao mong mỏi. Khi gặp ai với toàn thân tươi sáng thì lòng họ say đắm. Khi nghĩ đến chuyện dâm dục thì nam căn hay nữ căn của họ sẽ tự động tiết ra nước nhờn.

Này Khánh Hỷ! Mặc dù các tình cảm có sai khác nhưng việc tiết ra nước hoặc giữ lại trong thân thì giống nhau. Tánh của ẩm ướt không bốc lên mà nó tự nhiên rơi xuống. Đây gọi là nội phần.

Này Khánh Hỷ! Ngoại phần tức là phần bên ngoài của chúng sanh. Nhân bởi những sự khát ngưỡng mà phát huy tịnh tưởng hướng thượng. Do tịnh tưởng tích tụ chẳng dừng nên nó có thể sanh ra thắng khí.

Vì vậy, khi chúng sanh thọ trì giới cấm thì toàn thân của họ sẽ nhẹ nhàng và thanh thản. Khi trì chú bắt ấn thì tâm của họ sẽ hùng dũng và kiên định. Khi trong lòng muốn sanh lên trời thì họ sẽ nằm mơ thấy mình đang bay. Khi tâm nhớ về cõi Phật thì cảnh giới của thánh hiền sẽ bí mật hiện ra. Khi phụng sự Thiện Tri Thức thì họ sẽ không luyến tiếc thân mạng của chính mình.

Này Khánh Hỷ! Mặc dù các tịnh tưởng có sai khác nhưng việc khinh an thì giống nhau. Tánh của bay lướt không chìm xuống mà nó tự nhiên siêu việt. Đây gọi là ngoại phần.

Này Khánh Hỷ! Tất cả chúng sanh trên thế gian đều bị cuốn theo vòng sanh tử không ngừng. Lúc còn sống, họ cuốn theo tập tánh thuận. Lúc chết đi, họ cuốn theo muôn dòng nghiệp. Vào lúc lâm chung và khi hơi nóng vẫn còn trong thân thể, tất cả thiện ác đã làm đều xuất hiện cùng một lúc. Tử nghịch sanh thuận và hai tập tánh này giao tiếp lẫn nhau.

Nếu những chúng sanh nào với tịnh tưởng chiếm toàn bộ thì họ lập tức bay lên và chắc chắn sẽ sanh vào cõi trời. Giữa trạng thái của tâm bay lên, nếu có cả phước đức lẫn trí tuệ và đã phát nguyện thanh tịnh, tâm của họ sẽ tự nhiên khai thông. Họ sẽ thấy chư Phật ở trong tất cả tịnh độ khắp mười phương và vãng sanh tùy theo ý nguyện.

Nếu những chúng sanh nào với tịnh tưởng chiếm đa phần và tình cảm chiếm thiểu số, họ vẫn bay lên nhẹ nhàng nhưng không xa. Họ có thể sẽ trở thành phi hành tiên nhân, đại lực quỷ vương, quỷ tiệp tật bay giữa không, hay quỷ bạo ác đi trên đất. Những loại chúng sanh này du hành ở trời Tứ Thiên Vương mà không bị trở ngại. Trong ấy nếu có chúng sanh nào phát nguyện lành và khởi tâm lành, họ sẽ hộ trì Pháp của Ta. Hoặc họ hộ trì giới cấm và đi theo bảo vệ những người giữ giới. Hoặc họ hộ trì thần chú và đi theo bảo vệ những người trì chú. Hoặc họ hộ trì tĩnh lự và đi theo bảo vệ những người tu định. Các chúng sanh đó sẽ trở thành những đệ tử thân tín và ngồi ở dưới tòa của Như Lai.

Nếu những chúng sanh nào với tịnh tưởng và tình cảm bằng nhau, họ sẽ không bay lên mà cũng chẳng rơi xuống. Họ sẽ sanh ở nhân gian. Tịnh tưởng càng sáng suốt thì họ sẽ càng thông minh; tình cảm càng u ám thì họ sẽ càng ngu độn.

Nếu những chúng sanh nào với tình cảm chiếm đa phần và tịnh tưởng chiếm thiểu số, họ sẽ thác vào loài bàng sanh. Nếu tình cảm thâm trọng thì họ sẽ trở thành thú vật lông lá. Nếu tình cảm khinh bạc thì họ sẽ trở thành chim muông có cánh.

Nếu những chúng sanh nào với tình cảm chiếm bảy phần và tịnh tưởng chiếm ba phần, họ sẽ chìm xuống thủy luân. Họ sẽ sanh làm ngạ quỷ ở ranh giới của hỏa luân, phải hứng chịu khí lửa dữ, luôn bị đốt cháy, và còn bị nước sôi tổn hại thân mình. Suốt 100.000 kiếp, họ không có gì để ăn và cũng chẳng có gì để uống.

Nếu những chúng sanh nào với tình cảm chiếm chín phần và tịnh tưởng chiếm một phần, họ sẽ rơi xuyên qua hỏa luân. Họ sẽ sanh ra ở giữa ranh giới của hỏa luân và phong luân. Nếu tình cảm khinh bạc thì họ sẽ rơi vào địa ngục khổ bức có gián đoạn. Nếu tình cảm thâm trọng thì họ sẽ rơi vào Địa ngục Vô Gián.

Nếu những chúng sanh nào với tình cảm chiếm toàn bộ thì họ lập tức chìm xuống Địa ngục Vô Gián. Giữa trạng thái của tâm chìm xuống, nếu từng có hủy báng Đại Thừa, hủy hoại giới cấm của Phật, vọng ngữ thuyết pháp, hành vi hư ngụy vì tham lam cúng dường từ những thí chủ thành tín, lạm dụng lòng cung kính của người khác, hoặc tạo năm tội ngỗ nghịch hay vi phạm mười giới nghiêm trọng, thì họ lần lượt sẽ sanh vào những Địa ngục Vô Gián ở các thế giới trong mười phương.

Mặc dù chúng sanh thọ báo ứng là tùy theo nghiệp ác đã tự chiêu cảm, nhưng họ sẽ chia sẻ số phận ở cùng một nơi với những kẻ đã gây tạo nghiệp giống nhau.

❖

Này Khánh Hỷ! Những báo ứng đó đều là nghiệp tự chiêu cảm của mỗi chúng sanh kia. Họ tạo mười nhân tập khí nên sẽ thọ sáu quả báo.

Này Khánh Hỷ! Mười nhân đó là những gì?

1. Tập khí của dâm dục phát khởi cọ xát nên dẫn đến sự giao hợp. Do sự cọ xát chẳng ngừng như thế nên người ấy mới có một cảm giác của lửa cháy hừng hực phát động từ bên trong. Đây ví như hơi ấm xuất hiện khi có người chà hai bàn tay với nhau.

Do tập khí của dâm dục bộc phát lửa của thói quen giao hợp nên mới có những trải nghiệm ở địa ngục, như là giường sắt, trụ đồng, và những việc tương tự. Bởi vậy tất cả Như Lai trong mười phương đều tận mắt thấy rõ kết quả của sự hành dâm và gọi chúng là lửa dục. Chư Bồ-tát xa lánh dâm dục như là sợ rơi hầm lửa.

2. Tập khí của tham muốn phát khởi thu hút nên dẫn đến sự tính toán. Do sự thu hút chẳng ngừng như thế nên người ấy mới có một cảm giác của hàn băng lạnh buốt phát động từ bên trong. Đây ví như hơi lạnh phát sanh khi có người dùng miệng hút luồng gió thật mạnh.

Do tập khí của tham muốn và thói quen tính toán cùng xâm lấn lẫn nhau nên mới có những trải nghiệm ở địa ngục, như là tiếng chạm của răng, tiếng run của lưỡi, tiếng rên rỉ, thân xác đóng băng và rạn nứt như hình của hoa sen xanh, hoa sen đỏ, hoa sen trắng, và những việc tương tự. Bởi vậy tất cả Như Lai trong mười phương đều tận mắt thấy rõ kết quả của sự đa cầu và gọi chúng là nước tham. Chư Bồ-tát xa lánh tham muốn như là sợ vào biển khí độc.

3. Tập khí của ngã mạn cùng xâm lấn với nhau nên phát khởi ỷ lại. Do sự buông thả chẳng ngừng như thế nên người ấy mới có một cảm giác của làn sóng cuồn cuộn. Đây ví như việc chảy nước miếng khi có người nếm lưỡi của chính mình.

Do tập khí của ngã mạn và thói quen kiêu căng cùng khuấy động lẫn nhau nên mới có những trải nghiệm ở địa ngục, như là sông máu, sông tro, cát nóng, biển độc, đồng nung rưới thân, ép uống nước đồng, và những việc tương tự. Bởi vậy tất cả Như Lai trong mười phương đều tận mắt thấy rõ kết quả của sự ngã mạn và gọi chúng là uống nước si mê. Chư Bồ-tát xa lánh kiêu mạn như là sợ bị chết đuối ở biển.

4. Tập khí của sân hận cùng xung đột với nhau nên phát khởi đối nghịch. Do sự kết tập của trái nghịch chẳng ngừng như thế nên người ấy mới có một cảm giác nơi trái tim nóng bỏng như đang bộc phát ra lửa và hỏa khí của nó trở thành như kim loại. Cho nên kẻ nổi nóng mới cảm giác như vào núi đao, dàm bọc sắt, cây cối kiếm, bánh xe kiếm, rìu, búa, cây thương, và cái cưa. Đây ví như có người ôm giữ oán thù cho đến khi sát khí bộc phát.

Do tập khí của sân hận và thói quen nóng giận cùng công kích lẫn nhau nên mới có những trải nghiệm ở địa ngục, như là cắt, xẻo, chém, chặt, đâm, đập, đánh, và những việc tương tự. Bởi vậy tất cả Như Lai trong mười phương đều tận mắt thấy rõ kết quả của sự sân khuể và gọi chúng là đao kiếm bén. Chư Bồ-tát xa lánh sân hận như là sợ bị hành quyết.

5. Tập khí của dối trá cùng dụ dỗ với nhau nên phát khởi lừa phỉnh. Do sự dẫn dắt khởi sanh chẳng ngừng như thế nên người ấy mới có một cảm giác như bị sợi dây quấn siết vào khúc gỗ. Đây ví như việc ngâm nước cánh đồng thì cỏ cây sẽ sanh trưởng.

Do tập khí của dối trá và thói quen lừa phỉnh cùng kéo dài lẫn nhau nên mới có những trải nghiệm ở địa ngục, như là gông cùm xiềng xích, roi quất gậy đánh, và những việc tương tự. Bởi vậy tất cả Như Lai trong mười phương đều tận mắt thấy rõ kết quả của sự gian ngụy và gọi chúng là giặc gièm pha. Chư Bồ-tát xa lánh dối trá như là sợ gặp bầy sói.

6. Tập khí của lừa dối cùng gạt gẫm với nhau nên phát khởi gian xảo. Do sự vu khống điêu ngoa chẳng ngừng và cõi lòng tràn đầy gian dối như thế nên người ấy mới có một cảm giác như bị che lấp bởi bụi bặm, phân, nước tiểu, và những thứ ô uế bất tịnh. Đây ví như bụi tung bay theo gió và khiến chẳng một ai thấy gì.

Do tập khí của lừa dối và thói quen gian xảo cùng gia tăng lẫn nhau nên mới có những trải nghiệm ở địa ngục, như là chìm đắm, hất lên, ném vứt, rớt xuống, nổi trôi, nát tan, và những việc tương tự.

Bởi vậy tất cả Như Lai trong mười phương đều tận mắt thấy rõ kết quả của sự lừa dối và gọi chúng là cướp bóc giết hại. Chư Bồ-tát xa lánh lừa dối như là sợ giẫm rắn hổ mang.

7. Tập khí của oán thù cùng hiềm khích với nhau nên phát khởi căm hận. Do đó người ấy mới có một cảm giác như bị ném đá vỡ đầu, nhốt ở nhà tù, giam trên lồng xe, bị bỏ trong hũ, bị đánh trong bao. Đây ví như kẻ bí mật hiểm độc ôm giữ và nuôi dưỡng tà ác.

Do tập khí của oán thù và thói quen căm hận cùng ăn nuốt lẫn nhau nên mới có những trải nghiệm ở địa ngục, như là ném, quăng, bắt giữ, túm lấy, đâm, bắn, vứt, vồ, và những việc tương tự. Bởi vậy tất cả Như Lai trong mười phương đều tận mắt thấy rõ kết quả của sự oán thù và gọi chúng là quỷ tàn hại. Chư Bồ-tát xa lánh oán thù như là sợ uống rượu độc.

8. Tập khí của tà kiến cùng giao tiếp với nhau, như là cái thấy sai lệch về ngã, cái thấy sai lệch về giới cấm, và cho đến cái thấy sai lệch về nghiệp, nên đã phát khởi chống đối và sanh ra tương phản. Do đó người ấy mới có một cảm giác như bị quan thần của vua chúa đối chứng về sổ sách. Đây ví như người đi bộ phải gặp những kẻ đi ngược hướng ở trên đường.

Do tập khí của tà kiến và thói quen chống đối cùng giao tiếp lẫn nhau nên mới có những trải nghiệm ở địa ngục, như là chất vấn, tra tấn, khảo xét, khui ra, và dò hỏi để vạch trần rõ ràng. Các đồng tử gìn giữ sổ bộ thiện ác sẽ đối chứng với lời ngụy biện của kẻ bị tra khảo. Bởi vậy tất cả Như Lai trong mười phương đều tận mắt thấy rõ kết quả của sự tà kiến và gọi chúng là hố bẫy. Chư Bồ-tát xa lánh chấp trước của cái thấy lệch lạc hư vọng như là sợ đứng ở rìa hố nước độc.

9. Tập khí của đổ lỗi cùng gia tăng với nhau nên phát khởi vu khống. Do đó người ấy mới có một cảm giác như bị núi ép, đá ép, cối nghiền, hoặc cày bừa. Đây ví như kẻ giặc gièm pha bức bách oan uổng người lương thiện.

Do tập khí của đổ lỗi và thói quen vu khống cùng bài trừ lẫn nhau nên mới có những trải nghiệm ở địa ngục, như là đàn áp, đè, nện, ép, đá, kiệt quệ, cân đo, và những việc tương tự. Bởi vậy tất cả Như Lai trong mười phương đều tận mắt thấy rõ kết quả của sự căm oán báng bổ và gọi chúng là cọp dữ. Chư Bồ-tát xa lánh đổ lỗi oan uổng như là sợ trúng sét đánh.

10. Tập khí của tranh tụng cùng bùng nổ với nhau nên phát khởi che giấu. Do đó người ấy mới có một cảm giác như bị gương soi đuốc chiếu và không thể ẩn tàng hình bóng ở giữa ban ngày.

Do tập khí của tranh tụng và thói quen che giấu cùng phơi bày lẫn nhau nên mới có những trải nghiệm ở địa ngục, như là ác hữu, gương nghiệp, hỏa châu, vạch trần nghiệp xưa, đối chứng, và những việc tương tự. Bởi vậy tất cả Như Lai trong mười phương đều tận mắt thấy rõ kết quả của sự che giấu và gọi chúng là giặc ẩn núp. Chư Bồ-tát xa lánh che giấu như là sợ phải đội núi cao mà đi qua biển cả.

Này Khánh Hỷ! Sáu quả báo đó là những gì? Tất cả chúng sanh tạo nghiệp là do sáu thức, và ác báo chiêu cảm cũng do từ sáu căn. Sao gọi là ác báo do từ sáu căn mà ra?

1. Báo ứng xấu của cái thấy chiêu cảm và dẫn dắt quả ác. Nghiệp từ thức của mắt ảnh hưởng với những thức kia. Khi sắp mạng chung, trước tiên họ có thể sẽ cảm nhận được lửa dữ tràn khắp các thế giới trong mười phương. Khi chết, thần thức của họ sẽ bay lên nhưng sau đó thì rơi xuống, rồi cưỡi khói mà vào Địa ngục Vô Gián.

Lúc đó một trong hai điều có thể sẽ xảy ra:

- Một là nếu có ánh sáng để nhìn, họ sẽ thấy khắp đủ mọi vật ác độc nên sanh ra vô lượng sợ hãi.

- Hai là nếu chỉ toàn đen tối, im bặt và không thấy gì, họ sẽ sanh ra vô lượng kinh hoàng.

Lửa dữ mà người ấy đã thấy có thể làm cho thức của tai bị quá tải nên sẽ tràn ngập tiếng nước sôi và đồng nung ở trong vạc. Thức của mũi có thể bị quá tải nên sẽ tràn ngập mùi khói đen và ngọn lửa màu tím. Thức của lưỡi có thể bị quá tải nên sẽ tràn ngập vị cháo của viên sắt nóng. Thức của thân có thể bị quá tải nên sẽ tràn ngập xúc chạm của tro nóng và than hồng. Thức của ý có thể bị quá tải nên sẽ tràn ngập nhận biết của những ngọn lửa phun ra và chùm tia lửa bắn nổ trong không khí.

2. Báo ứng xấu của nghe tiếng chiêu cảm và dẫn dắt quả ác. Nghiệp từ thức của tai ảnh hưởng với những thức kia. Khi sắp mạng chung, trước tiên họ có thể sẽ cảm nhận được tiếng gầm của những cơn sóng lớn làm ngập đất trời. Khi chết, thần thức của họ sẽ chìm xuống, rồi cưỡi sóng mà vào Địa ngục Vô Gián.

Lúc đó một trong hai điều có thể sẽ xảy ra:

- Một là nếu có thể nghe, họ sẽ nghe đủ mọi tiếng ầm ĩ nên khiến tinh thần bị rối loạn.

- Hai là nếu chẳng thể nghe và im bặt không một âm thanh thì sẽ khiến hồn phách của họ chìm vào u ám.

Tiếng gầm của những cơn sóng lớn mà người ấy đã nghe có thể làm cho thức của tai bị quá tải nên sẽ tràn ngập tiếng trách mắng và cật vấn. Thức của mắt có thể bị quá tải nên sẽ tràn ngập cảnh tượng của sấm sét gào hống cùng với khí độc mịt mù. Thức của mũi có thể bị quá tải nên sẽ tràn ngập mùi tanh hôi của nước đầm lầy với các loài trùng độc tràn khắp thân thể. Thức của lưỡi có thể bị quá tải nên sẽ tràn ngập vị của máu mủ và muôn loại tạp uế. Thức của thân có thể bị quá tải nên sẽ tràn ngập xúc chạm của phân với nước tiểu từ thú vật và quỷ. Thức của ý có thể bị quá tải nên sẽ tràn ngập nhận biết của điện chớp và mưa đá tồi phá tan nát tâm phách.

3. Báo ứng xấu của ngửi mùi chiêu cảm và dẫn dắt quả ác. Nghiệp từ thức của mũi ảnh hưởng với những thức kia. Khi sắp mạng chung, trước tiên họ có thể sẽ cảm nhận được khí độc mịt mù ở gần hay xa. Khi chết, thần thức của họ sẽ từ dưới đất vọt lên, nhưng rồi phải rơi vào Địa ngục Vô Gián.

Lúc đó một trong hai điều có thể sẽ xảy ra:

- Một là nếu lỗ mũi khai thông, họ sẽ hít vào khí độc nên khiến cho tâm rối loạn.

- Hai là nếu lỗ mũi bế tắc, họ sẽ ngộp thở và xỉu trên đất.

Khí độc mà người ấy đã ngửi có thể làm cho thức của mũi bị quá tải và cảm giác như đang bị chất vấn lý lịch. Thức của mắt có thể bị quá tải nên sẽ tràn ngập cảnh tượng của lửa và đuốc. Thức của tai có thể bị quá tải nên sẽ tràn ngập tiếng kêu la của tội nhân chìm đắm ở trong chảo nước sôi. Thức của lưỡi có thể bị quá tải nên sẽ tràn ngập vị nếm của cá ươn tanh hôi. Thức của thân có thể bị quá tải nên sẽ tràn ngập xúc chạm của rạch mổ với nát nhừ để làm thành một núi thịt lớn với 100.000 con mắt và có vô lượng loài trùng táp ăn. Thức của ý có thể bị quá tải nên sẽ tràn ngập nhận biết của tro và hơi độc cùng với cát đá bay vút bắn nát thân thể.

4. Báo ứng xấu của nếm vị chiêu cảm và dẫn dắt quả ác. Nghiệp từ thức của lưỡi ảnh hưởng với những thức kia. Khi sắp mạng chung, trước tiên họ có thể sẽ cảm nhận được một tấm lưới sắt nóng cháy hừng hực phủ trùm thế giới. Khi chết, thần thức của họ sẽ rơi vào trong lưới với đầu bị lộn ngược và treo ở đó cho đến khi rơi vào Địa ngục Vô Gián.

Lúc đó một trong hai điều có thể sẽ xảy ra:

- Một là làn khí hút vào miệng sẽ kết thành hàn băng và làm cho thân thể đông cứng lạnh rét.

- Hai là làn khí nhả ra sẽ bừng lên thành lửa dữ và đốt cháy đến tận xương tủy.

Khi thức của lưỡi trải nghiệm những việc như thế, người ấy cảm giác như bị ép vâng theo và nhẫn chịu. Thức của mắt có thể sẽ trải nghiệm về cảnh tượng của kim loại nóng và đá nóng. Thức của tai có thể sẽ trải nghiệm nghe tiếng binh khí nhọn bén. Thức của mũi có thể sẽ trải nghiệm về lỗ mũi của họ trở thành như một cái lồng sắt khổng lồ che trùm cả quốc gia. Thức của thân có thể sẽ trải nghiệm như bị cung tên và nỏ bắn thủng. Thức của ý có thể sẽ trải nghiệm như bị những viên sắt nóng từ trên không rơi xuống.

5. Báo ứng xấu của xúc chạm chiêu cảm và dẫn dắt quả ác. Nghiệp từ thức của thân ảnh hưởng với những thức kia. Khi sắp mạng chung, trước tiên họ có thể sẽ cảm nhận được những hòn núi to lớn xích lại ở bốn phía và không có lối nào để thoát ra. Khi chết, thần thức của họ sẽ cảm nhận được một thành sắt lớn với rắn lửa, chó lửa, cọp, sói, và sư tử. Các ngục tốt đầu trâu và quỷ bạo ác đầu ngựa cầm cây thương trong tay và xua đuổi tội nhân hướng tới cổng thành để vào Địa ngục Vô Gián.

Lúc đó một trong hai điều có thể sẽ xảy ra:

- Một là nếu tội nhân vẫn còn cảm nhận được xúc chạm, họ sẽ cảm giác thân thể của mình bị những hòn núi ép cho đến khi máu ào ra từ xương thịt nát tan.

- Hai là nếu tội nhân không còn cảm nhận được xúc chạm, đao với kiếm sẽ đâm vào thân và làm cho tim gan rạch đứt.

Khi thức của thân trải nghiệm những việc như thế, người ấy cảm giác như bị đánh, bị nện, bị đâm, và bị bắn. Thức của mắt có thể sẽ trải nghiệm về cảnh tượng của thiêu đốt nóng bỏng. Thức của tai có thể sẽ trải nghiệm nghe tiếng kêu la của tội nhân trên đường đi đến chỗ xét án và lao ngục. Thức của mũi có thể sẽ trải nghiệm bị nghẹt ở trong bao hoặc khó thở do bị trói. Thức của lưỡi có thể sẽ trải nghiệm như bị cày, bị kẹp, bị chém, và bị cắt. Thức của ý có thể sẽ trải nghiệm rơi xuống, tung lên, bị chiên, hoặc bị nướng.

6. Báo ứng xấu của suy tư chiêu cảm và dẫn dắt quả ác. Nghiệp từ thức của ý ảnh hưởng với những thức kia. Khi sắp mạng chung, trước tiên họ có thể sẽ cảm nhận được một cuồng phong thổi tan nát quốc thổ. Khi chết, thần thức của họ cảm nhận như bị thổi lên không trung, rồi cuốn xoay theo gió và rơi vào Địa ngục Vô Gián.

Lúc đó một trong hai điều có thể sẽ xảy ra:

- Một là nếu bất giác, sự u mê cực độ của họ sẽ dẫn đến hoang mang và họ sẽ bỏ chạy không ngừng.

- Hai là nếu chẳng mê, họ sẽ cảm giác vô lượng khổ bức của bị chiên với thiêu đốt, và nỗi thống khổ thật chẳng thể nhẫn chịu.

Khi thức của ý trải nghiệm những việc như thế, người ấy cảm giác như bị giam cầm. Thức của mắt có thể sẽ trải nghiệm về cảnh tượng của tra hỏi và đối chứng. Thức của tai có thể sẽ trải nghiệm nghe tiếng va chạm của những tảng đá lớn, hoặc băng, sương, hơi nước, hay bụi che lấp âm thanh. Thức của mũi có thể sẽ trải nghiệm mùi bốc cháy dữ dội của xe cộ, thuyền bè, hay xe tù. Thức của lưỡi có thể sẽ trải nghiệm như bị kêu la gào thét, hối lỗi, và khóc than. Thức của thân có thể sẽ trải nghiệm về thân xác lớn ra hay thu nhỏ, hoặc trải qua muôn lần sống chết trong một ngày với khuôn mặt bị nằm ép xuống.

Này Khánh Hỷ! Đây gọi là mười nhân với sáu quả của địa ngục, và đều là do chúng sanh si mê hư vọng tạo ra.

Nếu sáu thức của chúng sanh nào tạo nghiệp ác cùng một lúc, họ sẽ vào Địa ngục Vô Gián và chịu vô lượng khổ ách cho đến vô lượng kiếp. Còn như tạo nghiệp ác riêng rẽ ở thời điểm khác nhau bởi các căn với trần cảnh của chúng, họ sẽ vào một trong tám địa ngục lạnh.

Nếu chúng sanh nào phạm sát sanh, trộm cắp, và tà dâm qua thân ngữ ý, người ấy sẽ vào một trong 18 địa ngục. Tuy nhiên, nếu chỉ phạm hai trong ba nghiệp, như là sát sanh và trộm cắp, người ấy sẽ vào một trong 36 địa ngục. Còn như chỉ phạm một trong ba nghiệp, người ấy sẽ vào một trong 108 địa ngục.

Đây đều là do mỗi chúng sanh tự làm tự tạo, nhưng nếu nghiệp của họ tương đồng với những chúng sanh khác, tất cả họ sẽ vào địa ngục giống nhau ở trong thế giới đó. Những địa ngục này là do vọng tưởng phát sanh chứ chẳng phải vốn sẵn có.

❖

Lại nữa, Khánh Hỷ! Khi những chúng sanh ấy đã trải qua các kiếp lửa để trả nợ của những tội đã tạo--như là tội phá giới luật và uy nghi, phạm giới Bồ-tát, hủy báng lời dạy của Phật về tịch diệt, và những nghiệp hỗn tạp khác--sau đó họ sẽ thọ thân hình của quỷ.

Nếu ở bổn nhân do tham vật mà phạm tội, khi nghiệp tội của kẻ ấy đã hết, họ sẽ gặp một vật nào đó rồi thành hình. Đây gọi là quỷ quái vật.

Nếu do tham sắc mà phạm tội, khi nghiệp tội của kẻ ấy đã hết, họ sẽ gặp gió rồi thành hình. Đây gọi là quỷ hạn hán.

Nếu do tham và mê hoặc mà phạm tội, khi nghiệp tội của kẻ ấy đã hết, họ sẽ gặp động vật rồi thành hình. Đây gọi là quỷ nhập động vật.

Nếu do tham và sân hận mà phạm tội, khi nghiệp tội của kẻ ấy đã hết, họ sẽ gặp loài trùng rồi thành hình. Đây gọi là quỷ ngải độc.

Nếu do tham và hồi ức mà phạm tội, khi nghiệp tội của kẻ ấy đã hết, họ sẽ gặp loài suy yếu rồi thành hình. Đây gọi là quỷ ôn dịch.

Nếu do tham và kiêu ngạo mà phạm tội, khi nghiệp tội của kẻ ấy đã hết, họ sẽ gặp luồng khí rồi thành hình. Đây gọi là quỷ đói.

Nếu do tham và lừa dối mà phạm tội, khi nghiệp tội của kẻ ấy đã hết, họ sẽ gặp u ám rồi thành hình. Đây gọi là quỷ ác mộng.

Nếu do tham và dùng trí khôn mà phạm tội, khi nghiệp tội của kẻ ấy đã hết, họ sẽ gặp tinh khí rồi thành hình. Đây gọi là quỷ yêu tinh.

Nếu do tham và vì thành công ích kỷ mà phạm tội, khi nghiệp tội của kẻ ấy đã hết, họ sẽ gặp chú thuật rồi thành hình. Đây gọi là quỷ sai sử.

Nếu do tham và lập bè đảng mà phạm tội, khi nghiệp tội của kẻ ấy đã hết, họ sẽ gặp loài người rồi thành hình. Đây gọi là quỷ đưa tin.

Này Khánh Hỷ! Những chúng sanh kia đều do bởi tình cảm chiếm toàn bộ mà trụy lạc. Một khi lửa nghiệp đã cháy hết thì sẽ thăng lên làm quỷ. Đây đều là do nghiệp vọng tưởng của chính họ chiêu cảm và dẫn dắt. Nếu giác ngộ thì với viên minh nhiệm mầu, họ sẽ biết rằng những báo ứng này vốn không chỗ có.

❖

Lại nữa, Khánh Hỷ! Khi đã hết nghiệp làm quỷ, tình cảm và tịnh tưởng của những chúng sanh ấy đều sẽ trở thành rỗng không. Sau đó họ sẽ đến thế gian để đích thân đối mặt với chủ nợ nguyên gốc và thác vào loài bàng sanh để trả nợ đời trước.

Khi vật tiêu tan và quả báo đã hết, đa phần quỷ quái vật sẽ sanh làm chim cú ở thế gian.

Khi gió tiêu tan và quả báo đã hết, đa phần quỷ hạn hán sẽ sanh làm muôn loại động vật khác lạ để báo hiệu điềm xấu ở thế gian.

Khi động vật chết và quả báo đã hết, đa phần quỷ nhập động vật sẽ sanh làm loài cáo ở thế gian.

Khi ngải độc chết và quả báo đã hết, đa phần quỷ ngải độc sẽ sanh làm động vật độc hại ở thế gian.

Khi loài suy yếu chết và quả báo đã hết, đa phần quỷ ôn dịch sẽ sanh làm ký sinh trùng ở thế gian.

Khi luồng khí tiêu tan và quả báo đã hết, đa phần quỷ đói sẽ sanh làm động vật bị con người ăn ở thế gian.

Khi u ám tiêu tan và quả báo đã hết, đa phần quỷ ác mộng sẽ sanh làm động vật phục vụ loài người hoặc làm vật liệu cho quần áo ở thế gian.

Khi tinh khí tiêu tan và quả báo đã hết, đa phần quỷ yêu tinh sẽ sanh làm giống chim di cư ở thế gian.

Khi ánh sáng của người mà quỷ theo phục dịch tiêu tan và quả báo đã hết, đa phần quỷ sai sử sẽ sanh làm muôn loài động vật báo hiệu điềm tốt ở thế gian.

Khi người mà quỷ đưa tin chết mất và quả báo đã hết, đa phần quỷ đưa tin sẽ sanh làm thú cưng ở thế gian.

Này Khánh Hỷ! Khi lửa nghiệp mà đã làm cho những chúng sanh kia trở thành khô héo, họ thác vào loài bàng sanh để trả nợ đời trước. Đây cũng đều là do nghiệp vọng tưởng của chính họ chiêu cảm và dẫn dắt. Nếu giác ngộ thì họ sẽ biết rằng những vọng duyên ấy vốn không chỗ có.

Như lời của ông đã nói trước đây về Bhikṣuṇī Bảo Liên Hương, vua Lưu Ly, và Bhikṣu Thiện Tinh. Họ tạo nghiệp ác như thế là do tự mình gây ra, chứ chẳng phải từ trời rơi xuống, cũng chẳng từ đất vọt ra, và cũng chẳng do người khác áp đặt. Tự mình chiêu cảm si mê thì phải tự lãnh thọ. Thế nhưng tất cả chúng đều là hư vọng phù du ở trong tâm giác ngộ và chỉ là vọng tưởng ngưng đọng kết tụ.

❖

Lại nữa, Khánh Hỷ! Khi đã thác vào loài bàng sanh để trả nợ đời trước, nếu sự báo đền ở trong đời đó vượt hơn nợ nần cần phải trả, thì những chúng sanh kia có thể sẽ được trở lại làm người. Tính lại số nợ còn thiếu ở những nơi khác, giả như đương lúc được thân người mà có cả lực lẫn phước đức, họ sẽ được giữ lại thân người, bởi vì đó là sự đền bù cho việc trả dư nợ. Còn như kẻ chẳng có phước, họ sẽ thác trở lại vào loài bàng sanh để trực tiếp trả cho những khoản nợ khác.

Này Khánh Hỷ! Phải biết rằng họ có thể dùng tiền tài, vật chất, hoặc sức lực để làm cho khoản nợ ở đời trước tự động đình chỉ. Tuy nhiên nếu giữa lúc ấy mà lại giết hại sanh mạng của kẻ khác, hoặc ăn thịt chúng sanh, thì như vậy cho đến trải qua số kiếp nhiều như vi trần, họ sẽ hỗ tương giết hại hoặc ăn thịt lẫn nhau. Đây ví như sự lăn chuyển của bánh xe. Nó hỗ tương làm cho bánh xe lên cao rồi hạ xuống mà không chút tạm ngưng. Và như thế, bánh xe luân hồi sẽ không thể ngừng nghỉ, trừ phi họ thực hành Pháp tu Chỉ hoặc gặp Phật xuất hiện ở thế gian.

Ông nay nên biết rằng, những ai đã luân chuyển làm chim cú để trả nợ đời trước, khi được hoàn phục thân người thì họ sẽ sanh vào hạng ngu si và ngoan cố ở nhân gian.

Những ai đã luân chuyển làm động vật báo hiệu điềm xấu để trả nợ đời trước, khi được hoàn phục thân người thì họ sẽ sanh vào hạng dị tật ở nhân gian.

Những ai đã luân chuyển làm loài cáo để trả nợ đời trước, khi được hoàn phục thân người thì họ sẽ sanh vào hạng thấp kém ở nhân gian.

Những ai đã luân chuyển làm động vật độc hại để trả nợ đời trước, khi được hoàn phục thân người thì họ sẽ sanh vào hạng hung dữ ở nhân gian.

Những ai đã luân chuyển làm ký sinh trùng để trả nợ đời trước, khi được hoàn phục thân người thì họ sẽ sanh vào hạng đầy tớ ở nhân gian.

Những ai đã luân chuyển làm động vật bị con người ăn để trả nợ đời trước, khi được hoàn phục thân người thì họ sẽ sanh vào hạng yếu ớt ở nhân gian.

Những ai đã luân chuyển làm động vật phục vụ loài người hoặc làm vật liệu cho quần áo để trả nợ đời trước, khi được hoàn phục thân người thì họ sẽ sanh vào hạng lao dịch ở nhân gian.

Những ai đã luân chuyển làm giống chim di cư để trả nợ đời trước, khi được hoàn phục thân người thì họ sẽ sanh vào hạng văn nhã ở nhân gian.

Những ai đã luân chuyển làm động vật báo hiệu điềm tốt để trả nợ đời trước, khi được hoàn phục thân người thì họ sẽ sanh vào hạng thông minh ở nhân gian.

Những ai đã luân chuyển làm thú cưng để trả nợ đời trước, khi được hoàn phục thân người thì họ sẽ sanh vào hạng thành đạt ở nhân gian.

Này Khánh Hỷ! Một khi các chúng sanh đó đã trả xong nợ ở đời trước thì sẽ hoàn phục thân người. Đây đều là do bởi nghiệp tính toán điên đảo từ vô thỉ mà họ cùng nhau sanh ra và hỗ tương tàn sát. Nếu như chẳng gặp Như Lai hoặc không nghe Chánh Pháp, họ sẽ luân chuyển theo các pháp ở trong trần lao. Loài hữu tình như thế thật quả đáng thương.

❖

Này Khánh Hỷ! Lại có những người trong nhân gian tu định nhưng không đi theo con đường chánh giác. Trái lại, họ tu tập dựa vào vọng niệm để tồn giữ ý tưởng và kiên cố tu luyện thân thể. Họ sống trong rừng núi hẻo lánh mà nhân loại không thể đến. Họ thuộc một trong mười loại tiên nhân dưới đây.

[1] Này Khánh Hỷ! Có những chúng sanh kiên cố tu luyện ăn kiêng mà chẳng hề ngừng nghỉ. Khi thành tựu phép tu luyện như thế, họ trở thành Địa Hành Tiên.

[2] Có những chúng sanh kiên cố tu luyện dược thảo mà chẳng hề ngừng nghỉ. Khi thành tựu phép tu luyện như thế, họ trở thành Phi Hành Tiên.

[3] Có những chúng sanh kiên cố tu luyện kim thạch mà chẳng hề ngừng nghỉ. Khi thành tựu phép tu luyện như thế, họ trở thành Du Hành Tiên.

[4] Có những chúng sanh kiên cố tu luyện khí tinh ở trong lúc chuyển động hay dừng nghỉ mà chẳng hề ngừng nghỉ. Khi thành tựu phép tu luyện như thế, họ trở thành Không Hành Tiên.

[5] Có những chúng sanh kiên cố tu luyện chuyển hóa nước miếng mà chẳng hề ngừng nghỉ. Khi thành tựu phép tu luyện như thế, họ trở thành Thiên Hành Tiên.

[6] Có những chúng sanh kiên cố tu luyện hít vào tinh sắc nhật nguyệt mà chẳng hề ngừng nghỉ. Khi thành tựu phép tu luyện như thế, họ trở thành Thông Hành Tiên.

[7] Có những chúng sanh kiên cố tu luyện chú thuật và giới cấm mà chẳng hề ngừng nghỉ. Khi thành tựu phép tu luyện như thế, họ trở thành Đạo Hành Tiên.

[8] Có những chúng sanh kiên cố tu luyện tư niệm mà chẳng hề ngừng nghỉ. Khi thành tựu phép tu luyện như thế, họ trở thành Chiếu Hành Tiên.

[9] Có những chúng sanh kiên cố tu luyện nội khí giao hội mà chẳng hề ngừng nghỉ. Khi thành tựu phép tu luyện như thế, họ trở thành Tinh Hành Tiên.

[10] Có những chúng sanh kiên cố tu luyện biến hóa mà chẳng hề ngừng nghỉ. Khi thành tựu phép tu luyện như thế, họ trở thành Tuyệt Hành Tiên.

Này Khánh Hỷ! Tất cả họ đều là những người tu tâm, nhưng lại không đi theo con đường chánh giác. Ngược lại, họ mong cầu bí mật trường thọ, và họ có thể sống đến ngàn vạn năm. Họ sống ẩn trong núi sâu hoặc ở trên hoang đảo giữa đại dương và dứt tuyệt liên lạc với loài người. Thế nhưng họ cũng phải chịu luân hồi vì vọng tưởng lưu chuyển. Do chẳng tu tập Đẳng Trì và khi quả báo từ sự tu tập chấm dứt, họ cũng trở lại sa vào các đường.

❖

[1] Này Khánh Hỷ! Có những người ở thế gian không cầu mong sống mãi, và họ vẫn chưa có thể lìa bỏ ân ái của phu thê. Nếu tâm của họ không chạy theo tư tưởng tà dâm, họ sẽ phát huy một ánh sáng trong suốt. Sau khi mạng chung, họ thăng lên ở gần mặt trời mặt trăng. Loài hữu tình như thế gọi là chư thiên ở trời Tứ Thiên Vương.

[2] Có những người chỉ có một chút dâm dục trong cuộc sống vợ chồng, và họ vẫn chưa hoàn toàn sống thanh tịnh. Sau khi mạng chung, họ thăng lên khỏi mặt trời mặt trăng và trú ở đỉnh núi Diệu Cao. Loài hữu tình như thế gọi là chư thiên ở trời Tam Thập Tam.

[3] Có những người thỉnh thoảng mới khởi chút ít dâm dục và khi việc đã xong thì không còn nghĩ đến nữa. Lúc họ còn sống ở nhân gian, tĩnh lặng chiếm đa phần và dao động chiếm thiểu số. Sau khi mạng chung, họ an trụ an nhiên trong hư không. Ở nơi đây, ánh sáng của mặt trời và mặt trăng chẳng thể rọi đến. Thân của những vị thiên nhân này tự có quang minh. Loài hữu tình như thế gọi là chư thiên ở trời Thiện Thời.

[4] Có những người luôn luôn tĩnh lặng, chỉ trừ những lúc họ không thể cưỡng lại sự tìm đến của xúc chạm. Sau khi mạng chung, họ thăng lên ở nơi rất tinh vi, và không tiếp cận với cõi trời hay nhân gian ở dưới. Cho dù ba tai họa của kiếp hoại có xảy ra thì cũng chẳng thể đến được. Loài hữu tình như thế gọi là chư thiên ở trời Hỷ Túc.

[5] Có những người tuy không có tâm dâm dục nhưng sẽ đáp ứng với người cùng chăn gối của họ. Đối với việc hành dâm thì họ sánh như vị nếm khi nhai bạch lạp. Sau khi mạng chung, họ sẽ sanh lên cõi biến hóa. Loài hữu tình như thế gọi là chư thiên ở trời Nhạo Biến Hóa.

[6] Có những người chẳng có ý nghĩ nhiễm ô của thế gian. Tuy việc làm của họ dường như không khác với phàm phu, nhưng tâm của họ siêu việt đối với những sự giao tiếp. Sau khi mạng chung, họ có thể vượt hơn các cõi khác, gồm cả trời Nhạo Biến Hóa. Loài hữu tình như thế gọi là chư thiên ở trời Tha Hóa Tự Tại.

Này Khánh Hỷ! Mặc dù sáu loại chư thiên như thế đã vượt khỏi hành động thể chất, nhưng tinh thần của họ thì vẫn còn giao tiếp. Do đó các tầng trời ấy gọi là cõi dục."

Kinh Vô Thượng Bảo Ấn của Đại Bạch Tản Cái Tổng Trì
Được Tuyên Thuyết ở Trên Đại Phật Đảnh,
là Thanh Tịnh Hải Nhãn của Mười Phương Như Lai ♦ Hết quyển 8

[1] "Này Khánh Hỷ! Có những người ở thế gian với tâm lắng trong, nhưng do bởi chẳng tu tĩnh lự nên không có trí tuệ. Họ chỉ có thể gìn giữ thân không hành dâm dục. Tưởng và niệm của họ trong lúc đi hay ngồi đều chẳng sanh ái nhiễm. Do đó họ sẽ không lưu lại ở cõi dục. Nếu như muốn, người ấy sẽ có thể sanh làm bạn lữ thanh tịnh. Loài hữu tình như thế gọi là chư thiên ở trời Phạm Chúng.

[2] Có những người đã đoạn trừ tập khí của ái dục và tâm lìa khỏi dục niệm. Đối với giới luật và uy nghi, họ yêu mến và tùy thuận. Người ấy có thể tu hành công đức thanh tịnh ở mọi lúc. Loài hữu tình như thế gọi là chư thiên ở trời Phạm Phụ.

[3] Có những người với thân tâm đã đạt đến vi diệu tròn đầy, uy nghi không khiếm khuyết, thanh tịnh giới cấm, và lại còn hiểu biết thông suốt. Ở mọi lúc, người ấy có thể thống lãnh Phạm chúng và trở thành Đại Phạm Vương. Loài hữu tình như thế gọi là chư thiên ở trời Đại Phạm.

Này Khánh Hỷ! Chư thiên ở ba cõi trời thù thắng ấy đều lìa khỏi bức hại của tất cả khổ não. Mặc dù không tu Đẳng Trì chân chánh, nhưng trong tâm của họ thanh tịnh và chẳng dao động bởi các lậu. Đây là chư thiên ở tĩnh lự thứ nhất.

[4] Này Khánh Hỷ! Ở trên chư thiên thống nhiếp Phạm chúng ở cõi Phạm Thiên, có chư thiên viên mãn tịnh hành, trừng tâm bất động, và do tâm tịch tĩnh thâm sâu mà có ánh sáng phóng ra. Loài hữu tình như thế gọi là chư thiên ở trời Thiểu Quang.

[5] Kế đến có chư thiên với quang minh chiếu soi lẫn nhau, chiếu sáng vô tận, ánh hiện cõi giới của mình đến mười phương và biến nó thành lưu ly. Loài hữu tình như thế gọi là chư thiên ở trời Vô Lượng Quang.

[6] Kế đến có chư thiên hấp thu với trì giữ ánh sáng tròn đầy, và họ đã thành tựu bản thể chỉ dạy về việc ấy. Họ có thể phát ra quang minh thanh tịnh để ứng đáp vô tận. Loài hữu tình như thế gọi là chư thiên ở trời Quang Âm.

Này Khánh Hỷ! Chư thiên ở ba cõi trời thù thắng ấy đều lìa khỏi bức hại của tất cả âu lo. Mặc dù không tu Đẳng Trì chân chánh, nhưng trong tâm của họ thanh tịnh và đã hàng phục các lậu thô kệch. Đây là chư thiên ở tĩnh lự thứ nhì.

[7] Này Khánh Hỷ! Khi chư thiên như thế đã thành tựu ánh sáng tròn đầy như một phương tiện giao tiếp, giờ đây sự vi diệu của phương tiện ấy đã hiển lộ. Họ thanh lọc sự tu tập này cho đến khi tâm khai thông đến an vui của tịch diệt. Loài hữu tình như thế gọi là chư thiên ở trời Thiểu Tịnh.

[8] Tiếp đến họ trải nghiệm một cảnh giới của thanh tịnh và rỗng không hiện tiền, rồi nó mở rộng vô biên tế. Thân tâm của họ khinh an và thành tựu an vui của tịch diệt. Loài hữu tình như thế gọi là chư thiên ở trời Vô Lượng Tịnh.

[9] Khi thế giới cùng thân tâm thảy đều thanh tịnh viên mãn và tịnh đức thành tựu, một cảnh giới thù thắng hiện tiền và dẫn về an vui của tịch diệt. Loài hữu tình như thế gọi là chư thiên ở trời Biến Tịnh.

Này Khánh Hỷ! Chư thiên ở ba cõi trời thù thắng ấy đầy đủ sự tùy thuận to lớn, thân tâm an ổn, và được vô lượng an vui. Mặc dù không tu Đẳng Trì chân chánh, nhưng trong tâm của họ an ổn và tràn ngập hoan hỷ. Đây là chư thiên ở tĩnh lự thứ ba.

[10] Này Khánh Hỷ! Lại có chư thiên không còn bị thân tâm bức bách và nhân của khổ đã chấm dứt. Họ nhận biết điều vui sướng trên cõi trời sẽ chẳng thường trụ và không lâu tất phải hoại diệt. Cho nên họ mau chóng đồng thời xả bỏ cả tâm khổ lẫn vui. Do họ đã chấm dứt các lậu thô kệch thâm trọng nên tánh của phước đức thanh tịnh liền sanh ra. Loài hữu tình như thế gọi là chư thiên ở trời Phước Sanh.

[11] Một khi đã xả tâm khổ và vui, họ được thắng giải thanh tịnh. Ở trong trạng thái của phước đức vô tận, họ được sự tùy thuận vi diệu cho đến tận cùng mãi mãi. Loài hữu tình như thế gọi là chư thiên ở trời Phước Ái.

Này Khánh Hỷ! Từ cõi trời đó rẽ làm hai đường.

[12] Trước đó, nếu tâm của chư thiên ở trời Phước Ái mà có thể chiếu vô lượng quang minh thanh tịnh, phước đức viên minh, và tu chứng mà an trụ. Loài hữu tình như thế gọi là chư thiên ở trời Quảng Quả.

[13] Còn như trước đó, nếu tâm của chư thiên ở trời Phước Ái mà chán ghét cả khổ lẫn vui và liên tục nghiên cứu phương pháp xả tâm chẳng ngừng. Khi đã hiểu cùng tận phương pháp xả tâm, thân tâm đều diệt và ý tư lự ngưng đọng như tro suốt 500 kiếp. Do bởi người ấy đã dùng tâm sanh diệt làm nhân nên chẳng thể phát huy tánh không sanh không diệt. Nhận thức của họ diệt mất từ kiếp thứ nhất cho đến nửa kiếp đầu của kiếp thứ 500. Nửa kiếp sau của kiếp thứ 500 thì nhận thức của họ sanh trở lại. Loài hữu tình như thế gọi là chư thiên ở trời Vô Tưởng.

Này Khánh Hỷ! Chư thiên ở bốn cõi trời thù thắng ấy đều chẳng hề lay động bởi các cảnh khổ vui trong tất cả thế gian. Tuy nhiên, do họ không tu tập nương vào tâm vô vi chân thật bất động nên vẫn có tâm sở đắc. Đây là chư thiên ở tĩnh lự thứ tư.

Này Khánh Hỷ! Ở trong tĩnh lự đó lại có năm cõi trời Tịnh Cư [14-18]. Chư thiên ở những cõi trời ấy đều đã trừ sạch chín thể loại tập khí trong hạ giới. Đến giai đoạn này thì khổ vui đều quên. Chư thiên nơi đây sẽ không bao giờ còn sống ở tầng trời thấp hơn. Họ cùng sống một nơi an bình và mỗi vị đều ngang bằng ở mức độ xả tâm.

[14] Này Khánh Hỷ! Có chư thiên với cả khổ lẫn vui đều diệt mất và tâm đấu tranh không còn giao tiếp. Loài hữu tình như thế gọi là chư thiên ở trời Vô Phiền.

[15] Kế đến có chư thiên chỉ độc nhất nghiên cứu về xả tâm, và không còn ôm giữ niệm khổ hay vui. Loài hữu tình như thế gọi là chư thiên ở trời Vô Nhiệt.

[16] Kế đến có chư thiên có thể thấy các thế giới trong mười phương với thị lực vi diệu, viên mãn lắng trong, và nó không còn cấu nhiễm bởi tất cả sắc tượng của trần cảnh. Loài hữu tình như thế gọi là chư thiên ở trời Thiện Kiến.

[17] Kế đến có chư thiên với cái thấy tinh nguyên hiện tiền và không bị chướng ngại ví như sự điêu luyện của người thợ gốm. Loài hữu tình như thế gọi là chư thiên ở trời Thiện Hiện.

[18] Khi quán sát đến tột cùng về muôn sự vi tế của sắc tánh và tánh hư không, họ vào trạng thái của vô biên tế. Loài hữu tình như thế gọi là chư thiên ở trời Sắc Cứu Cánh.

Này Khánh Hỷ! Thiên chúng ở những cõi trời thấp hơn thuộc tĩnh lự thứ tư và cho đến thiên vương của họ thì cũng không thể thấy hay biết gì về chư thiên ở năm cõi trời Tịnh Cư, và độc nhất chỉ nghe về họ với sự ngưỡng mộ. Đây ví như phàm phu trên thế gian đều chẳng thể thấy các vị Ưng Chân đang ở trong khoáng dã thâm sơn để trụ Pháp và trì Pháp nơi thánh địa Đạo Tràng của họ.

Này Khánh Hỷ! Mặc dù chư thiên của 18 cõi trời đó đơn độc tu hành và không giao tiếp với trần cấu, nhưng họ vẫn chưa dứt hết phiền lụy của thân. Do đó các tầng trời ấy gọi là cõi sắc.

Lại nữa, Khánh Hỷ! Từ trời Sắc Cứu Cánh, là tầng trời nằm ở ranh giới trên cùng của cõi sắc, nơi đây lại rẽ làm hai đường.

Nếu chư thiên ở tầng trời ấy tu hành xả tâm mà phát huy trí minh và được tuệ quang viên thông, thì liền ra khỏi trần lao, trở thành bậc Ưng Chân và vào Bồ-tát Thừa. Loài hữu tình như thế gọi là những vị đại Ưng Chân hồi tâm hướng về Đại Thừa.

[1] Còn nếu chư thiên ở tầng trời ấy tu hành xả tâm thành tựu mà nhận biết thân là chướng ngại cho sự tăng tiến, họ làm cho thân tiêu mất và trở thành như hư không. Loài hữu tình như thế gọi là chư thiên ở Không Vô Biên Xứ.

[2] Khi chướng ngại của thân đã tiêu mất, bây giờ thì không còn sự ngăn ngại nào để phải diệt trừ. Họ chỉ còn lưu lại tạng thức và một nửa chức năng vi tế của thức truyền tống. Loài hữu tình như thế gọi là chư thiên ở Thức Vô Biên Xứ.

[3] Khi hình sắc với hư không đã chấm dứt và thức tâm cũng hoàn toàn diệt mất, thì sẽ tịch nhiên khắp mười phương. Chẳng còn lưu lại gì và không có nơi nào để đến. Loài hữu tình như thế gọi là chư thiên ở Vô Sở Hữu Xứ.

[4] Khi tạng thức không còn hoạt động, họ dùng sự diệt này để nghiên cứu tận cùng. Ở trong vô tận của thức đó, tánh của chấm dứt phát huy. Thức đó dường như tồn tại mà chẳng tồn tại, dường như chấm dứt mà chẳng phải chấm dứt. Loài hữu tình như thế gọi là chư thiên ở Phi Tưởng Phi Phi Tưởng Xứ.

Tuy chư thiên ở những cõi trời này đã quán sát tận cùng về không của thức, nhưng họ chẳng hiểu cùng tận về lý của không. Đây là sự chấm dứt của con đường thánh nhân mà đã dẫn đến từ năm cõi trời Tịnh Cư. Loài hữu tình như thế gọi là những ám độn Ưng Chân chẳng hồi tâm hướng về Đại Thừa.

Chư thiên ở trời Vô Tưởng và chư thiên ở những tầng trời không theo Chánh Đạo, họ sẽ chẳng quay trở lại từ sự quán sát tận cùng về không của thức. Do bởi si mê, thiếu hiểu biết, và vẫn còn hữu lậu nên cuối cùng thì cũng sẽ rơi vào luân chuyển.

Này Khánh Hỷ! Tất cả thiên nhân ở các tầng trời ấy đều là phàm phu. Khi đã thọ hưởng hết nghiệp quả lành, họ sẽ phải luân chuyển. Tuy nhiên, các vị thiên vương của những cõi trời kia chính là Bồ-tát. Các ngài du hí Đẳng Trì, dần dần thứ tự tăng tiến, và hướng đến con đường tu hành của chư thánh.

Này Khánh Hỷ! Về chư thiên của bốn tầng trời cuối cùng, sắc thân tiêu mất, tâm hành đã diệt, và định tánh hiện tiền. Kể từ đây, họ vĩnh viễn không còn nghiệp quả của sắc thân nữa. Do đó các tầng trời ấy gọi là cõi vô sắc.

Tất cả chư thiên hữu lậu đều chẳng hiểu thấu về diệu giác minh tâm. Do si mê tích tập mà phát sanh ba cõi hư vọng. Trong đó, mỗi chúng sanh tùy theo si mê của mình mà chìm vào bảy đường với những chúng sanh đồng loại.

❖

Lại nữa, Khánh Hỷ! Ở trong ba cõi lại có bốn loại phi thiên.

[1] Có những phi thiên ở loài quỷ, chúng dốc sức hộ Pháp và có thần thông bay trên không. Loài phi thiên này sanh ra từ trứng và thuộc về quỷ đạo.

[2] Có những phi thiên do vì phước đức không đủ nên phải rơi khỏi thiên thượng và chúng sống ở phía dưới mặt trời mặt trăng. Loài phi thiên này sanh ra từ bào thai và thuộc về nhân gian.

[3] Có những phi thiên vương thống lãnh thế giới, mãnh lực vô úy, và có thể tranh quyền với Phạm Vương, Năng Thiên Đế, cùng Tứ Đại Thiên Vương. Loài phi thiên này sanh ra từ biến hóa và thuộc về cõi trời.

[4] Này Khánh Hỷ! Có một loại phi thiên thấp kém khác. Chúng sanh ra tại những hang nước sâu ở giữa biển cả. Ban ngày chúng bay trên không và khi tối đến thì trở về bổn xứ ở dưới nước. Loài phi thiên này sanh ra từ ẩm ướt và thuộc về bàng sanh.

❖

Này Khánh Hỷ! Đây là những lời giảng giải tường tận về bảy đường, gồm có: địa ngục, ngạ quỷ, bàng sanh, người, thần tiên, trời và phi thiên. Tất cả đều hôn muội và chìm đắm trong các tướng hữu vi. Do si mê mà họ sanh ra và chuyển theo nghiệp vọng tưởng của mình. Tuy nhiên, ở trong bổn tâm vô vi nhiệm mầu viên minh, các đường này đều tựa như hoa đốm giữa hư không. Chúng vốn không chỗ dính mắc, chẳng có trụ sở, và hoàn toàn chỉ là hư vọng.

Này Khánh Hỷ! Do các chúng sanh đó không nhận biết bổn tâm nên phải thọ luân hồi đến vô lượng kiếp mà chẳng được thanh tịnh chân thật. Tất cả đều do tùy thuận sát sanh, trộm cắp, và tà dâm. Nếu vi phạm sát sanh, trộm cắp, và tà dâm, họ sẽ sanh vào quỷ đạo. Nếu không phạm ba giới kia, họ sẽ sanh lên trời. Vì những chúng sanh ấy cứ ngả nghiêng giữa phạm giới và giữ giới nên phát khởi tánh luân hồi.

Nếu ai vào được Đẳng Trì này thì sẽ trụ trong tịch diệt thường hằng vi diệu. Họ lìa khỏi hai bên của có và không, và chẳng có hai bên cũng diệt mất. Họ đã vượt khỏi không sát sanh, không trộm cắp, và không tà dâm. Huống nữa là tùy thuận việc sát sanh, trộm cắp, và tà dâm hay sao?

Này Khánh Hỷ! Những ai chẳng đoạn trừ ba nghiệp đó thì sẽ tự tạo nghiệp của chính mình. Mặc dù quả báo của mỗi chúng sanh là của bản thân, nhưng họ sẽ cùng trải qua với những chúng sanh đồng quả báo ở một nơi nhất định. Nghiệp của họ phát sanh từ si mê. Do nó hư vọng sanh ra nên chẳng có nhân và sẽ không thể nào tìm thấy nhân của nó.

Ông hãy khuyên những ai tu hành mà muốn được giác ngộ thì phải đoạn trừ ba việc si mê. Nếu chẳng đoạn trừ ba việc si mê, cho dù họ được thần thông, nhưng đó đều là hữu vi của thế gian và phải dùng công sức. Nếu không diệt trừ tập khí, họ sẽ lạc vào ma đạo. Cho dù họ muốn diệt trừ si mê đi nữa, nhưng nếu không diệt trừ tập khí thì chỉ gia tăng hư ngụy. Như Lai nói rằng những chúng sanh như thế thật quả đáng thương. Ông nên biết rằng si mê của mình là do tự mình tạo ra chứ chẳng phải lỗi của tánh giác ngộ.

Những gì được giảng ở đây là chánh giáo. Nếu giảng khác đi tức là lời của ma vương."

❖

Bấy giờ Như Lai sắp rời Pháp tòa. Từ tòa sư tử đứng dậy, Thế Tôn đặt bàn tay lên cái bàn bảy báu ở trước mặt. Sau đó, Ngài xoay chuyển thân mình như hòn núi vàng tím, rồi lại ngồi xuống.

Khi ấy Đức Phật bảo toàn thể đại chúng và ngài Khánh Hỷ rằng:

"Hữu Học các ông, cùng Thanh Văn và Duyên Giác, hôm nay đã hồi tâm hướng về đại giác, là vô thượng diệu giác. Ta nay đã thuyết giảng Pháp tu hành chân thật. Tuy nhiên, ông vẫn chưa biết những việc ma vi tế sẽ xảy ra khi tu Chỉ và tu Quán. Nếu chẳng thanh tịnh tâm của mình, ông sẽ không nhận ra cảnh ma khi chúng hiện tiền và sẽ lạc vào tà kiến.

Ma có thể khởi sanh từ năm uẩn ở bên trong của ông. Hoặc ông sẽ bị thiên ma, quỷ thần, hay yêu tinh đến nhập. Nếu trong tâm của ông chẳng rõ khi xảy ra, ông sẽ nhận giặc làm con. Hoặc ông thành tựu một chút mà cho là đủ. Việc đó thì cũng giống như Bhikṣu [bíc su] chẳng học hỏi kia, chỉ mới đạt đến tĩnh lự thứ tư mà vọng ngôn cho rằng mình đã chứng quả vị của bậc thánh. Khi phước báo ở cõi trời đã hết và các tướng suy hiện tiền, do hủy báng rằng người đắc Đạo Ưng Chân mà còn vướng hữu lậu về sau, nên Bhikṣu kia liền đọa Địa ngục Vô Gián. Ông hãy lắng nghe. Ta nay sẽ giải thích tường tận cho ông."

Khi ấy ngài Khánh Hỷ cùng với những vị Hữu Học ở trong đại hội liền đứng dậy, hoan hỷ đảnh lễ, và cung kính lắng nghe giáo hối từ bi của Phật.

Phật bảo ngài Khánh Hỷ và các đại chúng:

"Các ông phải biết rằng, mặc dù 12 thể loại chúng sanh ở trong thế giới có hữu lậu, nhưng bổn giác diệu minh và giác viên tâm thể của họ thì chẳng hai chẳng khác với chư Phật ở mười phương. Do bởi vọng tưởng nên họ mê muội chân lý và si ái phát sanh. Nhân vì si mê sanh khởi biến khắp nên mới có hư không. Rồi do u mê biến hóa chẳng dừng nên mới có thế giới. Quốc độ nhiều như vi trần ở khắp mười phương và tất cả những ai hữu lậu đều là an lập từ vọng tưởng si mê. Các ông nên biết rằng hư không sanh ra ở trong tâm của mình. Nó tựa như một áng mây ở giữa bầu trời bao la. Huống chi là các thế giới ở tại hư không thì càng nhỏ bé hơn.

Nếu các ông tìm ra chân thật và trở về nguồn cội, bấy giờ hư không khắp mười phương tất đều tiêu vong. Thế thì làm sao hết thảy quốc độ ở trong hư không mà chẳng chấn động chứ?

Khi tu tĩnh lự và vào Đẳng Trì, tịnh tâm của các ông khai thông với tâm của chư Bồ-tát và những vị đại Ưng Chân vô lậu ở trong mười phương. Lúc đó ông sẽ trụ ở trạm nhiên thanh tịnh. Bấy giờ tất cả ma vương, cùng với quỷ thần, và chư thiên phàm phu đều thấy cung điện của mình vô cớ sụp đổ và đại địa chấn động. Động vật bơi trong nước, đi trên đất, hoặc bay giữa trời, không một loài nào mà chẳng kinh hoàng. Còn hạng phàm phu bị che trùm bởi hôn ám thì chẳng hề hay biết gì về những sự kiện này.

Có chúng ma đầy đủ năm loại thần thông, duy trừ Lậu Tận Thông vì chúng vẫn còn lưu luyến trần lao. Thế thì làm sao có thể để cho ông phá hủy chỗ ở của chúng đây? Cho nên các thiên ma, quỷ thần, và yêu tinh quỷ quái đều sẽ đến não loạn khi ông vào Đẳng Trì.

Mặc dù chúng ma kia nổi cơn thịnh nộ, nhưng chúng chỉ là trần lao khi ông trụ ở trong diệu giác. Chúng sẽ như gió thổi ánh sáng, như dao chém vào nước, và vĩnh viễn không thể tiếp xúc. Ông sẽ như nước sôi và chúng ví như tảng băng; khi hơi nóng đến gần, băng đá sẽ tiêu tan. Chúng cậy nương vào thần lực để có thể tạm ghé thăm ông một lát. Chúng chỉ có thể thành công não loạn khi trong tâm của ông, là chủ nhân của năm uẩn, nhưng lại bị mê muội nên du khách mới thừa cơ trục lợi.

Khi trụ trong tĩnh lự với giác ngộ minh liễu, làm sao những việc ma kia có thể ảnh hưởng đến ông chứ? Khi năm uẩn tiêu tan, ông sẽ vào ánh sáng của trí tuệ. Chúng tà ma kia đều nương âm khí và quang minh của ông có thể phá tan u ám. Nếu chúng đến gần thì sẽ tự hủy diệt. Thế thì làm sao chúng dám nán lại để nhiễu loạn tĩnh lự của ông chứ? Nhưng nếu chưa khai ngộ minh liễu và bị năm uẩn mê hoặc thì chính ông, Khánh Hỷ, chắc chắn sẽ làm con của ma và chính mình cũng trở thành ma.

Trường hợp ông gặp người con gái thuộc tộc Mātaṅga [ma tân ga] là một ngoại lệ, và đó chỉ là sự cố nhỏ. Cô ta chỉ dùng chú thuật để khiến ông phá hủy luật nghi của Phật. Trong 80.000 giới hạnh, cùng lắm ông chỉ phạm một giới. Do bởi tâm của ông thanh tịnh nên ông vẫn chưa đọa trầm luân. Tuy nhiên, nếu uẩn ma đã có thể hủy diệt bảo giác toàn thân của ông, thì ông sẽ như thành viên trong gia đình của một đại thần, tài sản bất chợt bị tịch thu; gia cảnh điêu tàn và không ai có thể cứu giúp.

❖

Này Khánh Hỷ! Nên biết rằng mọi niệm sẽ tiêu vong khi ông ngồi Đạo Tràng. Khi vọng niệm của ông dừng hẳn, lúc đó sẽ chỉ còn lại giác minh tinh nguyên. Dao động ở ngoài tâm ông sẽ dường như tĩnh lặng, và niệm hiện tại trong tâm ông sẽ dường như vô niệm. Khi trụ ở cảnh giới ấy, ông liền vào Đẳng Trì. Ông sẽ như người mắt sáng ở nơi u ám. Lúc đó tánh tinh nguyên của ông sẽ thanh tịnh vi diệu, nhưng tâm của ông thì vẫn chưa phát sáng. Đây gọi là đã tới khu vực của sắc uẩn.

Khi tâm nhãn của ông trở nên trong sáng, mười phương mở toát và chẳng còn u ám. Đến giai đoạn này thì gọi là đạt đến chấm dứt của sắc uẩn. Người ấy sẽ có thể siêu xuất ô trược của thời gian, quán sát nguyên do của sắc uẩn và thấy vọng tưởng kiên cố là căn bổn của nó.

[1] Này Khánh Hỷ! Đương lúc ở tinh thần u ám, sự nghiên cứu tinh chuyên ở trong diệu minh của họ sẽ có thể hiển lộ ra rằng, bốn đại cứu cánh chẳng đan siết với nhau. Chỉ một thoáng, người ấy có thể rời thân xác của mình. Cảnh hiện này gọi là giác minh tinh nguyên có thể tràn vào cảnh hiện ở trước. Đây là do sự dụng công của người ấy nên mới tạm thời được cảnh giới như thế. Đó không phải là dấu hiệu chứng quả vị của bậc thánh. Nếu ai chẳng khởi tâm đắc quả vị của bậc thánh thì đó là cảnh giới tốt. Còn như cho rằng mình đã đắc quả vị của bậc thánh thì họ sẽ bị chúng tà ma nhiễu loạn.

[2] Lại nữa, Khánh Hỷ! Đương lúc ở tinh thần u ám, sự nghiên cứu tinh chuyên ở trong diệu minh của họ sẽ có thể làm cho người ấy thấy rõ bên trong thân thể của mình. Hốt nhiên người ấy có thể bốc lấy những con giun ở trong bụng bỏ ra ngoài mà không hề tổn hại thân thể của mình lẫn ký sinh trùng. Cảnh hiện này gọi là giác minh tinh nguyên có thể tràn vào thân thể. Đây là do sự tinh tấn tu hành của người ấy nên mới tạm thời được cảnh giới như thế. Đó không phải là dấu hiệu chứng quả vị của bậc thánh. Nếu ai chẳng khởi tâm đắc quả vị của bậc thánh thì đó là cảnh giới tốt. Còn như cho rằng mình đã đắc quả vị của bậc thánh thì họ sẽ bị chúng tà ma nhiễu loạn.

[3] Lại nữa, đương lúc ở tinh thần u ám, sự nghiên cứu tinh chuyên của họ sẽ có thể hướng ra cả trong lẫn ngoài. Bấy giờ hồn phách và ý chí tinh thần của người ấy có thể sẽ tách rời, kết hợp, hoặc hoán đổi vai trò. Hốt nhiên giữa hư không, người ấy nghe có tiếng thuyết Pháp, hoặc nghe có âm thanh khắp mười phương đồng thời diễn nói mật nghĩa. Cảnh hiện này gọi là tinh thần cùng hồn phách lần lượt phân ly và kết hợp lẫn nhau do sự thành tựu căn lành. Đây chỉ là cảnh giới tạm thời. Đó không phải là dấu hiệu chứng quả vị của bậc thánh. Nếu ai chẳng khởi tâm đắc quả vị của bậc thánh thì đó là cảnh giới tốt. Còn như cho rằng mình đã đắc quả vị của bậc thánh thì họ sẽ bị chúng tà ma nhiễu loạn.

[4] Lại nữa, đương lúc ở tinh thần u ám, một ánh sáng rực rỡ có thể sẽ hiện ra ở trong tâm của người ấy và chiếu soi khắp mười phương với màu sắc của tử ma hoàng kim. Người ấy có thể sẽ thấy tất cả muôn loài hóa thành chư Như Lai. Bấy giờ người ấy hốt nhiên sẽ thấy Đức Phật Quang Minh Biến Chiếu đang ngồi ở trên đài thiên quang với 1.000 Đức Phật ở xung quanh; mỗi vị Phật kia ngồi trên tòa hoa sen và sẽ đồng thời hiện ra 100 ức quốc độ. Cảnh hiện này gọi là tâm và hồn phách thấm nhuộm với giác ngộ linh thiêng ở giữa lúc tâm chiếu soi tường tận các thế giới. Đây chỉ là cảnh giới tạm thời. Đó không phải là dấu hiệu chứng quả vị của bậc thánh.Nếu ai chẳng khởi tâm đắc quả vị của bậc thánh thì đó là cảnh giới tốt. Còn như cho rằng mình đã đắc quả vị của bậc thánh thì họ sẽ bị chúng tà ma nhiễu loạn.

[5] Lại nữa, đương lúc ở tinh thần u ám, sự quán sát và nghiên cứu tinh chuyên ở trong diệu minh của họ sẽ có thể chẳng được đình chỉ. Khi người ấy cố gắng hàng phục và khống chế để nó không vượt mất kiểm soát, bấy giờ hư không khắp mười phương hốt nhiên trở thành màu sắc của bảy báu hay màu sắc của trăm báu. Mỗi màu sắc đó sẽ đồng thời trùm khắp hư không mà chẳng hề ngăn ngại lẫn nhau. Người ấy sẽ thấy rõ xanh vàng đỏ trắng với từng màu chẳng xen tạp. Cảnh hiện này gọi là kiềm chế sự quán sát để không vượt mất kiểm soát. Đây chỉ là cảnh giới tạm thời. Đó không phải là dấu hiệu chứng quả vị của bậc thánh. Nếu ai chẳng khởi tâm đắc quả vị của bậc thánh thì đó là cảnh giới tốt. Còn như cho rằng mình đã đắc quả vị của bậc thánh thì họ sẽ bị chúng tà ma nhiễu loạn.

[6] Lại nữa, đương lúc ở tinh thần u ám, sự nghiên cứu thông triệt của họ sẽ có thể phóng ra một ánh sáng tinh thuần không tạp loạn. Hốt nhiên ở trong căn phòng tối vào giữa đêm, họ có thể nhìn thấy muôn thứ đồ vật mà chẳng khác gì như giữa ban ngày; những đồ vật mà dù ở ban ngày vẫn không thấy, nhưng giờ đây họ có thể sẽ thấy rõ ràng. Cảnh hiện này gọi là thanh lọc tâm nhãn để hiển lộ vật ẩn kín và thấy khắp nơi u khuất. Đây chỉ là cảnh giới tạm thời. Đó không phải là dấu hiệu chứng quả vị của bậc thánh. Nếu ai chẳng khởi tâm đắc quả vị của bậc thánh thì đó là cảnh giới tốt. Còn như cho rằng mình đã đắc quả vị của bậc thánh thì họ sẽ bị chúng tà ma nhiễu loạn.

[7] Lại nữa, đương lúc ở tinh thần u ám, những gì ở trong và những gì ở ngoài có thể sẽ hòa quyện vào nhau ở bên trong sự nhận biết của người ấy. Hốt nhiên người ấy cảm thấy chẳng còn cảm giác ở tứ chi của mình và nghĩ rằng chúng đồng như cỏ cây. Cho dù bị lửa thiêu đao chém thì người ấy cũng hoàn toàn không cảm giác. Ngọn lửa chẳng thể thiêu đốt họ, và cho dù thân thể bị xẻo thịt thì người ấy chỉ cảm giác như vót gỗ. Cảnh hiện này gọi là bài trừ bốn đại để các trần tan biến và chỉ còn lại sự nhận biết. Đây chỉ là cảnh giới tạm thời. Đó không phải là dấu hiệu chứng quả vị của bậc thánh. Nếu ai chẳng khởi tâm đắc quả vị của bậc thánh thì đó là cảnh giới tốt. Còn như cho rằng mình đã đắc quả vị của bậc thánh thì họ sẽ bị chúng tà ma nhiễu loạn.

[8] Lại nữa, đương lúc ở tinh thần u ám, người ấy có thể sẽ thành tựu thanh tịnh, và do thanh tịnh tâm của mình nên công phu của họ đạt đến cực độ. Hốt nhiên người ấy có thể sẽ thấy sông núi đất đai ở khắp mười phương đều trở thành cõi Phật, đầy đủ bảy báu, và tràn đầy quang minh. Người ấy lại thấy chư Phật Như Lai nhiều như cát sông Hằng và cung điện lầu các hoa lệ trùm khắp cõi giới hư không. Người ấy có thể thấy địa ngục ở dưới và thiên cung ở trên mà chẳng bị chướng ngại. Cảnh hiện này gọi là nghĩ tưởng của thích và ghét dần dần chuyển hóa thanh tịnh theo sự lắng ngưng tư tưởng càng ngày càng sâu. Đó không phải là dấu hiệu chứng quả vị của bậc thánh. Nếu ai chẳng khởi tâm đắc quả vị của bậc thánh thì đó là cảnh giới tốt. Còn như cho rằng mình đã đắc quả vị của bậc thánh thì họ sẽ bị chúng tà ma nhiễu loạn.

[9] Lại nữa, đương lúc ở tinh thần u ám, người ấy có thể sẽ nghiên cứu về những nơi xa xôi. Hốt nhiên ở giữa đêm, người ấy có thể sẽ thấy chợ búa, giếng nước, ngã tư đường, và ngõ hẻm từ xa. Người ấy có thể sẽ thấy thân tộc quyến thuộc, hoặc có thể nghe được họ trò chuyện. Cảnh hiện này gọi là tâm bị bức ép đến cực độ nên nó bay ra ngoài để thấy tầm nhìn mà đa phần bị ngăn cách. Đó không phải là dấu hiệu chứng quả vị của bậc thánh. Nếu ai chẳng khởi tâm đắc quả vị của bậc thánh thì đó là cảnh giới tốt. Còn như cho rằng mình đã đắc quả vị của bậc thánh thì họ sẽ bị chúng tà ma nhiễu loạn.

[10] Lại nữa, đương lúc ở tinh thần u ám, người ấy có thể sẽ thấy mình làm một vị Thiện Tri Thức trong khi nghiên cứu tinh chuyên cực độ. Người ấy sẽ có thể biến đổi hình dáng trong chớp nhoáng và không ngừng thay đổi muôn loại hình thù. Cảnh hiện này gọi là lòng tà chiêu dụ yêu tinh hoặc bị thiên ma nhập tâm trí. Đương lúc bị nhập, người ấy giảng pháp vô căn cứ và cho rằng mình đã thông đạt diệu nghĩa. Đó không phải là dấu hiệu chứng quả vị của bậc thánh. Nếu ai chẳng khởi tâm đắc quả vị của bậc thánh thì đó là cảnh giới tốt. Còn như cho rằng mình đã đắc quả vị của bậc thánh thì họ sẽ bị chúng tà ma nhiễu loạn.

Này Khánh Hỷ! Mười loại cảnh hiện giữa lúc tu tập tĩnh lự như thế, đều là do sự giao tiếp của tâm với sắc uẩn nên mới xuất hiện những việc ấy. Do chúng sanh mê muội và chẳng thể tự suy ngẫm chính xác nên khi gặp những trường hợp đó, họ sẽ mê muội và chẳng thể tự nhận biết, rồi nói rằng mình đã thăng lên quả vị của bậc thánh. Do vì đã thành lập đại vọng ngữ như thế nên họ sẽ đọa Địa ngục Vô Gián.

Sau khi Ta diệt độ, các ông phải tuyên giảng nghĩa này cho chúng sanh vào thời Mạt Pháp và chớ để thiên ma thừa cơ trục lợi. Hãy bảo hộ và che chở những vị tu hành để họ có thể thành tựu Đạo vô thượng.

❖

Này Khánh Hỷ! Khi thiện nam tử kia tu tập Đẳng Trì đạt đến chấm dứt của sắc uẩn và ở trong Pháp tu Chỉ, người ấy có thể sẽ thấy tâm của chư Phật tựa như ảnh tượng hiện rõ trong một tấm gương sáng. Giả sử đạt được điều ấy nhưng họ vẫn chưa có thể biết sử dụng làm sao. Ví như người bị bóng đè, mặc dù tay chân còn nguyên vẹn và thị giác với thính giác chẳng u mê, nhưng do tâm tiếp xúc với khách tà nên không thể cử động. Đây gọi là đã tới khu vực của thọ uẩn.

Nếu sự tê cứng dừng nghỉ, tâm của người ấy sẽ có thể rời thân xác và xoay ngược để nhìn gương mặt của mình. Lúc ấy họ có thể tự do rời khỏi hoặc ở lại mà chẳng còn trở ngại. Đến giai đoạn này thì gọi là đạt đến chấm dứt của thọ uẩn. Người ấy sẽ có thể siêu xuất ô trược của cái thấy, quán sát nguyên do của thọ uẩn và thấy vọng tưởng hư ảo là căn bổn của nó.

[1] Này Khánh Hỷ! Đương lúc ở trong định đó, thiện nam tử kia có thể sẽ trải nghiệm một ánh sáng lớn rực rỡ bên trong. Nếu đè nén tâm của mình quá mức, người ấy hốt nhiên ở nơi đó phát khởi bi ai vô cùng. Như vậy cho đến chỉ nhìn con ruồi con muỗi mà họ cũng xem như con đầu lòng của mình, rồi sanh lòng thương xót và bất giác rơi lệ. Cảnh hiện này gọi là ức chế quá độ trong việc dụng công.

Nếu tỏ ngộ cảnh giới đó, họ sẽ không cho rằng mình đã chứng quả vị của bậc thánh. Một khi hiểu rõ thì họ sẽ không mê lầm và lâu dần thì nó cũng tự động tiêu tan. Còn như cho rằng mình đã đắc quả vị của bậc thánh thì ma bi ai sẽ nhập tâm trí của họ. Khi thấy người khác, họ cảm thấy buồn bã và khóc lóc thảm thiết. Do đã mất chánh thọ nên họ sẽ sa ngã từ đây.

[2] Lại nữa, Khánh Hỷ! Đương lúc ở trong định đó, một khi đã thấy sắc uẩn tiêu tan, thiện nam tử kia sẽ thấy rõ thọ uẩn xuất hiện. Với thắng tướng hiện tiền, người ấy có thể sẽ cảm kích quá mức. Hốt nhiên ở trong ấy, họ sanh khởi dũng cảm vô hạn và cho rằng tâm uy mãnh của mình ngang bằng với chư Phật. Người ấy bảo rằng một niệm của họ có thể siêu việt ba vô số kiếp. Cảnh hiện này gọi là hấp tấp quá độ trong việc dụng công.

Nếu tỏ ngộ cảnh giới đó, họ sẽ không cho rằng mình đã chứng quả vị của bậc thánh. Một khi hiểu rõ thì họ sẽ không mê lầm và lâu dần thì nó cũng tự động tiêu tan. Còn như cho rằng mình đã đắc quả vị của bậc thánh thì ma điên cuồng sẽ nhập tâm trí của họ. Khi thấy người khác, họ khoe khoang và ngã mạn vô cùng. Cho đến tâm của người ấy còn chẳng thấy chư Phật ở trên và chẳng thấy phàm nhân ở dưới. Do đã mất chánh thọ nên họ sẽ sa ngã từ đây.

[3] Lại nữa, đương lúc ở trong định đó, một khi đã thấy sắc uẩn tiêu tan, thiện nam tử kia sẽ thấy rõ thọ uẩn xuất hiện. Người ấy có thể sẽ cảm thấy không có gì mới ở trước để chứng đắc và giữa khi ấy thì chẳng thể quay lại cảnh giới cũ. Do vậy trí lực suy kém, rồi cõi lòng đi vào chốn điêu tàn và nhìn xa xăm chẳng thấy gì. Trong tâm của họ bỗng nhiên sanh khởi sự khô khan và khao khát dữ dội. Ở tất cả mọi lúc, người ấy chìm vào nỗi nhớ không phai. Người ấy sẽ cho rằng đó là tướng trạng của tinh tấn chuyên cần. Cảnh hiện này gọi là tự mình thất bại trong việc tu tâm thiếu trí tuệ.

Nếu tỏ ngộ cảnh giới đó, họ sẽ không cho rằng mình đã chứng quả vị của bậc thánh. Còn như cho rằng mình đã đắc quả vị của bậc thánh thì ma ký ức sẽ nhập tâm trí của họ. Từ sáng đến tối, sự nhung nhớ ấy càng siết buộc tâm trí và làm cho họ chẳng thể buông xả. Do đã mất chánh thọ nên họ sẽ sa ngã từ đây.

[4] Lại nữa, đương lúc ở trong định đó, một khi đã thấy sắc uẩn tiêu tan, thiện nam tử kia sẽ thấy rõ thọ uẩn xuất hiện. Người ấy có thể sẽ phát triển tuệ lực trội hơn định nên kết quả là họ sẽ có thể mất đi sự dũng cảm. Với những điều thù thắng ôm giữ trong lòng, tâm của họ sẽ nhầm lẫn mà cho rằng mình đã trở thành Đức Phật Biến Chiếu. Sự thật thì người ấy chỉ được một chút mà cho là đủ. Cảnh hiện này gọi là ở trong việc dụng tâm tu hành đã quên mất phải luôn thẩm tường khi chìm vào tri kiến của mình.

Nếu tỏ ngộ cảnh giới đó, họ sẽ không cho rằng mình đã chứng quả vị của bậc thánh. Còn như cho rằng mình đã đắc quả vị của bậc thánh thì sẽ có loại ma dễ dàng vừa ý với thành quả hạ liệt nhập tâm trí của họ. Khi thấy người khác, họ sẽ nói rằng mình đã được Chân Lý Cứu Cánh vô thượng. Do đã mất chánh thọ nên họ sẽ sa ngã từ đây.

[5] Lại nữa, đương lúc ở trong định đó, một khi đã thấy sắc uẩn tiêu tan, thiện nam tử kia sẽ thấy rõ thọ uẩn xuất hiện. Người ấy có thể sẽ cảm thấy chưa chứng đắc điều gì mới và giữa khi ấy thì chẳng thể quay lại cảnh giới cũ. Khi nhìn lại cảnh giới ở sau và hướng đến cảnh giới ở trước, họ tự mình sanh khởi gian nan nguy hiểm, rồi hốt nhiên sanh ưu lo vô cùng. Người ấy cảm thấy như ngồi trên giường sắt hoặc như uống thuốc độc. Với tâm trí chẳng muốn sống, họ luôn van xin người khác hãy giết hại tánh mạng của mình để có thể sớm giải thoát. Cảnh hiện này gọi là đánh mất phương tiện trong việc tu hành.

Nếu tỏ ngộ cảnh giới đó, họ sẽ không cho rằng mình đã chứng quả vị của bậc thánh. Còn như cho rằng mình đã đắc quả vị của bậc thánh thì sẽ có loại ma thường ưu sầu nhập tâm trí của họ. Người ấy có thể sẽ cầm lấy dao hoặc kiếm để tự cắt thịt của mình và vui vẻ xả bỏ mạng sống. Hoặc họ có thể sẽ luôn ưu sầu, rồi bỏ chạy vào núi rừng vì không thể chịu nổi khi thấy người khác. Do đã mất chánh thọ nên họ sẽ sa ngã từ đây.

[6] Lại nữa, đương lúc ở trong định đó, một khi đã thấy sắc uẩn tiêu tan, thiện nam tử kia sẽ thấy rõ thọ uẩn xuất hiện. Người ấy có thể sẽ ở trong trạng thái thanh tịnh và tâm được an ổn. Sau đó bỗng dưng tự nhiên có một niềm vui vô hạn nảy sanh và trong lòng của họ hân hoan đến nỗi chẳng thể tự kiềm chế. Cảnh hiện này gọi là được tâm khinh an nhưng thiếu trí tuệ để tự kiềm chế.

Nếu tỏ ngộ cảnh giới đó, họ sẽ không cho rằng mình đã chứng quả vị của bậc thánh. Còn như cho rằng mình đã đắc quả vị của bậc thánh thì sẽ có loại ma ưa thích vui sướng nhập tâm trí của họ. Họ sẽ cười quái gở khi trông thấy người khác, tự động ca múa ở giữa ngã tư đường, và tự cho mình đã được giải thoát vô ngại. Do đã mất chánh thọ nên họ sẽ sa ngã từ đây.

[7] Lại nữa, đương lúc ở trong định đó, một khi đã thấy sắc uẩn tiêu tan, thiện nam tử kia sẽ thấy rõ thọ uẩn xuất hiện. Người ấy có thể sẽ tự cho rằng mình đã tu tập đủ rồi. Hốt nhiên vô cớ họ dấy khởi đại ngã mạn [4]. Như vậy cho đến mạn [1], quá mạn [2], mạn quá mạn [3], tăng thượng mạn [5], ty liệt mạn [6], và tà mạn [7]. Những cảm xúc này đồng thời phát khởi và trong lòng còn khinh cả mười phương Như Lai. Hà huống là các bậc thánh ở quả vị thấp hơn, như là Thanh Văn và Duyên Giác. Cảnh hiện này gọi là thấy mình thắng trội và thiếu trí tuệ để tự cứu mình ra khỏi cái thấy đó.

Nếu tỏ ngộ cảnh giới đó, họ sẽ không cho rằng mình đã chứng quả vị của bậc thánh. Còn như cho rằng mình đã đắc quả vị của bậc thánh thì sẽ có loại ma đại ngã mạn nhập tâm trí của họ. Người ấy sẽ phá hủy Kinh tượng và chẳng kính lễ chùa tháp.

Họ nói với các vị thí chủ rằng:

'Mấy pho tượng được làm từ vàng, đồng, đất, hoặc gỗ mà thôi. Kinh chỉ viết trên lá cây hoặc lớp vải. Thân máu thịt mới là chân thật vĩnh hằng, nhưng các ngươi lại không cung phụng nó mà lại đi sùng bái gỗ đất. Đó thật là điên đảo!'

Những ai tin sâu lời nói của họ nên sẽ ùa theo mà hủy hoại Kinh tượng và chôn bỏ dưới đất. Kẻ đó sẽ làm cho mọi người ngờ vực hiểu sai, rồi dẫn chúng sanh vào Địa ngục Vô Gián. Do đã mất chánh thọ nên họ sẽ sa ngã từ đây.

[8] Lại nữa, đương lúc ở trong định đó, một khi đã thấy sắc uẩn tiêu tan, thiện nam tử kia sẽ thấy rõ thọ uẩn xuất hiện. Người ấy có thể sẽ ở trong minh liễu tinh thuần mà viên ngộ tinh lý và được đại tùy thuận. Khi đó tâm của họ hốt nhiên cảm thấy tràn đầy khinh an. Người ấy có thể sẽ tự cho mình đã trở thành bậc thánh và được đại tự tại. Cảnh hiện này gọi là nhân bởi trí tuệ mà được khinh an và thanh thản.

Nếu tỏ ngộ cảnh giới đó, họ sẽ không cho rằng mình đã chứng quả vị của bậc thánh. Còn như cho rằng mình đã đắc quả vị của bậc thánh thì sẽ có loại ma ưa thích an nhàn nhập tâm trí của họ. Người ấy sẽ cho rằng mình đã tu quá đủ và không cầu tăng tiến thêm nữa. Hành vi của họ phần nhiều sẽ giống như Bhikṣu chẳng học hỏi kia. Kẻ đó sẽ làm cho mọi người ngờ vực hiểu sai, rồi dẫn chúng sanh vào Địa ngục Vô Gián. Do đã mất chánh thọ nên họ sẽ sa ngã từ đây.

[9] Lại nữa, đương lúc ở trong định đó, một khi đã thấy sắc uẩn tiêu tan, thiện nam tử kia sẽ thấy rõ thọ uẩn xuất hiện. Ở trong sự tỏ ngộ sáng suốt của họ, một hiểu biết hư ảo có thể sẽ sanh ra. Hốt nhiên ở trong đó, người ấy xu hướng về đoạn diệt vĩnh hằng, rồi bác bỏ không nhân quả và nhất hướng vào tư tưởng chẳng có gì cả. Khi ấy tư tưởng chẳng có gì hết hiện tiền và cho đến tâm của họ nảy sanh lý giải, rằng sau khi chết thì vĩnh viễn đoạn diệt. Cảnh hiện này gọi là định tâm chìm đắm nên mất đi sự nhận thức đúng đắn.

Nếu tỏ ngộ cảnh giới đó, họ sẽ không cho rằng mình đã chứng quả vị của bậc thánh. Còn như cho rằng mình đã đắc quả vị của bậc thánh thì sẽ có loại ma cho rằng không có gì hết nhập tâm trí của họ. Thậm chí người ấy sẽ hủy báng việc giữ giới mà gọi đó là Pháp Nhị Thừa. Còn bậc Bồ-tát đã ngộ pháp không thì làm sao có liên quan gì đến trì giới hay phạm giới chứ?

Ở trước những thí chủ tin tưởng của họ, người ấy luôn uống rượu ăn thịt và chuyên làm việc dâm ô. Nhân bởi ma lực thu nhiếp nên đồ chúng không sanh nghi ngờ hay phỉ báng họ. Khi tâm quỷ nhập đã lâu, họ chẳng ngại uống nước tiểu hoặc ăn phân, và bảo rằng rượu thịt phân tiểu đều đồng một loại như hư không. Kẻ đó sẽ phá hoại giới luật uy nghi của Phật và dẫn dắt người khác cùng phạm tội. Do đã mất chánh thọ nên họ sẽ sa ngã từ đây.

[10] Lại nữa, đương lúc ở trong định đó, một khi đã thấy sắc uẩn tiêu tan, thiện nam tử kia sẽ thấy rõ thọ uẩn xuất hiện. Bây giờ sự hiểu biết hư ảo ở trước có thể sẽ vào sâu tâm cốt. Lòng của họ hốt nhiên khởi sanh ái dục vô hạn. Khi sự ham muốn dâm dục đến cực điểm thì họ có thể sẽ phát cuồng. Cảnh hiện này gọi là trạng thái an định thuận ý nhập tâm và thiếu trí tuệ để tự hộ trì nên nhầm lẫn mà sa vào tham dục.

Nếu tỏ ngộ cảnh giới đó, họ sẽ không cho rằng mình đã chứng quả vị của bậc thánh. Còn như cho rằng mình đã đắc quả vị của bậc thánh thì sẽ có loại ma tham dục nhập tâm trí của họ. Kẻ đó sẽ thường xuyên nói về tham dục chính là Đạo Bồ-tát, rồi dạy những cư sĩ tùy tiện hành dục, và những ai hành dâm sẽ gọi là đệ tử trì pháp.

Do phàm phu ngu mê dễ bị thu nhiếp bởi ma lực của quỷ thần ở vào thời Mạt Pháp, người ấy sẽ có thể thu hút 100, hoặc cho đến 200, hoặc 500, 600, 1.000, hay 10.000 tín đồ. Khi thiên ma nhập tâm trí của người ấy sanh lòng chán ghét, nó sẽ rời khỏi thân xác của họ. Bấy giờ uy đức của họ tiêu vong và sẽ vướng vào vòng luật pháp. Kẻ đó sẽ làm cho mọi người ngờ vực hiểu sai, rồi dẫn chúng sanh vào Địa ngục Vô Gián. Do đã mất chánh thọ nên họ sẽ sa ngã từ đây.

Này Khánh Hỷ! Mười loại cảnh hiện giữa lúc tu tập tĩnh lự như thế, đều là do sự giao tiếp của tâm với thọ uẩn nên mới xuất hiện những việc ấy. Do chúng sanh mê muội và chẳng thể tự suy ngẫm chính xác nên khi gặp những trường hợp đó, họ sẽ mê muội và chẳng thể tự nhận biết, rồi nói rằng mình đã thăng lên quả vị của bậc thánh. Do vì đã thành lập đại vọng ngữ như thế nên họ sẽ đọa Địa ngục Vô Gián.

Sau khi Ta diệt độ, các ông phải mang lời của Như Lai để truyền dạy vào thời Mạt Pháp, hầu khiến cho tất cả chúng sanh hiểu rõ nghĩa này và chớ để thiên ma thừa cơ trục lợi. Hãy bảo hộ và che chở những vị tu hành để họ có thể thành tựu Đạo vô thượng.

❖

Này Khánh Hỷ! Khi thiện nam tử kia tu tập Đẳng Trì đạt đến chấm dứt của thọ uẩn, tuy chưa đoạn hết các lậu nhưng người ấy có thể rời thân xác của mình như chim sổ lồng. Từ thân phàm đó, họ đã có khả năng để thăng lên 60 thánh vị của Bồ-tát, thành tựu ý sanh thân và tùy ý đến đi mà không bị ngăn ngại. Họ ví như người ngủ say nói nhảm và hoàn toàn chẳng biết mình đã nói gì. Tuy nhiên ngôn từ của người ấy rõ ràng, âm vận thứ tự, và làm cho những người đang thức đều hiểu được lời của họ. Đây gọi là đã tới khu vực của tưởng uẩn.

Nếu niệm dao động chấm dứt và tưởng phù du tiêu tan, tâm giác ngộ của họ sẽ lìa bỏ trần cấu và hiểu rõ hoàn toàn đầu đuôi sanh tử của tất cả thể loại chúng sanh. Đến giai đoạn này thì gọi là đạt đến chấm dứt của tưởng uẩn. Người ấy sẽ có thể siêu xuất ô trược của phiền não, quán sát nguyên do của tưởng uẩn và thấy vọng tưởng dung thông là căn bổn của nó.

[1] Này Khánh Hỷ! Khi chẳng còn trải nghiệm thọ uẩn, thiện nam tử kia sẽ không còn khởi sanh tư lự sai lệch. Trong tiến trình hoàn thiện tu định, người ấy sẽ trải nghiệm ánh sáng. Ở trong Đẳng Trì, tâm của họ có thể sẽ khao khát thêm về ánh sáng tròn đầy nên sẽ dốc sức tập trung tư tưởng để mong cầu thiện xảo.

Bấy giờ thiên ma liền nắm lấy cơ hội mà nó đang mong ngóng, rồi bay xuống và nhập một người khác. Kẻ đó sẽ không biết mình đã bị ma nhập nên khi thuyết giảng tà pháp, họ sẽ nói rằng mình đã đắc tịch diệt vô thượng. Tiếp theo, kẻ đó sẽ tìm đến nơi của thiện nam tử đang mong cầu thiện xảo, rồi trải chỗ ngồi và thuyết giảng tà pháp.

Kẻ đó sẽ chuyển đổi hình dáng trong chớp nhoáng và khiến cho người kia tưởng họ là một vị Bhikṣu, hoặc là Năng Thiên Đế, là một phụ nữ hay vị Bhikṣuṇī [bíc su ni]. Hoặc kẻ đó sẽ làm cho thân của y phát ra ánh sáng khi nằm ở trong căn phòng tối. Người ngu mê kia sẽ tin tưởng tà thuyết và cho kẻ đó là Bồ-tát. Kẻ đó sẽ làm dao động tâm trí của người kia, khiến họ dần dần lén lút hành dâm và phá hoại giới luật uy nghi của Phật.

Kẻ bị ma nhập sẽ thích nói về tai ương hay việc cát tường sắp xảy ra, hoặc nói rằng Như Lai đã xuất hiện ở một nơi nào đó, hoặc nói về kiếp lửa, hoặc nói về chiến tranh để khủng bố mọi người và khiến cho tài sản của gia đình họ vô cớ tiêu hao.

Đây gọi là quỷ quái vật lúc quá già thì trở thành ma. Khi đã não loạn người ấy đến một thời gian, rồi nó sanh lòng chán ghét và rời khỏi thân xác của họ. Bấy giờ cả thầy lẫn trò sẽ vướng vào vòng luật pháp.

Ông trước tiên nên nhận biết việc ấy và chớ sa vào luân hồi. Nếu ông mê muội chẳng biết thì sẽ đọa Địa ngục Vô Gián.

[2] Lại nữa, Khánh Hỷ! Khi chẳng còn trải nghiệm thọ uẩn, thiện nam tử kia sẽ không còn khởi sanh tư lự sai lệch. Trong tiến trình hoàn thiện tu định, người ấy sẽ trải nghiệm ánh sáng. Ở trong Đẳng Trì, tâm của họ có thể sẽ ước muốn du ngoạn nên sẽ tập trung tư tưởng và bay đi để mong cầu du ngoạn.

Bấy giờ thiên ma liền nắm lấy cơ hội mà nó đang mong ngóng, rồi bay xuống và nhập một người khác. Kẻ đó sẽ không biết mình đã bị ma nhập nên khi thuyết giảng tà pháp, họ sẽ nói rằng mình đã đắc tịch diệt vô thượng. Tiếp theo, kẻ đó sẽ tìm đến nơi của thiện nam tử đang mong cầu du ngoạn, rồi trải chỗ ngồi và thuyết giảng tà pháp.

Kẻ đó sẽ không chuyển đổi hình dáng bản thân, nhưng sẽ làm cho những thính giả của y hốt nhiên tự thấy mình ngồi trên hoa sen báu với toàn thân hóa thành như một khối tụ của ánh sáng vàng tím, và ai nấy đều cảm thấy rằng mình được điều chưa từng có. Người ngu mê kia sẽ bị mê hoặc mà cho kẻ đó là Bồ-tát. Kẻ đó sẽ làm dao động tâm trí của người kia, khiến họ dần dần lén lút hành dâm và phá hoại giới luật uy nghi của Phật.

Kẻ bị ma nhập sẽ thích nói về chư Phật đang xuất hiện ở thế gian, bảo rằng ở nơi kia với người như thế là hóa thân của vị Phật nào đó đến đây. Hoặc bảo rằng người ấy chính là Bồ-tát nào đó đến hóa độ nhân gian. Do người kia nghe theo lời như thế nên trong lòng khát ngưỡng, tà kiến âm thầm hưng khởi và hạt giống của sự hiểu biết bị tiêu diệt.

Đây gọi là quỷ hạn hán lúc quá già thì trở thành ma. Khi đã não loạn người ấy đến một thời gian, rồi nó sanh lòng chán ghét và rời khỏi thân xác của họ. Bấy giờ cả thầy lẫn trò sẽ vướng vào vòng luật pháp.

Ông trước tiên nên nhận biết việc ấy và chớ sa vào luân hồi. Nếu ông mê muội chẳng biết thì sẽ đọa Địa ngục Vô Gián.

[3] Lại nữa, khi chẳng còn trải nghiệm thọ uẩn, thiện nam tử kia sẽ không còn khởi sanh tư lự sai lệch. Trong tiến trình hoàn thiện tu định, người ấy sẽ trải nghiệm ánh sáng. Ở trong Đẳng Trì, tâm của họ có thể sẽ ước muốn hòa nhập tâm trí nên sẽ lắng đọng và tập trung tư tưởng để mong cầu khế hợp.

Bấy giờ thiên ma liền nắm lấy cơ hội mà nó đang mong ngóng, rồi bay xuống và nhập một người khác. Kẻ đó sẽ không biết mình đã bị ma nhập nên khi thuyết giảng tà pháp, họ sẽ nói rằng mình đã đắc tịch diệt vô thượng. Tiếp theo, kẻ đó sẽ tìm đến nơi của thiện nam tử đang mong cầu khế hợp, rồi trải chỗ ngồi và thuyết giảng tà pháp.

Kẻ đó sẽ không chuyển đổi hình dáng bản thân và cũng chẳng làm cho những thính giả thay đổi thân hình. Tuy nhiên trước khi bắt đầu nghe tà pháp, y sẽ làm cho những thính giả niệm niệm đổi dời và làm cho họ cảm giác rằng mình đã khai ngộ. Hoặc làm cho họ biết được chuyện đời trước; hoặc làm cho họ biết tâm niệm của người khác; hoặc làm cho họ thấy địa ngục; hoặc làm cho họ biết được những việc tốt xấu ở nhân gian; hoặc làm cho họ có thể tụng Kinh hay đọc kệ từ trí nhớ. Tất cả họ sẽ vui sướng và cảm thấy rằng mình được điều chưa từng có. Người ngu mê kia sẽ bị mê hoặc mà cho kẻ đó là Bồ-tát. Kẻ đó sẽ làm dao động tâm trí của người kia, khiến họ dần dần lén lút hành dâm và phá hoại giới luật uy nghi của Phật.

Kẻ bị ma nhập sẽ thích nói rằng: có Phật lớn Phật nhỏ, có Phật trước Phật sau, ở trong đó cũng có Phật thật Phật giả, Phật nam Phật nữ; còn về Bồ-tát thì cũng vậy. Do người kia nghe theo như thế nên bổn tâm của họ bị rửa sạch và dễ dàng vào tà thuyết.

Đây gọi là quỷ nhập động vật lúc quá già thì trở thành ma. Khi đã não loạn người ấy đến một thời gian, rồi nó sanh lòng chán ghét và rời khỏi thân xác của họ. Bấy giờ cả thầy lẫn trò sẽ vướng vào vòng luật pháp.

Ông trước tiên nên nhận biết việc ấy và chớ sa vào luân hồi. Nếu ông mê muội chẳng biết thì sẽ đọa Địa ngục Vô Gián.

[4] Lại nữa, khi chẳng còn trải nghiệm thọ uẩn, thiện nam tử kia sẽ không còn khởi sanh tư lự sai lệch. Trong tiến trình hoàn thiện tu định, người ấy sẽ trải nghiệm ánh sáng. Ở trong Đẳng Trì, tâm của họ có thể sẽ yêu thích sự hiểu biết của căn bổn. Do đó họ sẽ nghiên cứu tường tận về tánh biến hóa của vạn vật từ đầu đến cuối và làm cho tâm sáng suốt để mong cầu giảng giải phân tích.

Bấy giờ thiên ma liền nắm lấy cơ hội mà nó đang mong ngóng, rồi bay xuống và nhập một người khác. Kẻ đó sẽ không biết mình đã bị ma nhập nên khi thuyết giảng tà pháp, họ sẽ nói rằng mình đã đắc tịch diệt vô thượng. Tiếp theo, kẻ đó sẽ tìm đến nơi của thiện nam tử đang mong cầu sự hiểu biết của bổn nguyên, rồi trải chỗ ngồi và thuyết giảng tà pháp.

Kẻ đó sẽ có uy thần xung quanh để có thể tồi phục những ai cầu được gặp. Cho dù trước khi thuyết giảng, y cũng có thể làm cho tâm trí của đồ chúng ở dưới tự nhiên quy phục.

Y sẽ bảo mọi người rằng:

'Pháp thân tịch diệt giác ngộ của Phật chính là nhục thân hiện tại của ta bây giờ. Thân máu thịt đã truyền từ cha đến con và hỗ tương nối tiếp sanh ra tức là Pháp thân thường trụ không gián đoạn. Tất cả những gì đang thấy hiện tại chính là cõi Phật và không có nơi thanh tịnh nào nữa. Ngoài nhục thân này thì không có thân tướng sắc vàng nào khác.'

Người kia sẽ tin lời của kẻ đó nói và quên mất bổn tâm. Cho đến họ sẽ dâng cả thân mạng và tin rằng mình đã được điều chưa từng có. Người ngu mê kia sẽ bị mê hoặc mà cho kẻ đó là Bồ-tát. Kẻ đó sẽ làm dao động tâm trí của người kia, khiến họ dần dần lén lút hành dâm và phá hoại giới luật uy nghi của Phật.

Kẻ bị ma nhập sẽ thích nói rằng, mắt tai mũi lưỡi đều là tịnh độ, nam căn nữ căn tức là nơi giác ngộ chân thật của tịch diệt. Những ai vô tri tất sẽ tin lời dơ bẩn như thế.

Đây gọi là quỷ ngải độc lúc quá già thì trở thành ma. Khi đã não loạn người ấy đến một thời gian, rồi nó sanh lòng chán ghét và rời khỏi thân xác của họ. Bấy giờ cả thầy lẫn trò sẽ vướng vào vòng luật pháp.

Ông trước tiên nên nhận biết việc ấy và chớ sa vào luân hồi. Nếu ông mê muội chẳng biết thì sẽ đọa Địa ngục Vô Gián.

[5] Lại nữa, khi chẳng còn trải nghiệm thọ uẩn, thiện nam tử kia sẽ không còn khởi sanh tư lự sai lệch. Trong tiến trình hoàn thiện tu định, người ấy sẽ trải nghiệm ánh sáng. Ở trong Đẳng Trì, tâm của họ có thể sẽ yêu thích cảm ứng từ xa. Do đó họ sẽ nghiên cứu cùng khắp để mong cầu cảm ứng bí mật.

Bấy giờ thiên ma liền nắm lấy cơ hội mà nó đang mong ngóng, rồi bay xuống và nhập một người khác. Kẻ đó sẽ không biết mình đã bị ma nhập nên khi thuyết giảng tà pháp, họ sẽ nói rằng mình đã đắc tịch diệt vô thượng. Tiếp theo, kẻ đó sẽ tìm đến nơi của thiện nam tử đang mong cầu cảm ứng, rồi trải chỗ ngồi và thuyết giảng tà pháp.

Y có thể khiến cho thính chúng tạm thấy thân thể của mình như một người trăm tuổi hay ngàn tuổi. Thính chúng sẽ sanh lòng yêu mến và chẳng thể lìa xa. Họ đích thân làm nô bộc và thực hành bốn sự cúng dường mà chẳng biết mỏi mệt. Nó làm cho tâm của mỗi người ngồi bên dưới biết rằng, mình là sư phụ hoặc Thiện Tri Thức của họ ở đời trước. Với lòng nhung nhớ đặc biệt, họ dính chặt với kẻ đó như keo sơn và cho rằng mình đã được điều chưa từng có. Người ngu mê kia sẽ bị mê hoặc mà cho kẻ đó là Bồ-tát. Kẻ đó sẽ làm dao động tâm trí của người kia, khiến họ dần dần lén lút hành dâm và phá hoại giới luật uy nghi của Phật.

Kẻ bị ma nhập sẽ thích nói rằng:

'Trong một đời nọ ở quá khứ, ta đã hóa độ một số người như thế. Đương thời họ là thê thiếp hoặc huynh đệ của ta. Nay chúng ta lại gặp nhau và bây giờ ta đến đây là để cứu độ các người. Chúng ta hãy cùng trở về thế giới phương kia để cúng dường Đức Phật nơi đó.'

Hoặc kẻ ấy sẽ nói ở một cõi trời đại quang minh đặc biệt nào đó, là nơi mà Đức Phật kia cùng tất cả Như Lai đang cư ngụ và nghỉ ngơi. Những ai vô tri tất sẽ tin lời giả dối như thế.

Đây gọi là quỷ ôn dịch lúc quá già thì trở thành ma. Khi đã não loạn người ấy đến một thời gian, rồi nó sanh lòng chán ghét và rời khỏi thân xác của họ. Bấy giờ cả thầy lẫn trò sẽ vướng vào vòng luật pháp.

Ông trước tiên nên nhận biết việc ấy và chớ sa vào luân hồi. Nếu ông mê muội chẳng biết thì sẽ đọa Địa ngục Vô Gián.

[6] Lại nữa, khi chẳng còn trải nghiệm thọ uẩn, thiện nam tử kia sẽ không còn khởi sanh tư lự sai lệch. Trong tiến trình hoàn thiện tu định, người ấy sẽ trải nghiệm ánh sáng. Ở trong Đẳng Trì, tâm của họ có thể sẽ ước muốn vào sâu tĩnh lự. Do đó họ sẽ nỗ lực kiểm soát bản thân và ưa thích ở nơi vắng vẻ để mong cầu tĩnh mịch.

Bấy giờ thiên ma liền nắm lấy cơ hội mà nó đang mong ngóng, rồi bay xuống và nhập một người khác. Kẻ đó sẽ không biết mình đã bị ma nhập nên khi thuyết giảng tà pháp, họ sẽ nói rằng mình đã đắc tịch diệt vô thượng. Tiếp theo, kẻ đó sẽ tìm đến nơi của thiện nam tử đang mong cầu tĩnh lặng, rồi trải chỗ ngồi và thuyết giảng tà pháp.

Y sẽ khiến cho mỗi người trong thính chúng đều biết về nghiệp đời trước của mình.

Hoặc ở nơi nào đó, y sẽ nói với một tín đồ rằng:

'Tuy ngươi bây giờ chưa chết nhưng đã làm súc sanh rồi.'

Kẻ đó sẽ sai một tín đồ khác hãy ở phía sau mà đạp đuôi của họ. Lập tức, kẻ tín đồ đầu tiên liền không thể đứng lên. Bấy giờ tất cả đồ chúng đều nghiêng mình khâm phục.

Giả sử có ai đang suy nghĩ điều gì thì kẻ bị ma nhập liền biết tâm niệm của họ. Nó sẽ bắt buộc tín đồ tu tập khổ hành vượt hơn mức giới hạn trong giới luật uy nghi của Phật. Y sẽ phỉ báng những vị Bhikṣu, mạ lị đồ chúng, và tiết lộ chuyện riêng tư của người khác để họ không thể tránh khỏi chê bai và hiềm khích. Kẻ đó rất thích tiên đoán những việc họa phước sắp xảy ra, và khi đến thời điểm thì mỗi chi tiết của sự việc đều chẳng sai lệch.

Đây gọi là quỷ đại lực lúc quá già thì trở thành ma. Khi đã não loạn người ấy đến một thời gian, rồi nó sanh lòng chán ghét và rời khỏi thân xác của họ. Bấy giờ cả thầy lẫn trò sẽ vướng vào vòng luật pháp.

Ông trước tiên nên nhận biết việc ấy và chớ sa vào luân hồi. Nếu ông mê muội chẳng biết thì sẽ đọa Địa ngục Vô Gián.

[7] Lại nữa, khi chẳng còn trải nghiệm thọ uẩn, thiện nam tử kia sẽ không còn khởi sanh tư lự sai lệch. Trong tiến trình hoàn thiện tu định, người ấy sẽ trải nghiệm ánh sáng. Ở trong Đẳng Trì, tâm của họ có thể sẽ ước muốn tri kiến. Do đó họ sẽ tinh cần khổ nhọc và nghiên cứu để mong cầu biết việc đời trước.

Bấy giờ thiên ma liền nắm lấy cơ hội mà nó đang mong ngóng, rồi bay xuống và nhập một người khác. Kẻ đó sẽ không biết mình đã bị ma nhập nên khi thuyết giảng tà pháp, họ sẽ nói rằng mình đã đắc tịch diệt vô thượng. Tiếp theo, kẻ đó sẽ tìm đến nơi của thiện nam tử đang mong cầu tri kiến, rồi trải chỗ ngồi và thuyết giảng tà pháp.

Tại nơi thuyết giảng tà pháp, y bỗng dưng vô cớ có được châu báu to lớn. Hoặc có lúc, kẻ bị ma nhập sẽ hóa làm một loài động vật nào đó và trong miệng ngậm châu báu. Hoặc nó mang theo tạp trân bảo, sách bằng thẻ tre, văn thư, hay những đồ vật kỳ lạ. Những ai lấy bất cứ đồ vật nào của nó thì sau đó họ sẽ bị ma nhập.

Hoặc y sẽ dụ dỗ thính chúng rằng, có một minh nguyệt châu bị chôn vùi ở dưới đất và nó đang chiếu sáng nơi ấy. Bấy giờ những người đang lắng nghe cảm thấy rằng họ được điều chưa từng có.

Hoặc kẻ bị ma nhập có thể sẽ ăn nhiều dược thảo và không dùng thức ăn ngon. Hoặc có ngày chỉ ăn một hạt mè hay một hạt gạo mà thân hình vẫn phì nhiêu và sung sức; đó là do ma lực hỗ trợ vậy. Y sẽ phỉ báng những vị Bhikṣu, mạ lị đồ chúng, và tiết lộ chuyện riêng tư của người khác để họ không thể tránh khỏi chê bai và hiềm khích. Nó sẽ thích nói rằng có bảo tạng ở phương khác. Hoặc nói rằng có chư thánh hiền trong mười phương đang cư ngụ nơi bí mật kia và những ai đi theo kẻ đó thì đều thấy có những kỳ nhân dị sĩ như vậy.

Đây gọi là quỷ thần ở núi rừng, ở đất đai, ở thành quách, ở dòng nước, hay ở đỉnh núi và lúc quá già thì trở thành ma.

Hoặc kẻ bị ma nhập có thể sẽ ủng hộ việc hành dâm là phá hoại giới luật của Phật, nhưng trong khi đó chính mình và những kẻ làm theo thì lén lút say đắm trong năm dục.

Hoặc kẻ bị ma nhập có thể sẽ rất tinh tấn và chỉ ăn toàn cỏ cây, nhưng lại không tu định.

Khi đã não loạn người ấy đến một thời gian, rồi nó sanh lòng chán ghét và rời khỏi thân xác của họ. Bấy giờ cả thầy lẫn trò sẽ vướng vào vòng luật pháp.

Ông trước tiên nên nhận biết việc ấy và chớ sa vào luân hồi. Nếu ông mê muội chẳng biết thì sẽ đọa Địa ngục Vô Gián.

[8] Lại nữa, khi chẳng còn trải nghiệm thọ uẩn, thiện nam tử kia sẽ không còn khởi sanh tư lự sai lệch. Trong tiến trình hoàn thiện tu định, người ấy sẽ trải nghiệm ánh sáng. Ở trong Đẳng Trì, tâm của họ có thể sẽ ước muốn đủ mọi thần thông biến hóa. Do đó họ sẽ nghiên cứu căn nguyên của biến hóa để mong cầu thần lực.

Bấy giờ thiên ma liền nắm lấy cơ hội mà nó đang mong ngóng, rồi bay xuống và nhập một người khác. Kẻ đó sẽ không biết mình đã bị ma nhập nên khi thuyết giảng tà pháp, họ sẽ nói rằng mình đã đắc tịch diệt vô thượng. Tiếp theo, kẻ đó sẽ tìm đến nơi của thiện nam tử đang mong cầu thần thông, rồi trải chỗ ngồi và thuyết giảng tà pháp.

Hoặc kẻ bị ma nhập có thể sẽ cầm lửa ở trong tay, rồi bốc ngọn lửa đó và phân phát nó lên trên đầu của mỗi người trong thính chúng. Những ngọn lửa ở trên đầu của mỗi người trong thính chúng đều cháy cao vài thước, nhưng chúng hoàn toàn không nóng và cũng chẳng làm ai bị phỏng.

Hoặc kẻ bị ma nhập có thể sẽ đi trên nước như đi trên đất; hoặc ngồi bất động ở giữa hư không; hoặc vào trong bình, vào trong túi, hay xuyên qua cửa sổ và tường vách mà chẳng hề bị chướng ngại--chỉ trừ binh khí thì không được tự tại.

Y sẽ nói rằng mình là Phật, mặc áo của cư sĩ, và nhận lễ kính của những vị Bhikṣu. Nó sẽ phỉ báng tĩnh lự và giới luật, mạ lị đồ chúng, và tiết lộ chuyện riêng tư của người khác để họ không thể tránh khỏi chê bai và hiềm khích.

Y sẽ luôn nói về thần thông tự tại. Hoặc lại khiến những người xung quanh thấy được cõi Phật,nhưng đó không phải là chân thật mà chỉ là quỷ lực mê hoặc mọi người. Kẻ đó sẽ ca ngợi hành dâm. Chẳng những không chỉ trích việc làm thô ác đó mà nó còn mang việc bẩn thỉu này để sử dụng vào mục đích truyền tà pháp của y.

Đây gọi là đại lực yêu tinh lúc quá già thì trở thành ma. Chúng có thể là sơn tinh của trời đất, yêu tinh của biển, yêu tinh của gió, yêu tinh của sông, yêu tinh của đất, yêu tinh của rừng do hấp thu linh khí của cỏ cây từ nhiều kiếp; hoặc là có loài rồng hay tiên nhân mạng chung rồi sống lại để trở thành yêu tinh; hoặc là có tiên nhân đã hết thọ mạng và đáng lẽ phải chết, nhưng thân hình chẳng thay đổi và bị loài yêu quái khác nhập.

Khi đã não loạn người ấy đến một thời gian, rồi nó sanh lòng chán ghét và rời khỏi thân xác của họ. Bấy giờ cả thầy lẫn trò sẽ vướng vào vòng luật pháp.

Ông trước tiên nên nhận biết việc ấy và chớ sa vào luân hồi. Nếu ông mê muội chẳng biết thì sẽ đọa Địa ngục Vô Gián.

[9] Lại nữa, khi chẳng còn trải nghiệm thọ uẩn, thiện nam tử kia sẽ không còn khởi sanh tư lự sai lệch. Trong tiến trình hoàn thiện tu định, người ấy sẽ trải nghiệm ánh sáng. Ở trong Đẳng Trì, tâm của họ có thể sẽ ước muốn vào diệt độ. Do đó họ sẽ nghiên cứu tánh biến hóa của tâm để mong cầu cảnh không thâm sâu.

Bấy giờ thiên ma liền nắm lấy cơ hội mà nó đang mong ngóng, rồi bay xuống và nhập một người khác. Kẻ đó sẽ không biết mình đã bị ma nhập nên khi thuyết giảng tà pháp, họ sẽ nói rằng mình đã đắc tịch diệt vô thượng. Tiếp theo, kẻ đó sẽ tìm đến nơi của thiện nam tử đang mong cầu cảnh không, rồi trải chỗ ngồi và thuyết giảng tà pháp.

Ở giữa đông đảo đồ chúng, kẻ bị ma nhập có thể sẽ hốt nhiên biến mất mà chẳng một ai thấy đâu hết, rồi đột nhiên lại xuất hiện ở trong hư không; ẩn tàng và xuất hiện tự tại. Hoặc nó làm cho thân thể của mình hiện ra xuyên suốt như lưu ly. Hoặc nó chỉ lắc tay chân của mình thì có mùi thơm đàn hương tỏa ra. Hoặc nó làm cho nước tiểu và phân của mình ngọt lịm như đường mật.

Y sẽ phỉ báng giới luật, khinh miệt bậc xuất gia, và luôn nói không nhân quả. Nó bảo rằng một khi đã chết thì vĩnh viễn diệt mất và chẳng còn thân ở đời sau. Nó chẳng phân biệt giữa thánh nhân và phàm phu. Tuy tâm có thể trải nghiệm cảnh không nhưng kẻ đó sẽ lén lút tham đắm dục lạc. Những đối tượng dục lạc của y cũng trải nghiệm cảnh không và họ cũng bác bỏ nhân quả.

Đây gọi là yêu quỷ sanh ra từ linh khí của nhật thực hoặc nguyệt thực. Linh khí đó có thể tích tụ trong vàng, ngọc, nấm, cỏ, kỳ lân, phượng hoàng, rùa, hay chim hạc. Khi đã trải qua ngàn vạn năm, linh khí đó tự phát triển mạng sống ở thế gian và lúc quá già thì trở thành ma.

Khi đã não loạn người ấy đến một thời gian, rồi nó sanh lòng chán ghét và rời khỏi thân xác của họ. Bấy giờ cả thầy lẫn trò sẽ vướng vào vòng luật pháp.

Ông trước tiên nên nhận biết việc ấy và chớ sa vào luân hồi. Nếu ông mê muội chẳng biết thì sẽ đọa Địa ngục Vô Gián.

[10] Lại nữa, khi chẳng còn trải nghiệm thọ uẩn, thiện nam tử kia sẽ không còn khởi sanh tư lự sai lệch. Trong tiến trình hoàn thiện tu định, người ấy sẽ trải nghiệm ánh sáng. Ở trong Đẳng Trì, tâm của họ có thể sẽ ước muốn trường thọ. Do đó họ sẽ khổ nhọc nghiên cứu để mong cầu sống mãi. Người ấy muốn trừ bỏ phần đoạn sanh tử của thân và cũng hy vọng mau chóng trừ bỏ biến dịch sanh tử của tâm để có thể trụ mãi trong tướng vi tế.

Bấy giờ thiên ma liền nắm lấy cơ hội mà nó đang mong ngóng, rồi bay xuống và nhập một người khác. Kẻ đó sẽ không biết mình đã bị ma nhập nên khi thuyết giảng tà pháp, họ sẽ nói rằng mình đã đắc tịch diệt vô thượng. Tiếp theo, kẻ đó sẽ tìm đến nơi của thiện nam tử đang mong cầu trường sanh, rồi trải chỗ ngồi và thuyết giảng tà pháp.

Kẻ bị ma nhập sẽ thích nói rằng mình có thể đi đến hay trở về từ nơi khác mà không chướng ngại. Hoặc nói rằng mình có thể đi qua ngàn dặm và trở về trong nháy mắt. Y sẽ nói rằng mình đều có thể mang về những đồ vật từ nơi kia. Hoặc khi nó đang ở trong nhà của một nơi nọ, y có thể sẽ bảo một tín đồ hãy đi vài bước từ bức tường phía đông đến bức tường phía tây, nhưng cho dù người ấy đi rất mau suốt nhiều năm thì cũng không đến được. Do vậy họ nhầm lẫn mà tin rằng kẻ đó là Đức Phật đang hiện ra trước mặt.

Y sẽ luôn nói với họ rằng:

'Tất cả chúng sanh khắp mười phương đều là con của ta. Ta sanh ra chư Phật và ta tạo ra thế giới. Ta là Đức Phật đầu tiên và tự nhiên xuất hiện ở thế gian mà không cần nhân tu hành để chứng đắc.'

Đây gọi là Tự Tại Thiên Ma sai quyến thuộc của nó xuống nhân gian, như là thiên nữ ở trời Tha Hóa Tự Tại hoặc những đồng tử hút tinh khí ở trời Tứ Thiên Vương, và tất cả họ đều chưa phát khởi Đạo tâm. Chúng có thể sẽ lợi dụng sự sáng suốt trống rỗng của người tu hành và ăn tinh khí của họ mà không cần phải qua trung gian của kẻ bị ma nhập. Chúng ma sẽ đích thân hiện ra ở trước người tu hành kia với hình dáng của chấp kim cang thần và nói rằng nó đến ban cho họ trường mạng. Nó sẽ hiện ra với thân hình của một mỹ nữ để cùng họ say đắm hành dâm, và chưa đến một năm thì tinh khí của họ sẽ khô kiệt. Người ấy sẽ lảm nhảm một mình và nghe như là lời của yêu quái. Trước khi nhận ra sự việc thì đa phần những người như thế đã vướng vào vòng luật pháp, và trong lúc họ còn chưa bị hình phạt thì đã chết do tinh khí khô cạn. Và như thế, chúng ma sẽ não loạn người kia cho đến chết.

Ông trước tiên nên nhận biết việc ấy và chớ sa vào luân hồi. Nếu ông mê muội chẳng biết thì sẽ đọa Địa ngục Vô Gián.

Này Khánh Hỷ! Phải biết rằng mười loại ma ấy sẽ xuất gia nhưng chẳng tu Đạo trong Pháp của Ta ở vào thời Mạt Pháp. Chúng có thể sẽ nhập thân xác người khác hoặc tự hiện thân hình, và đều nói rằng mình đã thành Chánh Đẳng Giác. Chúng sẽ ca ngợi dâm dục và phá hoại luật nghi của Phật. Chúng ác ma sư sẽ tiếp nối truyền tà pháp cho đồ chúng bằng cách hành dâm với họ. Yêu tinh tà ma như thế sẽ mê hoặc tâm trí người tu hành, mau nhất là 900 năm và chậm nhất là 3.000 năm để khiến những ai đã từng muốn chân chánh tu hành, gia nhập làm quyến thuộc của ma. Sau khi mạng chung ở đời cuối cùng, người kia chắc chắn sẽ làm nhân dân của ma, đánh mất con đường đạt đến Chánh Biến Tri và sẽ đọa Địa ngục Vô Gián.

Ông nay không cần phải mong vào tịch diệt của Đạo Ưng Chân. Một khi đã chứng đắc bậc Vô Học, ông nên giữ lại nguyện của mình để vào trong thời Mạt Pháp. Ông hãy khởi lòng đại từ bi và cứu độ những chúng sanh tin sâu, làm cho họ được chánh tri kiến và không bị ma nhập. Bây giờ Ta đang cứu độ ông ra khỏi sanh tử, vì vậy ông hãy khâm tuân lời dạy của Phật và như thế tức là báo đáp ân đức của Phật.

Này Khánh Hỷ! Mười loại cảnh hiện giữa lúc tu tập tĩnh lự như thế, đều là do sự giao tiếp của tâm với tưởng uẩn nên mới xuất hiện những việc ấy. Do chúng sanh mê muội và chẳng thể tự suy ngẫm chính xác nên khi gặp những trường hợp đó, họ sẽ mê muội và chẳng thể tự nhận biết, rồi nói rằng mình đã thăng lên quả vị của bậc thánh. Do vì đã thành lập đại vọng ngữ như thế nên họ sẽ đọa Địa ngục Vô Gián.

Sau khi Ta diệt độ, các ông phải mang lời của Như Lai để truyền dạy vào thời Mạt Pháp, hầu khiến cho tất cả chúng sanh khai ngộ nghĩa này và chớ để thiên ma thừa cơ trục lợi. Hãy bảo hộ và che chở những vị tu hành để họ có thể thành tựu Đạo vô thượng."

Kinh Vô Thượng Bảo Ấn của Đại Bạch Tản Cái Tổng Trì
Được Tuyên Thuyết ở Trên Đại Phật Đảnh,
là Thanh Tịnh Hải Nhãn của Mười Phương Như Lai ♦ Hết quyển 9

"Này Khánh Hỷ! Khi thiện nam tử kia tu tập Đẳng Trì đạt đến chấm dứt của tưởng uẩn, mộng tưởng thông thường của người ấy sẽ tiêu diệt. Kể từ đó sẽ không còn khác biệt giữa ngủ và thức. Sự nhận giác của họ sáng tỏ, rỗng không, và tĩnh lặng tựa như bầu trời quang đãng. Những ảnh tượng thô trọng của trần cảnh sẽ chẳng còn hiện ra ở trước người ấy nữa. Họ quán sát sông núi đất đai và tất cả pháp trên thế gian như hình ảnh phản chiếu ở trong tấm gương sáng. Khi chúng đến thì không chỗ dính mắc, khi chúng đi thì không thấy tung tích, và chỉ là sự thọ nhận hư vọng từ phản chiếu ứng hiện. Họ hoàn toàn lìa khỏi tập khí giả dối mà đã từng yêu mến và chỉ còn lại tinh nguyên chân thật của thức.

Kể từ đó, căn nguyên sanh diệt được phơi bày và họ có thể thấy tường tận 12 thể loại chúng sanh ở khắp mười phương. Tuy vẫn chưa có thể thông suốt đầu mối nguyên do của mỗi sanh mạng, nhưng họ có thể thấy nguồn gốc chung của tất cả sự sống. Hình ảnh của nó hiện ra tựa như ảo ảnh, nhấp nháy, và rung chuyển. Đó là điểm then chốt tột cùng mà các căn và trần cảnh của chúng gặp nhau. Đây gọi là đã tới khu vực của hành uẩn.

Nếu họ có thể thấy tánh cội nguồn rung chuyển nhấp nháy này, rồi chuyển tánh vào bổn nguyên trừng tĩnh, thì gốc của tập khí sẽ lắng trong, ví như làn sóng lớn diệt mất thì sẽ biến thành mặt nước tĩnh lặng. Đến giai đoạn này thì gọi là đạt đến chấm dứt của hành uẩn. Người ấy sẽ có thể siêu xuất ô trược của chúng sanh, quán sát nguyên do của hành uẩn và thấy căn bổn vọng tưởng của nó ẩn khuất sâu kín trong tâm.

[1] Này Khánh Hỷ! Nên biết rằng, thiện nam tử kia được chánh tri kiến và ở trong Pháp tu Chỉ đã ngưng trụ trong quang minh bằng với chánh tâm của mình. Mười loại thiên ma sẽ không còn thừa cơ trục lợi được nữa. Tiếp theo, người ấy có thể sẽ quán sát tường

tận ở bổn nguyên sự sống của tất cả thể loại chúng sanh. Khi bổn nguyên về sự sống của chúng sanh được hiển lộ, họ quán sát nhiễu động vi tế ở bổn nguyên của chúng. Nếu giữa lúc quán sát bổn nguyên của chúng mà khởi sanh tính toán, người ấy có thể sẽ rơi vào một trong hai loại luận về vô nhân.

1. Người ấy thấy khởi đầu của sự sống chẳng có nhân.

Vì sao thế? Bởi người ấy đã hoàn toàn phá trừ tánh sanh khởi của tưởng uẩn. Nương vào 800 công đức của căn mắt, họ có thể thấy tất cả chúng sanh lưu chuyển xoay vần trong vòng nghiệp suốt 80.000 kiếp đã qua của họ. Khi họ chết ở đây rồi lại sanh nơi kia, và chỉ thấy chúng sanh luân hồi ở nơi đó. Còn ở ngoài 80.000 kiếp thì tối tăm chẳng thấy gì. Thế là họ liền cho rằng 80.000 kiếp đã qua, hết thảy chúng sanh ở các thế giới trong mười phương đều tự có mà chẳng do nhân gì. Do bởi tính toán như thế, họ sẽ quên Đạo tâm để đạt đến Chánh Biến Tri, đọa lạc ngoại đạo, và mê muội tánh giác ngộ.

2. Người ấy thấy kết thúc của sự sống chẳng có nhân.

Vì sao thế? Bởi người ấy đã quán sát căn nguyên của tất cả chúng sanh. Họ nhận biết rằng: người sanh trở lại làm người, chim sanh trở lại làm chim, quạ đen luôn vốn là đen, ngỗng trắng luôn vốn là trắng, chư thiên và nhân loại vốn luôn đứng thẳng, loài bàng sanh vốn luôn đi ngang, tẩy rửa không làm cho ngỗng trắng trở thành trắng, và nhuộm màu không làm cho quạ đen trở thành đen. Thế là họ cho rằng, từ 80.000 kiếp đã qua cho đến thời điểm hiện tại, chúng không hề có sự thay đổi nào.

[Người ấy lại bảo rằng:]

'Như bây giờ tôi quán sát cho đến hết cuộc đời này thì sự kết luận cũng lại như vậy. Sự thật, tôi xưa nay chưa từng thấy giác ngộ. Thế thì làm sao có việc gọi là thành tựu giác ngộ? Do đó phải biết rằng, hiện tại tất cả vật tượng đều vốn chẳng có nhân.'

Do bởi tính toán như thế, họ sẽ quên Đạo tâm để đạt đến Chánh Biến Tri, đọa lạc ngoại đạo, và mê muội tánh giác ngộ.

Đây gọi là lập luận thứ nhất về vô nhân của ngoại đạo.

[2] Này Khánh Hỷ! Ở trong Đẳng Trì đó, do thiện nam tử kia đã ngưng trụ trong quang minh bằng với chánh tâm của mình, nên chúng ma sẽ không thể trục lợi. Tiếp theo, người ấy có thể sẽ quán sát tường tận về thường hằng và nhiễu động vi tế ở bổn nguyên sự sống của tất cả thể loại chúng sanh. Nếu giữa lúc quán sát thường hằng của chúng mà khởi sanh tính toán, người ấy có thể sẽ rơi vào một trong bốn loại luận về thường hằng biến khắp.

1. Khi nghiên cứu tận cùng về tánh và cảnh của tâm, người ấy có thể sẽ kết luận rằng, cả hai xứ đó đều chẳng có nhân. Nhân bởi sự tu tập, họ có thể biết được sanh tử trong vòng 20.000 kiếp đã qua của hết thảy chúng sanh khắp mười phương. Họ có thể sẽ quán sát rằng, suốt quãng thời gian đó, tuy những chúng sanh kia đều tuần hoàn trong luân hồi, nhưng tánh và cảnh của tâm họ chưa từng bị tan mất. Nhân qua sự tính toán của tâm, người ấy cho rằng tánh và cảnh của tâm là thường.

2. Khi nghiên cứu tận cùng về căn nguyên của bốn đại, người ấy có thể sẽ kết luận rằng, tánh của bốn đại là thường trụ. Nhân bởi sự tu tập, họ có thể biết được sanh tử trong vòng 40.000 kiếp đã qua của hết thảy chúng sanh khắp mười phương. Họ có thể sẽ quán sát rằng, suốt quãng thời gian đó, thể tánh của bốn đại đều là thường hằng và chúng chưa từng bị tan mất. Nhân qua sự tính toán của tâm, người ấy cho rằng tánh của bốn đại là thường.

3. Khi nghiên cứu tận cùng về thức của ý, thức truyền tống, và tạng thức, người ấy có thể sẽ kết luận rằng, tánh bổn nguyên của chúng là thường hằng. Nhân bởi sự tu tập, họ có thể biết được sanh tử trong vòng 80.000 kiếp đã qua của hết thảy chúng sanh khắp mười phương. Họ có thể sẽ quán sát rằng, suốt quãng thời

gian đó, tuy những chúng sanh kia tuần hoàn trong luân hồi, nhưng các thức của họ chưa từng bị tan mất, xưa nay luôn thường trụ, và tánh của chúng vĩnh viễn không bao giờ mất. Nhân qua sự tính toán của tâm, người ấy cho rằng tánh của các thức này là thường.

4. Do đã đạt đến chấm dứt căn nguyên của tưởng uẩn nên nhân của vọng tưởng không còn khởi sanh. Ở trong trạng thái chảy, dừng, và chuyển của hành uẩn, tưởng tâm là nhân của sanh diệt và bây giờ thì nó đã vĩnh viễn dừng hẳn. Cho nên ở trong đó, họ có thể sẽ tự nhiên nghĩ rằng, đây là trạng thái của không sanh không diệt. Nhân qua sự tính toán của tâm, người ấy cho rằng trạng thái đó là thường.

Do bởi tính toán như thế, họ sẽ quên Đạo tâm để đạt đến Chánh Biến Tri, đọa lạc ngoại đạo, và mê muội tánh giác ngộ.

Đây gọi là lập luận thứ nhì về viên thường của ngoại đạo.

[3] Lại ở trong Đẳng Trì, do thiện nam tử kia đã ngưng trụ kiên cố trong chánh tâm của mình, nên chúng ma sẽ không thể trục lợi. Tiếp theo, người ấy có thể sẽ quán sát tường tận về thường hằng và nhiễu động vi tế ở bổn nguyên sự sống của tất cả thể loại chúng sanh. Nếu giữa lúc quán sát mà khởi sanh tính toán về ngã và nhân, người ấy có thể sẽ rơi vào một trong bốn loại luận về cái thấy điên đảo, rằng một nửa là thường và một nửa là vô thường.

1. Khi quán sát tâm nhiệm mầu trong sáng biến khắp các thế giới ở mười phương, người ấy có thể sẽ cho rằng tâm trạm nhiên là thần ngã cứu cánh. Kể từ đó người ấy sẽ nghĩ rằng, thần ngã này ngưng trụ trong ánh sáng và bất động khắp mười phương. Người ấy cho rằng tất cả chúng sanh tự sanh ra và tự diệt mất ở trong tâm của mình. Thế nên người ấy có thể sẽ kết luận rằng, thần ngã này là thường, còn những chúng sanh trải qua sanh diệt kia đích thực là vô thường.

2. Thay vì quán sát tâm của mình, người ấy lại quán khắp các quốc độ nhiều như cát sông Hằng ở trong mười phương. Người ấy có thể sẽ thấy các thế giới đang ở kiếp hoại, nên cho rằng các thế giới đó cứu cánh là vô thường. Còn các thế giới không ở trong kiếp hoại thì cho rằng các thế giới đó cứu cánh là thường.

3. Người ấy có thể sẽ chú ý quán sát về sự tinh tế ẩn mật của tâm mình, rồi thấy nó tựa như vi trần lưu chuyển khắp mười phương và tánh của chúng không hề biến đổi. Người ấy có thể sẽ cho rằng sự vi tế của tâm đó khống chế sanh tử của thân này. Do vậy người ấy có thể sẽ kết luận rằng, nó là tánh bất hoại và tánh ngã thường hằng, còn tất cả sanh tử lưu xuất từ tánh ngã thường hằng thì phải là vô thường.

4. Khi nhận biết được chấm dứt của tưởng uẩn và thấy dòng chảy của hành uẩn, người ấy có thể sẽ cho rằng dòng chảy liên lục của hành uẩn là thường. Sắc uẩn, thọ uẩn, và tưởng uẩn bây giờ đã diệt tận, nên người ấy có thể sẽ cho rằng chúng là vô thường.

Do bởi tính toán rằng một nửa là thường và một nửa là vô thường, họ sẽ đọa lạc ngoại đạo và mê muội tánh giác ngộ.

Đây là bốn loại luận về một nửa là thường và một nửa là vô thường, là lập luận thứ ba của ngoại đạo.

[4] Lại ở trong Đẳng Trì, do thiện nam tử kia đã ngưng trụ kiên cố trong chánh tâm của mình, nên chúng ma sẽ không thể trục lợi. Tiếp theo, người ấy có thể sẽ quán sát tường tận về thường hằng và nhiễu động vi tế ở bổn nguyên sự sống của tất cả thể loại chúng sanh. Nếu giữa lúc quán sát mà khởi sanh tính toán về trạng thái, người ấy có thể sẽ rơi vào một trong bốn loại luận về cái gì có giới hạn và cái gì không giới hạn.

1. Người ấy có thể sẽ cho rằng dòng chảy của bổn nguyên sự sống tiếp tục hoạt động chẳng ngừng. Do đó người ấy có thể sẽ kết luận rằng, quá khứ và vị lai có giới hạn, còn tâm hoạt động liên tục ở hiện tại là không giới hạn.

2. Người ấy có thể sẽ quán sát và thấy chúng sanh suốt 80.000 kiếp đã qua, nhưng 80.000 kiếp trước đó thì hoàn toàn chẳng thấy chẳng nghe. Quãng thời gian mà chẳng thấy chẳng nghe thì người ấy cho rằng là không giới hạn. Còn quãng thời gian mà thấy có chúng sanh thì người ấy cho rằng là có giới hạn.

3. Người ấy có thể sẽ cho rằng sự nhận biết của mình là không giới hạn và tất cả người khác đều hiện ra ở trong sự nhận biết của mình. Tuy nhiên, người ấy không hề biết về sự cảm nhận của người khác. Do đó người ấy có thể sẽ kết luận rằng, sự nhận biết của họ có giới hạn, chứ chẳng phải không giới hạn như của mình.

4. Người ấy có thể sẽ nghiên cứu tận cùng về hành uẩn để mong đạt đến sự chấm dứt của nó. Dựa trên cái thấy về con đường của tâm mình, người ấy có thể sẽ tính toán và cho rằng một nửa tâm của mỗi chúng sanh là bị sanh diệt, còn một nửa kia thì không bị sanh diệt. Do đó người ấy có thể sẽ kết luận rằng, mọi thứ trên thế giới là một nửa có giới hạn và một nửa không giới hạn.

Do bởi tính toán về cái gì có giới hạn và cái gì không giới hạn, họ sẽ đọa lạc ngoại đạo và mê muội tánh giác ngộ.

Đây là bốn loại luận về cái gì có giới hạn và cái gì không giới hạn, là lập luận thứ tư của ngoại đạo.

[5] Lại ở trong Đẳng Trì, do thiện nam tử kia đã ngưng trụ kiên cố trong chánh tâm của mình, nên chúng ma sẽ không thể trục lợi. Tiếp theo, người ấy có thể sẽ quán sát tường tận về thường hằng và nhiễu động vi tế ở bổn nguyên sự sống của tất cả thể loại chúng sanh. Nếu giữa lúc quán sát mà khởi sanh tính toán về tri kiến, người ấy có thể sẽ rơi vào một trong bốn loại luận điên đảo mơ hồ về biến kế hư luận của bất tử.

1. Người ấy có thể sẽ quán sát về căn nguyên biến hóa của hành uẩn. Nếu thấy sự đổi dời ở nơi dòng chảy thì người ấy gọi nó là biến đổi. Nếu thấy sự tương tục ở nơi dòng chảy thì người ấy gọi

nó là thường hằng. Người ấy sẽ nói rằng những gì trông thấy thì gọi nó là sanh, còn những gì chẳng trông thấy thì nó gọi là diệt. Nếu có sự tương tục không ngừng ở nơi dòng chảy thì người ấy gọi nó là do bởi tăng. Và nếu có lúc ở nơi dòng chảy tương tục mà có gián đoạn thì người ấy gọi nó là do bởi giảm. Người ấy gọi tất cả những nơi sanh ra mà đã quán sát là hoàn toàn có. Và người ấy gọi tất cả những nơi diệt mất mà đã quán sát là hoàn toàn không. Với phương cách quán sát tất cả ở trong ánh sáng của hành uẩn, người ấy lập ra nhiều kết luận khác nhau về những gì đã thấy.

Nếu có ai cầu học luận thuyết của người ấy mà đến hỏi về nghĩa lý, thì y sẽ đáp rằng:

'Ta nay cũng sanh và cũng diệt, cũng có và cũng không, cũng tăng và cũng giảm.'

Ở mọi lúc, người ấy luôn nói lời rối loạn và khiến cho người kia quên mất câu hỏi ban đầu.

2. Người ấy có thể sẽ quán rõ về tâm của mình và thấy mọi thứ đều không tồn tại. Nhân bởi chứng được về không tồn tại nên nếu có ai đến hỏi, thì người ấy chỉ trả lời với một chữ là không. Ngoài chữ không thì hoàn toàn chẳng nói gì khác.

3. Người ấy có thể sẽ quán rõ về tâm của mình và thấy mọi thứ đều có tồn tại. Nhân bởi chứng được về có tồn tại nên nếu có ai đến hỏi, thì người ấy chỉ trả lời với một chữ là có. Ngoài chữ có thì hoàn toàn chẳng nói gì khác.

4. Người ấy có thể sẽ thấy mọi thứ vừa có tồn tại và không tồn tại. Do bởi trải nghiệm sự mâu thuẫn như thế nên tâm của người ấy cũng rối loạn.

Nếu có ai đến hỏi thì sẽ đáp rằng:

'Cũng có tức là cũng không. Nhưng ở trong không thì cũng là chẳng có.'

Tất cả lời nói ra của người ấy đều mơ hồ và hoàn toàn không thể luận bàn với họ.

Do bởi tính toán mơ hồ về có tồn tại và không tồn tại, họ sẽ đọa lạc ngoại đạo và mê muội tánh giác ngộ.

Đây là bốn loại luận điên đảo mơ hồ về biến kế hư luận của bất tử, là lập luận thứ năm của ngoại đạo.

[6] Lại ở trong Đẳng Trì, do thiện nam tử kia đã ngưng trụ kiên cố trong chánh tâm của mình, nên chúng ma sẽ không thể trục lợi. Tiếp theo, người ấy có thể sẽ quán sát tường tận về thường hằng và nhiễu động vi tế ở bổn nguyên sự sống của tất cả thể loại chúng sanh. Nếu giữa lúc quán sát mà khởi sanh tính toán về dòng chảy vô tận, người ấy có thể sẽ rơi vào ý tưởng điên đảo phát khởi về tướng tồn tại sau khi chết.

Hoặc người ấy chấp trước kiên cố về thân thể của mình, nên sẽ nói rằng sắc thân là chân ngã của mình.

Hoặc người ấy thấy rằng bản ngã của mình trùm khắp tất cả quốc độ, nên sẽ nói rằng chân ngã của mình bao hàm hết thảy sắc tướng.

Hoặc người ấy cho rằng tất cả duyên đều tùy theo sự trải nghiệm của mình, nên sẽ nói rằng sắc tướng thuộc về sự trải nghiệm của mình.

Hoặc người ấy kết luận rằng bản ngã của mình y tựa vào sự tương tục của hành uẩn, nên sẽ nói rằng chân ngã của mình ở tại sắc tướng.

Đây là những lời suy đoán về sắc tướng tồn tại sau khi chết. Xoay vần với những suy đoán như thế, người ấy có thể sẽ áp dụng chúng vào bốn uẩn đầu nên tổng cộng sẽ có 16 tướng tồn tại. Từ đó người ấy có thể sẽ cho rằng, phiền não sẽ luôn là phiền não, giác ngộ sẽ luôn là giác ngộ; tánh của cả hai cùng xua đuổi và không tiếp xúc với nhau.

Do bởi tính toán về tướng tồn tại sau khi chết, họ sẽ đọa lạc ngoại đạo và mê muội tánh giác ngộ.

Đây là những loại luận điên đảo về tướng tồn tại sau khi chết của năm uẩn, là lập luận thứ sáu của ngoại đạo.

[7] Lại ở trong Đẳng Trì, do thiện nam tử kia đã ngưng trụ kiên cố trong chánh tâm của mình, nên chúng ma sẽ không thể trục lợi. Tiếp theo, người ấy có thể sẽ quán sát tường tận về thường hằng và nhiễu động vi tế ở bổn nguyên sự sống của tất cả thể loại chúng sanh. Trước đó người ấy đã diệt trừ sắc uẩn, thọ uẩn, và tưởng uẩn, nếu giữa lúc quán sát mà khởi sanh tính toán thì người ấy có thể sẽ rơi vào ý tưởng điên đảo phát khởi về tướng không tồn tại của chúng sau khi chết.

Khi đã thấy sắc uẩn diệt mất ở trong định, người ấy có thể sẽ cho rằng thân của mình tồn tại mà chẳng có nhân. Khi đã quán sát tưởng uẩn diệt mất ở trong định, người ấy có thể sẽ cho rằng tâm của mình chẳng có chỗ kết nối. Khi đã biết thọ uẩn diệt mất ở trong định, người ấy có thể sẽ cho rằng căn ý của mình không hề liên kết với trần cảnh. Do tánh của ba uẩn này đã tiêu tan, mặc dù hành uẩn vẫn còn hoạt động, người ấy có thể sẽ cho rằng vì không có thọ hay tưởng nên họ sẽ đồng như cỏ cây. Người ấy có thể sẽ cho rằng tánh chất hiện tiền của những uẩn đó mà còn chẳng thể được,vậy thì làm sao lại có các tướng sau khi chết chứ?

Nhân bởi suy xét như thế nên người ấy cho rằng các tướng không tồn tại sau khi chết. Xoay vần với những suy đoán như thế, người ấy có thể sẽ áp dụng chúng vào bốn uẩn đầu nên tổng cộng sẽ có 8 tướng không tồn tại. Từ đó người ấy có thể sẽ cho rằng, tịch diệt và nhân quả cứu cánh đều đoạn diệt, chỉ có danh tự, và tất cả đều là không.

Do bởi tính toán về tướng không tồn tại sau khi chết, họ sẽ đọa lạc ngoại đạo và mê muội tánh giác ngộ.

Đây là những loại luận điên đảo về tướng không tồn tại sau khi chết của năm uẩn, là lập luận thứ bảy của ngoại đạo.

[8] Lại ở trong Đẳng Trì, do thiện nam tử kia đã ngưng trụ kiên cố trong chánh tâm của mình, nên chúng ma sẽ không thể trục lợi. Tiếp theo, người ấy có thể sẽ quán sát tường tận về thường hằng và nhiễu động vi tế ở bổn nguyên sự sống của tất cả thể loại chúng sanh. Hành uẩn của người ấy thì vẫn còn ở trong định, nhưng sắc uẩn, thọ uẩn, và tưởng uẩn thì đã diệt. Nếu giữa lúc quán sát mà khởi sanh tính toán trái nghịch về các uẩn có tồn tại hay không tồn tại, thì người ấy có thể sẽ rơi vào ý tưởng điên đảo phát khởi về tướng tồn tại và không tồn tại của chúng sau khi chết đều chẳng có.

Khi quán sát ở trong sắc uẩn, thọ uẩn, và tưởng uẩn, người ấy có thể sẽ thấy rằng, mặc dù hành uẩn dường như tồn tại nhưng nó thật chẳng tồn tại. Khi quán sát ở trong dòng chảy của hành uẩn, người ấy có thể sẽ thấy rằng, mặc dù sắc uẩn, thọ uẩn, và tưởng uẩn dường như không tồn tại nhưng chúng thật sự tồn tại. Xoay vần với những suy đoán như thế, người ấy có thể sẽ áp dụng chúng vào bốn uẩn đầu nên tổng cộng sẽ có 8 tướng tồn tại và không tồn tại. Từ đó người ấy có thể sẽ cho rằng, tướng tồn tại và không tồn tại của bốn uẩn sau khi chết đều chẳng có.

Lại nữa, dựa vào những suy đoán rằng tánh của các hành là đổi dời và sai lầm, người ấy cho rằng tâm của mình đã thông suốt và khai ngộ. Mặc dù người ấy đã kết luận rằng tướng tồn tại và không tồn tại của các uẩn đều chẳng có, nhưng thật ra người ấy vẫn đang đánh mất cái gì thật và cái gì chẳng thật của chúng.

Do bởi tính toán về tướng tồn tại và không tồn tại của các uẩn sau khi chết đều chẳng có, nên sự hiểu biết về tương lai để chấm dứt của hành uẩn trở thành hôn ám và chẳng thể biết gì. Cuối cùng họ sẽ đọa lạc ngoại đạo và mê muội tánh giác ngộ.

Đây là những loại luận điên đảo về tướng tồn tại và không tồn tại của năm uẩn sau khi chết đều chẳng có, là lập luận thứ tám của ngoại đạo.

[9] Lại ở trong Đẳng Trì, do thiện nam tử kia đã ngưng trụ kiên cố trong chánh tâm của mình, nên chúng ma sẽ không thể trục lợi. Tiếp theo, người ấy có thể sẽ quán sát tường tận về thường hằng và nhiễu động vi tế ở bổn nguyên sự sống của tất cả thể loại chúng sanh. Nếu giữa lúc quán sát mà khởi sanh tính toán, rằng không có sự tồn tại sau hành uẩn, thì người ấy có thể sẽ rơi vào một trong bảy loại luận đoạn diệt.

Người ấy có thể sẽ tính toán rằng thân của nhân loại và thân của chư thiên thuộc sáu tầng trời ở cõi dục là đoạn diệt, hoặc thân của chư thiên ở tĩnh lự thứ nhất là đoạn diệt, hoặc thân của chư thiên ở tĩnh lự thứ nhì là đoạn diệt, hoặc thân của chư thiên ở tĩnh lự thứ ba là đoạn diệt, hoặc thân của chư thiên ở tĩnh lự thứ tư là đoạn diệt, hoặc thân của chư thiên ở cõi vô sắc là đoạn diệt. Xoay vần với những suy đoán như thế, người ấy sẽ nghiên cứu tường tận về bảy ranh giới trên, rồi kết luận rằng chúng sanh hiện tại sẽ diệt mất và một khi họ đã diệt mất thì sẽ không còn sanh trở lại.

Do bởi tính toán về đoạn diệt của chúng sanh sau khi chết, họ sẽ đọa lạc ngoại đạo và mê muội tánh giác ngộ.

Đây là những loại luận điên đảo về đoạn diệt của chúng sanh sau khi chết ở trong năm uẩn, là lập luận thứ chín của ngoại đạo.

[10] Lại ở trong Đẳng Trì, do thiện nam tử kia đã ngưng trụ kiên cố trong chánh tâm của mình, nên chúng ma sẽ không thể trục lợi. Tiếp theo, người ấy có thể sẽ quán sát tường tận về thường hằng và nhiễu động vi tế ở bổn nguyên sự sống của tất cả thể loại chúng sanh. Nếu giữa lúc quán sát mà khởi sanh tính toán, rằng có sự tồn tại sau hành uẩn, thì người ấy có thể sẽ rơi vào một trong năm loại luận tịch diệt.

Người ấy có thể sẽ cho rằng các tầng trời ở cõi dục là chốn nương tựa chân chánh, do vì quán thấy ánh sáng tròn đầy của chúng và sanh tâm yêu mến; hoặc cho rằng tĩnh lự thứ nhất, do vì tánh của chúng sanh nơi đây chẳng ưu sầu; hoặc cho rằng tĩnh lự thứ nhì, do vì tâm của chúng sanh nơi đây chẳng khổ não; hoặc cho rằng tĩnh lự thứ ba, do vì chúng sanh nơi đây được niềm vui vô cùng; hoặc cho rằng tĩnh lự thứ tư, do vì khổ vui đều tiêu vong và nghĩ rằng chúng sanh nơi đây chẳng còn trải qua luân hồi nữa.

Người ấy sẽ hiểu sai về những cõi trời hữu lậu đó mà cho chúng là cảnh giới vô vi. Do chúng sanh ở năm nơi kia được an ổn nên người ấy sẽ cho rằng chúng là chốn nương tựa thanh tịnh thù thắng. Xoay vần với những suy đoán như thế, người ấy sẽ kết luận rằng năm nơi đó là tịch diệt cứu cánh.

Do bởi tính toán như thế và cho rằng có thể vào tịch diệt ở năm nơi đó, họ sẽ đọa lạc ngoại đạo và mê muội tánh giác ngộ.

Đây là những loại luận điên đảo mà cho rằng có thể vào tịch diệt qua năm nơi đó ở trong năm uẩn, là lập luận thứ mười của ngoại đạo.

Này Khánh Hỷ! Mười loại kiến giải điên cuồng giữa lúc tu tập tĩnh lự như thế, đều là do sự giao tiếp của tâm với hành uẩn nên mới xuất hiện những nhầm lẫn ấy. Do chúng sanh mê muội và chẳng thể tự suy ngẫm chính xác nên khi gặp những trường hợp đó hiện tiền, họ sẽ nhận mê là giác và nói rằng mình đã thăng lên quả vị của bậc thánh. Do vì đã thành lập đại vọng ngữ như thế nên họ sẽ đọa Địa ngục Vô Gián.

Sau khi Ta diệt độ, các ông phải mang lời của Như Lai để truyền dạy vào thời Mạt Pháp, hầu khiến cho tất cả chúng sanh sẽ hiểu rõ nghĩa này và không để cho tâm ma của chính họ dấy khởi tội nghiệt thâm trọng. Các ông hãy bảo hộ, che chở, tiêu diệt tà kiến, và làm cho thân tâm của họ khai ngộ diệu nghĩa chân thật, đừng để họ gặp lối rẽ trên con đường tuệ giác vô thượng, và chớ khiến lòng mong mỏi khi được một chút mà cho là đủ. Các ông hãy trở thành bậc đại giác vương thanh tịnh để chỉ dẫn hữu tình.

❖

"Này Khánh Hỷ! Khi thiện nam tử kia tu tập Đẳng Trì đạt đến chấm dứt của hành uẩn, người ấy có thể sẽ quán sát dòng chảy nhiễu động trong thanh vắng ẩn khuất của tâm mình, là tánh sanh khởi chung của tất cả chúng sanh ở thế gian. Bất chợt nốt gút giấu kín nhỏ bé đã giữ lưới nghiệp vay trả từ nhiều đời của mỗi chúng sanh liên quan với họ sẽ mở tung, và sự cảm ứng với lưới nghiệp dày kín đó sẽ đoạn tuyệt.

Bây giờ người ấy sắp trải nghiệm một đại ngộ minh liễu ở bầu trời tịch diệt. Đây ví như người ấy nhìn lên ánh bình minh mờ nhạt ở phía đông sau khi tiếng gà gáy vang lên. Sáu căn của người ấy sẽ rỗng không và tĩnh lặng. Chúng không còn rong ruổi sáu trần và trong ngoài trạm nhiên trong sáng. Người ấy vào không chỗ vào và hiểu sâu về thọ mạng nguyên do của 12 thể loại chúng sanh. Người ấy có thể sẽ quán sát nguyên do của các thể loại chúng sanh, nhưng không bị chúng thu hút. Thức của họ sẽ hòa nhập với mọi thứ trong các thế giới khắp mười phương. Ánh sáng mờ nhạt mà họ quán sát sẽ không phai mất, và nó sẽ tỏa chiếu những gì đã từng giấu kín. Đây gọi là đã tới khu vực của thức uẩn.

Nếu đạt được sự hợp nhất của thức với các thể loại chúng sanh mà chẳng bị chúng lôi cuốn, người ấy sẽ tiêu trừ sự phân biệt của sáu căn và mỗi căn có thể sử dụng chức năng của những căn khác. Ví dụ như là căn mắt và căn tai sẽ kết nối lẫn nhau để cùng hoạt động thanh tịnh với tính năng tách rời hay hợp nhất. Các thế giới trong mười phương cùng với thân tâm của họ sẽ như ngọc lưu ly, trong ngoài lung linh xuyên suốt. Đến giai đoạn này thì gọi là đạt đến chấm dứt của thức uẩn. Người ấy sẽ có thể siêu xuất ô trược của thọ mạng. Khi quán sát nguyên do của thức uẩn thì họ thấy những ảnh tượng giả tạo dường như tồn tại nhưng lại chẳng tồn tại và vọng tưởng điên đảo là căn bổn của nó.

[1] Này Khánh Hỷ! Khi đã hoàn toàn dứt trừ hành uẩn, thiện nam tử kia sẽ trở về cội nguồn của thức. Đến đây, mặc dù sự sanh diệt của hành uẩn đã không còn, nhưng đối với tịch diệt tinh thuần

nhiệm mầu thì họ vẫn chưa viên mãn. Tuy nhiên, người ấy sẽ có thể làm cho các căn của mình hoạt động như một hoặc thay thế hoạt động cho nhau. Do thức của họ kết nối với hết thảy thể loại chúng sanh nên tất cả trở thành như một bản thể. Bởi vậy người ấy có thể sẽ kết luận rằng mình là nguồn cội viên mãn trở về của tất cả, là bổn nhân chân thật thường hằng. Do đó họ sẽ khởi sanh kiến giải thù thắng. Người ấy sẽ rơi vào sự chấp trước sai lầm của nhân đó. Người ấy trở thành bạn lữ của Phạm chí Hoàng Phát và theo luận thuyết quay về minh đế. Họ sẽ mê muội con đường giác ngộ của Phật và quên mất chánh tri kiến.

Đây gọi là lập luận thứ nhất. Người ấy dựa trên ý tưởng có điều gì đạt được nên cho rằng có nơi để trở về. Do đó họ sẽ lìa xa giác ngộ viên thông, bội nghịch thành tịch diệt, và gieo trồng hạt giống ngoại đạo.

[2] Lại nữa, Khánh Hỷ! Khi đã hoàn toàn dứt trừ hành uẩn, thiện nam tử kia sẽ trở về cội nguồn của thức. Đến đây, mặc dù sự sanh diệt của hành uẩn đã không còn, nhưng đối với tịch diệt tinh thuần nhiệm mầu thì họ vẫn chưa viên mãn. Một khi đã vào thức uẩn, người ấy có thể sẽ xem thức đó là bản thể của mình và nó trải rộng đến tận cõi giới hư không. Họ có thể sẽ cho rằng tất cả 12 thể loại chúng sanh đều lưu xuất từ trong thân mình. Do đó họ sẽ khởi sanh kiến giải thù thắng. Người ấy sẽ rơi vào sự chấp trước sai lầm, rằng mình có năng lực nhưng thật ra chẳng phải. Người ấy trở thành bạn lữ của Đại Tự Tại Thiên và nghĩ rằng mình có thể hiện ra thân vô biên. Họ sẽ mê muội con đường giác ngộ của Phật và quên mất chánh tri kiến.

Đây gọi là lập luận thứ nhì. Người ấy dựa trên ý tưởng chính mình có năng lực, nên cho rằng mình tạo ra tất cả. Do đó họ sẽ lìa xa giác ngộ viên thông, bội nghịch thành tịch diệt, gieo trồng hạt giống trở thành thiên thần đại kiêu mạn và cho rằng bản ngã của mình viên dung biến khắp.

[3] Lại nữa, khi đã hoàn toàn dứt trừ hành uẩn, thiện nam tử kia sẽ trở về cội nguồn của thức. Đến đây, mặc dù sự sanh diệt của hành uẩn đã không còn, nhưng đối với tịch diệt tinh thuần nhiệm mầu thì họ vẫn chưa viên mãn. Một khi đã vào thức uẩn, người ấy có thể sẽ nương tựa nơi đó, rồi nhận lầm thân tâm của mình từ kia lưu xuất và mọi thứ ở khắp hư không trong mười phương đều từ đó sanh khởi. Bởi cho rằng thân tâm của mình vọt ra từ thức uẩn, người ấy có thể sẽ kết luận rằng thân này là chân thật thường hằng và không sanh không diệt. Sự thật thì họ vẫn đang ở trong sanh diệt nhưng lại tính toán mà cho đó là thường trụ. Chẳng những đã mê muội về tánh không sanh không diệt, mà họ còn mê muội về pháp sanh diệt. Họ an nhiên trụ ở cảnh giới u mê chìm đắm đó và khởi sanh kiến giải thù thắng. Người ấy sẽ rơi vào sự chấp trước sai lầm, rằng những gì vô thường là thường. Người ấy trở thành bạn lữ của Tự Tại Thiên. Họ sẽ mê muội con đường giác ngộ của Phật và quên mất chánh tri kiến.

Đây gọi là lập luận thứ ba. Người ấy dựa trên ý tưởng có nơi nương tựa nên đã tính toán sai lầm. Do đó họ sẽ lìa xa giác ngộ viên thông, bội nghịch thành tịch diệt, và gieo trồng hạt giống điên đảo về viên mãn.

[4] Lại nữa, khi đã hoàn toàn dứt trừ hành uẩn, thiện nam tử kia sẽ trở về cội nguồn của thức. Đến đây, mặc dù sự sanh diệt của hành uẩn đã không còn, nhưng đối với tịch diệt tinh thuần nhiệm mầu thì họ vẫn chưa viên mãn. Nếu nhận biết thức của mình viên dung biến khắp, người ấy có thể sẽ thành lập kiến giải dựa trên sự nhận biết đó, rồi cho rằng hết thảy cỏ cây khắp mười phương đều là hữu tình giống như loài người chẳng khác. Người ấy bảo rằng cỏ cây sanh làm người, rồi khi con người chết thì trở lại sanh làm cỏ cây ở khắp mười phương. Họ cho rằng sự nhận biết cùng khắp là như thế và khởi sanh kiến giải thù thắng. Người ấy sẽ rơi vào sự chấp trước sai lầm, rằng những gì vô tri có tri giác. Người ấy trở thành bạn lữ của ngoại đạo Tị Khứ và Hữu Quân; họ chấp trước vạn vật đều có tri giác. Họ sẽ mê muội con đường giác ngộ của Phật và quên mất chánh tri kiến.

Đây gọi là lập luận thứ tư. Người ấy dựa trên ý tưởng rằng có tri giác biến khắp nên dẫn đến kết luận sai lệch. Do đó họ sẽ lìa xa giác ngộ viên thông, bội nghịch thành tịch diệt, và gieo trồng hạt giống điên đảo về tri giác.

[5] Lại nữa, khi đã hoàn toàn dứt trừ hành uẩn, thiện nam tử kia sẽ trở về cội nguồn của thức. Đến đây, mặc dù sự sanh diệt của hành uẩn đã không còn, nhưng đối với tịch diệt tinh thuần nhiệm mầu thì họ vẫn chưa viên mãn. Khi đã được tùy thuận về tính năng hỗ tương ở trong viên dung của các căn, người ấy có thể sẽ cho rằng tất cả đều phát sanh từ trong sự biến hóa viên dung đó. Thế nên họ sẽ cầu mong ánh sáng của lửa, ưa thích thanh tịnh của nước, yêu mến dòng chuyển của gió, và xem xét thành tựu của đất. Họ sẽ tôn sùng các yếu tố này, rồi thành lập kiến giải rằng chúng là bổn nhân thường trụ. Người ấy sẽ rơi vào sự chấp trước sai lầm, rằng những gì không sanh là sanh. Người ấy trở thành bạn lữ của Phạm chí Mãn Ẩm Quang và những Phạm Chí khác, mà cho rằng thân tâm phải khổ nhọc phụng sự và tôn sùng nước lửa để cầu mong ra khỏi sanh tử. Họ sẽ mê muội con đường giác ngộ của Phật và quên mất chánh tri kiến.

Đây gọi là lập luận thứ năm. Người ấy mê muội chạy theo bốn đại, rồi dựa trên sự tính toán và chấp trước của tôn sùng mà thành lập nhân hư vọng nên dẫn đến quả hư vọng. Do đó họ sẽ lìa xa giác ngộ viên thông, bội nghịch thành tịch diệt, và gieo trồng hạt giống điên đảo về biến hóa.

[6] Lại nữa, khi đã hoàn toàn dứt trừ hành uẩn, thiện nam tử kia sẽ trở về cội nguồn của thức. Đến đây, mặc dù sự sanh diệt của hành uẩn đã không còn, nhưng đối với tịch diệt tinh thuần nhiệm mầu thì họ vẫn chưa viên mãn. Nếu trong tánh viên minh mà tính toán rằng có hư vô trong đó, người ấy có thể sẽ muốn diệt trừ mọi biến hóa khởi sanh và dùng đoạn diệt vĩnh viễn để nương trụ. Họ cho đó là chỗ nương tựa và khởi sanh kiến giải thù thắng. Người ấy sẽ rơi vào sự chấp trước sai lầm, rằng những gì chẳng phải nương tựa là chỗ nương tựa. Người ấy trở thành bạn lữ của các thần hư không ở trời Vô Tưởng. Họ sẽ mê muội con đường giác ngộ của Phật và quên mất chánh tri kiến.

Đây gọi là lập luận thứ sáu. Người ấy dựa trên ý tưởng rằng hư không ở trong viên minh, nên thành tựu trạng thái trống rỗng. Do đó họ sẽ lìa xa giác ngộ viên thông, bội nghịch thành tịch diệt, và gieo trồng hạt giống của tư tưởng đoạn diệt.

[7] Lại nữa, khi đã hoàn toàn dứt trừ hành uẩn, thiện nam tử kia sẽ trở về cội nguồn của thức. Đến đây, mặc dù sự sanh diệt của hành uẩn đã không còn, nhưng đối với tịch diệt tinh thuần nhiệm mầu thì họ vẫn chưa viên mãn. Ở trong trạng thái dường như viên thường, họ có thể sẽ cố sức giữ thân thể để mong thường trụ, đồng như tánh tinh viên, trường thọ chẳng nghiêng ngả, và khởi sanh kiến giải thù thắng. Người ấy sẽ rơi vào sự chấp trước sai lầm của tham muốn những thứ mà chẳng thể được. Người ấy trở thành bạn lữ của Tiên nhân Vô Tỉ và mong cầu sống lâu. Họ sẽ mê muội con đường giác ngộ của Phật và quên mất chánh tri kiến.

Đây gọi là lập luận thứ bảy. Người ấy dựa trên sự chấp trước về nguồn gốc của mạng sống, rồi thành lập nhân kiên cố hư vọng để hướng đến quả trường thọ thế gian. Do đó họ sẽ lìa xa giác ngộ viên thông, bội nghịch thành tịch diệt, và gieo trồng hạt giống của trường thọ hư vọng.

[8] Lại nữa, khi đã hoàn toàn dứt trừ hành uẩn, thiện nam tử kia sẽ trở về cội nguồn của thức. Đến đây, mặc dù sự sanh diệt của hành uẩn đã không còn, nhưng đối với tịch diệt tinh thuần nhiệm mầu thì họ vẫn chưa viên mãn. Khi đã quán sát mạng sống liên kết tương thông của tất cả thể loại chúng sanh, người ấy có thể sẽ lui về để giao lưu với trần lao của mình. Do sợ chúng tiêu tan nên họ sẽ biến hóa và ngồi ở trong một cung điện hoa sen đầy khắp bảy báu với rất nhiều mỹ nữ, rồi thao túng tâm mình và khởi sanh kiến giải thù thắng. Người ấy sẽ rơi vào sự chấp trước sai lầm, rằng những gì không thật là thật. Người ấy trở thành bạn lữ của ma vương. Họ sẽ mê muội con đường giác ngộ của Phật, và quên mất chánh tri kiến.

Đây gọi là lập luận thứ tám. Người ấy dựa trên sự phát khởi của suy tư sai lệch, rồi quyết định chìm đắm hưởng thụ. Do đó họ sẽ lìa xa giác ngộ viên thông, bội nghịch thành tịch diệt, và gieo trồng hạt giống thiên ma.

[9] Lại nữa, khi đã hoàn toàn dứt trừ hành uẩn, thiện nam tử kia sẽ trở về cội nguồn của thức. Đến đây, mặc dù sự sanh diệt của hành uẩn đã không còn, nhưng đối với tịch diệt tinh thuần nhiệm mầu thì họ vẫn chưa viên mãn. Ở trong sự hiểu biết về căn nguyên của mạng sống, người ấy sẽ phân biệt giữa tinh tế và thô kệch. Dựa trên sự hỗ tương qua lại của nhân quả, họ sẽ quyết định cái gì là thật và cái gì là giả. Họ chỉ cầu cảm ứng và bội nghịch Đạo thanh tịnh. Ở trong tiến trình của thấy khổ đoạn tập, chứng diệt tu Đạo, họ dừng nghỉ ở giai đoạn diệt mà chẳng bước thêm về phía trước và khởi sanh kiến giải thù thắng. Người ấy nhầm lẫn rằng mình đã thành bậc Thanh Văn định tánh, rồi trở thành bạn lữ của hạng Tăng chúng không chịu học hỏi và những kẻ tăng thượng mạn. Họ sẽ mê muội con đường giác ngộ của Phật và quên mất chánh tri kiến.

Đây gọi là lập luận thứ chín. Người ấy dựa vào tâm tinh viên mong cầu cảm ứng để hướng đến quả tịch tĩnh. Do đó họ sẽ lìa xa giác ngộ viên thông, bội nghịch thành tịch diệt, và gieo trồng hạt giống để sanh vào hạng bị siết buộc bởi pháp không.

[10] Lại nữa, khi đã hoàn toàn dứt trừ hành uẩn, thiện nam tử kia sẽ trở về cội nguồn của thức. Đến đây, mặc dù sự sanh diệt của hành uẩn đã không còn, nhưng đối với tịch diệt tinh thuần nhiệm mầu thì họ vẫn chưa viên mãn. Nếu ở trong giác minh thanh tịnh viên dung mà phát khởi nghiên cứu thậm thâm vi diệu, thì người ấy liền thành lập tịch diệt mà chẳng bước thêm về phía trước và khởi sanh kiến giải thù thắng. Người ấy nhầm lẫn rằng mình đã thành bậc Độc Giác định tánh, rồi trở thành bạn lữ của hạng tự mình giác ngộ qua các duyên và những ai không hồi tâm hướng về Đại Thừa. Họ sẽ mê muội con đường giác ngộ của Phật và quên mất chánh tri kiến.

Đây gọi là lập luận thứ mười. Người ấy dựa vào tâm hòa hợp với viên giác để trở thành quả trạm nhiên minh liễu. Do đó họ sẽ lìa xa giác ngộ viên thông, bội nghịch thành tịch diệt, và gieo trồng hạt giống để sanh vào hạng chẳng thể vượt khỏi chấp trước của viên giác quang minh.

Này Khánh Hỷ! Mười loại kiến giải giữa lúc tu tập tĩnh lự như thế là do si mê nên dẫn đến cuồng loạn. Nhân bởi mê muội nên ở trong sự chứng đắc chưa trọn vẹn, họ sanh tâm mà cho rằng mình đã chứng đắc viên mãn. Đây đều là do sự giao tiếp của tâm với thức uẩn nên mới xuất hiện những nhầm lẫn ấy. Do chúng sanh mê muội và chẳng thể tự suy ngẫm chính xác nên khi gặp những trường hợp đó hiện tiền với mỗi cảnh hiện ứng theo tập khí yêu thích trong tâm mê muội của họ, người ấy sẽ dừng nghỉ ở đó và cho rằng đây là chốn nương tựa an ổn cứu cánh. Họ sẽ nói rằng mình đã viên mãn Đạo vô thượng. Do vì đã thành lập đại vọng ngữ như thế, nên sau khi chấm dứt nghiệp chiêu cảm mà đã dẫn dắt người ấy trở thành tà ma ngoại đạo, họ sẽ đọa Địa ngục Vô Gián. Còn về Thanh Văn và Duyên Giác thì họ sẽ không tăng tiến thêm nữa.

Các ông phải nhất tâm gìn giữ Đạo của Như Lai. Sau khi Ta diệt độ, các ông phải mang Pháp môn này để truyền dạy vào thời Mạt Pháp, hầu khiến cho tất cả chúng sanh sẽ hiểu rõ nghĩa này và không để cho tâm ma của chính họ dấy khởi tội nghiệt thâm trọng. Các ông hãy bảo hộ, an ủi, cứu giúp, tiêu diệt tà duyên, và làm cho thân tâm của họ vào tri kiến Phật. Như thế, từ lúc khởi đầu cho đến khi thành tựu, họ sẽ không gặp đường rẽ.

Trong Hằng Hà sa kiếp, chư Như Lai nhiều như vi trần ở thuở quá khứ đã nương Pháp môn như thế nên tâm khai ngộ và đắc Đạo vô thượng.

Một khi thức uẩn chấm dứt, các căn của ông sẽ liền thay thế hoạt động lẫn nhau. Và từ trong chức năng hỗ tương đó, ông sẽ có thể vào trí tuệ khô kim cang của bậc Bồ-tát. Khi đạt đến quang minh viên mãn của tâm tinh thuần, ông sẽ trải qua sự biến hóa. Tâm của ông sẽ trở thành như một mặt trăng báu ở trong lưu ly thanh tịnh. Như thế cho đến, ông sẽ trải qua các giai đoạn tu hành của Bồ-tát, như là bốn sự tu hành thêm của tâm, Mười Tín, Mười Trụ, Mười Hành, Mười Hồi Hướng, Mười Địa kim cang, và Đẳng Giác viên minh. Bấy giờ ông sẽ vào biển trang nghiêm vi diệu, viên mãn tuệ giác, và trở về không chỗ chứng đắc.

Đây là những việc ma vi tế được phân tích bằng tuệ giác minh liễu bởi chư Phật Thế Tôn thuở quá khứ trong lúc tu Chỉ và tu Quán. Một khi am hiểu cảnh ma hiện tiền, ông sẽ có thể tẩy trừ tâm cấu nhiễm của mình và không rơi vào tà kiến. Bấy giờ uẩn ma tiêu diệt, thiên ma tồi toái, đại lực quỷ thần bỏ chạy bạt mạng, và yêu tinh quỷ quái sẽ chẳng còn dám xuất hiện. Ông sẽ thẳng đến vô thượng giác mà không chút mệt mỏi. Cho dù những ai với căn lành cạn mỏng thì cũng có thể tăng tiến đến đại tịch diệt và tâm chẳng mê muội.

Vào thời Mạt Pháp sẽ có những chúng sanh ngu độn. Mặc dù họ thích tu tập Đẳng Trì nhưng vẫn chưa thông hiểu tĩnh lự và không biết thuyết Pháp nên Ta e sợ họ sẽ rơi vào tà kiến. Vì vậy, ông hãy dốc lòng khuyên bảo họ hãy thọ trì Phật đảnh Tổng Trì thần chú này của Ta. Nếu những ai vẫn chưa có thể tụng thuộc lòng, ông hãy dạy họ biên chép thần chú này và đặt ở thiền đường, hoặc mang theo bên mình. Như thế, tất cả chúng ma đều chẳng thể quấy nhiễu họ.

Ông hãy cung kính và khâm tuân lời dạy của mười phương Như Lai. Hãy tu hành tinh tấn để đạt đến Cứu Cánh Tịch Diệt. Đây là giáo huấn cuối cùng của Ta."

❖

Lúc ấy Tôn giả Khánh Hỷ liền từ chỗ ngồi đứng dậy, đảnh lễ, khâm phụng lời dạy bảo của Phật và ghi nhớ chẳng quên.

Ở giữa đại chúng, ngài lại bạch Phật rằng:

"[Bạch Thế Tôn!] Như lời Phật dạy, ở trong tướng hiện của năm uẩn có năm nhóm hư vọng, là căn bổn của tâm tưởng si mê. Chúng con chưa bao giờ được nghe Như Lai khai thị tường tận như thế.

Lại nữa, khi năm uẩn này tiêu trừ, là chúng tiêu tan cùng một lúc hay là theo thứ tự? Giả sử chúng tan biến theo thứ tự, vậy thì cái gì xác định đặc điểm của mỗi uẩn? Kính mong Như Lai khởi lòng đại từ mà giảng giải để khiến cho đại chúng nơi đây được tâm thanh tịnh với mắt trong sáng, và cũng sẽ làm con mắt cho tất cả chúng sanh vị lai ở vào thời Mạt Pháp."

Phật bảo ngài Khánh Hỷ:

"Bổn giác viên mãn thanh tịnh, tinh nguyên chân thật, và nhiệm mầu trong sáng thì không lưu giữ sanh tử hay các trần cấu và cho đến hư không. Tất cả những thứ đó đều nhân bởi vọng tưởng mà sanh khởi. Tuy nhiên, từ trong bổn giác tinh nguyên chân thật vi diệu này, hư vọng lại phát sanh y báo thế gian. Đây ví như trường hợp của gã Từ Thọ đã mê lầm về khuôn mặt của mình khi thấy nó trong gương. Si mê của anh ta chẳng khởi sanh từ bất cứ nguyên nhân nào. Do ở trong vọng tưởng nên có những chúng sanh thành lập tánh nhân duyên. Còn những kẻ mê muội về tánh nhân duyên thì cho là tự nhiên. Sự thật thì tánh của hư không kia cũng là do huyễn hóa sanh ra. Cho rằng vạn vật sanh ra từ nhân duyên hay tự nhiên, đều là vọng tâm tính toán của chúng sanh.

Này Khánh Hỷ! Những ai biết chỗ của hư vọng khởi sanh thì sẽ nói rằng nhân duyên của nó đến từ đâu. Những ai biết rằng hư vọng vốn không thì sẽ nói rằng nhân duyên của nó vốn không chỗ có. Huống chi là những người chẳng hề biết gì về nhân duyên và cho rằng các pháp là tự nhiên sanh ra. Cho nên Như Lai đã giải thích cho ông, rằng bổn nhân của năm uẩn đều là từ vọng tưởng.

Thân thể của ông sanh ra là nhân bởi nghĩ tưởng của cha mẹ ông, nhưng nếu tâm ông chẳng nghĩ tưởng thì ông sẽ không thể nào sanh đến. Thông qua nghĩ tưởng mà mạng sống tiếp nối. Như Ta đã nói ở trước, khi tâm nghĩ về vị chua thì liền chảy nước miếng và khi tâm nghĩ đến đang bước trên bờ vực thẳm thì lòng bàn chân cảm thấy thốn. Sự thật, dưới lòng bàn chân chẳng có bờ vực thẳm và trong miệng cũng chẳng có vị chua. Nếu không có sự liên hệ giữa thân thể của ông và vọng tưởng, thì nhân bởi gì mà làm cho miệng chảy nước miếng khi nhắc đến vị chua đây? Bởi vậy phải biết rằng, sắc thân hiện tại của ông là một thí dụ của vật rắn chắc hư vọng. Đây là loại vọng tưởng thứ nhất.

Như đã nói ở trước, khi tâm nghĩ tưởng đang bước trên bờ vực thẳm thì lòng bàn chân của ông cảm thấy thốn. Tương tự như thế, cảm thọ sanh bởi hư vọng cũng có thể tác động đến sắc thân của ông.

Như hiện tại bây giờ, ông đang trải nghiệm cái gì là vừa ý với lợi ích và cái gì là nghịch ý với tổn hại. Hai loại trải nghiệm này đang tiếp nối truy đuổi, là một thí dụ của cảm thọ hư ảo. Đây là loại vọng tưởng thứ nhì.

Do đó niệm suy nghĩ khống chế sắc thân của ông. Giả sử chẳng có sự liên hệ giữa thân thể của ông và ý niệm, thì nhân bởi gì mà làm cho sắc thân của ông tùy niệm sai sử đây? Muôn cảnh tượng nắm lấy của thân là do sự nghĩ tưởng khởi sanh ở trong tâm và bởi thân tương ứng theo niệm. Do đó tâm ông nghĩ tưởng khi tỉnh giấc và ông nằm mơ khi đi ngủ. Tưởng niệm của ông dao động để tạo ra sự hiểu biết hư vọng, là tính năng hợp tác giữa thân và tâm. Đây là loại vọng tưởng thứ ba.

Kế đến có những sự biến hóa tuần tự chẳng ngừng nghỉ ở trong cơ thể. Chúng xoay vần với biến đổi vi tế, như là móng tay và tóc mọc dài, khí lực tiêu hao, và nếp nhăn trên khuôn mặt. Chúng tiếp nối thay đổi lẫn nhau suốt ngày lẫn đêm, nhưng ông thì hoàn toàn chẳng nhận ra chúng.

Này Khánh Hỷ! Nếu những sự biến hóa tuần tự này không phải là một phần của ông, thế thì tại sao thân thể của ông lại đổi dời? Còn nếu đích thực chúng là một phần của ông, vậy thì làm sao ông lại chẳng cảm nhận ra chúng? Các hành của ông niệm niệm chẳng ngừng và chúng ẩn khuất sâu kín trong tâm. Đây là loại vọng tưởng thứ tư.

Lại nữa, nếu đạt đến cảnh giới thường hằng và trạm nhiên bất động của tinh nguyên minh liễu, ông sẽ không còn trải nghiệm thị giác, thính giác, và những giác quan khác. Nếu tâm của ông thật sự đạt đến cảnh giới của tinh nguyên chân thật, nó sẽ chẳng còn dung thọ tập khí hư vọng. Thế thì tại sao khi ông thấy qua cảnh tượng kỳ lạ nào đó ở quá khứ, rồi trải qua nhiều năm, ký ức nhớ và quên của việc đó đều xao lãng, nhưng về sau, khi hốt nhiên nhìn thấy cảnh tượng kỳ lạ tương tự như trước kia, ông lại nhớ rõ ràng như nó chưa từng bị xao lãng? Tâm tinh nguyên minh liễu mà ông tính toán và cho rằng nó là trạm nhiên bất động, sự thật thì nó dung thọ và huân tập trong niệm niệm.

Này Khánh Hỷ! Nên biết rằng, tâm trạm nhiên đó không phải là chân tâm. Nhìn lướt qua thì có vẻ như rất tĩnh lặng, nhưng sự thật thì nó giống như dòng chảy xiết. Tuy ông nhìn chẳng thấy, nhưng nó đích thực tựa như một dòng chảy xiết. Nếu ở trong thức uẩn của ông chẳng có căn nguyên của vọng tưởng, thì làm sao mà nó có thể dung thọ vọng tưởng tích tập đây? Trừ phi sáu căn của ông hợp nhất và có thể thay thế hoạt động lẫn nhau, bằng không ông sẽ chẳng bao giờ diệt được vọng tưởng của mình. Đó là vì sao hiện tại, tâm trạm nhiên ấy của ông vẫn còn siết buộc với tập khí vi tế của thị giác, thính giác, và cho đến tri giác. Cũng như thế, những ảnh tượng giả tạo này nằm ở trong trạm nhiên minh liễu của thức uẩn thì dường như tồn tại nhưng lại chẳng tồn tại. Đây là loại điên đảo thứ năm về vọng tưởng vô cùng vi tế.

Này Khánh Hỷ! Năm uẩn được hình thành là do năm loại vọng tưởng đó.

Ông nay lại muốn biết ranh giới sâu cạn của mỗi uẩn. Sắc và không là ranh giới của sắc. Chạm và rời là ranh giới của thọ. Nhớ và quên là ranh giới của tưởng. Sanh và diệt là ranh giới của hành. Vào trạng thái trạm nhiên và hợp chung với trạm nhiên đó là ranh giới của thức. Năm uẩn này sanh khởi theo thứ lớp ở bổn nguyên của chúng. Sanh ra là nhân bởi thức mà có và diệt mất là bắt đầu với sự tiêu trừ của sắc. Ông có thể sẽ tỏ ngộ nghĩa lý tức khắc và nương giác ngộ mà có thể sẽ cho rằng năm uẩn đồng thời tiêu tan. Nhưng sự thật thì chúng chẳng đồng thời diệt trừ mà chúng phải chấm dứt theo thứ tự.

Ta đã chỉ cho ông về điều này qua thí dụ tháo gút ở chiếc khăn choàng bông gòn. Tại sao ông vẫn không hiểu và lại hỏi Ta về việc đó. Ông nên thấu hiểu thông suốt căn nguyên của vọng tưởng, rồi hãy truyền dạy cho những vị tu hành tương lai ở vào thời Mạt Pháp. Hãy làm cho họ nhận thức được hư vọng là do tự mình sanh ra để rồi có thể hết sức nhàm chán nó. Hãy làm cho họ biết có tịch diệt và không lưu luyến ba cõi.

❖

Này Khánh Hỷ! Giả sử có người mang bảy báu tràn đầy hư không khắp mười phương để dâng lên chư Phật nhiều như số vi trần với tâm phụng sự cúng dường trong niệm niệm. Ý ông nghĩ sao?

Với nhân duyên cúng dường chư Phật như thế, người ấy có được phước nhiều chăng?"

Ngài Khánh Hỷ thưa rằng:

"[Thưa Thế Tôn!] Hư không là vô tận nên số lượng của trân bảo cũng vô biên. Thuở xưa có chúng sanh chỉ cúng dường bảy đồng tiền cho Đức Phật. Sau khi xả báo thân mà họ còn được ngôi vị của vua Chuyển Luân. Hà huống là phước đức của người cúng dường chư Phật với số lượng trân bảo tràn đầy những cõi Phật trải rộng đến tận cùng hư không. Dù có ai tính đếm trong muôn kiếp thì cũng không thể hết. Phước đức ấy làm sao mà có giới hạn chứ?"

Phật bảo ngài Khánh Hỷ:

"Chư Phật Như Lai không bao giờ nói lời hư vọng. Giả sử có người vi phạm trọn bốn giới nghiêm trọng và mười giới ngăn cấm, trong nháy mắt thì liền đọa Địa ngục Vô Gián ở thế giới này, rồi trải qua ở các thế giới khác, và cho đến phải trải qua hết những Địa ngục Vô Gián tại các thế giới tận cùng ở mười phương. Tuy nhiên, nếu trong một niệm mà lưu truyền Pháp môn này và khai thị cho những ai chưa học qua, thì tội chướng của người ấy liền ứng theo niệm mà tiêu diệt. Tất cả địa ngục mà họ phải trải qua thống khổ sẽ trở thành quốc độ an lạc. Họ sẽ được phước đức và siêu việt người cúng dường ở trước gấp hơn trăm lần, ngàn lần, vạn lần, ức lần và như vậy cho đến toán số thí dụ thì cũng không thể tính xuể.

Này Khánh Hỷ! Nếu những chúng sanh nào mà có thể tụng Kinh và trì chú này, cho dù Ta rộng nói công đức của họ suốt muôn kiếp thì cũng chẳng hết. Những ai nương vào lời dạy của Ta và như Pháp hành Đạo, họ sẽ thẳng đến giác ngộ và không còn gặp ma nghiệp."

Lúc Phật thuyết Kinh này xong, các vị Bhikṣu [bíc su], Bhikṣuṇī [bíc su ni], Thanh Tín Nam, Thanh Tín Nữ, trời người cùng phi thiên trong hết thảy thế gian, cũng như chư Bồ-tát và những vị ở Nhị Thừa từ phương khác, cùng với chư thánh hiền, tiên nhân, đồng tử, và đại lực quỷ thần đã sơ phát khởi Đạo tâm, đều rất vui mừng, rồi đảnh lễ Phật và cáo lui.

Kinh Vô Thượng Bảo Ấn của Đại Bạch Tản Cái Tổng Trì
Được Tuyên Thuyết ở Trên Đại Phật Đảnh,
là Thanh Tịnh Hải Nhãn của Mười Phương Như Lai ♦ Hết quyển 10

Kinh Diệu Pháp Liên Hoa ♦ Quyển 1

Dịch sang cổ văn: Pháp sư Đồng Thọ (344-413)
Dịch sang tiếng Việt: Tại gia Bồ-tát giới Thanh tín nam Nguyên Thuận

☸ Phẩm 1: Mở Đầu

TÔI NGHE NHƯ VẦY:

Một thuở nọ, Đức Phật cùng với 12.000 vị đại Bhikṣu [bíc su] ở trên núi Thứu Phong gần thành Vương Xá. Tất cả đều là những vị Ứng Chân với các lậu đã chấm dứt và không còn phiền não. Họ được điều lợi ích cho bản thân, dứt trừ ràng buộc ở ba cõi, và tâm được tự tại.

Tên các ngài là:
- Tôn giả Giải Bổn Tế,
- Tôn giả Đại Ẩm Quang,
- Tôn giả Mộc Qua Lâm Ẩm Quang,
- Tôn giả Thành Ẩm Quang,
- Tôn giả Hà Ẩm Quang,
- Tôn giả Thu Lộ Tử,
- Tôn giả Đại Thải Thục Thị,
- Tôn giả Đại Tiễn Thế Chủng Nam,
- Tôn giả Vô Diệt,
- Tôn giả Phòng Tú,
- Tôn giả Ngưu Tướng,
- Tôn giả Thất Tú,
- Tôn giả Dư Tập,
- Tôn giả Thiện Dung,
- Tôn giả Đại Tất,
- Tôn giả Hỷ Lạc,
- Tôn giả Diễm Hỷ,
- Tôn giả Mãn Từ Tử,
- Tôn giả Thiện Hiện,
- Tôn giả Khánh Hỷ,
- Tôn giả Phú Chướng,
- và các vị đại Ứng Chân khác như thế mà ai cũng quen biết.

Lại có 2.000 vị Hữu Học cùng bậc Vô Học.

Có Bhikṣuṇī [bíc su ni] Đại Thắng Sanh Chủ và cùng với 6.000 quyến thuộc.

Có mẹ của Tôn giả Phú Chướng là Bhikṣuṇī Trì Dự và quyến thuộc.

Có 80.000 vị đại Bồ-tát đều là những vị không thoái chuyển ở Vô Thượng Chánh Đẳng Chánh Giác. Hết thảy đều đắc Tổng Trì cùng nhạo thuyết biện tài và có thể chuyển Pháp luân không thoái chuyển. Các ngài đã cúng dường vô lượng trăm ngàn chư Phật và ở chỗ của các Đức Phật kia gieo trồng căn lành. Các ngài luôn được chư Phật ngợi khen, tu hành với lòng từ bi, khéo vào trí tuệ của Phật, thông đạt đại trí, và đã qua bờ kia. Danh xưng của họ vang khắp vô lượng thế giới và có thể hóa độ vô số trăm ngàn chúng sanh.

Tên các ngài là:
- Diệu Cát Tường Bồ-tát,
- Quán Thế Âm Bồ-tát,
- Đắc Đại Thế Bồ-tát,
- Thường Tinh Tấn Bồ-tát,
- Bất Hưu Tức Bồ-tát,
- Bảo Chưởng Bồ-tát,
- Dược Vương Bồ-tát,
- Dũng Thí Bồ-tát,
- Bảo Nguyệt Bồ-tát,
- Nguyệt Quang Bồ-tát,
- Mãn Nguyệt Bồ-tát,
- Đại Lực Bồ-tát,
- Vô Lượng Lực Bồ-tát,
- Việt Tam Giới Bồ-tát,
- Hiền Hộ Bồ-tát,
- Từ Thị Bồ-tát,
- Bảo Tích Bồ-tát,
- Đạo Sư Bồ-tát,
- và chư đại Bồ-tát khác như thế; tổng cộng là 80.000 vị.

Lúc bấy giờ còn có Năng Thiên Đế và quyến thuộc; tổng cộng là 20.000 vị thiên tử.

Lại có Minh Nguyệt Thiên Tử, Phổ Hương Thiên Tử, Bảo Quang Thiên Tử, Tứ Đại Thiên Vương, và quyến thuộc; tổng cộng là 10.000 vị thiên tử.

Có Tự Tại Thiên Tử, Đại Tự Tại Thiên Tử, và quyến thuộc; tổng cộng là 30.000 vị thiên tử.

Có vị chủ lãnh của Thế giới Kham Nhẫn là Đại Phạm Thiên Vương, Đảnh Kế Đại Phạm, Quang Minh Đại Phạm và các vị khác như thế, cùng với quyến thuộc; tổng cộng là 12.000 vị thiên tử.

Có tám vị long vương, gồm có: Hỷ Lạc Long Vương, Hiền Hỷ Long Vương, Hải Long Vương, Cửu Đầu Long Vương, Đa Thiệt Long Vương, Vô Nhiệt Não Long Vương, Cao Ý Long Vương, Thanh Liên Long Vương, và các vị khác như thế; mỗi vị có vài trăm ngàn quyến thuộc.

Có bốn vị nghi thần vương, gồm có: Pháp Nghi Thần Vương, Diệu Pháp Nghi Thần Vương, Đại Pháp Nghi Thần Vương, và Trì Pháp Nghi Thần Vương; mỗi vị có vài trăm ngàn quyến thuộc.

Có bốn vị tầm hương thần vương, gồm có: Nhạc Tầm Hương Thần Vương, Nhạc Âm Tầm Hương Thần Vương, Mỹ Tầm Hương Thần Vương, và Mỹ Âm Tầm Hương Thần Vương; mỗi vị có vài trăm ngàn quyến thuộc.

Có bốn vị phi thiên vương, gồm có: Bị Phược Phi Thiên Vương, Quảng Kiên Bác Phi Thiên Vương, Ỷ Họa Phi Thiên Vương, và Chấp Nhật Phi Thiên Vương; mỗi vị có vài trăm ngàn quyến thuộc.

Có bốn vị kim sí điểu vương, gồm có: Đại Uy Đức Kim Sí Điểu Vương, Đại Thân Kim Sí Điểu Vương, Đại Mãn Kim Sí Điểu Vương, và Như Ý Kim Sí Điểu Vương; mỗi vị có vài trăm ngàn quyến thuộc.

Có vua Vị Sanh Oán, con của Phu nhân Thắng Diệu Thân, và vài trăm ngàn quyến thuộc.

Mỗi vị đều đảnh lễ với trán chạm sát chân của Phật, rồi lui xuống ngồi qua một bên.

Lúc bấy giờ bốn chúng đệ tử vây quanh, cúng dường cung kính, và tuyên dương tán thán Thế Tôn. Tiếp đến, Đức Phật thuyết Kinh Đại Thừa tên là Vô Lượng Nghĩa, là Pháp để giáo hóa Bồ-tát và được Phật hộ niệm.

Khi Phật thuyết Kinh đó xong, Ngài ngồi xếp bằng với tư thế hoa sen và vào Vô Lượng Nghĩa Xứ Đẳng Trì--thân tâm bất động.

Ngay lúc ấy, trời mưa hoa vi diệu âm, hoa vi diệu âm lớn, hoa nhu nhuyễn, và hoa nhu nhuyễn lớn để rải lên Đức Phật cùng các đại chúng. Khi đó, khắp thế giới của chư Phật đều chấn động sáu cách.

Lúc bấy giờ trong đại hội có những vị Bhikṣu, Bhikṣuṇī, Thanh Tín Nam, Thanh Tín Nữ, trời, rồng, quỷ tiệp tật, tầm hương thần, phi thiên, kim sí điểu, nghi thần, đại mãng xà, người và phi nhân, cùng các tiểu vương và Chuyển Luân Thánh Vương. Khi toàn thể đại chúng thấy được việc chưa từng có, họ vui mừng chắp tay và nhất tâm chăm chú nhìn Phật.

❖

Lúc bấy giờ Đức Phật phóng ra một luồng ánh sáng từ tướng bạch hào ở giữa đôi chân mày, chiếu soi 18.000 thế giới ở phương đông; không một nơi nào mà chẳng rọi tới, dưới đến tận Địa ngục Vô Gián, trên lên thấu trời Sắc Cứu Cánh. Từ thế giới này có thể thấy hết chúng sanh trong sáu đường ở các quốc độ kia.

Lại thấy chư Phật hiện tại ở các quốc độ kia, cùng nghe được Kinh Pháp mà chư Phật nơi ấy thuyết giảng, và cũng thấy các vị Bhikṣu, Bhikṣuṇī, Thanh Tín Nam, Thanh Tín Nữ, và những vị tu hành đắc Đạo ở đó.

Lại thấy chư đại Bồ-tát với đủ mọi nhân duyên, đủ mọi tín giải, và đủ mọi tướng mạo mà thực hành Đạo Bồ-tát.

Lại thấy chư Phật vào Cứu Cánh Tịch Diệt.

Lại thấy sau khi chư Phật vào Cứu Cánh Tịch Diệt, chúng đệ tử lấy xá-lợi của Phật mà xây tháp bảy báu.

Lúc bấy giờ Từ Thị Bồ-tát khởi niệm như vầy:

"Nay Thế Tôn hiện ra tướng thần biến. Vì nhân duyên gì mà có điềm lành đó? Bây giờ Đức Phật Thế Tôn đã vào Đẳng Trì, nhưng lại hiện ra điều hy hữu này, thật là chẳng thể nghĩ bàn. Ta sẽ phải hỏi ai đây? Và ai có thể giải đáp?"

Ngài lại nghĩ như vầy:

"Diệu Cát Tường Pháp Vương Tử đã từng thân cận và cúng dường vô lượng chư Phật quá khứ. Ngài tất nhiên phải thấy tướng hy hữu đó. Bây giờ ta hãy nên hỏi ngài."

Khi ấy các vị Bhikṣu, Bhikṣuṇī, Thanh Tín Nam, Thanh Tín Nữ, cùng chư thiên long quỷ thần đều khởi niệm như vầy:

"Bây giờ mình sẽ hỏi ai về quang minh và tướng thần thông này của Phật?"

Lúc bấy giờ Từ Thị Bồ-tát vì muốn giải đáp điều nghi vấn của mình, lại quán sát bốn chúng đệ tử--Bhikṣu, Bhikṣuṇī, Thanh Tín Nam, Thanh Tín Nữ--cùng tâm niệm của chư thiên long quỷ thần trong chúng hội, nên hỏi ngài Diệu Cát Tường rằng:

"[Nhân Giả!] Nhân duyên gì mà có tướng lành của thần thông này, phóng ánh sáng lớn chiếu đến 18.000 quốc độ ở phương đông và đều làm cho thấy những sự trang nghiêm ở quốc độ của chư Phật kia?"

❖

Tiếp đó Từ Thị Bồ-tát muốn tuyên lại nghĩa lý ở trên nên dùng kệ hỏi rằng:

"Nhân giả Diệu Cát Tường
Đạo Sư nhân duyên gì?
Bạch hào giữa chân mày
Chiếu khắp đại quang minh

Mưa hoa vi diệu âm
Hoa nhu nhuyễn cõi trời
Làn gió thơm đàn hương
Vui thích lòng đại chúng

Do bởi nhân duyên đó
Đại địa đều nghiêm tịnh
Lại ở thế giới này
Chấn động rung sáu cách

Khi ấy bốn bộ chúng
Ai nấy đều hoan hỷ
Thân an lòng vui sướng
Được điều chưa từng có

Ánh sáng giữa chân mày
Chiếu thấu đến phương đông
Mười tám ngàn quốc độ
Đều thành như sắc vàng

Từ dưới ngục Vô Gián
Trên đến Sắc Cứu Cánh
Trong các thế giới kia
Chúng sanh khắp sáu đường

Sanh tử ở các cõi
Thiện ác với nghiệp duyên
Thọ báo tốt hay xấu
Thảy đều hiện thấy rõ

Lại thấy các Đức Phật
Thánh Chủ Nhân Sư Tử
Diễn nói giảng Kinh điển
Vi diệu siêu đệ nhất

Âm thanh Ngài thanh tịnh
Vang ra tiếng nhu nhuyễn
Giáo hóa chư Bồ-tát
Nhiều vô số ức vạn

Phạn âm vi diệu sâu
Khiến người vui thích nghe
Ở nơi mỗi thế giới
Thuyết giảng tuyên Chánh Pháp

Với đủ mọi nhân duyên
Dùng vô lượng thí dụ
Hiển rõ Pháp của Phật
Khai ngộ các chúng sanh

Nếu người gặp khổ ách
Nhàm chán già bệnh chết
Thì nói về tịch diệt
Chấm dứt ranh giới khổ

Nếu người có phước báo
Bởi từng cúng dường Phật
Chí cầu Pháp thù thắng
Thì giảng Đạo Duyên Giác

Nếu có Phật tử nào
Tu tập mọi thực hành
Chí cầu vô thượng tuệ
Thì giảng Đạo thanh tịnh

Nhân giả Diệu Cát Tường
Tôi ở tại nơi đây
Thấy nghe việc như vậy
Cùng với ngàn ức sự
Rất nhiều việc như thế
Tôi nay sẽ nói sơ

Tôi thấy các quốc độ
Hằng sa chư Bồ-tát
Với đủ mọi nhân duyên
Mà cầu Đạo của Phật

Hoặc có vị bố thí
Vàng bạc với san hô
Trân châu và bảo châu
Xa cừ cùng mã não

Kim cang các trân bảo
Nô tỳ với xe cộ
Kiệu báu đồ trang sức
Hoan hỷ làm bố thí

Hồi hướng về Phật Đạo
Nguyện được Phật Thừa này
Đệ nhất trong ba cõi
Chư Phật đồng tán dương

Hoặc thấy có Bồ-tát
Bố thí xe quý báu
Có bốn ngựa, lọng hoa
Lan can với mái hiên

Lại thấy có Bồ-tát
Bố thí thịt của mình
Tay chân cùng vợ con
Vì cầu Đạo vô thượng

Lại thấy có Bồ-tát
Đầu mắt với thân thể
Vui vẻ làm bố thí
Vì cầu trí tuệ Phật

Nhân giả Diệu Cát Tường
Tôi thấy các quốc vương
Đi đến chỗ của Phật
Hỏi về Đạo vô thượng

Rồi lìa chốn vui sướng
Cung điện cùng thần thiếp
Cạo bỏ cắt râu tóc
Mà khoác lên Pháp y

Hoặc thấy có Bồ-tát
Xuất gia làm Bhikṣu
Một mình nơi yên tĩnh
Vui thích tụng Kinh điển

Lại thấy có Bồ-tát
Dũng mãnh luôn tinh tấn
Đi vào trong rừng sâu
Tư duy về Phật Đạo

Lại thấy người ly dục
Luôn ở nơi vắng vẻ
Tu tập tĩnh lự sâu
Chứng đắc năm thần thông

Lại thấy có Bồ-tát
Chắp tay an trụ định
Dùng trăm ngàn bài kệ
Tán thán chư Pháp Vương

Lại thấy có Bồ-tát
Trí sâu chí kiên cố
Có thể hỏi chư Phật
Nghe xong đều thọ trì

Lại thấy có Phật tử
Đầy đủ định và tuệ
Dùng vô lượng thí dụ
Giảng Pháp cho đại chúng

Hân hoan thuyết giảng Pháp
Giáo hóa chư Bồ-tát
Phá tan chúng ma binh
Đánh vang trống Chánh Pháp

Lại thấy có Bồ-tát
Tịch nhiên trong yên tĩnh
Trời rồng vây cung kính
Cảnh vui chẳng lay động

Lại thấy có Bồ-tát
Chiếu sáng chốn núi rừng
Cứu vớt địa ngục khổ
Khiến họ vào Phật Đạo

Lại thấy có Phật tử
Chưa từng mê say ngủ
Kinh hành trong núi rừng
Tinh cần cầu Phật Đạo

Lại thấy người giữ giới
Uy nghi chẳng khiếm khuyết
Thanh tịnh như bảo châu
Là vì cầu Phật Đạo

Lại thấy có Phật tử
Trụ ở sức an nhẫn
Dù kẻ tăng thượng mạn
Đánh đập và mắng chửi
Họ đều có thể nhẫn
Là vì cầu Phật Đạo

Lại thấy có Bồ-tát
Lánh xa chuyện phù phiếm
Cùng quyến thuộc ngu si
Chỉ gần gũi bậc trí

Nhất tâm trừ loạn tưởng
Nhiếp niệm trú núi rừng
Suốt ức ngàn vạn năm
Là vì cầu Phật Đạo

Hoặc thấy có Bồ-tát
Lấy thức ăn ngon lạ
Với trăm loại thuốc thang
Cúng dường Phật cùng Tăng

Quần áo xinh đẹp quý
Trị giá cả ngàn vạn
Hoặc lấy vô giá y
Cúng dường Phật cùng Tăng

Dùng ngàn vạn ức loại
Đàn hương với nhà báu
Các giường nệm thượng diệu
Cúng dường Phật cùng Tăng

Các viên lâm thanh tịnh
Trái cây hoa tươi tốt
Suối chảy ao tắm mát
Cúng dường Phật cùng Tăng

Cúng dường vật như thế
Đủ mọi sự vi diệu
Hoan hỷ chẳng mệt mỏi
Chí cầu Đạo vô thượng

Hoặc thấy có Bồ-tát
Thuyết giảng Pháp tịch diệt
Với đủ mọi phương tiện
Dạy vô số chúng sanh

Hoặc thấy có Bồ-tát
Quán sát tánh các pháp
Thật chẳng có hai tướng
Vắng lặng như hư không

Hoặc thấy có Phật tử
Tâm không chỗ chấp trước
Dùng trí tuệ thâm diệu
Chí cầu Đạo vô thượng

Nhân giả Diệu Cát Tường
Lại thấy có Bồ-tát
Sau khi Phật diệt độ
Cúng dường Phật xá-lợi

Lại thấy có Phật tử
Xây tạo các ngôi tháp
Vô số Hằng Hà sa
Trang nghiêm quốc độ ấy

Tháp báu vi diệu cao
Đến năm ngàn hạn lượng
Chiều dài và độ rộng
Là hai ngàn hạn lượng

Từng mỗi ngôi tháp kia
Có một ngàn tràng phan
Với rèm báu bao phủ
Chuông báu hòa nhã vang

Chư thiên long quỷ thần
Loài người cùng phi nhân
Dùng âm nhạc hoa hương
Thường lấy dâng cúng dường

Nhân giả Diệu Cát Tường
Các Phật tử như thế
Vì cúng dường xá-lợi
Trang nghiêm ngôi tháp kia

Quốc độ kia tự nhiên
Thù đặc đẹp vi diệu
Như thụ vương cõi trời
Lúc đến mùa hoa nở

Phật phóng một tia sáng
Tôi với đại chúng đây
Nhìn thấy quốc độ ấy
Muôn thứ đẹp thù diệu

Chư Phật sức uy thần
Trí tuệ rất hiếm có
Phóng một tịnh quang minh
Chiếu vô lượng quốc độ

Khi chúng tôi trông thấy
Được sự chưa từng có
Nhân giả Diệu Cát Tường
Xin trừ đại chúng nghi

Bốn chúng hân hoan nhìn
Trông ngóng ngài và tôi
Vì sao Đức Thế Tôn
Phóng ra tia sáng này?

Nhân Giả xin hãy nói
Đoạn nghi sanh hoan hỷ
Lợi ích như thế nào
Khi phóng tia sáng ấy?

Phật ngồi ở Đạo Tràng
Diệu Pháp Ngài chứng đắc
Có phải muốn thuyết giảng
Hay là sẽ thọ ký?

Thị hiện các cõi Phật
Thanh tịnh trang nghiêm báu
Cùng thấy chư Như Lai
Nhân duyên này chẳng nhỏ

Nhân Giả phải biết rằng
Bốn chúng cùng long thần
Ngóng trông ở nơi ngài
Mong nói nhân duyên gì"

❖

Lúc bấy giờ ngài Diệu Cát Tường nói với Từ Thị Đại Bồ-tát và các vị Đại Sĩ rằng:

"Các thiện nam tử! Theo như tôi nghĩ thì bây giờ Đức Phật Thế Tôn muốn thuyết giảng Pháp lớn, tuôn mưa Pháp lớn, thổi loa Pháp lớn, đánh trống Pháp lớn, và diễn nghĩa Pháp lớn.

Các thiện nam tử! Ở chư Phật quá khứ, tôi đã từng thấy qua điềm lành này. Sau khi phóng ra ánh sáng đó xong, chư Phật liền tuyên nói đại Pháp. Vì thế phải biết rằng, bây giờ Đức Phật hiện ra ánh sáng này thì cũng lại như vậy. Đức Phật muốn khiến chúng sanh đều nghe và biết được Pháp mà hết thảy thế gian rất khó tin, cho nên Ngài mới thị hiện điềm lành đó.

Các thiện nam tử! Đây cũng giống như vào thuở quá khứ vô lượng vô biên bất khả tư nghị vô số kiếp. Lúc ấy có Đức Phật, hiệu là Nhật Nguyệt Đăng Minh Như Lai, Ưng Cúng, Chánh Biến Tri, Minh Hành Túc, Thiện Thệ, Thế Gian Giải, Vô Thượng Sĩ, Điều Ngự Trượng Phu, Thiên Nhân Sư, Phật Thế Tôn. Đức Thế Tôn kia diễn nói Chánh Pháp ở lúc đầu, lúc giữa, và lúc cuối thảy đều tốt. Nghĩa đó sâu xa, lời nói thiện xảo vi diệu, thuần nhất không hỗn tạp, và đầy đủ các tướng của tịnh hành.

Vì người cầu Thanh Văn, Ngài ứng cơ thuyết Pháp Bốn Thánh Đế để họ thoát khỏi sanh già bệnh chết và đạt đến Cứu Cánh Tịch Diệt.

Vì người cầu Độc Giác, Ngài ứng cơ thuyết Pháp 12 Duyên Khởi.

Vì chư Bồ-tát, Ngài ứng cơ thuyết Pháp Sáu Độ, để khiến họ đắc Vô Thượng Chánh Đẳng Chánh Giác và thành tựu Nhất Thiết Chủng Trí.

Tiếp đó lại có Đức Phật, cũng hiệu là Nhật Nguyệt Đăng Minh. Kế đến lại có Đức Phật, cũng hiệu là Nhật Nguyệt Đăng Minh. 20.000 vị Phật như thế đều đồng một danh hiệu, gọi là Nhật Nguyệt Đăng Minh. Lại cũng đồng một họ, gọi là Lợi Căn.

Ngài Từ Thị! Nên biết rằng, vị Phật đầu tiên đến vị Phật cuối cùng đều đồng một danh hiệu, gọi là Nhật Nguyệt Đăng Minh--đầy đủ mười danh hiệu. Pháp thuyết giảng ở lúc đầu, lúc giữa, và lúc cuối thảy đều tốt.

Lúc Đức Phật sau cùng còn chưa xuất gia, ngài có tám vương tử:

- vị vương tử thứ nhất tên là Hữu Ý
- vị vương tử thứ nhì tên là Thiện Ý
- vị vương tử thứ ba tên là Vô Lượng Ý
- vị vương tử thứ tư tên là Bảo Ý
- vị vương tử thứ năm tên là Tăng Ý
- vị vương tử thứ sáu tên là Trừ Nghi Ý
- vị vương tử thứ bảy tên là Hưởng Ý
- vị vương tử thứ tám tên là Pháp Ý

Tám vị vương tử này có uy đức tự tại và mỗi vị thống lãnh bốn châu thiên hạ. Khi nghe tin phụ vương xuất gia và đắc Vô Thượng Chánh Đẳng Chánh Giác, các vị vương tử này đều từ bỏ vương vị của mình và cùng theo cha xuất gia. Họ phát tâm ở Đại Thừa và luôn tu tịnh hành. Khi tất cả đã trở thành Pháp sư, họ gieo trồng căn lành ở chỗ của trăm ngàn chư Phật.

Lúc bấy giờ, Đức Phật Nhật Nguyệt Đăng Minh thuyết Kinh Đại Thừa tên là Vô Lượng Nghĩa, là Pháp để giáo hóa Bồ-tát và được Phật hộ niệm.

Khi Đức Phật kia thuyết Kinh đó xong, Ngài liền ở giữa đại chúng, ngồi xếp bằng với tư thế hoa sen và vào Vô Lượng Nghĩa Xứ Đẳng Trì--thân tâm bất động.

Ngay lúc ấy, trời mưa hoa vi diệu âm, hoa vi diệu âm lớn, hoa nhu nhuyễn, và hoa nhu nhuyễn lớn để rải lên Đức Phật cùng các đại chúng. Khi đó, khắp thế giới của chư Phật đều chấn động sáu cách.

Lúc bấy giờ trong đại hội có những vị Bhikṣu, Bhikṣuṇī, Thanh Tín Nam, Thanh Tín Nữ, trời, rồng, quỷ tiệp tật, tầm hương thần, phi thiên, kim sí điểu, nghi thần, đại mãng xà, người và phi nhân, cùng các tiểu vương và Chuyển Luân Thánh Vương. Khi toàn thể đại chúng thấy được việc chưa từng có, họ vui mừng chắp tay và nhất tâm chăm chú nhìn Phật.

Lúc bấy giờ Như Lai kia phóng một luồng ánh sáng từ tướng bạch hào ở giữa đôi chân mày, chiếu soi 18.000 cõi Phật ở phương đông, không một nơi nào mà chẳng rọi tới. Đây cũng như các cõi Phật hiện đang thấy bây giờ.

Ngài Từ Thị! Nên biết rằng, thuở ấy trong đại hội kia có 20 ức Bồ-tát và họ đều vui thích nghe Pháp. Khi chư Bồ-tát đó thấy ánh sáng này chiếu khắp cõi Phật, họ được điều chưa từng có và muốn biết nhân duyên gì mà Đức Phật phóng ra quang minh ấy.

Khi đó có một vị Bồ-tát tên là Diệu Quang; ngài có 800 đệ tử. Lúc ấy Đức Phật Nhật Nguyệt Đăng Minh từ Đẳng Trì dậy, Ngài vì Diệu Quang Bồ-tát mà thuyết Kinh Đại Thừa, tên là Diệu Pháp Liên Hoa, là Pháp để giáo hóa Bồ-tát và được Phật hộ niệm.

Trải qua 60 tiểu kiếp, Ngài chẳng rời khỏi Pháp tòa. Thính chúng trong đại hội kia cũng ngồi yên một chỗ đến 60 tiểu kiếp--thân tâm bất động. Họ nghe Phật thuyết Pháp suốt 60 tiểu kiếp mà thời gian tưởng chừng như một bữa ăn. Thuở ấy trong đại chúng, không một người nào mà thân hoặc tâm sanh mệt mỏi.

Khi Đức Phật Nhật Nguyệt Đăng Minh đã trải qua 60 tiểu kiếp nói Kinh đó xong, Ngài ở giữa đại chúng, bao gồm Phạm Vương, ma, Đạo Nhân, Phạm Chí, cùng trời, người và phi thiên mà tuyên nói lời thế này:

'Giữa đêm nay Như Lai sẽ vào Vô Dư Y Tịch Diệt.'

Thuở ấy có một vị Bồ-tát được Đức Phật Nhật Nguyệt Đăng Minh thọ ký, tên là Đức Tạng.

Đức Phật kia bảo các vị Bhikṣu rằng:

'Đức Tạng Bồ-tát này đây kế đến sẽ làm Phật, hiệu là Tịnh Thân Như Lai, Ưng Cúng, Chánh Đẳng Giác.'

Khi Đức Phật kia thọ ký xong thì vào lúc nửa đêm, Ngài vào Vô Dư Y Tịch Diệt. Sau khi Đức Phật kia diệt độ, Diệu Quang Bồ-tát thọ trì Kinh Diệu Pháp Liên Hoa và diễn nói cho người khác suốt 80 tiểu kiếp. Tám con trai của Đức Phật Nhật Nguyệt Đăng Minh đều tôn Diệu Quang Bồ-tát làm thầy. Diệu Quang Bồ-tát giáo hóa và khiến họ kiên cố ở Vô Thượng Chánh Đẳng Chánh Giác.

Khi tám vị vương tử này đã cúng dường vô lượng tỷ ức chư Phật xong, họ đều thành tựu Phật Đạo. Vị thành Phật cuối cùng tên là Nhiên Đăng.

Trong số 800 đệ tử của Diệu Quang Bồ-tát, có một người tên là Cầu Danh, rất tham trước lợi dưỡng. Tuy cũng đọc tụng Kinh điển nhưng chẳng thấu hiểu và phần lớn quên mất, cho nên mới gọi là Cầu Danh. Do bởi nhân duyên gieo trồng căn lành nên vị này cũng gặp vô lượng trăm ngàn ức chư Phật, cung kính cúng dường, và tôn trọng tán thán.

Ngài Từ Thị! Nên biết rằng, Diệu Quang Bồ-tát lúc ấy, chẳng ai xa lạ, chính là tiền thân của tôi đây. Còn Cầu Danh Bồ-tát chính là tiền thân của ngài đấy.

Điềm lành trông thấy bây giờ và lúc xưa đều giống nhau không khác. Cho nên tôi nghĩ rằng, nay Như Lai sẽ thuyết Kinh Đại Thừa tên là Diệu Pháp Liên Hoa, là Pháp để giáo hóa Bồ-tát và được Phật hộ niệm."

❖

Lúc bấy giờ ngài Diệu Cát Tường ở giữa đại chúng muốn tuyên lại nghĩa lý ở trên nên nói kệ rằng:

"Tôi nhớ thuở quá khứ
Vô lượng vô số kiếp
Có Phật Nhân Trung Tôn
Hiệu Nhật Nguyệt Đăng Minh

Thế Tôn diễn nói Pháp
Độ vô lượng chúng sanh
Vô số ức Bồ-tát
Khiến vào trí tuệ Phật

Lúc Phật chưa xuất gia
Ngài có tám vương tử
Thấy Đại Thánh xuất gia
Cũng theo tu tịnh hành

Bấy giờ Phật thuyết Kinh
Đại Thừa Vô Lượng Nghĩa
Ngài ở giữa đại chúng
Rộng phân biệt cho họ

Khi Phật thuyết Kinh xong
Liền ở trên Pháp tòa
Ngồi xếp bằng nhập định
Tên Vô Lượng Nghĩa Xứ

Mưa hoa vi diệu âm
Trống trời tự nhiên vang
Chư thiên long quỷ thần
Cúng dường Nhân Trung Tôn

Hết thảy các cõi Phật
Lập tức chấn động lớn
Phật phóng quang giữa mày
Hiện các việc hy hữu

Tia sáng chiếu phương đông
Mười tám ngàn cõi Phật
Hiển thị mọi chúng sanh
Nơi nghiệp báo sanh tử

Thấy có các cõi Phật
Dùng châu báu trang nghiêm
Lưu ly màu pha lê
Đều do Phật quang chiếu

Cùng thấy trời và người
Long thần quỷ tiệp tật
Nghi thần tầm hương thần
Ai nấy cúng dường Phật

Lại thấy chư Như Lai
Tự nhiên thành Phật Đạo
Thân sắc tựa núi vàng
Đoan nghiêm thật vi diệu

Như trong tịnh lưu ly
Hiện ra ảnh vàng ròng
Thế Tôn giữa đại chúng
Diễn nói Pháp nghĩa thâm

Mỗi một cõi Phật có
Vô số bậc Thanh Văn
Do Phật quang chiếu soi
Đều thấy đại chúng kia

Hoặc có các Bhikṣu
Cư trú trong núi rừng
Tinh tấn trì tịnh giới
Như bảo hộ minh châu

Lại thấy chư Bồ-tát
Tu hành Pháp Sáu Độ
Số ấy như Hằng sa
Đều do Phật quang chiếu

Lại thấy chư Bồ-tát
Vào sâu trong tĩnh lự
Thân tâm tịch bất động
Chí cầu Đạo vô thượng

Lại thấy chư Bồ-tát
Biết pháp, tướng tịch diệt
Mỗi vị, quốc độ mình
Thuyết Pháp cầu Phật Đạo

Khi đó bốn chúng thấy
Nhật Nguyệt Đăng Minh Phật
Hiện sức đại thần thông
Tâm họ đều hoan hỷ
Ai nấy đều hỏi nhau

'Nhân duyên này là sao?'

Thế Tôn Thiên Nhân Sư
Liền từ Đẳng Trì dậy
Khen Diệu Quang Bồ-tát

'Ông là mắt thế gian
Tất cả đều quy tín
Pháp tạng khéo phụng trì
Pháp do Ta thuyết giảng
Duy ông mới chứng biết'

Thế Tôn ngợi khen xong
Khiến Diệu Quang hoan hỷ
Thuyết Kinh Pháp Hoa này
Trọn sáu mươi tiểu kiếp

Ngài chẳng rời Pháp tòa
Giảng vô thượng diệu Pháp
Pháp sư Diệu Quang ấy
Đều có thể thọ trì

Phật giảng Pháp Hoa xong
Khiến đại chúng hoan hỷ
Liền ở trong ngày đó
Ngài bảo trời và người

'Nghĩa thật tướng các pháp
Đã nói cho các ông
Ở vào giữa đêm nay
Ta sẽ vào tịch diệt

Các ông phải nhất tâm
Tinh tấn chớ buông lung
Dù một lần gặp Phật
Ức kiếp cũng khó được'

Các đệ tử Thế Tôn
Nghe Phật vào tịch diệt
Ai nấy đều buồn bã

'Sao Phật vội diệt độ!'

Thánh Chủ bậc Pháp Vương
An ủi vô lượng chúng

'Sau khi Ta diệt độ
Các ông chớ lo sợ
Đức Tạng Bồ-tát này
Vô lậu chân thật tướng
Tâm đã được thông đạt
Kế đến sẽ làm Phật
Danh hiệu là Tịnh Thân
Cũng độ vô lượng chúng'

Đêm đó Phật diệt độ
Như củi hết lửa tắt
Phân phát các xá-lợi
Khởi xây vô lượng tháp

Bhikṣu Bhikṣuṇī
Số ấy như Hằng sa
Tinh tấn tăng gấp bội
Chí cầu Đạo vô thượng

Pháp sư Diệu Quang này
Phụng trì Phật Pháp tạng
Trong tám mươi tiểu kiếp
Rộng giảng Kinh Pháp Hoa

Còn tám vương tử đó
Được Diệu Quang giáo hóa
Kiên cố Đạo vô thượng
Họ thấy vô số Phật

Cúng dường chư Phật xong
Tùy thuận hành Đại Đạo
Tiếp đến sẽ thành Phật
Triển chuyển thọ ký nhau

Sau cùng Thiên Trung Thiên
Hiệu là Nhiên Đăng Phật
Đạo Sư của chư tiên
Độ thoát vô lượng chúng

Pháp sư Diệu Quang này
Ngài có một đệ tử
Tâm thường hay lười biếng
Tham trước nơi danh lợi

Cầu danh lợi không chán
Hay đến nhà quyền quý
Xao lãng việc tụng niệm
Quên mất chẳng rõ thông

Do vì nguyên nhân ấy
Tên gọi là Cầu Danh
Bởi cũng làm việc lành
Nên gặp vô số Phật

Cúng dường các Đức Phật
Tùy thuận hành Đại Đạo
Đầy đủ Pháp Sáu Độ
Nay thấy Đức Năng Nhân

Về sau sẽ thành Phật
Danh hiệu là Từ Thị
Rộng độ các chúng sanh
Số ấy vô hạn lượng

Phật kia diệt độ rồi
Người lười biếng là ông
Còn Pháp sư Diệu Quang
Nay tức là thân tôi

Tôi thấy Đăng Minh Phật
Ánh sáng xưa như nay
Liền biết Phật bây giờ
Muốn giảng Kinh Pháp Hoa

Điềm tướng nay như xưa
Là chư Phật phương tiện
Nay Phật phóng quang minh
Giúp hiển nghĩa thật tướng

Nay đại chúng nên biết
Chắp tay thành tâm đợi
Phật sẽ rưới mưa Pháp
Mãn nguyện người cầu Đạo

Những ai cầu Ba Thừa
Nếu như có nghi hối
Phật sẽ đoạn trừ sạch
Khiến một chút chẳng còn"

Lúc bấy giờ Thế Tôn từ Đẳng Trì an tường mà dậy, rồi bảo ngài Thu Lộ Tử rằng:

"Trí tuệ của chư Phật sâu xa vô lượng. Cánh cổng của trí tuệ này khó vào và khó hiểu. Tất cả Thanh Văn cùng Độc Giác đều không thể biết.

Vì sao thế? Bởi Phật đã từng thân cận tỷ ức vô số chư Phật, tu hành hết thảy vô lượng Đạo Pháp của chư Phật, dũng mãnh tinh tấn, danh xưng vang khắp chốn, thành tựu các Pháp sâu xa chưa từng có, và tùy thuận thích nghi thuyết giảng những nghĩa thú khó lý giải.

Này Thu Lộ Tử! Từ khi thành Phật đến nay, Ta đã dùng đủ mọi nhân duyên cùng đủ mọi thí dụ để rộng diễn giải giáo Pháp. Với vô số phương tiện, Ta chỉ dẫn chúng sanh và khiến họ lìa mọi chấp trước.

Vì sao thế? Bởi Như Lai đã hoàn toàn viên mãn phương tiện, tri kiến, và các Pháp Đến Bờ Kia.

Này Thu Lộ Tử! Tri kiến của Như Lai quảng đại và thâm sâu vô lượng. Như Lai có Mười Lực vô ngại, Bốn Không Sợ Hãi, tĩnh lự, giải thoát, và Đẳng Trì. Như Lai vào sâu vô biên tế và thành tựu tất cả Pháp chưa từng có.

Này Thu Lộ Tử! Như Lai có thể phân biệt đủ mọi việc, thiện xảo thuyết giảng các pháp, và với ngôn từ nhu nhuyễn mà làm vui lòng chúng sanh.

Này Thu Lộ Tử! Nói tóm lại, vô lượng vô biên Pháp chưa từng có, Phật thảy đều thành tựu.

Thôi đi, Thu Lộ Tử! Không cần phải nói thêm gì nữa.

Vì sao thế? Bởi các Pháp đệ nhất, hiếm có, và khó liễu giải mà Phật đã thành tựu, chỉ Phật với Phật mới có thể thông suốt thật tướng các pháp. Các pháp như là:
- tướng như vậy,
- tánh như vậy,
- thể như vậy,
- lực như vậy,
- tác như vậy,
- nhân như vậy,
- duyên như vậy,
- quả như vậy,
- báo như vậy,
- và cứu cánh bình đẳng từ đầu đến cuối như vậy."

❖

Lúc bấy giờ Thế Tôn muốn tuyên lại nghĩa lý ở trên nên nói kệ rằng:

"Thế Hùng chẳng thể lường
Chư thiên và thế nhân
Tất cả chúng sanh loại
Đều chẳng ai biết Phật

Mười Lực Vô Sở Úy
Giải thoát các Đẳng Trì
Cùng Pháp khác của Phật
Không ai có thể lường

Từng hầu vô số Phật
Tu hành trọn các đạo
Pháp vi diệu sâu xa
Khó thấy khó liễu giải

Ở vô lượng ức kiếp
Tu các đạo này rồi
Đạo Tràng chứng đắc Quả
Ta đều đã thấy biết

Đại quả báo như thế
Đủ mọi tánh tướng nghĩa
Ta cùng mười phương Phật
Mới khéo biết việc ấy

Pháp này chẳng thể chỉ
Ngôn từ tướng tịch diệt
Hết mọi loài chúng sanh
Không ai liễu giải được
Duy trừ chư Bồ-tát
Với tín lực kiên cố

Các đệ tử của Phật
Từng cúng dường chư Phật
Tất cả lậu đã hết
Trụ ở thân cuối cùng
Sức các vị như thế
Cũng chẳng thể kham thọ

Giả sử khắp thế gian
Đều như Thu Lộ Tử
Cùng nhau mà suy lường
Chẳng thể rõ trí Phật

Cho dù khắp mười phương
Đều như Thu Lộ Tử
Và các đệ tử khác
Cũng đầy mười phương cõi
Cùng nhau mà suy lường
Cũng lại chẳng thể biết

Độc Giác bậc lợi trí
Vô lậu thân cuối cùng
Cũng đầy mười phương cõi
Số ấy như rừng trúc

Nhất tâm cùng suy lường
Suốt vô lượng ức kiếp
Suy nghĩ thật trí Phật
Tí ti cũng chẳng biết

Sơ phát tâm Bồ-tát
Cúng dường vô số Phật
Liễu đạt các nghĩa thú
Lại thiện xảo thuyết Pháp
Như lúa gai trúc lau
Đầy khắp mười phương cõi
Nhất tâm dùng diệu trí
Trong Hằng Hà sa kiếp
Đều cùng nhau suy lường
Cũng chẳng biết trí Phật

Bồ-tát không thoái chuyển
Số ấy như Hằng sa
Nhất tâm đồng muốn nghĩ
Cũng chẳng thể liễu tri

Lại nữa Thu Lộ Tử
Vô lậu chẳng nghĩ bàn
Pháp vi diệu sâu xa
Ta nay đã viên mãn
Duy Ta biết tướng này
Mười phương Phật cũng vậy

Thu Lộ Tử nên biết
Lời chư Phật không khác
Pháp của chư Phật nói
Ông nên sanh tín lực
Pháp Thế Tôn sau cùng
Chân thật phải nói ra

Ta bảo các Thanh Văn
Người cầu Duyên Giác Thừa
Ta khiến thoát khổ lụy
Và sẽ được tịch diệt

Phật dùng sức phương tiện
Khai thị Pháp Ba Thừa
Chúng sanh chấp mọi điều
Dẫn họ thoát ra khỏi"

❖

Lúc bấy giờ trong đại chúng có những vị Thanh Văn, bậc Ứng Chân với các lậu đã chấm dứt, Tôn giả Giải Bổn Tế với các vị khác như thế, 1.200 người cả thảy, cùng những vị Bhikṣu, Bhikṣuṇī, Thanh Tín Nam, và Thanh Tín Nữ đã phát tâm muốn trở thành Thanh Văn hay Độc Giác.

Mỗi vị đều nghĩ như vầy:

"Vì sao bây giờ Thế Tôn lại ân cần tuyên dương và ngợi khen phương tiện mà nói rằng,

'Pháp của Phật chứng đắc rất sâu xa và khó liễu giải, lời nói và ý thú của Phật khó biết. Tất cả Thanh Văn cùng Độc Giác đều chẳng thể thấu rõ.'

Phật đã nói một nghĩa lý của giải thoát. Chúng ta cũng đã đắc Pháp này và đã đến tịch diệt. Nhưng giờ đây chúng ta vẫn chẳng biết nghĩa này sẽ hướng về đâu."

Lúc bấy giờ ngài Thu Lộ Tử biết trong lòng của bốn chúng đệ tử có điều nghi và tự biết mình cũng chưa hiểu rõ, nên bạch Phật rằng:

"Bạch Thế Tôn! Vì nhân duyên gì mà Như Lai ân cần tuyên dương và ngợi khen phương tiện đệ nhất của chư Phật, là Pháp vi diệu sâu xa khó liễu giải? Từ xưa đến giờ, con chưa từng nghe Phật nói điều như thế. Nay bốn chúng đệ tử đều có chỗ nghi. Kính mong Thế Tôn hãy diễn giải việc ấy. Vì sao Thế Tôn ân cần tuyên dương và tán thán Pháp vi diệu sâu xa khó liễu giải?"

Lúc bấy giờ ngài Thu Lộ Tử muốn tuyên lại nghĩa lý ở trên nên nói kệ rằng:

"Tuệ nhật Đại Thánh Tôn
Sau cuối thuyết Pháp này
Nói điều Ngài chứng đắc
Đẳng Trì, Lực, Vô Úy
Tĩnh lự và giải thoát
Pháp chẳng thể nghĩ bàn

Đắc Pháp ở Đạo Tràng
Không ai có thể hỏi
Đến con khó liễu giải
Cũng chẳng biết hỏi ai
Không hỏi mà tự nói
Xưng tán Đạo tu hành
Trí tuệ vi diệu sâu
Sở đắc của chư Phật

Vô lậu bậc Ưng Chân
Cùng người cầu tịch diệt
Nay đều sa lưới nghi
Vì sao Phật nói thế?

Người cầu Đạo Duyên Giác
Bhikṣu Bhikṣuṇī
Chư thiên long quỷ thần
Cùng chúng tầm hương thần

Nhìn nhau trông ngơ ngác
Chiêm ngưỡng Lưỡng Túc Tôn
'Việc này là thế nào?
Nguyện Phật hãy giảng giải'

Ở trong Thanh Văn chúng
Phật nói con đệ nhất
Nhưng nay với trí con
Chẳng thể giải điều nghi
Có phải Pháp cứu cánh?
Hay là chỗ hành Đạo?

Phật tử miệng Phật sanh
Chắp tay chiêm ngưỡng trông
Nguyện tuôn vi diệu âm
Mong nói điều chân thật

Chư thiên long quỷ thần
Số ấy như Hằng sa
Bồ-tát cầu Phật Đạo
Tổng số có tám vạn

Vạn ức cõi phương khác
Chuyển Luân Thánh Vương đến
Chắp tay lòng thành khẩn
Muốn nghe Đạo viên mãn"

❖

Lúc bấy giờ Phật bảo ngài Thu Lộ Tử:

"Thôi đi! Thôi đi! Không cần phải nói thêm gì nữa. Nếu Ta nói việc này thì chư thiên cùng loài người trong tất cả thế gian đều sẽ kinh sợ và sanh lòng hoài nghi."

Ngài Thu Lộ Tử lại thưa với Phật rằng:

"Thưa Thế Tôn! Kính mong hãy nói! Kính mong hãy nói!

Vì sao thế? Bởi trong đại hội này có vô số tỷ ức vô số chúng sanh đã từng thấy chư Phật, có các căn lanh lợi và trí tuệ sáng suốt. Khi nghe Phật nói, họ liền có thể cung kính và tín thọ."

Lúc bấy giờ ngài Thu Lộ Tử muốn tuyên lại nghĩa lý ở trên nên nói kệ rằng:

"Pháp Vương Vô Thượng Tôn
Xin nói chớ lưỡng lự
Hội này vô lượng chúng
Họ có thể kính tin"

Đức Phật lại cản ngài Thu Lộ Tử:

"Nếu Ta nói việc này thì trời, người, và phi thiên trong tất cả thế gian đều sẽ kinh sợ và sanh lòng hoài nghi. Còn những Bhikṣu tăng thượng mạn sẽ rơi xuống hầm lửa lớn."

Lúc bấy giờ Thế Tôn tuyên lại nghĩa lý ở trên với bài kệ rằng:

"Thôi thôi đừng nói nữa
Pháp Ta diệu vô cùng
Những ai tăng thượng mạn
Khi nghe chẳng kính tin"

Lúc bấy giờ ngài Thu Lộ Tử lại thưa với Phật rằng:

"Thưa Thế Tôn! Kính mong hãy nói! Kính mong hãy nói! Bây giờ ở trong đại hội này có một tỷ ức vị bằng như con. Đời đời họ đã từng thọ nhận sự giáo hóa của Phật. Người như thế tất sẽ có thể cung kính và tín thọ. Trong đêm dài, họ sẽ được an ổn và có nhiều lợi ích."

Lúc bấy giờ ngài Thu Lộ Tử muốn tuyên lại nghĩa lý ở trên nên nói kệ rằng:

"Vô thượng Lưỡng Túc Tôn
Xin nói Pháp đệ nhất
Con là Phật trưởng tử
Rủ lòng phân biệt nói

Hội này vô lượng chúng
Sẽ kính tin Pháp này
Phật đã từng đời đời
Giáo hóa người như thế

Một lòng đồng chắp tay
Muốn nghe lời Phật dạy
Chúng con một ngàn hai
Cùng người cầu Phật Đạo

Nguyện vì đại chúng đây
Rủ lòng phân biệt nói
Khi họ nghe Pháp này
Liền sanh đại hoan hỷ"

Lúc bấy giờ Thế Tôn bảo ngài Thu Lộ Tử:

"Ông đã ân cần thỉnh cầu đến ba lần, làm sao Như Lai chẳng thể không nói. Ông nay lắng nghe và khéo tư duy. Ta sẽ phân biệt và giảng giải cho ông."

❖

Khi nói lời ấy xong, trong đại hội có 5.000 vị, gồm có Bhikṣu, Bhikṣuṇī, Thanh Tín Nam, và Thanh Tín Nữ, liền từ chỗ ngồi đứng dậy, đảnh lễ Phật rồi cáo lui.

Vì sao thế? Bởi tội căn của những hạng người đó thâm trọng và còn tăng thượng mạn. Chưa đắc mà nói đã đắc. Chưa chứng mà nói đã chứng. Với các lỗi lầm như thế nên họ chẳng thể ở lại. Thế Tôn lặng yên và không ngăn cản họ.

Lúc bấy giờ Phật bảo ngài Thu Lộ Tử:

"Đại chúng của Ta bây giờ đã không còn cành và lá mà chỉ toàn thân cây.

Này Thu Lộ Tử! Hạng người tăng thượng mạn như thế rời đi cũng tốt. Ông nay hãy lắng nghe. Ta sẽ thuyết giảng cho ông."

Ngài Thu Lộ Tử thưa rằng:

"Dạ vâng, thưa Thế Tôn! Con vui thích muốn nghe."

❖

Phật bảo ngài Thu Lộ Tử:

"Diệu Pháp của chư Phật Như Lai chỉ nói trong một dịp đặc biệt, như hoa linh thụy rất lâu mới nở một lần.

Này Thu Lộ Tử! Các ông nên tín thọ lời của Ta nói. Đó là vì lời của Phật quyết không hư vọng.

Này Thu Lộ Tử! Chư Phật tùy thuận thích nghi thuyết Pháp, nghĩa thú ấy khó lý giải.

Vì sao thế? Bởi Ta dùng vô số phương tiện cùng đủ mọi nhân duyên và ngôn từ thí dụ để diễn nói các Pháp. Các Pháp này chẳng thể suy lường hay phân biệt mà có thể lý giải được. Duy chỉ có chư Phật mới có thể biết chúng.

Vì sao thế? Bởi chư Phật Thế Tôn xuất hiện ở thế gian chỉ vì một đại sự nhân duyên.

Này Thu Lộ Tử! Chư Phật Thế Tôn xuất hiện ở thế gian chỉ vì một đại sự nhân duyên nghĩa là sao?

- Chư Phật Thế Tôn xuất hiện ở thế gian là vì muốn khiến chúng sanh Mở Tri Kiến của Phật để được thanh tịnh.

- Chư Phật Thế Tôn xuất hiện ở thế gian là vì muốn khiến chúng sanh Thấy Tri Kiến của Phật.
- Chư Phật Thế Tôn xuất hiện ở thế gian là vì muốn khiến chúng sanh Hiểu Tri Kiến của Phật.
- Chư Phật Thế Tôn xuất hiện ở thế gian là vì muốn khiến chúng sanh Vào Tri Kiến của Phật.

Này Thu Lộ Tử! Đây là những việc của một đại sự nhân duyên mà chư Phật xuất hiện ở thế gian."

❖

Phật bảo ngài Thu Lộ Tử:

"Chư Phật Như Lai chỉ giáo hóa Bồ-tát. Mọi việc làm của chư Phật luôn chỉ vì một việc: đó là khai ngộ chúng sanh đến tri kiến của Phật.

Này Thu Lộ Tử! Như Lai chỉ dùng một Phật Thừa để thuyết Pháp cho chúng sanh. Không có thừa nào khác, không hai cũng không ba.

Này Thu Lộ Tử! Pháp của tất cả chư Phật ở mười phương cũng lại như vậy.

Này Thu Lộ Tử! Chư Phật vào thuở quá khứ đã dùng vô lượng vô số phương tiện cùng đủ mọi nhân duyên và ngôn từ thí dụ mà diễn nói các Pháp cho chúng sanh. Các Pháp này đều là vì một Phật Thừa. Khi những chúng sanh này nghe Pháp từ chư Phật thì cứu cánh đều sẽ đắc Nhất Thiết Chủng Trí.

Này Thu Lộ Tử! Vào đời vị lai, chư Phật xuất hiện ở thế gian cũng sẽ dùng vô lượng vô số phương tiện cùng đủ mọi nhân duyên và ngôn từ thí dụ mà diễn nói các Pháp cho chúng sanh. Các Pháp này đều là vì một Phật Thừa. Khi những chúng sanh này nghe Pháp từ chư Phật thì cứu cánh đều sẽ đắc Nhất Thiết Chủng Trí.

Này Thu Lộ Tử! Hiện tại ở vô lượng tỷ ức cõi Phật trong mười phương, chư Phật Thế Tôn đang làm nhiều việc lợi ích an vui cho chúng sanh. Chư Phật đó cũng đang dùng vô lượng vô số phương tiện cùng đủ mọi nhân duyên và ngôn từ thí dụ mà diễn nói các Pháp cho chúng sanh. Các Pháp này đều là vì một Phật Thừa. Khi những chúng sanh này nghe Pháp từ chư Phật thì cứu cánh đều sẽ đắc Nhất Thiết Chủng Trí.

Này Thu Lộ Tử! Chư Phật đó chỉ giáo hóa Bồ-tát là vì chư Phật muốn chỉ dẫn chúng sanh thấy tri kiến của Phật, muốn giác ngộ chúng sanh đến tri kiến của Phật, và muốn dẫn chúng sanh vào tri kiến của Phật.

Này Thu Lộ Tử! Ta nay cũng lại như vậy. Ta biết các chúng sanh có đủ mọi điều mong muốn với tùy theo căn tánh mà cõi lòng bám vào, nên Như Lai dùng đủ mọi nhân duyên cùng ngôn từ thí dụ và sức phương tiện mà thuyết Pháp cho họ.

Này Thu Lộ Tử! Ta làm như thế để họ đều đắc Nhất Thiết Chủng Trí của một Phật Thừa.

Này Thu Lộ Tử! Ở các thế giới trong mười phương còn chẳng có hai thừa, huống nữa là ba.

Này Thu Lộ Tử! Chư Phật xuất hiện trong đời ác năm trược, bao gồm: ô trược của thời gian, ô trược của cái thấy, ô trược của phiền não, ô trược của chúng sanh, và ô trược của thọ mạng.

Vì thế, Thu Lộ Tử! Do bởi ở trong kiếp ô trược hỗn loạn, chúng sanh tạo nghiệp nặng bất tịnh, tham lam đố kỵ, và thành tựu các căn chẳng lành, cho nên chư Phật dùng sức phương tiện ở trong một Phật Thừa mà phân biệt nói có ba.

Này Thu Lộ Tử! Nếu có đệ tử của Ta tự gọi mình là bậc Ưng Chân hay Độc Giác mà chẳng nghe chẳng biết gì về việc chư Phật Như Lai chỉ giáo hóa Bồ-tát, thì người ấy không phải là đệ tử của Phật, cũng chẳng phải là bậc Ưng Chân hay Độc Giác.

Lại nữa, Thu Lộ Tử! Các vị Bhikṣu hoặc Bhikṣuṇī nào tự cho rằng mình đã đắc Đạo Ưng Chân, trụ ở thân cuối cùng và sẽ đạt đến Cứu Cánh Tịch Diệt, nhưng lại chẳng chí cầu Vô Thượng Chánh Đẳng Chánh Giác, thì phải biết họ đều là hạng người tăng thượng mạn.

Vì sao thế? Bởi nếu có vị Bhikṣu nào thật sự đắc Đạo Ưng Chân mà chẳng tin Pháp này thì quyết không thể có việc ấy--duy trừ sau khi Phật diệt độ và ở hiện đời không có Phật.

Vì sao thế? Bởi sau khi Phật diệt độ, những ai thọ trì đọc tụng và giảng giải ý nghĩa của các Kinh như vậy, thì người này rất khó gặp. Nếu họ gặp chư Phật khác thì sẽ ở trong Pháp này liền được quyết định liễu đạt.

Này Thu Lộ Tử! Các ông nên nhất tâm tín giải và thọ trì lời Phật dạy. Lời nói của chư Phật Như Lai quyết không hư dối. Không có thừa nào khác, duy chỉ có một Phật Thừa."

❖

Lúc bấy giờ Thế Tôn muốn tuyên lại nghĩa lý ở trên nên nói kệ rằng:

"Bhikṣu Bhikṣuṇī
Ôm lòng tăng thượng mạn
Thanh Tín Nam ngã mạn
Thanh Tín Nữ bất tín

Bốn bộ chúng như thế
Số ấy có năm ngàn
Chẳng thấy lỗi của mình
Giới luật bị khuyết lậu
Tiếc giữ điều lỗi lầm

Hạng trí nhỏ vỏ trấu
Đã rời khỏi đại chúng
Do uy đức của Phật
Những người thiếu phước đức
Chẳng kham thọ Pháp này
Đại chúng không cành lá
Duy chỉ có thân cây

Thu Lộ Tử lắng nghe
Pháp chư Phật chứng đắc
Vô lượng sức phương tiện
Vì chúng sanh thuyết giảng

Tâm niệm của chúng sanh
Đủ mọi chỗ hành Đạo
Tập tánh điều mong muốn
Nghiệp lành dữ đời trước

Phật thảy đều biết rõ
Dùng thí dụ nhân duyên
Ngôn từ sức phương tiện
Khiến tất cả vui mừng

Hoặc thuyết giảng Khế Kinh
Cô Khởi cùng Bổn Sự
Bổn Sanh Vị Tằng Hữu
Cũng nói về Nhân Duyên
Thí Dụ hay Trùng Tụng
Hoặc nói đến Luận Nghị

Độn căn thích Pháp nhỏ
Tham chấp nơi sanh tử
Ở vô lượng chư Phật
Chẳng tu Đạo thâm diệu
Bị khổ ách não loạn
Vì họ nói tịch diệt

Ta thiết lập phương tiện
Khiến họ vào Phật tuệ
Chưa từng nói các ông
Sẽ được thành Phật Đạo

Sở dĩ chưa từng nói
Vì thời điểm chưa tới
Nay chính là lúc này
Quyết định dạy Đại Thừa

Chín phần giáo của Ta
Tùy thuận chúng sanh nói
Là để vào Đại Thừa
Nên Ta giảng Kinh này

Phật tử nào tâm tịnh
Nhu nhuyễn căn lanh lợi
Ở vô lượng chư Phật
Đã tu Đạo thâm diệu
Vì các Phật tử đó
Thuyết Kinh Đại Thừa này

Ta thọ ký người ấy
Vị lai thành Phật Đạo
Dùng tâm sâu niệm Phật
Do tu trì tịnh giới

Khi nghe sẽ thành Phật
Vui mừng biến khắp thân
Phật biết tâm hành họ
Cho nên dạy Đại Thừa

Thanh Văn hay Bồ-tát
Nghe Ta thuyết Pháp này
Dù chỉ một bài kệ
Đều nhất định thành Phật

Cõi Phật trong mười phương
Chỉ có Pháp Nhất Thừa
Chẳng hai cũng chẳng ba
Trừ Phật phương tiện nói
Chỉ là giả danh tự
Để dẫn dắt chúng sanh
Hầu dạy trí tuệ Phật

Chư Phật xuất thế gian
Thật chỉ có một việc
Hai việc khác chẳng thật
Cuối không dùng Nhị Thừa
Để cứu độ chúng sanh

Chính Phật trụ Đại Thừa
Tùy thuận Pháp mình đắc
Định tuệ lực trang nghiêm
Dùng đó độ chúng sanh

Tự chứng Đạo vô thượng
Pháp Đại Thừa bình đẳng
Nếu dùng Nhị Thừa dạy
Cho đến chỉ một người
Ta liền đọa keo tiếc
Việc này quyết chẳng thể

Nếu ai quy tín Phật
Như Lai chẳng lừa dối
Cũng không đố kỵ tham
Đoạn trừ mọi pháp ác
Nên Phật ở mười phương
Tự tại không sợ hãi

Ta dùng tướng nghiêm thân
Quang minh chiếu thế gian
Vô lượng người tôn kính
Thuyết giảng ấn thật tướng

Thu Lộ Tử nên biết
Ta xưa lập thệ nguyện
Muốn tất cả chúng sanh
Như Ta chẳng sai khác

Sở nguyện Ta lúc xưa
Giờ đây đã viên mãn
Độ hết thảy chúng sanh
Khiến đều vào Phật Đạo

Nếu Ta gặp chúng sanh
Hết lòng dạy Phật Đạo
Kẻ vô trí cuồng loạn
Mê muội không tín thọ

Ta biết chúng sanh này
Chưa từng tu căn lành
Cố bám nơi năm dục
Si ái sanh khổ não

Bởi nhân duyên tham dục
Sa đọa ba đường ác
Luân hồi trong sáu đường
Phải chịu muôn khổ độc

Đầu thai hình bé nhỏ
Đời đời luôn tăng trưởng
Kẻ đức bạc phước mỏng
Bị lắm khổ bức bách

Vào rừng rậm tà kiến
Chấp thường chấp đoạn diệt
Bám nương cái thấy này
Tổng số sáu mươi hai

Chấp sâu pháp hư vọng
Kiên trì thọ chẳng buông
Ngã mạn tự khoe khoang
Nịnh hót lòng dối trá

Trong ngàn vạn ức kiếp
Không nghe danh hiệu Phật
Cũng chẳng nghe Chánh Pháp
Người như thế khó độ

Cho nên Thu Lộ Tử
Vì họ lập phương tiện
Ta dạy cách dứt khổ
Hiển thị đến tịch diệt
Tuy Ta nói tịch diệt
Nhưng chẳng phải thật diệt

Các pháp vốn xưa nay
Tướng chúng luôn tịch diệt
Phật tử nào tu Đạo
Vị lai sẽ thành Phật

Ta có sức phương tiện
Khai thị Pháp Ba Thừa
Tất cả chư Thế Tôn
Đều nói Đạo Nhất Thừa

Nay các đại chúng đây
Đều nên trừ hoài nghi
Lời Phật chẳng sai khác
Chỉ một thừa không hai

Quá khứ vô số kiếp
Vô lượng Phật diệt độ
Tỷ ức Phật như thế
Số ấy chẳng thể lường

Chư Thế Tôn như thế
Thí dụ, đủ mọi duyên
Vô số sức phương tiện
Diễn nói tướng các pháp

Chư Phật Thế Tôn đó
Đều giảng Pháp Nhất Thừa
Dạy vô lượng chúng sanh
Khiến họ vào Phật Đạo

Lại chư Đại Thánh Chủ
Biết tất cả thế gian
Trời người các hữu tình
Điều mong ở đáy lòng
Nên dùng phương tiện khác
Giúp hiển Đệ Nhất Nghĩa

Nếu có chúng sanh nào
Gặp chư Phật quá khứ
Nghe Pháp rồi bố thí
Tịnh giới cùng an nhẫn
Tinh tấn tĩnh lự tuệ
Tu hành mọi phước tuệ
Thì những người như thế
Đều đã thành Phật Đạo

Chư Phật diệt độ rồi
Nếu tâm ai nhu thuận
Các chúng sanh như thế
Đều đã thành Phật Đạo

Chư Phật diệt độ rồi
Ai cúng dường xá-lợi
Khởi xây vạn ức tháp
Vàng bạc cùng pha lê
Xa cừ với mã não
Ngọc đỏ lưu ly châu
Thanh tịnh rộng trang nghiêm
Trang hoàng các tháp đó

Hoặc dùng đá xây chùa
Đàn hương hay trầm thủy
Gỗ thơm hay gỗ khác
Gạch ngói hay đất sét

Nếu ở nơi hoang vắng
Đắp đất thành chùa Phật
Dù con nít nô đùa
Dồn cát làm tháp Phật
Thì những người như thế
Đều đã thành Phật Đạo

Nếu ai vì Đức Phật
Kiến lập các hình tượng
Điêu khắc Phật tướng hảo
Đều đã thành Phật Đạo

Hoặc lấy thành bảy báu
Đồng thau màu đỏ trắng
Bạch lạp hay chì thiếc
Sắt gỗ hay đất sét

Hoặc lấy vải keo sơn
Trang trí làm tượng Phật
Thì những người như thế
Đều đã thành Phật Đạo

Tô vẽ làm tượng Phật
Trăm phước tướng trang nghiêm
Tự làm hoặc bảo người
Đều đã thành Phật Đạo

Dù con nít vui đùa
Lấy cỏ cây hay bút
Hoặc dùng đầu móng tay
Mà vẽ làm tượng Phật

Thì những người như thế
Dần dần tích công đức
Đầy đủ tâm đại bi
Đều đã thành Phật Đạo

Chỉ giáo hóa Bồ-tát
Độ thoát vô lượng chúng
Nếu ai ở chùa tháp
Tượng báu cùng tượng vẽ
Dùng hoa hương phan lọng
Tâm cung kính cúng dường

Hoặc bảo người trỗi nhạc
Đánh trống thổi kèn ốc
Tiêu cầm sáo đàn tre
Tỳ bà hay chiêng đồng
Những diệu âm như thế
Tấu vang để cúng dường

Hoặc với lòng hoan hỷ
Ca vịnh tán Phật đức
Dù chỉ một tiếng nhỏ
Đều đã thành Phật Đạo

Nếu lòng ai tán loạn
Dù chỉ một đóa hoa
Cúng dường ở tượng vẽ
Sẽ thấy vô số Phật

Hoặc có người lễ bái
Hoặc lại chỉ chắp tay
Dù chỉ nhấc tay lên
Hoặc chỉ hơi cúi đầu
Để mà cúng dường tượng
Sẽ thấy vô lượng Phật

Tự thành Đạo vô thượng
Rộng độ vô số chúng
Vào Vô Dư Tịch Diệt
Như củi hết lửa tắt

Nếu lòng ai tán loạn
Họ vào chùa tháp Phật
Một tiếng 'Quy Y Phật'
Đều đã thành Phật Đạo

Ở chư Phật quá khứ
Tại thế hoặc diệt độ
Nếu ai nghe Pháp này
Đều đã thành Phật Đạo

Vị lai chư Thế Tôn
Số ấy nhiều vô lượng
Chư Như Lai như thế
Cũng phương tiện thuyết Pháp

Hết thảy chư Như Lai
Dùng vô lượng phương tiện
Độ thoát các chúng sanh
Vào Phật vô lậu trí

Nếu có ai nghe Pháp
Không ai chẳng thành Phật
Chư Phật bổn thệ nguyện
'Tôi tu hành Phật Đạo
Muốn khiến khắp chúng sanh
Cũng đồng đắc Đạo này'

Chư Phật ở vị lai
Tuy nói trăm ngàn ức
Vô số các Pháp môn
Kỳ thực vì Nhất Thừa

Chư Phật Lưỡng Túc Tôn
Biết pháp luôn vô tánh
Phật chủng tùy duyên khởi
Cho nên nói Nhất Thừa

Pháp này trụ Pháp vị
Tướng thế gian thường trụ
Tại Đạo Tràng đã biết
Đạo Sư phương tiện dạy

Thọ cúng dường trời người
Hiện tại mười phương Phật
Số ấy như Hằng sa
Xuất hiện ở thế gian
Vì an định chúng sanh
Cũng thuyết Pháp như thế

Biết đệ nhất tịch diệt
Do dùng sức phương tiện
Tuy hiển thị mọi đạo
Kỳ thực vì Nhất Thừa

Biết việc làm chúng sanh
Ý niệm ở đáy lòng
Nghiệp tích tập thuở xưa
Ước mong sức tinh tấn
Cùng các căn lợi độn
Dùng đủ mọi nhân duyên
Thí dụ và ngôn từ
Tùy cơ phương tiện nói
Ta nay cũng như vậy

Vì an ổn chúng sanh
Dùng đủ mọi Pháp môn
Tuyên dương Đạo của Phật

Ta dùng sức trí tuệ
Biết chúng sanh ước mong
Phương tiện nói các Pháp
Khiến đều được hoan hỷ

Thu Lộ Tử nên biết
Ta dùng Phật nhãn quán
Thấy chúng sanh sáu đường
Bần cùng không phước tuệ
Vào đường hiểm sanh tử
Khổ liên tục chẳng ngớt

Chấp sâu nơi năm dục
Như mao ngưu mến đuôi
Tự đắm chìm tham ái
Mù tối không thấy gì

Chẳng cầu Phật đại lực
Cùng Pháp đoạn khổ não
Rơi sâu vào tà kiến
Muốn trừ khổ với khổ

Vì chúng sanh như thế
Ta khởi tâm đại bi
Lúc mới ngồi Đạo Tràng
Nhìn cây hoặc kinh hành

Ở trong hai mốt ngày
Tư duy việc như vầy
'Trí tuệ Ta chứng đắc
Vi diệu tối đệ nhất

Chúng sanh căn ám độn
Si mê ham hưởng thụ
Loài hữu tình như thế
Làm sao mà hóa độ?'

Khi ấy các Phạm Vương
Chư thiên Năng Thiên Đế
Hộ Thế Tứ Thiên Vương
Với Đại Tự Tại Thiên
Và các thiên chúng khác
Cùng một tỷ quyến thuộc
Cung kính chắp tay lễ
Thỉnh Ta chuyển Pháp luân

Ta liền tự tư duy
'Nếu chỉ khen Phật Thừa
Chúng sanh trầm luân khổ
Không thể tin Pháp này
Do hủy báng chẳng tin
Sa đọa ba đường ác
Ta tốt hơn chẳng nói
Nên mau vào tịch diệt'

Rồi nhớ Phật quá khứ
Việc làm sức phương tiện
Ta nay đã đắc Đạo
Cũng nên nói Ba Thừa

Khi tư duy như thế
Mười phương Phật đều hiện
Phạn âm khích lệ Ta
'Lành thay Đức Năng Nhân
Bậc Đạo Sư đệ nhất'

Đắc Pháp vô thượng này
Tùy thuận tất cả Phật
Mà dùng sức phương tiện
Chư Phật cũng đều đắc
Tối diệu Pháp đệ nhất
Vì các loài chúng sanh
Phân biệt nói Ba Thừa

Trí kém thích Pháp nhỏ
Không tin sẽ thành Phật
Cho nên dùng phương tiện
Phân biệt nói các Quả
Mặc dù nói Ba Thừa
Chỉ vì dạy Bồ-tát

Thu Lộ Tử nên biết
Ta nghe Thánh Sư Tử
Thanh tịnh vi diệu âm
Vui niệm 'Quy Y Phật'

Lại suy nghĩ như vầy
'Ta ở đời ác trược
Như lời chư Phật dạy
Ta cũng nên tùy thuận'

Tư duy việc đó rồi
Liền đến thành Lộc Dã
Tướng các pháp tịch diệt
Chẳng thể dùng ngôn từ
Ta dùng sức phương tiện
Giảng cho năm Bhikṣu
Đây là Chuyển Pháp Luân

Liền có tiếng tịch diệt
Cùng danh xưng Ưng Chân
Pháp, Tăng, các tên khác
Từ kiếp xưa đến nay
Tán thán Pháp tịch diệt
Sanh tử khổ vĩnh trừ
Ta luôn giảng như vậy

Thu Lộ Tử nên biết
Ta thấy các Phật tử
Quyết chí cầu Phật Đạo
Vô lượng ngàn vạn ức

Với hết lòng cung kính
Đều đến chỗ của Phật
Nghe từ nơi chư Phật
Phương tiện của thuyết Pháp

Ta liền nghĩ như vầy
'Như Lai hiện ở đời
Vì thuyết giảng Phật tuệ
Nay chính là lúc này'

Thu Lộ Tử nên biết
Người độn căn trí nhỏ
Kẻ chấp tướng kiêu mạn
Chẳng thể tin Pháp này

Ta nay vui không sợ
Ở trong chư Bồ-tát
Quyết định bỏ phương tiện
Chỉ nói Đạo vô thượng

Bồ-tát nghe Pháp này
Lưới nghi đều đã trừ
Ngàn hai vị Ưng Chân
Cũng đều sẽ thành Phật

Như chư Phật ba đời
Nghi thức để thuyết Pháp
Ta nay cũng như vậy
Giảng Pháp lìa phân biệt

Chư Phật xuất thế gian
Lâu xa rất khó gặp
Dù xuất hiện thế gian
Chẳng dễ giảng Pháp này
Vô lượng vô số kiếp
Cũng khó nghe Pháp ấy

Những ai nghe Pháp này
Người như vậy khó tìm
Ví như hoa linh thụy
Mọi người đều ưa thích
Hiếm nhất trong trời người
Rất lâu nở một lần

Nghe Pháp vui tán thán
Cho đến chỉ một lời
Tức là đã cúng dường
Hết thảy Phật ba đời

Người này thật hiếm có
Hơn cả hoa linh thụy
Các ông chớ hoài nghi
Ta làm bậc Pháp Vương
Rộng bảo các đại chúng
'Chỉ dùng Đạo Nhất Thừa
Giáo hóa chư Bồ-tát
Không đệ tử Thanh Văn'

Thu Lộ Tử các ông
Thanh Văn cùng Bồ-tát
Nên biết diệu Pháp này
Bí yếu của chư Phật

Trong đời ác năm trược
Chỉ ưa thích năm dục
Các chúng sanh như thế
Quyết chẳng cầu Phật Đạo

Kẻ ác đời vị lai
Nghe Phật giảng Nhất Thừa
Mê muội chẳng tín thọ
Hủy Pháp đọa đường ác

Có hổ thẹn thanh tịnh
Ai chí cầu Phật Đạo
Sẽ vì người như thế
Rộng khen Đạo Nhất Thừa

Thu Lộ Tử nên biết
Pháp chư Phật như thế
Với muôn ức phương tiện
Tùy nghi mà thuyết Pháp

Những ai không học tập
Việc này chẳng thể hiểu
Các ông đều đã biết
Chư Phật Thầy Thế Gian
Tùy nghi dùng phương tiện
Không còn mọi hoài nghi
Tâm sanh đại hoan hỷ
Tự biết sẽ thành Phật"

Kinh Diệu Pháp Liên Hoa ♦ Hết quyển 1

☸ Phẩm 3: Thí Dụ

Lúc bấy giờ ngài Thu Lộ Tử vui mừng hớn hở, liền đứng dậy, chắp tay, chiêm ngưỡng tôn nhan, rồi thưa với Phật rằng:

"Con bây giờ nghe được Pháp âm này từ Thế Tôn, cõi lòng vui mừng khôn xiết và được điều chưa từng có.

Vì sao thế? Bởi vào thuở xưa, con đã nghe Pháp như vầy từ Đức Phật và thấy chư Bồ-tát được thọ ký thành Phật. Tuy nhiên, đối với việc đó thì chúng con không có phần tham dự. Con cảm thấy đau xót vô cùng vì con đã đánh mất vô lượng tri kiến của Như Lai.

Thưa Thế Tôn! Con thường một mình ở dưới gốc cây trong rừng, hoặc ngồi hay kinh hành.

Con luôn nghĩ như vầy:

'Chúng ta đều cùng vào Pháp tánh. Tại sao Như Lai dùng Pháp Nhị Thừa để hóa độ? Đây là lỗi của chúng ta chứ chẳng phải lỗi của Thế Tôn.'

Vì sao thế? Bởi nếu chúng con chờ đợi nghe thuyết giảng về nhân duyên thành tựu của Vô Thượng Chánh Đẳng Chánh Giác, thì chắc chắn rằng chúng con đã được độ thoát bởi Pháp Đại Thừa. Tuy nhiên, chúng con đã không hiểu phương tiện về sự tùy thuận thích nghi thuyết giảng. Cho nên khi mới bắt gặp và nghe Pháp của Phật, chúng con liền tín thọ và nghĩ rằng mình đã chứng đắc.

Thưa Thế Tôn! Từ xưa đến nay, suốt cả ngày lẫn đêm, con cứ luôn tự trách. Bây giờ, con nghe được Pháp mà chưa từng nghe qua. Thế nên, con đoạn trừ tất cả hoài nghi, khiến thân tâm an lạc, và được bình an thanh thản. Mãi đến hôm nay, con mới biết rằng mình là đệ tử chân chánh của Phật, sanh ra từ miệng của Phật, hóa sanh từ Pháp, và được một phần trong Phật Pháp."

❖

Lúc bấy giờ ngài Thu Lộ Tử muốn tuyên lại nghĩa lý ở trên nên nói kệ rằng:

"Con nghe Pháp âm này
Được điều chưa từng có
Cõi lòng vui khôn xiết
Lưới nghi đều đã trừ

Xưa nhờ ơn Phật dạy
Không quên mất Đại Thừa
Tiếng Phật rất hiếm có
Khéo diệt khổ chúng sanh
Con đã được lậu tận
Khi nghe dứt buồn lo

Con trú nơi sơn cốc
Hay ở dưới gốc cây
Hoặc ngồi hay kinh hành
Luôn tư duy việc này

Than ôi! Lòng tự trách
Sao tự lừa dối mình?
Chúng ta cũng Phật tử
Đồng vào Pháp vô lậu
Nhưng vị lai chẳng thể
Diễn nói Đạo vô thượng

Sắc vàng ba hai tướng
Mười Lực Tám Giải Thoát
Cùng chung trong một Pháp
Nhưng không được việc này

Tám mươi loại vẻ đẹp
Mười Tám Pháp Dành Riêng
Các công đức như thế
Con đây đều đã mất

Khi một mình kinh hành
Thấy Phật giữa đại chúng
Danh vang khắp mười phương
Rộng lợi ích chúng sanh
Tự thấy mất lợi đó
Và tự lừa dối mình

Con suốt ngày lẫn đêm
Luôn tư duy việc này
Muốn thưa hỏi Thế Tôn
'Đã mất hay vẫn còn'

Con luôn thấy Thế Tôn
Ngợi khen chư Bồ-tát
Cho nên suốt ngày đêm
Suy ngẫm việc như thế

Nay nghe Phật âm thanh
Tùy nghi mà thuyết Pháp
Vô lậu chẳng nghĩ bàn
Dẫn họ đến Đạo Tràng

Con xưa chấp tà kiến
Làm thầy của Phạm Chí
Thế Tôn biết tâm con
Phá tà giảng tịch diệt

Con trừ sạch tà kiến
Chứng đắc nơi không pháp
Thế rồi lòng tự mãn
Rằng đã đến diệt độ

Nhưng nay mới tỉnh ngộ
Đó chẳng thật diệt độ
Đến khi nào thành Phật
Đầy đủ ba hai tướng

Trời người quỷ tiệp tật
Long thần đều cung kính
Lúc đó mới nói rằng:
'Diệt sạch không thừa sót'

Phật ở giữa đại chúng
Nói con sẽ thành Phật
Nghe Pháp âm như thế
Diệt trừ mọi hoài nghi

Khi mới nghe Phật nói
Trong lòng thật kinh nghi
'Có phải ma giả Phật
Não loạn tâm của ta?'

Phật dùng đủ mọi duyên
Thí dụ lời thiện xảo
Lòng họ êm như biển
Con nghe lưới nghi đoạn

Phật nói thuở quá khứ
Vô lượng Phật diệt độ
An trụ trong phương tiện
Cũng đều thuyết Pháp này

Hiện tại vị lai Phật
Số ấy nhiều vô lượng
Cũng dùng các phương tiện
Diễn nói Pháp như vầy

Đây như nay Thế Tôn
Đản sanh đến xuất gia
Đắc Đạo chuyển Pháp luân
Cũng dùng phương tiện nói

Thế Tôn giảng chân Đạo
Ác Giả không hề làm
Thế nên con biết chắc
Chẳng phải ma giả Phật
Bởi con sa lưới nghi
Cho là do ma làm

Nghe tiếng Phật dịu êm
Vi diệu xa thăm thẳm
Diễn sướng Pháp thanh tịnh
Lòng con vui khôn xiết
Nghi vấn đã vĩnh trừ
An trụ trong thật trí

Con quyết sẽ thành Phật
Bậc trời người cung kính
Chuyển Pháp luân vô thượng
Giáo hóa chư Bồ-tát"

❖

Lúc bấy giờ Phật bảo ngài Thu Lộ Tử:

Nay Ta ở giữa đại chúng, gồm có trời, người, Đạo Nhân, Phạm Chí, và những loài hữu tình khác mà tuyên cáo rằng: ta đã từng ở chỗ của 20.000 ức Phật vào thuở xưa, vì cầu Đạo vô thượng mà ta đã luôn giáo hóa ông. Trong suốt đêm dài của sanh tử, ông cũng theo ta học tập. Ta đã dùng phương tiện dẫn đạo để ông sanh vào trong Pháp của ta.

Này Thu Lộ Tử! Thuở xưa, ta đã dạy ông phát nguyện chí thành ở Phật Đạo. Thế nhưng, giờ đây ông đã hoàn toàn quên mất mà tự cho rằng mình đã được diệt độ. Ta nay vì muốn khiến ông nhớ lại bổn nguyện đã tu hành Phật Đạo và cũng vì các Thanh Văn, nên thuyết giảng Kinh Đại Thừa này, tên là Diệu Pháp Liên Hoa, là Pháp để giáo hóa Bồ-tát và được Phật hộ niệm.

Này Thu Lộ Tử! Trải qua vô lượng vô biên bất khả tư nghị kiếp ở vào đời vị lai, khi đã cúng dường và phụng trì Chánh Pháp của vài chục triệu ức Phật, ông sẽ đầy đủ sự tu hành ở trong Đạo của Bồ-tát và sẽ được thành Phật, hiệu là Hoa Quang Như Lai, Ưng Cúng, Chánh Biến Tri, Minh Hành Túc, Thiện Thệ, Thế Gian Giải, Vô Thượng Sĩ, Điều Ngự Trượng Phu, Thiên Nhân Sư, Phật Thế Tôn.

Quốc độ tên là Ly Cấu. Quốc độ ấy bằng phẳng, thanh tịnh trang nghiêm, an ổn thịnh vượng, và có đông đảo trời người. Đất làm bằng lưu ly và có tám con đường cắt ngang ở một chỗ. Những sợi dây hoàng kim được giăng dọc theo đường lộ để phân chia các hàng cây bảy báu. Trên cây luôn có hoa với trái.

Hoa Quang Như Lai cũng sẽ dùng Ba Thừa để giáo hóa chúng sanh.

Này Thu Lộ Tử! Khi Đức Phật kia xuất hiện ở thế gian, mặc dù không phải là đời ác, nhưng do bổn nguyện nên Ngài sẽ dạy giáo Pháp của Ba Thừa. Kiếp đó tên là Đại Bảo Trang Nghiêm.

Vì sao tên là Đại Bảo Trang Nghiêm? Bởi vì trong quốc độ ấy, Bồ-tát được xem là đại bảo. Số lượng của chư Bồ-tát kia nhiều vô lượng vô biên bất khả tư nghị. Cho dù dùng toán số thí dụ thì cũng không thể tính được. Ngoại trừ trí lực của Phật, không một ai có thể biết.

Khi họ muốn đi, hoa báu sẽ nâng đỡ bàn chân. Chư Bồ-tát này không phải là những vị sơ phát tâm mà sẽ là các bậc đã từng gieo trồng căn lành từ thuở xa xưa ở vô lượng tỷ ức chư Phật, tu tập tịnh hành, và luôn được chư Phật ngợi khen. Họ luôn tu trí tuệ của Phật, đầy đủ thần thông lớn, khéo biết tất cả Pháp môn, chất trực không hư ngụy, và có chí niệm kiên cố. Có chư Bồ-tát như thế đầy khắp quốc độ kia.

Này Thu Lộ Tử! Thọ mạng của Đức Phật Hoa Quang sẽ là 12 tiểu kiếp. Đây không tính thời gian lúc ngài hãy còn là vương tử và vẫn chưa thành Phật. Thọ mạng của nhân dân trong quốc độ ấy là 8 tiểu kiếp. Sau 12 tiểu kiếp, Hoa Quang Như Lai sẽ thọ ký Vô Thượng Chánh Đẳng Chánh Giác cho Kiên Mãn Bồ-tát.

Ngài sẽ bảo các vị Bhikṣu [bíc su] rằng:

'Vị Kiên Mãn Bồ-tát này kế đến sẽ thành Phật, hiệu là Hoa Túc An Hành Như Lai, Ưng Cúng, Chánh Đẳng Giác. Quốc độ của Đức Phật đó cũng giống như đây vậy.'

Này Thu Lộ Tử! Sau khi Đức Phật Hoa Quang diệt độ, Chánh Pháp sẽ trụ thế 32 tiểu kiếp. Tượng Pháp cũng sẽ trụ thế 32 tiểu kiếp."

❖

Lúc bấy giờ Thế Tôn muốn tuyên lại nghĩa lý ở trên nên nói kệ rằng:

"Vị lai Thu Lộ Tử
Thành Phật Phổ Trí Tôn
Danh hiệu là Hoa Quang
Sẽ độ vô lượng chúng

Cúng dường vô số Phật
Đầy đủ Bồ-tát hành
Mười Lực mọi công đức
Sẽ chứng Đạo vô thượng

Trải qua vô lượng kiếp
Kiếp Đại Bảo Trang Nghiêm
Thế giới tên Ly Cấu
Thanh tịnh không vết xấu

Đất làm bằng lưu ly
Dây vàng giăng dọc đường
Cây tạp sắc bảy báu
Luôn có trái và hoa

Bồ-tát quốc độ kia
Chí niệm luôn kiên cố
Sáu Độ Sáu Thần Thông
Thảy đều đã trọn đủ
Ở chỗ vô số Phật
Khéo học Đạo Bồ-tát

Các Đại Sĩ như thế
Hoa Quang Phật giáo hóa
Khi ngài làm vương tử
Bỏ nước rời vinh hoa
Trụ ở thân cuối cùng
Xuất gia thành Phật Đạo

Hoa Quang Phật trụ thế
Thọ mười hai tiểu kiếp
Dân chúng trong nước đó
Sống lâu tám tiểu kiếp

Sau khi Phật diệt độ
Chánh Pháp trụ thế gian
Dài ba hai tiểu kiếp
Rộng cứu độ chúng sanh

Lúc Chánh Pháp diệt tận
Tượng Pháp ba hai kiếp
Xá-lợi phân phát khắp
Trời người rộng cúng dường

Phật sự Đức Hoa Quang
Việc đó là như vậy
Lưỡng Túc Thánh Tôn ấy
Tối thắng không ai hơn
Ngài chính là ông đây
Thế nên hãy vui mừng"

❖

Lúc bấy giờ bốn chúng đệ tử--Bhikṣu, Bhikṣuṇī [bíc su ni], Thanh Tín Nam, Thanh Tín Nữ--cùng trời, rồng, quỷ tiệp tật, tầm hương thần, phi thiên, kim sí điểu, nghi thần, đại mãng xà, và các đại chúng, khi họ thấy ngài Thu Lộ Tử ở trước Phật được thọ ký Vô Thượng Chánh Đẳng Chánh Giác, trong lòng vui mừng khôn xiết và hân hoan vô lượng, rồi mỗi vị cởi phần trên của y phục đang khoác nơi thân để cúng dường Phật.

Năng Thiên Đế, các vị Phạm Thiên Vương, và vô số thiên tử cũng dùng y phục vi diệu cõi trời, hoa vi diệu âm cõi trời, hoa vi diệu âm lớn, và những phẩm vật khác để cúng dường Phật. Y phục cõi trời mà chư thiên rải lên, chúng lơ lửng giữa hư không và tự động xoay chuyển. Khi ấy ở trong hư không, cùng một lúc có một tỷ loại âm nhạc cõi trời đồng thời trỗi vang.

Họ mưa xuống các thiên hoa và nói lời như vầy:

"Thuở xưa ở vườn Nai, Đức Phật đã chuyển Pháp luân đầu tiên. Cho đến bây giờ, Ngài mới chuyển vô thượng tối đại Pháp luân."

Lúc bấy giờ các vị thiên tử muốn tuyên lại nghĩa lý ở trên nên nói kệ rằng:

"Thuở xưa ở vườn Nai
Chuyển Pháp luân Bốn Đế
Phân biệt giảng các pháp
Sanh diệt của năm uẩn

Nay lại chuyển tối diệu
Vô thượng đại Pháp luân
Pháp này rất thâm áo
Ít ai có thể tin

Chúng con từ xưa nay
Thường nghe Thế Tôn nói
Nhưng chưa từng nghe Pháp
Thâm diệu cao như thế

Thế Tôn thuyết Pháp này
Chúng con đều tùy hỷ
Đại trí Thu Lộ Tử
Nay được Phật thọ ký

Chúng con cũng như vậy
Tất sẽ được thành Phật
Khắp tất cả thế gian
Tối tôn không ai bằng

Phật Đạo chẳng nghĩ bàn
Phương tiện tùy nghi nói
Toàn bộ phước nghiệp con
Hiện đời và quá khứ
Cùng công đức thấy Phật
Thảy hồi hướng Phật Đạo"

❖

Lúc bấy giờ ngài Thu Lộ Tử thưa với Phật rằng:

"Thưa Thế Tôn! Bây giờ chính con ở trước Phật được thọ ký Vô Thượng Chánh Đẳng Chánh Giác, nên không còn có gì để nghi ngờ hay hối tiếc.

Thế nhưng, mặc dù tâm của 1.200 vị Ưng Chân đang hiện diện nơi đây đã được tự tại, và lúc họ vẫn còn ở bậc Hữu Học, Phật luôn giáo hóa mà bảo rằng:

'Pháp của Ta có thể thoát khỏi sanh già bệnh chết và đạt đến Cứu Cánh Tịch Diệt.'

Những vị thuộc Hữu Học và Vô Học, ai nấy cũng đã xa rời cái thấy có tồn tại của chính mình, cái thấy của có và không, cùng những cái thấy khác, và cho rằng mình đã đắc tịch diệt. Tuy nhiên nay ở trước Thế Tôn, khi nghe những điều chưa hề nghe, họ đều rơi vào hoài nghi.

Lành thay, thưa Thế Tôn! Kính mong Ngài hãy nói về các nhân duyên ấy cho bốn chúng đệ tử để khiến họ lìa khỏi nghi ngờ và hối tiếc."

Lúc bấy giờ Phật bảo ngài Thu Lộ Tử:

"Ở trước chẳng phải Ta đã nói rằng, chư Phật Thế Tôn dùng đủ mọi nhân duyên, thí dụ ngôn từ, và phương tiện để thuyết Pháp, đều là vì Vô Thượng Chánh Đẳng Chánh Giác phải không? Những lời giảng dạy đó đều là vì để giáo hóa Bồ-tát.

Tuy nhiên, Thu Lộ Tử! Bây giờ Ta sẽ lại dùng một thí dụ để làm sáng tỏ thêm về nghĩa lý này. Qua thí dụ đó, những ai có trí sẽ hiểu được.

❖

Này Thu Lộ Tử! Giả sử ở quốc gia, thành thị, hay trong một thôn xóm nọ có một đại trưởng giả già yếu với tài phú vô lượng. Ông ta có rất nhiều cánh đồng, nhà cửa, và những người đầy tớ trẻ.

Nhà đó rộng lớn và chỉ có một cái cửa, nhưng có rất nhiều dân chúng--100, 200, hay cho đến 500 người--đang trú ở trong ấy.

Đại sảnh đường đã cũ kỹ; vách tường rạn nứt. Cột trụ mục nát; cây kèo ngang xiêu vẹo và rất nguy hiểm.

Bỗng nhiên đồng một lúc có cơn hỏa hoạn khởi lên xung quanh và đốt cháy căn nhà.

Các đứa con của ông trưởng giả, hoặc 10, 20, hay đến cả 30 đứa hiện đang ở trong căn nhà đó.

Khi thấy đám lửa phừng phừng bốc cháy từ bốn phía, ông trưởng giả kinh hoàng khiếp sợ và liền nghĩ như vầy:

'Mặc dù xuyên qua cánh cửa đang bị thiêu cháy này, ta có thể an toàn rời khỏi, nhưng các con thì vẫn còn ham vui chơi trong căn nhà lửa. Chúng chẳng hay chẳng biết và cũng chẳng kinh chẳng sợ. Tuy ngọn lửa lan tới thiêu cháy và hành hạ thân xác, nhưng trong lòng của chúng chẳng hề màng đến và hoàn toàn không có ý định muốn thoát ra.'

Này Thu Lộ Tử! Ông trưởng giả đó nghĩ như vầy:

'Thân thể và cánh tay của mình có sức mạnh. Hay là bỏ chúng vào bao hoặc đặt chúng lên bàn, rồi đưa ra khỏi nhà.'

Ông lại suy nghĩ thêm:

'Ngôi nhà này chỉ có một cái cửa mà còn vừa nhỏ vừa hẹp. Các con của mình thì quá non dại và không biết điều gì. Cứ mải mê vui chơi ở nơi đó thì chúng sẽ có thể rơi xuống và bị lửa thiêu đốt. Ta phải nói cho chúng biết về việc hãi hùng này, rằng căn nhà đã cháy và phải mau ra ngoài thì mới khỏi bị lửa thiêu đốt.'

Nghĩ vậy xong, ông liền nói tường tận cho các con về điều mà mới vừa suy tư:

'Các con ơi, hãy mau ra đi!'

Tuy người cha thương xót vô vàn và đã dùng lời dụ dỗ khéo léo, nhưng mà tất cả các con của ông thì vẫn mải mê vui chơi và chẳng chịu tin. Chúng chẳng kinh chẳng sợ và hoàn toàn không có ý định muốn thoát ra. Lại cũng chẳng biết lửa là gì, nhà là gì, hay mất đi nghĩa là sao. Mặc dù đã trông thấy cha, nhưng chúng chỉ chạy rong chơi khắp nơi.

Lúc bấy giờ ông trưởng giả liền nghĩ như vầy:

'Nhà này đã bị lửa lớn thiêu cháy. Nếu ta và các con không kịp thời rời khỏi thì chắc chắn sẽ bị đốt. Ta nay sẽ thiết lập phương tiện để khiến các con được thoát miễn cơn hỏa hoạn này.'

Người cha biết trong lòng của mỗi đứa con ưa thích các đồ chơi trân quý hoặc những vật kỳ lạ nào, thế nên ông bảo họ rằng:

'Những đồ chơi mà các con sẽ ưa thích, chúng rất quý hiếm và khó có được. Nếu không lấy thì về sau các con sẽ phải hối tiếc. Những vật đó như là: xe dê, xe hươu, và xe bò. Bây giờ chúng đang ở ngoài cửa và các con có thể lấy chơi. Các con hãy mau ra khỏi căn nhà lửa này đi, rồi cha sẽ tùy theo sở thích của mỗi đứa và đều sẽ ban cho các con.'

Lúc vừa nghe cha mình nói về những đồ chơi trân quý với đúng như điều ước mong của chúng, thì lòng ai nấy vui mừng rối rít. Chúng chen lấn nhau và cùng tranh đua chạy ra khỏi căn nhà lửa.

Khi ông trưởng giả thấy tất cả các con của mình đã bình yên rời khỏi, lại thấy chúng đều ngồi trên đất trống ở ngã tư đường và không còn nguy hiểm nữa, thì trong lòng thanh thản và vui mừng hớn hở.

Lúc đó tất cả các con của ông đều thưa với cha rằng:

'Thưa cha, hồi nãy cha hứa là sẽ có những đồ chơi tốt đẹp, như là xe dê, xe hươu, và xe bò. Bây giờ xin cha hãy ban cho chúng con.'

Này Thu Lộ Tử! Lúc bấy giờ ông trưởng giả đều ban cho mỗi đứa con một cỗ xe lớn bằng nhau.

Xe ấy cao rộng và được trang trí xen kẽ với những loại châu báu. Trên xe có lan can xung quanh và ở bốn phía treo chuông. Lại nữa, ở phía trên có lọng che bao phủ và chúng cũng được trang nghiêm với những kỳ trân tạp bảo. Có những sợi dây báu quấn quanh lọng che và có các sợi dây tua bằng hoa gắn trên ấy.

Cỗ xe được lót bằng những tấm thảm dày mềm mại và an trí những gối đệm màu đỏ. Ở đầu xe có con bò trắng. Màu sắc của nó thanh khiết, thân hình đẹp đẽ, và vạm vỡ lực lưỡng. Bước chân của nó ung dung, lướt nhanh như gió, và còn có rất nhiều kẻ hầu đi theo hộ vệ.

Tại sao ông trưởng giả cho những cỗ xe này? Đó là vì ông đại trưởng giả này giàu sang vô cùng và tất cả kho tàng đều tràn ắp châu báu.

Ông nghĩ như vầy:

'Tài vật của ta nhiều vô số kể. Ta không nên cho các con của ta loại xe nhỏ thấp kém. Những đứa trẻ thơ này đều là con ta và ta thương chúng như nhau. Thêm nữa, ta có vô lượng cỗ xe lớn bằng bảy báu như thế. Với tâm bình đẳng, ta nên cho mỗi đứa bằng nhau không khác.

Vì sao thế? Bởi tài vật của ta, dù mang cho hết cả nước thì cũng chẳng thiếu hụt, huống nữa là ta chỉ cho các đứa con của mình.'

Trong lúc đó thì mỗi đứa con của ông đều cưỡi xe lớn. Chúng được điều chưa từng có và vượt hơn sự mong mỏi ban đầu.

❖

Này Thu Lộ Tử! Ý ông nghĩ thế nào? Ông trưởng giả đó ban cho các con những cỗ xe lớn bằng trân bảo giống nhau, có phải ông ta đã lừa dối?"

Ngài Thu Lộ Tử thưa rằng:

"Dạ không, thưa Thế Tôn! Ông trưởng giả đó chỉ muốn làm sao cho các con của mình được thoát khỏi nạn lửa và bảo toàn thân mạng của chúng. Đây không phải là lừa dối.

Vì sao thế? Bởi nếu bảo toàn thân mạng thì chúng sẽ được những đồ chơi tốt đẹp. Huống chi ông lại còn dùng phương tiện để cứu vớt họ ra khỏi căn nhà lửa kia.

Thưa Thế Tôn! Giả như ông trưởng giả đó, dù cả một cỗ xe nhỏ cũng không cho họ, thì vẫn còn chẳng phải là lừa dối.

Vì sao thế? Bởi trước đó ông trưởng giả đã nghĩ thế này:

'Ta sẽ dùng phương tiện để khiến các con được ra khỏi.'

Do nhân duyên ấy nên không phải là lừa dối. Hà huống là ông trưởng giả tự biết mình giàu sang vô cùng, ông vì muốn làm lợi ích đến các con nên ban cho chúng những cỗ xe lớn bằng nhau."

Phật bảo ngài Thu Lộ Tử:

"Lành thay, lành thay! Đúng như lời ông nói.

Này Thu Lộ Tử! Như Lai cũng lại như vậy, là cha của hết thảy thế gian. Đối với các sự hãi sợ, đau đớn, phiền não, ưu lo, hay hoạn nạn, Như Lai đã vĩnh viễn đoạn trừ--một chút cũng chẳng còn. Ngài thành tựu vô lượng tri kiến, Mười Lực, và Bốn Không Sợ Hãi. Như Lai có sức đại uy thần, sức trí tuệ, đầy đủ phương tiện, Diệu Tuệ Độ, đại từ đại bi, không bao giờ mệt mỏi, luôn cầu việc lành, và làm lợi ích đến tất cả. Cho nên Ngài mới sanh ra ở trong căn nhà lửa mục nát của ba cõi, là vì để cứu độ chúng sanh ra khỏi ngọn lửa của sanh già bệnh chết, ưu sầu khổ não, ngu si mê muội, và ba thứ độc. Như Lai giáo hóa và khiến họ đắc Vô Thượng Chánh Đẳng Chánh Giác.

Như Lai thấy các chúng sanh bị thiêu đốt bởi sanh già bệnh chết và ưu sầu khổ não. Do bởi năm dục, tài vật, và lợi dưỡng mà họ phải chịu đủ mọi thống khổ.

Lại nữa, do vì tham trước và truy cầu nên hiện đời phải thọ lấy muôn vàn khốn khổ. Đời sau sẽ thọ khổ ở địa ngục, trong loài bàng sanh hay ngạ quỷ. Nếu sanh lên trời hay ở chốn nhân gian, họ sẽ chịu bần cùng khốn khổ, nỗi khổ của yêu thương chia lìa, nỗi khổ của oán ghét gặp nhau, và đủ mọi các loại khổ như thế.

Mặc dù vậy, chúng sanh chìm đắm trong đó, vui vẻ rong chơi, chẳng hay chẳng biết, chẳng kinh chẳng sợ. Họ cũng không nhàm chán và không cầu giải thoát. Ở trong căn nhà lửa của ba cõi, họ chạy đông rảo tây. Tuy gặp khổ ách khôn xiết nhưng họ vẫn không màng đến.

Này Thu Lộ Tử! Khi đã thấy việc đó rồi, Phật liền nghĩ như vầy:

'Ta là cha của chúng sanh. Ta nên bạt trừ các khổ nạn đó và ban cho vô lượng vô biên trí tuệ an lạc của Phật để họ vui chơi.'

Này Thu Lộ Tử! Như Lai lại nghĩ như vầy:

'Nếu Ta vì các chúng sanh mà chỉ dùng sức uy thần cùng sức trí tuệ nhưng bỏ đi phương tiện, rồi tán thán tri kiến của Như Lai, Mười Lực, và Bốn Không Sợ Hãi thì chúng sanh sẽ không thể nào được độ thoát bởi cách này.

Vì sao thế? Bởi những chúng sanh đó chưa thoát khỏi sanh già bệnh chết và ưu sầu khổ não, nên phải bị thiêu đốt trong căn nhà lửa của ba cõi. Vậy thì làm sao mà họ có thể thông hiểu trí tuệ của Phật chứ?'

Này Thu Lộ Tử! Đây ví như ông trưởng giả kia. Mặc dù thân thể và cánh tay có sức mạnh nhưng ông đã không sử dụng. Ông chỉ ân cần dùng phương tiện để cứu các con thoát khỏi hoạn nạn trong căn nhà lửa. Sau đó ông cho mỗi đứa một cỗ xe lớn bằng trân bảo.

Như Lai cũng lại như vậy. Tuy có Mười Lực và Bốn Không Sợ Hãi, nhưng Ngài đã không sử dụng. Như Lai chỉ dùng trí tuệ và phương tiện để cứu vớt chúng sanh ra khỏi căn nhà lửa của ba cõi. Ngài thuyết giảng Ba Thừa, gồm có: Thanh Văn Thừa, Độc Giác Thừa, và Phật Thừa.

Như Lai bảo họ rằng:

'Các ông chớ có ưa thích sống trong căn nhà của ba cõi, và cũng đừng tham sự thô kệch của sắc thanh hương vị xúc pháp. Nếu tham trước thì sẽ phát sanh yêu thích và liền bị chúng thiêu đốt. Các ông hãy mau ra khỏi ba cõi thì sẽ được Ba Thừa: Thanh Văn Thừa, Độc Giác Thừa, và Phật Thừa.'

Ta nay bảo đảm việc này với các ông là tuyệt đối không có hư dối. Các ông chỉ cần tinh tấn tu hành. Như Lai đang dùng phương tiện này để khuyến dụ và sách tấn chúng sanh.

Ngài lại bảo rằng:

'Các ông nên biết đây là Pháp của Ba Thừa mà chư thánh đều ngợi khen. Chúng sẽ khiến các ông tự tại, không bị ràng buộc, và không có nơi để mong cầu hay để nương tựa. Cưỡi trên Ba Thừa này thì sẽ dùng vô lậu của Năm Căn, Năm Lực, Bảy Giác Phần, Tám Chánh Đạo, tĩnh lự, giải thoát, Đẳng Trì, cùng những Pháp khác như thế để tự vui thích và liền được vô lượng an ổn hân hoan.'

❖

Này Thu Lộ Tử! Nếu có chúng sanh nào với căn tánh hiểu biết và khi nghe Pháp từ Đức Phật Thế Tôn mà tín thọ, chuyên cần tinh tấn, muốn mau ra khỏi ba cõi, và cầu đắc tịch diệt cho bản thân--đây gọi là Thanh Văn Thừa. Họ ví như các đứa con vì mong cầu xe dê mà rời khỏi căn nhà lửa.

Nếu có chúng sanh nào khi nghe Pháp từ Đức Phật Thế Tôn mà chuyên cần tinh tấn, cầu trí tuệ tự nhiên, thích một mình nơi tĩnh mịch, và biết thâm sâu các pháp nhân duyên--đây gọi là Độc Giác Thừa. Họ ví như các đứa con vì mong cầu xe hươu mà rời khỏi căn nhà lửa.

Nếu có chúng sanh nào khi nghe Pháp từ Đức Phật Thế Tôn mà tín thọ, tinh tấn tu hành, cầu Nhất Thiết Trí, sự hiểu biết của Phật, sự hiểu biết tự nhiên, sự hiểu biết không thầy dạy, tri kiến của Như Lai, Mười Lực, Bốn Không Sợ Hãi, từ mẫn ban an vui cho vô lượng chúng sanh, lợi ích trời người, và độ thoát tất cả--đây gọi là Đại Thừa. Do bởi họ cầu ở thừa này nên gọi là đại Bồ-tát. Họ ví như các đứa con vì mong cầu xe bò mà rời khỏi căn nhà lửa.

Này Thu Lộ Tử! Đây ví như khi ông trưởng giả kia thấy tất cả các con của mình đã an toàn rời khỏi căn nhà lửa và đến được nơi thảnh thơi, ông xem xét tài phú vô lượng của mình và ban những cỗ xe lớn cho các con.

Như Lai cũng lại như vậy, là cha của hết thảy chúng sanh. Nếu thấy vô lượng ngàn ức chúng sanh đáng được dùng cánh cổng của Phật để giáo hóa, khiến họ xa rời nỗi sợ hãi trên con đường hiểm của sự thống khổ trong ba cõi và được an vui của tịch diệt.

Ngay lúc đó Như Lai sẽ nghĩ như vầy:

'Ta có vô lượng vô biên trí tuệ, Mười Lực, Bốn Không Sợ Hãi, và Pháp tạng của chư Phật. Hết thảy những chúng sanh này đều là con Ta. Ta phải nên cho chúng đồng một cỗ xe lớn và đừng khiến chỉ có một người được diệt độ. Ta sẽ dùng tịch diệt của Như Lai để chỉ cho họ diệt độ. Khi thoát khỏi ba cõi, những chúng sanh này đều sẽ được ban cho các đồ vật vui chơi, như là tĩnh lự, giải thoát, và các Pháp như thế của chư Phật. Tất cả đều đồng một tướng và một loại mà chư thánh ngợi khen là có thể sanh ra niềm an lạc, thanh tịnh, và vi diệu đệ nhất.'

Này Thu Lộ Tử! Đây ví như ông trưởng giả kia. Ban đầu ông đã dùng ba loại cỗ xe để dẫn dụ các con, rồi sau đó ông chỉ đưa cho chúng một loại cỗ xe lớn. Loại cỗ xe này có vật báu trang nghiêm, thật an lạc và bình yên vô cùng. Cho nên ông trưởng giả kia không có phạm lỗi lừa dối. Như Lai cũng lại như vậy: không có lừa dối. Lúc ban sơ thuyết giảng Ba Thừa để dẫn đạo chúng sanh, rồi sau đó Ta chỉ dùng Đại Thừa mà độ thoát họ.

Vì sao thế? Bởi Như Lai có Mười Lực, Bốn Không Sợ Hãi, vô lượng trí tuệ, cùng bí tạng của các Pháp, và có thể ban cho hết thảy chúng sanh Pháp Đại Thừa. Tuy nhiên, không phải chúng sanh nào cũng có thể lãnh thọ.

Này Thu Lộ Tử! Ông phải biết rằng, chư Phật vì nhân duyên này nên ở trong một Phật Thừa mà phân biệt nói có ba."

❖

Khi ấy Đức Phật muốn tuyên lại nghĩa lý ở trên nên nói kệ rằng:

"Ví như ông trưởng giả
Có một căn nhà lớn
Nhà ấy đã cũ kỹ
Mà còn sắp sửa sụp

Đại sảnh cao nguy hiểm
Cột trụ nhà mục nát
Cây kèo ngang xiêu vẹo
Móng nền bị hư hoại

Vách tường thì rạn nứt
Mảnh vôi rụng rơi rớt
Mái tranh lật nghiêng ngả
Cây xà ngang lỏng lẻo

Vật cách ngăn cong queo
Đồ dơ bẩn đầy rẫy
Hiện có năm trăm người
Đang trú ở trong đó

Cú diều hâu kên kên
Quạ tu hú bồ câu
Rắn độc và bọ cạp
Cùng với những rết rít

Tắc kè vật nhiều chân
Nào chồn cáo chuột nhắt
Loài sâu bọ ác độc
Chạy rong ruổi qua lại

Chỗ phân hôi nước tiểu
Bất tịnh chảy lai láng
Bọ hung những loài trùng
Tụ tập bò trên ấy

Chó sói cáo dã can
Gặm nhấm nuốt giẫm đạp
Cắn xé mấy xác chết
Thịt xương nằm ngổn ngang

Rồi thì tới bầy chó
Vồ chụp chạy đến tranh
Gầy đói thật hung hăng
Tìm thức ăn khắp nơi
Tranh giành cấu xé nhau
Gầm hú sủa inh ỏi

Hãi hùng trong nhà ấy
Việc xảy ra như thế
Khắp mọi nơi mọi chốn
Có sơn tinh yêu quái
Quỷ dữ quỷ tiệp tật
Đang ăn nhai thịt người

Loài sâu bọ ác độc
Bầy cầm thú dữ tợn
Nở trứng sản sanh con
Chúng tự bảo vệ lấy

Quỷ tiệp tật rượt đến
Tranh nhau bắt lấy ăn
Khi đã ăn no nê
Ác tâm càng mạnh mẽ
Tiếng tranh cãi của chúng
Thật đáng sợ hãi hùng

Các loài quỷ úng hình
Ngồi chồm hổm trên đồi
Có lúc rời khỏi đồi
Nhảy một thước hoặc hai
Chúng rảo tới rảo lui
Tha hồ mà vui thích
Bắt chó tóm hai chân
Đập đến hết la ó
Bẻ chân cuộn quanh cổ
Chó sợ còn chúng vui

Lại có các loài quỷ
Thân nó rất to lớn
Trần truồng gầy đen thui
Luôn sống ở trong đó
Phát ra tiếng dữ tợn
Gào thét tìm thức ăn

Lại có các loài quỷ
Cổ chúng nhỏ như kim
Lại có các loài quỷ
Đầu chúng như đầu bò
Có con ăn thịt người
Hoặc lại xé ăn chó

Đầu tóc rối bù xù
Hung tàn thật hiểm ác
Bị đói khát giày vò
La ó chạy long nhong

Quỷ đói quỷ tiệp tật
Những chim thú dữ tợn
Đói quá hướng khắp nơi
Ngóng nhìn qua song cửa
Các hoạn nạn như thế
Kinh hoàng nhiều vô lượng

Nhà này đã mục nát
Nó thuộc của một người
Người ấy mới ra ngoài
Thời gian không bao lâu
Thì ở đằng sau nhà
Lửa bỗng nhiên bốc cháy

Bốn bên đồng một lúc
Đều bị lửa cháy phừng
Cây kèo ngang cột trụ
Chấn nứt vang tiếng nổ
Bẻ gãy rụng rơi rớt
Vách tường sập ngổn ngang

Tất cả chúng quỷ thần
La ó kêu thảm thiết
Nào kên kên diều hâu
Các loài quỷ úng hình
Chạy loạn xạ kinh hoàng
Không thể tự ra khỏi

Thú dữ loài trùng độc
Ẩn náu trong lỗ hang
Loài quỷ hút tinh khí
Cũng trú ở trong đó

Do bởi phước đức mỏng
Chúng bị lửa bức bách
Tương tàn hại lẫn nhau
Uống máu và ăn thịt

Khi bầy thú dã can
Đều đã bị chết rồi
Những loài thú hung ác
Tranh nhau đến xé ăn
Mùi hôi thối nồng nặc
Xông lên ở khắp nơi

Những rết rít nhiều chân
Cùng với loài rắn độc
Chúng bị lửa thiêu đốt
Tranh chạy ra khỏi hang
Các loài quỷ úng hình
Tùy ý mà bắt ăn

Lại có những ngạ quỷ
Trên đầu lửa bốc cháy
Đói khát nóng não hại
Chạy rong ruổi khổ bức

Nhà ấy là như thế
Thật đáng sợ kinh hoàng
Nào độc hại hỏa tai
Lắm nạn không chỉ một

Khi ấy ông chủ nhà
Đang đứng ở ngoài cửa
Nghe có người bảo rằng

'Tất cả con của ngài
Hồi nãy vì vui chơi
Nên đã vào nhà đó
Trẻ thơ ngây bồng bột
Yêu thích ham vui sướng'

Ông trưởng giả nghe rồi
Kinh hoàng vào nhà lửa
Ông nghĩ cách giải cứu
Khiến chúng không bị đốt
Dẫn dụ bảo các con
Nói những việc hoạn nạn

'Nào ác quỷ trùng độc
Hỏa tai cháy lan tràn
Khổ này đến ách kia
Liên tục không gián đoạn

Rắn độc và hổ mang
Với bầy quỷ tiệp tật
Các loài quỷ úng hình
Chồn cáo chó dã can
Diều hâu cú kên kên
Loài trùng rết nhiều chân
Bị đói khát não loạn
Thật quả đáng khiếp sợ

Nơi này lắm khổ nạn
Huống nữa có lửa lớn
Con ông bởi vô tri
Tuy nghe cha cảnh báo
Nhưng do quá yêu thích
Ham chơi không tạm rời

Bấy giờ ông trưởng giả
Lại suy nghĩ như vầy

'Các con như thế ấy
Làm ta thêm sầu khổ
Giờ ở trong nhà đó
Không thứ gì đáng vui
Nhưng mà các con ta
Say đắm ham vui chơi
Nếu không vâng lời ta
Sẽ bị lửa làm hại'

Khi liền nghĩ như thế
Thiết lập những phương tiện
Rồi bảo các con rằng

'Cha có đủ mọi thứ
Đồ vui chơi trân bảo
Xe báu đẹp lộng lẫy
Nào xe dê xe hươu
Và cỗ xe bò lớn
Giờ chúng ở ngoài cửa
Các con hãy ra đi
Cha đã vì các con
Chế tạo những xe đó
Tùy ý như sở thích
Mà có thể vui chơi'

Các con nghe nói có
Những cỗ xe như thế
Lập tức chen lấn nhau
Bôn ba vội chạy ra
Đi đến chỗ đất trống
Lìa xa mọi khổ nạn

Khi trưởng giả thấy con
Ra khỏi căn nhà lửa
Đứng ở ngã tư đường
Ông ngồi tòa sư tử
Vui mừng tự bảo rằng

'Bây giờ ta rất vui
Tất cả các con đây
Nuôi nấng khó lắm thay
Trẻ thơ dại vô tri
Nên vào nhà nguy hiểm
Gặp nhiều loài trùng độc
Quỷ quái thật đáng sợ
Lửa phừng phừng cháy rực
Bốn phía đều bốc cháy
Nhưng mà các con đây
Tham luyến thích vui chơi
Khi ta đã giải cứu
Khiến thoát khỏi tai nạn
Cho nên giữa bao người
Bây giờ ta vui vẻ'

Lúc đó tất cả con
Biết cha đã an tọa
Đều đến chỗ của cha
Mà thưa với cha rằng

'Xin hãy cho chúng con
Ba loại cỗ xe báu
Như trước đã hứa rằng
"Nếu các con ra khỏi
Cha sẽ cho ba xe
Tùy sở thích mong muốn"
Nay chính là lúc này
Xin hãy cho chúng con'

Ông trưởng giả giàu sang
Có rất nhiều kho tàng
Nào vàng bạc lưu ly
Xa cừ và mã não

Dùng những báu vật đó
Tạo các cỗ xe lớn
Trang trí rất trang nghiêm
Có lan can xung quanh

Ở bốn phía treo chuông
Sợi dây vàng quấn quanh
Và lưới giăng trân châu
Giăng bủa ở trên ấy

Hoa vàng các chuỗi ngọc
Lủng lẳng treo khắp nơi
Trang hoàng với nhiều màu
Trang trí treo xung quanh

Lụa êm bông gòn mềm
Dùng để làm gối đệm
Bao gối mịn thượng diệu
Trị giá cả ngàn ức
Trắng thanh tịnh lấp lánh
Lấy phủ ở trên chúng

Có con bò trắng lớn
Tròn trĩnh rất dũng mãnh
Thân hình nó đẹp đẽ
Được dùng kéo xe báu
Có rất nhiều kẻ hầu
Đi theo để hộ vệ
Xe vi diệu như thế
Bình đẳng cho các con

Lúc đó các đứa con
Lòng vui mừng hớn hở
Cưỡi cỗ xe báu này
Du hành ở bốn phương
Chúng rong chơi vui vẻ
Tự tại không chướng ngại

Phải biết Thu Lộ Tử
Ta cũng lại như vậy
Là chư Thánh Trung Tôn
Là cha của thế gian

Hết thảy các chúng sanh
Đều là con của Ta
Chấp sâu lạc thế gian
Tâm không có trí tuệ

Khắp ba cõi không an
Ví như căn nhà lửa
Lắm khổ ách đầy rẫy
Thật quả đáng sợ hãi
Luôn có hoạn nạn sầu
Của sanh già bệnh chết
Các thứ lửa như thế
Cháy hừng hực chẳng thôi

Như Lai đã lìa xa
Căn nhà lửa ba cõi
Tịch nhiên sống an nhàn
Nơi núi rừng đồng quê

Bây giờ ba cõi đó
Đều là thuộc về Ta
Chúng sanh ở trong ấy
Chính là con của Ta

Nhưng giờ ở nơi này
Có rất nhiều hoạn nạn
Duy chỉ một mình Ta
Mới có thể cứu hộ

Mặc dù dạy kỹ càng
Nhưng họ chẳng tín thọ
Do bởi tham trước sâu
Ở các dục nhiễm ô

Dùng những phương tiện này
Ta thuyết giảng Ba Thừa
Khiến cho các chúng sanh
Biết nỗi khổ ba cõi

Ta khai thị diễn nói
Phật Đạo xuất thế gian
Hết thảy các con đây
Nếu tâm ý quyết định
Sẽ đầy đủ Ba Minh
Cùng với Sáu Thần Thông
Có người đắc Duyên Giác
Bồ-tát không thoái chuyển

Phải biết Thu Lộ Tử
Ta vì các chúng sanh
Mà dùng thí dụ này
Để nói một Phật Thừa

Nếu các ông có thể
Tín thọ lời dạy này
Vị lai tất cả đều
Sẽ được thành Phật Đạo

Cỗ xe này vi diệu
Thanh tịnh tối đệ nhất
Ở trong khắp thế gian
Không gì cao quý hơn

Là nơi Phật hoan hỷ
Hết thảy các chúng sanh
Đều phải nên xưng tán
Cúng dường và lễ bái

Có vô lượng ngàn ức
Các lực với giải thoát
Tĩnh lự và trí tuệ
Cùng Pháp khác của Phật
Đắc ở thừa như vầy

Khiến tất cả con Ta
Ngày đêm nhiều kiếp số
Luôn du hí vui chơi
Với các vị Bồ-tát
Và Thanh Văn thánh chúng
Cưỡi lên thừa báu này
Thẳng tiến đến Đạo Tràng

Do bởi nhân duyên đó
Dù cầu khắp mười phương
Cũng không thừa nào khác
Duy trừ Phật phương tiện

Phải biết Thu Lộ Tử
Tất cả các ông đây
Đều là con của Ta
Còn Ta chính là cha

Các ông từ nhiều kiếp
Gặp lắm khổ thiêu đốt
Và Ta đều cứu vớt
Dẫn ra khỏi ba cõi

Tuy trước đó Ta nói
Các ông đã diệt độ
Nhưng chỉ đoạn sanh tử
Đó không phải thật diệt
Bây giờ hãy nên cầu
Duy nhất trí tuệ Phật

Nếu có Bồ-tát nào
Ở giữa đại chúng này
Có thể nhất tâm nghe
Chánh Pháp của chư Phật

Dù chư Phật Thế Tôn
Mặc dù dùng phương tiện
Nhưng chúng sanh giáo hóa
Họ đều là Bồ-tát

Nếu những ai trí nhỏ
Chấp sâu nơi ái dục
Vì hạng người như thế
Ta thuyết giảng Khổ Đế

Chúng sanh tâm hoan hỷ
Được điều chưa từng có
Phật thuyết giảng Khổ Đế
Chân thật không sai khác

Nếu có chúng sanh nào
Chẳng biết gốc của khổ
Chấp sâu nơi nhân khổ
Không thể chút tạm rời

Vì hạng người như thế
Phương tiện thuyết giảng Đạo
Nhân của tất cả khổ
Tham dục là cội gốc

Nếu diệt trừ tham dục
Khổ không chỗ cậy nương
Diệt trừ sạch các khổ
Gọi là Đế Thứ Ba

Vì tu tập Diệt Đế
Họ tu hành ở Đạo
Rời các khổ ràng buộc
Gọi là được giải thoát

Họ đã từ điều gì
Mà có được giải thoát?
Chỉ rời xa hư vọng
Nên gọi là giải thoát

Kỳ thực còn chưa đắc
Tất cả Pháp giải thoát
Phật nói những người ấy
Chưa phải thật diệt độ

Ta không có ý muốn
Dẫn họ đến diệt độ
Bởi vì họ vẫn chưa
Chứng đắc Đạo vô thượng

Ta làm bậc Pháp Vương
Tự tại trong mọi pháp
An ổn các chúng sanh
Nên thị hiện ở đời

Phải biết Thu Lộ Tử
Pháp ấn này của Ta
Nói ra là vì muốn
Lợi ích cho thế gian
Du hành bất cứ đâu
Chớ hư vọng truyền dạy

Nếu như có ai nghe
Tùy hỷ và đảnh thọ
Ông phải biết người ấy
Là bậc không thoái chuyển

Nếu có ai tín thọ
Giáo Pháp trong Kinh này
Thì người ấy đã từng
Thấy chư Phật quá khứ
Cung kính với cúng dường
Và cũng nghe Pháp này

Nếu ai mà có thể
Tín thọ lời ông nói
Họ sẽ thấy được Ta
Cũng như thấy ông đây
Cùng những vị Bhikṣu
Và với chư Bồ-tát

Kinh Diệu Pháp Liên Hoa
Giảng cho người trí sâu
Kẻ nông cạn khi nghe
Mê muội chẳng tín giải

Tất cả Thanh Văn chúng
Cùng với các Độc Giác
Nghĩa lý trong Kinh này
Sức họ không thể thọ

Phải biết Thu Lộ Tử
Ông đối với Kinh này
Do tín mới vào được
Huống nữa Thanh Văn khác

Các Thanh Văn khác đó
Do tín thọ lời Phật
Nên tùy thuận Kinh này
Nhưng trí họ không thấu

Lại nữa Thu Lộ Tử
Kẻ kiêu mạn lười biếng
Chấp cái thấy chính mình
Thì chớ giảng Kinh này

Phàm phu trí nông cạn
Bám sâu nơi năm dục
Nghe nhưng không thể hiểu
Thì cũng đừng thuyết giảng

Nếu như ai chẳng tin
Và hủy báng Kinh này
Tức sẽ đoạn tất cả
Thế gian Phật chủng tánh

Hoặc lại buồn rười rượi
Họ nghi ngờ mê muội
Ông hãy nghe Ta nói
Tội báo của người này

Nếu Phật còn tại thế
Hoặc sau khi diệt độ
Nếu có ai phỉ báng
Các Kinh điển như vầy

Họ thấy người đọc tụng
Thọ trì biên chép Kinh
Mà khinh khi ganh ghét
Rồi ôm lòng hận thù

Tội báo của kẻ đó
Ông nay nghe lần nữa
Khi người ấy mạng chung
Vào Địa ngục Vô Gián
Suốt cả đến một kiếp

Kiếp hết lại sanh tiếp
Họ triển chuyển như thế
Cho đến vô số kiếp
Khi ra khỏi địa ngục
Sẽ đọa làm bàng sanh
Như là chó dã can
Thân hình chúng gầy mòn
Đen xạm hủi ghẻ lở
Bị người xua đánh đuổi

Lại khi được làm người
Thân hạ tiện xấu ác
Luôn khốn khổ đói khát
Gầy héo da bọc xương

Sống đau đớn trúng độc
Chết bị ngói đá vùi
Bởi đoạn Phật chủng tánh
Phải chịu tội báo này

Nếu đọa làm lạc đà
Hoặc sanh trong bầy lừa
Thân luôn mang đồ nặng
Gậy đập bị roi quất
Chỉ nghĩ nước với cỏ
Ngoài ra không biết gì
Do hủy báng Kinh này
Nên gặp tội như thế

Có kẻ làm dã can
Chúng đi vào xóm làng
Thân thể đầy ghẻ lở
Lại mất đi một mắt
Còn bị bọn trẻ nít
Đánh đập trúng đá ném

Chịu mọi điều thống khổ
Cho đến chết mới thôi
Ở nơi đó chết rồi
Lại làm thân mãng xà

Thân nó to và dài
Đến năm trăm hạn lượng
Ngu ngốc điếc không chân
Uốn éo trườn bụng đi

Bị các loài trùng nhỏ
Chích táp rỉa ăn thịt
Chịu khổ suốt ngày đêm
Không lúc nào ngừng nghỉ
Do hủy báng Kinh này
Nên gặp tội như thế

Nếu được sanh làm người
Các căn lại ám độn
Lùn xấu què khập khiễng
Tai điếc mù gù lưng
Họ có nói điều chi
Thì chẳng ai tin gì

Hơi thở luôn hôi hám
Quỷ quái đột nhập thân
Bần cùng lại hạ tiện
Họ bị người khác sai

Lắm bệnh gầy héo hon
Không chỗ nào tựa nương
Tuy gần gũi nhờ người
Chẳng ai thèm để ý

Nếu họ được điều chi
Liền sẽ bị mất ngay
Nếu học về y thuật
Theo phương thuốc trị bệnh
Bệnh nhân càng trầm trọng
Hoặc còn hại chết luôn

Nếu họ tự mắc bệnh
Không ai cứu chữa giùm
Dù có uống lương dược
Thì chỉ thêm kịch liệt

Nếu gặp bọn giặc cướp
Họ sẽ bị cướp bóc
Người với tội như thế
Chuốc lấy tai ương đó

Những tội nhân như vậy
Vĩnh viễn chẳng thấy Phật
Bậc vua của chư thánh
Giáo hóa thuyết giảng Pháp

Những tội nhân như vậy
Luôn sanh chốn hoạn nạn
Tai điếc tâm điên cuồng
Vĩnh viễn chẳng nghe Pháp

Trải qua vô số kiếp
Nhiều như cát sông Hằng
Lúc sanh ra câm điếc
Các căn không hoàn chỉnh
Luôn sống ở địa ngục
Như dạo ở công viên

Hoặc tại đường ác khác
Xem như nhà của mình
Lạc đà lừa heo chó
Là nơi họ tiến đến
Do hủy báng Kinh này
Nên gặp tội như thế

Nếu được sanh làm người
Thì mù điếc câm ngọng
Nghèo mạt gia cảnh suy
Mà lấy để trang nghiêm

Phù thũng thân khô héo
Ghẻ hủi bị ung thư
Các chứng bệnh như thế
Để mà làm y phục

Thân luôn toát mùi hôi
Dơ bẩn thật bất tịnh
Chấp sâu thấy có ngã
Sân hận càng tăng thêm

Lòng dâm dục hẫy hừng
Chẳng khác gì cầm thú
Do hủy báng Kinh này
Nên gặp tội như thế

Phải biết Thu Lộ Tử
Ai hủy báng Kinh này
Nếu nói tội của họ
Trọn kiếp chẳng tận cùng

Do bởi nhân duyên đó
Ta mới căn dặn ông
Chớ thuyết giảng Kinh này
Cho người kém hiểu biết

Nếu ai có lợi căn
Với trí tuệ sáng suốt
Học rộng trí nhớ dai
Và chí cầu Phật Đạo
Thì những người như thế
Mới có thể thuyết giảng

Nếu ai đã từng thấy
Trăm ngàn ức chư Phật
Gieo trồng mọi căn lành
Tâm kiên cố thâm sâu
Thì những người như thế
Mới có thể thuyết giảng

Nếu có ai tinh tấn
Luôn tu tập lòng từ
Chẳng luyến tiếc thân mạng
Mới có thể thuyết giảng

Nếu có ai cung kính
Không có tâm nào khác
Xa lìa kẻ ngu dốt
Một mình sống núi đầm
Thì những người như thế
Mới có thể thuyết giảng

Lại nữa Thu Lộ Tử
Nếu thấy có người nào
Rời bỏ ác tri thức
Thân cận Thiện Tri Thức
Thì những người như thế
Mới có thể thuyết giảng

Nếu thấy Phật tử nào
Trì giới luật thanh khiết
Thanh tịnh như minh châu
Chí cầu Kinh Đại Thừa
Thì những người như thế
Mới có thể thuyết giảng

Nếu ai không sân hận
Chất trực tâm nhu nhuyễn
Luôn thương xót hết thảy
Và cung kính chư Phật
Thì những người như thế
Mới có thể thuyết giảng

Lại có Phật tử nào
Ở giữa các đại chúng
Mà với tâm thanh tịnh
Dùng đủ mọi nhân duyên
Thí dụ cùng ngôn từ
Thuyết Pháp không chướng ngại
Thì những người như thế
Mới có thể thuyết giảng

Nếu có Bhikṣu nào
Vì cầu Nhất Thiết Trí
Đi bốn phương cầu Pháp
Chắp tay và đảnh thọ
Chỉ yêu thích thọ trì
Các Kinh điển Đại Thừa
Cho đến chẳng thọ trì
Một bài kệ Kinh khác
Thì những người như thế
Mới có thể thuyết giảng

Nếu ai tâm chí thành
Khẩn cầu Phật xá-lợi
Hoặc cầu Kinh như vầy
Khi được đội trên đầu
Người này sẽ chẳng còn
Mong muốn Kinh điển khác
Cũng chẳng bao giờ nghĩ
Sách điển của ngoại đạo
Thì những người như thế
Mới có thể thuyết giảng

Phải biết Thu Lộ Tử
Ta nói đặc tướng này
Của người cầu Phật Đạo
Suốt kiếp cũng chẳng hết

Những hạng người như thế
Mới có thể tin hiểu
Thì ông hãy thuyết giảng
Kinh Diệu Pháp Liên Hoa"

Lúc bấy giờ, khi Tôn giả Đại Ẩm Quang, Tôn giả Thiện Hiện, Tôn giả Đại Tiễn Thế Chủng Nam, và Tôn giả Đại Thải Thục Thị nghe được Pháp chưa từng có từ Đức Phật, lại nghe được Thế Tôn thọ ký Vô Thượng Chánh Đẳng Chánh Giác cho Tôn giả Thu Lộ Tử, các ngài cảm thấy rất hy hữu và trong lòng vui mừng hớn hở.

Họ liền từ chỗ ngồi đứng dậy, sửa sang y phục, vén áo lộ hở vai, gối phải quỳ sát đất, nhất tâm chắp tay, rồi cung kính cúi mình, chiêm ngưỡng tôn nhan, và thưa với Phật rằng:

"[Thưa Thế Tôn!] Ở trong chư Tăng, chúng con là những vị thượng thủ và có tuổi thọ cao thâm. Chúng con tự nghĩ rằng mình đã đắc tịch diệt và chẳng còn việc gì phải lo, nên lại không tiến cầu Vô Thượng Chánh Đẳng Chánh Giác.

Thuở xưa khi Thế Tôn thuyết Pháp, tuy lúc đó chúng con cũng ngồi nghe nhưng thân thể mệt mỏi; chỉ niệm không, vô tướng, và vô nguyện. Đối với các Pháp của Bồ-tát, như là thần thông du hí, thanh tịnh cõi Phật, và thành tựu chúng sanh thì lòng chẳng mấy vui thích.

Vì sao thế? Bởi Thế Tôn đã dẫn chúng con ra khỏi ba cõi để chứng đắc tịch diệt. Thêm nữa, giờ tuổi tác chúng con đã cao, nên khi nghe Phật giáo hóa Bồ-tát về Vô Thượng Chánh Đẳng Chánh Giác thì tâm chúng con chẳng hề sanh một niệm yêu mến.

Nay ở trước Phật, khi chúng con nghe Như Lai thọ ký Vô Thượng Chánh Đẳng Chánh Giác cho Thanh Văn, thì lòng vô cùng hoan hỷ và được điều chưa từng có. Chúng con chẳng thể nào tin rằng, nay lại hốt nhiên nghe được Pháp hy hữu này và tự cảm thấy vô cùng may mắn vì đạt được lợi ích lành to lớn. Đây ví như tự nhiên có vô lượng trân bảo mà chẳng cần phải mong cầu.

Thưa Thế Tôn! Bây giờ chúng con muốn nói một thí dụ để làm rõ nghĩa lý này.

❖

Đây ví như có người lúc còn thơ ấu đã bỏ cha chạy trốn và lưu lạc rất lâu ở nước khác, hoặc 10, 20, hay cho đến 50 năm. Khi đã trưởng thành, cuộc sống càng thêm khốn đốn và phải long đong khắp nơi để tìm miếng cơm manh áo. Lần lần người ấy lang thang về bổn quốc.

Lúc trước cha của anh ta đã ra đi để tìm con, nhưng vẫn không sao gặp được. Thế rồi người cha đã dừng chân ở một thành nọ. Người cha rất giàu sang và trong nhà có vô lượng tài bảo, nào là vàng, bạc, lưu ly, san hô, hổ phách, pha lê, trân châu, và những châu báu khác. Các kho chứa đều tràn ắp đồ vật. Lại có nhiều đầy tớ, quản gia, và người giúp việc, cùng voi ngựa xe cộ và vô số bò dê. Việc kinh doanh mang đến nhiều lợi nhuận và còn phát triển sang nước khác. Những thương gia và khách hàng cũng có đông đảo.

Khi ấy cùng tử đi lang thang qua các xóm làng và thành ấp của các nước. Cuối cùng thì đi tới thành quách nơi cha anh đang ở.

Mặc dù phụ tử đã biệt ly hơn 50 năm, nhưng người cha luôn nhớ về con mình. Đối với việc này, ông chưa từng nói cho ai biết và chỉ ấp ủ một mình với lòng tràn đầy hối hận.

Ông thầm nghĩ:

'Ta giờ đã già nua. Tuy có nhiều tài sản, vàng bạc trân bảo, và các kho chứa tràn ắp đồ vật, nhưng tiếc thay ta lại không có con. Một mai chết đi thì tài sản sẽ tiêu tan và chẳng ai kế thừa.'

Đây là tại sao mà người cha luôn tha thiết nhớ về con mình.

Người cha lại nghĩ như vầy:

'Nếu gặp được đứa con, ta sẽ ủy phó tài vật cho nó. Như thế ta sẽ vui vẻ và không còn ưu lo gì nữa.'

Thưa Thế Tôn! Lúc bấy giờ cùng tử đi làm mướn hết chỗ này đến chỗ khác và bất chợt đến nhà của người cha. Đứng ở cổng, hắn từ xa trông thấy người cha ngồi chễm chệ trên giường sư tử và chân gác lên ghế báu. Các Phạm Chí, vua chúa, và cư sĩ đều cung kính vây quanh. Có chuỗi ngọc trân châu với trị giá bằng cả ngàn lượng vàng được trang nghiêm trên thân. Kẻ hầu người hạ cầm cây phất trần màu trắng và đứng hầu ở hai bên. Ở phía trên có lều báu phủ trùm và trên ấy treo hoa cùng cờ hiệu. Trên đất rưới nước hương và rải các thứ hoa quý hiếm. Báu vật được sắp thành hàng để ông kiểm duyệt. Với đủ mọi thứ trang nghiêm như thế, uy đức của người cha rất thù đặc và tôn quý. Khi thấy người cha có uy thế lớn, cùng tử liền kinh hãi và hối hận đã đến nơi đây.

Hắn thầm nghĩ:

'Đây chẳng lẽ là vua, hoặc là người ngang bằng với vua. Chỗ này không phải là nơi mà ta có thể làm mướn. Ta tốt hơn nên đi đến xóm nghèo. Ở đó sẽ có nơi mướn ta và dễ dàng mưu sinh. Nếu còn nán lại đây nữa thì ta sẽ có thể bị cưỡng bức đi làm khổ dịch.'

Nghĩ như thế xong, hắn vội chạy đi. Khi ông trưởng giả giàu sang đang ngồi ở trên tòa sư tử đã thấy cùng tử, ông liền nhận ra đó là con mình.

Lòng ông vui mừng vô cùng và liền suy nghĩ rằng:

'Bây giờ thì tài vật và kho tàng của ta đã có người giao phó. Ta luôn nhung nhớ đứa con này nhưng vẫn không sao thấy được. Bất chợt giờ nó tự đến, điều mong ước của ta sắp được mãn nguyện. Mặc dù ta đã già suy nhưng vẫn mãi nhớ mong.'

Nghĩ vậy xong, người cha liền sai hạ nhân cấp tốc đuổi theo để dẫn hắn về. Khi ấy, các hạ nhân liền chạy nhanh đến để bắt cùng tử.

Cùng tử hốt hoảng và kêu la thảm thiết:

'Tôi có phạm tội gì đâu mà sao lại bắt tôi?'

Các hạ nhân lại càng cầm chặt hơn và lôi kéo hắn về.

Lúc đó cùng tử nghĩ rằng:

'Ta vốn vô tội mà giờ bị bắt giam, chắc ta phải chết mất.'

Khi ấy, cùng tử càng thêm kinh hoàng và té xỉu trên đất.

Người cha từ xa thấy thế nên ra lệnh các hạ nhân rằng:

'Ta không cần người này nữa. Thôi đừng cưỡng bắt hắn tới đây. Hãy tạt nước lạnh lên mặt để cho hắn tỉnh dậy và chớ nói thêm với hắn điều gì.'

Vì sao thế? Bởi người cha biết ý chí hạ liệt của con ông và biết rằng sự hào quý của chính mình sẽ làm cho con ông khó mà tin được. Khi đã biết chắc đó là con mình, ông dùng phương tiện và chẳng nói cho một ai biết rằng đó là con của ông.

Khi ấy, các hạ nhân nói với cùng tử rằng:

'Giờ ta thả ngươi ra. Ngươi muốn đi đâu thì tùy ý.'

Cùng tử vui mừng khôn xiết và được điều chưa từng có. Hắn từ dưới đất đứng dậy, rồi đi đến xóm nghèo để tìm miếng cơm manh áo.

Lúc bấy giờ ông trưởng giả vì muốn dẫn dụ con mình nên liền thiết lập phương tiện. Ông bí mật sai hai người với dáng vẻ tiều tụy và chẳng có uy đức gì.

[Ông nói với họ rằng:]

'Các người hãy đi đến chỗ của kẻ bần cùng kia, rồi từ tốn bảo hắn rằng:

"Có nơi này làm việc và sẽ kiếm được gấp hai lần tiền công mà anh đang làm."

Nếu kẻ bần cùng đó đồng ý, các người hãy dẫn về làm việc.

Nếu hỏi sẽ làm công việc gì thì bảo rằng:

"Anh được mướn về đổ phân. Hai chúng tôi cũng sẽ làm việc chung với anh."'

Lúc ấy, hai hạ nhân liền đi tìm cùng tử. Khi đã gặp rồi, họ tường trình sự việc như trên.'

Lúc bấy giờ cùng tử nhận trước tiền công rồi cùng họ đổ phân. Khi người cha thấy con mình, lòng thương cảm thắm thiết.

Lại một ngày khác, nhìn qua khung cửa sổ, ông trưởng giả từ xa thấy con mình gầy gò héo hon, phân ô uế và bụi bặm bất tịnh dính trên thân. Thấy vậy, ông liền cởi xuống chuỗi ngọc, y phục mềm mại, và đồ trang sức, rồi thay vào áo vải thô rách rưới dơ bẩn. Ông lại trét bùn đất lên thân và tay phải cầm một cái xẻng xúc phân.

Với dáng vẻ ghê rợn, ông bảo những người làm rằng:

'Các người hãy siêng làm việc và chớ có lười biếng.'

Nhờ bằng vào cách này, người cha đã gần gũi được với đứa con.

Về sau trong một dịp nọ, ông nói với cùng tử rằng:

'Chàng thanh niên! Cậu hãy làm việc ở đây luôn đi và đừng đến nơi khác nữa. Tôi sẽ tăng lương cho cậu. Mọi thứ cậu cần, như là nồi niêu, gạo, bột, muối, giấm, hay những vật dụng khác. Cậu chớ lo nghĩ thêm về việc này mà làm khổ chính mình. Tôi cũng có một người đầy tớ già xấu, nếu cậu cần tôi sẽ cấp cho. Cậu hãy an lòng đi. Giờ tôi như người cha của cậu. Vậy cậu đừng lo lắng gì nữa.

Vì sao thế? Bởi tôi đã rất già mà cậu thì trẻ trung tráng kiện. Ở mọi lúc làm việc, cậu chưa hề khi nào lừa dối, lười biếng, giận dữ, hay có lời than oán. Tôi chưa từng khi nào thấy cậu phạm các việc ác như mấy kẻ khác. Từ nay về sau, tôi sẽ xem cậu như là con của mình.'

Rồi thì ông trưởng giả liền đặt tên và gọi cùng tử là con của mình. Dù khi ấy cùng tử vui mừng khôn xiết đối với việc này, nhưng vẫn tự cho mình như kẻ làm hạ tiện ở ngoài. Cho nên suốt 20 năm, hắn vẫn luôn đi đổ phân. Sau thời gian đó, hắn đã bắt đầu có lòng tin tưởng và khi ra vào không còn ái ngại nữa. Tuy nhiên, hắn vẫn ở chỗ cũ như lúc trước.

Thưa Thế Tôn! Lúc bấy giờ ông trưởng giả lâm bệnh và tự biết không bao lâu thì sẽ chết.

Thế nên ông nói với cùng tử rằng:

'Hiện tại cha có rất nhiều vàng bạc trân bảo và các kho chứa tràn ắp đồ vật. Con nên biết tường tận số lượng và khoản thu chi của chúng. Đó là điều mà cha đang ấp ủ trong lòng và hy vọng rằng con sẽ lãnh hội được ý này.

Vì sao thế? Bởi bây giờ giữa cha và con không có gì xa lạ. Con phải nên thận trọng hơn nữa và đừng để mất mát thứ gì.'

Lúc bấy giờ cùng tử liền vâng lời dạy bảo và quản lý tất cả tài vật, vàng bạc trân bảo, cùng các kho tàng. Tuy nhiên, hắn không hề khởi ý niệm chiếm giữ dù nhỏ như một bữa ăn. Hắn vẫn tiếp tục ở chỗ cũ và cũng chưa có thể bỏ đi tâm tưởng thấp kém.

Ít lâu sau, người cha biết tâm ý con mình đã dần dần thông thái, thành tựu đại chí, và khinh bỉ cách suy nghĩ của chính mình lúc trước. Khi sắp gần mạng chung, ông bảo con mình triệu tập thân bằng quyến thuộc, quốc vương, đại thần, quý tộc, và cư sĩ.

Khi mọi người đều đã tập họp đông đủ, ông liền nói với họ rằng:

'Tất cả các vị nên biết đây là con của tôi, do chính tôi sanh ra. Tại một thành nọ cách đây 50 năm, nó bỏ tôi mà chạy trốn, lưu lạc nơi tha phương, và chịu nhiều khốn khổ. Con tôi lúc xưa tên là, còn tên của tôi là vậy đó. Tại một thành nọ trên quê hương xưa, tôi đã bôn ba đi tìm. Bỗng nhiên ở tại xứ này, tôi đã tìm được nó. Đây đích thực là con tôi và tôi thật sự là cha của nó. Bây giờ, tất cả tài sản của tôi đều sẽ thuộc về con tôi. Mọi việc làm ăn trong ngoài của gia tộc, giờ đây con tôi cũng đã biết.'

Thưa Thế Tôn! Khi nghe lời nói như thế từ người cha, cùng tử liền vui mừng khôn xiết và được điều chưa từng có.

Rồi hắn suy nghĩ rằng:

'Lòng ta vốn không có một ý niệm mong cầu, nhưng giờ thì kho tàng này tự nhiên đến.'

Thưa Thế Tôn! Ông đại phú trưởng giả tức là Như Lai. Chúng con đều là Phật tử, và Như Lai cũng luôn bảo rằng chúng con là con của Ngài.

❖

Thưa Thế Tôn! Do bởi ba thứ khổ, nên chúng con ở trong sanh tử phải thọ những khổ não bức bách, mê muội vô tri, ưa thích và chấp trước ở Pháp nhỏ.

Hôm nay Thế Tôn đã khiến chúng con khởi tâm tư duy để trừ sạch phân dơ hí luận của các pháp. Chúng con ở trong Pháp của Phật đã chuyên cần tinh tấn và kiếm được một ngày tiền lương của tịch diệt.

Khi đã có được, tâm sanh đại hoan hỷ, trong lòng mãn nguyện mà liền tự bảo rằng:

'Do bởi chuyên cần tinh tấn nên điều chúng ta đạt được ở trong Pháp của Phật thật quả là nhiều.'

Tuy nhiên, Thế Tôn đã biết trước tâm chúng con tham chấp vào điều mong muốn thấp kém và ưa thích ở Pháp nhỏ, nên vẫn để chúng con tự đi con đường của mình và đã không chỉ rõ rằng:

'Các ông đều sẽ có một phần trong bảo tạng của Như Lai tri kiến.'

Thế Tôn dùng sức phương tiện để thuyết giảng trí tuệ của Như Lai. Chúng con tu học từ Đức Phật và kiếm được một ngày tiền lương của tịch diệt, rồi cho là đã được lợi ích lớn, nên ở trong Pháp Đại Thừa này không có tâm tha thiết cầu mong. Thêm nữa, nhân do chúng con biết rằng trí tuệ của Như Lai là để khai thị diễn nói cho chư Bồ-tát. Thế nên đối với Pháp này, chúng con không có lòng khát ngưỡng.

Vì sao thế? Bởi Phật biết tâm chúng con ưa thích Pháp nhỏ, nên đã dùng sức phương tiện mà tùy nghi thuyết giảng. Thế nhưng chúng con đã không biết rằng mình thật sự là con của Phật. Nay chúng con mới tỏ ngộ rằng, Thế Tôn không hề bỏn xẻn đối với trí tuệ của Phật.

Vì sao thế? Bởi từ xưa đến nay, chúng con đích thực là con của Phật. Thế nhưng chúng con chỉ ưa thích Pháp nhỏ. Nếu chúng con có tâm yêu mến Pháp lớn, Đức Phật tất sẽ thuyết Pháp Đại Thừa. Trong Kinh này duy chỉ nói Nhất Thừa. Xưa kia ở giữa chư Bồ-tát, Thế Tôn đã khiển trách những vị Thanh Văn ưa thích ở Pháp nhỏ, nhưng thật ra thì Phật đang dùng Đại Thừa để giáo hóa họ.

Vì vậy chúng con mới nói rằng, lòng chúng con vốn không có một ý niệm mong cầu điều chi, nhưng giờ thì đại bảo tạng của Pháp Vương tự nhiên đến. Đây là điều mà người Phật tử nên được, giờ thì chúng con đều đã được."

❖

Lúc bấy giờ Tôn giả Đại Ẩm Quang muốn tuyên lại nghĩa lý ở trên nên nói kệ rằng:

"Ngày hôm nay chúng con
Nghe tiếng Phật dạy bảo
Vui mừng lòng hớn hở
Được điều chưa từng có

Phật nói các Thanh Văn
Sẽ được thành Phật Đạo
Có vô lượng trân bảo
Không cầu mà tự được

Ví như đứa trẻ nít
Bồng bột tánh non dại
Bỏ cha chạy trốn đi
Đến tận nơi tha phương
Lang thang qua các nước
Suốt hơn năm mươi năm

Người cha buồn lo nhớ
Bôn ba tìm khắp nơi
Đến khi đã mệt mỏi
Dừng nghỉ ở thành nọ
Rồi xây dựng nhà cửa
Có năm dục vui sướng

Nhà rộng lớn giàu sang
Nhiều vàng bạc trân bảo
Xa cừ với mã não
Trân châu ngọc lưu ly

Nào voi ngựa bò dê
Kiệu xe kẻ đón đưa
Tôi tớ các nông phu
Cùng dân chúng rất đông

Kinh doanh mang lợi nhuận
Phát triển sang nước khác
Thương gia và khách hàng
Không nơi nào chẳng có

Mười triệu ức dân chúng
Họ cung kính vây quanh
Lại có những vua chúa
Luôn nhớ thương mến mộ
Quần thần và hào tộc
Thảy đều đồng tôn trọng

Do các nhân duyên này
Người vãng lai rất nhiều
Giàu sang như thế ấy
Và có uy thế lớn

Nhưng ông đã già nua
Lòng nhớ con tha thiết
Ngày đêm nghĩ như vầy

'Ta sắp phải ra đi
Con dại đã bỏ ta
Hơn năm mươi năm qua
Kho tàng các tài bảo
Phải xử lý thế nào?'

Khi ấy kẻ cùng tử
Tìm miếng cơm manh áo
Thôn này đến thôn khác
Nước này đến nước khác

Hoặc đôi lúc có ăn
Hoặc lúc thì chẳng có
Đói khát thân gầy mòn
Mình mẩy sanh mụn nhọt

Lần lần đi lang thang
Đến thành cha anh ở
Triển chuyển để làm mướn
Cuối cùng đến nhà cha

Lúc đó ông trưởng giả
Ở bên trong cổng nhà
Có lều báu bao phủ
Ngồi trên tòa sư tử
Các quyến thuộc vây quanh
Kẻ hầu người hộ vệ

Hoặc có người tính đếm
Vàng bạc những vật báu
Tài sản trong với ngoài
Biên ghi vào sổ sách

Khi cùng tử thấy cha
Hào quý thật tôn nghiêm
'Đây chẳng lẽ là vua
Hoặc ngang bằng với vua?'

Kinh sợ rồi tự trách
'Tại sao đến nơi này?'

Lại tự suy nghĩ rằng
'Nếu ta còn ở đây
Có thể bị cưỡng bức
Bắt đi làm khổ dịch'

Khi đã nghĩ như thế
Liền vội bỏ chạy đi
Đến xóm nghèo rong hỏi
Để muốn được làm mướn

Khi đó ông trưởng giả
Ngồi trên tòa sư tử
Từ xa thấy cùng tử
Liền nhận ra con mình

Tức khắc sai hạ nhân
Đuổi theo dẫn hắn về
Cùng tử kêu hốt hoảng
Té xỉu ngay trên đất

'Những kẻ này bắt ta
Chắc ta sẽ phải chết
Vì miếng cơm manh áo
Sao lại đến nơi đây?'

Ông trưởng giả biết con
Ngu si ý hạ liệt
'Sẽ không tin lời ta
Không tin mình là cha'

Liền dùng sức phương tiện
Sai các hạ nhân khác
Mù một mắt lùn xấu
Chẳng có uy đức gì

Các người nói với hắn
'Có nơi này làm việc
Dọn dẹp đổ phân dơ
Gấp hai tiền anh làm'

Khi cùng tử nghe xong
Vui vẻ đi theo về
Rồi đổ phân dơ bẩn
Quét dọn các phòng xá

Nhìn qua khung cửa sổ
Ông trưởng giả thấy con
Ý hạ liệt ngu si
Ưa thích làm việc kia

Khi ấy ông trưởng giả
Mặc áo dơ thô xấu
Tay cầm xẻng xúc phân
Đi đến chỗ con ông

Nhờ phương tiện gần gũi
Ông bảo 'hãy siêng làm
Sẽ tăng cậu tiền lương
Cho cậu dầu thoa chân
Đầy đủ đồ ăn uống
Và giường nệm êm ấm'

Ông nói cứng rắn rằng
'Cậu phải siêng làm việc'
Lại từ tốn bảo rằng
'Cậu như con của tôi'

Ông trưởng giả có trí
Dần dần cho ra vào
Trải qua hai mươi năm
Quản lý công việc nhà

Chỉ nơi cất vàng bạc
Trân châu và pha lê
Thu chi của mọi việc
Khiến cùng tử đều biết

Nhưng hắn vẫn ở ngoài
Sống trong túp lều tranh
Tự nghĩ mình bần cùng
'Không vật nào của ta'

Người cha biết lòng con
Dần dần đã rộng lớn
Muốn cho con tài vật
Liền tụ họp thân tộc

Quốc vương cùng đại thần
Quý tộc và cư sĩ
Ở giữa đại chúng ấy
Nói đây là con tôi

Bỏ tôi đi nơi khác
Trải qua năm mươi năm
Nay thấy nó tự đến
Hai mươi năm ở đây

Xưa ở một thành nọ
Tôi mất đứa con này
Bôn ba khắp nơi tìm
Cuối cùng đến nơi đây

Mọi thứ của tôi có
Nào nhà cửa hạ nhân
Thảy phó chúc cho nó
Tùy ý mà sử dụng

Cùng tử nghĩ xưa nghèo
Ý chí lại hạ liệt
Nhưng nay ở chỗ cha
Có được trân bảo quý

Cùng nhà cao cửa rộng
Và hết thảy tài vật
Lòng vui mừng khôn xiết
Được điều chưa từng có

Phật cũng lại như vậy
Biết chúng con thích nhỏ
Nên chưa hề nói rằng
'Các ông sẽ thành Phật'

Mà chỉ bảo chúng con
Chứng đắc các vô lậu
Thành tựu ở Nhị Thừa
Là Thanh Văn đệ tử

Phật giáo sắc chúng con
Thuyết giảng Đạo tối thượng
Những ai tu tập đó
Sẽ được thành Phật Đạo

Chúng con vâng Phật dạy
Vì chư đại Bồ-tát
Dùng những việc nhân duyên
Cùng đủ mọi thí dụ
Lời nói với ngôn từ
Để giảng Đạo vô thượng

Khi các Phật tử đó
Nghe Pháp từ chúng con
Rồi ngày đêm tư duy
Tinh cần gắng tu tập

Giữa lúc ấy chư Phật
Liền thọ ký cho họ
'Ông vào đời vị lai
Sẽ được thành Phật Đạo'

Pháp này là bí tạng
Của tất cả chư Phật
Chỉ dành cho Bồ-tát
Diễn nói sự thật đó
Không phải vì chúng con
Giảng Pháp trọng yếu này

Như kẻ cùng tử kia
Được gần gũi cạnh cha
Tuy biết các tài vật
Lòng chẳng mong chiếm giữ

Đây cũng lại như vậy
Chúng con dù thuyết giảng
Phật Pháp bảo tạng mầu
Nhưng không chí nguyện cầu

Chúng con đắc nội diệt
Tự cho đã đủ rồi
Khi việc đó đã xong
Chẳng làm thêm gì nữa

Cho dù chúng con nghe
Thanh tịnh Phật quốc độ
Giáo hóa độ chúng sanh
Nhưng đều không vui thích

Bởi vì nguyên nhân gì?
Hết thảy tất cả pháp
Thảy đều vốn không tịch
Chẳng sanh cũng chẳng diệt

Chẳng lớn cũng chẳng nhỏ
Vô lậu cũng vô vi
Khi tư duy như thế
Chẳng sanh niệm vui thích

Chúng con suốt đêm dài
Đối với trí tuệ Phật
Không tham cũng không chấp
Lại cũng chẳng khát ngưỡng

Nhưng lại đối với Pháp
Tự cho đã cứu cánh
Chúng con suốt đêm dài
Chỉ tu tập không pháp

Chứng đắc thoát ba cõi
Lìa khổ não hoạn nạn
Trụ ở thân cuối cùng
Hữu Dư Y Tịch Diệt

Tu tập lời Phật dạy
Đắc Đạo thật chẳng hư
Liền cho đã chứng đắc
Đền đáp ân của Phật

Mặc dù chúng con vì
Các Phật tử như thế
Thuyết giảng Pháp Bồ-tát
Để họ cầu Phật Đạo

Nhưng đối với Pháp này
Chưa bao giờ yêu mến
Do quán tâm chúng con
Đạo Sư vẫn để yên
Lúc đầu chẳng khuyến tấn
Nói lợi ích chân thật

Như trưởng giả giàu nọ
Biết con chí thấp hèn
Nên dùng sức phương tiện
Điều phục tâm tánh con
Sau đó mới phó thác
Hết thảy mọi tài vật

Phật cũng lại như vậy
Thị hiện việc hiếm có
Biết những ai thích nhỏ
Liền dùng sức phương tiện
Điều phục tâm ý họ
Rồi mới dạy trí lớn

Ngày hôm nay chúng con
Được điều chưa từng có
Trước đó chẳng cầu mong
Mà nay tự chứng đắc
Như kẻ cùng tử kia
Được vô lượng trân bảo

Thế Tôn nay chúng con
Đắc Đạo hay đắc Quả
Ở trong Pháp vô lậu
Được Pháp nhãn thanh tịnh

Chúng con suốt đêm dài
Thọ trì Phật tịnh giới
Mãi cho đến hôm nay
Mới được quả báo này

Trong Pháp của Pháp Vương
Từ lâu tu tịnh hành
Bây giờ được vô lậu
Chứng Quả lớn vô thượng

Ngày hôm nay chúng con
Là Thanh Văn chân chánh
Dùng âm thanh Phật Đạo
Khiến tất cả nghe hay

Ngày hôm nay chúng con
Bậc Ưng Cúng Chân Nhân
Ở trong các thế gian
Giữa trời người ma Phạm
Ở khắp nơi trong ấy
Xứng đáng thọ cúng dường

Đại ân của Thế Tôn
Dùng việc hy hữu này
Xót thương mà giáo hóa
Làm lợi ích chúng con
Suốt vô lượng ức kiếp
Ai có thể báo đáp?

Dù bố thí tay chân
Đầu đảnh lễ cung kính
Tất cả mọi cúng dường
Đều chẳng thể đáp đền

Nếu để Ngài trên đầu
Hoặc vác lên hai vai
Trải qua Hằng sa kiếp
Lòng hết mực cung kính

Lại dùng món ngon lạ
Vô lượng y phục báu
Cùng tất cả giường nệm
Và muôn loại thuốc thang

Đàn hương núi Ngưu Đầu
Cùng với các trân bảo
Mà xây chùa dựng tháp
Y báu trải làm đất

Các việc như thế ấy
Mà dùng làm cúng dường
Suốt cả Hằng sa kiếp
Cũng chẳng thể đáp đền

Chư Phật rất hy hữu
Có vô lượng vô biên
Có chẳng thể nghĩ bàn
Sức thần thông quảng đại

Được vô lậu vô vi
Là vua của các pháp
Khéo vì kẻ thấp kém
Nhẫn chịu làm việc này

Phàm phu nắm giữ tướng
Tùy thuận thích nghi giảng
Chư Phật ở các pháp
Tự tại đến tột cùng

Biết rõ các chúng sanh
Đủ mọi điều vui mong
Cùng ý chí nguyện lực
Tùy khả năng lãnh thọ

Dùng vô lượng thí dụ
Để thuyết Pháp cho họ
Tùy theo mỗi chúng sanh
Căn lành ở đời trước

Lại biết ai thành thục
Ai còn chưa thành thục
Muôn sự việc như thế
Phân biệt biết rõ ràng
Ở trong Đạo Nhất Thừa
Tùy nghi nói có ba"

Kinh Diệu Pháp Liên Hoa ♦ Hết quyển 2

☸ Phẩm 5: Thí Dụ của Dược Thảo

Lúc bấy giờ Thế Tôn bảo ngài Đại Ẩm Quang và các vị đại đệ tử:

"Lành thay, lành thay! Đại Ẩm Quang khéo diễn nói công đức chân thật của Như Lai. Thật đúng như lời ông ấy nói.

Lại nữa, Như Lai có vô lượng vô biên vô số công đức. Cho dù các ông ở trong vô lượng ức kiếp thì cũng chẳng thể nói hết.

Này Đại Ẩm Quang! Phải biết rằng Như Lai là vua của tất cả pháp. Bất cứ lời nói nào của Như Lai cũng đều không hư dối. Ở trong tất cả pháp, Như Lai dùng sự hiểu biết và phương tiện mà diễn nói. Lời thuyết Pháp của Như Lai thảy đều dẫn đến lãnh vực của Nhất Thiết Trí.

Như Lai quán sát và biết chỗ trở về của hết thảy các pháp. Ta cũng biết mọi việc làm trong đáy lòng của tất cả chúng sanh và thông đạt vô ngại. Ta lại ở nơi các pháp đều thấu rõ tột cùng và có thể chỉ dẫn các chúng sanh đến hết thảy trí tuệ.

Này Đại Ẩm Quang! Ví như ở núi rừng, dòng nước, khe suối, thung lũng, và đất đai trong Tam Thiên Đại Thiên Thế Giới mọc ra cỏ cây, rừng rậm, và các dược thảo với nhiều chủng loại, cùng tên gọi và màu sắc khác nhau.

Bấy giờ có một đám mây dày bao phủ và trùm khắp Tam Thiên Đại Thiên Thế Giới, rồi cùng một lúc mưa thấm ướt đồng đều khắp nơi. Cỏ cây, rừng rậm, và các dược thảo với thân rễ bé nhỏ, cành lá bé nhỏ, thân rễ trung bình, cành lá trung bình, thân rễ to lớn, cành lá to lớn, và những cây lớn nhỏ, tùy theo kích cỡ--đại, trung, tiểu--của chúng mà hút lấy nước mưa.

Mặc dù nước mưa đồng từ một đám mây, nhưng tùy theo giống loại của mỗi loài mà sanh sôi nảy nở và đơm hoa kết trái. Tuy chúng cùng một chỗ đất sanh trưởng và cùng một trận mưa thấm nhuần, nhưng mỗi loài cỏ cây có sự khác biệt riêng.

Này Đại Ẩm Quang! Phải biết Như Lai cũng lại như vậy. Như Lai xuất hiện ở thế gian như đám mây lớn kéo đến. Như Lai dùng âm thanh lớn vang khắp thế giới của trời, người, và phi thiên, như đám mây lớn kia trùm khắp Tam Thiên Đại Thiên Thế Giới.

Ở giữa đại chúng, Như Lai xướng lên lời như vầy:

'Ta là Như Lai, Ưng Cúng, Chánh Biến Tri, Minh Hành Túc, Thiện Thệ, Thế Gian Giải, Vô Thượng Sĩ, Điều Ngự Trượng Phu, Thiên Nhân Sư, Phật Thế Tôn.

- Những ai chưa hóa độ, Ta sẽ hóa độ.
- Những ai chưa giải thoát, Ta sẽ khiến giải thoát.
- Những ai chưa an vui, Ta sẽ khiến an vui.
- Những ai chưa đắc tịch diệt, Ta sẽ khiến đắc tịch diệt.

Đời này đời sau, Ta đều biết như thật. Ta là bậc biết tất cả, bậc thấy tất cả, bậc tri Đạo, bậc khai Đạo, và bậc thuyết Đạo. Trời, người, và phi thiên đều nên đến nơi này để nghe Pháp.'

Lúc bấy giờ có vô số ngàn vạn ức loại chúng sanh đi đến chỗ của Phật để nghe Pháp. Khi ấy Như Lai quán sát các căn tánh: lanh lợi, ngu độn, tinh tấn, và lười biếng của những chúng sanh này, rồi tùy theo khả năng lãnh thọ mà thuyết Pháp cho họ, khiến vô lượng chúng sanh đều hoan hỷ và được lợi ích lành. Sau khi nghe Pháp, hiện đời các chúng sanh này được an ổn; đời sau sẽ sanh vào nơi an lành. Do thực hành Đạo nên họ sẽ thọ hưởng an vui và cũng được nghe Pháp. Sau khi nghe Pháp, họ sẽ lìa mọi chướng ngại. Ở trong các pháp với tùy kheo khả năng, họ dần dần sẽ được vào Đạo.

Đây ví như đám mây lớn kia mưa ướt tất cả cỏ cây, rừng rậm, và các dược thảo. Tùy theo mỗi giống loại mà đều thấm nhuần đầy đủ và sanh sôi nảy nở. Như Lai thuyết Pháp chỉ có một tướng và một vị. Đó là tướng giải thoát, tướng lìa xa, tướng diệt, và cứu cánh đến Nhất Thiết Chủng Trí. Những chúng sanh nào nghe Pháp của Như Lai, hoặc thọ trì đọc tụng và như thuyết tu hành, chính họ cũng không biết về công đức đã được.

Vì sao thế? Bởi chỉ có Như Lai mới biết chủng tướng và thể tánh của những chúng sanh này.

- Họ nhớ tưởng gì?
- Họ suy nghĩ gì?
- Họ tu hành gì?
- Họ nhớ tưởng thế nào?
- Họ suy nghĩ thế nào?
- Họ tu hành thế nào?
- Họ dùng Pháp gì để nhớ tưởng?
- Họ dùng Pháp gì để suy nghĩ?
- Họ dùng Pháp gì để tu hành?
- Họ dùng Pháp gì để chứng đắc?

Chúng sanh đang trụ ở lãnh vực nào của Pháp, duy chỉ có Như Lai mới thấy như thật và minh liễu vô ngại.

Như cỏ cây, rừng rậm, và các dược thảo chẳng tự biết căn tánh của chúng là thượng, trung, hay hạ. Như Lai biết Pháp chỉ có một tướng và một vị. Đó là tướng giải thoát, tướng lìa xa, tướng diệt, với tướng Cứu Cánh Tịch Diệt thường tịch và cuối cùng quay về chân không. Khi đã biết như vậy, Phật quán sát lòng mong muốn của chúng sanh. Vì bảo hộ họ nên Phật không lập tức nói Nhất Thiết Chủng Trí.

Đại Ẩm Quang cùng các ông rất là hiếm có, khéo biết sự tùy thuận thích nghi thuyết Pháp của Như Lai và có thể tín thọ.

Vì sao thế? Bởi sự tùy thuận thích nghi thuyết Pháp của chư Phật Thế Tôn thật khó hiểu và khó biết."

❖

Lúc bấy giờ Thế Tôn muốn tuyên lại nghĩa lý ở trên nên nói kệ rằng:

"Pháp Vương trừ ba cõi
Xuất hiện ở thế gian
Tùy chúng sanh mong muốn
Thuyết Pháp với nhiều cách

Như Lai bậc tôn kính
Trí tuệ sâu thăm thẳm
Từ lâu vẫn lặng yên
Pháp yếu chẳng vội nói

Nếu có người trí nghe
Liền có thể tín giải
Kẻ vô trí sanh nghi
Liền vĩnh viễn mất đi

Cho nên Đại Ẩm Quang
Phật tùy nghi thuyết Pháp
Dùng đủ mọi nhân duyên
Khiến họ được chánh kiến

Đại Ẩm Quang nên biết
Ví như đám mây lớn
Khởi lên ở thế gian
Bao trùm che tất cả

Mây trí tuệ thấm nhuần
Điện chớp sáng chói lòa
Tiếng sấm nổ vang rền
Khiến chúng sanh an vui

Che khuất ánh mặt trời
Mặt đất liền trong mát
Đám mây lượn sà thấp
Như có thể nắm lấy

Mưa rơi khắp mọi nơi
Rưới xuống ở bốn phương
Tuôn rơi vô số lượng
Đất đai đều thấm ướt

Sông núi hang cốc hiểm
Ẩn sâu mọc sanh ra
Cỏ cây và dược thảo
Những cây cối lớn nhỏ

Mầm non trăm loại hạt
Mía ngọt và cây nho
Được mưa rưới thấm nhuần
Đều tươi tốt xum xuê

Đất khô cằn thấm ướt
Dược thảo cây tốt tươi
Mây đó chỉ tuôn rơi
Một vị nước duy nhất

Cỏ cây rừng rậm rạp
Tùy phân lượng thấm nhuần
Hết thảy các cây cối
Lớn to vừa bé nhỏ
Tùy theo kích cỡ chúng
Mỗi một được sanh trưởng

Gốc rễ thân cành lá
Hoa quả màu sắc sáng
Với một trận mưa đó
Đều thấm ướt tốt tươi

Tùy thể tướng của chúng
Với tánh lớn hay nhỏ
Thấm nhuần đều như nhau
Mỗi loại được tốt tươi

Phật cũng lại như vậy
Xuất hiện ở thế gian
Ví như đám mây lớn
Bao trùm che tất cả

Khi Phật đã xuất thế
Ngài vì các chúng sanh
Phân biệt và diễn nói
Thật tướng của các pháp

Bậc Đại Thánh Thế Tôn
Ở giữa trời và người
Trong hết thảy đại chúng
Mà nói lời như vầy

'Ta là bậc Như Lai
Bậc phước trí vẹn toàn
Xuất hiện ở thế gian
Ví như đám mây lớn

Thấm nhuần hết tất cả
Chúng sanh nào khô héo
Khiến đều xa ách khổ
Được an ổn bình yên
Thọ vui sướng thế gian
Và tịch diệt an lạc

Chư thiên và thế nhân
Nhất tâm khéo lắng nghe
Đều nên đến nơi đây
Thân cận Vô Thượng Tôn

Ta là Đức Thế Tôn
Không ai có thể hơn
An ổn các chúng sanh
Nên thị hiện ở đời'

Vì đại chúng thuyết Pháp
Pháp thanh tịnh cam lộ
Pháp đó chỉ một vị
Là tịch diệt giải thoát

Ta dùng một diệu âm
Diễn sướng nghĩa thú này
Luôn luôn vì Đại Thừa
Mà gieo tạo nhân duyên

Ta quán sát tất cả
Mọi nơi đều bình đẳng
Chẳng có đây hay kia
Cùng với lòng thương ghét
Ta đều không tham trước
Cũng không bị ngăn ngại

Luôn luôn vì tất cả
Mà bình đẳng thuyết Pháp
Một người cũng như thế
Nhiều người cũng như vậy

Ta luôn thuyết giảng Pháp
Chẳng có việc nào khác
Đến đi hoặc đứng ngồi
Không bao giờ chán mỏi
Đầy khắp ở thế gian
Như mưa thấm mọi nơi

Sang hèn thượng trung hạ
Trì giới phá hủy giới
Bậc uy nghi trọn đủ
Cùng kẻ bị khiếm khuyết
Chánh kiến với tà kiến
Lợi căn và độn căn
Rưới mưa Pháp đồng đều
Mà chưa hề mỏi mệt

Hết thảy các chúng sanh
Nghe được Pháp của Ta
Tùy theo sức lãnh thọ
Trụ ở các lãnh vực

Hoặc ở cõi trời người
Làm Chuyển Luân Thánh Vương
Phạm Vương Năng Thiên Đế
Đây là dược thảo nhỏ

Người biết Pháp vô lậu
Có thể đắc tịch diệt
Phát khởi Sáu Thần Thông
Cùng chứng đắc Ba Minh

Một mình ở núi rừng
Luôn thực hành tĩnh lự
Chứng đắc Đạo Duyên Giác
Đây là dược thảo vừa

Người cầu nơi Thế Tôn
Nói 'mình sẽ thành Phật'
Tinh tấn tu hành định
Đây là dược thảo lớn

Lại có các Phật tử
Chuyên tâm cầu Phật Đạo
Luôn rải tâm từ bi
Tự biết sẽ thành Phật
Chắc chắn không còn nghi
Đây gọi là cây nhỏ

Bậc an trụ thần thông
Lăn chuyển Chánh Pháp luân
Hóa độ các chúng sanh
Nhiều vô lượng tỷ ức
Chư Bồ-tát như thế
Đây gọi là cây lớn

Phật thuyết Pháp bình đẳng
Như một vị của mưa
Tùy căn tánh chúng sanh
Lãnh thọ chẳng giống nhau

Như các cỏ cây kia
Tánh loại đều sai khác
Phật dùng thí dụ này
Để khai thị phương tiện

Với đủ mọi ngôn từ
Diễn giải nói một Pháp
Trong trí tuệ của Phật
Như một giọt giữa biển

Ta rưới xuống mưa Pháp
Sung mãn khắp thế gian
Một Pháp vị duy nhất
Tùy sức họ tu hành

Đây như rừng rậm kia
Dược thảo với cây cối
Tùy kích cỡ lớn bé
Dần dần sẽ tốt tươi

Pháp của tất cả Phật
Luôn chỉ có một vị
Khiến hết thảy thế gian
Ai cũng được đầy đủ
Họ tu hành lần lần
Đều sẽ đắc Đạo Quả

Thanh Văn và Duyên Giác
Sống ở trong núi rừng
Trụ ở thân cuối cùng
Nghe Pháp chứng đắc Quả
Đây gọi là dược thảo
Ai nấy được tăng trưởng

Nếu có chư Bồ-tát
Với trí tuệ kiên cố
Liễu đạt lìa ba cõi
Chí cầu Tối Thượng Thừa
Đây gọi là cây nhỏ
Ai nấy được tăng trưởng

Lại có ai trụ định
Chứng đắc sức thần thông
Nghe được các pháp không
Tâm sanh đại hoan hỷ
Phóng ra vô số quang
Hóa độ các chúng sanh
Đây gọi là cây lớn
Ai nấy được tăng trưởng

Như thế Đại Ẩm Quang
Pháp của chư Phật nói
Ví như đám mây lớn
Mưa xuống chỉ một vị
Thấm nhuần người và hoa
Hết thảy được kết trái

Đại Ẩm Quang nên biết
Ta dùng các nhân duyên
Cùng đủ mọi thí dụ
Mà khai thị Phật Đạo
Là phương tiện của Ta
Chư Phật cũng như vậy

Ta nay vì các ông
Nói sự thật sau cùng
Tất cả Thanh Văn chúng
Đều chưa ai diệt độ

Việc làm của các ông
Đó là Đạo Bồ-tát
Hãy tu học lần lần
Chắc chắn sẽ thành Phật"

Sau khi Thế Tôn đã nói những bài kệ đó xong, Ngài bảo các đại chúng như vầy:

"Đại Ẩm Quang, vị đệ tử này của Ta sẽ phụng sự và thân cận ba triệu ức chư Phật Thế Tôn ở vào đời vị lai, cung kính cúng dường, tôn trọng tán thán, và rộng tuyên dương vô lượng đại Pháp của chư Phật.

Khi trụ ở thân cuối cùng, ông ấy sẽ thành Phật, hiệu là Quang Minh Như Lai, Ưng Cúng, Chánh Biến Tri, Minh Hành Túc, Thiện Thệ, Thế Gian Giải, Vô Thượng Sĩ, Điều Ngự Trượng Phu, Thiên Nhân Sư, Phật Thế Tôn.

Quốc độ tên là Quang Đức. Kiếp tên là Đại Trang Nghiêm. Thọ mạng của Đức Phật đó là 12 tiểu kiếp. Thời gian Chánh Pháp trụ thế là 20 tiểu kiếp. Thời gian Tượng Pháp cũng trụ thế 20 tiểu kiếp.

Quốc độ ấy trang nghiêm. Không có việc ác, đồ dơ bẩn, ngói, đá sỏi, cây gai, phân, hay những thứ bất tịnh. Quốc độ bằng phẳng, không có chỗ cao hay thấp, hầm hố hay núi đồi. Đất làm bằng lưu ly và có những hàng cây báu. Các sợi dây hoàng kim được giăng trên những con đường. Các hoa báu rải xuống và làm cho khắp nơi đều thanh tịnh. Có vô lượng ngàn ức Bồ-tát trong quốc độ ấy. Số lượng của Thanh Văn thánh chúng cũng nhiều vô số. Nơi đó không có việc làm của ma. Tuy có ma và nhân dân của ma nhưng họ đều hộ trì Phật Pháp."

❖

Lúc bấy giờ Thế Tôn muốn tuyên lại nghĩa lý ở trên nên nói kệ bảo các vị Bhikṣu [bíc su] rằng:

"Như Lai dùng Phật nhãn
Quán thấy Đại Ẩm Quang
Ở vào đời vị lai
Trải qua vô số kiếp
Sẽ được thành Phật Đạo

Ở vào đời vị lai
Sẽ cúng dường phụng sự
Hầu ba trăm vạn ức
Chư Như Lai Thế Tôn

Vì cầu trí tuệ Phật
Thanh tịnh tu tịnh hành
Cúng dường tối thượng tôn
Bậc phước trí vẹn toàn

Rồi tu tập tất cả
Mọi trí tuệ vô thượng
Trụ ở thân cuối cùng
Sẽ được thành Phật Đạo

Quốc độ ấy thanh tịnh
Đất làm bằng lưu ly
Với nhiều hàng cây báu
Giăng trên các con đường
Treo những sợi dây vàng
Người thấy đều hoan hỷ

Hương thơm luôn phảng phất
Rải xuống những hoa quý
Đủ mọi vật kỳ diệu
Để dùng làm trang nghiêm

Đất nơi đó bằng phẳng
Chẳng có gò hay hố
Chư Bồ-tát đại chúng
Không thể tính đếm xuể

Tâm điều phục nhu hòa
Họ có thần thông lớn
Phụng trì Kinh Đại Thừa
Của chư Phật Như Lai

Các Thanh Văn thánh chúng
Vô lậu thân cuối cùng
Là con của Pháp Vương
Cũng nhiều không kể xiết
Cho đến dùng thiên nhãn
Chẳng thể tính đếm biết

Thọ mạng Đức Phật đó
Là mười hai tiểu kiếp
Còn Chánh Pháp trụ thế
Dài hai mươi tiểu kiếp

Thời gian Tượng Pháp trụ
Cũng hai mươi tiểu kiếp
Đức Quang Minh Thế Tôn
Việc ấy là như vậy"

❖

Lúc bấy giờ Tôn giả Thiện Hiện, Tôn giả Đại Tiễn Thế Chủng Nam, và Tôn giả Đại Thải Thục Thị thảy đều run sợ. Họ nhất tâm chắp tay, chiêm ngưỡng tôn nhan, và mắt không rời một thoáng.

Họ liền đồng thanh nói kệ rằng:

"Đại dũng mãnh Thế Tôn
Đức Năng Nhân Pháp Vương
Hãy thương xót chúng con
Mà ban Phật âm thanh

Phật biết đáy lòng con
Nếu thấy được thọ ký
Sẽ như rưới cam lộ
Trừ nhiệt được thanh lương

Như từ nước đói tới
Bỗng gặp yến tiệc vua
Lòng hoài nghi sợ hãi
Và liền chẳng dám ăn
Nếu lại được vua cho
Sau đó mới dám ăn

Chúng con cũng như vậy
Tự nghĩ Nhị Thừa lỗi
Chẳng biết phải làm sao
Đắc Phật vô thượng tuệ

Tuy nghe Phật âm thanh
Nói chúng con thành Phật
Lòng ưu lo sợ hãi
Như người chẳng dám ăn
Nếu được Phật thọ ký
Thì sẽ được an vui

Đại dũng mãnh Thế Tôn
Luôn muốn an thế gian
Xin thọ ký chúng con
Như cho người đói ăn"

❖

Lúc bấy giờ Thế Tôn biết tâm niệm của các vị đại đệ tử nên bảo các vị Bhikṣu rằng:

"Vào đời vị lai, Thiện Hiện này đây sẽ phụng sự và thân cận ba triệu ức nayuta [na du ta] chư Phật, cung kính cúng dường, tôn trọng tán thán, luôn tu tịnh hành, và đầy đủ Đạo Bồ-tát. Khi trụ ở thân cuối cùng, ông ấy sẽ thành Phật, hiệu là Danh Tướng Như Lai, Ưng Cúng, Chánh Biến Tri, Minh Hành Túc, Thiện Thệ, Thế Gian Giải, Vô Thượng Sĩ, Điều Ngự Trượng Phu, Thiên Nhân Sư, Phật Thế Tôn.

Kiếp tên là Hữu Bảo. Quốc độ tên là Bảo Sanh. Quốc độ ấy bằng phẳng, pha lê làm đất, và có cây báu trang nghiêm. Nơi đó không có những gò cao, hầm hố, cát sỏi, cây gai, phân hay đồ dơ bẩn. Các hoa báu phủ trên đất và làm cho khắp nơi đều thanh tịnh. Dân chúng ở quốc độ ấy đều ở trong đài báu hoặc trong những lầu các trân quý vi diệu.

Số lượng của Thanh Văn đệ tử thì nhiều vô lượng vô biên, không thể dùng toán số thí dụ mà có thể biết được. Còn số lượng của chư Bồ-tát chúng thì nhiều vô số ngàn vạn ức nayuta.

Thọ mạng của Đức Phật đó là 12 tiểu kiếp. Thời gian Chánh Pháp trụ thế là 20 tiểu kiếp. Thời gian Tượng Pháp cũng trụ thế 20 tiểu kiếp. Đức Phật ấy luôn ở trong hư không thuyết Pháp cho đại chúng và độ thoát vô lượng Bồ-tát cùng Thanh Văn chúng."

❖

Lúc bấy giờ Thế Tôn muốn tuyên lại nghĩa lý ở trên nên nói kệ rằng:

"Này các vị Bhikṣu
Ta bây giờ sẽ nói
Các ông hãy nhất tâm
Lắng nghe lời Ta dạy

Đại đệ tử của Ta
Là Thiện Hiện này đây
Vị lai sẽ thành Phật
Phật hiệu là Danh Tướng

Sẽ cúng dường vô số
Vạn ức chư Như Lai
Học theo Phật sở hành
Dần dần đắc Đại Đạo

Trụ ở thân cuối cùng
Đầy đủ ba hai tướng
Đoan chánh đẹp vi diệu
Tựa như hòn núi báu

Quốc độ Đức Phật ấy
Trang nghiêm tịnh đệ nhất
Chúng sanh thấy nơi đó
Không ai chẳng yêu thích

Phật trong quốc độ ấy
Độ vô lượng chúng sanh
Trong giáo Pháp Phật đó
Rất đông chư Bồ-tát
Thảy đều có lợi căn
Lăn chuyển Chánh Pháp luân

Quốc độ kia luôn có
Chư Bồ-tát trang nghiêm
Các Thanh Văn thánh chúng
Số nhiều chẳng kể xiết

Họ đều đắc Ba Minh
Đầy đủ Sáu Thần Thông
An trụ Tám Giải Thoát
Và có đại uy đức

Khi Phật đó thuyết Pháp
Thị hiện vô số lượng
Những thần thông biến hóa
Thật chẳng thể nghĩ bàn

Chư thiên và nhân dân
Số như cát sông Hằng
Họ đều đồng chắp tay
Lắng nghe lời Phật dạy

Thọ mạng Đức Phật đó
Là mười hai tiểu kiếp
Còn Chánh Pháp trụ thế
Dài hai mươi tiểu kiếp
Thời gian Tượng Pháp trụ
Cũng hai mươi tiểu kiếp"

❖

Lúc bấy giờ Thế Tôn lại bảo các vị Bhikṣu rằng:

"Ta bây giờ sẽ nói cho các ông biết. Vào đời vị lai, Đại Tiễn Thế Chủng Nam này đây sẽ dùng các phẩm vật mà làm cúng dường, cung kính tôn trọng, và phụng sự 8.000 ức chư Phật. Sau khi mỗi một vị Phật đó đã diệt độ, ông ấy đều sẽ xây một ngôi tháp với chiều cao 1.000 hạn lượng, rộng 5.000 hạn lượng, và đều do bảy báu hợp thành, như là vàng, bạc, lưu ly, xa cừ, mã não, trân châu, và ngọc đỏ. Ông ấy sẽ dùng các loại hoa, chuỗi ngọc, hương xoa, hương bột, hương đốt, lọng che bằng lụa, biểu ngữ, và cờ hiệu để cúng dường các ngôi tháp. Khi việc đó hoàn mãn, ông ấy sẽ cúng dường thêm cho 20.000 ức chư Phật cũng lại như thế. Khi đã cúng dường chư Phật này rồi, ông ấy sẽ viên mãn Đạo Bồ-tát.

Sau đó ông ấy sẽ thành Phật, hiệu là Tử Ma Hoàng Kim Quang Như Lai, Ứng Cúng, Chánh Biến Tri, Minh Hành Túc, Thiện Thệ, Thế Gian Giải, Vô Thượng Sĩ, Điều Ngự Trượng Phu, Thiên Nhân Sư, Phật Thế Tôn.

Quốc độ ấy bằng phẳng, pha lê làm đất, và có cây báu trang nghiêm. Những sợi dây hoàng kim được giăng trên các con đường. Những diệu hoa phủ trên đất và làm cho khắp nơi đều thanh tịnh, khiến ai thấy đều hoan hỷ. Quốc độ ấy không có bốn đường ác: địa ngục, ngạ quỷ, bàng sanh, và phi thiên. Quốc độ ấy trang nghiêm với rất nhiều trời người và vô lượng vạn ức Thanh Văn thánh chúng cùng chư Bồ-tát. Thọ mạng của Đức Phật đó là 12 tiểu kiếp. Thời gian Chánh Pháp trụ thế là 20 tiểu kiếp. Thời gian Tượng Pháp cũng trụ thế 20 tiểu kiếp."

❖

Lúc bấy giờ Thế Tôn muốn tuyên lại nghĩa lý ở trên nên nói kệ rằng:

"Này các vị Bhikṣu
Hãy thành tâm lắng nghe
Lời của Ta sẽ nói
Chân thật chẳng sai khác

Đại Tiễn Thế Chủng Nam
Sẽ dùng đủ mọi thứ
Phẩm vật quý vi diệu
Để cúng dường chư Phật

Khi chư Phật diệt độ
Khởi xây tháp bảy báu
Cũng lại dùng hương hoa
Cúng dường Phật xá-lợi

Trụ ở thân cuối cùng
Sẽ được trí tuệ Phật
Thành bậc Chánh Đẳng Giác

Quốc độ ấy thanh tịnh
Ngài độ thoát vô lượng
Vạn ức loài hữu tình
Ngài được khắp chúng sanh
Ở mười phương cúng dường

Ánh sáng Đức Phật đó
Không ai có thể hơn
Phật hiệu của Ngài là
Tử Ma Hoàng Kim Quang

Chư Bồ-tát Thanh Văn
Đoạn tất cả tồn tại
Nhiều vô lượng vô số
Trang nghiêm quốc độ kia"

❖

Lúc bấy giờ Thế Tôn lại bảo đại chúng rằng:

"Ta bây giờ sẽ nói cho các ông biết: Vào đời vị lai, Đại Thải Thục Thị này đây sẽ dùng muôn loại phẩm vật mà làm cúng dường và cung kính tôn trọng 8.000 chư Phật. Sau khi mỗi một vị Phật đó đã diệt độ, ông ấy đều sẽ xây một ngôi tháp với chiều cao 1.000 hạn lượng, rộng 5.000 hạn lượng, và đều do bảy báu hợp thành, như là vàng, bạc, lưu ly, xa cừ, mã não, trân châu, và ngọc đỏ. Ông ấy sẽ dùng các loại hoa, chuỗi ngọc, hương xoa, hương bột, hương đốt, lọng che bằng lụa, biểu ngữ, và cờ hiệu để cúng dường những ngôi tháp. Khi việc đó hoàn mãn, ông ấy sẽ cúng dường thêm cho hai triệu ức chư Phật cũng lại như thế.

Sau đó ông ấy sẽ thành Phật, hiệu là Hoắc Diệp Đàn Hương Như Lai, Ưng Cúng, Chánh Biến Tri, Minh Hành Túc, Thiện Thệ, Thế Gian Giải, Vô Thượng Sĩ, Điều Ngự Trượng Phu, Thiên Nhân Sư, Phật Thế Tôn.

Kiếp tên là Hỷ Mãn. Quốc độ tên là Ý Lạc. Quốc độ ấy bằng phẳng, pha lê làm đất, và có cây báu trang nghiêm. Các hoa trân châu rải xuống và làm cho khắp nơi đều thanh tịnh, khiến ai thấy đều hoan hỷ. Quốc độ ấy có nhiều chư thiên, người, và Bồ-tát Thanh Văn. Số lượng ấy là vô lượng. Thọ mạng của Đức Phật đó là 24 tiểu kiếp. Thời gian Chánh Pháp trụ thế là 40 tiểu kiếp. Thời gian Tượng Pháp cũng trụ thế 40 tiểu kiếp."

❖

Lúc bấy giờ Thế Tôn muốn tuyên lại nghĩa lý ở trên nên nói kệ rằng:

"Đệ tử này của Ta
Là Đại Thải Thục Thị
Khi đã xả thân này
Sẽ thấy được tám ngàn
Hai trăm vạn ức số
Chư Như Lai Thế Tôn

Vì chí cầu Phật Đạo
Cúng dường và cung kính
Ở Đạo Tràng chư Phật
Tịnh hành luôn tu tập
Trải qua vô lượng kiếp
Phụng trì Pháp của Phật

Khi chư Phật diệt độ
Khởi xây tháp bảy báu
Trưng bày vòng xoắn vàng
Với hương hoa âm nhạc
Mà dùng làm cúng dường
Nơi tháp của chư Phật

Sau khi đã dần dần
Đầy đủ Đạo Bồ-tát
Trong quốc độ Ý Lạc
Mà được thành Phật Đạo
Danh hiệu của Ngài là
Hoắc Diệp Đàn Hương Phật

Thọ mạng Đức Phật đó
Dài hai mươi bốn kiếp
Ngài luôn vì trời người
Diễn nói về Phật Đạo

Vô lượng bậc Thanh Văn
Số như cát sông Hằng
Ba Minh Sáu Thần Thông
Họ có đại uy đức

Vô số chư Bồ-tát
Tinh tấn tâm kiên cố
Đối với trí tuệ Phật
Đều được không thoái chuyển

Sau khi Phật diệt độ
Chánh Pháp sẽ trụ thế
Dài bốn mươi tiểu kiếp
Tượng Pháp cũng như vậy

Các đệ tử của Ta
Với uy đức đầy đủ
Số ấy có năm trăm
Đều sẽ được thọ ký
Ở vào đời vị lai
Thảy sẽ được thành Phật

Ta cùng với các ông
Do nhân duyên đời trước
Ta nay sẽ thuyết giảng
Các ông hãy lắng nghe"

Phật bảo các vị Bhikṣu rằng:

"Vào thuở quá khứ vô lượng vô biên bất khả tư nghị vô số kiếp, bấy giờ có Đức Phật hiệu là Đại Thông Trí Thắng Như Lai, Ưng Cúng, Chánh Biến Tri, Minh Hành Túc, Thiện Thệ, Thế Gian Giải, Vô Thượng Sĩ, Điều Ngự Trượng Phu, Thiên Nhân Sư, Phật Thế Tôn. Quốc độ tên là Hảo Thành. Kiếp tên là Đại Tướng.

Này các Bhikṣu! Thời gian từ khi Đức Phật kia diệt độ đến nay thì vô cùng lâu xa. Ví như có người nghiền nát tất cả đất đai của Tam Thiên Đại Thiên Thế Giới để làm thành mực. Rồi giả sử người ấy đi qua 1.000 quốc độ ở phương đông và sau đó nhỏ xuống một giọt mực lớn bằng như một hạt vi trần. Tiếp đến lại đi qua 1.000 quốc độ và cũng nhỏ xuống một giọt mực. Triển chuyển như thế cho đến khi nhỏ xuống hết tất cả mực được làm bằng đất đai.

Ý các ông nghĩ sao? Nhà toán học hay học trò của họ có thể nào biết được hết số lượng của những quốc độ ấy chăng?"

"Dạ không, thưa Thế Tôn!"

"Này các Bhikṣu! Những quốc độ mà người ấy đã đi qua, hoặc nhỏ xuống hay không nhỏ xuống, tất cả hãy mang đi nghiền nát thành vi trần, rồi cứ tính mỗi vi trần là một kiếp. Thời gian từ khi Đức Phật kia diệt độ đến nay, còn vượt hơn số đó cả vô lượng vô biên tỷ ức vô số kiếp. Do Ta dùng sức tri kiến của Như Lai nên quán sát thời gian lâu xa kia như là mới đang xảy ra hôm nay."

❖

Lúc bấy giờ Thế Tôn muốn tuyên lại nghĩa lý ở trên nên nói kệ rằng:

"Ta nhớ đời quá khứ
Vô lượng vô biên kiếp
Có Phật Lưỡng Túc Tôn
Hiệu Đại Thông Trí Thắng

Ví như có người nghiền
Cõi Tam Thiên Đại Thiên
Hết tất cả đất đai
Thảy đều làm thành mực

Qua một ngàn quốc độ
Nhỏ xuống một hạt nhỏ
Cứ triển chuyển như thế
Cho đến hết giọt mực

Các quốc độ như thế
Chỗ nhỏ xuống chỗ không
Cũng nghiền làm vi trần
Một trần là một kiếp

Số lượng vi trần này
Kiếp đó còn vượt hơn
Từ khi Phật kia diệt
Vô lượng kiếp như thế

Như Lai vô ngại trí
Biết Phật kia diệt độ
Cùng Thanh Văn Bồ-tát
Như thấy mới diệt độ

Các Bhikṣu nên biết
Trí Phật tịnh vi diệu
Vô lậu không chướng ngại
Thông đạt vô lượng kiếp"

❖

Phật bảo các vị Bhikṣu rằng:

"Đức Phật Đại Thông Trí Thắng có thọ mạng là 5,4 triệu ức nayuta kiếp. Lúc xưa khi Đức Phật ấy ngồi ở Đạo Tràng, mặc dù đã phá tan ma quân và gần đắc Vô Thượng Chánh Đẳng Chánh Giác, nhưng Pháp của chư Phật vẫn không hiện ra ở trước ngài. Thế nên, ngài ngồi xếp bằng với tư thế hoa sen suốt một tiểu kiếp và mãi đến mười tiểu kiếp với thân tâm bất động, nhưng Pháp của chư Phật vẫn không hiện ra ở trước ngài.

Lúc bấy giờ chư thiên ở trời Tam Thập Tam đã sớm an trí một tòa sư tử với độ cao một hạn lượng ở dưới cội Đạo thụ cho Đức Phật kia. Và chính ở tòa báu này, Đức Phật ấy sẽ đắc Vô Thượng Chánh Đẳng Chánh Giác.

Khi ngài vừa ngồi lên tòa báu này, các vị Phạm Thiên Vương mưa xuống nhiều loại hoa trời ở xung quanh 100 hạn lượng. Có làn gió hương thơm thay phiên bay đến để thổi đi hoa héo và mưa xuống hoa mới. Sự cúng dường cho Phật liên tục chẳng ngớt như thế suốt mười tiểu kiếp và mãi đến khi diệt độ vẫn còn luôn mưa xuống các hoa trời này. Chư thiên ở trời Tứ Thiên Vương cũng luôn đánh trống trời để cúng dường Phật. Những vị thiên chúng khác thì trỗi âm nhạc trời suốt mười tiểu kiếp và mãi đến khi diệt độ cũng lại như vậy.

Này các Bhikṣu! Trải qua hơn mười tiểu kiếp thì Pháp của chư Phật mới hiện ra ở trước Đức Phật Đại Thông Trí Thắng. Sau đó ngài thành Vô Thượng Chánh Đẳng Chánh Giác.

❖

Khi Đức Phật ấy còn chưa xuất gia, ngài có 16 người con trai. Người con trưởng tên là Trí Tích. Mỗi người con ai nấy đều có đủ mọi vật trân bảo quý hiếm để vui chơi. Khi nghe cha chứng đắc Vô Thượng Chánh Đẳng Chánh Giác, họ đều xả bỏ những thứ trân bảo đó và đi đến chỗ của Phật. Còn mẹ của họ thì khóc lóc đi theo để đưa tiễn con mình. Ông nội của họ là Chuyển Luân Thánh Vương. Khi ấy có 100 vị đại thần cùng với một tỷ ức dân chúng đều đồng vây quanh nhà vua và cùng đi theo tới Đạo Tràng. Tất cả đều muốn thân cận Đại Thông Trí Thắng Như Lai để cúng dường cung kính và tôn trọng tán thán. Lúc đến nơi, họ cúi đầu đảnh lễ với trán chạm sát chân của Phật.

Khi đã đi nhiễu Phật xong, họ nhất tâm chắp tay, rồi chiêm ngưỡng Thế Tôn và dùng kệ xướng rằng:

'Đại uy đức Thế Tôn
Vì hóa độ chúng sanh
Trong vô lượng ức kiếp
Mới thành tựu Phật Đạo

Các nguyện đã viên tròn
Lành thay tối cát tường
Thế Tôn rất hiếm có
Nhất tọa mười tiểu kiếp
Thân thể với tay chân
Tĩnh nhiên an bất động

Tâm ngài luôn tĩnh lặng
Chưa từng có tán loạn
Cứu cánh vĩnh tịch diệt
An trụ Pháp vô lậu

Nay con thấy Thế Tôn
Yên bình thành Phật Đạo
Chúng con được lợi lành
Vui mừng đại hoan hỷ

Chúng sanh luôn khổ não
Mù lòa không đạo sư
Chẳng thấy đường dứt khổ
Chẳng biết cầu giải thoát

Đêm dài tăng đường ác
Tổn giảm chư thiên chúng
Từ tối vào tối tăm
Vĩnh không nghe Phật danh

Nay Phật thành tối thượng
An ổn Đạo vô lậu
Chúng con cùng trời người
Sẽ được lợi cực lớn
Cho nên đều cúi đầu
Quy mạng Vô Thượng Tôn'

❖

Khi đã dùng kệ tán thán Phật xong, 16 vị vương tử khuyến thỉnh Thế Tôn lăn chuyển Pháp luân và đồng nói lời như vầy:

'Mong Thế Tôn hãy thương xót trời người mà thuyết Pháp để họ được bình an và thêm nhiều lợi ích.'

Sau đó, họ lại nói kệ rằng:

'Thế Hùng không ai hơn
Trăm phước tự trang nghiêm
Đắc trí tuệ vô thượng

Nguyện vì thế gian nói
Độ thoát dạy chúng con
Cùng các loại chúng sanh
Mà phân biệt hiển thị
Khiến được trí tuệ này
Để chúng con thành Phật
Chúng sanh cũng như vậy

Thế Tôn biết chúng sanh
Cõi lòng điều suy tư
Cũng biết nơi hành Đạo
Lại biết sức trí tuệ
Khát vọng và phước tu
Nghiệp làm của đời trước
Thế Tôn khi đã biết
Nên chuyển vô thượng luân'"

❖

Phật bảo các vị Bhikṣu rằng:

"Khi Đức Phật Đại Thông Trí Thắng đắc Vô Thượng Chánh Đẳng Chánh Giác, mỗi phương trong mười phương có năm triệu ức thế giới của chư Phật đều chấn động sáu cách. Ở những nơi u ám của các quốc độ ấy, ánh sáng rực rỡ của mặt trời và mặt trăng không thể rọi đến, nhưng ngay lúc đó thì đều sáng chói và các chúng sanh trong ấy đều nhìn thấy lẫn nhau.

Bấy giờ họ đều nói rằng:

'Sao trong nơi đây bỗng nhiên sanh ra nhiều chúng sanh vậy?'

Lại nữa, cung điện của chư thiên và cho đến cung điện của Phạm Thiên ở các quốc độ ấy đều chấn động sáu cách. Ánh sáng lớn chiếu khắp, phủ trùm thế giới, và vượt hơn ánh sáng của chư thiên.

❖

Lúc bấy giờ trong năm triệu ức quốc độ ở phương đông, ánh sáng cung điện của Phạm Thiên bỗng nhiên chiếu rực rỡ gấp hai lần so với ánh sáng của thường lệ.

Khi đó các vị trời Phạm Vương đều nghĩ như vầy:

'Hôm nay cung điện của chúng ta sáng chói chưa từng có. Nhân duyên gì mà hiện ra điềm tướng này?'

Lúc ấy các vị trời Phạm Vương lập tức hội họp để cùng thảo luận việc này. Khi đó ở trong đại chúng kia có một vị Đại Phạm Thiên Vương tên là Cứu Nhất Thiết.

Ngài vì các Phạm chúng mà nói kệ rằng:

'Các cung điện chúng ta
Sáng chói chưa từng có
Đây là nhân duyên gì?
Hãy cùng nhau tìm kiếm

Là đại đức sanh thiên
Hay Phật xuất thế gian
Mà ánh sáng lớn này
Chiếu soi khắp mười phương'

Lúc bấy giờ các vị trời Phạm Vương từ năm triệu ức quốc độ, họ lấy những túi vải đựng các thiên hoa, rồi mỗi vị ngồi ở cung điện của mình và đồng đi về hướng tây để tìm kiếm điềm tướng này. Sau đó họ thấy Đại Thông Trí Thắng Như Lai đang ngồi trên tòa sư tử ở dưới cội Đạo thụ tại Đạo Tràng. Lại có chư thiên, long vương, tầm hương thần, nghi thần, đại mãng xà, người và phi nhân đang cung kính vây quanh. Lại thấy 16 vị vương tử thỉnh Phật chuyển Pháp luân.

Sau đó, các vị trời Phạm Vương cúi đầu đảnh lễ với trán chạm sát chân của Phật và đi nhiễu 100.000 vòng, rồi liền dùng hoa trời mà rải lên Đức Phật. Những đóa hoa rải xuống đó tích tụ như núi Diệu Cao. Họ cũng rải hoa xuống cội Đạo thụ của Phật để cúng dường. Cội Đạo thụ ấy có độ cao là mười hạn lượng.

Khi đã dâng hoa cúng dường, mỗi vị lấy cung điện của mình rồi dâng lên cho Đức Phật kia và nói lời như vầy:

'Xin hãy thương xót mà nhận lấy những cung điện này để chúng con được lợi ích.'

Khi ấy các vị trời Phạm Vương liền ở trước Phật, họ nhất tâm đồng thanh và dùng kệ tán thán rằng:

'Thế Tôn rất hiếm có
Khó mà được gặp thấy
Đủ vô lượng công đức
Khéo cứu hộ tất cả

Đại Sư của trời người
Thương xót chốn thế gian
Các chúng sanh mười phương
Đều nhờ ơn cứu hộ

Chúng con đã đến từ
Năm trăm vạn ức cõi
Rời bỏ tĩnh lự vui
Là vì cúng dường Phật

Phước chúng con đời trước
Cung điện đẹp trang nghiêm
Nay dâng lên Thế Tôn
Xin hãy nhận lấy cho'

Khi các vị trời Phạm Vương đã dùng kệ tán thán Phật xong, mỗi vị đều thưa rằng:

'Ngưỡng mong Thế Tôn hãy chuyển Pháp luân để độ thoát chúng sanh và khai mở Đạo tịch diệt.'

Tiếp đến các vị trời Phạm Vương nhất tâm đồng thanh mà nói kệ rằng:

'Thế Hùng Lưỡng Túc Tôn
Kính mong diễn nói Pháp
Dùng sức đại từ bi
Độ chúng sanh khổ não'

Lúc bấy giờ Đại Thông Trí Thắng Như Lai lặng yên hứa khả.

❖

Lại nữa, các Bhikṣu! Khi các vị trời Phạm Vương của năm triệu ức quốc độ về hướng đông nam đều tự thấy cung điện của mình sáng chói hiển hách chưa từng có, họ vui mừng hớn hở và sanh tâm hy hữu, rồi liền lập tức hội họp để cùng thảo luận việc này. Khi đó ở trong đại chúng kia có một vị Đại Phạm Thiên Vương tên là Đại Bi.

Ngài vì các Phạm chúng mà nói kệ rằng:

'Đây là nhân duyên gì?
Mà hiện điềm tướng này
Các cung điện chúng ta
Sáng chói chưa từng có

Là đại đức sanh thiên
Hay Phật xuất thế gian
Tướng này chưa từng thấy
Hãy đồng nhất tâm tìm

Qua ngàn vạn ức độ
Cùng tìm ánh sáng kia
Phải là Phật xuất thế
Độ thoát khổ chúng sanh'

Lúc bấy giờ các vị trời Phạm Vương từ năm triệu ức quốc độ, họ lấy những túi vải đựng các thiên hoa, rồi mỗi vị ngồi ở cung điện của mình và đồng đi về hướng tây bắc để tìm kiếm điềm tướng này. Sau đó họ thấy Đại Thông Trí Thắng Như Lai đang ngồi trên tòa sư tử ở dưới cội Đạo thụ tại Đạo Tràng. Lại có chư thiên, long vương, tầm hương thần, nghi thần, đại mãng xà, người và phi nhân đang cung kính vây quanh. Lại thấy 16 vị vương tử thỉnh Phật chuyển Pháp luân.

Sau đó, các vị trời Phạm Vương cúi đầu đảnh lễ với trán chạm sát chân của Phật và đi nhiễu 100.000 vòng, rồi liền dùng hoa trời mà rải lên Đức Phật. Những đóa hoa rải xuống đó tích tụ như núi Diệu Cao. Họ cũng rải hoa xuống cội Đạo thụ của Phật để cúng dường.

Khi đã dâng hoa cúng dường, mỗi vị lấy cung điện của mình rồi dâng lên cho Đức Phật kia và nói lời như vầy:

'Xin hãy thương xót mà nhận lấy những cung điện này để chúng con được lợi ích.'

Khi ấy các vị trời Phạm Vương liền ở trước Phật, họ nhất tâm đồng thanh và dùng kệ tán thán rằng:

'Thánh Chủ Thiên Trung Vương
Tiếng như chim mỹ âm
Xót thương các chúng sanh
Chúng con nay kính lễ

Thế Tôn rất hiếm có
Lâu xa hiện một lần
Một trăm tám mươi kiếp
Trống không chẳng có Phật

Ba đường ác đầy rẫy
Chư thiên chúng giảm bớt
Nay Phật xuất thế gian
Làm con mắt chúng sanh

Thế gian chỗ trở về
Cứu hộ hết tất cả
Là cha của chúng sanh
Xót thương lợi ích họ
Phước đời trước chúng con
Nay mới gặp Thế Tôn'

Khi các vị trời Phạm Vương đã dùng kệ tán thán Phật xong, mỗi vị đều thưa rằng:

'Ngưỡng mong Thế Tôn hãy thương xót tất cả chúng sanh mà chuyển Pháp luân để độ thoát họ.'

Tiếp đến các vị trời Phạm Vương nhất tâm đồng thanh mà nói kệ rằng:

'Đại Thánh chuyển Pháp luân
Hiển thị tướng các pháp
Độ chúng sanh khổ não
Khiến được đại hoan hỷ

Chúng sanh nghe Pháp này
Đắc Đạo hoặc sanh thiên
Các đường ác giảm bớt
Bậc nhẫn thiện tăng nhiều'

Lúc bấy giờ Đại Thông Trí Thắng Như Lai lặng yên hứa khả.

❖

Lại nữa, các Bhikṣu! Khi các vị trời Phạm Vương của năm triệu ức quốc độ về hướng nam đều tự thấy cung điện của mình sáng chói hiển hách chưa từng có, họ vui mừng hớn hở và sanh tâm hy hữu, rồi liền lập tức hội họp để cùng thảo luận việc này.

'Vì nhân duyên gì mà cung điện của chúng ta có ánh sáng rực rỡ như thế?'

Khi đó ở trong đại chúng kia có một vị Đại Phạm Thiên Vương tên là Diệu Pháp.

Ngài vì các Phạm chúng mà nói kệ rằng:

'Các cung điện chúng ta
Quang minh chiếu rực rỡ
Chắc chắn có nhân duyên
Phải nên tìm tướng này

Trải qua trăm ngàn kiếp
Tướng này chưa từng thấy
Là đại đức sanh thiên
Hay Phật xuất thế gian'

Lúc bấy giờ các vị trời Phạm Vương từ năm triệu ức quốc độ, họ lấy những túi vải đựng các thiên hoa, rồi mỗi vị ngồi ở cung điện của mình và đồng đi về hướng bắc để tìm kiếm điềm tướng này. Sau đó họ thấy Đại Thông Trí Thắng Như Lai đang ngồi trên tòa sư tử ở dưới cội Đạo thụ tại Đạo Tràng. Lại có chư thiên, long vương, tầm hương thần, nghi thần, đại mãng xà, người và phi nhân đang cung kính vây quanh. Lại thấy 16 vị vương tử thỉnh Phật chuyển Pháp luân.

Sau đó, các vị trời Phạm Vương cúi đầu đảnh lễ với trán chạm sát chân của Phật và đi nhiễu 100.000 vòng, rồi liền dùng hoa trời mà rải lên Đức Phật. Những đóa hoa rải xuống đó tích tụ như núi Diệu Cao. Họ cũng rải hoa xuống cội Đạo thụ của Phật để cúng dường.

Khi đã dâng hoa cúng dường, mỗi vị lấy cung điện của mình rồi dâng lên cho Đức Phật kia và nói lời như vầy:

'Xin hãy thương xót mà nhận lấy những cung điện này để chúng con được lợi ích.'

Khi ấy các vị trời Phạm Vương liền ở trước Phật, họ nhất tâm đồng thanh và dùng kệ tán thán rằng:

'Thế Tôn rất khó thấy
Bậc phá tan phiền não
Một trăm ba mươi kiếp
Giờ đây mới được thấy

Chúng sanh luôn đói khát
Mưa Pháp sẽ no đủ
Xưa nay chưa hề thấy
Bậc vô lượng trí tuệ

Ví như hoa linh thụy
Hôm nay mới được gặp
Các cung điện chúng con
Nhờ Phật quang trang nghiêm

Thế Tôn đại từ mẫn
Xin hãy nhận lấy cho'

Khi các vị trời Phạm Vương đã dùng kệ tán thán Phật xong, mỗi vị đều thưa rằng:

'Ngưỡng mong Thế Tôn hãy chuyển Pháp luân để khiến hết thảy trời, ma, Phạm Thiên, Đạo Nhân, cùng Phạm Chí trong thế gian đều được an ổn và được giải thoát.'

Tiếp đến các vị trời Phạm Vương nhất tâm đồng thanh mà nói kệ rằng:

'Kính mong Thiên Nhân Tôn
Chuyển Pháp luân vô thượng
Khởi đánh trống Pháp lớn
Và thổi loa Pháp lớn

Tuôn khắp mưa Pháp lớn
Độ vô lượng chúng sanh
Chúng con đồng khuyến thỉnh
Diễn nói tiếng sâu xa'

Lúc bấy giờ Đại Thông Trí Thắng Như Lai lặng yên hứa khả.

❖

Hướng tây nam và cho đến phương dưới thì cũng lại như vậy.

Lúc bấy giờ, khi các vị trời Phạm Vương của năm triệu ức quốc độ ở phương trên đều tự thấy cung điện của mình sáng chói hiển hách chưa từng có, họ vui mừng hớn hở và sanh tâm hy hữu, rồi liền lập tức hội họp để cùng thảo luận việc này.

'Vì nhân duyên gì mà cung điện của chúng ta có ánh sáng rực rỡ như thế?'

Khi đó ở trong đại chúng kia có một vị Đại Phạm Thiên Vương tên là Đảnh Kế.

Ngài vì các Phạm chúng mà nói kệ rằng:

'Nay vì nhân duyên gì?
Các cung điện chúng ta
Ánh quang minh uy đức
Trang nghiêm chưa từng có

Tướng vi diệu thế này
Xưa nay chưa hề thấy
Là đại đức sanh thiên
Hay Phật xuất thế gian'

Lúc bấy giờ các vị trời Phạm Vương từ năm triệu ức quốc độ, họ lấy những túi vải đựng các thiên hoa, rồi mỗi vị ngồi ở cung điện của mình và đồng đi về phương dưới để tìm kiếm điềm tướng này. Sau đó họ thấy Đại Thông Trí Thắng Như Lai đang ngồi trên tòa sư tử ở dưới cội Đạo thụ tại Đạo Tràng. Lại có chư thiên, long vương, tầm hương thần, nghi thần, đại mãng xà, người và phi nhân đang cung kính vây quanh. Lại thấy 16 vị vương tử thỉnh Phật chuyển Pháp luân.

Sau đó, các vị trời Phạm Vương cúi đầu đảnh lễ với trán chạm sát chân của Phật và đi nhiễu 100.000 vòng, rồi liền dùng hoa trời mà rải lên Đức Phật. Những đóa hoa rải xuống đó tích tụ như núi Diệu Cao. Họ cũng rải hoa xuống cội Đạo thụ của Phật để cúng dường.

Khi đã dâng hoa cúng dường, mỗi vị lấy cung điện của mình rồi dâng lên cho Đức Phật kia và nói lời như vầy:

'Xin hãy thương xót mà nhận lấy những cung điện này để chúng con được lợi ích.'

Khi ấy các vị trời Phạm Vương liền ở trước Phật, họ nhất tâm đồng thanh và dùng kệ tán thán rằng:

'Lành thay thấy chư Phật
Thánh Tôn cứu thế gian
Khéo ở ngục ba cõi
Giúp chúng sanh ra khỏi

Phổ Trí Thiên Nhân Tôn
Từ mẫn thương hữu tình
Khéo mở cổng cam lộ
Rộng hóa độ tất cả

Ở vô lượng kiếp xưa
Trống không chẳng có Phật
Khi Thế Tôn chưa hiện
Mười phương luôn u tối

Ba đường ác tăng trưởng
Phi thiên cũng đông đảo
Chư thiên chúng giảm dần
Đa phần chết đọa ác

Không nghe Pháp từ Phật
Luôn làm việc chẳng lành
Sắc lực và trí tuệ
Thảy đều bị giảm hao

Do nghiệp tội nhân duyên
Mất đi nỗi niềm vui
Trú ở pháp tà kiến
Không biết phép tắc lành
Chẳng nhận ơn Phật độ
Luôn sa đọa đường ác

Phật là mắt thế gian
Lâu xa mới xuất thế
Vì thương xót chúng sanh
Nên hiện ở thế gian

Siêu xuất thành chánh giác
Chúng con mừng khôn xiết
Cùng hết thảy chúng sanh
Hoan hỷ chưa từng có

Các cung điện chúng con
Nhờ Phật quang trang nghiêm
Nay dâng lên Thế Tôn
Xin hãy nhận lấy cho

Xin nguyện công đức này
Hướng về khắp tất cả
Đệ tử và chúng sanh
Đều trọn thành Phật Đạo'

Lúc bấy giờ, khi năm triệu ức vị trời Phạm Vương đã dùng kệ tán thán Phật xong, rồi mỗi vị đều thưa với Phật rằng:

'Ngưỡng mong Thế Tôn hãy chuyển Pháp luân để độ thoát chúng sanh và mang đến nhiều sự an ổn cho họ.'

Các vị trời Phạm Vương liền nói kệ rằng:

'Thế Tôn chuyển Pháp luân
Đánh trống Pháp cam lộ
Độ chúng sanh khổ não
Khai thị Đạo tịch diệt

Xin nhận lời khuyến thỉnh
Dùng đại âm vi diệu
Thương xót mà diễn nói
Vô lượng kiếp tập Pháp'

❖

Lúc bấy giờ, khi Đại Thông Trí Thắng Như Lai đã nhận lời khuyến thỉnh của các vị trời Phạm Vương và 16 vị vương tử, Ngài liền ba lần chuyển Pháp Luân trong 12 tướng mà Đạo Nhân, Phạm Chí, trời, ma, Phạm Vương, hay các loài hữu tình khác ở thế gian đều không thể chuyển.

[Ngài dạy rằng:]

'- Đây là khổ.
- Đây là tích tập của khổ.
- Đây là diệt mất của khổ.
- Đây là con đường để chấm dứt khổ.'

Rồi Ngài rộng giảng Pháp 12 Duyên Khởi:

'Vô minh làm duyên cho hành, hành làm duyên cho thức, thức làm duyên cho danh sắc, danh sắc làm duyên cho sáu nhập, sáu nhập làm duyên cho xúc, xúc làm duyên cho thọ, thọ làm duyên cho ái, ái làm duyên cho thủ, thủ làm duyên cho hữu, hữu làm duyên cho sanh, sanh làm duyên cho già chết và các ưu sầu khổ não.

Khi vô minh diệt thì hành diệt, hành diệt thì thức diệt, thức diệt thì danh sắc diệt, danh sắc diệt thì sáu nhập diệt, sáu nhập diệt thì xúc diệt, xúc diệt thì thọ diệt, thọ diệt thì ái diệt, ái diệt thì thủ diệt, thủ diệt thì hữu diệt, hữu diệt thì sanh diệt, sanh diệt thì già chết và các ưu sầu khổ não diệt.'

Khi Phật thuyết Pháp này ở giữa đại chúng, gồm có trời và người, thì sáu triệu ức nayuta người, do bởi không thọ tất cả pháp nên tâm được giải thoát đối với các lậu. Hết thảy đều đắc thâm diệu tĩnh lự, Ba Minh, Sáu Thần Thông, và đầy đủ Tám Giải Thoát.

Khi Ngài thuyết Pháp lần thứ nhì, thứ ba, và thứ tư thì có chúng sanh nhiều như số cát trong mười triệu ức nayuta sông Hằng, cũng do bởi không thọ tất cả pháp nên tâm được giải thoát đối với các lậu. Từ đó về sau, Thanh Văn thánh chúng có nhiều vô lượng vô biên và không thể nào kể xiết.

❖

Lúc bấy giờ 16 vị vương tử với thân đều là đồng tử, họ xuất gia và trở thành Cần Sách Nam. Các căn của họ thông minh lanh lợi, trí tuệ minh liễu, đã từng cúng dường tỷ ức chư Phật, tu tập tịnh hành, và cầu Vô Thượng Chánh Đẳng Chánh Giác.

Họ đồng thưa với Phật rằng:

'Thưa Thế Tôn! Vô lượng ngàn vạn ức đại đức Thanh Văn nơi đây đều đã thành tựu. Thế Tôn cũng nên vì chúng con mà thuyết Pháp để đạt đến Vô Thượng Chánh Đẳng Chánh Giác. Khi chúng con nghe rồi đều sẽ cùng tu học.

Thưa Thế Tôn! Chúng con tha thiết cầu tri kiến của Như Lai. Điều suy tư trong đáy lòng của chúng con, Phật cũng đã tự biết.'

Lúc ấy có 80.000 ức người đã đi theo Chuyển Luân Thánh Vương, khi thấy 16 vị vương tử xuất gia, họ cũng cầu xin xuất gia và nhà vua liền cho phép.

Lúc bấy giờ Đức Phật kia nhận lời thỉnh cầu của 16 vị Cần Sách Nam. Trải qua 20.000 kiếp sau đó thì Ngài mới ở giữa bốn chúng đệ tử mà thuyết giảng Kinh Đại Thừa tên là Diệu Pháp Liên Hoa, là Pháp để giáo hóa Bồ-tát và được Phật hộ niệm.

Sau khi thuyết giảng Kinh này, 16 vị Cần Sách Nam vì cầu Vô Thượng Chánh Đẳng Chánh Giác nên đều cùng thọ trì, đọc tụng, và thông đạt thâm thúy.

Lúc Ngài đã thuyết giảng Kinh này, 16 vị Bồ-tát Cần Sách Nam thảy đều tín thọ. Trong Thanh Văn chúng cũng có vị tín giải. Còn ngàn vạn ức chúng sanh khác thì đều sanh lòng nghi ngờ.

Suốt 8.000 kiếp, Đức Phật kia đã thuyết giảng Kinh này mà chưa từng ngừng nghỉ.

Khi đã thuyết giảng Kinh này xong, Ngài liền vào tĩnh thất và trụ trong tĩnh lự đến 84.000 kiếp.

Khi 16 vị Bồ-tát Cần Sách Nam biết Phật nhập thất và trụ ở tĩnh lự tịch nhiên, mỗi vị đều thăng Pháp tòa và cũng suốt 84.000 kiếp, mà rộng thuyết giảng và phân biệt Kinh Diệu Pháp Liên Hoa cho bốn chúng đệ tử. Mỗi vị đều độ thoát chúng sanh nhiều như số cát trong sáu triệu ức nayuta sông Hằng, chỉ dạy giáo Pháp để khiến họ được lợi ích an vui, và làm cho họ phát tâm Vô Thượng Chánh Đẳng Chánh Giác.

Khi 84.000 kiếp đã qua, Đức Phật Đại Thông Trí Thắng liền từ Đẳng Trì dậy và đi đến Pháp tòa.

Ngài an tường ngồi xuống và tuyên cáo đến hết thảy đại chúng rằng:

'16 vị Bồ-tát Cần Sách Nam này rất là hiếm có. Các căn của họ thông minh lanh lợi, trí tuệ minh liễu, và đã từng cúng dường vô lượng tỷ ức chư Phật. Họ luôn tu tập tịnh hành ở chỗ của chư Phật và thọ trì sự hiểu biết của Phật, rồi khai thị cho chúng sanh và khiến chúng sanh vào trong ấy. Các ông đều nên luôn luôn thân cận và cúng dường họ.

Vì sao thế? Bởi nếu có Thanh Văn, Độc Giác, hay chư Bồ-tát nào mà có thể tín thọ Kinh Pháp của 16 vị Bồ-tát này thuyết giảng, cùng thọ trì và không hủy phạm, thì người này sẽ đắc Vô Thượng Chánh Đẳng Chánh Giác và đó chính là trí tuệ của Như Lai.'"

❖

Phật bảo các vị Bhikṣu rằng:

"16 vị Bồ-tát này luôn vui thích thuyết giảng Kinh Diệu Pháp Liên Hoa. Mỗi vị Bồ-tát giáo hóa chúng sanh nhiều như số cát trong sáu triệu ức nayuta sông Hằng. Những chúng sanh ấy đời đời cùng sanh ra một nơi với Bồ-tát và khi nghe Pháp từ các ngài, họ thảy đều tin hiểu. Do nhân duyên đó, họ đã gặp bốn triệu ức chư Phật Thế Tôn và mãi đến hiện nay vẫn còn chưa hết.

Này các Bhikṣu! Bây giờ Ta nói cho các ông biết. 16 vị đệ tử Cần Sách Nam của Đức Phật kia, nay họ đều đã đắc Vô Thượng Chánh Đẳng Chánh Giác và hiện đang thuyết Pháp ở các quốc độ trong mười phương. Các Ngài có vô lượng tỷ ức chư Bồ-tát và Thanh Văn để làm quyến thuộc.

Có hai vị thành Phật ở phương đông.
- Vị thứ nhất là Bất Động Như Lai tại Thế giới Diệu Hỷ.
- Vị thứ nhì là Diệu Cao Đảnh Như Lai.

Có hai vị thành Phật ở hướng đông nam.
- Vị thứ nhất là Sư Tử Âm Như Lai.
- Vị thứ nhì là Sư Tử Tướng Như Lai.

Có hai vị thành Phật ở phương nam.
- Vị thứ nhất là Hư Không Trụ Như Lai.
- Vị thứ nhì là Thường Diệt Như Lai.

Có hai vị thành Phật ở hướng tây nam.
- Vị thứ nhất là Đế Tướng Như Lai.
- Vị thứ nhì là Phạm Tướng Như Lai.

Có hai vị thành Phật ở phương tây.
- Vị thứ nhất là Vô Lượng Thọ Như Lai.
- Vị thứ nhì là Độ Nhất Thiết Thế Gian Khổ Não Như Lai.

Có hai vị thành Phật ở hướng tây bắc.
- Vị thứ nhất là Hoắc Diệp Đàn Hương Thần Thông Như Lai.
- Vị thứ nhì là Diệu Cao Tướng Như Lai.

Có hai vị thành Phật ở phương bắc.
- Vị thứ nhất là Vân Tự Tại Như Lai.
- Vị thứ nhì là Vân Tự Tại Vương Như Lai.

Vị thứ 15 thành Phật ở hướng đông bắc, hiệu là Hoại Nhất Thiết Thế Gian Bố Úy Như Lai.

Vị thứ 16 chính là Ta, Đức Phật Năng Tịch, thành Vô Thượng Chánh Đẳng Chánh Giác ở Thế giới Kham Nhẫn.

❖

Này các Bhikṣu! Khi Ta và chư Phật kia đang lúc làm Cần Sách Nam vào thuở xưa, mỗi vị đều giáo hóa chúng sanh nhiều như số cát trong vô lượng tỷ ức sông Hằng. Các chúng sanh ấy do nghe Pháp từ nơi Ta nên họ phát tâm Vô Thượng Chánh Đẳng Chánh Giác. Những ai trong các chúng sanh đó mà đến nay vẫn còn trụ ở quả vị Thanh Văn, thì Ta luôn giáo hóa để họ đạt đến Vô Thượng Chánh Đẳng Chánh Giác. Những hạng người như vậy, Ta dùng Pháp này để lần lần dẫn họ vào Phật Đạo.

Vì sao thế? Bởi trí tuệ của Như Lai thật khó tin và khó hiểu.

Chúng sanh nhiều như số cát trong vô lượng sông Hằng mà ta hóa độ thuở đó chính là Bhikṣu các ông đây. Sau khi Ta diệt độ, các ông cũng sẽ là các đệ tử Thanh Văn của Ta ở trong đời vị lai.

Lại nữa, sau khi Ta diệt độ, có những đệ tử do không nghe được Kinh này nên sẽ chẳng hay chẳng biết gì về nơi tu hành của Bồ-tát. Tuy nhiên, do bởi công đức đạt được của chính mình, họ khởi sanh nghĩ tưởng diệt độ và sẽ vào tịch diệt. Riêng Ta sẽ làm Phật ở quốc độ khác và tên gọi cũng khác. Mặc dù những người này khởi sanh nghĩ tưởng diệt độ và vào tịch diệt, họ sẽ ở quốc độ kia mà cầu trí tuệ của Phật và nghe được Kinh này. Duy chỉ với Phật Thừa mới được diệt độ mà không có thừa nào khác--ngoại trừ chư Như Lai dùng phương tiện để thuyết Pháp.

Này các Bhikṣu! Như Lai tự biết khi nào sẽ đến lúc vào tịch diệt; khi nào thì đại chúng thanh tịnh, tín giải kiên cố, liễu đạt không pháp, và vào sâu tĩnh lự.

Lúc đó, Như Lai sẽ triệu tập chư Bồ-tát cùng Thanh Văn chúng để thuyết giảng Kinh này và nói rằng:

'Thế gian không có hai thừa để được diệt độ, chỉ duy nhất ở Phật Thừa mới được diệt độ.'

Này các Bhikṣu! Nên biết rằng, Như Lai dùng phương tiện để vào sâu tánh của chúng sanh. Do biết rằng họ chỉ ưa thích Pháp nhỏ và chấp sâu năm dục, nên vì thế mà Ngài nói tịch diệt. Khi nghe được, những người ấy sẽ liền tín thọ.

❖

Đây ví như có một con đường hiểm dài đến 500 hạn lượng. Nơi đó vắng tanh bóng người và thật là kinh hoàng. Giả sử có một nhóm người muốn băng qua con đường này để đến nơi trân bảo. Trong ấy có một vị đạo sư với thông tuệ minh đạt, khéo biết chỗ nào qua được, chỗ nào không qua được của con đường hiểm kia, và ngài muốn dẫn họ vượt qua hiểm nạn này. Đi được nửa đường thì nhóm người đó mệt mỏi và muốn quay về.

Họ thưa với vị đạo sư rằng:

'Chúng tôi đã kiệt sức và còn bị sợ hãi. Chúng tôi không thể nào đi tiếp nữa. Đường ở phía trước quá xa xôi nên bây giờ chúng tôi muốn quay về.'

Vị đạo sư với nhiều phương tiện, ngài nghĩ như vầy:

'Những người này thật đáng thương. Sao đành nỡ từ bỏ trân bảo lớn và lại muốn quay về?'

Khi đã nghĩ như thế, bằng vào sức phương tiện, trên con đường hiểm ở khoảng cách hơn 300 hạn lượng, ngài biến hóa ra một thành phố.

Sau đó ngài bảo họ rằng:

'Các người chớ sợ hãi và đừng quay trở về. Bây giờ các người có thể dừng lại ở trong thành lớn này và tùy ý làm việc mình muốn. Nếu bước vào thành này thì liền được an ổn. Sau đó, nếu như muốn tiến về nơi châu báu ở phía trước thì cũng có thể đi.'

Ngay lúc ấy, nhóm người kiệt quệ liền vui mừng khôn xiết và khen là việc chưa từng có:

'Bây giờ chúng ta thoát khỏi con đường ác này và sẽ được an ổn.'

Rồi thì những người ấy liền vào hóa thành ở phía trước và nghĩ rằng họ đã được ra khỏi nên cảm thấy an ổn.

Lúc bấy giờ vị đạo sư biết những người này đã nghỉ ngơi xong và không còn mệt mỏi nữa nên liền diệt mất hóa thành, rồi bảo họ rằng:

'Chúng ta hãy đi nào, sắp gần tới nơi châu báu rồi! Đại thành lúc nãy chính là do ta biến hóa để các người nghỉ ngơi đó thôi.'

Này các Bhikṣu! Như Lai cũng lại như vậy. Ta nay vì các ông mà làm bậc đại Đạo Sư. Như Lai biết chúng sanh phải đi ra khỏi con đường ác đầy hiểm nạn trùng trùng của sanh tử phiền não để được độ thoát.

Nếu chúng sanh nào khi nghe chỉ có một Phật Thừa, rồi liền không muốn thấy Phật và không muốn thân cận, trái lại họ nghĩ như thế này:

'Phật Đạo xa thăm thẳm và phải chịu vô vàn gian khổ mới có thể thành tựu.'

Phật liền biết tâm họ là khiếp nhược và thấp kém. Vì thế đã dùng sức phương tiện để họ nghỉ ngơi ở giữa đường nên nói có hai tịch diệt.

Nếu chúng sanh nào trụ ở hai lãnh vực này, khi ấy Như Lai sẽ liền bảo họ rằng:

'Các ông vẫn còn chưa viên mãn. Lãnh vực mà ông đang trụ thì gần đến trí tuệ của Phật. Hãy nên quán sát và tư duy rằng: tịch diệt mà mình đang chứng đắc chẳng phải là chân thật. Đây chỉ là do Như Lai dùng sức phương tiện nên ở trong một Phật Thừa mà phân biệt nói có ba.'

Đây ví như vị đạo sư kia. Vì muốn nhóm người đó nghỉ ngơi nên đã hóa làm một thành lớn.

Khi đã nghỉ ngơi xong, ngài bảo họ rằng:

'Sắp tới nơi châu báu rồi! Thành này không phải thật, là do ta biến hóa ra đó.'"

❖

Lúc bấy giờ Thế Tôn muốn tuyên lại nghĩa lý ở trên nên nói kệ rằng:

"Đại Thông Trí Thắng Phật
Mười kiếp ngồi Đạo Tràng
Pháp Phật chẳng hiện tiền
Không được thành Phật Đạo

Chư thiên thần long vương
Phi thiên các loài khác
Luôn mưa xuống hoa trời
Cúng dường Đức Phật kia

Chư thiên đánh trống trời
Trỗi muôn loại âm nhạc
Gió hương thổi hoa héo
Mưa xuống hoa đẹp tươi

Trải qua mười tiểu kiếp
Mới được thành Phật Đạo
Chư thiên và thế nhân
Cõi lòng mừng hớn hở

Quyến thuộc của Phật kia
Cùng mười sáu vương tử
Ngàn vạn ức vây quanh
Đồng đi đến chỗ Phật

Đầu lễ dưới chân Phật
Khuyến thỉnh chuyển Pháp luân
'Thánh Sư Tử mưa Pháp
Thấm nhuần hết chúng con'

Thế Tôn rất khó gặp
Lâu xa hiện một lần
Vì giác ngộ chúng sanh
Làm chấn động tất cả

Các thế giới phương đông
Năm trăm vạn ức cõi
Phạm cung điện sáng rực
Xưa nay chưa từng có

Phạm Thiên thấy tướng này
Tìm theo đến chỗ Phật
Rải hoa để cúng dường
Và dâng lên cung điện

Thỉnh Phật chuyển Pháp luân
Dùng kệ mà tán thán
Phật biết chưa đến lúc
Thọ thỉnh ngồi lặng yên

Ba phương bốn hướng phụ
Trên dưới cũng như vậy
Rải hoa hiến cung điện
Thỉnh Phật chuyển Pháp luân

'Thế Tôn rất khó gặp
Nguyện khởi đại từ bi
Rộng mở cổng cam lộ
Chuyển Pháp luân vô thượng'

Thế Tôn vô lượng tuệ
Tiếp thọ lời thỉnh cầu
Tuyên thuyết đủ mọi Pháp
Bốn Đế Mười Hai Duyên

Vô minh đến già chết
Đều từ sanh duyên hữu
Hoạn nạn từ đây ra
Các ông phải nên biết

Khi tuyên dương Pháp này
Triệu ức nayuta
Diệt tận mọi khổ ách
Đều đắc Đạo Ưng Chân

Lúc thuyết Pháp lần hai
Triệu ức Hằng sa chúng
Trong các pháp chẳng thọ
Cũng đắc Đạo Ưng Chân

Người đắc Đạo từ đó
Số ấy nhiều vô lượng
Vạn ức kiếp tính toán
Không thể biết ranh giới

Mười sáu vị vương tử
Thọ giới Cần Sách Nam
Đều cùng thỉnh Phật kia
Diễn nói Pháp Đại Thừa

'Chúng con cùng quyến thuộc
Đều sẽ thành Phật Đạo
Nguyện được như Thế Tôn
Tuệ nhãn thanh tịnh nhất'

Phật biết tâm đồng tử
Sự tu hành đời trước
Với vô lượng nhân duyên
Cùng đủ mọi thí dụ

Thuyết giảng Pháp Sáu Độ
Và những việc thần thông
Phân biệt Pháp chân thật
Nơi Bồ-tát hành Đạo
Thuyết Kinh Pháp Hoa này
Kệ như cát sông Hằng

Phật kia giảng Kinh xong
Nhập định ở tĩnh thất
Nhất tâm ngồi một nơi
Tám mươi bốn ngàn kiếp

Mỗi vị Cần Sách Nam
Biết Phật chưa xuất định
Vì vô lượng ức chúng
Thuyết Phật vô lượng tuệ

Mỗi vị ngồi Pháp tòa
Giảng Kinh Đại Thừa này
Sau khi Phật tịch diệt
Tuyên dương trợ hoằng Pháp

Mỗi vị Cần Sách Nam
Hóa độ các chúng sanh
Như số cát sông Hằng
Trong sáu trăm vạn ức

Phật kia diệt độ rồi
Những ai nghe Pháp này
Bất cứ cõi Phật nào
Luôn sanh cùng Đạo Sư

Mười sáu Cần Sách Nam
Đầy đủ hành Phật Đạo
Hiện nay ở mười phương
Ai cũng thành chánh giác

Người nghe Pháp thuở đó
Mỗi vị ở chỗ Phật
Những ai trụ Thanh Văn
Dần dần dạy Phật Đạo

Ta là một trong đó
Cũng từng vì các ông
Nên đã dùng phương tiện
Dẫn vào trí tuệ Phật

Do bởi nhân duyên xưa
Nay giảng Kinh Pháp Hoa
Khiến ông vào Phật Đạo
Các ông đừng kinh sợ

Ví như có đường hiểm
Hoang vu nhiều thú dữ
Lại cũng không cỏ nước
Nơi ai cũng ghê rợn

Vô số ngàn vạn chúng
Muốn qua đường hiểm này
Đường dài xa vời vợi
Đến năm trăm hạn lượng

Có một vị đạo sư
Với trí tuệ uyên bác
Sáng suốt tâm kiên định
Cứu họ khỏi hiểm nạn

Mọi người đều mệt mỏi
Mà thưa đạo sư rằng
'Giờ chúng tôi mệt lắm
Và muốn quay trở về'

Đạo sư nghĩ như vầy
'Họ thật đáng thương thay
Vì sao muốn quay về?
Bỏ đi trân bảo lớn'

Lập tức nghĩ phương tiện
Sử dụng sức thần thông
Hóa làm đại thành quách
Với nhà cửa trang nghiêm

Xung quanh có viên lâm
Kênh nước và ao tắm
Cửa thành lầu các cao
Với gái trai đông đúc

Khi đã biến hóa xong
Bảo họ 'chớ sợ hãi
Các người vào thành này
Tùy ý mà vui chơi'

Khi họ vào thành rồi
Lòng vui mừng khôn xiết
Thảy đều nghĩ bình an
Tự cho đã thoát khỏi

Biết họ nghỉ ngơi xong
Đạo sư nhóm họp bảo

'Các người nên tiến bước
Đây chỉ là hóa thành
Thấy các người mỏi mệt
Giữa đường muốn thoái lui

Nên dùng sức phương tiện
Quyền xảo hóa thành này
Bây giờ hãy tinh tấn
Sẽ đồng đến nơi báu'

Như Lai cũng như vậy
Đạo Sư của muôn loài

Thấy những ai cầu Đạo
Giữa đường mà kiệt quệ
Chẳng thể vượt sanh tử
Phiền não các đường hiểm

Nên dùng sức phương tiện
Tạm nghỉ, nói tịch diệt
'Các ông đã diệt khổ
Việc làm đều đã xong'

Biết đã đến tịch diệt
Đều đắc Đạo Ứng Chân
Rồi mới triệu đại chúng
Để thuyết Pháp chân thật

Chư Phật sức phương tiện
Phân biệt nói Ba Thừa
Chỉ có một Phật Thừa
Tạm nghỉ nên nói hai

Ta nay sẽ nói thật
Các ông chưa diệt độ
Vì Phật Nhất Thiết Trí
Hãy phát đại tinh tấn

Khi chứng Nhất Thiết Trí
Mười Lực Pháp Phật khác
Đầy đủ ba hai tướng
Lúc đó mới thật diệt

Chư Phật là Đạo Sư
Tạm nghỉ, nói tịch diệt
Biết đã nghỉ ngơi xong
Dẫn vào trí tuệ Phật"

Kinh Diệu Pháp Liên Hoa ♦ Hết quyển 3

☸ Phẩm 8: 500 Đệ Tử Được Thọ Ký

Lúc bấy giờ Tôn giả Mãn Từ Tử nghe về trí tuệ cùng phương tiện và sự tùy thuận thích nghi thuyết Pháp từ Đức Phật, lại nghe các vị đại đệ tử được thọ ký Vô Thượng Chánh Đẳng Chánh Giác, lại nghe về các việc nhân duyên của đời trước, và lại nghe về chư Phật có sức thần thông đại tự tại, nên ngài được điều chưa từng có, tâm thanh tịnh và vui mừng hớn hở.

Sau đó, ngài liền từ chỗ ngồi đứng dậy, đến ở trước Phật, cúi đầu đảnh lễ với trán chạm sát chân của Phật, và đứng qua một bên. Ngài chiêm ngưỡng tôn nhan và mắt không muốn rời một thoáng.

Rồi ngài nghĩ như vầy:

"Thế Tôn rất kỳ đặc. Việc làm của Ngài hiếm có thay. Như Lai tùy thuận nhiều chủng tánh của chúng sanh trong thế gian. Ngài dùng phương tiện với tri kiến mà thuyết Pháp cho chúng sanh và giúp họ thoát khỏi tham trước ở mọi nơi. Chúng con chẳng thể nào tuyên nói hết công đức của Phật. Chỉ Phật Thế Tôn mới có thể biết đáy lòng và bổn nguyện của chúng con."

Lúc bấy giờ Phật bảo các vị Bhikṣu [bíc su] rằng:

"Các ông có thấy Mãn Từ Tử này không? Trong số người thuyết Pháp, Ta luôn ngợi khen ông ấy là tối đệ nhất. Ta cũng luôn ngợi khen đủ mọi công đức và sự tinh cần hộ trì của ông ấy để trợ giúp tuyên dương Pháp của Ta. Ở trong bốn chúng đệ tử, ông ấy có thể chỉ dạy để khiến họ được lợi ích an vui. Ông ấy giải thích đầy đủ Chánh Pháp của Phật để những hành giả đồng tu tịnh hành được sự lợi ích lớn. Ngoại trừ Như Lai, không ai có thể biết hết biện tài trong ngôn luận của ông ấy.

Các ông chớ bảo rằng Mãn Từ Tử chỉ có thể hộ trì và trợ giúp tuyên dương Pháp của Ta. Ông ấy cũng đã hộ trì và trợ giúp tuyên dương Chánh Pháp của 90 ức chư Phật thuở quá khứ. Trong số người thuyết Pháp của chư Phật kia, ông ấy cũng là tối đệ nhất.

Lại nữa, khi chư Phật thuở đó thuyết giảng về không pháp, ông ấy đã minh liễu thông đạt và đắc Bốn Vô Ngại Giải. Ông ấy luôn có thể thuyết Pháp chính xác, thanh tịnh, và không có sự hoài nghi nào. Ông ấy đầy đủ sức thần thông của Bồ-tát và luôn tu tập tịnh hành tùy theo thọ mạng của mình. Nhân dân trong thế gian của chư Phật kia đều bảo ông ta chính là một vị Thanh Văn. Kỳ thực, Mãn Từ Tử chỉ dùng phương tiện này để làm lợi ích cho vô lượng trăm ngàn chúng sanh.

Lại nữa, ông ấy hóa độ vô lượng vô số người và khiến họ an lập ở Vô Thượng Chánh Đẳng Chánh Giác. Vì muốn thanh tịnh cõi Phật nên ông ấy luôn làm Phật sự và giáo hóa chúng sanh.

Này các Bhikṣu! Trong số người thuyết Pháp của bảy Đức Phật quá khứ, Mãn Từ Tử cũng là đệ nhất. Nay trong số người thuyết Pháp của Ta, ông ấy cũng là đệ nhất. Trong số người thuyết Pháp của chư Phật đương lai ở kiếp Hiền, ông ấy cũng lại là đệ nhất và đều luôn hộ trì cùng trợ giúp tuyên dương Phật Pháp. Vào đời vị lai, Mãn Từ Tử cũng sẽ hộ trì và trợ giúp tuyên dương vô lượng vô biên Pháp của chư Phật, giáo hóa và làm lợi ích vô lượng chúng sanh để khiến họ an lập ở Vô Thượng Chánh Đẳng Chánh Giác. Vì muốn thanh tịnh cõi Phật nên ông ấy luôn siêng tinh tấn để giáo hóa chúng sanh.

Sau đó, Mãn Từ Tử sẽ dần dần đầy đủ Đạo Bồ-tát. Trải qua vô lượng vô số kiếp, ông ấy sẽ ở quốc độ này mà đắc Vô Thượng Chánh Đẳng Chánh Giác, hiệu là Pháp Minh Như Lai, Ưng Cúng, Chánh Biến Tri, Minh Hành Túc, Thiện Thệ, Thế Gian Giải, Vô Thượng Sĩ, Điều Ngự Trượng Phu, Thiên Nhân Sư, Phật Thế Tôn.

Đức Phật đó sẽ lấy Tam Thiên Đại Thiên Thế Giới nhiều như số cát sông Hằng để làm một cõi Phật. Đất làm bằng bảy báu và bằng phẳng như lòng bàn tay. Quốc độ ấy không có núi đồi, khe suối, hay ao ngòi. Có những đài quan sát bảy báu đầy khắp trong quốc độ ấy. Cung điện của chư thiên ở hư không gần kề với thế gian. Trời và người có thể qua lại và đều thấy lẫn nhau.

Quốc độ ấy không có các đường ác và cũng chẳng có người nữ. Tất cả chúng sanh đều hóa sanh và không có sự dâm dục. Họ đắc đại thần thông, thân phóng ra ánh sáng, và phi hành tự tại. Chí niệm của họ kiên cố, tinh tấn, có trí tuệ, và toàn thân đều là sắc vàng với 32 tướng để tự trang nghiêm.

Chúng sanh trong quốc độ ấy luôn chỉ dùng hai thức ăn:

1. thức ăn của Pháp hỷ
2. thức ăn của thiền duyệt

Quốc độ ấy có vô lượng vô số ngàn vạn ức nayuta [na du ta] chư Bồ-tát chúng. Họ đắc đại thần thông, Bốn Vô Ngại Giải, và khéo có thể giáo hóa chúng sanh. Thanh Văn chúng nơi đó nhiều đến mức cho dù dùng toán số để tính đếm thì cũng chẳng thể biết. Họ đều được trọn đủ Sáu Thần Thông, Ba Minh, và Tám Giải Thoát.

Quốc độ của Đức Phật ấy có vô lượng công đức trang nghiêm thành tựu như thế. Kiếp tên là Bảo Minh. Quốc độ tên là Thiện Tịnh. Đức Phật đó có thọ mạng dài vô lượng vô số kiếp. Giáo Pháp sẽ trụ thế rất lâu. Sau khi Ngài diệt độ, tháp bảy báu sẽ được xây ở khắp mọi nơi trong quốc độ ấy."

❖

Lúc bấy giờ Thế Tôn muốn tuyên lại nghĩa lý ở trên nên nói kệ rằng:

"Các Bhikṣu lắng nghe
Phật tử nơi hành Đạo
Do khéo học phương tiện
Được chẳng thể nghĩ bàn

Biết họ thích Pháp nhỏ
Mà sợ ở trí lớn
Cho nên chư Bồ-tát
Làm Thanh Văn Duyên Giác

Dùng vô số phương tiện
Hóa độ các chúng sanh
Tự nói là Thanh Văn
Cách Phật Đạo xa xăm

Độ thoát vô lượng chúng
Thảy đều được thành tựu
Cho dù kẻ lười biếng
Dần dần sẽ thành Phật

Trong ẩn Bồ-tát hành
Ngoài hiện là Thanh Văn
Thiểu dục nhàm sanh tử
Kỳ thực tịnh cõi Phật

Hiển thị cho đại chúng
Ba độc, tướng tà kiến
Đệ tử Ta như thế
Phương tiện độ chúng sanh

Nếu Ta nói trọn vẹn
Đủ mọi việc biến hóa
Chúng sanh khi nghe xong
Lòng sẽ khởi hoài nghi

Mãn Từ Tử này đây
Ở ngàn ức Phật xưa
Tinh cần tu hành Đạo
Hộ trì Pháp chư Phật

Vì cầu vô thượng tuệ
Mà ở chỗ chư Phật
Thị hiện làm đệ tử
Đa văn có trí tuệ

Lời giảng không sợ hãi
Khéo làm đại chúng vui
Chưa bao giờ mệt mỏi
Luôn hỗ trợ Phật sự

Đã được thần thông lớn
Đủ Bốn Vô Ngại Giải
Biết các căn lợi độn
Luôn giảng Pháp thanh tịnh

Diễn sướng nghĩa như vậy
Dạy ngàn ức chúng sanh
Khiến trụ Pháp Đại Thừa
Mà tự tịnh cõi Phật

Vị lai cũng cúng dường
Vô lượng vô số Phật
Trợ giúp tuyên Chánh Pháp
Cũng tự tịnh cõi Phật

Luôn dùng các phương tiện
Thuyết Pháp chẳng kinh sợ
Độ vô số chúng sanh
Thành tựu Nhất Thiết Trí

Cúng dường chư Như Lai
Hộ trì Pháp bảo tạng
Sau đó sẽ thành Phật
Danh hiệu là Pháp Minh

Quốc độ tên Thiện Tịnh
Do bảy báu hợp thành
Kiếp tên là Bảo Minh
Chư Bồ-tát rất đông

Số đó vô lượng ức
Đều đắc đại thần thông
Sức uy đức đầy đủ
Đầy khắp quốc độ ấy

Thanh Văn cũng vô số
Ba Minh Tám Giải Thoát
Đắc Bốn Vô Ngại Giải
Làm chư Tăng nơi đó

Chúng sanh quốc độ ấy
Dâm dục đều đã đoạn
Thuần nhất chỉ hóa sanh
Tướng hảo trang nghiêm thân

Pháp hỷ thiền duyệt thực
Không nghĩ thức ăn khác
Chẳng có những nữ nhân
Cũng không các đường ác

Bhikṣu Mãn Từ Tử
Khi công đức viên mãn
Sẽ được cõi tịnh độ
Chư thánh hiền rất đông
Vô lượng việc như thế
Ta nay chỉ nói sơ"

❖

Lúc bấy giờ 1.200 vị Ưng Chân với tâm ý tự tại, họ nghĩ như vầy:

"Chúng ta ai nấy đều hoan hỷ và được điều chưa từng có. Nếu được Thế Tôn thọ ký như các vị đại đệ tử khác thì sẽ vui biết bao!"

Đức Phật biết tâm niệm của họ nên bảo ngài Đại Ẩm Quang rằng:

"Nay Như Lai sẽ thứ tự thọ ký Vô Thượng Chánh Đẳng Chánh Giác cho 1.200 vị Ưng Chân đang ở trước Ta đây.

Ở giữa đại chúng này, vị đại đệ tử của Ta là Bhikṣu Giải Bổn Tế, sẽ cúng dường 62.000 ức chư Phật. Sau đó ông ấy sẽ thành Phật, hiệu là Phổ Minh Như Lai, Ưng Cúng, Chánh Biến Tri, Minh Hành Túc, Thiện Thệ, Thế Gian Giải, Vô Thượng Sĩ, Điều Ngự Trượng Phu, Thiên Nhân Sư, Phật Thế Tôn.

500 vị Ưng Chân, gồm có: Mộc Qua Lâm Ẩm Quang, Thành Ẩm Quang, Hà Ẩm Quang, Hắc Quang, Xuất Hiện, Vô Diệt, Thất Tú, Phòng Tú, Thiện Dung, Tiểu Lộ, Thiện Lai, và những vị khác như thế. Họ đều sẽ đắc Vô Thượng Chánh Đẳng Chánh Giác và thảy đồng một danh hiệu, gọi là Phổ Minh."

❖

Lúc bấy giờ Thế Tôn muốn tuyên lại nghĩa lý ở trên nên nói kệ rằng:

"Bhikṣu Giải Bổn Tế
Sẽ thấy vô lượng Phật
Trải qua vô số kiếp
Mới thành Đẳng Chánh Giác

Luôn phóng ánh sáng lớn
Đầy đủ các thần thông
Danh vang thấu mười phương
Tất cả đều cung kính

Luôn nói Đạo vô thượng
Vì thế tên Phổ Minh
Quốc độ ấy thanh tịnh
Bồ-tát thảy dũng mãnh

Đều thăng diệu lầu các
Du hành mười phương cõi
Dùng phẩm vật vô thượng
Phụng hiến dâng chư Phật

Làm cúng dường đó xong
Tâm sanh đại hoan hỷ
Vụt thoáng về nước mình
Thần lực họ như thế

Phật thọ sáu vạn kiếp
Chánh Pháp trụ gấp bội
Tượng Pháp càng bội hơn
Pháp diệt chúng ưu sầu

Năm trăm Bhikṣu đây
Thứ tự sẽ thành Phật
Đồng hiệu là Phổ Minh
Triển chuyển mà thọ ký
'Sau khi Ta diệt độ
Ông sẽ thành Phật Đạo'

Thế gian Phật giáo hóa
Cũng như Ta hôm nay
Quốc độ trang nghiêm tịnh
Cùng các sức thần thông
Thanh Văn chư Bồ-tát
Chánh Pháp và Tượng Pháp
Thọ mạng nhiều hay ít
Đều như nói ở trên

Đại Ẩm Quang nên biết
Năm trăm vị tự tại
Và những Thanh Văn khác
Cũng sẽ lại như thế
Ai không ở hội này
Ông vì họ tuyên giảng"

❖

Khi 500 vị Ứng Chân được thọ ký ở trước Đức Phật xong, họ vui mừng hớn hở và liền từ chỗ ngồi đứng dậy, đến ở trước Phật, rồi cúi đầu đảnh lễ với trán chạm sát chân của Phật và ăn năn tự trách:

"Thưa Thế Tôn! Chúng con luôn nghĩ rằng mình đã đắc cứu cánh diệt độ. Bây giờ mới biết chúng con như kẻ vô trí.

Vì sao thế? Bởi chúng con phải nên được trí tuệ của Như Lai, nhưng lại thỏa mãn với trí nhỏ mà cho là đủ.

Thưa Thế Tôn! Đây ví như có người đến nhà của bạn thân, rồi bị say rượu và nằm ngất đi. Giữa lúc đó thì người bạn có việc trong quan phủ nên cần đi vắng. Người bạn đã lấy cho một viên minh châu vô giá và may vào trong vạt áo rồi từ biệt.

Kẻ đó do say rượu nên đều chẳng hay biết. Khi tỉnh giấc, gã đi đến nước khác. Vì miếng cơm manh áo nên dốc sức làm việc và phải chịu vô vàn gian nan. Nếu có được một chút, hắn cho là đã đủ.

Sau này, người bạn gặp thấy nên bảo rằng:

'Trời ơi, ông bạn! Sao chỉ vì miếng cơm manh áo mà đến nông nổi thế này? Lúc xưa, tôi vì muốn bạn được an vui và có năm dục để vui sướng, nên ngày tháng năm đó, mình đã lấy cho bạn một viên minh châu vô giá và may vào trong vạt áo. Nó luôn ở trong ấy từ xưa đến nay mà bạn chẳng biết. Vì tìm kế sinh nhai mà bạn phải chịu nhiều ưu sầu khổ não, thật là khờ quá đi! Giờ đây bạn có thể dùng viên minh châu này để đổi những gì mình muốn. Bạn sẽ luôn được như ý và không bị thiếu thốn.'

Đức Phật cũng lại như vậy. Khi còn là một vị Bồ-tát, ngài đã giáo hóa và khiến chúng con phát tâm để đạt đến Nhất Thiết Trí. Nhưng chúng con lại quên bẵng đi và chẳng hay chẳng biết. Khi đắc Đạo Ưng Chân, chúng con tự cho là đã diệt độ. Giữa dòng đời nghiệt ngã, khi chúng con được một chút thì cho là đã đủ. Tuy vậy, thệ nguyện về Nhất Thiết Trí của chúng con vẫn chưa mất.

Bây giờ Thế Tôn muốn chúng con giác ngộ nên nói lời như vầy:

'Này các Bhikṣu! Sự chứng đắc của các ông không phải là Cứu Cánh Tịch Diệt. Từ lâu xa, Ta vì muốn các ông gieo trồng căn lành ở chỗ của Phật, nên Như Lai đã dùng phương tiện mà khai thị tướng của tịch diệt. Kỳ thực, các ông vẫn chưa được diệt độ.'

Thưa Thế Tôn! Mãi đến giờ chúng con mới biết thật rằng, mình là một vị Bồ-tát và được thọ ký Vô Thượng Chánh Đẳng Chánh Giác. Do nhân duyên ấy, chúng con vui mừng khôn xiết và được điều chưa từng có."

❖

Lúc bấy giờ ngài Giải Bổn Tế và những vị khác muốn tuyên lại nghĩa lý ở trên nên nói kệ rằng:

"Chúng con nghe vô thượng
Tiếng an ổn thọ ký
Hoan hỷ chưa từng có
Lễ vô lượng trí Phật

Nay ở trước Thế Tôn
Sám hối mọi lỗi lầm
Ở vô lượng Phật bảo
Được phần nhỏ tịch diệt
Như kẻ ngu vô trí
Tự cho đã đủ rồi

Ví như kẻ bần cùng
Đến nhà người bạn thân
Nhà ấy rất giàu sang
Đầy đủ món ăn ngon

Bạn lấy vô giá châu
May vào trong vạt áo
Rồi lặng lẽ rời đi
Kẻ ngủ chẳng hay gì

Gã này khi tỉnh dậy
Lang thang sang nước khác
Tìm miếng cơm manh áo
Cuộc sống đầy gian khó

Được ít cho là đủ
Chẳng mong điều tốt hơn
Không biết trong vạt áo
Có minh châu vô giá

Người bạn cho minh châu
Lúc thấy kẻ nghèo đó
Khi đã quở trách xong
Chỉ nơi may minh châu

Kẻ nghèo thấy minh châu
Lòng vui mừng khôn xiết
Được tài vật giàu sang
Năm dục để thọ hưởng

Chúng con cũng như vậy
Thế Tôn suốt đêm dài
Luôn từ mẫn giáo hóa
Khiến trồng vô thượng nguyện

Bởi chúng con vô trí
Không hay cũng chẳng biết
Được phần nhỏ tịch diệt
Tưởng đủ chẳng cầu thêm

Nay Phật giác ngộ con
Nói thật chẳng diệt độ
Đắc Phật vô thượng tuệ
Khi đó mới chân diệt

Con nay nghe từ Phật
Việc thọ ký trang nghiêm
Cùng triển chuyển thọ ký
Khắp thân tâm hoan hỷ"

Lúc bấy giờ Tôn giả Khánh Hỷ và Tôn giả Phú Chướng nghĩ như vầy:

"Chúng ta ai cũng thường nghĩ, nếu như được thọ ký thì sẽ vui lắm thay!"

Liền từ chỗ ngồi đứng dậy, họ đến ở trước Phật, rồi cúi đầu đảnh lễ với trán chạm sát chân của Phật và đồng thưa rằng:

"Thưa Thế Tôn! Chúng con cũng nên có một phần trong này. Như Lai là nơi nương tựa duy nhất của chúng con.

Lại nữa, trời người cùng phi thiên trong hết thảy thế gian đều thấy biết chúng con. Khánh Hỷ luôn làm thị giả để hộ trì Pháp tạng. Phú Chướng là con của Phật. Nếu Đức Phật thấy thích hợp để thọ ký Vô Thượng Chánh Đẳng Chánh Giác, thì như thế điều mong ước của chúng con sẽ được mãn nguyện và ước vọng của đại chúng cũng sẽ mãn túc."

Lúc bấy giờ có 2.000 người thuộc Thanh Văn Hữu Học và Vô Học đều từ chỗ ngồi đứng dậy, vén áo lộ vai phải, đến ở trước Phật, nhất tâm chắp tay, và chiêm ngưỡng Thế Tôn. Họ bày tỏ ý nguyện như Tôn giả Khánh Hỷ và Tôn giả Phú Chướng, rồi đứng qua một bên.

Lúc bấy giờ Phật bảo ngài Khánh Hỷ:

"Vào đời vị lai ông sẽ thành Phật, hiệu là Sơn Hải Tuệ Tự Tại Thông Vương Như Lai, Ưng Cúng, Chánh Biến Tri, Minh Hành Túc, Thiện Thệ, Thế Gian Giải, Vô Thượng Sĩ, Điều Ngự Trượng Phu, Thiên Nhân Sư, Phật Thế Tôn.

Ông sẽ cúng dường và hộ trì Pháp tạng của 62 ức chư Phật, rồi sau đó sẽ đắc Vô Thượng Chánh Đẳng Chánh Giác. Ông sẽ giáo hóa chư Bồ-tát nhiều như số cát trong 200 triệu ức sông Hằng và khiến họ thành tựu Vô Thượng Chánh Đẳng Chánh Giác. Quốc độ tên là Thường Lập Thắng Phan. Quốc độ ấy thanh tịnh và đất làm bằng lưu ly. Kiếp tên là Diệu Âm Biến Mãn.

Đức Phật ấy có thọ mạng dài vô lượng ngàn vạn ức vô số kiếp. Giả như có người ở trong ngàn vạn ức vô lượng vô số kiếp mà tính đếm thì cũng chẳng thể biết được. Thời gian Chánh Pháp trụ thế sẽ gấp bội thời gian thọ mạng. Thời gian Tượng Pháp trụ thế lại càng gấp bội hơn thời gian Chánh Pháp.

Này Khánh Hỷ! Công đức của Đức Phật Sơn Hải Tuệ Tự Tại Thông Vương sẽ được chư Phật Như Lai ở mười phương nhiều như số cát trong vô lượng ngàn vạn ức sông Hằng đều đồng tán thán."

❖

Lúc bấy giờ Thế Tôn muốn tuyên lại nghĩa lý ở trên nên nói kệ rằng:

"Ta nay giữa chư Tăng
Nói Khánh Hỷ trì Pháp
Sẽ cúng dường chư Phật
Sau đó thành chánh giác
Hiệu là Sơn Hải Tuệ
Tự Tại Thông Vương Phật

Quốc độ ấy thanh tịnh
Tên Thường Lập Thắng Phan
Giáo hóa chư Bồ-tát
Số như cát sông Hằng

Phật có đại uy đức
Danh vang khắp mười phương
Thọ mạng dài vô lượng
Là vì thương chúng sanh

Chánh Pháp bội thọ mạng
Tượng Pháp càng bội hơn
Vô số các chúng sanh
Số như cát sông Hằng
Ở trong Phật Pháp đó
Trồng nhân duyên Phật Đạo"

❖

Lúc bấy giờ trong đại hội có 8.000 vị sơ phát tâm Bồ-tát, họ đều nghĩ như vầy:

"Chúng ta chưa từng bao giờ nghe, dù cả chư đại Bồ-tát, mà được thọ ký như thế. Vì nhân duyên gì mà các vị Thanh Văn lại được thọ ký như vậy."

Lúc bấy giờ Thế Tôn biết tâm niệm của chư Bồ-tát nên bảo họ rằng:

"Các thiện nam tử! Ở chỗ của Đức Phật Không Vương, Ta và Khánh Hỷ đã đồng thời phát tâm Vô Thượng Chánh Đẳng Chánh Giác. Khánh Hỷ luôn thích đa văn, còn Ta luôn siêng tinh tấn. Cho nên, Ta đã thành tựu Vô Thượng Chánh Đẳng Chánh Giác và Khánh Hỷ hộ trì Pháp của Ta. Trong tương lai, ông ấy cũng sẽ hộ trì Pháp tạng của chư Phật và giáo hóa thành tựu chư Bồ-tát. Do bổn nguyện như vậy nên mới được thọ ký như thế."

Khi Tôn giả Khánh Hỷ tự nghe về sự thọ ký với quốc độ trang nghiêm ở trước Phật, thì sở nguyện đầy đủ, tâm sanh đại hoan hỷ, và được điều chưa từng có. Ngài lập tức nhớ lại Pháp tạng của vô lượng ngàn vạn ức chư Phật thuở quá khứ, thông đạt vô ngại như mới vừa nghe hôm nay, và cũng nhớ lại bổn nguyện xưa.

Lúc bấy giờ ngài Khánh Hỷ nói kệ rằng:

"Thế Tôn hiếm có thay
Khiến con nhớ quá khứ
Vô lượng Pháp chư Phật
Như mới nghe hôm nay

Con nay chẳng còn nghi
An trụ ở Phật Đạo
Phương tiện làm thị giả
Hộ trì Pháp chư Phật"

❖

Lúc bấy giờ Phật bảo ngài Phú Chướng:

"Vào đời vị lai ông sẽ thành Phật, hiệu là Đạo Thất Bảo Hoa Như Lai, Ưng Cúng, Chánh Biến Tri, Minh Hành Túc, Thiện Thệ, Thế Gian Giải, Vô Thượng Sĩ, Điều Ngự Trượng Phu, Thiên Nhân Sư, Phật Thế Tôn.

Ông sẽ cúng dường chư Phật Như Lai nhiều như số vi trần của mười thế giới và luôn làm trưởng tử của chư Phật như là hiện nay vậy.

Quốc độ trang nghiêm của Đức Phật Đạo Thất Bảo Hoa, số lượng kiếp của thọ mạng, số lượng đệ tử giáo hóa, thời gian Chánh Pháp và Tượng Pháp cũng giống như Sơn Hải Tuệ Tự Tại Thông Vương Như Lai không khác. Ông cũng sẽ làm con trưởng của Đức Phật ấy và sau đó sẽ đắc Vô Thượng Chánh Đẳng Chánh Giác."

Lúc bấy giờ Thế Tôn muốn tuyên lại nghĩa lý ở trên nên nói kệ rằng:

"Khi ta làm thái tử
Con trưởng là Phú Chướng
Ta nay thành Phật Đạo
Thọ Pháp làm Pháp tử

Ở trong đời vị lai
Thấy vô lượng ức Phật
Cũng đều làm con trưởng
Nhất tâm cầu Phật Đạo

Phú Chướng tu mật hành
Chỉ Ta mới biết rõ
Hiện làm con trưởng Ta
Để chỉ dẫn chúng sanh

Vô lượng ngàn vạn ức
Công đức chẳng tính xuể
An trụ trong Phật Pháp
Chí cầu Đạo vô thượng"

❖

Khi Thế Tôn thấy tâm ý của 2.000 người thuộc Hữu Học và Vô Học đã nhu nhuyễn, tịch nhiên thanh tịnh, và nhất tâm chăm chú nhìn Phật, bấy giờ Phật bảo ngài Khánh Hỷ rằng:

"Ông có thấy 2.000 người thuộc Hữu Học và Vô Học này chăng?"

"Dạ vâng, đã thấy!"

"Này Khánh Hỷ! Các người họ sẽ cúng dường chư Phật Như Lai nhiều như số vi trần của 50 thế giới, cung kính tôn trọng và hộ trì Pháp tạng. Sau đó, họ sẽ đồng một lúc ở các quốc độ trong mười phương mà được thành Phật và đều đồng một hiệu là Bảo Tướng Như Lai, Ứng Cúng, Chánh Biến Tri, Minh Hành Túc, Thiện Thệ, Thế Gian Giải, Vô Thượng Sĩ, Điều Ngự Trượng Phu, Thiên Nhân Sư, Phật Thế Tôn. Thọ mạng sẽ dài một kiếp; còn quốc độ trang nghiêm, số lượng Thanh Văn cùng Bồ-tát, và thời gian Chánh Pháp với Tượng Pháp thảy đều giống nhau."

Lúc bấy giờ Thế Tôn muốn tuyên lại nghĩa lý ở trên nên nói kệ rằng:

"Hai ngàn Thanh Văn đây
Nay đứng ở trước Ta
Thảy đều được thọ ký
Vị lai sẽ thành Phật

Họ cúng dường chư Phật
Số lượng nói như trên
Hộ trì Phật Pháp tạng
Sau sẽ thành chánh giác

Mỗi ở mười phương cõi
Tất đồng một danh hiệu
Đồng thời ngồi Đạo Tràng
Mà chứng vô thượng tuệ

Đồng hiệu là Bảo Tướng
Quốc độ cùng đệ tử
Chánh Pháp và Tượng Pháp
Thảy đều đồng không khác

Họ dùng các thần thông
Độ chúng sanh mười phương
Danh vang bao trùm khắp
Lần lượt vào tịch diệt"

Khi 2.000 người thuộc Hữu Học và Vô Học nghe Phật thọ ký, họ vui mừng hớn hở và nói kệ rằng:

"Thế Tôn tuệ đăng minh
Con nghe tiếng thọ ký
Lòng hoan hỷ sung mãn
Như được rưới cam lộ"

Lúc bấy giờ Thế Tôn bảo 80.000 vị Đại Sĩ qua lời dạy cho Dược Vương Bồ-tát rằng:

"Này Dược Vương! Ông thấy trong đại chúng đây, gồm có vô lượng chư thiên, long vương, quỷ tiệp tật, tầm hương thần, phi thiên, kim sí điểu, nghi thần, đại mãng xà, người và phi nhân, cùng với Bhikṣu, Bhikṣuṇī [bíc su ni], Thanh Tín Nam, Thanh Tín Nữ, người cầu Quả Thanh Văn, người cầu Đạo Độc Giác, và người cầu Phật Đạo chăng? Các loại hữu tình như thế đều đang ở trước Phật đây, họ nghe được một bài kệ hay một câu trong Kinh Diệu Pháp Liên Hoa, cho đến chỉ một niệm tùy hỷ, Ta đều thọ ký cho họ sẽ đắc Vô Thượng Chánh Đẳng Chánh Giác."

Phật bảo ngài Dược Vương:

"Lại nữa, sau khi Như Lai diệt độ, nếu có ai nghe Kinh Diệu Pháp Liên Hoa, cho đến chỉ một bài kệ, hoặc một câu, hay một niệm tùy hỷ, Ta cũng thọ ký cho họ sẽ đắc Vô Thượng Chánh Đẳng Chánh Giác.

Nếu lại có người thọ trì đọc tụng, thuyết giảng hay biên chép Kinh Diệu Pháp Liên Hoa, dù chỉ một bài kệ trong Kinh này mà họ kính trọng và xem như Phật, hoặc lấy muôn loại hương hoa, chuỗi ngọc, hương bột, hương xoa, hương đốt, lọng che bằng lụa, biểu ngữ, cờ hiệu, y phục, và âm nhạc để làm cúng dường, hay cho đến chỉ chắp tay cung kính.

Này Dược Vương! Ông phải biết các người đó đã từng cúng dường 100.000 ức chư Phật và ở chỗ của chư Phật đã thành tựu đại nguyện. Họ vì thương xót chúng sanh nên mới sanh ở chốn nhân gian này.

Này Dược Vương! Nếu có ai hỏi ông, những chúng sanh nào vào đời vị lai sẽ thành Phật? Ông nên chỉ cho họ rằng, các hạng người như thế tất sẽ thành Phật trong đời vị lai.

Vì sao thế? Bởi nếu có thiện nam tử hoặc thiện nữ nhân nào, dù chỉ thọ trì đọc tụng, thuyết giảng hay biên chép một câu trong Kinh Pháp Hoa; hoặc lấy muôn loại hương hoa, chuỗi ngọc, hương bột, hương xoa, hương đốt, lọng che bằng lụa, biểu ngữ, cờ hiệu, y phục, và âm nhạc để cúng dường Kinh này, hay chỉ chắp tay cung kính, thì hết thảy thế gian đều nên chiêm ngưỡng, đảnh lễ, phụng sự, và đáng dùng sự cúng dường như Phật để cúng dường người ấy.

Ông phải biết người đó là đại Bồ-tát và đã thành tựu Vô Thượng Chánh Đẳng Chánh Giác. Họ vì thương xót chúng sanh nên mới nguyện sanh ở thế gian này để rộng diễn giải và phân biệt Kinh Diệu Pháp Liên Hoa. Huống nữa là người có thể thọ trì trọn vẹn và làm đủ mọi cúng dường.

Này Dược Vương! Ông phải biết người ấy đã từ bỏ nghiệp báo thanh tịnh của riêng họ. Sau khi Ta diệt độ, họ vì từ mẫn chúng sanh nên mới sanh vào đời ác để rộng diễn nói Kinh này.

Sau khi Ta diệt độ, nếu thiện nam tử hay thiện nữ nhân đó có thể chỉ vì một người mà thuyết giảng Kinh Pháp Hoa, cho đến chỉ một câu, thì phải biết người ấy tức là sứ giả của Như Lai. Họ do Như Lai sai đến để làm việc của Như Lai. Hà huống là ở giữa đại chúng, người đó rộng thuyết giảng cho mọi người.

Này Dược Vương! Nếu có kẻ ác nào với tâm bất thiện, họ xuất hiện ở trước Phật và luôn hủy mạ Phật suốt trong một kiếp, thì tội đó vẫn còn nhẹ nếu so với tội hủy báng và chê bai người tại gia hay bậc xuất gia đọc tụng Kinh Pháp Hoa. Tội này rất thâm trọng.

Này Dược Vương! Những ai đọc tụng Kinh Pháp Hoa, ông phải biết họ dùng sự trang nghiêm của Phật mà trang nghiêm cho chính mình. Người ấy có thể gánh vác trên vai những việc của Như Lai. Khi đến bất kỳ nơi đâu, họ sẽ được hoan nghênh và lễ kính. Mọi người phải nhất tâm chắp tay, cung kính cúng dường, tôn trọng ngợi khen, và dùng hương hoa, chuỗi ngọc, hương bột, hương xoa, hương đốt, lọng che bằng lụa, biểu ngữ, cờ hiệu, y phục, thức ăn ngon lạ, và trỗi các loại âm nhạc để cúng dường họ. Chư thiên nên lấy châu báu cõi trời mà rải lên người ấy, và nên lấy các phẩm vật báu trên cõi trời mà phụng hiến cho họ.

Vì sao thế? Bởi khi người này hoan hỷ thuyết Pháp, những ai chỉ thoáng nghe được thì sẽ liền đạt đến cứu cánh Vô Thượng Chánh Đẳng Chánh Giác."

❖

Lúc bấy giờ Thế Tôn muốn tuyên lại nghĩa lý ở trên nên nói kệ rằng:

"Nếu muốn trụ Phật Đạo
Thành tựu trí tự nhiên
Phải luôn siêng cúng dường
Người thọ trì Pháp Hoa

Giả như họ muốn mau
Đắc Nhất Thiết Chủng Trí
Nên thọ trì Kinh này
Và cúng dường người trì

Nếu ai khéo thọ trì
Kinh Diệu Pháp Liên Hoa
Phải biết Phật sai đến
Từ mẫn nhớ chúng sanh

Những ai khéo thọ trì
Kinh Diệu Pháp Liên Hoa
Rời tịnh độ sanh đây
Là bởi thương hữu tình

Phải biết người như thế
Tự tại nơi muốn sanh
Khéo ở đời trược ác
Rộng nói Pháp vô thượng

Phải dùng hương hoa trời
Y phục báu cõi trời
Cùng diệu bảo cõi trời
Cúng dường người thuyết Pháp

Đời ác khi Ta diệt
Ai khéo trì Kinh này
Phải chắp tay lễ kính
Như cúng dường Thế Tôn

Thức ăn thơm ngon ngọt
Cùng muôn loại y phục
Cúng dường Phật tử này
Mong cầu thoáng được nghe

Nếu ai vào đời sau
Có thể trì Kinh này
Là do Ta phái đến
Làm việc của Như Lai

Nếu ở trong một kiếp
Lòng luôn nhớ bất thiện
Cau có mắng chửi Phật
Thọ vô lượng trọng tội

Nếu có người đọc tụng
Thọ trì Kinh Pháp Hoa
Lời ác chỉ một thoáng
Tội này còn hơn kia

Có ai cầu Phật Đạo
Mà ở trong một kiếp
Chắp tay ở trước Ta
Dùng vô số kệ tán

Do bởi tán thán Phật
Được vô lượng công đức
Ai khen người trì Kinh
Phước còn hơn người kia

Suốt tám mươi ức kiếp
Dùng tối diệu sắc thanh
Cùng với hương vị xúc
Cúng dường người trì Kinh

Đã cúng dường như thế
Nếu nghe chừng một thoáng
Nên liền tự vui mừng
'Ta nay được lợi lớn'

Dược Vương nay Ta bảo
Các Kinh do Ta nói
Ở trong các Kinh đó
Pháp Hoa tối đệ nhất"

❖

Lúc bấy giờ Đức Phật lại bảo Dược Vương Đại Bồ-tát rằng:

"Kinh điển do Ta thuyết thì nhiều vô lượng ngàn vạn ức, hoặc đã nói, đang nói, hay sẽ nói. Ở trong các Kinh đó, Kinh Pháp Hoa này là khó tin và khó hiểu nhất.

Này Dược Vương! Kinh này là tạng bí yếu của chư Phật, đừng lưu truyền như một cách thông thường hoặc truyền sai lạc cho người tu. Đó là vì từ xưa đến nay, Kinh này được chư Phật Thế Tôn thủ hộ và chưa từng thuyết giảng tường tận. Ngay khi Như Lai còn tại thế mà đã có biết bao người oán hận và ganh ghét Kinh này, huống nữa là sau khi Ta diệt độ.

Này Dược Vương! Ông phải biết sau khi Như Lai diệt độ, những ai có thể biên chép, thọ trì đọc tụng, cúng dường, và vì người khác thuyết giảng, Như Lai sẽ lấy Pháp y choàng lên người ấy. Họ lại được chư Phật hiện tại ở phương khác hộ niệm. Người đó có đại tín lực, chí nguyện lực, và các thiện căn lực. Ông phải biết người ấy đã cùng trú một nơi với Như Lai và đã được Như Lai lấy tay xoa đỉnh đầu.

Này Dược Vương! Ở bất kỳ nơi nào mà có Kinh này thuyết giảng, đọc tụng, hay biên chép, thì họ đều nên xây tháp bảy báu cao to, rộng lớn, và trang hoàng đẹp đẽ. Tháp đó không cần phải an trí xá-lợi.

Vì sao thế? Bởi ở trong ấy đã có toàn thân của Như Lai. Họ nên dùng hết thảy hương hoa, chuỗi ngọc, lọng che bằng lụa, biểu ngữ, cờ hiệu, cùng âm nhạc ca vịnh để cúng dường cung kính và tôn trọng tán thán ngôi tháp đó. Nếu có ai thấy được ngôi tháp đó, rồi lễ bái cúng dường, thì phải biết những người như thế đều rất gần với Vô Thượng Chánh Đẳng Chánh Giác.

❖

Này Dược Vương! Chúng tại gia và bậc xuất gia tu hành Đạo Bồ-tát, như chẳng thể thấy nghe cùng thọ trì đọc tụng, hoặc chẳng thể biên chép hay cúng dường Kinh Pháp Hoa này, thì phải biết người ấy vẫn chưa khéo tu hành Đạo Bồ-tát. Nếu có ai nghe được Kinh điển này thì họ mới có thể khéo tu hành Đạo Bồ-tát. Nếu có chúng sanh nào cầu Phật Đạo mà thấy hoặc nghe Kinh Pháp Hoa này, khi nghe rồi, họ tín giải thọ trì, thì phải biết người đó rất gần với Vô Thượng Chánh Đẳng Chánh Giác.

Này Dược Vương! Đây ví như có người khát nước và cần nước uống. Trên vùng cao nguyên kia, họ đào xuống đất để tìm nước, nhưng chỉ thấy đất khô nên biết rằng nước vẫn còn xa. Sau đó, người ấy không ngừng bỏ thêm công sức. Tiếp theo, họ thấy đất ướt, rồi lần lần đến đất bùn, nên trong lòng biết chắc rằng sắp gần kề với nước.

Bồ-tát cũng lại như vậy. Những ai chưa nghe, chưa hiểu, hoặc chưa có thể tu tập Kinh Pháp Hoa này, thì biết rằng họ đang cách rất xa Vô Thượng Chánh Đẳng Chánh Giác. Còn những ai đã nghe, đã hiểu, và đã tư duy cùng tu tập, thì biết chắc rằng họ đang gần kề Vô Thượng Chánh Đẳng Chánh Giác.

Vì sao thế? Bởi Vô Thượng Chánh Đẳng Chánh Giác của tất cả Bồ-tát đều thuộc về Kinh này. Kinh này khai mở cánh cổng phương tiện và hiển thị tướng chân thật. Bảo tạng của Kinh Pháp Hoa này rất thâm sâu, kiên cố, ẩn kín, và xa thẳm. Không một ai có thể đến, chỉ trừ hôm nay Ta vì muốn giáo hóa thành tựu chư Bồ-tát nên mới khai thị.

Này Dược Vương! Nếu có Bồ-tát nào nghe Kinh Pháp Hoa này mà kinh hãi, hoài nghi, hay hoảng sợ, thì phải biết vị đó là sơ phát tâm Bồ-tát. Nếu người tu Pháp Thanh Văn khi nghe Kinh này mà kinh hãi, hoài nghi, hay hoảng sợ, thì phải biết họ là tăng thượng mạn.

❖

Này Dược Vương! Sau khi Như Lai diệt độ, nếu có thiện nam tử hoặc thiện nữ nhân nào muốn thuyết Kinh Pháp Hoa này cho bốn chúng đệ tử, thì phải thuyết giảng thế nào? Các thiện nam tử và thiện nữ nhân đó nên vào nhà của Như Lai, mặc áo của Như Lai, và ngồi tòa của Như Lai, rồi sau đó mới rộng giảng Kinh này cho bốn chúng đệ tử.

- Nhà của Như Lai tức là tâm đại từ bi đối với hết thảy chúng sanh.
- Áo của Như Lai tức là tâm nhu hòa an nhẫn.
- Tòa của Như Lai tức là tất cả pháp không.

Khi đã an trụ trong ấy, rồi sau đó mới dùng tâm chẳng lười biếng mà rộng giảng Kinh Pháp Hoa này cho chư Bồ-tát cùng bốn chúng đệ tử.

Này Dược Vương! Lúc ấy ở quốc độ khác, Ta sẽ sai hóa nhân đến tụ tập làm thính chúng nghe Pháp. Ta cũng sai hóa Bhikṣu, Bhikṣuṇī, Thanh Tín Nam, và Thanh Tín Nữ để đến nghe họ thuyết Pháp. Khi những người biến hóa này nghe Pháp, họ sẽ tín thọ và tùy thuận chẳng nghịch.

Nếu có người thuyết Pháp tại một nơi vắng vẻ, khi đó Ta sẽ sai rất nhiều thiên long quỷ thần, tầm hương thần, phi thiên và những loài khác để đến nghe họ thuyết Pháp. Tuy ở quốc độ khác, nhưng Ta sẽ khiến những ai thuyết Pháp luôn thấy được thân của Ta ở mọi lúc. Nếu họ đọc quên một câu ở Kinh này, Ta sẽ nhắc lại để cho được đầy đủ."

❖

Lúc bấy giờ Thế Tôn muốn tuyên lại nghĩa lý ở trên nên nói kệ rằng:

"Ai muốn dứt lười biếng
Hãy nên nghe Kinh này
Kinh này khó được nghe
Lại khó người tín thọ

Như người khát thèm nước
Đào giếng vùng cao nguyên
Chỉ thấy đất khô cằn
Biết cách nước còn xa
Khi thấy đất bùn ướt
Hẳn biết nước gần kề

Dược Vương ông nên biết
Những ai mà như thế
Chẳng nghe Kinh Pháp Hoa
Cách trí Phật xa xăm

Ai nghe Kinh sâu này
Quyết liễu Pháp Thanh Văn
Là vua của các Kinh
Nghe rồi tư duy kỹ
Phải biết người như thế
Gần kề trí của Phật

Nếu ai giảng Kinh này
Nên vào nhà Như Lai
Mặc áo của Như Lai
Rồi ngồi tòa Như Lai
Giữa đại chúng chẳng sợ
Rộng phân biệt cho họ

Đại từ bi là nhà
Áo nhu hòa an nhẫn
Các pháp không, là tòa
Trụ như thế thuyết Pháp

Khi ai giảng Kinh này
Có kẻ, ác khẩu mắng
Dùng dao gậy ngói đá
Do niệm Phật hãy nhẫn

Trong ngàn vạn ức độ
Hiện thân kiên cố tịnh
Ở vô lượng ức kiếp
Thuyết Pháp cho chúng sanh

Sau khi Ta diệt độ
Ai khéo giảng Kinh này
Ta sai hóa bốn chúng
Bhikṣu Bhikṣuṇī
Cùng thiện nam tín nữ
Cúng dường vị Pháp sư
Dẫn đạo các chúng sanh
Đến tụ tập nghe Pháp

Nếu ai muốn làm hại
Dùng dao gậy ngói đá
Ta sai người biến hóa
Đến hộ vệ người ấy

Nếu ai thuyết Pháp này
Một mình nơi vắng vẻ
Tĩnh mịch không tiếng người
Đọc tụng Kinh điển này
Bấy giờ Ta liền hiện
Thanh tịnh quang minh thân

Như quên một chương cú
Nhắc lại khiến thông thạo
Nếu bậc đức độ này
Hoặc giảng cho bốn chúng
Hay nơi vắng tụng Kinh
Đều sẽ thấy thân Ta

Nếu họ ở hoang vu
Ta sai long vương, trời
Quỷ thần, quỷ tiệp tật
Làm thính chúng nghe Pháp

Người này thích thuyết Pháp
Phân biệt không ngăn ngại
Do chư Phật hộ niệm
Khéo làm đại chúng vui

Ai thân cận Pháp sư
Mau đắc Đạo Bồ-tát
Tùy thuận theo thầy học
Thấy được Hằng sa Phật"

Lúc bấy giờ ở trước Phật có một tháp bảy báu với chiều cao 500 hạn lượng và độ rộng 250 hạn lượng. Tháp báu từ dưới đất vọt ra, trụ ở không trung và được trang trí với đủ mọi vật báu. Tháp có 5.000 lan can, 1.000 điện thờ, và vô số biểu ngữ cùng cờ hiệu dùng để trang nghiêm. Có dây tua, chuỗi ngọc báu, và 10.000 chuông báu treo ở trên đó. Ở bốn phía của tháp đều thổi ra đàn hương hoắc diệp và mùi thơm đó lan tỏa khắp thế giới. Những cờ hiệu và lọng che của tháp ấy làm bằng bảy báu, nào là vàng, bạc, lưu ly, xa cừ, mã não, trân châu, với ngọc đỏ cộng hợp thành, và tháp cao đến tận cung điện của Bốn Vị Thiên Vương.

Có thiên hoa từ trời Tam Thập Tam mưa xuống để cúng dường tháp báu. Những thiên chúng khác, cùng rồng, quỷ tiệp tật, tầm hương thần, phi thiên, nghi thần, đại mãng xà, người và phi nhân, mười triệu ức chúng sanh như thế, họ dùng tất cả hương hoa, chuỗi ngọc, cờ hiệu, lọng che, và âm nhạc để cúng dường tháp báu. Họ cung kính, tôn trọng, và tán thán.

Lúc bấy giờ trong tháp báu vang ra âm thanh lớn và tán thán rằng:

"Lành thay, lành thay! Năng Tịch Thế Tôn có thể dùng bình đẳng của đại trí tuệ mà thuyết Kinh Diệu Pháp Liên Hoa cho đại chúng, là Pháp để giáo hóa Bồ-tát và được Phật hộ niệm.

Như thị, như thị, Năng Tịch Thế Tôn! Lời của Ngài nói đều là chân thật."

Khi bốn chúng đệ tử thấy tháp báu lớn trụ ở không trung, lại nghe trong tháp vang ra âm thanh, họ đều được niềm vui của Pháp và ngạc nhiên chưa từng có. Họ từ chỗ ngồi đứng dậy, cung kính chắp tay, rồi đứng qua một bên.

Khi ấy có một vị đại Bồ-tát tên là Đại Nhạo Thuyết. Ngài biết trong lòng của các vị trời, người, phi thiên, và những loài hữu tình khác trong tất cả thế gian, đều có điều nghi.

Thế nên ngài bạch Phật rằng:

"Bạch Thế Tôn! Do nhân duyên gì mà có tháp báu này từ dưới đất vọt lên và ở trong ấy lại vang ra âm thanh đó?"

Lúc bấy giờ Phật bảo Đại Nhạo Thuyết Bồ-tát:

"Trong tháp báu này có toàn thân của Như Lai. Vào thuở quá khứ vô lượng ngàn vạn ức vô số thế giới về hướng đông, có một quốc độ tên là Bảo Tịnh. Trong quốc độ kia có một Đức Phật, hiệu là Đa Bảo.

Lúc Đức Phật ấy tu hành Đạo Bồ-tát, ngài đã phát đại thệ nguyện rằng:

'Nếu con được thành Phật thì sau khi diệt độ, ở bất kỳ quốc độ nào trong mười phương mà có Kinh Pháp Hoa thuyết giảng, vì để nghe Kinh này, ngôi tháp của con sẽ vọt lên và hiện ra trước nơi đó để làm chứng minh và ngợi khen lành thay.'

Sau khi Đức Phật kia đã thành Đạo và lúc sắp diệt độ, Ngài ở giữa đại chúng, gồm có trời và người, mà bảo các vị Bhikṣu rằng:

'Sau khi Ta diệt độ, những ai muốn cúng dường toàn thân của Ta thì nên xây một ngôi tháp lớn.'

Do thần thông và nguyện lực của Đức Phật ấy, bất cứ nơi nào ở các thế giới trong mười phương mà nếu có người thuyết Kinh Pháp Hoa, thì tháp báu có toàn thân của Đức Phật kia đều sẽ vọt ra ở trước nơi đó và Ngài ở trong tháp ngợi khen rằng:

'Lành thay, lành thay!'

Này Đại Nhạo Thuyết! Do bây giờ Đa Bảo Như Lai nghe có Kinh Pháp Hoa thuyết giảng, nên tháp của Ngài từ dưới đất vọt ra và tán thán rằng:

'Lành thay, lành thay!'"

Ngay lúc đó, Đại Nhạo Thuyết Bồ-tát nương thần lực của Như Lai và thưa với Phật rằng:

"Thưa Thế Tôn! Chúng con nguyện muốn thấy thân của Đức Phật đó."

Phật bảo Đại Nhạo Thuyết Đại Bồ-tát:

"Đức Phật Đa Bảo này đã lập một thệ nguyện thâm trọng rằng:

'Vì để nghe Kinh Pháp Hoa, tháp của Ta sẽ xuất hiện ở trước chư Phật. Nếu chư Phật muốn thân của Ta hiện ra cho bốn chúng đệ tử trông thấy, thì phân thân của Đức Phật kia đang thuyết Pháp ở các thế giới trong mười phương phải toàn bộ tụ lại hết một nơi. Sau đó thân của Ta mới xuất hiện.'

Này Đại Nhạo Thuyết! Phân thân của Ta đang ở tại các thế giới trong mười phương để thuyết Pháp và bây giờ sẽ phải nên tụ lại."

Ngài Đại Nhạo Thuyết thưa với Phật rằng:

"Thưa Thế Tôn! Chúng con cũng nguyện muốn thấy phân thân của Thế Tôn để lễ bái và cúng dường."

❖

Lúc bấy giờ Đức Phật phóng một tia sáng từ tướng bạch hào và liền thấy quốc độ của chư Phật ở phương đông nhiều như số cát trong năm triệu ức nayuta sông Hằng. Các quốc độ kia đều lấy pha lê làm đất và có cây báu với y phục báu dùng để trang nghiêm. Có vô số ngàn vạn ức Bồ-tát đầy khắp trong quốc độ đó.

Có những tấm rèm giăng khắp ở mọi nơi và được phủ trùm với lưới báu. Quốc độ của chư Phật kia dùng diệu âm lớn để thuyết các Pháp. Lại cũng thấy vô lượng ngàn vạn ức Bồ-tát biến khắp các quốc độ ấy và họ đang thuyết Pháp cho đại chúng. Ánh sáng từ tướng bạch hào chiếu đến các quốc độ ở tây nam bắc phương, bốn hướng phụ, cùng phương trên và phương dưới thì cũng lại như vậy.

Lúc bấy giờ, mỗi chư Phật đang ở khắp mười phương đều bảo chư Bồ-tát rằng:

"Thiện nam tử! Bây giờ Ta phải đến chỗ của Đức Phật Năng Tịch ở Thế giới Kham Nhẫn và cúng dường tháp báu của Đa Bảo Như Lai."

Khi ấy Thế giới Kham Nhẫn liền trở nên thanh tịnh, đất làm bằng lưu ly và trang nghiêm với những cây báu. Ở tám con đường được phân ra với sợi dây hoàng kim. Không có các thôn xóm, làng mạc, thành thị, biển cả, sông hồ, dòng nước, hay núi non. Các nén hương quý được đốt lên và hoa vi diệu âm trải khắp mặt đất. Bên trên được phủ trùm bởi lưới báu và tấm rèm với những chuông báu gắn trên ấy. Duy chỉ có đại chúng trong đại hội này ở lại, còn chư thiên và loài người được dời đến quốc độ khác.

Ngay lúc đó, mỗi chư Phật dẫn theo một vị đại Bồ-tát để làm thị giả và đi đến dưới cây báu ở Thế giới Kham Nhẫn. Mỗi cây báu cao 500 hạn lượng, với cành lá hoa quả đều theo thứ tự trang nghiêm. Ở dưới những cây báu đều có một tòa sư tử, cao năm hạn lượng và cũng được trang trí với các châu báu lớn.

Lúc bấy giờ, mỗi chư Phật đều ngồi xếp bằng với tư thế hoa sen ở trên các tòa sư tử đó. Triển chuyển như thế cho đến đầy khắp Tam Thiên Đại Thiên Thế Giới. Thế nhưng phân thân của Đức Phật Năng Tịch, dù ở trong một phương vẫn còn chưa hết.

Khi ấy, Đức Phật Năng Tịch vì muốn dung thọ phân thân của chư Phật, nên ở mỗi phương của tám hướng biến hóa thêm hai triệu ức nayuta quốc độ. Hết thảy đều thanh tịnh, không có địa ngục, ngạ quỷ, bàng sanh, hay phi thiên. Còn trời người thì được dời đến quốc độ khác. Các quốc độ do Phật biến hóa cũng đều dùng lưu ly làm đất với những cây báu trang nghiêm. Cây cao 500 hạn lượng, với cành lá hoa quả đều theo thứ tự trang nghiêm. Ở dưới mỗi cây đều có một tòa sư tử báu, cao năm hạn lượng và được trang trí với đủ mọi châu báu. Các quốc độ ấy cũng không có biển cả, sông hồ, núi Giải Thoát Xứ, núi Đại Giải Thoát Xứ, núi Luân Vi, núi Đại Luân Vi, núi Diệu Cao hay các vua núi nào khác. Hết thảy đều làm thành một cõi Phật. Đất báu bằng phẳng, phủ trùm ở trên là các rèm báu và treo những cờ hiệu với lọng che. Những nén hương quý được đốt lên và các hoa báu cõi trời trải khắp mặt đất.

Vì để chư Phật đang đến sẽ có chỗ ngồi, nên ở mỗi phương của tám hướng, Đức Phật Năng Tịch lại biến hóa thêm hai triệu ức nayuta quốc độ. Hết thảy đều thanh tịnh, không có địa ngục, ngạ quỷ, bàng sanh, và phi phiên. Còn trời người thì được dời đến quốc độ khác. Các quốc độ do Phật biến hóa cũng đều dùng lưu ly làm đất với những cây báu trang nghiêm. Cây cao 500 hạn lượng, với cành lá hoa quả đều theo thứ tự trang nghiêm. Ở dưới mỗi cây đều có một tòa sư tử báu, cao năm hạn lượng và được trang trí với đủ mọi châu báu. Các quốc độ ấy cũng không có biển cả, sông hồ, núi Giải Thoát Xứ, núi Đại Giải Thoát Xứ, núi Luân Vi, núi Đại Luân Vi, núi Diệu Cao hay các vua núi nào khác. Hết thảy đều làm thành một cõi Phật. Đất báu bằng phẳng, phủ trùm ở trên là các rèm báu và treo những cờ hiệu với lọng che. Những nén hương quý được đốt lên và các hoa báu cõi trời trải khắp mặt đất.

❖

Lúc bấy giờ, phân thân của Đức Phật Năng Tịch từ các quốc độ của chư Phật ở phương đông nhiều như số cát trong tỷ ức nayuta sông Hằng, mỗi vị đều thuyết Pháp và cùng đến hội họp nơi đây. Thứ tự như vậy, chư Phật trong mười phương thảy đều đến hội họp và ngồi ở tám hướng.

Khi ấy, mỗi phương có dày kín chư Phật Như Lai đã đến từ bốn triệu ức nayuta quốc độ. Lúc đó, mỗi vị Phật đều ngồi trên tòa sư tử ở dưới cây báu, rồi đều sai thị giả đến thăm hỏi Đức Phật Năng Tịch.

Chư Phật trao cho mỗi vị thị giả một giỏ đầy hoa báu và bảo họ rằng:

"Thiện nam tử! Ông hãy đi đến chỗ của Đức Phật Năng Tịch ở núi Thứu Phong.

Rồi chuyển lời của Ta như sau:

'Thế Tôn ít bệnh và ít phiền não chứ? Sức khỏe có an lạc chăng? Chư Bồ-tát và Thanh Văn thánh chúng có an ổn chăng?'

Sau đó, ông hãy rải hoa báu này để cúng dường và thưa hỏi như vầy:

'Đức Phật ở quốc độ ấy muốn mở tháp báu này.'"

Tất cả chư Phật đều sai thị giả đến vấn an cũng lại như thế.

❖

Khi Đức Phật Năng Tịch thấy phân thân của chư Phật đã đến hội họp đầy đủ, cũng như thấy mỗi vị đều đã ngồi trên tòa sư tử, và đều nghe chư Phật đồng muốn mở tháp báu, Ngài liền từ chỗ ngồi đứng dậy, bay lên rồi trụ giữa hư không. Hết thảy bốn chúng đệ tử đều đứng dậy, rồi chắp tay và nhất tâm chăm chú nhìn Phật.

Tiếp đó, Đức Phật Năng Tịch dùng ngón tay trỏ bên phải để mở cửa tháp bảy báu. Ngay lúc ấy, cửa tháp vang ra một tiếng lớn. Đây ví như âm thanh của cái chốt khóa ở cổng đại thành được rút ra.

Lập tức, tất cả chúng hội đều thấy Đa Bảo Như Lai đang ngồi trên tòa sư tử ở trong tháp báu. Toàn thân của Ngài chẳng hư hoại và như vào tĩnh lự.

Lại cũng nghe Ngài nói rằng:

"Lành thay, lành thay, Năng Tịch Thế Tôn! Ngài hãy mau thuyết Kinh Pháp Hoa. Tôi đến đây là vì để nghe Kinh này."

Khi bốn chúng đệ tử thấy Đức Phật kia, tuy đã diệt độ từ vô lượng ngàn vạn ức kiếp xa xưa thuở quá khứ, nhưng lại nói lời như thế, họ tán thán là việc chưa từng có. Rồi họ rải các bó hoa báu cõi trời lên Đức Phật Đa Bảo cùng Đức Phật Năng Tịch.

Lúc bấy giờ, Đức Phật Đa Bảo ở trong tháp báu chia nửa chỗ ngồi cho Đức Phật Năng Tịch mà nói lời như vầy:

"Năng Tịch Thế Tôn! Xin hãy ngồi ở Pháp tòa này!"

Khi đó, Đức Phật Năng Tịch liền đi vào trong tháp và ngồi xếp bằng với tư thế hoa sen ở trên nửa Pháp tòa đó.

Lúc bấy giờ, đại chúng thấy hai vị Như Lai đang ngồi xếp bằng với tư thế hoa sen trên tòa sư tử ở trong tháp bảy báu, rồi ai nấy đều nghĩ như vầy:

"Pháp tòa của Phật cao vút. Kính mong Như Lai hãy dùng sức thần thông để khiến chúng con đồng trụ trong hư không."

Ngay lập tức, Đức Phật Năng Tịch dùng sức thần thông và đưa toàn thể đại chúng lên hư không.

Rồi với âm thanh lớn, Ngài bảo bốn chúng đệ tử rằng:

"Những ai có thể rộng giảng Kinh Diệu Pháp Liên Hoa ở Thế giới Kham Nhẫn thì hãy phát thệ nguyện. Nay chính là lúc. Chẳng bao lâu nữa Như Lai sẽ vào tịch diệt. Ta muốn phó chúc Kinh Diệu Pháp Liên Hoa này."

❖

Lúc bấy giờ Thế Tôn muốn tuyên lại nghĩa lý ở trên nên nói kệ rằng:

"Thánh Chủ Phật Thế Tôn
Tuy diệt độ đã lâu
Ở trong tháp báu này
Vì Pháp đến nơi đây

Vì cớ sao người đời
Chẳng siêng cầu Pháp này?

Khi Phật đó diệt độ
Trải qua vô số kiếp
Ở mọi nơi nghe Pháp
Do Pháp này khó gặp

Phật đó xưa nguyện rằng
'Sau khi Ta diệt độ
Sẽ đi đến khắp nơi
Để luôn nghe Pháp này'

Phân thân của Như Lai
Vô lượng số chư Phật
Nhiều như cát sông Hằng
Muốn đến nghe Pháp này
Cùng thấy Phật diệt độ
Đức Đa Bảo Như Lai

Mỗi vị rời diệu độ
Cùng với các đệ tử
Trời người chúng long thần
Và những việc cúng dường
Vì muốn Pháp trụ lâu
Nên mới đến nơi đây

Vì an tọa chư Phật
Ta dùng sức thần thông
Dời đi vô lượng chúng
Khiến quốc độ thanh tịnh

Từng mỗi chư Phật đó
Đến ngồi dưới cây báu
Ví như ao hoa sen
Thanh tịnh diệu trang nghiêm

Dưới những cây báu kia
Có các tòa sư tử
Chư Phật ngồi trên ấy
Ánh quang minh trang nghiêm
Ví như bó đuốc lớn
Cháy sáng giữa đêm tối

Thân tỏa ra diệu hương
Lan khắp mười phương cõi
Xông ướp các chúng sanh
Làm họ vui khôn xiết

Ví như ngọn gió lớn
Thổi lay nhánh cây nhỏ
Sử dụng phương tiện này
Khiến Pháp trụ lâu dài

Ta bảo các đại chúng
'Sau khi Ta diệt độ
Ai có thể hộ trì
Đọc tụng giảng Kinh này
Nay ở trước chư Phật
Hãy nên phát thệ nguyện'

Đức Phật Đa Bảo kia
Tuy diệt độ đã lâu
Nhưng dùng đại thệ nguyện
Mà vang sư tử hống

Đức Đa Bảo Như Lai
Cùng với thân của Ta
Và hóa Phật tụ họp
Sẽ biết ý nguyện đó

Ở trong các Phật tử
Ai có thể hộ Pháp
Thì nên phát đại nguyện
Khiến Pháp trụ lâu dài

Người nào mà có thể
Hộ trì Kinh Pháp này
Cũng tức là cúng dường
Phật Đa Bảo cùng Ta

Đức Phật Đa Bảo đó
An trụ trong tháp báu
Luôn du hành mười phương
Là vì bởi Kinh này

Họ cũng lại cúng dường
Chư hóa Phật đã đến
Bậc quang minh trang nghiêm
Của tất cả thế giới

Nếu ai giảng Kinh này
Họ liền sẽ thấy Ta
Và Đa Bảo Như Lai
Cùng với chư hóa Phật

Này các thiện nam tử
Các ông tư duy kỹ
Đây là việc khó khăn
Cần phải phát đại nguyện

Tất cả Kinh điển khác
Số như cát sông Hằng
Dù thuyết giảng hết chúng
Đó vẫn chưa là khó

Nếu bốc núi Diệu Cao
Ném vứt đến phương khác
Qua vô số cõi Phật
Cũng vẫn chưa là khó

Nếu dùng một ngón chân
Hất cả Đại Thiên Giới
Quăng xa đến cõi khác
Cũng vẫn chưa là khó

Tại trời Sắc Cứu Cánh
Diễn nói cho đại chúng
Vô lượng Kinh điển khác
Cũng vẫn chưa là khó

Nếu sau khi Phật tịch
Ở trong đời ác trược
Có thể giảng Kinh này
Đây mới thật là khó

Giả sử nếu có người
Dùng tay nắm hư không
Mà du hành đây đó
Cũng vẫn chưa là khó

Sau khi Ta diệt độ
Nếu ai tự biên chép
Hoặc bảo người biên chép
Đây mới thật là khó

Giả sử bỏ đại địa
Đặt nó trên móng chân
Bay lên đến Phạm Thiên
Cũng vẫn chưa là khó

Sau khi Phật diệt độ
Ở trong đời ác trược
Thoáng đọc tụng Kinh này
Đây mới thật là khó

Giả sử đến kiếp lửa
Gánh mang bó cỏ khô
Đi vào trong không cháy
Cũng vẫn chưa là khó

Sau khi Ta diệt độ
Nếu trì tụng Kinh này
Dù giảng cho một người
Đây mới thật là khó

Nếu có ai thọ trì
Tám bốn ngàn Pháp tạng
Mười Hai Phần Giáo Pháp
Vì người khác diễn nói
Khiến cho các thính giả
Đắc sáu loại thần thông
Tuy có thể như thế
Cũng vẫn chưa là khó

Sau khi Ta diệt độ
Nghe thọ trì Kinh này
Tư duy nghĩa thú đó
Đây mới thật là khó

Nếu có người thuyết Pháp
Khiến cho ngàn vạn ức
Nhiều vô lượng vô số
Hằng Hà sa chúng sanh
Chứng đắc Đạo Ưng Chân
Đầy đủ Sáu Thần Thông
Mặc dù có lợi ích
Cũng vẫn chưa là khó

Sau khi Ta diệt độ
Nếu có thể phụng trì
Như là Kinh điển này
Đây mới thật là khó

Như Lai vì Phật Đạo
Trong vô lượng quốc độ
Từ xa xưa đến nay
Rộng nói các Kinh điển
Và ở trong số ấy
Kinh này là đệ nhất
Như ai có thể trì
Tức là trì thân Phật

Này các thiện nam tử
Sau khi Ta diệt độ
Ai có thể thọ trì
Đọc tụng giảng Kinh này
Nay ở trước chư Phật
Hãy nên phát thệ nguyện

Kinh này khó thọ trì
Nếu ai tạm thọ trì
Ta sẽ liền hoan hỷ
Và chư Phật cũng vậy

Những người như thế ấy
Được chư Phật ngợi khen
Đây tức là dũng mãnh
Đây chính là tinh tấn
Đây gọi là trì giới

Nếu ai tu khổ hành
Họ liền sẽ rất mau
Đắc Phật Đạo vô thượng
Có thể trong đời sau
Đọc tụng trì Kinh này
Là Phật tử chân chánh
Trụ lãnh vực thuần thiện

Sau khi Phật diệt độ
Ai khéo giải nghĩa đó
Họ sẽ là con mắt
Của trời người thế gian

Trong đời lắm kinh hãi
Dù ai chỉ thoáng giảng
Hết thảy trời và người
Đều phải nên cúng dường"

Lúc bấy giờ Phật bảo chư Bồ-tát cùng trời người và bốn chúng đệ tử:

"Trong vô lượng kiếp thuở quá khứ, ta vì cầu Kinh Pháp Hoa mà chưa hề lười biếng hay mỏi mệt. Ở trong nhiều kiếp, ta luôn làm vua, phát nguyện cầu Đạo vô thượng, và tâm không thoái chuyển. Vì muốn viên mãn Sáu Độ, ta siêng tu hành bố thí. Đối với voi ngựa, vật bảy báu, quốc gia thành trì, vợ con, nô tỳ tôi tớ, đầu mắt xương não, thân thể tay chân, và dù cả tánh mạng, lòng ta không hề luyến tiếc.

Dân chúng vào thời bấy giờ có thọ mạng vô lượng. Vì cầu Pháp, ta đã xả bỏ vương vị và ủy thác quốc gia cho chánh thái tử.

Ta đánh trống và tuyên cáo việc cầu Pháp đến khắp bốn phương:

'Nếu ai có thể vì ta mà thuyết giảng Đại Thừa, ta sẽ suốt đời cung cấp mọi thứ và tùy ý sai khiến.'

Lúc ấy có vị tiên nhân đến tâu với ta rằng:

'Thần có một Kinh điển Đại Thừa tên là Diệu Pháp Liên Hoa. Nếu ngài không làm trái ý, thần sẽ tuyên giảng cho ngài.'

Khi nghe vị tiên nhân đó nói, ta vui mừng hớn hở và liền đi theo ngài. Ta cung cấp mọi thứ cần thiết, như là hái trái cây, gánh nước, đốn củi, và trông lo cơm nước. Thậm chí ta dùng cả thân thể để làm ghế ngồi cho ngài mà thân tâm ta chẳng hề mệt mỏi. Thuở đó, ta vì cầu Pháp mà đã phụng sự như thế suốt 1.000 năm, hết lòng hầu hạ, cung cấp mọi thứ và không để thiếu hụt thứ gì."

Lúc bấy giờ Thế Tôn muốn tuyên lại nghĩa lý ở trên nên nói kệ rằng:

"Nhớ vào kiếp quá khứ
Ta vì cầu đại Pháp
Tuy làm vua thế gian
Chẳng tham muốn năm dục

Đánh chuông cáo khắp nơi
Nếu ai có Pháp lớn
Vì ta mà giảng giải
Thân đây làm nô bộc

Có Tiên nhân Vô Tỉ
Đến tâu với đại vương

'Thần có Pháp vi diệu
Hiếm hoi nhất thế gian
Nếu ngài có thể tu
Thần sẽ giảng cho ngài'

Khi nghe tiên nhân nói
Lòng ta vui vô cùng
Liền đi theo tiên nhân
Cung cấp đủ mọi thứ
Đốn củi hái rau quả
Tùy thời cung kính ngài

Do trân quý diệu Pháp
Thân tâm không mệt mỏi
Rộng vì các chúng sanh
Ta siêng cầu đại Pháp
Cũng chẳng vì thân này
Mà tham đắm năm dục

Ta làm đại quốc vương
Siêng cầu mong Pháp này
Rồi thì được thành Phật
Nay giảng cho các ông"

❖

Phật bảo các vị Bhikṣu rằng:

"Vị quốc vương thuở đó chính là tiền thân của Ta đây. Còn vị tiên nhân lúc ấy, nay chính là Thiên Thọ. Do có Thiên Thọ làm bậc Thiện Tri Thức, nên khiến Ta đầy đủ Sáu Độ, Từ Bi Hỷ Xả, 32 tướng, 80 vẻ đẹp, thân màu vàng tím, Mười Lực, Bốn Không Sợ Hãi, Bốn Nhiếp Sự, 18 Pháp Chỉ Dành Riêng cho Phật, thần thông Đạo lực, thành Chánh Đẳng Giác, và rộng độ chúng sanh. Đây đều là do có Thiên Thọ bậc làm Thiện Tri Thức."

Phật bảo bốn chúng đệ tử:

"Ở vô lượng kiếp về sau, Thiên Thọ sẽ thành Phật, hiệu là Thiên Vương Như Lai, Ưng Cúng, Chánh Biến Tri, Minh Hành Túc, Thiện Thệ, Thế Gian Giải, Vô Thượng Sĩ, Điều Ngự Trượng Phu, Thiên Nhân Sư, Phật Thế Tôn. Quốc độ tên là Thiên Đạo.

Đức Phật Thiên Vương sẽ trụ thế 20 trung kiếp và rộng thuyết giảng diệu Pháp cho chúng sanh. Số lượng chúng sanh đắc Đạo Ưng Chân thì nhiều như cát sông Hằng. Vô lượng chúng sanh sẽ phát tâm Duyên Giác. Có chúng sanh nhiều như số cát trong sông Hằng sẽ phát khởi Đạo tâm vô thượng, đắc Vô Sanh Nhẫn, và cho đến được không thoái chuyển.

Sau khi Đức Phật Thiên Vương vào Cứu Cánh Tịch Diệt, thời gian Chánh Pháp trụ thế là 20 trung kiếp. Khi ấy, bốn chúng đệ tử sẽ xây tháp bảy báu để phụng thờ toàn thân xá-lợi, với chiều cao là 60 hạn lượng và độ rộng là 40 hạn lượng. Chư thiên và nhân dân sẽ lễ bái cùng cúng dường tháp bảy báu vi diệu đó với các loại hoa khác nhau, hương bột, hương đốt, hương xoa, y phục, chuỗi ngọc, biểu ngữ, cờ hiệu, lọng báu, và âm nhạc ca vịnh. Có vô lượng chúng sanh sẽ đắc Đạo Ưng Chân. Có vô lượng chúng sanh sẽ đắc Đạo Độc Giác. Có bất khả tư nghị chúng sanh sẽ phát khởi Đạo tâm và cho đến được không thoái chuyển."

Phật bảo các vị Bhikṣu rằng:

"Vào đời vị lai, nếu có thiện nam tử hoặc thiện nữ nhân nào nghe về Phẩm Bhikṣu Thiên Thọ trong Kinh Diệu Pháp Liên Hoa, rồi với tín tâm thanh tịnh mà cung kính và không sanh lòng hoài nghi, họ sẽ không đọa địa ngục, ngạ quỷ, hay bàng sanh. Họ luôn sanh ở trước chư Phật trong mười phương. Ở mọi nơi sanh ra, họ sẽ luôn được nghe Kinh này. Nếu sanh trong cõi trời hay nhân gian, họ sẽ thọ hưởng an vui thù thắng vi diệu. Nếu sanh ở trước Phật, họ sẽ hóa sanh từ hoa sen."

❖

Lúc bấy giờ vị Bồ-tát thị giả của Đa Bảo Thế Tôn đã đến từ thế giới phương dưới, tên là Trí Tích, thưa với Đức Phật Đa Bảo rằng:

"[Thưa Thế Tôn!] Xin hãy trở về quốc độ của mình!"

Đức Phật Năng Tịch bảo ngài Trí Tích rằng:

"Thiện nam tử! Hãy chờ thêm một lát thì sẽ có một vị Bồ-tát tên là Diệu Cát Tường. Ông nên gặp và cùng đàm luận diệu Pháp, rồi mới trở về quốc độ của mình."

Lúc bấy giờ ngài Diệu Cát Tường ngồi trên hoa sen ngàn cánh lớn như bánh xe và cùng chư Bồ-tát đi theo cũng ngồi trên hoa sen báu. Từ cung điện của Hải Long Vương, họ đồng một lúc vọt ra biển lớn và trụ trong hư không, rồi đồng đến núi Thứu Phong. Ngài Diệu Cát Tường bước xuống từ tòa hoa sen và đi đến chỗ của Phật, rồi cúi đầu đảnh lễ với trán chạm sát chân của nhị vị Thế Tôn. Khi đã cung kính xong, ngài đến chỗ của Trí Tích Bồ-tát. Họ cùng thăm hỏi lẫn nhau và ngồi qua một bên.

Trí Tích Bồ-tát hỏi ngài Diệu Cát Tường:

"Khi Nhân Giả đến long cung, có bao nhiêu chúng sanh được ngài giáo hóa?"

Ngài Diệu Cát Tường đáp rằng:

"Số ấy vô lượng, chẳng thể nào tính xuể, không thể diễn nói hết bằng lời hay dùng tâm suy lường. Hãy đợi một lát thì ngài sẽ tự biết."

❖

Trước khi còn chưa dứt lời, thì liền có vô số Bồ-tát ngồi trên hoa sen báu từ trong biển vọt ra. Họ đi đến núi Thứu Phong và trụ ở hư không. Chư Bồ-tát này đều là do ngài Diệu Cát Tường hóa độ và đầy đủ Bồ-tát hành. Họ đều đàm luận Sáu Độ với nhau. Những ai đã từng là Thanh Văn thì ở trong hư không nói về Pháp thực hành của Thanh Văn. Còn bây giờ, tất cả họ đều tu hành nghĩa không của Đại Thừa.

Ngài Diệu Cát Tường nói với Trí Tích Bồ-tát rằng:

"Tôi ở trong biển giáo hóa chúng sanh, việc đó là như vậy."

Lúc bấy giờ Trí Tích Bồ-tát dùng kệ tán thán rằng:

"Đại trí đức dũng kiện
Hóa độ vô lượng chúng
Nay ở đại hội này
Tôi cùng họ đều thấy

Diễn sướng nghĩa thật tướng
Mở bày Pháp Nhất Thừa
Rộng dẫn đạo chúng sanh
Khiến họ mau thành Đạo"

Ngài Diệu Cát Tường nói rằng:

"Khi ở trong biển, tôi chỉ luôn tuyên giảng Kinh Diệu Pháp Liên Hoa."

Trí Tích Bồ-tát hỏi ngài Diệu Cát Tường:

"Kinh này vi diệu sâu xa, là châu báu trong các Kinh, và hiếm có ở thế gian. Có chúng sanh nào chuyên cần tinh tấn và tu hành Kinh này mà sẽ mau được thành Phật chăng?"

Ngài Diệu Cát Tường đáp rằng:

"Có con gái của Hải Long Vương mới chỉ tám tuổi. Cô ta có trí tuệ và các căn lanh lợi, khéo biết hành nghiệp nơi các căn của chúng sanh và đã đắc Tổng Trì. Các tạng bí mật sâu xa của chư Phật, long nữ đều có thể thọ trì, lại vào sâu tĩnh lự và liễu đạt các pháp. Trong một niệm, long nữ đã phát khởi Đạo tâm và được không thoái chuyển. Cô ấy có biện tài vô ngại, từ mẫn chúng sanh như con ruột, và đầy đủ công đức. Ý nghĩ khởi từ tâm và lời nói phát ra từ miệng rất vi diệu quảng đại. Cô ấy có lòng từ bi, nhân nghĩa, nhường nhịn, tâm ý hòa nhã, và có thể đạt đến Đạo."

Trí Tích Bồ-tát hỏi rằng:

"Tôi thấy Năng Nhân Như Lai đã ở trong vô lượng kiếp tu tập những khổ hành khó làm, tích lũy công đức và cầu Phật Đạo mà chưa từng ngừng nghỉ. Tôi quán khắp Tam Thiên Đại Thiên Thế Giới, thậm chí không có nơi nào, dù nhỏ như một hạt cải mà chẳng có thân mạng của Bồ-tát đã xả bỏ vì chúng sanh. Rồi sau đó, ngài mới thành Đạo. Tôi không tin long nữ này lại ở trong thời gian vụt thoáng mà có thể thành chánh giác."

❖

Giữa lúc đàm luận còn chưa xong, thì con gái của long vương bỗng hốt nhiên xuất hiện ở trước hai vị Bồ-tát. Long nữ cúi đầu đảnh lễ cung kính, rồi đứng qua một bên.

Tiếp đến, long nữ dùng kệ tán thán rằng:

> "Khi đã thông đạt tướng tội phước
> Liền sẽ chiếu soi khắp mười phương
> Pháp thân vi diệu rất thanh tịnh
> Ba mươi hai tướng có đầy đủ
> Cùng với tám mươi vẻ đẹp xinh
> Mà dùng trang nghiêm diệu Pháp thân

Là bậc chiêm ngưỡng của trời người
Chư long quỷ thần đều cung kính
Toàn bộ tất cả các chúng sanh
Không một ai mà chẳng phụng sự

Lại nghe sẽ được thành tựu Đạo
Chỉ có chư Phật mới chứng biết
Con nay xiển dương Pháp Đại Thừa
Hóa độ giải thoát khổ chúng sanh"

Khi ấy ngài Thu Lộ Tử nói với long nữ rằng:

"Cô nói chẳng bao lâu nữa thì mình sẽ đắc Đạo vô thượng. Việc này thật khó tin.

Vì sao thế? Bởi thân nữ nhơ nhuốc và chẳng phải là Pháp khí. Thế thì làm sao có thể đắc Đạo vô thượng chứ? Phật Đạo xa thăm thẳm. Chỉ có ai đã từng trải qua vô lượng kiếp, nhẫn chịu gian khổ để tích lũy thực hành, và tu tập trọn đủ các Pháp Đến Bờ Kia thì sau đó mới thành tựu.

Lại nữa, thân của người nữ có năm điều chướng ngại:

1. không được làm Đại Phạm Thiên Vương
2. không được làm Năng Thiên Đế
3. không được làm ma vương
4. không được làm Chuyển Luân Thánh Vương
5. không được làm Phật

Vậy thì người nữ làm sao mà mau được thành Phật chứ?"

Khi ấy long nữ có một viên minh châu, trị giá bằng cả Tam Thiên Đại Thiên Thế Giới, và long nữ lấy dâng lên Đức Phật. Đức Phật liền tiếp thọ.

Long nữ nói với Trí Tích Bồ-tát và Tôn giả Thu Lộ Tử rằng:

"Tôi phụng hiến viên minh châu và Thế Tôn đã tiếp thọ, việc này có mau không?"

Đáp rằng:

"Rất mau!"

Long nữ nói rằng:

"Các ngài hãy dùng thần lực mà quán xem tôi thành Phật còn mau hơn việc đó nữa."

Ngay lúc ấy, tất cả đại chúng đều thấy long nữ bỗng nhiên biến thành người nam, đầy đủ Bồ-tát hành, và liền đến Thế giới Vô Cấu ở phương nam, ngồi trên hoa sen báu và thành Chánh Đẳng Giác với 32 tướng cùng 80 vẻ đẹp, rồi vì hết thảy chúng sanh khắp mười phương mà diễn nói diệu Pháp.

Trong khi đó, chư Bồ-tát, Thanh Văn, thiên long bát bộ, người và phi nhân tại Thế giới Kham Nhẫn đều thấy long nữ thành Phật từ nơi xa và rộng thuyết Pháp cho trời người ở đó. Tất cả đều sanh tâm đại hoan hỷ và lễ kính từ xa. Sau khi nghe Pháp, vô lượng chúng sanh ở trong đại hội của Đức Phật kia đều giác ngộ và được không thoái chuyển. Lại có vô lượng chúng sanh ở quốc độ kia được thọ ký thành Phật.

Lúc bấy giờ Thế giới Vô Cấu chấn động sáu cách. Trong khi đó, Thế giới Kham Nhẫn có 3.000 chúng sanh trụ ở quả vị không thoái chuyển, 3.000 chúng sanh phát khởi Đạo tâm và được thọ ký.

Trí Tích Bồ-tát cùng Tôn giả Thu Lộ Tử và hết thảy chúng hội đều lặng yên tín thọ.

Lúc bấy giờ Dược Vương Đại Bồ-tát cùng Đại Nhạo Thuyết Đại Bồ-tát và 20.000 vị Bồ-tát quyến thuộc đều ở trước Phật mà phát thệ nguyện rằng:

"Kính mong Thế Tôn chớ lo lắng. Sau khi Phật diệt độ, chúng con sẽ phụng trì, đọc tụng, và thuyết giảng Kinh điển này. Căn lành của chúng sanh ở đời ác trược vị lai sẽ giảm bớt, nhiều kẻ tăng thượng mạn, tham lợi dưỡng cúng dường, phát triển các căn bất thiện, xa lìa giải thoát, và rất khó có thể giáo hóa. Chúng con sẽ phát khởi sức an nhẫn lớn, thọ trì đọc tụng Kinh này, thuyết giảng biên chép, và làm muôn sự cúng dường mà chẳng hề luyến tiếc thân mạng."

Lúc bấy giờ trong đại chúng có 500 vị Ứng Chân đã được thọ ký, họ thưa với Phật rằng:

"Thưa Thế Tôn! Chúng con cũng phát thệ nguyện sẽ rộng giảng Kinh này ở những quốc độ phương khác."

Lại có 8.000 người thuộc Hữu Học và Vô Học đã được thọ ký, họ từ chỗ ngồi đứng dậy, chắp tay và hướng về Đức Phật mà phát thệ nguyện như vầy:

"Thưa Thế Tôn! Chúng con cũng sẽ rộng giảng Kinh này ở những quốc độ phương khác.

Vì sao thế? Bởi trong Thế giới Kham Nhẫn này, dân chúng đa số làm điều xấu ác, ôm giữ tăng thượng mạn, công đức mỏng manh, sân hận ô trược, nịnh hót dối trá, và lòng chẳng thành thật."

❖

Lúc bấy giờ di mẫu của Phật là Bhikṣuṇī Đại Thắng Sanh Chủ cùng 6.000 Bhikṣuṇī thuộc Hữu Học và Vô Học, họ từ chỗ ngồi đứng dậy, nhất tâm chắp tay, chiêm ngưỡng tôn nhan, và mắt không muốn rời một thoáng.

Khi ấy Thế Tôn bảo di mẫu rằng:

"Tại sao lại nhìn Như Lai với nét mặt ưu sầu thế kia? Có phải trong lòng của di mẫu nghĩ rằng, do Ta chẳng nhắc đến tên của di mẫu nên mình sẽ không được thọ ký Vô Thượng Chánh Đẳng Chánh Giác phải không?

Này di mẫu! Ta đã bao gồm tất cả ở trước, khi Như Lai nói rằng hết thảy Thanh Văn đều đã thọ ký. Nay di mẫu muốn biết về sự thọ ký của mình, Như Lai sẽ nói sơ.

Vào đời vị lai trong giáo Pháp của 68.000 ức chư Phật, di mẫu sẽ làm một vị đại Pháp sư. 6.000 vị Bhikṣuṇī Hữu Học và Vô Học cũng đều làm Pháp sư. Di mẫu sẽ dần dần như thế mà đầy đủ Đạo Bồ-tát và sẽ thành Phật, hiệu là Nhất Thiết Chúng Sanh Hỷ Kiến Như Lai, Ứng Cúng, Chánh Biến Tri, Minh Hành Túc, Thiện Thệ, Thế Gian Giải, Vô Thượng Sĩ, Điều Ngự Trượng Phu, Thiên Nhân Sư, Phật Thế Tôn.

Này di mẫu! Đức Phật Nhất Thiết Chúng Sanh Hỷ Kiến ấy và 6.000 vị Bồ-tát kia sẽ triển chuyển thọ ký mà thành Vô Thượng Chánh Đẳng Chánh Giác."

❖

Lúc bấy giờ mẹ của Tôn giả Phú Chướng là Bhikṣuṇī Trì Dự, nghĩ như vầy:

"Lúc thọ ký, Thế Tôn chưa từng nhắc đến tên mình."

Phật bảo Bhikṣuṇī Trì Dự:

"Vào đời vị lai trong giáo Pháp của một tỷ ức chư Phật, Trì Dự sẽ tu Bồ-tát hành và làm một vị đại Pháp sư. Trì Dự sẽ dần dần viên mãn Phật Đạo và sẽ ở trong quốc độ tốt lành mà thành Phật, hiệu là Cụ Túc Thiên Vạn Quang Tướng Như Lai, Ứng Cúng, Chánh Biến Tri, Minh Hành Túc, Thiện Thệ, Thế Gian Giải, Vô Thượng Sĩ, Điều Ngự Trượng Phu, Thiên Nhân Sư, Phật Thế Tôn. Đức Phật ấy có thọ mạng dài vô lượng vô số kiếp."

❖

Lúc bấy giờ Bhikṣuṇī Đại Thắng Sanh Chủ với Bhikṣuṇī Trì Dự cùng quyến thuộc đều vui mừng khôn xiết và được điều chưa từng có.

Họ liền ở trước Phật mà nói kệ rằng:

"Thế Tôn bậc Đạo Sư
An định trời và người
Chúng con nghe thọ ký
Tâm an lòng mãn nguyện"

Khi nói kệ ấy xong, các vị Bhikṣuṇī thưa với Phật rằng:

"Thưa Thế Tôn! Chúng con cũng sẽ rộng giảng Kinh này ở những quốc độ phương khác."

Lúc bấy giờ Thế Tôn quán sát 800.000 ức nayuta chư đại Bồ-tát. Chư Bồ-tát này đều là những bậc trụ không thoái chuyển, có thể chuyển Pháp luân không thoái chuyển, và đã đắc các Tổng Trì.

Họ liền từ chỗ ngồi đứng dậy, đến ở trước Phật, nhất tâm chắp tay và nghĩ như vầy:

"Nếu Thế Tôn ban giáo sắc để thọ trì và thuyết giảng Kinh này, chúng ta sẽ như lời Phật dạy và rộng tuyên dương Pháp này."

Lại nghĩ như vầy:

"Nay Phật lặng yên và không ban giáo sắc. Chúng ta phải nên làm gì?

Khi ấy chư Bồ-tát kính thuận Phật ý và cũng muốn viên mãn bổn nguyện của mình, nên họ đến ở trước Phật, rồi vang lên như tiếng gầm của sư tử mà phát nguyện rằng:

"Thưa Thế Tôn! Sau khi Như Lai diệt độ, chúng con sẽ chu du vòng quanh đến khắp các thế giới trong mười phương để khiến chúng sanh biên chép Kinh này, thọ trì đọc tụng, và giảng giải nghĩa thú trong đó. Do bởi uy lực của Phật nên sẽ như Pháp tu hành và khắc ghi trong lòng. Chỉ mong Thế Tôn tuy ở phương khác, sẽ trông thấy từ xa và thủ hộ chúng con."

Khi đó chư Bồ-tát liền đồng thanh mà nói kệ rằng:

"Kính mong chớ âu lo
Sau khi Phật diệt độ
Trong đời ác kinh hãi
Chúng con sẽ rộng nói

Dù có người vô trí
Với ác khẩu mắng chửi
Cùng dao gậy đánh đập
Chúng con đều sẽ nhẫn

Bhikṣu trong đời ác
Trí tà lòng nịnh dối
Chưa đắc mà nói đắc
Ngã mạn tâm rối bời

Hoặc giả vô tranh hành
Áo rách trú hoang vu
Tự cho tu Chánh Đạo
Khinh chê người thế gian

Vì tham trước lợi dưỡng
Thuyết Pháp cho bạch y
Cố để người đời kính
Như Ưng Chân Sáu Thông

Kẻ này ôm lòng ác
Luôn nhớ chuyện thế tục
Giả danh tu vô tranh
Thích vạch lỗi chúng con
Mà nói lời thế này

'Mấy tên Bhikṣu đó
Tham lợi dưỡng cúng dường'

Nói ngoại đạo luận nghị
Tự viết sách điển đó
Dối gạt người thế gian
Vì tham cầu danh tiếng
Loại bỏ Kinh này đi

Luôn ở giữa đại chúng
Vì muốn hủy chúng con
Trước quốc vương đại thần
Phạm Chí và cư sĩ
Cùng các Bhikṣu khác
Phỉ báng nói lời ác

'Bọn người này tà kiến
Giảng ngoại đạo luận nghị'

Bởi chúng con kính Phật
Đều nhẫn việc ác này

Họ lại chế giễu rằng
'Các ông đều là Phật!'

Những lời khinh nhờn ấy
Chúng con đều nhẫn nhịn

Trong đời ác kiếp trược
Có nhiều sự kinh hoàng
Ác quỷ nhập thân người
Mắng chửi hủy nhục con

Chúng con kính tin Phật
Mặc áo giáp an nhẫn
Vì thuyết giảng Kinh này
Nhẫn mọi khổ nạn kia

Sẽ chẳng tiếc thân mạng
Chỉ cầu Đạo vô thượng
Đời vị lai chúng con
Hộ trì Phật phó chúc

Thế Tôn sẽ tự biết
Bhikṣu đời ác trược
Chẳng biết Phật phương tiện
Tùy nghi mà thuyết Pháp

Họ ác khẩu trù rủa
Luôn xua đuổi chúng con
Lìa xa khỏi tháp tự
Các việc ác như thế
Do nhớ lời Phật dạy
Đều sẽ nhẫn việc ấy

Thôn xóm thành thị nào
Mà có ai cầu Pháp
Con đều đến nơi đó
Thuyết Pháp Phật phó chúc

Con là đệ tử Phật
Giữa chúng không sợ hãi
Con sẽ khéo thuyết Pháp
Nguyện Phật hãy an lòng

Con ở trước Thế Tôn
Chư Phật mười phương đến
Phát thệ nguyện như thế
Phật tự biết lòng con"

Kinh Diệu Pháp Liên Hoa ♦ Hết quyển 4

☸ Phẩm 14: Thực Hành của An Lạc

Lúc bấy giờ Diệu Cát Tường Pháp Vương Tử Đại Bồ-tát bạch Phật rằng:

"Bạch Thế Tôn! Các vị Bồ-tát đó thật là hy hữu. Bởi họ kính thuận lời dạy của Phật và phát đại thệ nguyện để hộ trì cùng đọc tụng Kinh Pháp Hoa này trong đời ác về sau.

Bạch Thế Tôn! Đại Bồ-tát trong đời ác về sau phải thuyết giảng Kinh này như thế nào?"

Phật bảo ngài Diệu Cát Tường:

"Nếu đại Bồ-tát trong đời ác về sau muốn thuyết giảng Kinh này thì nên an trụ trong bốn Pháp.

❖

Một là an trụ ở nơi thực hành và nơi thân cận của Bồ-tát, thì họ sẽ có thể diễn nói Kinh này cho chúng sanh.

Này Diệu Cát Tường! Sao gọi là Nơi Thực Hành của Đại Bồ-tát?

Nếu đại Bồ-tát trụ ở lãnh vực an nhẫn thì sẽ nhu hòa, tùy thuận, và không bạo ngược. Tâm của ngài cũng sẽ chẳng kinh sợ.

Lại nữa, ngài đối với các pháp chẳng có chỗ để thi hành mà chỉ quán sát tướng như thật của các pháp, cũng không thi hành và không phân biệt. Đây gọi là Nơi Thực Hành của Đại Bồ-tát.

Sao gọi là Nơi Thân Cận của Đại Bồ-tát?

Đại Bồ-tát không gần gũi quốc vương, vương tử, đại thần, hay lân la chốn quan trường.

Đại Bồ-tát không gần gũi các ngoại đạo Phạm Chí, chúng ngoại đạo lõa hình, cùng người viết văn chương thế tục, hoặc những ai ca tụng sách vở ngoại đạo, hay những kẻ theo chủ nghĩa duy vật và người chống đối chủ nghĩa duy vật.

Ngài cũng không gần gũi các tiêu khiển hung hiểm, như là đánh lôi đài, đấu vật, và trò diễn giải trí hay bất cứ loại ảo thuật nào.

Ngài cũng không gần gũi giai cấp đê tiện, kẻ nuôi heo dê gà chó, hoặc kẻ săn bắn, bắt cá, hay những kẻ xấu ác phạm luật. Đôi lúc các hạng người như thế đến, thì đại Bồ-tát vẫn thuyết Pháp nhưng không hy vọng điều gì.

Ngài cũng không gần gũi Bhikṣu [bíc su], Bhikṣuṇī [bíc su ni], Thanh Tín Nam, hay Thanh Tín Nữ nào cầu Quả Thanh Văn và cũng không thăm hỏi họ. Ngài cũng không trú chung ở trong phòng, nơi kinh hành, hay ở tại giảng đường với họ. Đôi lúc họ đến thì ngài vẫn tùy thuận thích nghi thuyết Pháp nhưng không hy vọng điều gì.

Lại nữa, Diệu Cát Tường! Đại Bồ-tát không được đối với thân hình của người nữ mà khởi sanh ý tưởng sắc dục, rồi thuyết Pháp cho họ.

Ngài cũng không mong thích thấy người nữ. Nếu vào nhà người khác, ngài sẽ không nói chuyện cùng với bé gái, xử nữ, hay quả phụ.

Ngài cũng không gần gũi năm loại người bất nam hay thân thiết với họ.

Ngài sẽ không vào nhà người khác một mình. Nếu có Phật sự cần phải vào thì ngài chỉ nhất tâm niệm Phật.

Nếu thuyết Pháp cho người nữ thì ngài sẽ không cười hở răng hay để lộ ngực. Cho dù là vì Pháp đi nữa thì ngài cũng không giao thiệp với họ. Hà huống là những việc khác.

Ngài không thích nuôi dưỡng đệ tử trẻ tuổi, Cần Sách Nam, Cần Sách Nữ, hay con nít, và cũng không thích có đồng sư phụ với họ.

Ngài luôn thích tĩnh tọa ở nơi yên tĩnh để thu nhiếp tâm mình.

Này Diệu Cát Tường! Đây gọi là Nơi Thân Cận Thứ Nhất của Đại Bồ-tát.

Lại nữa, đại Bồ-tát quán tất cả pháp đều là không; tướng như thật, chẳng điên đảo, chẳng động, chẳng thoái, chẳng chuyển; như hư không, không có tự tánh, hết thảy đường ngôn ngữ đoạn tuyệt, không sanh, không diệt, không khởi; không tên gọi, không hình tướng, thật chẳng chỗ có, vô lượng, vô biên, vô ngại, và vô chướng.

Các pháp hiện hữu chỉ là do nhân duyên và sanh ra từ điên đảo. Ngài luôn thích quán sát tướng của pháp như vậy. Đây gọi là Nơi Thân Cận Thứ Nhì của Đại Bồ-tát."

Lúc bấy giờ Thế Tôn muốn tuyên lại nghĩa lý ở trên nên nói kệ rằng:

"Nếu có Bồ-tát nào
Trong đời ác về sau
Với tâm chẳng sợ hãi
Muốn thuyết giảng Kinh này
Nên vào nơi thực hành
Và cùng nơi thân cận

Luôn xa lánh quốc vương
Cùng con cháu vương tộc
Đại thần chốn quan trường
Kẻ diễn trò hung hiểm
Các ngoại đạo Phạm Chí
Kẻ làm nghề mổ giết

Lại cũng không gần gũi
Hạng người tăng thượng mạn
Tham chấp ở Nhị Thừa
Mà học tập ba tạng

Bhikṣu nào phá giới
Tự xưng bậc Ưng Chân
Cùng với Bhikṣuṇī
Thích đùa giỡn vui chơi
Chấp sâu ở năm dục
Cầu diệt độ hiện đời
Cùng các Thanh Tín Nữ
Đều chớ nên gần gũi

Nếu hạng người như thế
Với lòng tốt mà đến
Trú xứ của Bồ-tát
Để nghe về Phật Đạo

Bồ-tát liền có thể
Với tâm không sợ hãi
Không hy vọng điều gì
Mà thuyết Pháp cho họ

Góa phụ hay xử nữ
Cùng những kẻ bất nam
Đều chớ nên gần gũi
Chớ giao thiệp với họ

Cũng chớ nên gần gũi
Kẻ làm nghề mổ giết
Săn bắn đánh bắt cá
Kẻ vì lợi giết hại
Bán thịt để kiếm sống
Hay kẻ buôn nữ sắc

Những hạng người như thế
Đều chớ nên gần gũi
Muôn thứ loại tiêu khiển
Trò hung hiểm bạo lực
Cùng các kẻ dâm nữ
Tuyệt chớ nên gần gũi

Đừng một mình nơi vắng
Thuyết Pháp cho người nữ
Nếu đến lúc thuyết Pháp
Thì không được cười giỡn

Khi vào xóm khất thực
Dẫn thêm một Bhikṣu
Nếu không có Bhikṣu
Phải nhất tâm niệm Phật

Đây gọi là Bồ-tát
Hành Xứ và Cận Xứ
Với hai xứ này đây
Khéo thuyết Pháp an vui

Lại cũng đừng thi hành
Các pháp thượng trung hạ
Pháp vô vi hữu vi
Pháp thật, pháp chẳng thật

Cũng chớ nên phân biệt
Đó là nam kia nữ
Các pháp đều chẳng được
Chẳng biết và chẳng thấy
Đây mới đúng gọi là
Bồ-tát nơi thực hành

Hết thảy tất cả pháp
Rỗng không, chẳng chỗ có
Chúng không phải thường trụ
Cũng chẳng khởi chẳng diệt
Đây được gọi tên là
Bậc Trí Thân Cận Xứ

Do điên đảo phân biệt
Các pháp có hoặc không
Là thật hay chẳng thật
Là sanh hay chẳng sanh

Ở tại nơi vắng vẻ
Bồ-tát thu nhiếp tâm
An trụ bất động dao
Vững như núi Diệu Cao

Quán sát hết thảy pháp
Thảy đều không chỗ có
Ví như là hư không
Chúng chẳng có kiên cố

Không sanh cũng không diệt
Không động cũng không thoái
Luôn thường trụ một tướng
Đây là Thân Cận Xứ

Nếu có Bhikṣu nào
Sau khi Ta diệt độ
Vào nơi thực hành ấy
Cùng với nơi thân cận
Khi thuyết giảng Kinh này
Sẽ chẳng có khiếp nhược

Khi Bồ-tát đi vào
Một căn phòng yên tĩnh
Với chánh niệm tư duy
Tùy nghĩa quán các pháp

Rồi từ định mà dậy
Ngài vì các quốc vương
Vương tử với thần dân
Và cùng các Phạm Chí

Khai thị diễn nói Pháp
Thuyết giảng Kinh điển này
Tâm của ngài an ổn
Không có điều hãi kinh

Đồng tử Diệu Cát Tường
Đây gọi là Bồ-tát
An Trụ ở Sơ Pháp
Có thể vào đời sau
Thuyết giảng Kinh Pháp Hoa

❖

Lại nữa, Diệu Cát Tường! Sau khi Như Lai diệt độ, vào thời Mạt Pháp, nếu ai muốn thuyết giảng Kinh này thì nên trụ ở Thực Hành của An Lạc.

Nếu ai tuyên giảng hoặc khi đọc Kinh, thì chớ ưa thích việc nói lỗi lầm của người hay của Kinh, cũng không được khinh nhờn các vị Pháp sư khác, và chớ nói việc tốt xấu hay dở của người. Đối với những ai tu theo Pháp Thanh Văn, thì cũng đừng nêu tên của họ để nói về việc xấu ác của họ, và cũng đừng ca tụng tên của họ về việc làm tốt của họ.

Người ấy lại cũng chớ sanh tâm oán hận. Do khéo tu tâm an lạc như thế nên các thính giả sẽ chẳng nghịch ý của người ấy. Khi có câu hỏi khó, người ấy sẽ không dùng Pháp Nhị Thừa để giải đáp, mà chỉ dùng Pháp Đại Thừa thuyết giảng để khiến người nghe đắc Nhất Thiết Chủng Trí."

Lúc bấy giờ Thế Tôn muốn tuyên lại nghĩa lý ở trên nên nói kệ rằng:

"Bồ-tát luôn vui thích
Thuyết Pháp nơi tĩnh mịch
Ở chỗ đất thanh tịnh
Mà trải làm chỗ ngồi
Lấy dầu bôi lên thân
Tắm rửa trừ bụi dơ

Mặc áo sạch thanh khiết
Trong ngoài đều thanh tịnh
An trụ trên Pháp tòa
Tùy người hỏi thuyết giảng

Nếu có các Bhikṣu
Cùng với Bhikṣuṇī
Hay các Thanh Tín Nam
Cùng với Thanh Tín Nữ
Quốc vương và vương tử
Quần thần và nhân dân
Dùng nghĩa thú vi diệu
Nét mặt hòa vui nói

Nếu có câu hỏi khó
Tùy nghĩa mà giải đáp
Với nhân duyên thí dụ
Để diễn giải phân biệt

Sử dụng phương tiện này
Khiến họ đều phát tâm
Lần lần tăng lợi ích
Dẫn dắt vào Phật Đạo

Dẹp trừ bỏ thói lười
Cùng ý tưởng lười biếng
Rời xa mọi ưu não
Thuyết Pháp với lòng từ

Ngày đêm luôn thuyết giảng
Giáo Pháp vô thượng Đạo
Bằng vào các nhân duyên
Cùng vô lượng thí dụ
Khai thị dạy chúng sinh
Khiến đều sanh hoan hỷ

Nào y phục giường nệm
Ẩm thực và thuốc thang
Đối với những thứ ấy
Quyết không kỳ vọng gì

Chỉ nhất tâm chuyên chú
Thuyết các pháp nhân duyên
Nguyện sẽ thành Phật Đạo
Khiến chúng sanh cũng vậy
Đây là lợi ích lớn
Làm cúng dường an vui

Sau khi Ta diệt độ
Nếu có Bhikṣu nào
Mà có thể thuyết giảng
Kinh Diệu Pháp Liên Hoa

Không sân hận ganh ghét
Tâm phiền não chướng ngại
Cũng chẳng có ưu sầu
Và kẻ đến mắng chửi

Lại cũng không sợ hãi
Nào là gươm đao gậy
Cũng chẳng bị ruồng đuổi
Do bởi trụ an nhẫn

Bậc trí như thế ấy
Khéo tu tâm của họ
Có thể trụ an lạc
Như Ta nói ở trên

Công đức của người ấy
Ngàn vạn ức số kiếp
Dùng toán số thí dụ
Thuyết giảng chẳng tận cùng

❖

Lại nữa, Diệu Cát Tường! Vào đời vị lai khi Pháp sắp diệt mất, nếu đại Bồ-tát nào thọ trì và đọc tụng Kinh điển này, thì không nên ôm lòng ganh ghét, nịnh hót hay dối trá, cũng không nên mắng chửi và khinh chê người tu học Phật Đạo, hoặc soi mói điểm tốt điều xấu của họ.

Nếu có những vị Bhikṣu, Bhikṣuṇī, Thanh Tín Nam, Thanh Tín Nữ, người cầu Quả Thanh Văn, người cầu Đạo Độc Giác, hay người cầu Đạo Bồ-tát, thì vị ấy cũng không được não loạn và khiến họ nghi ngờ hay hối tiếc mà nói với họ rằng:

'Các ông cách xa Đạo thăm thẳm và sẽ không bao giờ có thể đắc Nhất Thiết Chủng Trí.

Vì sao thế? Bởi các ông đây buông lung và lười biếng trong việc tu Đạo.'

Vị ấy lại cũng không nên hí luận các pháp để gây ra tranh cãi. Vị ấy nên đối với hết thảy chúng sanh mà khởi tưởng lòng đại bi, đối với chư Như Lai mà khởi tưởng như từ phụ, và đối với chư Bồ-tát mà khởi tưởng như đại sư. Vị ấy phải luôn hết lòng cung kính và lễ bái đối với chư đại Bồ-tát ở các quốc độ trong mười phương. Vị ấy nên bình đẳng thuyết Pháp đối với tất cả chúng sanh. Bởi tùy thuận với Pháp, vị ấy không nên nói quá nhiều hay quá ít. Cho dù có người hết mực yêu mến Pháp thì cũng không nên nói nhiều.

Này Diệu Cát Tường! Vào đời vị lai khi Pháp sắp diệt mất, nếu đại Bồ-tát nào thành tựu Thực Hành của An Lạc thứ ba này, thì khi thuyết Pháp sẽ không thể nào bị não loạn. Ngài sẽ có những đồng học tốt và cùng đọc tụng Kinh này. Đại chúng cũng sẽ đến nghe và tín thọ.

- Khi đã nghe, họ sẽ có thể thọ trì.
- Khi đã thọ trì, họ sẽ có thể tụng niệm.
- Khi đã tụng niệm, họ sẽ có thể thuyết giảng.
- Khi đã thuyết giảng, họ sẽ có thể biên chép, hoặc bảo người khác biên chép để cúng dường Kinh này với lòng cung kính, tôn trọng, và tán thán."

Lúc bấy giờ Thế Tôn muốn tuyên lại nghĩa lý ở trên nên nói kệ rằng:

"Nếu muốn giảng Kinh này
Nên lìa ganh hận khinh
Lòng nịnh hót gian xảo
Việc làm luôn ngay thẳng

Không khinh miệt người khác
Cũng không hí luận pháp
Đừng khiến họ hoài nghi
'Sao ông thành Phật được?'

Phật tử này thuyết Pháp
Luôn nhu hòa khéo nhẫn
Từ bi với tất cả
Không sanh tâm biếng lười

Mười phương đại Bồ-tát
Hành Đạo thương chúng sanh
Nên sanh lòng cung kính
'Đây là thầy của tôi'

Đối chư Phật Thế Tôn
Nghĩ tưởng như từ phụ
Phá trừ lòng kiêu mạn
Thuyết Pháp không chướng ngại

Pháp thứ ba như thế
Bậc trí nên thủ hộ
Nhất tâm An Lạc Hành
Vô lượng người cung kính

❖

Lại nữa, Diệu Cát Tường! Vào đời vị lai khi Pháp sắp diệt mất, nếu đại Bồ-tát nào trì Kinh Pháp Hoa này, thì nên sanh tâm đại từ đối với người tại gia và xuất gia.

Đại Bồ-tát nên sanh tâm đại bi đối với người không phải là Bồ-tát mà nghĩ như vầy:

'Những người này đã đánh mất lợi ích to lớn. Mặc dù Như Lai với phương tiện để tùy thuận thích nghi thuyết Pháp, nhưng họ chẳng nghe, chẳng hay, chẳng biết, chẳng hỏi, chẳng tin, hoặc chẳng hiểu. Tuy những người ấy không hỏi, không tin, hoặc không hiểu Kinh này, nhưng khi tôi đắc Vô Thượng Chánh Đẳng Chánh Giác và cho dù họ ở bất kỳ nơi đâu, tôi sẽ dùng sức thần thông cùng sức trí tuệ để tiếp dẫn và khiến họ trụ trong Pháp này.'

Này Diệu Cát Tường! Sau khi Như Lai diệt độ, nếu đại Bồ-tát nào thành tựu Pháp thứ tư này, thì khi thuyết Pháp sẽ không có sai lầm. Ngài sẽ luôn được những vị Bhikṣu, Bhikṣuṇī, Thanh Tín Nam, Thanh Tín Nữ, quốc vương, vương tử, đại thần, nhân dân, Phạm Chí, cùng cư sĩ cung kính cúng dường và tôn trọng tán thán. Chư thiên trong hư không cũng sẽ luôn đi theo để nghe Pháp. Nếu ở thôn xóm, thành ấp hay trong rừng hoang mà như có người đến và muốn đặt những câu hỏi khó, thì vì Pháp, chư thiên ngày đêm sẽ luôn hộ vệ ngài và sẽ có thể khiến người nghe đều được hoan hỷ.

Vì sao thế? Bởi Kinh này được hết thảy thần lực của chư Phật thuở quá khứ, hiện tại, cùng vị lai bảo hộ.

Này Diệu Cát Tường! Trong vô lượng quốc độ, danh tự của Kinh Pháp Hoa còn không thể nghe được. Huống nữa là thấy, rồi thọ trì đọc tụng.

Này Diệu Cát Tường! Đây ví như Chuyển Luân Thánh Vương cường lực muốn dùng uy thế để hàng phục các nước, nhưng mà các tiểu vương chẳng chịu tuân theo mệnh lệnh. Lúc ấy, vua Chuyển Luân điều động đủ mọi quân binh để đến thảo phạt. Khi nhà vua thấy những binh chúng chiến đấu có công, ngài liền vô cùng hoan hỷ và luận công thưởng thí: hoặc ban cho ruộng vườn, nhà cửa, thôn làng, hay thành quách; hoặc ban cho y phục hay những vật trang sức nơi thân; hoặc ban cho đủ mọi trân bảo, nào là vàng, bạc, lưu ly, xa cừ, mã não, san hô, và hổ phách; hoặc ban cho voi ngựa, xe cộ, nô tỳ, hay nhân dân. Duy trừ viên minh châu trên búi tóc thì ngài sẽ không thưởng thí.

Vì sao thế? Bởi độc nhất nhà vua mới có viên minh châu này trên đỉnh đầu. Nếu ngài cho đi thì quyến thuộc của nhà vua tất sẽ hết sức kinh ngạc.

Này Diệu Cát Tường! Như Lai cũng lại như vậy. Với sức tĩnh lự và trí tuệ, Như Lai được quốc độ của Pháp và làm vua trong ba cõi. Tuy nhiên, chúng ma vương vẫn không chịu quy phục. Thế nên hiền thánh của Như Lai cùng chiến đấu với chúng, và những ai có công thì tâm của Như Lai sẽ rất hoan hỷ.

Ở trong bốn chúng đệ tử, Như Lai thuyết giảng các Kinh để khiến tâm họ vui vẻ. Như Lai ban cho tĩnh lự, giải thoát, vô lậu, Năm Căn, Năm Lực, và các Pháp tài. Ta lại ban cho thành tịch diệt và bảo họ sẽ được diệt độ. Như Lai dẫn dắt tâm họ và làm cho tất cả đều hoan hỷ, nhưng Như Lai vẫn không hề giảng Kinh Pháp Hoa này.

Này Diệu Cát Tường! Đây ví như vua Chuyển Luân, khi thấy trong các binh chúng có những vị lập công lớn thì lòng ngài vui mừng khôn xiết. Cuối cùng đến lúc này, ngài mới lấy viên minh châu quý hiếm đã từ lâu gắn trên búi tóc để ban cho họ mà xưa nay chưa từng thưởng thí.

Như Lai cũng lại như vậy. Ngài làm bậc đại Pháp Vương ở trong ba cõi và dùng Pháp giáo hóa tất cả chúng sanh. Như Lai thấy quân sĩ của hiền thánh chiến đấu với ma năm uẩn, ma phiền não, và ma chết. Khi thấy họ diệt trừ ba độc, ra khỏi ba cõi, phá vòng lưới ma, và lập đại công--lúc bấy giờ Như Lai sẽ vô cùng hoan hỷ. Khi ấy, Ngài liền giảng Kinh Pháp Hoa này để có thể khiến chúng sanh đạt đến Nhất Thiết Trí. Đây là Pháp mà hết thảy thế gian đều khó tin và nhiều oán ghét. Thế nên từ trước đến nay, Như Lai chưa từng thuyết giảng.

Này Diệu Cát Tường! Kinh Pháp Hoa này là giáo Pháp đệ nhất của chư Như Lai. Ở trong tất cả giáo Pháp, Pháp này là sâu xa nhất và chỉ phó chúc ở thời điểm cuối cùng. Đây ví như vị vua Chuyển Luân cường lực kia, ngài từ lâu bảo hộ viên minh châu và bây giờ mới mang đi ban thưởng.

Này Diệu Cát Tường! Kinh Pháp Hoa này là tạng bí mật của chư Phật Như Lai. Ở trong tất cả Kinh, Kinh này là tối thượng. Như Lai ngày đêm thủ hộ và tuyệt đối không tùy tiện tuyên nói. Chỉ đến hôm nay, Như Lai mới diễn giải cho các ông."

Lúc bấy giờ Thế Tôn muốn tuyên lại nghĩa lý ở trên nên nói kệ rằng:

"Ai luôn hành an nhẫn
Từ mẫn thương tất cả
Sẽ có thể diễn nói
Kinh chư Phật tán dương

Thời Mạt Pháp về sau
Hành giả trì Kinh này
Đối xuất gia tại gia
Người chẳng phải Bồ-tát

Nên sanh lòng từ bi
'Những người đó chẳng nghe
Cùng chẳng tin Kinh này
Mất đi lợi ích lớn

Khi tôi thành Phật Đạo
Sẽ dùng mọi phương tiện
Để thuyết giảng Pháp này
Khiến họ trụ trong ấy'

Đây ví như cường lực
Vị Chuyển Luân Thánh Vương
Binh chiến đấu có công
Ngài ban thưởng các vật

Nào voi ngựa xe cộ
Đồ vật trang nghiêm thân
Cùng ruộng vườn nhà cửa
Thôn làng và thành ấp

Hoặc thưởng thí y phục
Muôn vật báu trân quý
Nô tỳ và tài vật
Vui vẻ ban cho họ

Ví như ai dũng kiện
Có thể làm việc khó
Vua lấy viên minh châu
Trên búi tóc cho họ

Như Lai cũng như vậy
Là vua của các pháp
Với an nhẫn đại lực
Và trí tuệ bảo tạng
Với lòng đại từ bi
Như Pháp độ thế gian

Khi Ngài thấy mọi người
Phải chịu các khổ não
Muốn cầu giải thoát ra
Cùng chúng ma chiến đấu

Vì những chúng sanh này
Thuyết giảng đủ mọi Pháp
Sử dụng đại phương tiện
Nói các Kinh như thế

Một khi biết chúng sanh
Đã có sức mạnh rồi
Đợi đến lúc sau cùng
Ngài giảng Kinh Pháp Hoa
Như vua lấy minh châu
Trên búi tóc cho họ

Trong tất cả các Kinh
Kinh này là tôn thượng
Như Lai luôn thủ hộ
Chẳng tùy tiện khai thị
Nhưng nay chính là lúc
Để nói cho các ông

Sau khi Ta diệt độ
Những ai cầu Phật Đạo
Muốn có được an ổn
Và muốn giảng Kinh này
Thì phải nên thân cận
Bốn Pháp như thế ấy

Những ai đọc Kinh này
Sẽ luôn không ưu phiền
Lại chẳng có bệnh đau
Nhan sắc tươi hồng hào
Không sanh chốn bần cùng
Thấp kém hay xấu xí

Chúng sanh nhìn yêu mến
Ái mộ như hiền thánh
Các đồng tử cõi trời
Làm sứ giả của họ

Dao gậy chẳng thể tổn
Thuốc độc chẳng thể hại
Nếu ai ác mắng chửi
Miệng sẽ liền câm nín

Du hành chẳng kinh sợ
Tựa như sư tử chúa
Ánh sáng của trí tuệ
Chiếu soi như mặt trời

Nếu ở trong giấc mộng
Chỉ thấy điều vi diệu
Họ thấy chư Như Lai
Ngồi trên tòa sư tử
Các Bhikṣu vây quanh
Và thuyết giảng Kinh Pháp

Họ lại thấy long thần
Phi thiên những loài khác
Số như cát sông Hằng
Đều cung kính chắp tay

Tự thấy chính thân mình
Thuyết giảng Pháp cho họ
Lại thấy các Đức Phật
Thân tướng với sắc vàng
Phóng vô lượng quang minh
Biến chiếu đến tất cả
Và dùng tiếng Phạn âm
Mà diễn nói các pháp

Vì bốn chúng đệ tử
Phật thuyết Pháp vô thượng
Tự thấy họ trong ấy
Chắp tay tán thán Phật

Nghe Pháp tâm hoan hỷ
Rồi họ làm cúng dường
Sẽ đắc các Tổng Trì
Chứng trí không thoái chuyển

Phật biết tâm của họ
Đã vào sâu Phật Đạo
Thế nên liền thọ ký
Sẽ thành Tối Chánh Giác

'Này các thiện nam tử
Ông vào đời vị lai
Sẽ được vô lượng trí
Và Đại Đạo của Phật

Quốc độ tịnh trang nghiêm
Rộng lớn không gì sánh
Có bốn chúng đệ tử
Chắp tay lắng nghe Pháp'

Lại thấy thân chính họ
Sống ở trong núi rừng
Tu tập mọi Pháp lành
Chứng các tướng chân thật
Vào sâu trong tĩnh lự
Thấy chư Phật mười phương

Chư Phật thân sắc vàng
Trăm phước tướng trang nghiêm
Nghe Pháp giảng cho người
Luôn có mộng tốt này

Lại mơ làm quốc vương
Rời cung điện quyến thuộc
Cùng thượng diệu năm dục
Mà đi tới Đạo Tràng

Ở dưới cội Đạo thụ
Ngồi trên tòa sư tử
Sau bảy ngày cầu Đạo
Đắc trí của chư Phật

Khi thành Đạo vô thượng
Chu du chuyển Pháp luân
Thuyết Pháp cho bốn chúng
Suốt ngàn vạn ức kiếp
Giảng diệu Pháp vô lậu
Độ vô lượng chúng sanh

Sau sẽ vào tịch diệt
Như đèn đã cạn dầu
Nếu đời ác về sau
Thuyết Pháp đệ nhất này
Người ấy được lợi lớn
Các công đức như trên"

Lúc bấy giờ chư đại Bồ-tát đã đến từ quốc độ phương khác, số lượng ấy vượt hơn số cát của tám sông Hằng, họ từ trong đại chúng đứng dậy, chắp tay đảnh lễ và thưa với Phật rằng:

"Thưa Thế Tôn! Nếu Như Lai cho phép thì sau khi Phật diệt độ, chúng con sẽ ở tại Thế giới Kham Nhẫn, chuyên cần tinh tấn, hộ trì, đọc tụng, biên chép, cúng dường, và rộng thuyết giảng Kinh điển đó ở quốc độ này."

Khi ấy Phật bảo chư đại Bồ-tát chúng:

"Thôi đừng, thiện nam tử! Ta không cần các ông hộ trì Kinh này.

Vì sao thế? Bởi Thế giới Kham Nhẫn của Ta đã có chư đại Bồ-tát nhiều như số cát trong 60.000 sông Hằng. Mỗi vị Bồ-tát có quyến thuộc nhiều như số cát trong 60.000 sông Hằng. Sau khi Ta diệt độ, những vị như thế sẽ có thể hộ trì, đọc tụng, và rộng thuyết giảng Kinh này."

Khi Phật nói lời ấy xong, Tam Thiên Đại Thiên Quốc Độ của Thế giới Kham Nhẫn đều chấn động và mặt đất nứt ra. Ở trong đó có vô lượng ngàn vạn ức chư đại Bồ-tát đồng một lúc vọt ra. Thân của chư Bồ-tát này đều có màu vàng với 32 tướng và vô lượng quang minh.

Các ngài đã trụ trong hư không ở phía dưới của Thế giới Kham Nhẫn. Khi nghe âm thanh của Đức Phật Năng Tịch, chư Bồ-tát này từ dưới đó vọt lên.

Mỗi vị Bồ-tát đều là bậc đạo sư thượng thủ của đại chúng.
- Có vị dẫn theo quyến thuộc nhiều như số cát trong 60.000 sông Hằng.
- Có vị dẫn theo quyến thuộc nhiều như số cát trong 50.000, 40.000, 30.000, 20.000, hay 10.000 sông Hằng.

- Lại có vị dẫn theo quyến thuộc nhiều như số cát trong một sông Hằng, nửa sông Hằng, một phần tư sông Hằng, và cho đến chỉ một phần của mười triệu ức nayuta [na du ta] của số cát trong một sông Hằng.
- Lại có vị dẫn theo mười triệu ức nayuta quyến thuộc.
- Lại có vị dẫn theo ức vạn quyến thuộc.
- Lại có vị dẫn theo 10 triệu, 1 triệu, và cho đến chỉ 10.000 quyến thuộc.
- Lại có vị dẫn theo 1.000, 100, và cho đến chỉ 10 quyến thuộc.
- Lại có vị dẫn theo 5, 4, 3, 2, hay chỉ 1 đệ tử.
- Lại có vị chỉ đến một mình và thích sống tu hành viễn ly.

Số lượng như thế nhiều vô lượng vô biên. Cho dù dùng toán số thí dụ thì cũng chẳng thể biết.

Khi chư Bồ-tát này đã từ dưới đất vọt ra, tất cả đều bay lên hư không để đến chỗ của Đa Bảo Như Lai và Đức Phật Năng Tịch đang ngồi trong tháp bảy báu vi diệu. Lúc đến nơi, họ hướng về nhị vị Thế Tôn, cúi đầu đảnh lễ với trán chạm sát chân của Phật. Họ cũng đều đến chỗ của chư Phật đang ngồi trên tòa sư tử ở dưới những cây báu, rồi đảnh lễ, nhiễu ba vòng bên phải, chắp tay cung kính, và tán thán chư Phật với đủ mọi Pháp ngợi khen của chư Bồ-tát. Sau đó, họ đứng qua một bên và hân hoan chiêm ngưỡng hai vị Thế Tôn.

Từ lúc chư đại Bồ-tát này mới từ dưới đất vọt ra và cho đến khi họ tán thán chư Phật với đủ mọi Pháp ngợi khen của chư Bồ-tát xong, thời gian trải qua như thế là 50 tiểu kiếp. Đương lúc ấy, Đức Phật Năng Tịch ngồi lặng yên và bốn chúng đệ tử cũng đều lặng yên suốt 50 tiểu kiếp. Do thần lực của Phật nên khiến các đại chúng tưởng chừng như nửa ngày.

Lúc bấy giờ, cũng do thần lực của Phật, bốn chúng đệ tử thấy chư Bồ-tát biến khắp hư không của vô lượng tỷ ức quốc độ. Trong số chư Bồ-tát này có bốn vị đạo sư.

- Vị thứ nhất tên là Thượng Hành.
- Vị thứ nhì tên là Vô Biên Hành.
- Vị thứ ba tên là Tịnh Hành.
- Vị thứ tư tên là An Lập Hành.

Bốn vị Bồ-tát này là những bậc tối thượng thủ và là bậc xướng đạo sư ở giữa đại chúng đó.

Các ngài ở trước đại chúng, mỗi vị đồng chắp tay, rồi quán tưởng Đức Phật Năng Tịch, và thăm hỏi rằng:

"Thế Tôn ít bệnh và ít phiền não chứ? Khí lực có an lạc chăng? Những ai nên độ có giáo hóa dễ dàng chăng? Họ không làm Thế Tôn sanh mệt mỏi chứ?"

Lúc bấy giờ bốn vị đại Bồ-tát nói kệ rằng:

"Thế Tôn có an lạc
Ít bệnh ít phiền não
Việc giáo hóa chúng sanh
Không có mệt mỏi chứ?

Và còn các chúng sanh
Dạy bảo dễ dàng chăng?
Họ không làm Thế Tôn
Sanh tâm mệt mỏi chứ?"

Lúc bấy giờ ở giữa chư Bồ-tát đại chúng, Thế Tôn nói lời như vầy:

"Như thị, như thị, các thiện nam tử! Như Lai rất an lạc, ít bệnh và ít phiền não. Các chúng sanh cũng hóa độ dễ dàng và không làm Ta mệt mỏi.

Vì sao thế? Bởi những chúng sanh này, từ đời này sang đời khác, họ luôn thọ nhận sự giáo hóa của Ta. Ở nơi chư Phật quá khứ, họ cũng tôn kính cúng dường và gieo trồng mọi căn lành. Các chúng sanh đó, ngay từ lúc đầu tiên thấy thân Ta và nghe Pháp của Ta, họ liền đều tín thọ và vào trí tuệ của Như Lai--ngoại trừ những ai trước đó đã tu tập và học Pháp Nhị Thừa. Những người như thế, Ta nay cũng khiến họ nghe được Kinh này và vào trí tuệ của Phật."

Lúc bấy giờ chư đại Bồ-tát nói kệ rằng:

"Thật lành thay lành thay
Bậc Đại Hùng Thế Tôn
Các chúng sanh như thế
Cũng hóa độ dễ dàng

Họ khéo hỏi chư Phật
Về trí tuệ sâu xa
Nghe rồi, tin, thực hành
Chúng con thảy tùy hỷ"

Khi ấy Thế Tôn ngợi khen các vị thượng thủ của chư đại Bồ-tát kia rằng:

"Lành thay, lành thay, thiện nam tử! Các ông ở trước Như Lai mà có thể phát tâm tùy hỷ như thế."

❖

Lúc bấy giờ Từ Thị Bồ-tát cùng với chư Bồ-tát nhiều như số cát trong 8.000 sông Hằng đều nghĩ như vầy:

"Từ xưa đến nay, chúng ta chưa từng bao giờ thấy hoặc nghe về những vị đại Bồ-tát như thế. Họ từ dưới đất vọt ra, đứng ở trước Thế Tôn, chắp tay cúng dường, và thưa hỏi Như Lai."

Lúc bấy giờ Từ Thị Đại Bồ-tát biết tâm niệm của chư Bồ-tát nhiều như số cát trong 8.000 sông Hằng và cũng muốn giải đáp sự hoài nghi của chính mình, nên ngài chắp tay, rồi hướng về Đức Phật và dùng kệ hỏi rằng:

"Vô lượng ngàn vạn ức
Đại chúng chư Bồ-tát
Xưa nay chưa từng thấy
Mong Phật hãy giảng nói
Họ từ nơi nào đến
Nhân duyên gì tụ họp?

Thân lớn đại thần thông
Trí tuệ chẳng nghĩ bàn
Chí niệm họ kiên cố
Có sức đại an nhẫn

Chúng sanh vui mừng thấy
Họ từ đâu đến đây?

Mỗi vị Bồ-tát đó
Dẫn theo những quyến thuộc
Số ấy nhiều vô lượng
Như cát của sông Hằng

Hoặc có đại Bồ-tát
Dẫn sáu vạn Hằng sa
Các đại chúng như thế
Nhất tâm cầu Phật Đạo

Các vị đại sư đó
Sáu vạn Hằng Hà sa
Đồng đến cúng dường Phật
Cùng hộ trì Kinh này

Dẫn năm vạn Hằng sa
Số ấy còn hơn đây
Bốn vạn hay ba vạn
Hai vạn đến một vạn

Một ngàn đến một trăm
Thậm chí một Hằng sa
Một nửa ba bốn phần
Một phần của ức vạn

Ngàn vạn nayuta
Vạn ức các đệ tử
Cho đến chỉ nửa ức
Số ấy còn hơn trên

Trăm vạn đến một vạn
Một ngàn hoặc một trăm
Năm mươi hay chỉ mười
Cho đến ba hai một

Đơn độc không quyến thuộc
Ưa thích ở một mình
Họ đồng đến chỗ Phật
Số ấy còn hơn trên

Các đại chúng như thế
Nếu có người tính đếm
Suốt cả Hằng sa kiếp
Cũng chẳng thể biết hết

Chư Bồ-tát này đây
Tinh tấn đại uy đức
Ai đã thuyết Pháp cho
Giáo hóa họ thành tựu?

Sơ phát tâm từ ai?
Tán dương Pháp Phật ai?
Thọ trì Kinh Pháp gì?
Tu tập Phật Đạo gì?

Chư Bồ-tát như thế
Thần thông đại trí lực
Bốn phương đất động nứt
Đều từ trong vọt ra

Thế Tôn con xưa nay
Chưa từng thấy việc này
Xin nói họ từ đâu
Quốc độ tên là gì

Con thường dạo các cõi
Nhưng chưa từng thấy qua
Con ở trong số họ
Một vị cũng chẳng biết

Bỗng từ đất vọt ra
Xin nói nhân duyên này
Nay ở đại hội đây
Vô lượng trăm ngàn ức

Tất cả chư Bồ-tát
Đều muốn biết việc này
Chư đại Bồ-tát đó
Nhân duyên mỗi từng vị
Thế Tôn vô lượng đức
Kính mong trừ chúng nghi"

❖

Lúc bấy giờ, phân thân của Đức Phật Năng Tịch đã đến từ vô lượng ngàn vạn ức quốc độ phương khác, chư Phật đó ngồi xếp bằng với tư thế hoa sen trên tòa sư tử ở dưới những cây báu khắp tám phương.

Khi thị giả của mỗi chư Phật đó thấy chư Bồ-tát này ở trong Tam Thiên Đại Thiên Thế Giới của bốn phương từ dưới đất vọt ra và trụ ở hư không, họ đều thưa với Đức Phật của mình rằng:

"Bạch Thế Tôn! Vô lượng vô biên vô số chư Bồ-tát đại chúng này là từ đâu đến?"

Khi ấy, mỗi chư Phật đều bảo thị giả rằng:

"Các thiện nam tử! Hãy đợi một lát thì sẽ có một vị đại Bồ-tát tên là Từ Thị. Ông ấy đã được Đức Phật Năng Tịch thọ ký kế đến sẽ làm Phật. Khi ông ấy đã hỏi về việc này, Đức Phật đó sẽ trả lời. Do nhân này mà các ông cũng sẽ được nghe."

Khi ấy Đức Phật Năng Tịch bảo Từ Thị Bồ-tát:

"Lành thay, lành thay, Vô Năng Thắng! Ông khéo có thể hỏi Phật về một việc lớn như thế. Các ông phải đồng nhất tâm, mặc áo giáp tinh tấn, và phát tâm kiên cố. Nay Như Lai muốn hiển thị và tuyên dương trí tuệ của chư Phật, sức thần thông tự tại của chư Phật, sức uy vũ vụt nhanh như sư tử của chư Phật, và sức uy mãnh đại thế của chư Phật."

Lúc bấy giờ Thế Tôn muốn tuyên lại nghĩa lý ở trên nên nói kệ rằng:

"Phải tinh tấn nhất tâm
Ta muốn nói việc này
Chớ nghi ngờ hối tiếc
Trí Phật chẳng nghĩ bàn

Giờ ông khởi tín lực
Khéo trụ trong an nhẫn
Pháp này chưa hề nghe
Nay đều sẽ được nghe

Ta nay an ủi ông
Chớ hoài nghi sợ hãi
Lời Phật không hư vọng
Trí tuệ chẳng thể lường

Pháp đệ nhất đã đắc
Sâu xa khó phân biệt
Bây giờ sẽ thuyết giảng
Các ông nhất tâm nghe"

❖

Khi nói những bài kệ này xong, Thế Tôn bảo Từ Thị Bồ-tát rằng:

"Ta nay ở giữa đại chúng mà tuyên cáo việc này đến các ông.

Này Vô Năng Thắng! Vô lượng vô biên vô số chư đại Bồ-tát từ dưới đất vọt ra mà xưa nay các ông chưa từng thấy qua đó, sau khi Ta đắc Vô Thượng Chánh Đẳng Chánh Giác ở Thế giới Kham Nhẫn này, chư Bồ-tát ấy đều do Ta giáo hóa khai đạo. Như Lai điều phục tâm họ và khiến họ phát khởi Đạo tâm. Chư Bồ-tát đó đều trụ trong hư không ở bên dưới của Thế giới Kham Nhẫn. Đối với các Kinh điển, họ đọc tụng rành rẽ, tư duy, phân biệt, và ghi nhớ chính xác.

Này Vô Năng Thắng! Hết thảy các thiện nam tử đó, họ đều không thích ở nơi náo nhiệt hay đàm luận nói nhiều. Họ luôn thích ở chốn yên tĩnh và tinh tấn tu hành mà chưa từng ngừng nghỉ. Họ cũng không cư trú chung với trời hay người. Họ luôn yêu mến sự hiểu biết sâu mà chẳng hề bị chướng ngại, và cũng luôn yêu mến Pháp của chư Phật. Với nhất tâm tinh tấn, họ cầu trí tuệ vô thượng."

Lúc bấy giờ Thế Tôn muốn tuyên lại nghĩa lý ở trên nên nói kệ rằng:

"Từ Thị ông nên biết
Chư đại Bồ-tát này
Vô số kiếp đến nay
Tu tập trí tuệ Phật

Thảy do Ta giáo hóa
Khiến phát tâm Đại Đạo
Họ là đệ tử Ta
Trụ ở thế giới này

Luôn tu tập khổ hành
Chỉ thích nơi yên tĩnh
Xa đám đông huyên náo
Không thích nói chuyện nhiều

Các đệ tử như thế
Học tập Đạo Pháp Ta
Ngày đêm luôn tinh tấn
Là vì cầu Phật Đạo

Trụ hư không bên dưới
Của Thế giới Kham Nhẫn
Chí niệm lực kiên cố
Luôn siêng cầu trí tuệ
Thuyết đủ mọi diệu Pháp
Tâm họ không sợ hãi

Ta ở thành Tượng Đầu
Ngồi dưới cội Đạo thụ
Được thành Tối Chánh Giác
Chuyển Pháp luân vô thượng
Rồi mới giáo hóa họ
Khiến sơ phát Đạo tâm

Nay đều trụ không thoái
Chắc chắn sẽ thành Phật
Ta giờ nói lời thật
Các ông nhất tâm tin
Ta từ thuở xa xưa
Đã giáo hóa họ rồi"

❖

Lúc bấy giờ trong lòng của Từ Thị Đại Bồ-tát cùng vô số chư Bồ-tát khởi lên sự hoài nghi quái lạ chưa từng có.

Họ suy nghĩ rằng:

"Làm sao Thế Tôn chỉ ở trong một thời gian ngắn mà đã giáo hóa vô lượng vô biên vô số chư đại Bồ-tát như thế và khiến họ trụ ở Vô Thượng Chánh Đẳng Chánh Giác?"

Họ liền bạch Phật rằng:

"Bạch Thế Tôn! Lúc Như Lai làm thái tử, ngài rời vương cung thuộc dòng tộc Năng Nhân, rồi đi đến một nơi cách thành Tượng Đầu không xa, ngồi ở Đạo Tràng và đắc Vô Thượng Chánh Đẳng Chánh Giác. Thời gian đó đến nay chỉ mới hơn 40 năm.

Bạch Thế Tôn! Làm sao chỉ trong một thời gian ngắn mà có thể làm đại Phật sự này? Ngài đã dùng uy lực cùng công đức gì của Phật để giáo hóa vô lượng chư đại Bồ-tát như thế và khiến họ sẽ thành Vô Thượng Chánh Đẳng Chánh Giác?

Bạch Thế Tôn! Giả sử có người tính đếm số lượng của chư đại Bồ-tát này suốt mười triệu ức kiếp thì cũng chẳng thể cùng tận hay biết được giới hạn. Từ lâu xa đến nay, họ đã ở chỗ của vô lượng vô biên chư Phật mà gieo trồng mọi căn lành, thành tựu Đạo Bồ-tát, và luôn tu tịnh hành.

Bạch Thế Tôn! Việc như vậy, người thế gian thật khó mà tin được. Đây ví như có một người 25 tuổi với mái tóc đen và nét mặt thanh tú.

Người ấy chỉ vào một người 100 tuổi và bảo rằng:

'Đây là con tôi.'

Người 100 tuổi kia cũng chỉ vào người trẻ tuổi đó và bảo rằng:

'Đây là cha tôi, người đã có ơn sinh thành dưỡng dục chúng tôi.'

Việc như thế rất khó tin. Phật cũng như vậy. Từ khi Như Lai đắc Đạo đến nay, thời gian đó thật chẳng bao lâu. Còn chư Bồ-tát đại chúng này vì cầu Phật Đạo, họ đã tinh tấn tu hành trong vô lượng ngàn vạn ức kiếp, khéo nhập định, xuất định, và trụ vô lượng tỷ ức Đẳng Trì. Họ đắc thần thông lớn, từ lâu tu tịnh hành, khéo có thể tu tập thứ tự các Pháp lành, và thiện xảo trong việc hỏi đáp. Họ là những viên minh châu giữa loài người và rất quý hiếm trong tất cả thế gian. Nhưng hôm nay, Thế Tôn bảo là chỉ khi nào Phật đắc Đạo, thì mới có thể khiến họ phát tâm, giáo hóa khai đạo, và dẫn họ đến Vô Thượng Chánh Đẳng Chánh Giác.

Thời gian Thế Tôn thành Phật chưa lâu lắm, sao Ngài lại có thể làm việc công đức to lớn như thế! Chúng con hết mực thâm tín vào sự tùy thuận thích nghi thuyết Pháp của Phật. Lời của Phật nói ra chưa bao giờ hư dối. Sự hiểu biết của Phật thảy đều thông đạt. Tuy nhiên, sau khi Phật diệt độ, nếu các vị sơ phát tâm Bồ-tát nghe lời nói đây, họ có thể không tín thọ và sẽ nảy sanh nhân duyên về nghiệp tội phá hoại Pháp.

Kính mong Thế Tôn hãy thuyết giảng để đoạn trừ hoài nghi của chúng con cùng các thiện nam tử ở vào đời vị lai. Khi đã nghe việc này, họ cũng sẽ không sanh lòng hoài nghi."

Lúc bấy giờ Từ Thị Bồ-tát muốn tuyên lại nghĩa lý ở trên nên nói kệ rằng:

"Xưa Phật từ dòng tộc
Xuất gia gần Tượng Đầu
Ngồi dưới cội Đạo thụ
Đến nay chưa lâu lắm

Hết thảy Phật tử đó
Số ấy chẳng thể lường
Đã lâu hành Phật Đạo
Trụ ở sức thần thông

Khéo học Đạo Bồ-tát
Chẳng nhiễm pháp thế gian
Như hoa sen trong nước
Từ dưới đất vọt ra

Đều khởi lòng cung kính
Đứng ở trước Thế Tôn
Việc này chẳng nghĩ bàn
Làm sao mà tin được?

Phật đắc Đạo gần đây
Nhưng thành tựu rất nhiều
Xin vì trừ chúng nghi
Phân biệt nói sự thật

Ví như có người trẻ
Tuổi mới hai mươi lăm
Chỉ vào người trăm tuổi
Tóc bạc mặt nhăn nheo

Bảo đây là con tôi
Con cũng bảo là cha
Cha trẻ nhưng con già
Thế gian khó mà tin

Thế Tôn cũng như vậy
Đắc Đạo mới gần đây
Còn chư Bồ-tát đó
Vững chí chẳng khiếp nhược

Vô lượng kiếp đến nay
Thực hành Đạo Bồ-tát
Thiện xảo việc hỏi đáp
Tâm họ không sợ hãi

An nhẫn lòng quyết định
Đoan chánh có uy đức
Mười phương Phật đều khen
Khéo phân biệt giảng giải

Chẳng ưa chốn đông người
Luôn thích trong tĩnh lự
Vì chí cầu Phật Đạo
Trụ hư không phía dưới

Chúng con nghe từ Phật
Việc này chẳng hoài nghi
Nguyện Phật vì vị lai
Diễn nói khiến họ hiểu

Nếu ai với Kinh này
Sanh lòng nghi chẳng tin
Tức sẽ đọa đường ác
Nay mong Phật hãy nói
Vô lượng Bồ-tát đó
Làm sao thời gian ngắn
Giáo hóa khiến phát tâm
Mà trụ không thoái chuyển"

Lúc bấy giờ Phật bảo chư Bồ-tát cùng toàn thể đại chúng rằng:

"Các thiện nam tử! Các ông nên tín thọ và liễu giải lời thành thật của Như Lai."

Lại bảo các đại chúng rằng:

"Các ông nên tín thọ và liễu giải lời thành thật của Như Lai."

Lại bảo các đại chúng thêm một lần nữa:

"Các ông nên tín thọ và liễu giải lời thành thật của Như Lai."

Ngay lúc ấy, chư Bồ-tát đại chúng với ngài Từ Thị làm thượng thủ, chắp tay và thưa với Phật rằng:

"Thưa Thế Tôn! Kính mong hãy nói. Chúng con sẽ tín thọ lời của Phật."

Khi đã thưa ba lần như thế, họ lại thưa rằng:

"Kính mong hãy nói. Chúng con sẽ tín thọ lời của Phật."

❖

Lúc bấy giờ Thế Tôn biết chư Bồ-tát sẽ không ngừng lại với ba lần thỉnh cầu mà thôi, nên Ngài bảo rằng:

"Các ông hãy lắng nghe về sức thần thông bí mật của Như Lai. Tất cả trời người cùng phi thiên trong thế gian, đều cho là ngày nay Đức Phật Năng Tịch mới rời vương cung thuộc dòng tộc Năng Nhân, rồi đi đến một nơi cách thành Tượng Đầu không xa, ngồi ở Đạo Tràng và đắc Vô Thượng Chánh Đẳng Chánh Giác.

Tuy nhiên, thiện nam tử! Thật ra Ta đã thành Phật từ vô lượng vô biên tỷ ức nayuta kiếp về trước.

Giả sử có một người nghiền nát năm tỷ ức nayuta vô số Tam Thiên Đại Thiên Thế Giới thành những hạt vi trần. Rồi giả như người ấy đi qua năm tỷ ức nayuta vô số quốc độ ở phương đông và bỏ xuống một hạt vi trần. Người đó cứ tiếp tục đi về hướng đông như thế cho đến khi đã bỏ xuống hết những hạt vi trần ấy.

Các thiện nam tử! Ý các ông nghĩ sao? Có thể nào tính đếm và biết được số lượng của các thế giới đó không?"

Từ Thị Bồ-tát và những vị khác đồng thưa với Phật rằng:

"Thưa Thế Tôn! Các thế giới đó là vô lượng vô biên, không thể dùng toán số hay tâm lực mà biết được. Cho dù hết thảy Thanh Văn cùng Độc Giác dùng trí vô lậu để tư duy, thì cũng chẳng thể nào biết được giới hạn của số đó. Chúng con trụ ở quả vị không thoái chuyển, nhưng cũng chẳng thể thông đạt việc này.

Thưa Thế Tôn! Các thế giới như thế là vô lượng vô biên."

Lúc bấy giờ Phật bảo chư đại Bồ-tát:

"Các thiện nam tử! Ta bây giờ sẽ giải thích tường tận cho các ông. Các thế giới đó, dù có một hạt vi trần bỏ xuống hay không, thì cũng mang đi nghiền nát hết ra thành những hạt vi trần, rồi cứ tính mỗi vi trần làm thành một kiếp. Thời gian Ta đã thành Phật đến nay còn vượt hơn số đó đến cả tỷ ức nayuta vô số kiếp.

Kể từ đó đến nay, Ta luôn ở tại Thế giới Kham Nhẫn thuyết Pháp và giáo hóa chúng sanh, cũng như khai đạo và làm lợi ích cho chúng sanh trong tỷ ức nayuta vô số quốc độ ở phương khác.

Các thiện nam tử! Trong thời gian đó, Ta nói về Đức Phật Nhiên Đăng và chư Phật khác. Ta lại nói rằng chư Phật đó vào tịch diệt. Nhưng các việc như thế đều là dùng phương tiện để phân biệt.

❖

Các thiện nam tử! Nếu có chúng sanh nào đến chỗ của Ta, Ta sẽ dùng Phật nhãn quán sát tín tâm của họ, các căn lợi độn và những phẩm tánh khác, rồi Ta mới tùy cơ hóa độ. Ở tùy theo mỗi nơi mà Ta thuyết Pháp, danh xưng của Ta không giống nhau, tuổi tác của Ta hoặc lớn hay nhỏ. Ta cũng lại thị hiện nói là sẽ vào tịch diệt. Ta cũng lại dùng đủ mọi phương tiện để thuyết giảng diệu Pháp và khiến chúng sanh khởi lòng hoan hỷ.

Các thiện nam tử! Như Lai thấy các chúng sanh thích ở Pháp nhỏ nên Ta vì những kẻ đức mỏng nghiệp nặng mà nói với họ rằng:

'Lúc trẻ, ta đã xuất gia và đắc Vô Thượng Chánh Đẳng Chánh Giác.'

Kỳ thực thì từ xa xưa Ta đã thành Phật rồi. Ta chỉ vì giáo hóa chúng sanh mà dùng phương tiện và khiến họ vào Phật Đạo nên mới nói như thế.

Các thiện nam tử! Kinh điển do Như Lai diễn nói đều là để độ thoát chúng sanh. Hoặc Như Lai dùng chính thân mình để thuyết giảng, hay dùng thân người khác để thuyết giảng. Hoặc Như Lai dùng chính thân mình để thị hiện, hay dùng thân người khác để thị hiện. Hoặc Như Lai dùng việc của chính mình để hiển thị, hay dùng việc của người khác để hiển thị. Tất cả lời nói đều là chân thật bất hư.

Vì sao thế? Bởi Như Lai biết và thấy tướng như thật của ba cõi: không sanh không tử, không thoái không tiến, cũng không tại thế hay diệt độ, chẳng phải chân thật cũng chẳng phải hư vọng, chẳng phải như như cũng chẳng phải sai khác. Như Lai thấy ba cõi như chẳng phải ba cõi. Các việc như thế, Như Lai thấy rõ ràng và chẳng có sai lầm.

Do các chúng sanh có muôn loại chủng tánh, muôn điều mong muốn, muôn thứ nghiệp hành, cùng muôn sự tưởng nhớ và phân biệt, vì muốn khiến họ sanh các căn lành nên Như Lai dùng nhiều nhân duyên và thí dụ ngôn từ cùng đủ mọi cách thuyết Pháp để làm Phật sự mà chưa hề tạm lãng quên.

Vì thế, tính từ lúc Ta thành Phật ở thuở rất xa xưa về trước, thọ mạng của Ta là vô lượng vô số kiếp và thường trụ bất diệt.

Các thiện nam tử! Khi Ta tu hành Đạo Bồ-tát thuở xưa, thọ mạng đó đến nay vẫn chưa chấm dứt và còn gấp bội hơn số trên.

Tuy nhiên, Ta nay chẳng phải thật diệt độ nhưng lại nói rằng:

'Ta sẽ diệt độ.'

Như Lai dùng phương tiện ấy là để giáo hóa chúng sanh.

Vì sao thế? Bởi nếu Phật trụ lâu ở thế gian thì những người đức mỏng sẽ không gieo trồng căn lành. Những kẻ bần cùng hạ tiện, những kẻ tham trước năm dục, và những kẻ đã rơi vào lưới tà kiến, nếu thấy Như Lai thường trụ bất diệt thì họ sẽ kiêu mạn, phóng túng, chán ghét, và lười biếng. Họ sẽ chẳng thể sanh lòng cung kính và nghĩ tưởng là rất khó mà gặp được Phật.

Thế nên Như Lai dùng phương tiện mà nói rằng:

'Này các Bhikṣu! Nên biết rằng, chư Phật xuất hiện ở thế gian rất khó gặp được.'

Vì sao thế? Bởi những người đức mỏng trải qua vô lượng tỷ ức kiếp, trong thời gian đó, họ có thể thấy hoặc chẳng thấy Phật.

Vì lẽ đó, cho nên Ta nói lời như vầy:

'Này các Bhikṣu! Như Lai rất khó thấy được.'

Khi nghe lời nói như thế, những chúng sanh ấy chắc chắn sẽ nghĩ rằng rất khó mà gặp được Phật, nên lòng họ sanh quyến luyến, khát ngưỡng quý mến, và sẽ gieo trồng căn lành. Vì vậy, tuy Như Lai thật chẳng diệt độ mà nói là diệt độ.

Lại nữa, các thiện nam tử! Pháp của chư Phật Như Lai đều như thế, là vì để cứu độ chúng sanh và đều chân thật bất hư.

❖

Đây ví như có một vị lương y với trí tuệ thông đạt, rất giỏi pha chế thuốc và khéo chữa trị nhiều chứng bệnh. Người này có rất nhiều con cái--hoặc là 10, 20 hay cho đến 100 đứa. Do có công việc nên người cha phải đi xa đến nước khác. Sau đó, các con ở nhà đã uống phải thuốc độc, khiến họ điên loạn và lăn lộn trên đất.

Đúng lúc ấy thì người cha trở về nhà. Do các con đã uống thuốc độc nên có đứa đã mất đi bổn tâm, còn có đứa thì vẫn chưa. Khi trông thấy người cha từ xa, họ đều vui mừng khôn xiết.

Họ quỳ xuống và thưa với cha rằng:

'Cha đã trở về bình an, thật là tốt quá. Chúng con do bởi ngu si nên đã uống nhầm thuốc độc, xin cha hãy chữa trị và cứu vớt tánh mạng của chúng con.'

Thấy các con mình bị khổ não như thế, người cha căn cứ theo sách y dược mà đi tìm các dược thảo tốt với sắc hương mỹ vị đều có đầy đủ. Sau đó, người cha giã, sàng, và trộn các vị thuốc, rồi đưa cho các con.

Ngài nói lời như vầy:

'Lương dược này rất tốt, sắc hương mỹ vị đều có đầy đủ. Nếu các con lấy uống thì khổ não sẽ mau tiêu trừ và chẳng còn hoạn nạn.'

Trong số các con của ông, có đứa vẫn chưa mất đi tâm tánh nên khi thấy lương dược với màu đẹp hương thơm, chúng liền lấy uống nên hoàn toàn bình phục. Có đứa đã mất đi bổn tâm, tuy cũng mừng rỡ khi thấy cha về và xin cha trị bệnh, nhưng chúng lại không chịu dùng thuốc đó.

Vì sao thế? Bởi độc khí đã thâm nhập nên chúng mất đi bổn tâm. Đối với thuốc có màu đẹp hương thơm thì chúng cho là không tốt.

Người cha liền nghĩ:

'Các đứa con này thật đáng thương! Bị trúng phải độc nên toàn tâm điên đảo. Tuy vui mừng khi thấy ta và cầu xin cứu chữa, nhưng đối với phương thuốc hay lại chẳng chịu dùng. Ta nay phải thiết lập phương tiện để khiến chúng dùng thuốc này.'

Ông liền nói lời như sau:

'Các con nên biết rằng, nay cha đã già yếu và cái chết cận kề. Giờ ta để lại lương dược này ở đây, các con hãy lấy dùng và đừng lo là bệnh sẽ chẳng lành.'

Căn dặn như vậy xong, người cha liền đi đến nước khác và sai người về nhắn tin rằng:

'Cha của các người đã chết.'

Khi các đứa con nghe tin cha qua đời, lòng họ sầu khổ thảm thiết và nghĩ rằng:

'Nếu phụ thân còn ở đây, cha sẽ từ mẫn và có thể cứu hộ chúng ta. Giờ thì phụ thân đã bỏ lại chúng ta mà chết nơi tha phương. Đám cô nhi chúng ta phải biết cậy nương nơi nào!'

Với lòng luôn bùi ngùi thương cảm nhớ nhung, họ liền sực nhớ đến toa thuốc sắc hương mỹ vị của cha để lại, nên lập tức lấy dùng và độc bệnh liền trừ sạch. Khi nghe các con đã hoàn toàn lành bệnh, người cha vội quay về và họ đều trông thấy cha mình.

Các thiện nam tử! Ý các ông nghĩ sao? Có ai sẽ bảo rằng vị lương y này đã phạm tội nói dối không?"

"Dạ không, thưa Thế Tôn!"

Đức Phật bảo:

"Như Lai cũng lại như vậy. Ta đã thành Phật từ vô lượng vô biên tỷ ức nayuta kiếp về trước. Vì chúng sanh nên mới dùng sức phương tiện mà nói là sẽ diệt độ. Cũng không ai có thể bảo rằng, lời thuyết Pháp của Ta như thế là hư vọng."

❖

Lúc bấy giờ Thế Tôn muốn tuyên lại nghĩa lý ở trên nên nói kệ rằng:

"Từ khi Ta thành Phật
Kiếp số đã trải qua
Vô lượng tỷ ức năm
Vô số chẳng kể xiết
Luôn thuyết Pháp giáo hóa
Vô số ức chúng sanh
Khiến vào trong Phật Đạo

Trải qua vô lượng kiếp
Vì hóa độ chúng sanh
Phương tiện hiện tịch diệt
Nhưng thật chẳng diệt độ
Luôn trụ thuyết giảng Pháp

Ta luôn trụ ở đây
Dùng các sức thần thông
Khiến điên đảo chúng sanh
Tuy gần mà chẳng thấy

Họ thấy Ta diệt độ
Rộng cúng dường xá-lợi
Đều quyến luyến nhớ nhung
Mà sanh lòng khát ngưỡng

Khi chúng sanh tín thọ
Nhu hòa ý ngay thẳng
Nhất tâm muốn thấy Phật
Thân mạng chẳng luyến tiếc

Khi đó Ta cùng Tăng
Đều ở núi Thứu Phong
Lúc đó Ta bảo họ
'Luôn ở đây chẳng diệt'

Do dùng sức phương tiện
Hiện có diệt, không diệt
Cõi khác có chúng sanh
Kính tin lòng mong mỏi

Lại ở quốc độ kia
Ta thuyết Pháp vô thượng
Nhưng các ông chẳng nghe
Nghĩ Ta đã diệt độ

Ta thấy các chúng sanh
Đắm chìm trong khổ não
Ta không vội hiện thân
Khiến họ sanh khát ngưỡng

Khi lòng họ quyến luyến
Mới xuất hiện thuyết Pháp

Sức thần thông như thế
Cho đến vô số kiếp
Luôn ở núi Thứu Phong
Cùng những trú xứ khác

Chúng sanh thấy kiếp tận
Bị lửa lớn thiêu đốt
Quốc độ Ta an ổn
Trời người luôn đầy khắp

Viên lâm những lầu các
Đủ mọi báu trang nghiêm
Cây báu nhiều hoa quả
Nơi chúng sanh vui chơi

Chư thiên đánh trống trời
Luôn trỗi nhiều âm nhạc
Mưa hoa vi diệu âm
Rải Phật cùng đại chúng

Tịnh độ Ta chẳng hủy
Nhưng họ thấy thiêu sạch
Lo sợ với khổ não
Như thế thảy đầy khắp

Những chúng sanh có tội
Do nhân duyên nghiệp ác
Suốt cả vô số kiếp
Không nghe tên Tam Bảo

Những ai tu công đức
Nhu hòa lòng ngay thẳng
Họ đều thấy thân Ta
Ở nơi đây thuyết Pháp

Có lúc vì đại chúng
Nói Phật thọ vô lượng
Rất lâu mới thấy Phật
Nói Phật rất khó gặp

Trí lực Ta như thế
Tuệ quang chiếu vô lượng
Thọ mạng vô số kiếp
Từ lâu đã tu đắc

Các ông ai có trí
Việc này chớ sanh nghi
Đoạn trừ sạch vĩnh viễn
Lời Phật tuyệt chẳng hư

Như thầy thuốc phương tiện
Vì chữa trị cuồng tử
Còn sống mà bảo chết
Chẳng thể nói hư vọng

Như người cha thế gian
Ta cứu khổ trừ hoạn
Vì phàm phu điên đảo
Vẫn còn nhưng nói mất

Nếu họ luôn thấy Ta
Lười biếng lòng kiêu căng
Buông lung tham năm dục
Sẽ đọa trong đường ác

Ta biết rõ chúng sanh
Hành Đạo chẳng hành Đạo
Tùy căn cơ hóa độ
Mà nói đủ mọi Pháp

Ta luôn nghĩ như vầy
'Làm sao khiến chúng sanh
Được vào vô thượng tuệ
Mau thành tựu thân Phật?'"

Khi đại chúng nghe Phật nói về số kiếp thọ mạng lâu dài như thế, lúc đó có vô lượng vô biên vô số chúng sanh được lợi ích lớn.

Khi ấy Thế Tôn bảo Từ Thị Đại Bồ-tát:

"Này Vô Năng Thắng! Khi Ta nói về thọ mạng lâu dài của Như Lai, lúc ấy có chúng sanh nhiều như số cát trong 6,8 triệu ức nayuta sông Hằng đắc Vô Sanh Pháp Nhẫn.

Lại có số lượng chư đại Bồ-tát gấp 1.000 lần số trên đắc cánh cổng của Văn Trì Tổng Trì.

Lại có số lượng chư đại Bồ-tát bằng số vi trần của một thế giới đắc Nhạo Thuyết Vô Ngại Biện Tài.

Lại có số lượng chư đại Bồ-tát bằng số vi trần của một thế giới đắc Bách Thiên Vạn Ức Vô Lượng Toàn Tổng Trì.

Lại có số lượng chư đại Bồ-tát bằng số vi trần của một Tam Thiên Đại Thiên Thế Giới có thể chuyển Pháp luân không thoái chuyển.

Lại có số lượng chư đại Bồ-tát bằng số vi trần của một trung thiên thế giới có thể chuyển thanh tịnh Pháp luân.

Lại có số lượng chư đại Bồ-tát bằng số vi trần của một tiểu thiên thế giới sẽ đắc Vô Thượng Chánh Đẳng Chánh Giác, sau tám lần sanh nữa.

Lại có số lượng chư đại Bồ-tát bằng số vi trần gấp bốn lần của bốn châu thiên hạ sẽ đắc Vô Thượng Chánh Đẳng Chánh Giác, sau bốn lần sanh nữa.

Lại có số lượng chư đại Bồ-tát bằng số vi trần gấp ba lần của bốn châu thiên hạ sẽ đắc Vô Thượng Chánh Đẳng Chánh Giác, sau ba lần sanh nữa.

Lại có số lượng chư đại Bồ-tát bằng số vi trần gấp hai lần của bốn châu thiên hạ sẽ đắc Vô Thượng Chánh Đẳng Chánh Giác, sau hai lần sanh nữa.

Lại có số lượng chư đại Bồ-tát bằng số vi trần của bốn châu thiên hạ sẽ đắc Vô Thượng Chánh Đẳng Chánh Giác, sau một lần sanh nữa.

Lại có số lượng chúng sanh bằng số vi trần của tám thế giới đều phát tâm Vô Thượng Chánh Đẳng Chánh Giác."

Khi Phật nói về những lợi ích to lớn mà chư đại Bồ-tát đã chứng đắc ở Pháp, lúc đó trong hư không mưa xuống hoa vi diệu âm và hoa vi diệu âm lớn. Hoa rơi xuống chỗ của vô lượng tỷ ức chư Phật đang ngồi trên tòa sư tử ở dưới cây báu. Trong tháp bảy báu, hoa cũng rơi lên Đức Phật Năng Tịch đang ngồi trên tòa sư tử và Đức Phật Đa Bảo đã diệt độ từ lâu. Hoa cũng rơi lên tất cả chư đại Bồ-tát và bốn chúng đệ tử.

Bột đàn hương mịn nhuyễn, hương trầm thủy, và những loại hương khác cũng được mưa xuống. Ở trong hư không, tự nhiên có trống trời trỗi lên và diệu âm của chúng vang xa thăm thẳm.

1.000 loại thiên y được kết bằng các chuỗi ngọc, như là: chuỗi ngọc trân châu, chuỗi ngọc bảo châu, và chuỗi ngọc như ý châu cũng được mưa xuống. Ở khắp chín phương, có nhiều loại lư hương báu với những nén hương vô giá được đốt lên. Mùi hương của chúng tự nhiên lan tỏa khắp nơi để cúng dường đại hội.

Ở phía trên của mỗi Đức Phật có chư Bồ-tát cầm cờ hiệu và lọng che. Họ đứng hầu ở bên trên và trải dài theo thứ tự đến tận cõi Phạm Thiên. Với thanh âm vi diệu, chư Bồ-tát này ca vịnh vô lượng bài kệ để tán thán chư Phật.

❖

Lúc bấy giờ Từ Thị Bồ-tát từ chỗ ngồi đứng dậy, vén áo lộ vai phải, chắp tay hướng Phật và nói kệ rằng:

"Phật thuyết Pháp hiếm có
Xưa chưa hề nghe qua
Thế Tôn có đại lực
Thọ mạng chẳng thể lường

Vô số các Phật tử
Nghe Thế Tôn phân biệt
Nói ai đắc Pháp gì
Khắp toàn thân hoan hỷ

Hoặc trụ không thoái chuyển
Hoặc chứng đắc Tổng Trì
Hoặc Nhạo Thuyết Vô Ngại
Vạn Ức Toàn Tổng Trì

Hoặc có Đại Thiên Giới
Vi trần số Bồ-tát
Mỗi vị đều có thể
Chuyển Pháp luân bất thoái

Lại có trung thiên giới
Vi trần số Bồ-tát
Mỗi vị đều có thể
Chuyển Pháp luân thanh tịnh

Lại có tiểu thiên giới
Vi trần số Bồ-tát
Sau tám lần sanh nữa
Sẽ được thành Phật Đạo

Lại có bốn ba hai
Gấp bốn châu thiên hạ
Vi trần số Bồ-tát
Tùy lần sanh thành Phật

Hoặc bốn châu thiên hạ
Vi trần số Bồ-tát
Sau một lần sanh nữa
Sẽ thành Nhất Thiết Trí

Các chúng sanh như thế
Nghe Phật thọ dài lâu
Được vô lượng vô lậu
Cùng quả báo thanh tịnh

Lại có tám thế giới
Vi trần số chúng sanh
Nghe Phật nói thọ mạng
Đều phát vô thượng tâm

Thế Tôn thuyết vô lượng
Pháp chẳng thể nghĩ bàn
Mang đến nhiều lợi ích
Vô biên như hư không

Mưa hoa vi diệu âm
Hoa vi diệu âm lớn
Chư thiên như Hằng sa
Vô số cõi Phật đến

Mưa đàn hương trầm thủy
Rơi rực rỡ len lỏi
Như chim bay hạ xuống
Rải cúng dường chư Phật

Trống trời trong hư không
Tự nhiên vang diệu âm
Thiên y ngàn vạn loại
Xoay lượn rơi nhẹ xuống

Lư hương vi diệu báu
Đốt lên hương vô giá
Tự nhiên lan tỏa khắp
Cúng dường chư Thế Tôn

Chư đại Bồ-tát đó
Cầm lọng cờ hiệu báu
Cao đẹp vạn ức loại
Thứ tự đến Phạm Thiên

Ở trước mỗi Đức Phật
Treo lên tràng phan báu
Cũng dùng ngàn vạn kệ
Ca vịnh chư Như Lai

Muôn thứ việc như thế
Xưa nay chưa từng có
Nghe Phật thọ vô lượng
Hết thảy đều hoan hỷ

Phật danh thấu mười phương
Rộng lợi ích chúng sanh
Đầy đủ mọi căn lành
Trợ giúp tâm vô thượng"

❖

Lúc bấy giờ Phật bảo Từ Thị Đại Bồ-tát:

"Này Vô Năng Thắng! Nếu có chúng sanh nào nghe về thọ mạng lâu dài của Phật như thế, thậm chí như có thể sanh một niệm tín giải thì công đức đạt được sẽ không có hạn lượng.

Nếu có thiện nam tử hoặc thiện nữ nhân nào vì Vô Thượng Chánh Đẳng Chánh Giác, ngoại trừ Diệu Tuệ Độ, họ tu hành năm Pháp Đến Bờ Kia, như là: Bố Thí Độ, Tịnh Giới Độ, An Nhẫn Độ, Tinh Tấn Độ, và Tĩnh Lự Độ suốt 800.000 ức nayuta kiếp. Công đức ở trước mà so với công đức này thì một phần trăm, một phần ngàn, một phần của tỷ ức cũng không bằng một, cho đến dùng toán số thí dụ cũng chẳng thể biết.

Nếu thiện nam tử hoặc thiện nữ nhân nào có được công đức dường ấy mà sẽ thoái chuyển ở Vô Thượng Chánh Đẳng Chánh Giác, thì quyết không thể có việc đó."

Lúc bấy giờ Thế Tôn muốn tuyên lại nghĩa lý ở trên nên nói kệ rằng:

"Nếu ai cầu Phật tuệ
Suốt tám mươi vạn ức
Nayuta [na du ta] kiếp tu
Năm Pháp Đến Bờ Kia

Ở trong những kiếp này
Bố thí cúng dường Phật
Duyên Giác các đệ tử
Và cùng chư Bồ-tát

Ẩm thực lạ hiếm ngon
Giường nệm y phục đẹp
Xây tinh xá đàn hương
Với viên lâm trang nghiêm

Sự bố thí như thế
Muôn thứ đều vi diệu
Đến trọn kiếp số đó
Hồi hướng về Phật Đạo

Nếu lại trì giới cấm
Thanh tịnh chẳng khuyết lậu
Chí cầu Đạo vô thượng
Chư Phật đều ngợi khen

Nếu lại thực hành nhẫn
Trụ lãnh vực điều nhu
Dù kẻ ác đến phá
Tâm họ chẳng khuynh động

Có những người được pháp
Ôm lòng tăng thượng mạn
Khinh khi não hại họ
Như thế cũng đều nhẫn

Nếu lại siêng tinh tấn
Chí niệm luôn kiên cố
Trong vô lượng ức kiếp
Nhất tâm chẳng biếng lười

Lại ở vô số kiếp
Trú ở nơi hoang vắng
Hoặc ngồi hay kinh hành
Quên ngủ luôn nhiếp tâm

Do bởi nhân duyên đó
Có thể sanh tĩnh lự
Tám mươi ức vạn kiếp
An trụ tâm bất loạn

Với phước nhất tâm đó
Nguyện cầu Đạo vô thượng
'Nguyện đắc Nhất Thiết Trí
Thông đạt mọi tĩnh lự'

Người ấy sẽ ở trong
Suốt một tỷ ức kiếp
Tu những công đức đó
Như đã nói ở trên

Có thiện nam tín nữ
Nghe Ta nói thọ mạng
Dù chỉ một niệm tin
Phước ấy hơn người kia

Nếu ai thảy chẳng còn
Mọi nghi ngờ hối tiếc
Lòng tin sâu thoáng chốc
Phước sẽ được như thế

Nếu có chư Bồ-tát
Vô lượng kiếp hành Đạo
Nghe Ta nói thọ mạng
Sẽ có thể tín thọ

Những hành giả như thế
Đảnh thọ Kinh điển này
'Nguyện con ở vị lai
Sống lâu độ chúng sanh

Như Thế Tôn hôm nay
Vua trong tộc Năng Nhân
Đạo Tràng sư tử hống
Thuyết Pháp không sợ hãi

Chúng con đời vị lai
Hết thảy đều tôn kính
Khi ngồi ở Đạo Tràng
Nói thọ mạng cũng vậy'

Nếu có ai tin sâu
Thanh tịnh lòng ngay thẳng
Đa văn khéo tổng trì
Tùy nghĩa giảng lời Phật

Những hành giả như thế
Việc này chẳng còn nghi

❖

Lại nữa, Vô Năng Thắng! Nếu có ai nghe về thọ mạng lâu dài của Phật và thấu hiểu nghĩa thú đó, thì công đức có được của người ấy sẽ là không có hạn lượng và có thể phát khởi trí tuệ vô lượng của Như Lai. Huống nữa là họ nghe sâu Kinh này; hoặc bảo người khác nghe; tự mình thọ trì hay bảo người khác thọ trì; tự mình biên chép hay bảo người khác biên chép; hoặc dùng hương hoa, chuỗi ngọc, biểu ngữ, cờ hiệu, lọng che bằng lụa, dầu thơm, hay đèn bơ để cúng dường Kinh này. Công đức của người ấy sẽ là vô lượng vô biên và có thể sanh ra Nhất Thiết Chủng Trí.

Này Vô Năng Thắng! Nếu thiện nam tử hoặc thiện nữ nhân nào nghe Ta nói về thọ mạng lâu dài, rồi sanh tâm tín giải sâu xa, họ sẽ liền thấy Phật luôn thuyết Pháp ở tại núi Thứu Phong cùng với chư đại Bồ-tát và Thanh Văn thánh chúng vây quanh.

Lại thấy đất đai ở Thế giới Kham Nhẫn làm bằng lưu ly và cực kỳ bằng phẳng. Có tử ma hoàng kim dùng để phân ranh giới cho tám con đường và trên ấy có những hàng cây báu. Các đài báu cùng lầu quán đều làm bằng châu báu và ở trong ấy đều có chư Bồ-tát.

Nếu ai có thể quán tưởng như thế, thì nên biết đây là tướng trạng của sự tín giải thâm sâu.

Lại nữa, sau khi Như Lai diệt độ, nếu ai khi nghe Kinh này mà khởi lòng tùy hỷ và không chê bai, thì phải biết đây là tướng trạng về sự tin hiểu thâm sâu. Huống chi là người thọ trì đọc tụng Kinh này, hết mực tôn kính và đội Như Lai trên đỉnh đầu của họ.

Này Vô Năng Thắng! Các thiện nam tử và thiện nữ nhân đó không cần xây chùa dựng tháp cho Ta, hoặc tạo lập chỗ ở hay làm bốn sự cúng dường cho chư Tăng.

Vì sao thế? Bởi các thiện nam tử và thiện nữ nhân đó do thọ trì đọc tụng Kinh điển này, nên họ đã xây chùa dựng tháp, đã tạo lập chỗ ở và cúng dường cho chư Tăng. Chính họ đã xây tháp bảy báu có xá-lợi của Phật. Tháp rộng và cao đến tận cõi Phạm Thiên. Trên tháp ấy treo các cờ hiệu, lọng che, và chuông báu. Họ đã dùng hương hoa, chuỗi ngọc, hương bột, hương xoa, hương đốt, các loại âm nhạc, tiêu sáo, đàn hạc, đàn cầm, mọi giai điệu vũ khúc, và âm thanh vi diệu để ca vịnh tán thán. Người đó đã làm những sự cúng dường như thế suốt vô lượng ngàn vạn ức kiếp.

Này Vô Năng Thắng! Sau khi Ta diệt độ, nếu ai nghe Kinh điển này và có thể thọ trì, hoặc tự biên chép hay bảo người khác biên chép, tức là họ đã tạo lập chỗ ở cho chư Tăng. Họ đã dùng đàn hương màu đỏ để xây 32 chánh điện với độ cao bằng tám cây cọ.

Pháp đường ấy cao rộng, trang nghiêm đẹp đẽ, và có 100.00 vị Bhikṣu đang ở trong ấy; lại có viên lâm, ao tắm, nơi kinh hành, hang động để tĩnh tọa, y phục ẩm thực, giường nệm thuốc thang, và tất cả nhạc cụ có đầy khắp trong ấy. Nơi chư Tăng cư trú, Pháp đường, và lầu các như thế, số ấy nhiều vô lượng đến vài tỷ ức, sẽ hiện ra ở trước để cúng dường Ta cùng các vị Bhikṣu.

Bởi vậy Ta mới nói rằng, sau khi Như Lai diệt độ, nếu có ai thọ trì đọc tụng và thuyết giảng cho người khác, hoặc tự biên chép hay bảo người khác biên chép và cúng dường Kinh này, thì họ không cần phải xây chùa dựng tháp, hoặc tạo lập chỗ ở hay cúng dường cho chư Tăng.

Hà huống lại có người nào mà có thể thọ trì Kinh này và còn tu hành bố thí, tịnh giới, an nhẫn, tinh tấn, tĩnh lự, cùng Diệu Tuệ. Công đức của họ sẽ là tối thắng và nhiều vô lượng vô biên. Đây ví như hư không, đông tây nam bắc, bốn hướng phụ, cùng phương trên và phương dưới là vô lượng vô biên. Công đức của người ấy cũng lại như thế, là vô lượng vô biên, và họ sẽ mau đạt đến Nhất Thiết Chủng Trí.

Nếu ai thọ trì đọc tụng Kinh này và thuyết giảng cho người khác, hoặc tự biên chép hay bảo người khác biên chép. Họ lại có thể xây chùa dựng tháp, cùng tạo lập chỗ ở cho chư Tăng, cúng dường và tán thán Thanh Văn thánh chúng. Họ còn dùng tỷ ức Pháp ngợi khen để tán thán công đức của Bồ-tát. Họ lại vì người khác mà dùng đủ mọi nhân duyên và tùy theo mỗi người mà giải thích Kinh Pháp Hoa này. Họ lại có thể trì giới thanh tịnh, sống hòa thuận với mọi người, nhẫn nhịn, không nóng giận, và chí niệm kiên cố. Họ cũng luôn trân quý tĩnh tọa và được các định thâm sâu. Họ cũng tinh tấn dũng mãnh, thu nhiếp mọi Pháp lành, các căn lanh lợi, có trí tuệ, và khéo trả lời những câu hỏi khó.

Này Vô Năng Thắng! Sau khi Ta diệt độ, nếu các thiện nam tử hoặc thiện nữ nhân nào thọ trì đọc tụng Kinh điển này và lại có những công đức lành khác như thế, thì phải biết người ấy đã hướng về Đạo Tràng, gần kề Vô Thượng Chánh Đẳng Chánh Giác và sẽ ngồi ở dưới cội Đạo thụ.

Này Vô Năng Thắng! Các thiện nam tử và thiện nữ nhân đó, hoặc nơi họ ngồi, đứng, hay nơi đang đi, thì họ nên xây một ngôi tháp ở chỗ đó. Hết thảy trời người đều phải nên cúng dường như tháp của Phật."

❖

Lúc bấy giờ Thế Tôn muốn tuyên lại nghĩa lý ở trên nên nói kệ rằng:

"Sau khi Ta diệt độ
Ai khéo trì Kinh này
Phước người ấy vô lượng
Như đã nói ở trên

Chính họ đã đầy đủ
Tất cả mọi cúng dường
Khởi xây tháp xá-lợi
Vật bảy báu trang nghiêm

Cột cờ tháp cao rộng
Sừng sững đến Phạm Thiên
Chuông báu ngàn vạn ức
Gió thổi vang diệu âm

Lại ở vô lượng kiếp
Mà cúng dường tháp này
Hương hoa cùng chuỗi ngọc
Thiên y các âm nhạc

Thắp đèn dầu bơ thơm
Luôn chiếu sáng xung quanh
Đời ác trược Mạt Pháp
Ai khéo trì Kinh này
Như đã nói ở trên
Đầy đủ mọi cúng dường

Nếu khéo trì Kinh này
Tức như Phật hiện tại
Dùng Ngưu Đầu đàn hương
Xây chỗ ở cúng dường

Ba mươi hai Pháp đường
Cao bằng tám cây cọ
Áo đẹp thức ăn ngon
Giường nệm đều trọn đủ

Trăm ngàn người ở đó
Viên lâm các ao tắm
Kinh hành, động tĩnh tọa
Muôn thứ đẹp trang nghiêm

Nếu tâm ai tin hiểu
Thọ trì biên chép đọc
Hoặc bảo người biên chép
Và cúng dường Kinh này

Rải hương hoa hương bột
Hoa lài dâng cúng dường
Ngọc lan hoa giải thoát
Luôn thắp đèn dầu thơm

Họ cúng dường như thế
Được vô lượng công đức
Vô biên như hư không
Phước ấy cũng như vậy

Huống lại trì Kinh này
Cùng bố thí tịnh giới
An nhẫn thích tĩnh lự
Không sân không ác khẩu

Họ cung kính chùa tháp
Khiêm hạ chư Bhikṣu
Lìa xa lòng tự cao
Luôn tư duy trí tuệ

Hỏi điều khó chẳng giận
Tùy thuận mà giảng giải
Nếu khéo tu như thế
Công đức chẳng thể lường

Nếu thấy Pháp sư này
Thành tựu đức như thế
Hãy rải hoa cõi trời
Thiên y đắp thân họ
Đầu đảnh lễ sát đất
Sanh tâm tưởng như Phật

Lại nên nghĩ như vầy
'Không lâu đến Đạo thụ
Được vô lậu vô vi
Rộng lợi ích trời người'

Tại nơi vị ấy ở
Kinh hành hoặc nằm ngồi
Dù nói một bài kệ
Nên xây tháp nơi đó
Vi diệu đẹp trang nghiêm
Muôn vật để cúng dường

Phật tử trụ địa này
Thọ dụng như Đức Phật
Luôn ở tại trong ấy
Kinh hành cùng nằm ngồi"

Kinh Diệu Pháp Liên Hoa ♦ Hết quyển 5

☸ Phẩm 18: Tùy Hỷ Công Đức

Lúc bấy giờ Từ Thị Đại Bồ-tát bạch Phật rằng:

"Bạch Thế Tôn! Nếu có thiện nam tử hoặc thiện nữ nhân nào khi nghe Kinh Pháp Hoa này mà tùy hỷ, thì họ sẽ được bao nhiêu phước?"

Liền nói kệ rằng:

"Sau khi Phật diệt độ
Nếu ai nghe Kinh này
Mà có thể tùy hỷ
Sẽ được bao nhiêu phước?"

Lúc bấy giờ Phật bảo Từ Thị Đại Bồ-tát:

"Này Vô Năng Thắng! Sau khi Như Lai diệt độ, nếu có những vị Bhikṣu [bíc su], Bhikṣuṇī [bíc su ni], Thanh Tín Nam, Thanh Tín Nữ, cùng bất kỳ người trí nào, hoặc già hay trẻ, mà tùy hỷ khi nghe Kinh này, thì sau khi rời Pháp hội để đi đến nơi khác, như là nơi chư Tăng cư trú, hoặc ở tại nơi hoang vắng, thành ấp, đường sá, thôn xóm, hay cánh đồng, rồi mang những lời nghe được mà diễn nói tùy theo khả năng của họ cho cha mẹ, thân thuộc, và thiện hữu tri thức. Khi những người này nghe xong và tùy hỷ, họ lại chuyển sang dạy người khác. Khi người khác nghe rồi, lại tùy hỷ và chuyển sang dạy tiếp. Triển chuyển như thế cho đến người thứ 50.

Này Vô Năng Thắng! Bây giờ Ta sẽ nói công đức về sự tùy hỷ của thiện nam tử hay thiện nữ nhân thứ 50 đó. Ông hãy lắng nghe!

Giả như trong bốn triệu ức vô số thế giới có những chúng sanh ở sáu đường sanh ra từ bốn loại: sanh ra từ trứng, sanh ra từ bào thai, sanh ra từ ẩm ướt, và sanh ra từ biến hóa; hoặc chúng sanh có sắc, chúng sanh vô sắc, chúng sanh có nhận thức, chúng sanh lìa nhận thức, chúng sanh chẳng phải hoàn toàn có nhận thức, hay chúng sanh chẳng phải hoàn toàn lìa nhận thức; hoặc không chân, hai chân, bốn chân, hay nhiều chân. Các loài nhiếp tại hữu tình số như thế, nếu có người vì cầu phước mà cung cấp mọi thứ tùy theo ước muốn của mỗi chúng sanh, lại cho mỗi chúng sanh nào là vàng, bạc, lưu ly, xa cừ, mã não, san hô, hổ phách, những kỳ trân diệu bảo, cùng voi ngựa xe cộ, cung điện lầu các làm bằng bảy báu và số ấy đầy khắp châu Thắng Kim.

Vị đại thí chủ này bố thí như thế suốt 80 năm, rồi nghĩ như vầy:

'Ta đã cho chúng sanh những vật yêu thích với tùy theo ý nguyện của họ. Tuy nhiên, các chúng sanh này đều đã già yếu, tuổi đã ngoài 80, tóc bạc và khuôn mặt nhăn nheo; không bao lâu thì sẽ chết. Ta nên dùng Phật Pháp mà hướng dẫn họ.'

Và thế là, ngài liền tụ tập các chúng sanh này lại, rồi tuyên nói giáo Pháp để chỉ dạy và mang lợi ích an vui cho họ. Lập tức họ đều đắc Quả Dự Lưu, Nhất Lai, Bất Hoàn, hay Đạo Ưng Chân, dứt trừ mọi hữu lậu, được tự tại trong hết thảy tĩnh lự thâm sâu, và đầy đủ Tám Giải Thoát.

Ý ông nghĩ sao? Công đức của vị đại thí chủ này có nhiều chăng?"

Ngài Từ Thị thưa với Phật rằng:

"Thưa Thế Tôn! Công đức của người ấy rất nhiều và vô lượng vô biên. Dù vị thí chủ này chỉ cho chúng sanh tất cả đồ vui thích, thì công đức đã là vô lượng. Huống nữa lại khiến họ đắc Đạo Ưng Chân."

Phật bảo ngài Từ Thị:

"Ta nay sẽ nói rõ cho ông biết. Người này lấy tất cả đồ vui thích để cho những chúng sanh của bốn triệu ức vô số thế giới ở trong sáu đường và lại khiến họ đắc Đạo Ưng Chân. Công đức có được của người ấy không bằng công đức của người thứ 50 nghe được một bài kệ trong Kinh Pháp Hoa rồi tùy hỷ; dù là một phần trăm, một phần ngàn, một phần của tỷ ức phần cũng không bằng, và cho đến toán số thí dụ cũng chẳng thể biết.

Này Vô Năng Thắng! Công đức tùy hỷ của người thứ 50 đã triển chuyển nghe được Kinh Pháp Hoa là vô lượng vô biên vô số. Huống nữa là người đầu tiên nghe từ trong đại hội rồi tùy hỷ. Phước đức của người đó lại càng trội hơn, vô lượng vô biên vô số, và không thể nào so sánh được.

Lại nữa, Vô Năng Thắng! Nếu có người vì Kinh này mà đi đến chỗ của chư Tăng cư trú, hoặc ngồi hay đứng, nghe và tín thọ chừng thoáng chốc, thì do nhân duyên của công đức ấy, khi sanh ra ở đời sau, họ sẽ được voi ngựa hảo hạng, xe cộ sang trọng, kiệu báu trân quý, và cho đến du hành trong cung điện cõi trời.

Nếu lại có người đang ngồi nghe giảng Pháp mà khi có người đến, họ khuyên bảo ngồi xuống nghe hoặc san sẻ chỗ ngồi, thì công đức của người này là sẽ chuyển thân được ngồi chỗ của Năng Thiên Đế, hoặc ngồi chỗ của Phạm Vương, hay ngồi chỗ của Chuyển Luân Thánh Vương.

Này Vô Năng Thắng! Nếu lại có người nói với người khác rằng:

'Có Kinh Phật tên là Pháp Hoa. Chúng ta hãy cùng đến đó nghe đi.'

Người kia liền nghe theo và dù họ chỉ đi nghe chừng thoáng chốc, thì công đức của người khuyên bảo là sẽ vào đời sau được sanh cùng một nơi với Tổng Trì Bồ-tát, có trí tuệ và căn tánh lanh lợi.

Suốt một tỷ đời, họ sẽ không bao giờ bị câm ngọng, hơi thở không hôi, lưỡi luôn chẳng có bệnh, và miệng cũng chẳng có bệnh.

Răng của họ sẽ không dơ, không bị đen, vàng khè, hay thưa thớt, hoặc chẳng bị thiếu hay rụng mất, chẳng bị không đều hay lòi xỉ.

Môi của họ sẽ không bị trề, cũng chẳng bị hóm, không thô kệch, không lở nứt, cũng không sứt mẻ, cũng không méo, không dày, không lớn, cũng không đen sì, và chẳng có mọi điểm xấu.

Mũi của họ sẽ không mỏng dẹp và cũng không cong queo.

Sắc mặt của họ sẽ không đen, cũng không hẹp hay dài, cũng không lõm hay cong, và không có bất cứ mọi tướng nào mà chẳng vừa ý.

Môi, miệng, và răng đều xinh đẹp. Mũi dài, thẳng và cao. Khuôn mặt trái xoan, chân mày dài, trán rộng, bằng phẳng, và đầy đủ nhân tướng. Ở mọi đời khi sanh ra, người ấy sẽ thấy Phật nghe Pháp và tín thọ lời dạy bảo.

Này Vô Năng Thắng! Ông xem đó, khuyên bảo một người đi nghe Pháp mà được công đức dường ấy. Huống nữa là nhất tâm nghe thuyết giảng, đọc tụng, rồi ở giữa đại chúng mà phân biệt cho người khác và như thuyết tu hành."

❖

Lúc bấy giờ Thế Tôn muốn tuyên lại nghĩa lý ở trên nên nói kệ rằng:

"Như ai ở Pháp hội
Nghe được Kinh điển này
Dù chỉ một bài kệ
Tùy hỷ giảng cho người

Triển chuyển dạy như thế
Đến người thứ năm mươi
Người sau cuối được phước
Ta nay sẽ phân biệt

Như có đại thí chủ
Cung cấp vô lượng chúng
Trọn suốt tám mươi năm
Tùy theo mỗi ước mong

Thấy tướng họ già suy
Tóc bạc mặt nhăn nheo
Răng rụng thân khô héo

'Họ không lâu sẽ chết
Ta nay nên dạy họ
Khiến cho đắc Đạo Quả'

Liền thuyết giảng phương tiện
Tịch diệt, Pháp chân thật

'Thế gian đều chẳng bền
Như bọt nước ánh lửa
Các người đều phải nên
Mau sanh tâm nhàm chán'

Khi họ nghe Pháp này
Đều thành bậc Ưng Chân
Đầy đủ Sáu Thần Thông
Ba Minh Tám Giải Thoát

Người năm mươi sau cùng
Vui nghe một bài kệ
Phước người này hơn kia
Chẳng thể nào ví dụ

Triển chuyển nghe như thế
Phước ấy là vô lượng
Huống nữa trong Pháp hội
Người đầu tiên tùy hỷ

Nếu ai khuyên một người
Dẫn họ nghe Pháp Hoa
Nói 'Kinh này thâm diệu
Ngàn vạn kiếp khó gặp'

Liền vâng theo đi nghe
Dù chỉ nghe một thoáng
Phước báo của người ấy
Ta nay phân biệt nói

Đời đời miệng không bệnh
Răng không thưa đen vàng
Môi không dày sứt lở
Không có tướng xấu thô

Lưỡi chẳng khô đen ngắn
Mũi cao đẹp dài thẳng
Vầng trán rộng bằng phẳng
Diện mạo thảy đoan nghiêm

Làm người thấy hoan hỷ
Hơi thở không hôi thối
Hương thơm hoa sen xanh
Luôn từ miệng tỏa ra

Nếu đến chỗ Tăng trú
Muốn nghe Kinh Pháp Hoa
Thoáng nghe mà hoan hỷ
Ta nay nói phước đó

Đời sau trong trời người
Được voi ngựa xe đẹp
Kiệu trân bảo quý hiếm
Và ngồi cung điện trời

Nếu tại nơi giảng Pháp
Khuyên người ngồi nghe Kinh
Nhân duyên phước có được
Thiên đế, Phạm, Chuyển Luân

Hà huống nhất tâm nghe
Giảng giải nghĩa thú đó
Như thuyết mà tu hành
Phước ấy chẳng thể lường"

Lúc bấy giờ Phật bảo Thường Tinh Tấn Đại Bồ-tát:

"Nếu thiện nam tử hoặc thiện nữ nhân nào thọ trì Kinh Pháp Hoa này, hoặc đọc hay tụng, hoặc thuyết giảng hay biên chép, người đó sẽ được 800 công đức của mắt, 1.200 công đức của tai, 800 công đức của mũi, 1.200 công đức của lưỡi, 800 công đức của thân, và 1.200 công đức của ý. Do những công đức ấy trang nghiêm nên khiến sáu căn của họ đều thanh tịnh.

Khi vừa lọt lòng thì căn mắt của các thiện nam tử và thiện nữ nhân đó đã được thanh tịnh. Họ sẽ thấy trong ngoài của Tam Thiên Đại Thiên Thế Giới, tất cả núi rừng và sông biển, dưới đến tận Địa ngục Vô Gián, trên lên đến trời Sắc Cứu Cánh. Họ cũng thấy hết thảy chúng sanh trong đó cùng nghiệp quả nhân duyên và nơi quả báo thọ sanh. Tất cả thảy đều thấy biết."

Lúc bấy giờ Thế Tôn muốn tuyên lại nghĩa lý ở trên nên nói kệ rằng:

"Nếu ở giữa đại chúng
Với tâm không sợ hãi
Thuyết Kinh Pháp Hoa này
Hãy nghe công đức họ

Người này được tám trăm
Công đức mắt thù thắng
Do dùng đó trang nghiêm
Mắt họ rất thanh tịnh

Căn mắt lúc sanh ra
Thấy khắp tỷ thế giới
Trong ngoài của Cao Sơn
Diệu Cao cùng Luân Vi

Với các núi rừng khác
Biển cả nước sông hồ
Dưới đến ngục Vô Gián
Trên đến Sắc Cứu Cánh

Những chúng sanh trong đó
Tất cả đều trông thấy
Tuy chưa mở thiên nhãn
Sức nhục nhãn dường ấy

❖

Lại nữa, Thường Tinh Tấn! Nếu thiện nam tử hoặc thiện nữ nhân nào thọ trì Kinh này, hoặc đọc hay tụng, hoặc thuyết giảng hay biên chép, thì sẽ được 1.200 công đức của tai. Với căn tai thanh tịnh, họ sẽ nghe tận đến trong ngoài của Tam Thiên Đại Thiên Thế Giới, dưới đến tận Địa ngục Vô Gián, trên lên đến trời Sắc Cứu Cánh.

Mọi âm thanh ngôn ngữ, tiếng voi, tiếng ngựa, tiếng bò, tiếng xe, tiếng khóc lóc, tiếng than thở, tiếng loa, tiếng trống, tiếng chung, tiếng chuông, tiếng cười, tiếng nói, tiếng nam, tiếng nữ, tiếng bé trai, tiếng bé gái, tiếng Pháp, tiếng chẳng phải Pháp, tiếng khổ, tiếng vui, tiếng phàm phu, tiếng thánh nhân, tiếng hoan hỷ, tiếng chẳng hoan hỷ, tiếng trời, tiếng rồng, tiếng quỷ tiệp tật, tiếng tầm hương thần, tiếng phi thiên, tiếng kim sí điểu, tiếng nghi thần, tiếng đại mãng xà, tiếng lửa, tiếng nước, tiếng gió, tiếng địa ngục, tiếng bàng sanh, tiếng ngạ quỷ, tiếng Bhikṣu, tiếng Bhikṣuṇī, tiếng Thanh Văn, tiếng Độc Giác, tiếng Bồ-tát, và tiếng Phật.

Nói tóm lại, tuy chưa đắc thiên nhĩ nhưng họ đều có thể dùng căn tai thanh tịnh bình thường từ lúc mới sanh để nghe biết hết thảy mọi âm thanh trong ngoài của Tam Thiên Đại Thiên Thế Giới. Họ phân biệt muôn loại âm thanh như thế mà căn tai chẳng bị hư hoại."

Lúc bấy giờ Thế Tôn muốn tuyên lại nghĩa lý ở trên nên nói kệ rằng:

"Căn tai lúc sanh ra
Thanh tịnh không uế trược
Với tai phàm họ nghe
Âm thanh khắp Đại Thiên

Tiếng voi ngựa bò xe
Tiếng chung chuông loa trống
Tiếng đàn cầm đàn hạc
Tiếng tiêu tiếng sáo thổi

Tiếng thanh tịnh ca hay
Họ nghe nhưng chẳng nhiễm
Vô số tiếng của người
Thảy đều nghe hiểu hết

Lại nghe tiếng chư thiên
Tiếng ca xướng vi diệu
Cùng nghe tiếng nam nữ
Tiếng đồng nam đồng nữ

Giữa sông núi hiểm cốc
Tiếng hót chim mỹ âm
Chim mạng mạng chim khác
Thảy nghe tiếng của chúng

Nỗi thống khổ địa ngục
Muôn thứ tiếng ghê rợn
Ngạ quỷ khổ đói khát
Tiếng van nài ẩm thực

Và các loài phi thiên
Sống tại bờ biển cả
Khi tranh luận với nhau
Phát ra âm thanh lớn

Người thuyết Pháp như thế
An trú ở nơi đây
Từ xa nghe mọi tiếng
Mà căn tai chẳng hoại

Trong mười phương thế giới
Chim thú réo gọi nhau
Nhưng người thuyết Pháp này
Nơi đây thảy đều nghe

Các vị trời Đại Phạm
Quang Âm cùng Biến Tịnh
Cho đến Sắc Cứu Cánh
Ngôn ngữ và âm thanh
Pháp sư trú nơi đây
Tất cả thảy đều nghe

Hết thảy các Bhikṣu
Cùng với Bhikṣuṇī
Nếu đọc tụng Kinh điển
Hoặc giảng cho người khác
Pháp sư trú nơi đây
Tất cả thảy đều nghe

Lại có chư Bồ-tát
Đọc tụng Kinh Pháp Phật
Hoặc giảng cho người khác
Hay soạn tập giải nghĩa
Các âm thanh như thế
Tất cả thảy đều nghe

Chư Phật Đại Thánh Tôn
Bậc giáo hóa chúng sanh
Ở trong các đại hội
Diễn nói Pháp vi diệu
Hành giả trì Pháp Hoa
Tất cả thảy đều nghe

Tam Thiên Đại Thiên Giới
Trong ngoài mọi thanh âm
Dưới đến ngục Vô Gián
Trên đến Sắc Cứu Cánh
Đều nghe âm thanh đó
Mà căn tai chẳng hoại

Do tai họ nhạy bén
Tất khéo phân biệt rõ
Ai trì Pháp Hoa này
Tuy chưa đắc thiên nhĩ
Chỉ dùng tai lúc sanh
Công đức đã như vậy

❖

Lại nữa, Thường Tinh Tấn! Nếu thiện nam tử hoặc thiện nữ nhân nào thọ trì Kinh này, hoặc đọc hay tụng, hoặc thuyết giảng hay biên chép, thì sẽ thành tựu 800 công đức của mũi. Với căn mũi thanh tịnh, họ sẽ ngửi đến trên dưới trong ngoài của Tam Thiên Đại Thiên Thế Giới.

Mọi thứ mùi hương: hương hoa lài, hương hoa kim tiền, hương hoa hoàng sắc, hương hoa ngọc lan, hương hoa trùng sanh, hương hoa sen đỏ, hương hoa sen xanh, hương hoa sen trắng, hương cây hoa, hương cây trái, đàn hương, hương trầm thủy, hương hoắc diệp, hương mộc, cùng ngàn vạn loại hương trộn, như là hương bột, hương viên, hay hương xoa. Tuy người thọ trì Kinh này trú tại nơi đây, nhưng thảy đều có thể phân biệt.

Họ còn phân biệt được mùi hương của chúng sanh, hương voi, hương ngựa, hương bò, hương dê, hương nam, hương nữ, hương bé trai, hương bé gái, cùng hương cỏ cây và rừng rậm. Tất cả mùi hương, hoặc gần hay xa, họ tất đều phân biệt và ngửi được mà không bị lẫn lộn.

Dù người thọ trì Kinh này trú tại nơi đây, nhưng cũng ngửi được mùi hương của chư thiên trên cõi trời, nào là hương của cây hương biến và cây địa phá, cùng hương hoa vi diệu âm, hương hoa vi diệu âm lớn, hương hoa nhu nhuyễn, hương hoa nhu nhuyễn lớn, đàn hương, hương trầm thủy, muôn loại hương bột, và các loại hương hoa hỗn tạp. Các mùi hương cõi trời như thế, hương lan tỏa ra hay hòa quyện với nhau, không một loại hương nào khi ngửi mà họ chẳng biết.

Người ấy cũng ngửi được mùi hương trên thân của chư thiên, mùi hương của Năng Thiên Đế ở trên Cung điện Diệu Thắng khi thiên đế đùa giỡn và vui sướng năm dục. Hoặc mùi hương ở tại Giảng đường Thiện Pháp khi thiên đế thuyết Pháp cho chư thiên trên trời Tam Thập Tam. Hoặc mùi hương khi thiên đế vui chơi ở những khu vườn. Họ cũng ngửi được mùi hương trên thân của các thiên tử và những thiên nữ khác. Hết thảy họ đều ngửi được từ xa.

Triển chuyển như vậy cho đến cõi Phạm Thế và lên đến chư thiên ở trời Sắc Cứu Cánh, người ấy cũng đều ngửi được mùi hương trên thân và cũng như hương đốt của chư thiên. Mùi hương của Thanh Văn, mùi hương của Độc Giác, mùi hương của Bồ-tát, và mùi hương trên thân của chư Phật, tất cả họ cũng đều ngửi được từ xa và biết mùi hương đó ở nơi nào. Tuy ngửi những mùi hương này nhưng căn mũi của họ chẳng bị hư hoại hay sai lầm. Nếu người ấy muốn phân biệt và thuyết giảng cho người khác thì trí nhớ của họ sẽ chẳng hề nhầm lẫn."

Lúc bấy giờ Thế Tôn muốn tuyên lại nghĩa lý ở trên nên nói kệ rằng:

"Mũi người ấy thanh tịnh
Ở trong thế giới này
Hương thơm hay mùi hôi
Tất cả đều ngửi biết

Hoa lài hoa kim tiền
Hoắc diệp đàn hương thơm
Trầm thủy với quế hương
Muôn loại hương hoa quả

Cũng biết hương chúng sanh
Hương người nam người nữ
Người thuyết Pháp nơi xa
Ngửi hương biết từ đâu

Đại thế Chuyển Luân Vương
Tiểu Luân Vương cùng con
Quần thần với cung phi
Ngửi hương biết từ đâu

Trân bảo đeo trên thân
Cùng kho tàng trong đất
Bảo nữ vua Chuyển Luân
Ngửi hương biết từ đâu

Đồ trang sức trên thân
Y phục cùng chuỗi ngọc
Muôn thứ loại hương xoa
Ngửi hương biết của ai

Chư thiên đi hay ngồi
Dạo chơi hay biến hóa
Người thọ trì Pháp Hoa
Ngửi hương có thể biết

Cây cối với hoa quả
Mùi dầu hương của bơ
Người trì Kinh ở đây
Thảy đều biết từ đâu

Rừng rậm rạp hung hiểm
Cây đàn hương nở hoa
Chúng sanh trú trong đó
Ngửi hương có thể biết

Biển cả núi Luân Vi
Chúng sanh ở trong đất
Người trì Kinh ngửi hương
Tất biết họ ở đâu

Phi thiên nam và nữ
Cùng quyến thuộc của họ
Lúc đấu tranh rong chơi
Ngửi hương có thể biết

Nơi hoang dã hiểm trở
Sư tử voi cọp sói
Bò rừng với trâu nước
Ngửi hương biết từ đâu

Nếu có người mang thai
Chưa biết nam hay nữ
Quái vật hay phi nhân
Ngửi hương có thể biết

Bằng vào sức ngửi hương
Họ biết người mang thai
Thành tựu chẳng thành tựu
An vui sanh con thảo

Bằng vào sức ngửi hương
Biết tâm niệm gái trai
Lòng nhiễm tham sân si
Cũng biết người tu thiện

Kho tàng giấu dưới đất
Vàng bạc các trân bảo
Đựng trong hũ bằng đồng
Ngửi hương có thể biết

Muôn loại các chuỗi ngọc
Giá trị chẳng thể rõ
Ngửi hương biết mắc rẻ
Xuất xứ cùng ở đâu

Tất cả hoa trên trời
Cùng hoa vi diệu âm
Nhu nhuyễn, cây hương biến
Ngửi hương có thể biết

Các cung điện trên trời
Thượng trung hạ sai khác
Những hoa báu trang nghiêm
Ngửi hương có thể biết

Vườn trời, Diệu Thắng Điện
Lầu quán, Thiện Pháp Đường
Vui chơi ở trong đó
Ngửi hương có thể biết

Lúc chư thiên nghe Pháp
Hoặc khi thọ năm dục
Đến đi đứng nằm ngồi
Ngửi hương có thể biết

Quần áo thiên nữ mặc
Hương hoa quý trang nghiêm
Lúc bay lượn vui chơi
Ngửi hương có thể biết

Triển chuyển lên như thế
Cho đến cõi Phạm Thế
Ai nhập định xuất định
Ngửi hương có thể biết

Quang Âm, trời Biến Tịnh
Cho đến Sắc Cứu Cánh
Mới sanh hay mạng chung
Ngửi hương có thể biết

Chư Bhikṣu đại chúng
Luôn tinh tấn nơi Pháp
Hoặc ngồi hay kinh hành
Cùng đọc tụng Kinh điển

Hoặc dưới cây trong rừng
Chuyên chú siêng tĩnh tọa
Người trì Kinh ngửi hương
Tất biết họ ở đâu

Bồ-tát tâm kiên cố
Tĩnh tọa hay đọc tụng
Hoặc thuyết Pháp cho người
Ngửi hương có thể biết

Thế Tôn ở nơi nào
Tất cả đều cung kính
Ngài từ mẫn thuyết Pháp
Ngửi hương có thể biết

Chúng sanh ở trước Phật
Nghe Kinh đều hoan hỷ
Như Pháp mà tu hành
Ngửi hương có thể biết

Tuy chưa thành Bồ-tát
Mũi lúc sanh vô lậu
Người thọ trì Kinh đây
Đã có tướng mũi ấy

❖

Lại nữa, Thường Tinh Tấn! Nếu thiện nam tử hoặc thiện nữ nhân nào thọ trì Kinh này, hoặc đọc hay tụng, hoặc thuyết giảng hay biên chép, thì sẽ được 1.200 công đức của lưỡi. Hết thảy mọi thứ khi người ấy nếm, là ngon hay dở, là vị đắng hay thô nhám, thì đều biến thành thượng vị như cam lộ cõi trời, không gì là chẳng ngon ngọt. Nếu người ấy thuyết giảng ở giữa đại chúng với căn lưỡi này, thì từ trong miệng sẽ phát ra âm thanh vi diệu, có thể đi vào lòng của đại chúng, và khiến họ đều hoan hỷ vui sướng.

Lại nữa, khi các thiên tử, thiên nữ, Năng Thiên Đế, Phạm Vương cùng chư thiên nghe âm thanh vi diệu thâm sâu và ngôn luận thứ tự của người ấy thuyết giảng, thì thảy đều đến nghe.

Tất cả rồng, long nữ, quỷ tiệp tật, quỷ tiệp tật nữ, tầm hương thần, tầm hương thần nữ, phi thiên, phi thiên nữ, kim sí điểu, kim sí điểu nữ, nghi thần, nghi thần nữ, đại mãng xà, cùng đại mãng xà nữ, họ vì nghe Pháp nên đều đến thân cận và cung kính cúng dường.

Các vị Bhikṣu, Bhikṣuṇī, Thanh Tín Nam, Thanh Tín Nữ; quốc vương, vương tử, quần thần, và quyến thuộc; cùng tiểu Chuyển Luân Vương, đại Chuyển Luân Vương, bảy báu với 1.000 con trai, và nội ngoại quyến thuộc của Luân Vương đều ngồi cung điện để đến nghe Pháp. Bởi vị Bồ-tát này khéo thuyết Pháp nên các Phạm Chí, cư sĩ, và dân chúng trong nước suốt đời theo hầu cận và cúng dường.

Lại nữa, Thanh Văn, Độc Giác, Bồ-tát, và chư Phật sẽ luôn vui mến thấy người ấy. Bất kỳ người ấy đang ở hướng nào, chư Phật đều hướng về nơi đó thuyết Pháp. Người ấy đều có thể thọ trì tất cả Pháp của Phật và cũng có thể vang ra Pháp âm vi diệu sâu xa."

Lúc bấy giờ Thế Tôn muốn tuyên lại nghĩa lý ở trên nên nói kệ rằng:

"Căn lưỡi người này tịnh
Chẳng hề nếm vị xấu
Bất kỳ ăn thứ gì
Thảy đều thành cam lộ

Với tiếng thâm tịnh diệu
Thuyết Pháp cho đại chúng
Dùng nhân duyên thí dụ
Dẫn đạo tâm chúng sanh

Người nghe đều hoan hỷ
Cúng dường thượng phẩm vật
Trời rồng quỷ tiệp tật
Phi thiên các loài khác
Đều với lòng cung kính
Họ đồng đến nghe Pháp

Người này khi thuyết Pháp
Như muốn dùng diệu âm
Biến khắp Tam Thiên Giới
Tùy ý liền có thể

Đại tiểu Chuyển Luân Vương
Ngàn con trai quyến thuộc
Chắp tay lòng cung kính
Luôn đến nghe thọ Pháp

Trời rồng quỷ tiệp tật
Bạo ác, quỷ hút tinh
Cũng với tâm hoan hỷ
Luôn thích đến cúng dường

Ma vương, Phạm Thiên Vương
Tự Tại, Đại Tự Tại
Các thiên chúng như thế
Luôn đến nơi họ ở

Chư Phật cùng đệ tử
Nghe Pháp âm họ nói
Luôn nhớ và thủ hộ
Có lúc sẽ hiện thân

❖

Lại nữa, Thường Tinh Tấn! Nếu thiện nam tử hoặc thiện nữ nhân nào thọ trì Kinh này, hoặc đọc hay tụng, hoặc thuyết giảng hay biên chép, thì sẽ được 800 công đức của thân. Họ sẽ được thân thể thanh tịnh như lưu ly trong sáng. Do thân người ấy thanh tịnh nên khi chúng sanh nhìn thấy thì liền yêu mến.

Chúng sanh trong Tam Thiên Đại Thiên Thế Giới--lúc sanh hay chết, sang hèn hay đẹp xấu, sanh ở nơi an lành hay ở nơi xấu ác--thảy đều hiện ở trong thân người ấy. Núi Luân Vi, núi Đại Luân Vi, Cao Sơn, Đại Cao Sơn, và các núi non khác cùng những chúng sanh trong đó, thảy đều hiện ở trong thân người ấy. Dưới đến tận Địa ngục Vô Gián và trên lên đến trời Sắc Cứu Cánh, chúng sanh trong đó đều hiện ở trong thân người ấy. Thanh Văn, Độc Giác, Bồ-tát, và chư Phật đang thuyết Pháp cũng đều hiện ra chân dung của các ngài ở trong thân người ấy."

Lúc bấy giờ Thế Tôn muốn tuyên lại nghĩa lý ở trên nên nói kệ rằng:

"Nếu ai trì Pháp Hoa
Thân họ rất thanh khiết
Thanh tịnh như lưu ly
Chúng sanh đều vui thấy

Lại như gương sáng trong
Tất thấy mọi hình sắc
Bồ-tát thân thanh tịnh
Đều thấy khắp thế giới
Chỉ riêng họ hiểu rõ
Người khác chẳng thể thấy

Khắp Đại Thiên Thế Giới
Hết thảy các hữu tình
Trời người chúng phi thiên
Địa ngục quỷ bàng sanh
Mọi hình sắc như thế
Đều hiện trong thân họ

Các cung điện chư thiên
Cho đến Sắc Cứu Cánh
Luân Vi với Cao Sơn
Cùng với Đại Cao Sơn
Nước của các biển lớn
Đều hiện trong thân họ

Chư Phật cùng Thanh Văn
Phật tử chư Bồ-tát
Một mình hay tại chúng
Thuyết Pháp thảy đều hiện

Tuy chưa được vô lậu
Diệu thân của Pháp tánh
Dùng thân phàm thanh tịnh
Tất cả hiện ở trong

❖

Lại nữa, Thường Tinh Tấn! Sau khi Như Lai diệt độ, nếu thiện nam tử hoặc thiện nữ nhân nào thọ trì Kinh này, hoặc đọc hay tụng, hoặc thuyết giảng hay biên chép, thì sẽ được 1.200 công đức của ý.

Với căn ý thanh tịnh, dù chỉ nghe một bài kệ hay một câu thì họ cũng thông đạt vô lượng vô biên nghĩa thú. Khi đã hiểu nghĩa lý đó rồi, họ sẽ có thể diễn nói một bài kệ hay một câu suốt một tháng, bốn tháng, hoặc cho đến một năm.

Tất cả Pháp mà người ấy thuyết giảng đều sẽ tùy thuận nghĩa thú và không trái nghịch với thật tướng. Nếu họ nói về kinh thư của thế tục, thảo luận về đạo lý trị thế, hay làm việc để sinh sống, thì đều tùy thuận Chánh Pháp.

Sự tu hành của tâm, việc làm của tâm, và hí luận của tâm mà hết thảy chúng sanh ở sáu đường trong Tam Thiên Đại Thiên Thế Giới, họ thảy đều biết. Tuy chưa đắc trí tuệ vô lậu nhưng căn ý của họ đã thanh tịnh như thế. Điều tư duy, suy ngẫm, và lời nói của người ấy đều là Phật Pháp--không gì là chẳng chân thật. Tất cả lời của họ là lời trong Kinh mà chư Phật trước đã nói."

Lúc bấy giờ Thế Tôn muốn tuyên lại nghĩa lý ở trên nên nói kệ rằng:

"Ý người này thanh tịnh
Sáng suốt không uế trược
Với căn ý vi diệu
Biết Pháp thượng trung hạ

Dù nghe một bài kệ
Thông đạt vô lượng nghĩa
Thứ tự như Pháp thuyết
Một tháng đến cả năm

Trong ngoài thế giới này
Hết thảy các chúng sanh
Là trời rồng hay người
Quỷ thần, quỷ tiệp tật
Họ ở trong sáu đường
Muôn ý niệm sai khác
Quả báo người trì Kinh
Đồng một lúc biết hết

Mười phương vô số Phật
Trăm phước tướng trang nghiêm
Thuyết Pháp cho chúng sanh
Đều nghe khéo thọ trì

Tư duy vô lượng nghĩa
Thuyết Pháp cũng vô lượng
Đầu cuối chẳng sai lầm
Do bởi trì Pháp Hoa

Hiểu thấu mọi pháp tướng
Tùy nghĩa rõ thứ tự
Thông đạt mọi ngôn từ
Diễn nói điều đã biết

Người này nói điều chi
Đều là Pháp Phật trước
Bởi diễn nói Pháp này
Giữa chúng chẳng sợ hãi

Người trì Kinh Pháp Hoa
Căn ý tịnh như thế
Tuy chưa được vô lậu
Đã có tướng như vậy

Người thọ trì Kinh này
Trụ lãnh vực hiếm có
Tất cả các chúng sanh
Hoan hỷ và yêu mến

Khéo dùng ngàn vạn loại
Những lời nói thiện xảo
Phân biệt mà thuyết Pháp
Do trì Kinh Pháp Hoa"

Lúc bấy giờ Phật bảo Đắc Đại Thế Đại Bồ-tát:

"Ông nay nên biết rằng, nếu có những vị Bhikṣu, Bhikṣuṇī, Thanh Tín Nam, hay Thanh Tín Nữ nào thọ trì Kinh Pháp Hoa mà có kẻ nói lời xấu ác, mắng chửi, hay phỉ báng họ thì sẽ chuốc lấy tội báo nghiêm trọng như đã nói ở trước. Công đức thanh tịnh có được từ mắt tai mũi lưỡi thân ý của người thọ trì thì như đã nói ở trên.

Này Đắc Đại Thế! Vào thuở quá khứ xa xưa vô lượng vô biên vô số bất khả tư nghị kiếp, có Đức Phật hiệu là Uy Âm Vương Như Lai, Ưng Cúng, Chánh Biến Tri, Minh Hành Túc, Thiện Thệ, Thế Gian Giải, Vô Thượng Sĩ, Điều Ngự Trượng Phu, Thiên Nhân Sư, Phật Thế Tôn. Kiếp tên là Ly Suy. Quốc độ tên là Đại Thành.

Ở trong thế giới kia, Đức Phật Uy Âm Vương đã thuyết Pháp cho trời, người, và phi thiên.

Vì người cầu Thanh Văn, Ngài ứng cơ thuyết Pháp Bốn Thánh Đế để họ thoát khỏi sanh già bệnh chết và đạt đến Cứu Cánh Tịch Diệt.

Vì người cầu Độc Giác, Ngài ứng cơ thuyết Pháp 12 Duyên Khởi.

Vì người cầu Bồ-tát và muốn dẫn họ vào Vô Thượng Chánh Đẳng Chánh Giác, Ngài ứng cơ thuyết Pháp Sáu Độ để họ đạt đến trí tuệ cứu cánh của Phật.

Này Đắc Đại Thế! Thọ mạng của Đức Phật Uy Âm Vương là 400.000 ức nayuta [na du ta] Hằng Hà sa kiếp. Số lượng kiếp của Chánh Pháp trụ thế bằng như số vi trần trong một châu Thắng Kim. Số lượng kiếp của Tượng Pháp trụ thế bằng như số vi trần trong bốn châu thiên hạ. Khi Đức Phật đó đã làm lợi ích cho chúng sanh xong, rồi sau đó Ngài vào tịch diệt.

Sau khi Chánh Pháp và Tượng Pháp đã hoàn toàn diệt mất, trong quốc độ ấy cũng có một Đức Phật khác xuất hiện ở thế gian và cũng hiệu là Uy Âm Vương Như Lai, Ưng Cúng, Chánh Biến Tri, Minh Hành Túc, Thiện Thệ, Thế Gian Giải, Vô Thượng Sĩ, Điều Ngự Trượng Phu, Thiên Nhân Sư, Phật Thế Tôn. Và lần lượt như vậy, có 20.000 ức chư Phật xuất hiện ở thế gian và đều đồng một danh hiệu.

❖

Khi Đức Phật Uy Âm Vương tối sơ đã diệt độ và sau thời Chánh Pháp diệt mất, những Bhikṣu tăng thượng mạn có thế lực lớn ở trong thời Tượng Pháp. Lúc bấy giờ có một vị Bhikṣu Bồ-tát tên là Thường Bất Khinh.

Này Đắc Đại Thế! Vì nhân duyên gì mà tên là Thường Bất Khinh? Bất kể thấy ai, là Bhikṣu, Bhikṣuṇī, Thanh Tín Nam, hay Thanh Tín Nữ, thì vị Bhikṣu này đều lễ bái và ngợi khen.

Ngài nói lời như vầy:

'Tôi rất kính trọng và không dám khinh các ngài.

Vì sao thế? Bởi các ngài đều tu hành Đạo Bồ-tát và sẽ thành Phật.'

Vị Bhikṣu này không chuyên đọc tụng Kinh điển, mà chỉ thực hành lễ bái. Thậm chí nếu thấy vị nào trong bốn chúng đệ tử ở từ xa, ngài cũng cố đến, rồi lễ bái và ngợi khen họ.

Ngài nói lời như vầy:

'Tôi chẳng dám khinh các ngài. Các ngài đều sẽ thành Phật.'

Trong bốn chúng đệ tử có kẻ tức giận, lòng bất tịnh và ác khẩu mắng chửi rằng:

'Cái ông Bhikṣu vô trí này từ đâu đến mà tự nói là: "Tôi không dám khinh các ngài." Lại còn thọ ký cho chúng ta sẽ thành Phật. Chúng ta cần gì cái thọ ký hư dối đó chứ!'

Nhiều năm trôi qua như vậy, tuy thường bị mắng chửi nhưng ngài vẫn không sanh lòng sân hận, mà còn luôn nói rằng:

'Ngài sẽ thành Phật.'

Khi ngài nói lời ấy thì trong đại chúng có người dùng gậy đánh hoặc lấy ngói đá mà chọi.

Rồi ngài bỏ chạy đi, đứng ở từ xa và lớn tiếng hô rằng:

'Tôi chẳng dám khinh các ngài. Các ngài đều sẽ thành Phật!'

Bởi luôn nói lời như thế, cho nên hạng tăng thượng mạn Bhikṣu, Bhikṣuṇī, Thanh Tín Nam, và Thanh Tín Nữ mới đặt tên ngài là Thường Bất Khinh.

❖

Khi vị Bhikṣu này sắp lâm chung, ở trong hư không, ngài nghe trọn đủ 200 triệu ức bài kệ trong Kinh Pháp Hoa của Đức Phật Uy Âm Vương ban sơ đã nói và đều có thể thọ trì, rồi liền được căn mắt thanh tịnh, cùng với căn tai, căn mũi, căn lưỡi, căn thân, và căn ý cũng được thanh tịnh như đã nói ở trên. Khi sáu căn đã được thanh tịnh, thọ mạng của ngài tăng thêm hai triệu ức nayuta năm và ngài rộng giảng Kinh Pháp Hoa này cho người khác.

Bấy giờ, những ai tăng thượng mạn trong bốn chúng đệ tử--Bhikṣu, Bhikṣuṇī, Thanh Tín Nam, Thanh Tín Nữ--mà đã khinh chê và đặt tên ngài là Thường Bất Khinh, lúc thấy ngài được sức thần thông lớn, sức nhạo thuyết biện tài, cùng với sức thiện tịch lớn và khi nghe lời của ngài nói, họ đều tín thuận và tùy tùng theo hầu. Vị Bồ-tát này lại giáo hóa thêm mười triệu ức người và khiến họ trụ ở Vô Thượng Chánh Đẳng Chánh Giác.

Sau khi mạng chung, ngài gặp được 2.000 ức chư Phật và đều cùng một danh hiệu là Nhật Nguyệt Đăng Minh. Ở trong giáo Pháp của chư Phật ấy, ngài thuyết giảng Kinh Pháp Hoa này.

Do bởi nhân duyên đó, ngài lại gặp 2.000 ức chư Phật và đều đồng một danh hiệu là Vân Tự Tại Đăng Vương. Ở trong giáo Pháp của chư Phật ấy, do ngài thọ trì đọc tụng và thuyết giảng Kinh điển này cho bốn chúng đệ tử, nên luôn được căn mắt thanh tịnh, cùng với căn tai, căn mũi, căn lưỡi, căn thân, và căn ý cũng được thanh tịnh. Ngài thuyết Pháp ở giữa bốn chúng đệ tử và tâm không sợ hãi.

Này Đắc Đại Thế! Vị Thường Bất Khinh Đại Bồ-tát này cúng dường chư Phật như thế. Ngài cung kính, tôn trọng, tán thán, và gieo trồng mọi căn lành. Sau đó, ngài lại gặp mười triệu ức chư Phật và cũng ở trong giáo Pháp của chư Phật ấy mà thuyết giảng Kinh điển này. Khi công đức thành tựu, ngài được thành Phật.

Này Đắc Đại Thế! Ý ông nghĩ sao? Thường Bất Khinh Bồ-tát thuở đó nào có ai khác, chính là tiền thân của Ta đây. Nếu như Ta ở đời trước mà chẳng thọ trì đọc tụng Kinh này và thuyết giảng cho người khác, thì sẽ không thể nào đắc Vô Thượng Chánh Đẳng Chánh Giác. Do Ta ở chư Phật quá khứ đã thọ trì đọc tụng Kinh này và thuyết giảng cho người khác, nên mới mau chứng Vô Thượng Chánh Đẳng Chánh Giác.

Này Đắc Đại Thế! Do bốn chúng đệ tử, gồm Bhikṣu, Bhikṣuṇī, Thanh Tín Nam, và Thanh Tín Nữ ở thời đó đã dùng lòng sân hận khinh chê ta, nên trong 200 ức kiếp, họ không thấy Phật, không nghe Pháp, và không gặp Tăng. Trong 1.000 kiếp, họ ở tại Địa ngục Vô Gián để thọ khổ não tột cùng. Sau khi đã thọ xong tội báo, họ lại gặp Thường Bất Khinh Bồ-tát và được ngài giáo hóa để đạt đến Vô Thượng Chánh Đẳng Chánh Giác.

Này Đắc Đại Thế! Ý ông nghĩ sao?

Bốn chúng đệ tử thuở đó thường khinh khi vị Bồ-tát này nào có ai khác, nay chính là 500 vị Bồ-tát của nhóm Hiền Hộ, 500 vị Bhikṣuṇī của nhóm Sư Tử Nguyệt, và 500 vị Thanh Tín Sĩ của nhóm Tư Phật, đang hiện diện trong đại hội này đây và tất cả đều không thoái chuyển ở Vô Thượng Chánh Đẳng Chánh Giác.

Này Đắc Đại Thế! Phải biết Kinh Pháp Hoa này mang đến sự lợi ích lớn lao cho chư đại Bồ-tát và có thể khiến họ đạt đến Vô Thượng Chánh Đẳng Chánh Giác. Vì thế sau khi Như Lai diệt độ, chư đại Bồ-tát phải nên luôn thọ trì đọc tụng, thuyết giảng, và biên chép Kinh này."

❖

Lúc bấy giờ Thế Tôn muốn tuyên lại nghĩa lý ở trên nên nói kệ rằng:

"Quá khứ có Đức Phật
Hiệu là Uy Âm Vương
Với thần trí vô lượng
Ngài dẫn đạo chúng sanh
Trời người rồng quỷ thần
Thảy đều cúng dường Ngài

Sau khi Phật diệt độ
Lúc Pháp sắp diệt mất
Có một vị Bồ-tát
Tên là Thường Bất Khinh

Bốn bộ chúng thời đó
Chấp trước ở nơi pháp
Thường Bất Khinh Bồ-tát
Đi đến chỗ của họ
Mà nói lời thế này

'Tôi không dám khinh chê
Bởi các ngài hành Đạo
Đều sẽ được thành Phật'

Khi họ nghe nói xong
Hủy báng và mắng chửi
Thường Bất Khinh Bồ-tát
Có thể nhẫn chịu hết

Khi tội báo chấm dứt
Lúc sắp gần mạng chung
Ngài nghe được Kinh này
Sáu căn đều thanh tịnh

Do bởi sức thần thông
Thọ mạng ngài tăng thêm
Lại vì những người khác
Rộng thuyết giảng Pháp này

Các đại chúng chấp pháp
Đều nhờ ơn Bồ-tát
Giáo hóa họ thành tựu
Khiến trụ trong Phật Đạo

Thường Bất Khinh mạng chung
Gặp được vô số Phật
Do thuyết giảng Kinh này
Được vô lượng phước đức

Dần dần đủ công đức
Ngài mau thành Phật Đạo
Thường Bất Khinh thuở đó
Chính là thân Ta đây

Bốn bộ chúng thuở ấy
Những người chấp nơi pháp
Nghe Thường Bất Khinh nói
'Các ngài sẽ thành Phật'

Do bởi nhân duyên đó
Gặp được vô số Phật
Chính là năm trăm vị
Bồ-tát ở đại hội
Cùng bốn chúng đệ tử
Và thiện nam tín nữ
Bây giờ ở trước Ta
Đang lắng nghe thuyết Pháp

Ta đã ở đời trước
Khuyên bảo những người đó
Nghe và thọ Kinh này
Là giáo Pháp đệ nhất

Khai thị chỉ dạy họ
Khiến trụ ở tịch diệt
Đời đời luôn thọ trì
Kinh điển Phật như thế

Ức ức vạn số kiếp
Đến chẳng thể nghĩ bàn
Mới có thể nghe được
Kinh Diệu Pháp Liên Hoa

Ức ức vạn số kiếp
Đến chẳng thể nghĩ bàn
Các Đức Phật Thế Tôn
Mới thuyết giảng Kinh này

Vì thế những hành giả
Sau khi Phật diệt độ
Nghe được Kinh như thế
Chớ sanh lòng hoài nghi

Mà phải nên nhất tâm
Rộng thuyết giảng Kinh này
Đời đời sẽ gặp Phật
Mau được thành Phật Đạo"

Lúc bấy giờ có số lượng chư đại Bồ-tát nhiều như số vi trần của 1.000 thế giới. Họ từ dưới đất vọt ra và đều hiện diện ở trước Phật.

Họ nhất tâm chắp tay, chiêm ngưỡng tôn nhan, rồi thưa với Phật rằng:

"Thưa Thế Tôn! Sau khi Phật diệt độ, chúng con sẽ rộng giảng Kinh này ở tại nơi diệt độ của những quốc độ mà có phân thân của Thế Tôn.

Vì sao thế? Bởi chúng con cũng tự muốn đắc đại Pháp chân thật thanh tịnh này, cùng thọ trì đọc tụng, giảng giải biên chép, và cúng dường Kinh này."

Lúc bấy giờ ở trước sự hiện diện của hết thảy đại chúng--gồm có ngài Diệu Cát Tường, vô lượng tỷ ức chư đại Bồ-tát đã trụ trong hư không ở phía dưới của Thế giới Kham Nhẫn từ thuở xa xưa, cùng các vị Bhikṣu, Bhikṣuṇī, Thanh Tín Nam, Thanh Tín Nữ, trời, rồng, quỷ tiệp tật, tầm hương thần, phi thiên, kim sí điểu, nghi thần, đại mãng xà, người và phi nhân--Thế Tôn thị hiện sức đại uy thần.

Đức Phật hiện ra tướng lưỡi rộng dài lên đến cõi Phạm Thế. Từ nơi của tất cả những lỗ chân lông, Ngài phóng ra vô lượng vô số màu sắc của ánh sáng và thảy đều chiếu khắp các thế giới trong mười phương. Chư Phật ngồi trên tòa sư tử ở dưới những cây báu hiện ra tướng lưỡi rộng dài và phóng ra vô lượng quang minh cũng lại như vậy.

Khi Đức Phật Năng Tịch và chư Phật ở dưới cây báu đã thị hiện thần lực đến trọn 1.000 năm, sau đó chư Phật thu nhiếp tướng lưỡi trở lại, rồi chư Phật đồng một lúc hắng giọng và khảy ngón tay. Hai âm thanh này vang khắp đến các thế giới của chư Phật trong mười phương.

Khi ấy đại địa trong tất cả thế giới kia đều chấn động sáu cách và chúng sanh ở các quốc độ ấy--trời, rồng, quỷ tiệp tật, tầm hương thần, phi thiên, kim sí điểu, nghi thần, đại mãng xà, người và phi nhân--do thần lực của Phật nên đều thấy Thế giới Kham Nhẫn này có vô lượng vô biên tỷ ức chư Phật ngồi trên tòa sư tử ở dưới những cây báu. Họ cũng thấy Đức Phật Năng Tịch và Đức Phật Đa Bảo đang cùng ngồi trên tòa sư tử ở trong tháp báu.

Họ lại thấy vô lượng vô biên tỷ ức chư đại Bồ-tát cùng bốn chúng đệ tử đang cung kính vây quanh Đức Phật Năng Tịch. Khi đã thấy việc ấy, họ đều vui mừng khôn xiết và được điều chưa từng có.

Ngay lập tức, chư thiên ở trong hư không hô lớn tiếng rằng:

"Từ đây vượt qua vô lượng vô biên tỷ ức vô số thế giới, có một quốc độ tên là Kham Nhẫn. Trong ấy có Đức Phật hiệu là Năng Tịch, hiện đang vì chư đại Bồ-tát mà nói Kinh Đại Thừa tên là Diệu Pháp Liên Hoa, là Pháp để giáo hóa Bồ-tát và được Phật hộ niệm. Tất cả đều nên hết lòng tùy hỷ và cũng nên lễ bái cùng cúng dường Đức Phật Năng Tịch."

Khi đã nghe tiếng nói trong hư không, những chúng sanh kia đều chắp tay và hướng về Thế giới Kham Nhẫn mà niệm như vầy:

"♪ Quy mạng Năng Tịch Phật
♪ Quy mạng Năng Tịch Phật"

Sau đó từ nơi xa, họ rải muôn loại hoa thơm, chuỗi ngọc, cờ hiệu, lọng che cùng những vật trang nghiêm nơi thân, và các phẩm vật trân bảo vi diệu hướng về Thế giới Kham Nhẫn. Các phẩm vật rải xuống để cúng dường từ mười phương đến ví như mây tụ. Chúng biến thành lều báu và trùm khắp trên chư Phật ở mỗi nơi. Khi ấy các thế giới trong mười phương đều xuyên thấu vô ngại tựa như là một cõi Phật.

Lúc bấy giờ Phật bảo ngài Thượng Hành cùng chư Bồ-tát đại chúng:

"Thần lực của chư Phật là vô lượng vô biên và chẳng thể nghĩ bàn như thế. Vì để phó chúc, nếu như Ta dùng thần lực ấy mà nói về công đức của Kinh này suốt vô lượng vô biên tỷ ức vô số kiếp thì cũng chẳng thể hết.

Nói tóm lại, tất cả Pháp của Như Lai, tất cả thần lực tự tại của Như Lai, tất cả tạng bí yếu của Như Lai, và tất cả việc sâu xa của Như Lai, đều tuyên nói và hiển thị ở Kinh này.

Thế nên sau khi Như Lai diệt độ, các ông nên nhất tâm thọ trì đọc tụng, giảng giải biên chép, và như thuyết tu hành. Ở những quốc độ nào có Kinh này mà có người thọ trì đọc tụng, giảng giải biên chép, và như thuyết tu hành, hoặc họ ở trong vườn, hoặc trong rừng, hay ở dưới cây, hoặc ở nơi chư Tăng cư trú, hay ở nhà của cư sĩ, hoặc tại cung điện, giảng đường, hay sơn cốc hoang vu, thì ở tại các nơi đó đều nên xây tháp cúng dường.

Vì sao thế? Bởi các ông nên biết nơi ấy chính là Đạo Tràng mà nơi chư Phật đắc Vô Thượng Chánh Đẳng Chánh Giác, nơi chư Phật chuyển Pháp luân, và nơi chư Phật vào Cứu Cánh Tịch Diệt."

❖

Lúc bấy giờ Thế Tôn muốn tuyên lại nghĩa lý ở trên nên nói kệ rằng:

"Chư Phật bậc cứu đời
Trụ ở đại thần thông
Vì muốn chúng sanh vui
Hiện vô lượng thần lực

Tướng lưỡi đến Phạm Thiên
Thân phóng vô số quang
Vì người cầu Phật Đạo
Hiện việc hiếm có này

Tiếng chư Phật hắng giọng
Cùng tiếng khảy móng tay
Vang thấu mười phương cõi
Đại địa đều chấn động

Sau khi Phật diệt độ
Ai khéo trì Kinh này
Chư Phật đều hoan hỷ
Hiện vô lượng thần lực

Vì phó chúc Kinh này
Ngợi khen người thọ trì
Suốt trong vô lượng kiếp
Cũng chẳng thể hết được

Công đức của người ấy
Vô biên chẳng cùng tận
Như mười phương hư không
Chẳng thể thấy ranh giới

Nếu ai trì Kinh này
Tức đã từng thấy Ta
Cũng thấy Phật Đa Bảo
Cùng với các phân thân
Lại thấy Ta hôm nay
Giáo hóa chư Bồ-tát

Nếu ai trì Kinh này
Khiến Ta cùng phân thân
Phật Đa Bảo diệt độ
Hết thảy đều hoan hỷ

Người ấy cũng sẽ thấy
Hoan hỷ và cúng dường
Mười phương Phật hiện tại
Cùng quá khứ vị lai

Chư Phật ngồi Đạo Tràng
Pháp bí yếu chứng đắc
Người khéo trì Kinh này
Không lâu cũng sẽ đắc

Những ai trì Kinh này
Đối với nghĩa các pháp
Danh tự cùng ngôn từ
Vui giảng vô cùng tận
Như gió trong hư không
Tất cả không chướng ngại

Sau khi Phật diệt độ
Họ biết Kinh Phật nói
Nhân duyên và thứ tự
Tùy nghĩa như thật thuyết
Như ánh sáng nhật nguyệt
Khéo trừ mọi tối tăm

Người này dạo thế gian
Khéo diệt chúng sanh ám
Dạy vô lượng Bồ-tát
Cứu cánh trụ Nhất Thừa

Vì thế ai có trí
Khi nghe công đức đó
Sau khi Ta diệt độ
Nên thọ trì Kinh này
Quyết định không nghi ngờ
Người ấy sẽ thành Phật"

Lúc bấy giờ, khi từ Pháp tòa đứng dậy và đã thị hiện sức đại uy thần, Đức Phật Năng Tịch lấy bàn tay phải xoa trên đỉnh đầu của vô lượng chư đại Bồ-tát mà nói lời như vầy:

"Trong vô lượng tỷ ức vô số kiếp, Ta đã tu tập Pháp Vô Thượng Chánh Đẳng Chánh Giác khó chứng đắc này. Ta nay phó chúc cho các ông. Các ông hãy hết lòng lưu truyền Pháp này và rộng phát huy để tăng trưởng sự lợi ích."

Ngài xoa trên đỉnh đầu của chư đại Bồ-tát ba lần như thế, rồi nói lời như vầy:

"Trong vô lượng tỷ ức vô số kiếp, Ta đã tu tập Pháp Vô Thượng Chánh Đẳng Chánh Giác khó chứng đắc này. Ta nay phó chúc cho các ông. Các ông nên thọ trì đọc tụng, rộng tuyên dương Pháp này, và làm cho khắp hết thảy chúng sanh đều nghe biết.

Vì sao thế? Bởi Như Lai có tâm đại từ bi, không bỏn xẻn và cũng không có điều lo sợ. Như Lai có thể ban cho chúng sanh trí tuệ của Phật, trí tuệ của Như Lai, và trí tuệ tự nhiên. Như Lai là vị đại thí chủ của tất cả chúng sanh. Các ông cũng nên tùy thuận học tập trong Pháp của Như Lai và chớ sanh lòng keo kiệt.

Vào đời vị lai, nếu có thiện nam tử hoặc thiện nữ nhân nào tin vào trí tuệ của Như Lai, thì các ông nên diễn nói Kinh Pháp Hoa này, làm cho họ nghe biết đến, và khiến người ấy được trí tuệ của Phật. Còn nếu có chúng sanh nào không tín thọ, thì các ông nên dạy những Pháp thâm sâu khác của Như Lai để họ được lợi ích an vui. Như các ông có thể làm được như vậy thì tức là đã báo ân của chư Phật."

Khi nghe Phật nói lời ấy xong, chư đại Bồ-tát đều vui mừng khôn xiết đến khắp toàn thân và lòng càng thêm cung kính.

Họ cúi đầu, chắp tay hướng Phật, và đồng thanh thưa rằng:

"Chúng con sẽ phụng hành đầy đủ như lời giáo sắc của Thế Tôn. Dạ vâng, thưa Thế Tôn! Mong Ngài chớ lo lắng."

Chư đại Bồ-tát đều ba lần như thế mà đồng thanh thưa rằng:

"Chúng con sẽ phụng hành đầy đủ như lời giáo sắc của Thế Tôn. Dạ vâng, thưa Thế Tôn! Mong Ngài chớ lo lắng."

Lúc bấy giờ Đức Phật Năng Tịch gửi phân thân của chư Phật đã đến từ mười phương trở về quốc độ của mỗi vị mà nói lời như vầy:

"Chư Phật hãy trở về bình an. Tháp của Đức Phật Đa Bảo hãy trở lại như cũ."

Lúc Phật nói lời ấy, vô lượng phân thân của chư Phật trong mười phương đang ngồi trên tòa sư tử ở dưới cây báu, Đức Phật Đa Bảo, Thượng Hành Bồ-tát và những vị khác, vô biên vô số chư Bồ-tát chúng, ngài Thu Lộ Tử, các vị Thanh Văn, bốn chúng đệ tử, cùng trời, người, phi thiên, và những loài hữu tình khác trong tất cả thế gian, khi nghe lời Phật dạy, họ đều vui mừng khôn xiết.

Lúc bấy giờ Tú Vương Hoa Bồ-tát bạch Phật rằng:

"Bạch Thế Tôn! Dược Vương Bồ-tát chu du giáo hóa ở Thế giới Kham Nhẫn như thế nào?

Bạch Thế Tôn! Dược Vương Bồ-tát này đây đã trải qua rất nhiều tỷ ức nayuta những khổ hành khó làm.

Lành thay, Thế Tôn! Xin Ngài hãy nói một chút về việc đó. Chư thiên long thần, quỷ tiệp tật, tầm hương thần, phi thiên, kim sí điểu, nghi thần, đại mãng xà, người và phi nhân, với chư Bồ-tát đã đến từ quốc độ phương khác, cùng Thanh Văn thánh chúng nơi đây, khi nghe Như Lai nói, họ đều sẽ hoan hỷ."

Khi ấy Phật bảo Tú Vương Hoa Bồ-tát:

"Ở vào kiếp quá khứ nhiều như số cát trong vô lượng sông Hằng, có Đức Phật hiệu là Nhật Nguyệt Tịnh Minh Đức Như Lai, Ưng Cúng, Chánh Biến Tri, Minh Hành Túc, Thiện Thệ, Thế Gian Giải, Vô Thượng Sĩ, Điều Ngự Trượng Phu, Thiên Nhân Sư, Phật Thế Tôn.

Đức Phật ấy có 80 ức chư đại Bồ-tát, còn số lượng của chư đại Thanh Văn thì nhiều như số cát trong 72 sông Hằng. Thọ mạng của Phật là 42.000 kiếp. Thọ mạng của Bồ-tát cũng đồng như vậy. Quốc độ kia không có người nữ, địa ngục, ngạ quỷ, bàng sanh, phi thiên, những loài hữu tình khác, hay các chướng nạn. Mặt đất bằng phẳng như lòng bàn tay và do lưu ly hợp thành. Có cây báu trang nghiêm với lều báu phủ ở trên và treo cờ hoa báu. Có bình báu và lư hương ở đầy khắp quốc độ. Có những đài làm bằng bảy báu. Ở mỗi cây có một đài báu và khoảng cách từ cây báu đến bệ đài xa bằng lực bay của một mũi tên. Ở dưới những cây báu này đều có chư Bồ-tát và các vị Thanh Văn đang ngồi ở đó. Ở trên mỗi đài báu đều có 100 ức chư thiên khởi tấu âm nhạc cõi trời, ca vịnh và tán thán để cúng dường Phật.

Lúc bấy giờ Đức Phật kia vì Nhất Thiết Chúng Sanh Hỷ Kiến Bồ-tát cùng chư Bồ-tát và Thanh Văn chúng mà thuyết Kinh Pháp Hoa.

Vị Nhất Thiết Chúng Sanh Hỷ Kiến Bồ-tát này rất thích tu khổ hành, tinh tấn kinh hành và nhất tâm cầu Phật Đạo ở trong Pháp của Đức Phật Nhật Nguyệt Tịnh Minh Đức. Trải qua 12.000 năm, ông ấy đắc Hiện Nhất Thiết Sắc Thân Đẳng Trì.

Khi đã đắc Đẳng Trì đó, vị Bồ-tát này sanh tâm đại hoan hỷ và liền suy nghĩ rằng:

'Ta đã đắc Hiện Nhất Thiết Sắc Thân Đẳng Trì. Đây đều là do bởi uy lực khi nghe được Kinh Pháp Hoa. Ta bây giờ phải cúng dường Đức Phật Nhật Nguyệt Tịnh Minh Đức và Kinh Pháp Hoa.'

Thế là vị Bồ-tát này liền vào Đẳng Trì đó, rồi ở trong hư không mà mưa xuống hoa vi diệu âm và hoa vi diệu âm lớn. Có bột đàn hương mịn nhuyễn, cứng, và đen cũng rơi đầy khắp không trung và chúng rơi xuống như mây.

Trong hư không lại mưa xuống đàn hương hải ngạn và hương lục thù với trị giá bằng cả Thế giới Kham Nhẫn để cúng dường Phật.

Khi đã làm việc cúng dường đó xong, vị Bồ-tát này từ Đẳng Trì dậy và tự nghĩ thầm:

'Tuy ta đã dùng thần lực để cúng dường Phật nhưng chẳng bằng dùng thân để cúng dường.'

Tiếp đến, vị Bồ-tát này liền uống các loại hương, như là đàn hương, hương huân lục, hương bạch mao, hương mục túc, hương trầm thủy, hương giao, và cũng lại uống dầu của hoa ngọc lan và những hương hoa khác suốt 1.200 năm. Sau đó, vị Bồ-tát này thoa dầu thơm lên thân và ở trước Đức Phật Nhật Nguyệt Tịnh Minh Đức mà lấy y báu cõi trời quấn vào thân và đổ các dầu thơm lên thân, rồi dùng sức thần thông cùng thệ nguyện để tự thiêu đốt thân mình, và ánh sáng tỏa ra chiếu khắp thế giới nhiều như số cát trong 80 ức sông Hằng.

Ở trong các thế giới ấy, chư Phật đồng một lúc ngợi khen rằng:

'Lành thay, lành thay, thiện nam tử! Đây mới đúng thật là tinh tấn. Đây gọi là Pháp chân thật cúng dường Như Lai. Nếu dùng hương hoa, chuỗi ngọc, hương đốt, hương bột, hương xoa, cờ hiệu với lọng che bằng lụa ở cõi trời, cùng đàn hương hải ngạn, và đủ mọi phẩm vật cúng dường khác như thế thì cũng chẳng thể sánh bằng. Giả sử có người lấy quốc gia, thành trì, và vợ con để làm bố thí thì cũng chẳng thể sánh bằng.

Thiện nam tử! Đây gọi là bố thí đệ nhất. Trong các việc bố thí, sự bố thí này là tối tôn tối thượng. Đó là do bởi dùng Pháp để cúng dường chư Như Lai.'

Khi nói lời ấy xong, chư Phật đều lặng yên.

Thân của vị Bồ-tát này cháy đến 1.200 năm, và sau thời gian đó thì thân của Bồ-tát mới hoàn toàn cháy hết.

❖

Khi Nhất Thiết Chúng Sanh Hỷ Kiến Bồ-tát đã làm việc cúng dường Pháp như thế xong, sau khi mạng chung, vị Bồ-tát này lại sanh trong quốc độ của Đức Phật Nhật Nguyệt Tịnh Minh Đức.

Ông ấy ngồi xếp bằng với tư thế hoa sen, hốt nhiên hóa sanh vào dòng tộc của vua Tịnh Đức, rồi liền nói những bài kệ này đến phụ vương rằng:

'Đại Vương nay nên biết
Con đã tu nơi kia
Lập tức đắc Nhất Thiết
Hiện Chư Thân Đẳng Trì

Siêng hành đại tinh tấn
Xả bỏ thân yêu quý
Cúng dường đến Thế Tôn
Vì cầu vô thượng tuệ'

Khi nói những bài kệ này xong, rồi thưa với phụ vương của mình rằng:

'Đức Phật Nhật Nguyệt Tịnh Minh Đức xưa nay vẫn còn ở thế gian. Vào đời trước, khi cúng dường Đức Phật ấy xong, con liền đắc Giải Nhất Thiết Chúng Sanh Ngữ Ngôn Tổng Trì. Tiếp đó, con lại nghe được 8 tỷ ức nayuta bài kệ và 10 tỷ bài kệ, 100 tỷ bài kệ và 1.000 tỷ bài kệ trong Kinh Pháp Hoa.

Đại vương! Con nay phải trở về để cúng dường Đức Phật đó.'

Khi thưa xong, vị Bồ-tát này liền ngồi trên đài bảy báu và bay lên hư không với độ cao bằng bảy cây cọ, rồi đi đến chỗ của Phật.

Lúc đến nơi, ông ấy cúi đầu đảnh lễ với trán chạm sát chân của Phật, chắp mười đầu ngón tay và dùng kệ tán thán rằng:

'Dung nhan thậm kỳ diệu
Ánh sáng chiếu mười phương
Xưa con vừa cúng dường
Nay trở về thân cận'

Khi Nhất Thiết Chúng Sanh Hỷ Kiến Bồ-tát nói bài kệ đó xong, rồi thưa với Phật rằng:

'Thưa Thế Tôn! Ngài vẫn còn ở thế gian!'

Lúc bấy giờ Đức Phật Nhật Nguyệt Tịnh Minh Đức bảo Nhất Thiết Chúng Sanh Hỷ Kiến Bồ-tát rằng:

'Thiện nam tử! Thời gian Ta vào tịch diệt đã đến. Ông có thể an trí giường nệm. Tối nay Như Lai sẽ vào Cứu Cánh Tịch Diệt.'

Ngài lại ban giáo sắc cho Nhất Thiết Chúng Sanh Hỷ Kiến Bồ-tát rằng:

'Thiện nam tử! Ta phó chúc cho ông: Phật Pháp, chư Bồ-tát, các vị đại đệ tử, và cùng Pháp Vô Thượng Chánh Đẳng Chánh Giác. Ta cũng lại phó chúc cho ông: Tam Thiên Đại Thiên Thất Bảo Thế Giới, những cây báu và đài báu, cùng chư thiên làm kẻ hầu. Sau khi diệt độ, toàn bộ xá-lợi của Ta cũng phó chúc cho ông, hãy phân phát chúng, rộng làm cúng dường, và nên xây vài ngàn ngôi tháp.'

Khi Đức Phật Nhật Nguyệt Tịnh Minh Đức đã ban giáo sắc như thế cho Nhất Thiết Chúng Sanh Hỷ Kiến Bồ-tát xong, vào giữa đêm, Ngài vào tịch diệt.

Khi thấy Phật diệt độ, Nhất Thiết Chúng Sanh Hỷ Kiến Bồ-tát thương cảm buồn bã và quyến luyến Phật. Vì cúng dường thân Phật, vị Bồ-tát này liền lấy đàn hương hải ngạn mà dùng để hỏa táng. Lúc lửa đã tắt, ông ấy nhặt xá-lợi, rồi làm 84.000 bình báu để an trí xá-lợi, và xây 84.000 ngôi tháp với độ cao bằng ba thế giới. Tháp có cột cờ trang nghiêm, treo các cờ hiệu với lọng che và gắn nhiều chuông báu.

❖

Lúc bấy giờ Nhất Thiết Chúng Sanh Hỷ Kiến Bồ-tát lại tự nghĩ thầm:

'Tuy ta đã làm sự cúng dường này nhưng lòng vẫn chưa mãn nguyện. Bây giờ ta sẽ lại cúng dường xá-lợi.'

Tiếp đến, Nhất Thiết Chúng Sanh Hỷ Kiến Bồ-tát liền nói với chư Bồ-tát, các vị đại đệ tử, cùng trời, rồng, quỷ tiệp tật, và hết thảy đại chúng rằng:

'Các vị hãy nhất tâm chánh niệm, tôi nay sẽ cúng dường xá-lợi của Đức Phật Nhật Nguyệt Tịnh Minh Đức.'

Khi nói lời đó xong, Nhất Thiết Chúng Sanh Hỷ Kiến Bồ-tát liền ở trước 84.000 ngôi tháp, rồi đốt hai cánh tay trăm phước trang nghiêm trong 72.000 năm để làm cúng dường. Suốt thời gian đó, ông ấy khiến cho vô số người cầu Quả Thanh Văn, vô lượng vô số người phát tâm Vô Thượng Chánh Đẳng Chánh Giác, và khiến họ đều được trụ ở Hiện Nhất Thiết Sắc Thân Đẳng Trì.

Lúc bấy giờ, khi chư Bồ-tát, trời, người, và phi thiên thấy ngài không có tay, họ xót dạ đau lòng mà nói rằng:

'Nhất Thiết Chúng Sanh Hỷ Kiến Bồ-tát là vị thầy đã giáo hóa chúng ta, nhưng giờ hai cánh tay đã đốt đi nên khiến cho thân thể của ngài không được hoàn chỉnh nữa.'

Khi ấy, Nhất Thiết Chúng Sanh Hỷ Kiến Bồ-tát liền ở giữa đại chúng mà lập nguyện như sau:

'Con đã xả bỏ hai cánh tay thì chắc chắn sẽ được thân sắc vàng của Phật. Nếu là chân thật bất hư thì hãy khiến hai cánh tay của con được hoàn phục như cũ.'

Sau khi phát thệ nguyện này xong, hai tay tự nhiên hoàn phục như cũ. Đây là do bởi phước đức thanh tịnh và trí tuệ sâu xa của Bồ-tát. Ngay lúc đó, Tam Thiên Đại Thiên Thế Giới chấn động sáu cách. Trời mưa hoa báu. Hết thảy trời và người được điều chưa từng có."

Phật bảo Tú Vương Hoa Bồ-tát:

"Ý ông nghĩ sao? Nhất Thiết Chúng Sanh Hỷ Kiến Bồ-tát nào có ai khác, nay chính là Dược Vương Bồ-tát. Ông ấy đã xả bỏ thân mạng để làm bố thí như thế và số lượng đó nhiều đến vô lượng tỷ ức nayuta.

❖

Này Tú Vương Hoa! Nếu có người phát tâm muốn đắc Vô Thượng Chánh Đẳng Chánh Giác, họ có thể đốt một ngón tay hoặc một ngón chân để cúng dường tháp Phật, thì sẽ vượt hơn người lấy quốc gia thành trì, vợ con hoặc núi rừng sông hồ cùng các vật trân bảo trong Tam Thiên Đại Thiên Quốc Độ để cúng dường.

Nếu lại có người lấy vật bảy báu đầy khắp Tam Thiên Đại Thiên Thế Giới để cúng dường Phật cùng chư đại Bồ-tát, Độc Giác, và Ưng Chân, thì công đức có được của họ sẽ không bằng người dù chỉ thọ trì bốn câu kệ trong Kinh Pháp Hoa này. Phước đức ấy là tối thắng.

Này Tú Vương Hoa! Ví như tất cả sông hồ khe suối, trong mọi nơi có nước thì biển là hơn hết. Ở trong hết thảy Kinh điển do Như Lai nói, Kinh Pháp Hoa này cũng lại như vậy, là Kinh quảng đại thâm sâu nhất.

Lại ví như Thổ Sơn, Hắc Sơn, Tiểu Luân Vi Sơn, Đại Luân Vi Sơn, cùng Thập Bảo Sơn, trong tất cả núi non thì núi Diệu Cao là đệ nhất. Ở trong các Kinh điển, Kinh Pháp Hoa này cũng lại như vậy, là Kinh tối thượng nhất.

Lại ví như ở giữa chúng tinh tú, Nguyệt Thiên Tử là tối thắng nhất. Ở trong ngàn vạn ức loại Kinh Pháp, Kinh Pháp Hoa này cũng lại như vậy, là Kinh chiếu sáng nhất.

Lại ví như Nhật Thiên Tử có thể xua tan mọi tăm tối. Kinh này cũng lại như vậy, có thể xua tan mọi tăm tối của việc bất thiện.

Lại ví như ở giữa các tiểu vương, Chuyển Luân Thánh Vương là tối đệ nhất. Ở trong các Kinh điển, Kinh này cũng lại như vậy, là Kinh tôn quý nhất.

Lại ví như Năng Thiên Đế, là vua của trời Tam Thập Tam. Kinh này cũng lại như vậy, là vua trong các Kinh.

Lại ví như Đại Phạm Thiên Vương, là cha của hết thảy chúng sanh. Kinh này cũng lại như vậy, là cha của tất cả hiền thánh, Hữu Học, Vô Học, và sơ phát tâm Bồ-tát.

Lại ví như ở giữa tất cả phàm phu, thì bậc Dự Lưu, Nhất Lai, Bất Hoàn, Ưng Chân, và Độc Giác là đệ nhất. Kinh này cũng lại như vậy.

Trong các Kinh Pháp do hết thảy Như Lai, Bồ-tát, hay Thanh Văn thuyết giảng thì Kinh này là đệ nhất.

Nếu ai có thể thọ trì Kinh điển này thì cũng lại như vậy. Ở trong tất cả chúng sanh, họ là đệ nhất.

Ở giữa tất cả Thanh Văn và Độc Giác, Bồ-tát là đệ nhất. Ở trong hết thảy mọi Kinh Pháp, Kinh này là tối đệ nhất.

Như Phật là vua của tất cả pháp, Kinh này cũng lại như vậy, là vua của tất cả Kinh.

❖

Này Tú Vương Hoa!
- Kinh này có thể cứu hộ hết thảy chúng sanh.
- Kinh này có thể khiến hết thảy chúng sanh lìa mọi khổ não.
- Kinh này có thể làm lợi ích lớn và mãn nguyện điều cầu mong cho hết thảy chúng sanh.

Kinh này như ao tắm trong mát có thể giải khát cho tất cả những ai đang khát,
- như người đang lạnh tìm thấy lửa,
- như người trần truồng tìm thấy quần áo,
- như người buôn bán tìm thấy khách hàng,
- như con tìm thấy mẹ,
- như người muốn qua sông tìm thấy thuyền,
- như người bệnh tìm thấy lương y,
- như người trong tối tìm thấy đèn sáng,

- như người nghèo tìm thấy châu báu,
- như dân chúng thấy vua,
- như thương gia tìm thấy biển,
- và như bó đuốc diệt trừ u tối.

Kinh Pháp Hoa này cũng lại như vậy, có thể khiến chúng sanh lìa tất cả khổ não cùng hết thảy bệnh hoạn thống khổ và có thể tháo gỡ tất cả trói buộc của sanh tử.

Nếu ai nghe được Kinh Pháp Hoa này, rồi tự mình biên chép hoặc bảo người khác biên chép, cho dù dùng trí tuệ của Phật để tính đếm phước đức có được của họ thì cũng chẳng thể thấy ranh giới đó.

Nếu ai biên chép Kinh này, rồi lấy hương hoa, chuỗi ngọc, hương đốt, hương bột, hương xoa, cờ hiệu, lọng che, y phục, và các loại đèn--như là đèn bơ, đèn dầu, đèn dầu thơm, đèn dầu hoa ngọc lan, đèn dầu hoa lài, đèn dầu hoa trùng sanh, đèn dầu hoa vũ thời, và đèn dầu hoa hoàng sắc--để làm cúng dường, thì công đức có được cũng lại vô lượng.

❖

Này Tú Vương Hoa! Nếu có người nghe về Phẩm Bổn Sự của Dược Vương Bồ-tát thì cũng được vô lượng vô biên công đức.

Nếu có người nữ nào nghe về Phẩm Bổn Sự của Dược Vương Bồ-tát và có thể thọ trì, thì sau khi hết báo thân nữ sẽ chẳng còn thọ lại nữa.

Sau khi Như Lai diệt độ và ở trong 500 năm cuối cùng, nếu có người nữ nào nghe được Kinh điển này rồi như thuyết tu hành, thì sau khi mạng chung ở đời hiện tại, họ sẽ liền vãng sanh đến Thế giới Cực Lạc của Đức Phật Vô Lượng Thọ và có chư đại Bồ-tát vây quanh nơi đó. Họ sẽ sanh trong hoa sen và ngồi trên tòa báu. Họ không còn bị tham dục làm cho khổ não, cũng không còn bị sân hận hay si mê làm cho khổ não, và cũng không còn bị cáu bẩn của lòng kiêu mạn hay ganh ghét làm cho khổ não.

Họ sẽ đắc Vô Sanh Pháp Nhẫn và thần thông của Bồ-tát. Khi đã đắc Pháp Nhẫn này, căn mắt của họ sẽ thanh tịnh. Với căn mắt thanh tịnh, họ sẽ thấy chư Phật Như Lai nhiều như số cát trong 7.002.000 ức nayuta sông Hằng.

Ngay lúc đó, chư Phật đồng ngợi khen từ xa rằng:

'Lành thay, lành thay, thiện nam tử! Ông ở trong giáo Pháp của Đức Phật Năng Tịch mà có thể thọ trì đọc tụng, tư duy và thuyết giảng Kinh này cho người khác. Phước đức có được là vô lượng vô biên. Lửa chẳng thể đốt. Nước chẳng thể dìm. Dù cả 1.000 Đức Phật cùng tuyên thuyết thì cũng không thể nói hết công đức của ông. Ông nay đã có thể phá tan bè lũ của ma, hủy hoại đoàn quân sanh tử, và mọi oán địch khác đều bị tồi diệt sạch.

Thiện nam tử! 100.000 chư Phật sẽ đồng dùng sức thần thông để thủ hộ ông. Ở giữa trời người trong tất cả thế gian, không ai có thể bằng ông--duy trừ Như Lai. Còn Thanh Văn, Độc Giác, và thậm chí đến Bồ-tát thì cũng chẳng thể ngang bằng trí tuệ và tĩnh lự của ông.'

Này Tú Vương Hoa! Vị Bồ-tát ấy thành tựu sức công đức và trí tuệ như thế.

Nếu có người nghe về Phẩm Bổn Sự của Dược Vương Bồ-tát và có thể tùy hỷ tán thán, thì trong miệng người ấy ở đời hiện tại sẽ luôn tỏa ra mùi hương của hoa sen xanh và trong những lỗ chân lông luôn tỏa ra mùi thơm đàn hương ở Đỉnh núi Ngưu Đầu. Công đức có được của họ thì cũng như đã nói ở trên.

Vì thế, Tú Vương Hoa! Ta nay phó chúc Phẩm Bổn Sự của Dược Vương Bồ-tát này cho ông. Sau khi Ta diệt độ và ở trong 500 năm cuối cùng, ông hãy rộng lưu truyền ở châu Thắng Kim và đừng để đoạn tuyệt; cũng chớ để chúng ác ma, nhân dân của ma, trời, rồng, quỷ tiệp tật, quỷ úng hình, và những loài khác thừa cơ trục lợi.

Này Tú Vương Hoa! Ông nên dùng sức thần thông mà thủ hộ Kinh này.

Vì sao thế? Bởi Kinh này là phương thuốc hay cho những người bệnh ở châu Thắng Kim. Nếu ai mắc bệnh mà nghe được Kinh này, thì bệnh sẽ liền lành hẳn. Họ sẽ không già và không chết.

Này Tú Vương Hoa! Nếu thấy có ai thọ trì Kinh này, thì ông nên lấy hoa sen xanh và đựng đầy hương bột rải lên họ để cúng dường.

Khi đã rải xong, hãy nghĩ như vầy:

'Không bao lâu nữa thì người này sẽ lấy cỏ trải làm tòa và ngồi ở Đạo Tràng, phá tan chúng ma quân, thổi loa Pháp, đánh trống Pháp lớn, và cứu độ tất cả chúng sanh thoát khỏi biển của sanh già bệnh chết.'

Vì vậy, những hành giả nào cầu Phật Đạo mà khi thấy có người thọ trì Kinh điển này, thì họ phải nên sanh tâm cung kính như thế."

Khi Phật thuyết Phẩm Bổn Sự của Dược Vương Bồ-tát này, 84.000 vị Bồ-tát đắc Giải Nhất Thiết Chúng Sanh Ngữ Ngôn Tổng Trì.

Từ trong tháp báu, Đa Bảo Như Lai ngợi khen Tú Vương Hoa Bồ-tát rằng:

"Lành thay, lành thay, Tú Vương Hoa! Ông đã thành tựu công đức chẳng thể nghĩ bàn nên mới có thể thưa hỏi Đức Phật Năng Tịch việc như thế để làm lợi ích cho vô lượng hết thảy chúng sanh."

Kinh Diệu Pháp Liên Hoa ♦ Hết quyển 6

☸ Phẩm 24: Diệu Âm Bồ-tát

Lúc bấy giờ Đức Phật Năng Tịch phóng quang minh từ đảnh nhục kế, là tướng của bậc đại nhân, và phóng ra ánh sáng từ tướng bạch hào ở giữa đôi chân mày. Những tia sáng đó chiếu khắp thế giới của chư Phật ở phương đông nhiều như số cát trong 1.080.000 ức nayuta [na du ta] sông Hằng.

Vượt qua số thế giới này có một thế giới tên là Tịnh Quang Trang Nghiêm. Quốc độ ấy có một Đức Phật, hiệu là Tịnh Hoa Tú Vương Trí Như Lai, Ưng Cúng, Chánh Biến Tri, Minh Hành Túc, Thiện Thệ, Thế Gian Giải, Vô Thượng Sĩ, Điều Ngự Trượng Phu, Thiên Nhân Sư, Phật Thế Tôn.

Bấy giờ có vô lượng vô biên Bồ-tát đại chúng đang cung kính vây quanh và Ngài thuyết Pháp cho họ. Khi ấy, ánh sáng từ tướng bạch hào ở giữa đôi chân mày của Đức Phật Năng Tịch chiếu soi khắp quốc độ kia.

Lúc bấy giờ trong quốc độ Nhất Thiết Tịnh Quang Trang Nghiêm có một vị Bồ-tát tên là Diệu Âm. Từ xưa ngài đã gieo trồng căn lành, thân cận cùng cúng dường vô lượng tỷ ức chư Phật, và thành tựu đầy đủ trí tuệ sâu xa.

Ngài đã đắc:
- Diệu Tràng Tướng Đẳng Trì,
- Pháp Hoa Đẳng Trì,
- Tịnh Đức Đẳng Trì,
- Tú Vương Hí Đẳng Trì,
- Vô Duyên Đẳng Trì,
- Trí Ấn Đẳng Trì,
- Giải Nhất Thiết Chúng Sanh Ngữ Ngôn Đẳng Trì,
- Tập Nhất Thiết Công Đức Đẳng Trì,

- Thanh Tịnh Đẳng Trì,
- Thần Thông Du Hí Đẳng Trì,
- Tuệ Cự Đẳng Trì,
- Trang Nghiêm Vương Đẳng Trì,
- Tịnh Quang Minh Đẳng Trì,
- Tịnh Tạng Đẳng Trì,
- Bất Cộng Đẳng Trì,
- và Nhật Toàn Đẳng Trì.

Ngài đã đắc các đại Đẳng Trì nhiều như số cát trong một tỷ ức sông Hằng như thế.

❖

Khi ánh sáng của Đức Phật Năng Tịch chiếu đến thân mình, ngài liền thưa với Đức Phật Tịnh Hoa Tú Vương Trí rằng:

"Thưa Thế Tôn! Con nên đi đến Thế giới Kham Nhẫn để lễ bái, thân cận, và cúng dường Đức Phật Năng Tịch, cùng thấy được Diệu Cát Tường Pháp Vương Tử Bồ-tát, Dược Vương Bồ-tát, Dũng Thí Bồ-tát, Tú Vương Hoa Bồ-tát, Thượng Hành Ý Bồ-tát, Trang Nghiêm Vương Bồ-tát, và Dược Thượng Bồ-tát."

Lúc bấy giờ Đức Phật Tịnh Hoa Tú Vương Trí bảo Diệu Âm Bồ-tát rằng:

"Ông chớ khinh quốc độ kia và nghĩ rằng nó thấp kém.

Thiện nam tử! Thế giới Kham Nhẫn kia có chỗ cao chỗ thấp và không bằng phẳng. Có đất, đá, núi non, và tràn đầy đồ dơ bẩn cùng những việc xấu ác. Thân Phật bé nhỏ và thân hình của chư Bồ-tát cũng nhỏ. Còn thân ông thì cao 42.000 hạn lượng, và thân Ta thì cao 6,8 triệu hạn lượng. Thân của ông đoan chánh đệ nhất và có một tỷ phước trang nghiêm với quang minh thù diệu. Cho nên khi đến nơi đó, ông chớ khinh thường mà sanh ý tưởng thấp kém đối với quốc độ kia cùng Phật và chư Bồ-tát ở quốc độ ấy."

Diệu Âm Bồ-tát thưa với Đức Phật của mình rằng:

"Thưa Thế Tôn! Bây giờ con sẽ đi đến Thế giới Kham Nhẫn bằng vào uy lực của Như Lai, thần thông du hí của Như Lai, và công đức trí tuệ trang nghiêm của Như Lai."

Khi ấy, thân của Diệu Âm Bồ-tát chẳng dao động, không rời khỏi chỗ ngồi và vào Đẳng Trì. Bằng với sức Đẳng Trì, ngài đi đến núi Thứu Phong cách Pháp tòa không xa, rồi biến hóa ra 84.000 hoa sen báu, với cọng làm bằng tử ma hoàng kim, bạc trắng làm lá, kim cang làm nhụy, và ngọc xích bảo làm bệ đài.

❖

Khi Diệu Cát Tường Pháp Vương Tử thấy những hoa sen này, ngài bạch Phật rằng:

"Bạch Thế Tôn! Vì nhân duyên gì mà hiện ra điềm tướng này, có vài ngàn vạn hoa sen với cọng làm bằng tử ma hoàng kim, bạc trắng làm lá, kim cang làm nhụy, và ngọc xích bảo làm bệ đài của nó?"

Lúc bấy giờ Đức Phật Năng Tịch bảo ngài Diệu Cát Tường:

"Đây là do Diệu Âm Đại Bồ-tát từ quốc độ của Đức Phật Tịnh Hoa Tú Vương Trí; ông ấy cùng với 84.000 vị Bồ-tát đang vây quanh Đức Phật kia. Họ muốn đến Thế giới Kham Nhẫn này để cúng dường, thân cận, và lễ bái Ta. Họ cũng muốn cúng dường và nghe Kinh Pháp Hoa."

Ngài Diệu Cát Tường bạch Phật rằng:

"Bạch Thế Tôn! Vị Bồ-tát đó đã gieo trồng căn lành và tu công đức gì mà có sức đại thần thông này? Ngài đã thực hành Đẳng Trì nào? Ngưỡng mong Thế Tôn nói danh tự của Đẳng Trì ấy cho chúng con. Chúng con cũng muốn siêng tu hành Đẳng Trì ấy để có thể thấy sắc tướng, dáng vóc, và uy nghi lúc đến đi của vị Bồ-tát này.

Kính mong Thế Tôn hãy dùng sức thần thông để khiến chúng con thấy được khi vị Bồ-tát kia đến."

Lúc bấy giờ Đức Phật Năng Tịch bảo ngài Diệu Cát Tường:

"Đức Phật Đa Bảo đã diệt độ từ lâu, sẽ vì các ông mà hiện ra tướng đó."

Khi ấy Đức Phật Đa Bảo nói với vị Bồ-tát kia rằng:

"Thiện lai, thiện nam tử! Diệu Cát Tường Pháp Vương Tử muốn thấy thân ông."

Diệu Âm Bồ-tát liền biến mất ở quốc độ kia và cùng với 84.000 vị Bồ-tát đồng khởi hành. Các quốc độ đi qua thảy đều chấn động sáu cách, mưa xuống hoa sen bảy báu, và trăm ngàn loại âm nhạc cõi trời không cần khảy mà tự vang.

Mắt của vị Bồ-tát này rộng lớn như cánh sen xanh. Cho dù cả một tỷ mặt trăng hợp lại thì cũng không vượt hơn diện mạo đoan chánh của ngài. Thân ngài có màu sắc vàng ròng và trang nghiêm với vô lượng trăm ngàn công đức. Ngài có uy đức hiển hách, quang minh chiếu rực, đầy đủ mọi tướng, và thân kiên cố như Nhân Sanh Bổn Thiên.

Khi ấy ngài vào đài bảy báu và bay lên hư không cách mặt đất với độ cao bằng bảy cây cọ, cùng với chư Bồ-tát cung kính vây quanh và đi đến núi Thứu Phong ở Thế giới Kham Nhẫn. Lúc đến nơi, ngài bước xuống đài bảy báu và cầm chuỗi ngọc với trị giá trăm ngàn lượng vàng.

Sau đó, ngài đi đến chỗ của Đức Phật Năng Tịch, cúi đầu đảnh lễ với trán chạm sát chân của Phật, rồi dâng lên chuỗi ngọc và thưa với Phật rằng:

"Thưa Thế Tôn! Đức Phật Tịnh Hoa Tú Vương Trí thăm hỏi Thế Tôn ít bệnh và ít phiền não chứ? Đi đứng có nhẹ nhàng chăng? Khí lực có an lạc chăng? Bốn đại có điều hòa chăng? Thế sự có thể nhẫn chăng? Chúng sanh có dễ độ, ít tham dục, sân hận, si mê, ganh ghét, keo kiệt, và ít ngã mạn chăng? Có ai bất hiếu với cha mẹ, chẳng kính trọng Đạo Nhân, tà kiến, tâm bất thiện và không thu nhiếp tình thức của năm căn chăng?

Thưa Thế Tôn! Chúng sanh có thể hàng phục chúng ma oán chăng? Đức Phật Đa Bảo đã diệt độ từ lâu đang ở trong tháp bảy báu có đến nghe Pháp chăng?"

Rồi ngài cũng lại thăm hỏi về Đa Bảo Như Lai có được an ổn, ít phiền não, và kham nhẫn trụ lâu chăng?

"Thưa Thế Tôn! Con nay muốn thấy thân của Đức Phật Đa Bảo. Kính mong Thế Tôn hãy làm cho con trông thấy."

Lúc bấy giờ Đức Phật Năng Tịch nói với Đức Phật Đa Bảo rằng:

"Diệu Âm Bồ-tát này muốn được thấy Ngài."

Khi ấy Đa Bảo Như Lai bảo Diệu Âm Bồ-tát rằng:

"Lành thay, lành thay! Ông vì cúng dường Đức Phật Năng Tịch, muốn nghe Kinh Pháp Hoa, cùng muốn thấy Diệu Cát Tường Bồ-tát và các vị khác nên mới đến đây."

Lúc bấy giờ Hoa Đức Bồ-tát bạch Phật rằng:

"Bạch Thế Tôn! Vị Diệu Âm Bồ-tát này đã gieo trồng căn lành và tu công đức gì mà có thần lực như thế?"

❖

Phật bảo Hoa Đức Bồ-tát:

"Vào thuở quá khứ có Đức Phật, hiệu là Vân Lôi Âm Vương Như Lai, Ưng Cúng, Chánh Đẳng Giác. Quốc độ tên là Hiện Nhất Thiết Thế Gian. Kiếp tên là Hỷ Kiến. Suốt 1.200 năm, Diệu Âm Bồ-tát đã dùng 100.000 loại âm nhạc để cúng dường Đức Phật Vân Lôi Âm Vương và cũng dâng lên 84.000 bình bát bảy báu. Do quả báo của nhân duyên đó nên nay sanh ở quốc độ của Đức Phật Tịnh Hoa Tú Vương Trí và có thần lực như thế.

Này Hoa Đức! Ý ông nghĩ sao? Diệu Âm Bồ-tát đã cúng dường âm nhạc và dâng lên bình bát báu cho Đức Phật Vân Lôi Âm Vương thuở đó nào có ai khác, nay chính là Diệu Âm Đại Bồ-tát.

Này Hoa Đức! Diệu Âm Bồ-tát đã từng cúng dường và thân cận vô lượng chư Phật. Từ xưa ông ấy đã gieo trồng căn lành và lại gặp chư Phật nhiều như số cát trong tỷ ức nayuta sông Hằng.

Này Hoa Đức! Ông chỉ thấy thân của Diệu Âm Bồ-tát đang ở tại nơi đây, nhưng vị Bồ-tát này hóa hiện đủ mọi thân hình ở khắp nơi để thuyết giảng Kinh điển này cho các chúng sanh.

- Ông ấy hoặc hiện thân Phạm Vương;
- hoặc hiện thân Năng Thiên Đế;
- hoặc hiện thân Tự Tại Thiên;
- hoặc hiện thân Đại Tự Tại Thiên;
- hoặc hiện thân thiên đại tướng quân;
- hoặc hiện thân Đa Văn Thiên Vương;
- hoặc hiện thân Chuyển Luân Thánh Vương;
- hoặc hiện thân tiểu vương;
- hoặc hiện thân trưởng giả;
- hoặc hiện thân cư sĩ;
- hoặc hiện thân tể quan;
- hoặc hiện thân Phạm Chí;
- hoặc hiện thân Bhikṣu [bíc su], Bhikṣuṇī [bíc su ni], Thanh Tín Nam, hay Thanh Tín Nữ;
- hoặc hiện thân phu nhân của trưởng giả hay cư sĩ;
- hoặc hiện thân phu nhân của tể quan;
- hoặc hiện thân phu nhân của Phạm Chí;

- hoặc hiện thân đồng nam hay đồng nữ;
- hoặc hiện thân trời, rồng, quỷ tiệp tật, tầm hương thần, phi thiên, kim sí điểu, nghi thần, đại mãng xà, người và phi nhân mà thuyết giảng Kinh này.

Ở những nơi có địa ngục, ngạ quỷ, bàng sanh cùng các chướng nạn, ông ấy đều có thể cứu tế. Cho đến trong hậu cung của vua, ông ấy cũng có thể biến hiện thân nữ mà thuyết giảng Kinh này.

Này Hoa Đức! Diệu Âm Bồ-tát có thể cứu hộ hết thảy chúng sanh ở Thế giới Kham Nhẫn. Diệu Âm Bồ-tát này có thể biến hóa đủ mọi thân hình như thế, và ở tại Thế giới Kham Nhẫn thuyết giảng Kinh điển này cho các chúng sanh mà thần thông biến hóa cùng trí tuệ chẳng hề tổn giảm.

Ánh sáng trí tuệ của vị Bồ-tát này chiếu soi Thế giới Kham Nhẫn, khiến tất cả mỗi chúng sanh được sự hiểu biết của mình. Như việc đó xảy ra ở thế giới này thì trong các thế giới nhiều như cát sông Hằng khắp mười phương cũng lại như vậy.

Nếu ai đáng dùng thân Thanh Văn để hóa độ, Bồ-tát liền hiện thân Thanh Văn mà thuyết Pháp cho họ.

Nếu ai đáng dùng thân Độc Giác để hóa độ, Bồ-tát liền hiện thân Độc Giác mà thuyết Pháp cho họ.

Nếu ai đáng dùng thân Bồ-tát để hóa độ, Bồ-tát liền hiện thân Bồ-tát mà thuyết Pháp cho họ.

Nếu ai đáng dùng thân Phật để hóa độ, Bồ-tát liền hiện thân Phật mà thuyết Pháp cho họ.

Và như vậy, ông ấy dùng đủ mọi thân hình mà tùy cơ hóa độ; cho đến nếu ai cần thị hiện diệt độ để độ thoát thì sẽ thị hiện diệt độ.

Này Hoa Đức! Diệu Âm Đại Bồ-tát thành tựu sức đại thần thông và trí tuệ như thế, việc đó là như vậy."

❖

Lúc bấy giờ Hoa Đức Bồ-tát bạch Phật rằng:

"Bạch Thế Tôn! Vị Diệu Âm Bồ-tát này đã gieo trồng căn lành rất sâu dày.

Bạch Thế Tôn! Vị Bồ-tát này đã trụ ở Đẳng Trì gì mà có thể biến hiện như ý để độ thoát chúng sanh như thế?"

Phật bảo Hoa Đức Bồ-tát:

"Thiện nam tử! Đẳng Trì đó tên là Hiện Nhất Thiết Sắc Thân. Diệu Âm Bồ-tát trụ trong Đẳng Trì này nên mới có thể làm lợi ích cho vô lượng chúng sanh như thế."

Khi thuyết Phẩm Diệu Âm Bồ-tát này, 84.000 vị tùy tùng với Diệu Âm Bồ-tát đều đắc Hiện Nhất Thiết Sắc Thân Đẳng Trì. Vô lượng Bồ-tát ở Thế giới Kham Nhẫn cũng đắc Đẳng Trì và Tổng Trì đó.

Khi Diệu Âm Đại Bồ-tát đã cúng dường Đức Phật Năng Tịch và tháp của Đức Phật Đa Bảo xong, ngài trở về quốc độ của mình. Các quốc độ đi qua đều chấn động sáu cách, mưa xuống hoa sen báu và vang lên trăm ngàn loại âm nhạc.

Khi đã trở về quốc độ của mình, cùng với 84.000 vị Bồ-tát vây quanh, ngài đi đến chỗ của Đức Phật Tịnh Hoa Tú Vương Trí và thưa với Phật rằng:

"Thưa Thế Tôn! Con đã đến Thế giới Kham Nhẫn để làm lợi ích cho chúng sanh. Con diện kiến Đức Phật Năng Tịch cùng thấy tháp của Đức Phật Đa Bảo, rồi đã lễ bái và cúng dường. Con cũng thấy Diệu Cát Tường Pháp Vương Tử Bồ-tát, Dược Vương Bồ-tát, Đắc Cần Tinh Tấn Lực Bồ-tát, Dũng Thí Bồ-tát, và những vị khác. Con cũng khiến cho 84.000 vị Bồ-tát nơi đây đắc Hiện Nhất Thiết Sắc Thân Đẳng Trì."

Khi đã thuyết Phẩm Diệu Âm Bồ-tát từ lúc đến và lúc trở về xong, 42.000 thiên tử đắc Vô Sanh Pháp Nhẫn. Hoa Đức Bồ-tát đắc Pháp Hoa Đẳng Trì.

Lúc bấy giờ Vô Tận Ý Bồ-tát liền từ chỗ ngồi đứng dậy, vén áo lộ vai phải, chắp tay hướng Phật và bạch rằng:

"Bạch Thế Tôn! Quán Thế Âm Bồ-tát do nhân duyên gì mà tên là Quán Thế Âm?"

Phật bảo Vô Tận Ý Bồ-tát:

"Thiện nam tử! Nếu có vô lượng tỷ ức chúng sanh đang chịu các khổ não mà nghe đến Quán Thế Âm Bồ-tát, rồi họ nhất tâm xưng danh hiệu của Bồ-tát, thì Quán Thế Âm Bồ-tát liền quán sát âm thanh đó và họ đều được giải thoát.

Nếu có người trì niệm danh hiệu của Quán Thế Âm Bồ-tát, giả sử bị rơi vào lửa lớn thì lửa chẳng thể đốt họ. Đây là do sức uy thần của Bồ-tát.

Nếu ai bị nước lớn cuốn trôi mà xưng danh hiệu của Bồ-tát thì liền gặp chỗ cạn.

Nếu có một tỷ ức chúng sanh vì tìm vàng, bạc, lưu ly, xa cừ, mã não, san hô, hổ phách, trân châu, và châu báu nên phải vào trong biển lớn, giả sử bị gió bão thổi thuyền của họ trôi dạt tới nước quỷ bạo ác. Trong đó dù chỉ có một người xưng danh hiệu của Quán Thế Âm Bồ-tát, thì những người ấy đều được thoát khỏi nạn quỷ bạo ác.

Do nhân duyên này mà tên là Quán Thế Âm.

Nếu lại có người sắp bị hại mà xưng danh hiệu của Quán Thế Âm Bồ-tát, thì dao gậy của người cầm liền gãy từng đoạn và liền được giải thoát.

Nếu quỷ tiệp tật và quỷ bạo ác đầy khắp trong Tam Thiên Đại Thiên Thế Giới muốn đến não loạn người, nhưng khi nghe có ai xưng niệm Quán Thế Âm Bồ-tát, thì những ác quỷ đó còn không thể dùng ánh mắt hung dữ để nhìn họ, huống nữa là gây hại.

Giả sử lại có người, hoặc có tội hay vô tội, bị gông cùm xiềng xích trói buộc nơi thân, mà khi họ xưng danh hiệu của Quán Thế Âm Bồ-tát thì thảy đều đứt rã và liền được giải thoát.

Nếu kẻ oán tặc đầy khắp trong Tam Thiên Đại Thiên Thế Giới và có một vị thương chủ dẫn chúng thương nhân, họ mang theo châu báu quý và đi qua đường hiểm trở.

Trong đó có một người xướng rằng:

'Các thiện nam tử! Chớ nên sợ hãi! Các ông hãy nên nhất tâm xưng danh hiệu của Quán Thế Âm Bồ-tát. Vị Bồ-tát đó khéo dùng vô úy ban cho chúng sanh. Nếu các ông xưng danh hiệu của ngài thì sẽ thoát khỏi oán tặc này.'

Khi nghe xong, chúng thương nhân đều đồng thanh niệm:

'♪ Quy mạng Quán Thế Âm Bồ-tát'

Do xưng danh hiệu ấy nên họ liền được giải thoát.

Này Vô Tận Ý! Quán Thế Âm Đại Bồ-tát có sức uy thần lồng lộng như thế.

❖

Nếu có chúng sanh nào nhiều tham dục mà luôn cung kính niệm Quán Thế Âm Bồ-tát, thì họ liền được lìa tham dục.

Nếu ai nhiều sân hận mà luôn cung kính niệm Quán Thế Âm Bồ-tát, thì họ liền được lìa sân hận.

Nếu ai nhiều si mê mà luôn cung kính niệm Quán Thế Âm Bồ-tát, thì họ liền được lìa si mê.

Này Vô Tận Ý! Quán Thế Âm Bồ-tát có sức uy thần to lớn và nhiều lợi ích như thế. Cho nên chúng sanh phải luôn trì niệm danh hiệu của Bồ-tát.

❖

Nếu có người nữ, giả như muốn cầu con trai và lễ bái cúng dường Quán Thế Âm Bồ-tát, thì liền sanh con trai với phước đức trí tuệ.

Giả như ai muốn cầu con gái thì liền sanh con gái với tướng mạo đoan chánh; do vốn đã gieo trồng phước đức đời trước nên mọi người kính mến.

Này Vô Tận Ý! Quán Thế Âm Bồ-tát có sức uy thần như thế.

❖

Nếu có chúng sanh nào cung kính và lễ bái Quán Thế Âm Bồ-tát, thì phước ấy sẽ không tiêu mất. Vì thế tất cả chúng sanh đều nên thọ trì danh hiệu của Quán Thế Âm Bồ-tát.

Này Vô Tận Ý! Nếu có người thọ trì danh hiệu của chư Bồ-tát với số lượng bằng số cát trong 62 ức sông Hằng, cũng lại trọn đời cúng dường y phục, ẩm thực, giường nệm, và thuốc thang.

Ý ông nghĩ sao? Công đức của thiện nam tử hoặc thiện nữ nhân đó có nhiều chăng?"

Ngài Vô Tận Ý đáp rằng:

"Rất nhiều, thưa Thế Tôn!"

Đức Phật bảo:

"Nếu lại có người thọ trì danh hiệu của Quán Thế Âm Bồ-tát, cho đến chỉ một lần lễ bái và cúng dường, thì phước của hai người ấy bằng nhau không khác--suốt tỷ ức kiếp cũng không thể cùng tận.

Này Vô Tận Ý! Thọ trì danh hiệu của Quán Thế Âm Bồ-tát được vô lượng vô biên phước đức và lợi ích như thế."

❖

Vô Tận Ý Bồ-tát bạch Phật rằng:

"Bạch Thế Tôn! Quán Thế Âm Bồ-tát chu du giáo hóa ở Thế giới Kham Nhẫn như thế nào? Ngài thuyết Pháp cho chúng sanh ra sao? Sức phương tiện của việc đó thế nào?"

Phật bảo Vô Tận Ý Bồ-tát:

"Thiện nam tử! Nếu có chúng sanh trong quốc độ nào đáng dùng thân Phật để độ thoát, Quán Thế Âm Bồ-tát liền hiện thân Phật mà thuyết Pháp cho họ.

Nếu ai đáng dùng thân Độc Giác để hóa độ, Bồ-tát liền hiện thân Độc Giác mà thuyết Pháp cho họ.

Nếu ai đáng dùng thân Thanh Văn để hóa độ, Bồ-tát liền hiện thân Thanh Văn mà thuyết Pháp cho họ.

Nếu ai đáng dùng thân Phạm Vương để hóa độ, Bồ-tát liền hiện thân Phạm Vương mà thuyết Pháp cho họ.

Nếu ai đáng dùng thân Năng Thiên Đế để hóa độ, Bồ-tát liền hiện thân Năng Thiên Đế mà thuyết Pháp cho họ.

Nếu ai đáng dùng thân Tự Tại Thiên để hóa độ, Bồ-tát liền hiện thân Tự Tại Thiên mà thuyết Pháp cho họ.

Nếu ai đáng dùng thân Đại Tự Tại Thiên để hóa độ, Bồ-tát liền hiện thân Đại Tự Tại Thiên mà thuyết Pháp cho họ.

Nếu ai đáng dùng thân thiên đại tướng quân để hóa độ, Bồ-tát liền hiện thân thiên đại tướng quân mà thuyết Pháp cho họ.

Nếu ai đáng dùng thân Đa Văn Thiên Vương để hóa độ, Bồ-tát liền hiện thân Đa Văn Thiên Vương mà thuyết Pháp cho họ.

Nếu ai đáng dùng thân tiểu vương để hóa độ, Bồ-tát liền hiện thân tiểu vương mà thuyết Pháp cho họ.

Nếu ai đáng dùng thân trưởng giả để hóa độ, Bồ-tát liền hiện thân trưởng giả mà thuyết Pháp cho họ.

Nếu ai đáng dùng thân cư sĩ để hóa độ, Bồ-tát liền hiện thân cư sĩ mà thuyết Pháp cho họ.

Nếu ai đáng dùng thân tể quan để hóa độ, Bồ-tát liền hiện thân tể quan mà thuyết Pháp cho họ.

Nếu ai đáng dùng thân Phạm Chí để hóa độ, Bồ-tát liền hiện thân Phạm Chí mà thuyết Pháp cho họ.

Nếu ai đáng dùng thân Bhikṣu, Bhikṣuṇī, Thanh Tín Nam, hay Thanh Tín Nữ để hóa độ, Bồ-tát liền hiện thân Bhikṣu, Bhikṣuṇī, Thanh Tín Nam, hay Thanh Tín Nữ mà thuyết Pháp cho họ.

Nếu ai đáng dùng thân phu nhân của trưởng giả, cư sĩ, tể quan, hay Phạm Chí để hóa độ, Bồ-tát liền hiện thân phu nhân mà thuyết Pháp cho họ.

Nếu ai đáng dùng thân đồng nam hay đồng nữ để hóa độ, Bồ-tát liền hiện thân đồng nam hay đồng nữ mà thuyết Pháp cho họ.

Nếu ai đáng dùng thân trời, rồng, quỷ tiệp tật, tầm hương thần, phi thiên, kim sí điểu, nghi thần, đại mãng xà, hoặc người và phi nhân để hóa độ, Bồ-tát liền đều hiện ra mà thuyết Pháp cho họ.

Nếu ai đáng dùng thân Chấp Kim Cang Thần để hóa độ, Bồ-tát liền hiện thân Chấp Kim Cang Thần mà thuyết Pháp cho họ.

Này Vô Tận Ý! Vị Quán Thế Âm Đại Bồ-tát đó thành tựu công đức như thế. Với đủ mọi thân hình, Bồ-tát du hành các quốc độ để độ thoát chúng sanh. Vì thế các ông phải nên nhất tâm cúng dường Quán Thế Âm Bồ-tát. Vị Quán Thế Âm Đại Bồ-tát đó ở trong nguy cấp hãi hùng mà có thể ban điều không sợ hãi. Cho nên ở Thế giới Kham Nhẫn đều gọi ông ấy là bậc thí vô úy."

❖

Vô Tận Ý Bồ-tát thưa với Phật rằng:

"Thưa Thế Tôn! Con nay phải cúng dường Quán Thế Âm Bồ-tát."

Vô Tận Ý Bồ-tát liền cởi chuỗi ngọc bảo châu trên cổ với trị giá trăm ngàn lượng vàng để dâng lên và nói rằng:

"Nhân Giả! Xin ngài hãy nhận Pháp thí của chuỗi ngọc trân bảo này."

Khi ấy Quán Thế Âm Bồ-tát không chịu nhận.

Ngài Vô Tận Ý lại nói với Quán Thế Âm Bồ-tát rằng:

"Nhân Giả! Cúi mong ngài hãy thương xót chúng tôi mà nhận lấy chuỗi ngọc này."

Lúc bấy giờ Phật bảo Quán Thế Âm Bồ-tát:

"Ông nên thương xót Vô Tận Ý Bồ-tát này và bốn chúng đệ tử, cùng trời, rồng, quỷ tiệp tật, tầm hương thần, phi thiên, kim sí điểu, nghi thần, đại mãng xà, người và phi nhân mà nhận chuỗi ngọc ấy."

Khi đó Quán Thế Âm Bồ-tát vì thương xót bốn chúng đệ tử, cùng trời, rồng, người và phi nhân mà nhận chuỗi ngọc ấy, rồi chia làm hai phần: một phần dâng lên Đức Phật Năng Tịch và một phần phụng hiến cho tháp của Đức Phật Đa Bảo.

"Này Vô Tận Ý! Quán Thế Âm Bồ-tát có thần lực tự tại như thế để du hành ở Thế giới Kham Nhẫn."

❖

Lúc bấy giờ Vô Tận Ý Bồ-tát dùng kệ hỏi Phật:

"Thế Tôn đủ diệu tướng
Con nay xin hỏi Ngài
Phật tử nhân duyên gì
Tên là Quán Thế Âm"

Cụ túc diệu tướng tôn
Kệ đáp Vô Tận Ý
"Ông nghe hạnh Quán Âm
Khéo ứng khắp mọi nơi

Hoằng thệ sâu như biển
Nhiều kiếp chẳng nghĩ bàn
Hầu nhiều ngàn ức Phật
Phát đại nguyện thanh tịnh

Ta vì ông nói sơ
Nghe tên cùng thấy thân
Tâm niệm chớ lãng quên
Khéo diệt khổ các cõi

Giả sử sanh lòng hại
Xô rớt hầm lửa lớn
Do sức niệm Quán Âm
Hầm lửa biến thành ao

Hoặc trôi dạt biển lớn
Các nạn quỷ cá rồng
Do sức niệm Quán Âm
Nổi trên sóng chẳng chìm

Hoặc tại đỉnh Diệu Cao
Bị người xô đẩy xuống
Do sức niệm Quán Âm
Như mặt trời trụ không

Hoặc bị kẻ ác rượt
Rơi xuống núi Kim Cang
Do sức niệm Quán Âm
Chẳng tổn đến sợi lông

Hoặc gặp oán tặc vây
Cầm đao muốn gây hại
Do sức niệm Quán Âm
Đều liền khởi từ tâm

Hoặc gặp khổ nạn vua
Khi hành hình sắp chết
Do sức niệm Quán Âm
Đao liền gãy từng đoạn

Hoặc tù giam gông cùm
Tay chân bị xiềng xích
Do sức niệm Quán Âm
Đứt rã được giải thoát

Trù ếm mọi thuốc độc
Muốn tổn hại thân người
Do sức niệm Quán Âm
Quay ngược lại kẻ gây

Hoặc gặp quỷ bạo ác
Rồng độc các loài quỷ
Do sức niệm Quán Âm
Thảy đều không dám hại

Hoặc thú dữ bao vây
Răng móng nhọn đáng sợ
Do sức niệm Quán Âm
Vội tháo chạy biệt tăm

Rắn độc cùng bọ cạp
Phun khí độc khói lửa
Do sức niệm Quán Âm
Nghe tiếng tự rời đi

Mây sấm nổ điện chớp
Mưa đá trút mưa lớn
Do sức niệm Quán Âm
Lập tức được tiêu tan

Chúng sanh bị khốn ách
Vô lượng khổ bức thân
Quán Âm sức diệu trí
Khéo cứu khổ thế gian

Đầy đủ sức thần thông
Rộng tu trí phương tiện
Các quốc độ mười phương
Không nơi nào chẳng hiện

Đủ mọi loài thú dữ
Địa ngục quỷ bàng sanh
Sanh già bệnh chết khổ
Lần lần sẽ diệt tan

Chân quán thanh tịnh quán
Quảng đại trí tuệ quán
Bi quán và từ quán
Thường nguyện thường chiêm ngưỡng

Vô cấu thanh tịnh quang
Trời tuệ phá đen tối
Khéo trừ tai gió lửa
Chiếu sáng khắp thế gian

Thể bi, giới sấm vang
Lòng từ mây diệu lớn
Rưới mưa Pháp cam lộ
Lửa phiền não diệt tan

Tranh tụng ở chỗ quan
Trong quân trận sợ hãi
Do sức niệm Quán Âm
Các oán đều lui tan

Diệu âm Quán Thế Âm
Phạn âm hải triều âm
Thắng hơn tiếng thế gian
Cho nên phải luôn niệm

Niệm niệm chớ sanh nghi
Tịnh thánh Quán Thế Âm
Trong khổ não tử ách
Khéo làm chỗ tựa nương

Trọn tất cả công đức
Mắt hiền nhìn chúng sanh
Biển phước tụ vô lượng
Vì thế nên đảnh lễ"

Lúc bấy giờ Trì Địa Bồ-tát liền từ chỗ ngồi đứng dậy, rồi ngài ở trước Phật mà thưa rằng:

"Thưa Thế Tôn! Nếu có chúng sanh nào nghe về Phẩm Quán Thế Âm Bồ-tát với Đạo nghiệp tự tại và cánh cổng phổ biến thị hiện sức thần thông của ngài, thì phải biết công đức của người đó không nhỏ."

Khi Phật thuyết Phẩm Phổ Môn này, ở trong đại chúng có 84.000 chúng sanh đều phát tâm vô đẳng đẳng ở Vô Thượng Chánh Đẳng Chánh Giác.

Lúc bấy giờ Dược Vương Bồ-tát liền từ chỗ ngồi đứng dậy, vén áo lộ vai phải, chắp tay hướng Phật và bạch rằng:

"Bạch Thế Tôn! Nếu thiện nam tử hoặc thiện nữ nhân nào mà có thể thọ trì Kinh Pháp Hoa, hoặc đọc tụng rành rẽ hay biên chép Kinh này, thì họ sẽ được bao nhiêu phước?"

Phật bảo ngài Dược Vương:

"Ý ông nghĩ sao? Nếu có thiện nam tử hoặc thiện nữ nhân nào cúng dường chư Phật nhiều như số cát trong tám triệu ức nayuta sông Hằng, thì phước đức của người ấy có nhiều chăng?"

"Rất nhiều, thưa Thế Tôn!"

Đức Phật bảo:

"Nếu thiện nam tử hoặc thiện nữ nhân nào mà có thể đối với Kinh này, dù chỉ thọ trì một bài kệ bốn câu, đọc tụng giải nghĩa và như thuyết tu hành, thì sẽ có rất nhiều công đức."

Lúc bấy giờ Dược Vương Bồ-tát thưa với Phật rằng:

"Thưa Thế Tôn! Con nay sẽ truyền cho những vị thuyết Pháp một Tổng Trì thần chú để thủ hộ họ."

Liền nói chú rằng:

|| anye manye mane mamane citte carite same samitā
viśānte mukte muktatame same avisame samasame
jaye kṣaye akṣaye akṣiṇe śānte samite dhāraṇi ālokabhāṣe
pratyavekṣaṇi nidhiru abhyantara-nirviṣte abhyantara-pāriśuddhi
mutkule araḍe paraḍe sukāṇkṣi asama-same
buddha-vilokite dharma-parikśite saṃgha-nirghoṣa-nirghoṇi
bhayā-bhayaviśodhani mantre mantrākṣayate rute ruta-kauśalye
akṣaye akṣa-yavanatāye vakkule valoḍa amany-anatāye ||

|| an de, man de, ma ne, ma ma ne, chít te, cha ri te, sa me, sa mi ta,
vi san te, múc te, múc ta ta me, sa me, a vi sa me, sa ma sa me,
cha de, cờ sa de, ác sa de, ác si ne, san te, sa mi te, đa ra ni, a lô ca ba se,
bờ ra ty a vắt sa ni, ni đi ru, a bi an ta ra - nia vi sờ te, a bi an ta ra - ba ri su đi,
muột cu le, a ra đe, ba ra đe, su cân cờ si, a sa ma - sa me,
bu đà - vi lô ki te, đa ma - ba ríc si te, sâm ga - nia gô sa - nia gô ni,
bai da - bai da vi sô đa ni, man tre, man tra cờ sa da te, ru te, ru ta - cau sa ly e,
ác sa de, ác sa - da qua na ta de, vác cu le, va lô đa, a ma ni - a na ta de ||

"Thưa Thế Tôn! Tổng Trì thần chú này đã có chư Phật nhiều như số cát trong 62 ức sông Hằng tuyên thuyết. Nếu có kẻ nào xâm hủy vị Pháp sư ấy, thì cũng tức là xâm hủy chư Phật đó."

Khi ấy Đức Phật Năng Tịch ngợi khen Dược Vương Bồ-tát rằng:

"Lành thay, lành thay, Dược Vương! Ông vì lòng từ mẫn muốn ủng hộ vị Pháp sư đó nên tuyên thuyết Tổng Trì này để mang đến nhiều lợi ích cho chúng sanh."

❖

Lúc bấy giờ Dũng Thí Bồ-tát thưa với Phật rằng:

"Thưa Thế Tôn! Con vì người thọ trì đọc tụng Kinh Pháp Hoa mà cũng tuyên thuyết Tổng Trì để ủng hộ. Nếu vị Pháp sư đó đắc Tổng Trì này thì sẽ không có quỷ tiệp tật, quỷ bạo ác, quỷ xú uế, quỷ khởi thi, quỷ úng hình, quỷ đói, và những loài như thế mà có thể tìm điểm yếu để trục lợi."

Liền ở trước Phật mà nói chú rằng:

|| jvale mahājvale ukke mukke aḍe aḍāvati nṛtye nṛtyāvati
iṭṭini viṭṭini ciṭṭini nṛtyani nṛtyāvati ||

|| chờ qua le, ma ha chờ qua le, úc ke, múc ke, a đe, a đa qua ti, nơ ri ty e, nơ ri ty a qua ti,
ít ti ni, vít ti ni, chít ti ni, nơ ri ty a ni, nơ ri ty a qua ti ||

"Thưa Thế Tôn! Tổng Trì thần chú này đã có chư Phật nhiều như cát sông Hằng tuyên thuyết, và hết thảy chư Phật kia cũng đều tùy hỷ. Nếu có kẻ nào xâm hủy vị Pháp sư ấy, thì cũng tức là xâm hủy chư Phật đó."

❖

Lúc bấy giờ Đa Văn Thiên Vương, vị bảo hộ thế gian, thưa với Phật rằng:

"Thưa Thế Tôn! Vì thương xót chúng sanh, con cũng muốn ủng hộ vị Pháp sư đó nên thuyết chú này."

Liền nói chú rằng:

|| aṭṭe naṭṭe vanaṭṭe anaḍe nāḍi kunaḍi ||
|| át te, nát te, va nát te, a na đe, na đi, cu na đi ||

"Thưa Thế Tôn! Bằng vào thần chú này, con sẽ ủng hộ vị Pháp sư đó. Con cũng sẽ đích thân ủng hộ người thọ trì Kinh này và khiến trong vòng 100 hạn lượng sẽ không có những hoạn nạn xảy đến thân họ."

❖

Lúc bấy giờ Trì Quốc Thiên Vương cũng đang hiện diện trong đại hội và cùng với mười triệu ức nayuta tầm hương thần cung kính vây quanh.

Ngài đến ở trước Phật, chắp tay và thưa với Phật rằng:

"Thưa Thế Tôn! Con cũng dùng Tổng Trì thần chú này để ủng hộ người thọ trì Kinh Pháp Hoa."

Liền nói chú rằng:

|| agaṇe gaṇe gauri gandhāri caṇḍāli mātaṅgi jaṅguli vrūsaṇi agasti ||
|| a ga ne, ga ne, gau ri, gan đa ri, chân đa li, ma tân gi, chân gu li, vờ ru sa ni, a ga sờ ti ||

"Thưa Thế Tôn! Tổng Trì thần chú này đã có chư Phật nhiều như số cát trong 42 sông Hằng tuyên thuyết. Nếu có kẻ nào xâm hủy vị Pháp sư ấy, thì cũng tức là xâm hủy chư Phật đó."

❖

Lúc bấy giờ có các vị quỷ nữ bạo ác:
- Vị thứ nhất tên là Hữu Kết Phược,
- Vị thứ nhì tên là Ly Kết,
- Vị thứ ba tên là Khúc Xỉ,
- Vị thứ tư tên là Hoa Xỉ,
- Vị thứ năm tên là Hắc Xỉ,
- Vị thứ sáu tên là Đa Phát,
- Vị thứ bảy tên là Vô Yếm Túc,
- Vị thứ tám tên là Trì Anh Lạc,
- Vị thứ chín tên là Hà Sở,
- Vị thứ mười tên là Đoạt Nhất Thiết Chúng Sanh Tinh Khí.

Mười vị quỷ nữ bạo ác này, cùng Quỷ Tử Mẫu với con và quyến thuộc của bà, đều đến chỗ của Phật và đồng thanh thưa với Phật rằng:

"Thưa Thế Tôn! Chúng con cũng muốn ủng hộ người đọc tụng thọ trì Kinh Pháp Hoa, và diệt trừ các hoạn nạn cho họ. Nếu có kẻ nào tìm điểm yếu của vị Pháp sư đó thì chẳng thể được."

Liền ở trước Phật mà nói chú rằng:

|| iti me iti me iti me iti me iti me
| nime nime nime nime nime
| ruhe ruhe ruhe ruhe
| stuhe stuhe stuhe stuhe stuhe ||
|| i ti, me, i ti, me, i ti, me, i ti, me, i ti, me
| ni me, ni me, ni me, ni me, ni me
| ru he, ru he, ru he, ru he
| sờ tu he, sờ tu he, sờ tu he, sờ tu he, sờ tu he ||

"Kẻ phá hoại có thể leo lên đầu chúng con, nhưng chớ có não loạn vị Pháp sư đó. Những loài như là: quỷ tiệp tật, quỷ bạo ác, quỷ đói, quỷ xú uế, quỷ khởi thi, quỷ nhập xác chết đi giết người, quân thần ác tinh, quỷ điên hắc sắc, quỷ điên cuồng, quỷ tiệp tật khởi thi, người khởi thi quỷ; loài hiện hình của nam tử hay nữ nhân, hoặc bé trai hay bé gái--tất cả những loài đó đều chớ có não hại họ và cho đến trong giấc mộng cũng chẳng thấy chúng.

Họ cũng sẽ không mắc bệnh sốt từ một ngày, hai ngày, ba ngày, bốn ngày, cho đến bảy ngày, hay bệnh sốt trường kỳ."

Liền ở trước Phật mà nói kệ rằng:

"Nếu kẻ nào không thuận chú này
Não loạn hại vị Pháp sư đây
Đầu bị vỡ ra thành bảy mảnh
Gãy như là cành cây húng quế

Ngang bằng như tội giết mẹ cha
Cũng đồng như pha ép trộn dầu
Cân đo sai lừa dối gạt người
Tội phá Tăng Bhikṣu Thiên Thọ

Pháp sư này ai dám hủy phạm
Sẽ mắc lấy tai ương như thế"

Khi các vị quỷ nữ bạo ác nói những bài kệ đó xong, họ thưa với Phật rằng:

"Thưa Thế Tôn! Chúng con cũng sẽ đích thân ủng hộ người thọ trì đọc tụng và tu hành Kinh này, hầu khiến cho họ được an ổn, lìa mọi hoạn nạn suy hao, và tiêu trừ các thuốc độc."

Phật bảo các vị quỷ nữ bạo ác:

"Lành thay, lành thay! Các cô như chỉ có thể ủng hộ người thọ trì tên Kinh Pháp Hoa, thì đã có phước đức chẳng thể suy lường. Huống nữa là ủng hộ những ai thọ trì trọn vẹn và cúng dường Kinh này với hương hoa, chuỗi ngọc, hương bột, hương xoa, hương đốt, cờ hiệu, lọng che, âm nhạc; họ lại thắp muôn loại đèn, như là đèn bơ, đèn dầu, đèn dầu thơm, đèn dầu hoa lài, đèn dầu hoa ngọc lan, đèn dầu hoa vũ thời, đèn dầu hoa sen xanh, và trăm ngàn loại đèn như thế để cúng dường.

Này Hà Sở! Các cô cùng quyến thuộc hãy nên ủng hộ vị Pháp sư đó như vậy."

Khi thuyết Phẩm Tổng Trì này xong, 68.000 người đắc Vô Sanh Pháp Nhẫn.

Lúc bấy giờ Phật bảo các đại chúng:

"Vào thuở quá khứ xa xưa vô lượng vô biên vô số bất khả tư nghị kiếp, có Đức Phật hiệu là Vân Lôi Âm Tú Vương Hoa Trí Như Lai, Ưng Cúng, Chánh Đẳng Giác. Quốc độ tên là Quang Minh Trang Nghiêm. Kiếp tên là Hỷ Kiến.

Trong thời giáo hóa của Đức Phật kia có một vị quốc vương tên là Diệu Trang Nghiêm. Phu nhân của nhà vua tên là Tịnh Đức. Phu nhân có hai người con. Vị vương tử thứ nhất tên là Tịnh Tạng. Vị vương tử thứ nhì tên Tịnh Nhãn. Hai vị vương tử này có sức đại uy thần, phước đức và trí tuệ. Họ đã từ xa xưa tu hành Đạo Bồ-tát.

Các Pháp như là: Bố Thí Độ, Tịnh Giới Độ, An Nhẫn Độ, Tinh Tấn Độ, Tĩnh Lự Độ, Diệu Tuệ Độ, Phương Tiện Độ, Từ Bi Hỷ Xả, và cho đến 37 Phẩm Trợ Đạo. Họ thảy đều minh liễu thông đạt.

Họ lại đắc Bồ-tát Tịnh Đẳng Trì, Nhật Tinh Tú Đẳng Trì, Tịnh Quang Đẳng Trì, Tịnh Sắc Đẳng Trì, Tịnh Chiếu Minh Đẳng Trì, Trường Trang Nghiêm Đẳng Trì, và Đại Uy Đức Tạng Đẳng Trì. Đối với các Đẳng Trì này, họ cũng đều thông đạt.

❖

Lúc bấy giờ Đức Phật kia vì muốn dẫn đạo vua Diệu Trang Nghiêm cùng thương xót chúng sanh nên Ngài đã thuyết Kinh Pháp Hoa này.

Khi ấy hai vị vương tử, Tịnh Tạng và Tịnh Nhãn, đến chỗ của mẹ, chắp mười đầu ngón tay và thưa rằng:

'Xin mẫu hậu hãy đi đến chỗ của Đức Phật Vân Lôi Âm Tú Vương Hoa Trí. Chúng con cũng sẽ đi theo để thân cận, cúng dường, và lễ bái Ngài.

Vì sao thế? Bởi Đức Phật ấy đang thuyết Kinh Pháp Hoa cho tất cả trời người. Chúng ta nên đi nghe và thọ trì.'

Phu nhân bảo các con rằng:

'Phụ vương của các con tin theo ngoại đạo và chấp sâu vào pháp của Phạm Chí. Các con nên đến thưa hỏi và khuyên cha cùng đi.'

Vương tử Tịnh Tạng và Vương tử Tịnh Nhãn chắp mười đầu ngón tay mà thưa với mẹ rằng:

'Chúng con là Pháp Vương Tử, nhưng sao lại sanh ở nhà tà kiến này!'

Phu nhân bảo các con rằng:

'Các con nên thương xót phụ vương mà thị hiện thần biến. Nếu cha của các con thấy được, tâm sẽ thanh tịnh và có thể sẽ nghe chúng ta mà đi đến chỗ của Phật.'

❖

Bởi xót thương phụ vương, hai vị vương tử ấy vọt lên hư không với độ cao bằng bảy cây cọ và hiện ra đủ mọi thần biến:

- đi đứng nằm ngồi ở trong hư không,
- phần trên của thân vọt ra nước,
- phần dưới của thân phun ra lửa,
- phần dưới của thân vọt ra nước,
- phần trên của thân phun ra lửa,
- hoặc hiện ra thân lớn đầy kín hư không,
- lại hiện ra thân nhỏ rồi từ thân nhỏ lại hiện ra thân lớn,
- ở không trung biến mất rồi hốt nhiên xuất hiện trên đất,
- vào trong đất như vào trong nước,
- và đi trên nước như đi trên đất.

Hai vị vương tử thị hiện đủ mọi thần biến như thế để khiến cho tâm của phụ vương họ được thanh tịnh và sanh tín giải. Khi thấy các con mình có thần lực như thế, lòng của nhà vua vui mừng khôn xiết và được điều chưa từng có.

Ngài chắp tay hướng về các con của mình mà nói rằng:

'Thầy của các con là ai? Các con là đệ tử của ai?'

Hai vị vương tử thưa rằng:

'Đại vương! Nay có Đức Phật Vân Lôi Âm Tú Vương Hoa Trí đang ngồi trên Pháp tòa ở dưới cội Đạo thụ bảy báu và rộng giảng Kinh Pháp Hoa cho trời người trong hết thảy thế gian. Đức Phật kia là thầy của chúng con. Chúng con là đệ tử của Ngài.'

Quốc vương bảo các con của mình rằng:

'Cha nay cũng muốn diện kiến thầy của các con. Chúng ta hãy cùng đi nào!'

❖

Hai vị vương tử liền từ trên không hạ xuống, họ đến chỗ của mẹ và chắp tay thưa rằng:

'Bây giờ phụ vương đã sanh tín giải và có thể phát tâm Vô Thượng Chánh Đẳng Chánh Giác. Chúng con đã vì cha mà làm Phật sự, vậy xin mẫu hậu cho phép chúng con được xuất gia tu Đạo ở chỗ của Đức Phật kia.'

Lúc bấy giờ hai vị vương tử muốn tuyên lại ý nguyện ở trên nên dùng kệ thưa với mẹ rằng:

'Mong mẫu hậu cho phép chúng con
Được xuất gia làm bậc Đạo Nhân
Rất khó gặp chư Phật xuất thế
Chúng con đây muốn theo học Phật

Rất quý hiếm như hoa linh thụy
Gặp được Phật lại càng khó hơn
Thoát các nạn cũng lại rất khó
Xin cho phép chúng con xuất gia'

Phu nhân liền bảo rằng:

'Mẹ cho phép các con xuất gia. Vì sao thế? Bởi chư Phật rất khó gặp.'

Hai vị vương tử liền thưa với cha mẹ rằng:

'Lành thay, thưa cha mẹ! Xin cha mẹ giờ hãy đi đến chỗ của Đức Phật Vân Lôi Âm Tú Vương Hoa Trí để thân cận và cúng dường.

Vì sao thế? Bởi chư Phật rất khó gặp, hiếm như hoa linh thụy nở.

Việc ấy lại giống như có một con rùa chỉ còn một mắt mà gặp một khúc cây có lỗ bộng đang trôi. Do phước đức sâu dày ở đời trước nên chúng con trong đời này mới gặp Pháp của Phật. Vì vậy, phụ vương và mẫu hậu nên cho phép chúng con đi xuất gia.

Vì sao thế? Bởi chư Phật rất khó gặp và sanh vào thời có Phật còn trụ thế lại càng khó hơn.'

❖

Lúc bấy giờ, hậu cung của vua Diệu Trang Nghiêm có 84.000 người, họ thảy đều có thể thọ trì Kinh Pháp Hoa này.

Tịnh Nhãn Bồ-tát đã từ lâu thông đạt Pháp Hoa Đẳng Trì. Còn Tịnh Tạng Bồ-tát đã ở trong vô lượng tỷ ức kiếp thông đạt Ly Chư Ác Thú Đẳng Trì, là vì ngài muốn khiến tất cả chúng sanh lìa các đường ác.

Phu nhân của nhà vua đắc Chư Phật Tập Đẳng Trì và có thể biết các tạng bí mật của chư Phật.

Hai vị vương tử đã dùng sức phương tiện như thế, khéo giáo hóa cha mình để khiến tâm ông tin hiểu và yêu mến Pháp của Phật.

Khi đó, vua Diệu Trang Nghiêm cùng với quần thần và quyến thuộc, Phu nhân Tịnh Đức cùng với các cung nữ ở hậu cung và quyến thuộc, hai người con của nhà vua cùng với 42.000 người, họ đồng đi đến chỗ của Phật. Khi đến nơi, họ cúi đầu đảnh lễ với trán chạm sát chân của Phật, nhiễu Phật ba vòng, và đứng qua một bên.

Lúc bấy giờ Đức Phật kia thuyết Pháp cho nhà vua. Ngài chỉ dạy sự lợi ích an lạc và khiến cho nhà vua vui mừng khôn xiết.

Khi ấy, vua Diệu Trang Nghiêm cùng phu nhân của ngài cởi chuỗi ngọc trân châu trên cổ với trị giá bằng cả 100.000 lượng vàng và rải lên Đức Phật. Ở trong hư không, chúng hóa thành một đài báu bốn trụ. Trong bảo đài có giường báu lớn với một tỷ y phục cõi trời để trang trí xung quanh. Trên đó có một vị Phật đang ngồi xếp bằng với tư thế hoa sen và phóng ra ánh sáng lớn.

Lúc đó vua Diệu Trang Nghiêm nghĩ như vầy:

'Thân Phật rất hiếm có, đoan nghiêm thù đặc, và thành tựu sắc tướng vi diệu đệ nhất.'

Bấy giờ Đức Phật Vân Lôi Âm Tú Vương Hoa Trí bảo bốn chúng đệ tử rằng:

'Các ông có thấy vua Diệu Trang Nghiêm đang chắp tay đứng ở trước Ta không? Vị vua này sẽ trở thành Bhikṣu trong Pháp của Ta. Ông ấy sẽ tinh tấn tu hành, hộ trì Đạo Pháp của chư Phật và sẽ thành Phật, hiệu là Kiên Cố Thụ Vương. Quốc độ tên là Đại Quang. Kiếp tên là Đại Cao Vương. Đức Phật Kiên Cố Thụ Vương đó có vô lượng Bồ-tát chúng và vô lượng Thanh Văn. Quốc độ ấy bằng phẳng và có công đức như thế!'

❖

Sau đó, nhà vua liền nhường ngôi cho người em của mình, rồi cùng với phu nhân, hai vị vương tử, và quyến thuộc mà xuất gia tu Đạo trong Pháp của Phật. Sau khi nhà vua đã xuất gia, ngài luôn siêng tinh tấn tu hành Kinh Diệu Pháp Liên Hoa suốt 84.000 năm.

Về sau, khi đã đắc Nhất Thiết Tịnh Công Đức Trang Nghiêm Đẳng Trì, ngài liền bay lên hư không với độ cao bằng bảy cây cọ và thưa với Phật rằng:

'Thưa Thế Tôn! Tịnh Tạng và Tịnh Nhãn của con đã hoàn tất Phật sự. Với thần thông biến hóa, họ đã chuyển hóa tà tâm của con, khiến con an trụ trong Pháp của Phật và thấy được Thế Tôn. Hai vị đó là Thiện Tri Thức của con. Vì muốn con phát khởi căn lành đời trước để được lợi ích, cho nên họ mới đến sanh ở nhà con.'

Lúc bấy giờ Đức Phật Vân Lôi Âm Tú Vương Hoa Trí bảo vua Diệu Trang Nghiêm rằng:

'Như thị, như thị! Đúng như lời ông nói. Nếu có thiện nam tử hoặc thiện nữ nhân nào gieo trồng căn lành, thì đời đời họ sẽ gặp Thiện Tri Thức. Vị Thiện Tri Thức ấy có thể làm Phật sự, chỉ dạy điều lợi ích an lạc, và khiến họ vào Vô Thượng Chánh Đẳng Chánh Giác.

Này đại vương! Phải biết rằng, gặp Thiện Tri Thức là một nhân duyên lớn, bởi vì sẽ được ngài dạy bảo và chỉ dẫn để khiến thấy Phật, rồi phát tâm Vô Thượng Chánh Đẳng Chánh Giác.

Này đại vương! Ông có thấy hai người con của mình chăng? Hai vị này đã từng cúng dường, thân cận, và cung kính chư Phật nhiều như số cát trong 65 tỷ ức nayuta sông Hằng. Họ thọ trì Kinh Pháp Hoa ở chỗ của chư Phật, thương xót các chúng sanh tà kiến, và muốn dìu dắt chúng sanh trụ ở chánh kiến.'

Vua Diệu Trang Nghiêm liền từ hư không hạ xuống và thưa với Đức Phật kia rằng:

'Thưa Thế Tôn! Như Lai rất là hiếm có. Do bởi công đức và trí tuệ, nên quang minh trên đảnh nhục kế của Phật sáng chói hiển hách. Mắt Phật dài, rộng, và có màu xanh biếc. Tướng bạch hào ở giữa đôi chân mày trắng như ánh trăng rằm. Răng Phật trắng, đều đặn, và luôn có quang minh. Môi Phật có màu sắc đỏ thắm như màu của trái gấc.'

Khi vua Diệu Trang Nghiêm đã tán thán vô lượng tỷ ức công đức như thế xong, ngài ở trước Như Lai, nhất tâm chắp tay, và lại thưa với Đức Phật kia rằng:

'Thưa Thế Tôn! Pháp của Như Lai rất hiếm có. Như Lai thành tựu đầy đủ công đức vi diệu chẳng thể nghĩ bàn. Giới luật của Phật đã dạy mang đến bình yên và an lạc. Từ nay về sau, con sẽ không bao giờ chạy theo tâm ý của mình, không sanh tà kiến, kiêu mạn, sân hận, hoặc bất kỳ tâm ác nào khác.'

Khi nói lời ấy xong, ngài đảnh lễ Đức Phật kia rồi lui ra."

❖

Phật bảo đại chúng rằng:

"Ý các ông nghĩ sao? Vua Diệu Trang Nghiêm thuở đó nào có ai khác, nay chính là Hoa Đức Bồ-tát. Phu nhân Tịnh Đức, nay chính là Phật Tiền Quang Chiếu Trang Nghiêm Tướng Bồ-tát. Phu nhân Tịnh Đức vì thương xót vua Diệu Trang Nghiêm và quyến thuộc, nên mới sanh trong đó. Còn hai vị vương tử, nay chính là Dược Vương Bồ-tát và Dược Thượng Bồ-tát.

Dược Vương Bồ-tát và Dược Thượng Bồ-tát đã thành tựu các công đức lớn như thế. Họ đã gieo trồng thiện căn ở vô lượng tỷ ức chư Phật và thành tựu bất khả tư nghị các công đức lành. Nếu có ai biết được danh hiệu của hai vị Bồ-tát này, thì trời người trong tất cả thế gian cũng nên lễ bái họ."

Khi Phật thuyết Phẩm Bổn Sự của Vua Diệu Trang Nghiêm, có 84.000 người xa rời trần cấu. Ở trong các pháp, họ đắc Pháp nhãn thanh tịnh.

Lúc bấy giờ Phổ Hiền Bồ-tát với sức thần thông tự tại, uy đức cùng danh xưng vang khắp, ngài đã đến từ phương đông cùng với vô lượng vô biên chẳng thể kể xiết số lượng chư đại Bồ-tát. Các quốc độ đi qua thảy đều chấn động, có hoa sen báu rơi xuống và trỗi lên vô lượng tỷ ức loại âm nhạc.

Lại cũng có vô số trời, rồng, quỷ tiệp tật, tầm hương thần, phi thiên, kim sí điểu, nghi thần, đại mãng xà, người và phi nhân vây quanh Phổ Hiền Bồ-tát. Họ cùng đi theo ngài và mỗi vị đều hiện ra uy đức cùng sức thần thông. Khi đến núi Thứu Phong tại Thế giới Kham Nhẫn, họ đảnh lễ Đức Phật Năng Tịch, rồi đi nhiễu bên phải bảy vòng.

Tiếp đến, Phổ Hiền Bồ-tát thưa với Phật rằng:

"Thưa Thế Tôn! Con ở quốc độ của Đức Phật Bảo Uy Đức Thượng Vương và từ nơi xa đã nghe ở Thế giới Kham Nhẫn đang thuyết Kinh Pháp Hoa. Thế nên, con cùng với vô lượng vô biên tỷ ức chư Bồ-tát chúng đều đồng đến nghe và thọ trì.

Ngưỡng mong Thế Tôn hãy thuyết giảng.

Sau khi Như Lai diệt độ, nếu có thiện nam tử hoặc thiện nữ nhân nào muốn đắc Kinh Pháp Hoa này thì phải làm sao?"

Phật bảo Phổ Hiền Bồ-tát:

"Sau khi Như Lai diệt độ, nếu có thiện nam tử hoặc thiện nữ nhân nào thành tựu bốn Pháp thì sẽ đắc Kinh Pháp Hoa này:

1. được chư Phật hộ niệm
2. gieo trồng căn lành
3. vào chánh tánh định tụ
4. phát tâm muốn cứu độ hết thảy chúng sanh

Sau khi Như Lai diệt độ, nếu có thiện nam tử hoặc thiện nữ nhân nào thành tựu bốn Pháp như thế, họ chắc chắn sẽ đắc Kinh Pháp Hoa này."

❖

Lúc bấy giờ Phổ Hiền Bồ-tát thưa với Phật rằng:

"Thưa Thế Tôn! Trong đời ác trược của 500 năm sau cùng, nếu có ai thọ trì Kinh điển này, con sẽ thủ hộ, diệt trừ các hoạn nạn, và khiến họ được an ổn. Không ai có thể trục lợi người ấy; hoặc giả là ma, con của ma, ma nữ, ma dân, hoặc kẻ bị ma nhập, quỷ tiệp tật, quỷ bạo ác, quỷ úng hình, quỷ hút tinh khí, quỷ khởi thi, quỷ xú uế, quỷ nhập xác chết đi giết người, hay kẻ xấu não loạn--tất cả đều chẳng thể làm hại.

Hoặc giả người ấy đang đi hay đứng và đọc tụng Kinh này, khi đó con sẽ cưỡi voi trắng chúa sáu ngà và cùng chư đại Bồ-tát đến nơi ấy. Con sẽ hiện thân, thủ hộ cúng dường, an ủi tâm họ, và cũng là vì cúng dường Kinh Pháp Hoa.

Hoặc giả người ấy đang ngồi và tư duy Kinh này, lúc đó con cũng sẽ cưỡi voi trắng chúa và hiện thân ở trước họ. Nếu người ấy quên mất một câu hay một bài kệ của Kinh Pháp Hoa, thì con sẽ chỉ dạy và cùng họ đọc tụng cho đến khi thông thạo.

Lúc bấy giờ, người thọ trì đọc tụng Kinh Pháp Hoa sẽ thấy được thân con nên lòng vui mừng vô cùng và càng thêm tinh tấn. Do thấy được con, họ sẽ liền đắc Đẳng Trì và các Tổng Trì như là: Toàn Tổng Trì, Bách Thiên Vạn Ức Toàn Tổng Trì, và Pháp Âm Phương Tiện Tổng Trì. Họ sẽ đắc các Tổng Trì như thế.

❖

Thưa Thế Tôn! Trong đời ác trược của 500 năm sau cùng, nếu có những vị Bhikṣu, Bhikṣuṇī, Thanh Tín Nam, hoặc Thanh Tín Nữ nào thành khẩn, thọ trì, đọc tụng, biên chép, hay muốn tu tập Kinh Pháp Hoa này, thì trong 21 ngày nên nhất tâm tinh tấn.

Lúc 21 ngày hoàn mãn, con sẽ cưỡi voi trắng sáu ngà và cùng với vô lượng Bồ-tát vây quanh. Ở trước người đó, con sẽ hiện ra một thân hình mà hết thảy chúng sanh đều hoan hỷ muốn thấy, để thuyết Pháp và chỉ dạy sự lợi ích an lạc. Con cũng sẽ truyền cho họ một Tổng Trì thần chú. Bởi đắc Tổng Trì đó nên sẽ không có loài phi nhân nào mà có thể phá hoại và họ cũng chẳng bị người nữ mê hoặc. Con cũng sẽ đích thân luôn bảo hộ người ấy. Kính mong Thế Tôn cho phép con tuyên thuyết Tổng Trì thần chú này."

Liền ở trước Phật mà nói chú rằng:

|| adaṇḍe daṇḍapati daṇḍāvartani daṇḍakuśale daṇḍasudhāri
sudhāri sudhārapati buddhapaśyane sarvadhāraṇī āvartani
sarvabhāṣyā-vartane su-āvartane saṃghaparīkṣani
saṃghanirghātani asaṃge saṃgāpa-gate tṛ-adhvasaṃgatulyaprāpte
sarvasaṃgasamatikrānte sarvadharmasuparīkṣite
sarvasattva-rutakauśalyānugate siṃhavikrīḍite ||

|| a đan đe, đan đa ba ti, đan đa va ta ni, đan đa cu sa le, đan đa su đa ri,
su đa ri, su đa ra ba ti, bu đà ba si a ne, sa qua đa ra ni, a va ta ni,
sa qua ba si a - va ta ne, su - a va ta ne, sâm ga ba ríc sa ni,
sâm ga nia ga ta ni, a sâm ghe, sâm ga ba - ga te, tri - a đờ va sâm ga tu ly a bờ ra te,
sa qua sâm ga sa ma ti cờ ran te, sa qua đa ma su ba ríc si te,
sa qua sách toa - ru ta cau sa ly a nu ga te, sim ha vi cờ ri đi te ||

"Thưa Thế Tôn! Nếu có Bồ-tát nào nghe được Tổng Trì này, thì phải biết là do sức thần thông của Phổ Hiền.

Nếu Kinh Pháp Hoa lưu hành ở châu Thắng Kim và có ai thọ trì, thì họ nên nghĩ như vầy:

'Đây đều là do sức uy thần của Phổ Hiền.'

Nếu có người thọ trì đọc tụng, chân chánh ghi nhớ, giảng giải nghĩa thú, và như thuyết tu hành, thì phải biết người ấy đang tu tập thực hành của Phổ Hiền. Họ đã gieo trồng sâu căn lành ở vô lượng vô biên chư Phật và đã được chư Như Lai lấy tay xoa đỉnh đầu.

Nếu có ai chỉ biên chép Kinh này thì khi người ấy mạng chung, họ sẽ sanh lên trời Tam Thập Tam. Lúc đó, 84.000 thiên nữ sẽ trỗi các loại âm nhạc để chào đón họ. Người ấy sẽ liền đội mũ bảy báu và cùng với các thể nữ thọ hưởng vui sướng. Huống nữa là thọ trì đọc tụng, chân chánh ghi nhớ, giảng giải nghĩa thú, và như thuyết tu hành.

Nếu có ai thọ trì đọc tụng và giảng giải nghĩa thú của Kinh này, thì khi người ấy mạng chung, 1.000 Đức Phật sẽ dang tay tiếp dẫn, khiến họ chẳng bị kinh hoàng và chẳng đọa đường ác. Họ sẽ liền vãng sanh đến chỗ của Từ Thị Bồ-tát ở trên trời Hỷ Túc. Từ Thị Bồ-tát có 32 tướng, cùng với chư đại Bồ-tát vây quanh, và có một tỷ ức thiên nữ quyến thuộc. Khi được sanh ở đó, họ sẽ có những công đức và sự lợi ích như thế.

Vì thế, người trí phải nên hết lòng tự mình biên chép Kinh này, hoặc bảo người khác biên chép, thọ trì đọc tụng, chân chánh ghi nhớ, và như thuyết tu hành.

Thưa Thế Tôn! Con nay sẽ dùng sức thần thông để thủ hộ Kinh này. Sau khi Như Lai diệt độ, con sẽ rộng lưu truyền ở châu Thắng Kim để chẳng bị đoạn tuyệt."

❖

Lúc bấy giờ Đức Phật Năng Tịch ngợi khen rằng:

"Lành thay, lành thay, Phổ Hiền! Ông có thể hộ trì Kinh này và khiến chúng sanh được nhiều lợi ích an vui. Ông đã thành tựu công đức không thể nghĩ bàn và có lòng đại từ bi thâm sâu. Từ thuở xa xưa, ông đã phát tâm Vô Thượng Chánh Đẳng Chánh Giác và có thể phát nguyện để dùng thần thông mà thủ hộ Kinh này. Ta sẽ dùng sức thần thông để thủ hộ cho những ai có thể thọ trì danh hiệu của Phổ Hiền Bồ-tát.

Này Phổ Hiền! Nếu có ai thọ trì đọc tụng, chân chánh ghi nhớ, tu tập, và biên chép Kinh Pháp Hoa này, thì phải biết người ấy đã thấy Đức Phật Năng Tịch và như chính họ đã từ miệng của Phật mà nghe được Kinh điển này.

- Ông phải biết người ấy đã cúng dường Đức Phật Năng Tịch.
- Ông phải biết người ấy đã được Phật ngợi khen: 'Lành thay!'
- Ông phải biết người ấy đã được Đức Phật Năng Tịch lấy tay xoa đỉnh đầu.
- Ông phải biết người ấy đã được Pháp y của Đức Phật Năng Tịch phủ lên thân.

Những người như thế sẽ không còn tham trước dục lạc thế gian và không thích thú sách vở của ngoại đạo. Họ cũng lại chẳng vui thích gần gũi ngoại đạo cùng mấy kẻ xấu ác, kẻ làm nghề mổ giết, kẻ nuôi heo dê gà chó, kẻ săn bắn, hay kẻ buôn bán nữ sắc.

Tâm ý của người ấy sẽ ngay thẳng, có chánh niệm của ghi nhớ, và có lực của phước đức. Họ sẽ không bị ba độc não hại và cũng chẳng bị ganh ghét, ngã mạn, tà mạn, hay tăng thượng mạn não loạn. Người đó thiểu dục tri túc và có thể tu tập thực hành của Phổ Hiền.

❖

Này Phổ Hiền! Sau khi Như Lai diệt độ và trong 500 năm sau cùng, nếu ông thấy có ai thọ trì đọc tụng Kinh Pháp Hoa thì phải nên nghĩ như vầy:

'Người này không bao lâu nữa sẽ đến Đạo Tràng, phá tan các ma chúng, và đắc Vô Thượng Chánh Đẳng Chánh Giác, rồi chuyển Pháp luân, đánh trống Pháp, thổi loa Pháp, rưới mưa Pháp, và sẽ ngồi trên Pháp tòa sư tử ở giữa đại chúng, gồm có trời và người.'

Này Phổ Hiền! Vào đời sau, nếu ai thọ trì đọc tụng Kinh điển này thì người ấy sẽ chẳng còn tham trước y phục, ẩm thực, giường nệm, hay những đồ vật trong cuộc sống. Sở nguyện của họ chẳng hư dối và ở hiện đời cũng sẽ được phước báo.

Nếu có ai khinh chê và hủy báng họ mà nói rằng:

'Đúng là kẻ điên rồ! Làm mấy cái việc vô ích và cuối cùng chẳng được gì!'

Do tội báo như thế nên đời đời kẻ đó sẽ không có mắt.

Còn như có ai cúng dường và ngợi khen người thọ trì, thì ở đời này họ sẽ được quả báo lành.

Nếu ai thấy có người thọ trì Kinh này mà lại nói ra lỗi sai hay điều ác của họ, dù thật hay chẳng thật, thì hiện đời kẻ đó sẽ mắc bệnh hủi.

Nếu ai khinh chê và chế giễu người thọ trì, thì đời đời răng sẽ thưa hoặc bị rụng, môi trề, mũi trẹt, tay chân co quắp, mắt hình tam giác, thân thể hôi hám với máu mủ mụn nhọt, bụng chứa toàn nước, hơi thở đứt quãng, hoặc mắc phải những trọng bệnh xấu ác.

Vì thế, Phổ Hiền! Nếu ai thấy có người thọ trì Kinh điển này thì phải nên từ xa chào đón và cung kính họ như Phật."

❖

Khi nói Phẩm Khuyến Khích của Phổ Hiền Bồ-tát này, có vô lượng vô biên Bồ-tát nhiều như cát sông Hằng đắc Bách Thiên Vạn Ức Toàn Tổng Trì. Có chư Bồ-tát nhiều như số vi trần trong Tam Thiên Đại Thiên Thế Giới được đầy đủ Đạo Phổ Hiền.

Khi Phật thuyết Kinh này xong, ngài Phổ Hiền và chư Bồ-tát, ngài Thu Lộ Tử và các vị Thanh Văn, cùng trời, rồng, người và phi nhân, hết thảy đại hội đều hoan hỷ vô lượng. Họ thọ trì lời Phật dạy, đảnh lễ và cáo lui.

Kinh Diệu Pháp Liên Hoa ♦ Hết quyển 7

Kinh Dược Sư Lưu Ly Quang Vương Như Lai Bổn Nguyện Công Đức

Dịch sang cổ văn: Pháp sư Huyền Tráng (602-664)
Dịch sang tiếng Việt: Tại gia Bồ-tát giới Thanh tín nam Nguyên Thuận

TÔI NGHE NHƯ VẦY:

Một thuở nọ, Đức Phật chu du các nước để giáo hóa chúng sanh. Ngài đến thành Quảng Nghiêm và dừng nghỉ dưới một gốc cây ở trong vườn Nhạc Âm. Cùng hội họp với Đức Phật, gồm có 8.000 vị đại Bhikṣu [bíc su] và 36.000 chư đại Bồ-tát. Ngoài ra còn có quốc vương, đại thần, Phạm Chí, cư sĩ, thiên long bát bộ, người và phi nhân; vô lượng đại chúng cung kính vây quanh và Ngài thuyết Pháp cho họ.

❖

Lúc bấy giờ Diệu Cát Tường Pháp Vương Tử nương uy thần của Phật, từ chỗ ngồi đứng dậy, vén áo lộ hở vai, gối phải quỳ sát đất, hướng về Thế Tôn, cúi mình chắp tay và thưa rằng:

"Thưa Thế Tôn! Kính mong Như Lai hãy diễn nói về các danh hiệu, cùng những bổn nguyện rộng lớn, và công đức thù thắng của chư Phật để khiến người nghe nghiệp chướng tiêu trừ, và cũng là vì muốn cho các hữu tình trong thời Tượng Pháp được lợi ích an vui."

Lúc bấy giờ Thế Tôn ngợi khen Đồng tử Diệu Cát Tường:

"Lành thay, lành thay, Diệu Cát Tường! Ông vì lòng đại bi mà thỉnh cầu Ta nói về danh hiệu cùng những bổn nguyện công đức của chư Phật, là bởi ông muốn dứt trừ nghiệp chướng ràng buộc của chúng sanh và làm lợi ích an vui cho các hữu tình trong thời Tượng Pháp. Ông nay hãy lắng nghe và khéo tư duy. Ta sẽ thuyết giảng cho ông."

Ngài Diệu Cát Tường thưa rằng:

"Kính mong Thế Tôn thuyết giảng. Chúng con vui thích muốn nghe."

❖

Phật bảo ngài Diệu Cát Tường:

"Từ đây về hướng đông, vượt qua mười Hằng Hà sa cõi Phật, có một thế giới tên là Tịnh Lưu Ly. Trong quốc độ ấy có Đức Phật, hiệu là Dược Sư Lưu Ly Quang Vương Như Lai, Ưng Cúng, Chánh Biến Tri, Minh Hành Túc, Thiện Thệ, Thế Gian Giải, Vô Thượng Sĩ, Điều Ngự Trượng Phu, Thiên Nhân Sư, Phật Thế Tôn.

Này Diệu Cát Tường! Khi Thế Tôn Dược Sư Lưu Ly Quang Vương Như Lai kia tu hành Đạo Bồ-tát vào thuở quá khứ, Ngài đã phát 12 đại nguyện để khiến cho điều cầu mong của các hữu tình đều được như ý.

Đại nguyện thứ nhất:

'Nguyện con khi đắc Vô Thượng Chánh Đẳng Chánh Giác ở vào đời vị lai, thân tự nhiên có ánh sáng rực rỡ, chiếu soi đến vô lượng vô biên vô số thế giới; có 32 tướng của bậc đại trượng phu cùng 80 vẻ đẹp để trang nghiêm thân mình, và cũng khiến cho hết thảy hữu tình đều đồng như con không khác.'

Đại nguyện thứ nhì:

'Nguyện con khi đắc Đạo ở vào đời vị lai, thân sẽ như ngọc lưu ly, trong ngoài lung linh xuyên suốt, thanh tịnh không cấu dơ, ánh quang minh rộng lớn, công đức cao sâu, thân tự tại an trụ, có lưới giăng chói rực trang nghiêm và sáng hơn mặt trời mặt trăng; còn chúng sanh ở chốn tối tăm thì được quang minh tỏa soi, tâm trí liền khai mở và tùy ý vui làm các việc hằng mong.'

Đại nguyện thứ ba:

'Nguyện con khi đắc Đạo ở vào đời vị lai, con sẽ dùng vô lượng vô biên trí tuệ và phương tiện để khiến cho các hữu tình đều có được những đồ vật, dùng không bao giờ hết và quyết chẳng để chúng sanh bị thiếu thốn.'

Đại nguyện thứ tư:

'Nguyện con khi đắc Đạo ở vào đời vị lai, nếu có chúng sanh nào tu theo tà đạo, thì con đều làm cho họ an trụ trong Phật Đạo; nếu có ai tu hành Pháp Thanh Văn hay Độc Giác Thừa, con đều sẽ dùng Pháp Đại Thừa mà an lập cho họ.'

Đại nguyện thứ năm:

'Nguyện con khi đắc Đạo ở vào đời vị lai, nếu có vô lượng vô biên chúng sanh nào ở trong giáo Pháp của con mà tu tịnh hành, con sẽ khiến cho hết thảy đều giữ được giới thể chẳng bị khiếm khuyết và trọn đủ Ba Nhóm Tịnh Giới; giả như bị hủy phạm, thì khi nghe danh hiệu con, họ liền được thanh tịnh trở lại và sẽ không đọa đường ác.'

Đại nguyện thứ sáu:

'Nguyện con khi đắc Đạo ở vào đời vị lai, nếu có các hữu tình nào thân hình thấp kém, các căn không hoàn chỉnh, xấu xí ngu si, mù điếc câm ngọng, chân tay co quắp, tê liệt gù lưng, ghẻ hủi điên cuồng, hoặc chịu đủ mọi bệnh khổ, khi nghe danh hiệu con thì tất cả đều được đoan chánh, trí tuệ sáng suốt, các căn hoàn chỉnh, và không mắc những chứng bệnh khổ.'

Đại nguyện thứ bảy:

'Nguyện con khi đắc Đạo ở vào đời vị lai, nếu có các hữu tình nào gặp nhiều bệnh bức bách, không người cứu, không chỗ nương, không thầy thuốc, không thang dược, không thân quyến, không gia đình, hoặc nghèo nàn lắm khổ, khi nghe danh hiệu con chừng thoáng qua tai, thì những chứng bệnh ấy đều được tiêu trừ, thân tâm an lạc, gia quyến đầy đủ, tiền của dồi dào, và cho đến chứng đắc Đạo vô thượng.'

Đại nguyện thứ tám:

'Nguyện con khi đắc Đạo ở vào đời vị lai, nếu có người nữ nào chịu 100 điều xấu nơi thân nữ, khiến họ buồn bực khổ sở, sanh lòng chán ghét vô cùng và nguyện xả bỏ thân nữ, khi nghe danh hiệu con thì tất cả đều được chuyển nữ thành nam, đầy đủ tướng trượng phu, và cho đến chứng đắc Đạo vô thượng.'

Đại nguyện thứ chín:

'Nguyện con khi đắc Đạo ở vào đời vị lai, con sẽ khiến cho các hữu tình thoát khỏi vòng lưới ma và thoát khỏi tất cả những sự trói buộc của ngoại đạo; nếu như bị đọa lạc nơi ác kiến sâu dày như rừng rậm, thì đều được con tiếp dẫn và nhiếp thọ vào chánh kiến, rồi họ lần lần tu tập Bồ-tát hành và mau chứng Vô Thượng Chánh Đẳng Chánh Giác.'

Đại nguyện thứ mười:

'Nguyện con khi đắc Đạo ở vào đời vị lai, nếu có các hữu tình nào mắc phải luật vua, bị xiềng xích đánh đập, giam cầm trong lao ngục, hoặc sắp hành hình, cùng vô lượng tai nạn và các sự lăng nhục khác, khiến họ đau đớn lo âu, bức bách thảm thiết, thân tâm chịu khổ, nếu nghe danh hiệu con, thì do phước đức và sức uy thần của con nên thảy đều giải thoát tất cả những sầu khổ ấy.'

Đại nguyện thứ mười một:

'Nguyện con khi đắc Đạo ở vào đời vị lai, nếu có các hữu tình nào bị đói khát khổ bức, chỉ vì kiếm miếng ăn mà gây tạo bao nghiệp ác, khi nghe được danh hiệu con và chuyên niệm thọ trì, trước tiên con sẽ dùng thức ăn nước uống ngon lạ để thân họ no đủ, rồi sau đó mới dùng Pháp vị mà kiến lập niềm an lạc cứu cánh.'

Đại nguyện thứ mười hai:

'Nguyện con khi đắc Đạo ở vào đời vị lai, nếu có các hữu tình nào nghèo túng, không có quần áo, ngày đêm bị ruồi muỗi cùng thời tiết nóng lạnh làm cho khổ não bức bách, nếu nghe danh hiệu con và chuyên niệm thọ trì, họ sẽ liền được muôn loại quần áo tuyệt đẹp như mong muốn; lại cũng có đầy đủ tất cả châu báu trang nghiêm, vòng hoa, hương xoa, âm nhạc ca hát; các sở thích đều tùy tâm mãn nguyện.'

Này Diệu Cát Tường! Đây là 12 lời nguyện vi diệu tối thượng của Thế Tôn Dược Sư Lưu Ly Quang Vương Như Lai, Ưng Cúng, Chánh Đẳng Giác, đã phát ra khi tu hành Đạo Bồ-tát.

Lại nữa, Diệu Cát Tường! Nếu Ta dùng một kiếp hay hơn một kiếp để nói về đại nguyện đã phát ra khi tu hành Đạo Bồ-tát của Thế Tôn Dược Sư Lưu Ly Quang Vương Như Lai kia, cùng công đức trang nghiêm ở cõi Phật đó, thì cũng chẳng thể hết.

❖

Ở cõi Phật ấy thảy đều thanh tịnh; không có người nữ, cũng không có đường ác và những tiếng khổ. Đất làm bằng lưu ly và có những sợi dây vàng được giăng trên đường lộ. Có thành trì cổng đài, cung điện lầu các, mái hiên cửa sổ và lưới giăng. Hết thảy đều do bảy báu tạo thành. Công đức trang nghiêm cũng giống như Thế giới Cực Lạc ở phương tây--không chút sai khác.

Trong quốc độ ấy có hai vị đại Bồ-tát. Vị thứ nhất tên là Nhật Quang Biến Chiếu. Vị thứ nhì tên là Nguyệt Quang Biến Chiếu. Các ngài là những thượng thủ của vô lượng vô số Bồ-tát ở nơi đó. Họ kế đến sẽ làm Phật và có thể thọ trì Chánh Pháp bảo tạng của Thế Tôn Dược Sư Lưu Ly Quang Vương Như Lai kia.

Vì thế, Diệu Cát Tường! Các thiện nam tử hoặc thiện nữ nhân nào với tín tâm thanh tịnh, thì nên phát nguyện sanh về thế giới của Đức Phật kia."

❖

Lúc bấy giờ Thế Tôn lại bảo Đồng tử Diệu Cát Tường:

"Này Diệu Cát Tường! Có những chúng sanh không phân biệt thiện ác, chỉ ôm lòng tham lam bỏn xẻn, chẳng biết bố thí và quả báo của việc ấy, ngu si vô trí, thiếu mất tín căn, chỉ ham tích chứa tiền của cho nhiều và bo bo gìn giữ. Khi thấy có người đến xin thì lòng họ chẳng vui; đến lúc buộc phải bố thí mà chẳng có lợi, họ cảm thấy như bị lóc thịt trên thân và sanh lòng nuối tiếc vô cùng.

Lại có vô lượng tham lam keo kiệt hữu tình, họ chỉ lo tích trữ tiền tài, ngay cả mình còn không dám dùng, hà huống là cho cha mẹ vợ con, nô tỳ tôi tớ, hoặc người đến xin. Sau khi những chúng sanh đó mạng chung, họ sẽ sanh vào loài ngạ quỷ hay bàng sanh.

Nhưng nếu lúc xưa ở nhân gian đã từng thoáng nghe được danh hiệu của Dược Sư Lưu Ly Quang Vương Như Lai, mà nay ở tại đường ác với chừng thời gian của một niệm, họ nhớ nghĩ đến danh hiệu của Như Lai kia, thì liền ngay từ chỗ đó sanh trở về cõi người. Họ sẽ nhớ được việc đời trước, sợ nỗi khổ của đường ác và không còn tham đắm dục lạc. Họ vui thích làm các việc bố thí và cũng ngợi khen những ai như vậy. Hết thảy mọi thứ họ đều chẳng tham luyến. Họ dần dần sẽ có thể lấy cả đầu, mắt, tay, chân, máu, thịt, và toàn thân thể để cho người đến xin; hà huống là bố thí các tài vật khác.

Lại nữa, Diệu Cát Tường! Có những chúng sanh tuy tu học trong Pháp của Như Lai nhưng lại phạm giới. Có người tuy không phạm giới nhưng lại phá hoại quy tắc. Có người tuy không phạm giới hay phá hoại quy tắc nhưng lại phá hủy chánh kiến. Có người tuy không phá hủy chánh kiến nhưng lại xao lãng việc đa văn, nên không thể thấu hiểu và liễu giải được ý nghĩa thâm sâu trong Khế Kinh của Phật nói. Có người tuy đa văn nhưng lại tăng thượng mạn. Do vì tăng thượng mạn nên tâm trí che mờ, tự cho mình là đúng còn người khác thì sai, rồi ngờ vực, chê bai Chánh Pháp và kết bạn với bè lũ ma.

Do những kẻ ngu si này đã tự mình làm theo tà kiến mà còn khiến cho vô lượng ức hữu tình cũng sa đọa vào hố sâu nguy hiểm, nên họ sẽ mãi lưu chuyển ở địa ngục, ngạ quỷ, và bàng sanh.

Tuy nhiên, nếu họ nghe được danh hiệu của Dược Sư Lưu Ly Quang Vương Như Lai, rồi xả bỏ nghiệp ác và tu các Pháp lành thì sẽ không đọa đường ác. Giả như họ không xả được những nghiệp ác, chẳng tu hành Pháp lành, và phải đọa đường ác, nhưng do ở đời trước đã thoáng nghe được danh hiệu của Ngài, bằng vào uy lực bổn nguyện của Như Lai kia, nên sau khi mạng chung ở nơi đó, họ sẽ được sanh về lại cõi người.

Họ có được chánh kiến, thân tinh tấn, tâm hiền hòa, ý an vui, có thể xuất gia và tu học thọ trì trong Pháp của Như Lai, chẳng hề hủy phạm, chánh kiến đa văn, liễu giải nghĩa lý sâu xa, lìa xa tăng thượng mạn, không phỉ báng Chánh Pháp, và không kết bạn với bè lũ ma, rồi dần dần sẽ tu các Bồ-tát hành và mau được viên mãn.

Lại nữa, Diệu Cát Tường! Nếu các hữu tình nào có tánh keo kiệt, tham lam ganh ghét, khen mình chê người, thì sẽ đọa trong ba đường ác để chịu những sự thống khổ đến vô lượng ngàn năm. Khi đã thọ xong những sự thống khổ ấy, rồi sau đó mạng chung, họ sẽ sanh về chốn nhân gian để làm trâu, ngựa, lừa, hay lạc đà. Chúng luôn bị đánh đập cùng đói khát giày vò và thường đi đường xa mang chở đồ vật nặng. Hoặc được làm người nhưng lại sanh ra ở chỗ hạ tiện, làm kẻ tôi tớ, phải bị người khác sai khiến và chẳng khi nào thong thả.

Nếu lúc xưa trên nhân thế mà họ đã từng nghe được danh hiệu của Thế Tôn Dược Sư Lưu Ly Quang Vương Như Lai, do nhân lành đó nên nay nhớ tưởng đến và chí tâm quy y; do thần lực của Phật nên sẽ thoát khỏi những sự thống khổ đó. Họ lại được các căn lanh lợi, trí tuệ đa văn, luôn cầu Pháp thù thắng, thường gặp bạn lành, chặt đứt hẳn vòng lưới ma, phá nát vỏ vô minh, làm khô cạn sông phiền não, và giải thoát hết thảy sanh già bệnh chết cùng ưu sầu khổ não.

Lại nữa, Diệu Cát Tường! Nếu các hữu tình nào ưa điều sai quấy, thích gây chia rẽ, đấu tranh kiện tụng, não loạn cả mình lẫn người, từ thân ngữ ý mà tạo ra đủ mọi nghiệp ác, và ngày ngày càng tăng trưởng; xoay đi xoay lại, họ thường làm những việc không lợi ích và chỉ mưu tính hãm hại lẫn nhau.

Họ triệu thỉnh thần linh ở núi rừng, cây cối, mồ mả, cùng giết hại các chúng sanh để lấy máu thịt đó mà cúng tế cho quỷ tiệp tật và quỷ bạo ác. Họ viết tên kẻ thù rồi làm hình tượng, dùng chú thuật ác độc trù ếm, sai bóng đè lúc ngủ say, bỏ bùa ngải độc, hoặc đọc tấu chú khởi thi quỷ, để khiến cho kẻ thù bị chết hay tổn thương.

Nếu các hữu tình này nghe được danh hiệu của Dược Sư Lưu Ly Quang Vương Như Lai, thì những điều tà ác kia đều chẳng thể tổn hại. Tất cả sẽ khởi lòng hiền từ, ai nấy vui vẻ làm việc lợi ích an lạc, không còn có tâm thù hận hay ý nghĩ giết hại. Mọi người đều vui lòng đẹp ý, ai cũng sanh lòng hoan hỷ biết đủ, không xâm lấn người khác, và cùng làm lợi ích lẫn nhau.

❖

Lại nữa, Diệu Cát Tường! Trong bốn chúng đệ tử--Bhikṣu, Bhikṣuṇī [bíc su ni], Thanh Tín Nam, Thanh Tín Nữ--hay các thiện nam tử hoặc thiện nữ nhân nào với tín tâm thanh tịnh mà có thể tu học và thọ trì Tám Phần Trai Giới trong một năm hay ba tháng, với những thiện căn đó, họ nguyện sanh về Thế giới Cực Lạc ở phương tây của Đức Phật Vô Lượng Thọ để nghe Chánh Pháp, nhưng thệ nguyện lại chẳng được kiên cố. Tuy nhiên, nếu họ nghe được danh hiệu của Thế Tôn Dược Sư Lưu Ly Quang Vương Như Lai, thì đến lúc lâm chung sẽ có tám vị đại Bồ-tát xuất hiện.

Tên các ngài là Diệu Cát Tường Bồ-tát, Quán Thế Âm Bồ-tát, Đắc Đại Thế Bồ-tát, Vô Tận Ý Bồ-tát, Bảo Đàn Hoa Bồ-tát, Dược Vương Bồ-tát, Dược Thượng Bồ-tát, và Từ Thị Bồ-tát.

Tám vị đại Bồ-tát này sẽ hiện ra trên không trung để chỉ dẫn đường. Lập tức tại thế giới kia, họ ở trong những đóa hoa báu với muôn loại màu sắc khác nhau và liền tự nhiên hóa sanh.

Hoặc do nhân duyên ấy nên họ sanh lên trời. Tuy sanh vào cõi trời nhưng thiện căn của họ ở đời trước sẽ không bao giờ mất hết và chẳng bị sanh trở lại vào các đường ác khác. Khi thiên phước thọ hưởng đã hết, họ lại sanh xuống nhân gian để làm Luân Vương, thống nhiếp bốn châu thiên hạ, uy đức tự tại, và an lập vô lượng trăm ngàn hữu tình cùng tu tập Mười Nghiệp Lành.

Hoặc sanh vào dòng dõi Phạm Chí, dòng dõi vua chúa, cư sĩ, hay trong gia đình quý phái với của báu tràn kho, tướng mạo đoan chánh, quyến thuộc đầy đủ, thông minh trí tuệ, và khỏe mạnh uy dũng như đại lực sĩ. Nếu là người nữ nghe được danh hiệu của Thế Tôn Dược Sư Lưu Ly Quang Vương Như Lai và chí tâm thọ trì, thì mãi mãi về sau, họ sẽ chẳng còn thọ thân nữ.

❖

Lại nữa, Diệu Cát Tường! Khi Thế Tôn Dược Sư Lưu Ly Quang Vương Như Lai đắc Đạo và do sức bổn nguyện, Ngài quán thấy các hữu tình gặp nhiều chứng bệnh khổ, gầy gò héo hon, nóng sốt vàng da, hoặc bị bóng đè lúc ngủ say, trúng bùa ngải độc, hoặc lại chết yểu, hay chết oan. Vì muốn tiêu trừ các bệnh khổ như thế và làm cho những điều cầu mong của chúng sanh đều được mãn nguyện, khi ấy Thế Tôn kia vào Đẳng Trì tên là Diệt Trừ Tất Cả Khổ Não của Chúng Sanh.

Sau khi nhập định, trên đảnh nhục kế phóng ra ánh sáng lớn và trong quang minh diễn nói đại Tổng Trì:

|| namo bhagavate bhaiṣajya-guru-vaiḍūrya-prabhā-rājāya
tathāgatāya arhate samyak-saṃbuddhāya
| tadyathā oṃ bhaiṣajye bhaiṣajye bhaiṣajya-samudgate svāhā ||
|| nam mô, ba ga qua te, bai sa cha - gu ru - vai đưa ri a - bờ ra ba - ra cha da,
ta tha ga ta da, a ra ha te, sam dấc - sam bu đa da
| ta đi a tha, ôm, bai sa che, bai sa che, bai sa cha - sam múc ga te, sờ qua ha ||

Trong quang minh khi nói chú này xong, đại địa liền chấn động và phóng ra ánh sáng lớn; hết thảy bệnh khổ của chúng sanh đều tiêu trừ và họ thọ hưởng an vui.

Này Diệu Cát Tường! Nếu ai thấy có nam tử nữ nhân nào mắc bệnh khổ, họ phải nên nhất tâm vì người bệnh kia mà thường xuyên tắm gội, súc miệng sạch sẽ, rồi trì chú này 108 lần vào trong thức ăn hay thuốc thang, hoặc nước không có vi trùng. Sau đó, họ lấy cho người bệnh; dùng xong, bệnh liền tiêu trừ.

Nếu có ai cầu mong điều gì, họ nên chí tâm trì chú này thì sẽ được như ý, trường thọ sống lâu và không có bệnh tật. Sau khi mạng chung, họ sẽ sanh về thế giới kia, được không thoái chuyển và cho đến thành Phật.

Vì thế, Diệu Cát Tường! Nếu có nam tử nữ nhân nào với chí tâm ân trọng mà cung kính cúng dường Dược Sư Lưu Ly Quang Vương Như Lai kia, thì nên luôn trì chú này và chớ để quên mất.

Lại nữa, Diệu Cát Tường! Nếu có thiện nam tín nữ nào nghe được danh hiệu của Dược Sư Lưu Ly Quang Vương Như Lai, Ứng Cúng, Chánh Đẳng Giác, sau khi nghe và muốn tụng trì, thì mỗi sáng sớm hãy tắm gội, súc miệng sạch sẽ, rồi dùng hương hoa, hương đốt, hương thơm, và trỗi các loại âm nhạc để cúng dường trước hình tượng Phật.

Họ nên biên chép Kinh điển này, hoặc bảo người khác biên chép, rồi nhất tâm thọ trì. Nếu nghe vị Pháp sư giảng giải nghĩa lý của Kinh, họ nên cúng dường đầy đủ tất cả những vật dụng cần thiết và chớ để thiếu hụt. Như vậy họ sẽ được chư Phật hộ niệm, sở cầu mãn nguyện và cho đến thành Phật."

❖

Lúc bấy giờ Đồng tử Diệu Cát Tường thưa với Phật rằng:

"Thưa Thế Tôn! Con nguyện vào thời Tượng Pháp sẽ dùng đủ mọi phương tiện, để khiến cho các thiện nam tử hoặc thiện nữ nhân nào với tín tâm thanh tịnh, nghe được danh hiệu của Thế Tôn Dược Sư Lưu Ly Quang Vương Như Lai, cho đến trong giấc ngủ cũng sẽ dùng danh hiệu Phật mà giác ngộ người ấy.

Thưa Thế Tôn! Nếu có người thọ trì đọc tụng Kinh này hoặc diễn nói và chỉ dẫn cho người khác, hay tự biên chép Kinh hoặc bảo người khác biên chép, với lòng cung kính tôn trọng, họ dùng muôn loại hương hoa, hương xoa, hương bột, hương đốt, vòng hoa, chuỗi ngọc, cờ hiệu, lọng che, và âm nhạc để cúng dường. Họ lại dùng lụa năm màu để làm thành túi đựng, quét dọn một nơi sạch sẽ và an trí Kinh trên bậc cao. Khi ấy, Tứ Đại Thiên Vương cùng quyến thuộc và vô lượng trăm ngàn thiên chúng sẽ đến nơi đó để cúng dường và hộ trì.

Thưa Thế Tôn! Nếu nơi nào lưu hành Kinh báu này và có người thọ trì, thì do nghe được danh hiệu cùng bổn nguyện công đức của Thế Tôn Dược Sư Lưu Ly Quang Vương Như Lai kia, nên phải biết nơi ấy sẽ không có các thứ tai họa, và cũng không có những ác thần hay ác quỷ đoạt mất tinh khí người. Giả như đã bị đoạt mất, họ sẽ được hoàn phục như cũ và thân tâm an lạc."

Phật bảo ngài Diệu Cát Tường:

"Như thị, như thị! Đúng như lời ông nói.

Này Diệu Cát Tường! Nếu có các thiện nam tử hoặc thiện nữ nhân nào với tín tâm thanh tịnh và muốn cúng dường Thế Tôn Dược Sư Lưu Ly Quang Vương Như Lai kia, thì trước tiên nên tạo lập một hình tượng của Đức Phật đó và an trí vào trong một ngôi tháp thanh tịnh. Tiếp đến họ rải các thứ hoa, thắp các loại hương, và dùng đủ mọi biểu ngữ cùng cờ hiệu để trang nghiêm nơi ấy.

Suốt bảy ngày bảy đêm, họ thọ trì Tám Phần Trai Giới, dùng thức ăn thanh tịnh, tắm gội thơm khiết, mặc y phục tinh sạch, tâm không nhiễm ô, lòng không giận dữ, và thân không giết hại. Họ lại đối với hết thảy hữu tình mà khởi tâm từ bi hỷ xả, làm lợi ích an vui, trỗi nhạc ca tán, và đi nhiễu bên phải tượng Phật.

Lại nữa, họ nên nhớ tưởng đến công đức bổn nguyện của Như Lai kia, đọc tụng Kinh này, tư duy nghĩa lý, diễn nói và chỉ dẫn cho người khác, thì tất cả những điều cầu mong đều sẽ toại ý:

cầu trường thọ được trường thọ; cầu giàu sang được giàu sang; cầu quan chức được quan chức; cầu con cái được con cái.

Lại nữa, nếu có người bỗng nhiên gặp ác mộng và mơ thấy những điềm kinh sợ, các loài chim lạ bay đến đậu, hoặc tại trú xứ xuất hiện trăm điều quái dị, như người này có thể dùng những phẩm vật quý hiếm để cung kính cúng dường Thế Tôn Dược Sư Lưu Ly Quang Vương Như Lai kia, thì những ác mộng điềm xấu, các điều không cát tường thảy đều ẩn mất và chẳng thể gây hại.

Hoặc bị nạn nước lửa, gươm đao, thuốc độc, hay lạc vào nơi hung hiểm, hoặc gặp voi dữ, sư tử, cọp, sói, gấu hung tợn, rắn độc, bọ cạp, rết, muỗi, ruồi trâu, cùng các thứ ghê rợn, nếu có thể chí tâm ghi nhớ Đức Phật kia và cung kính cúng dường, thì họ đều được thoát khỏi tất cả những việc hãi sợ.

Khi có nước khác xâm lăng, quấy nhiễu, hoặc trộm cướp phản loạn, nếu ai ghi nhớ và cung kính Như Lai kia thì cũng đều thoát khỏi.

Lại nữa, Diệu Cát Tường! Nếu có thiện nam tử hoặc thiện nữ nhân nào với tín tâm thanh tịnh, trọn đời không thờ bái vị trời nào, duy chỉ nhất tâm Quy Y Phật Pháp Tăng và thọ trì giới cấm, như là Năm Giới, Mười Giới, 400 giới của Bồ-tát, 250 giới của Bhikṣu, hoặc 500 giới của Bhikṣuṇī. Trong lúc giữ giới, lỡ như bị hủy phạm và sợ đọa đường ác, nhưng nếu họ có thể chuyên niệm danh hiệu của Đức Phật kia và cung kính cúng dường, thì nhất định sẽ không thọ sanh vào ba đường ác.

Hoặc có người nữ đến thời điểm sắp sanh nở và phải chịu đau đớn khôn xiết, nếu họ có thể chí tâm xưng niệm danh hiệu, đảnh lễ, tán thán, cung kính, và cúng dường Như Lai kia, thì những ách khổ đó đều sẽ tiêu trừ. Em bé sanh ra có các căn hoàn chỉnh, tướng mạo đoan chánh, ai thấy đều hoan hỷ, thông minh lanh lợi, an ổn ít bệnh, và không bị loài phi nhân đoạt mất tinh khí."

❖

Lúc bấy giờ Thế Tôn bảo ngài Khánh Hỷ:

"Như Ta tán dương công đức của Thế Tôn Dược Sư Lưu Ly Quang Vương Như Lai kia, đó là nơi thực hành sâu xa của chư Phật, khó mà liễu giải, ông có tin chăng?"

Ngài Khánh Hỷ thưa rằng:

"Thưa Đại Đức Thế Tôn! Con tuyệt đối không sanh lòng nghi đối với Khế Kinh do Như Lai nói.

Vì sao thế? Bởi hết thảy thân ngữ ý nghiệp của Như Lai đều thanh tịnh.

Thưa Thế Tôn! Vầng nhật nguyệt có thể rơi xuống, vua núi Diệu Cao có thể lung lay, nhưng lời của chư Phật thì không bao giờ sai khác.

Thưa Thế Tôn! Có những chúng sanh chẳng đủ tín căn mà khi nghe nói về nơi thực hành sâu xa của chư Phật thì suy nghĩ rằng:

'Làm sao chỉ niệm một danh hiệu của Thế Tôn Dược Sư Lưu Ly Quang Vương Như Lai mà được công đức thù thắng như thế?'

Do bởi không tin nên họ ngược lại sanh phỉ báng. Suốt đêm dài dằng dặc, họ mất đi những điều lợi lạc to lớn, phải đọa đường ác và lưu chuyển vô cùng tận."

Phật bảo ngài Khánh Hỷ:

"Nếu các hữu tình nào nghe được danh hiệu của Thế Tôn Dược Sư Lưu Ly Quang Vương Như Lai, rồi chí tâm thọ trì và không khởi lòng nghi mà còn đọa đường ác, thì quyết không thể có việc ấy.

Này Khánh Hỷ! Đây là việc làm sâu xa của chư Phật, khó mà tín giải. Ông nay có thể tín thọ, phải biết đây đều là do sức uy thần của Như Lai.

Này Khánh Hỷ! Tất cả Thanh Văn, Độc Giác, cùng những Bồ-tát nào chưa vào trong Mười Địa, thì thảy đều chẳng thể tín giải Pháp như thật này--duy trừ Nhất Sanh Bổ Xứ Bồ-tát.

Này Khánh Hỷ! Thân người khó được, lại khó có tín tâm và tôn kính Tam Bảo. Thế nhưng, ai nghe được danh hiệu của Thế Tôn Dược Sư Lưu Ly Quang Vương Như Lai lại càng khó hơn.

Này Khánh Hỷ! Thế Tôn Dược Sư Lưu Ly Quang Vương Như Lai kia có Bồ-tát hành vô lượng, thiện xảo phương tiện vô lượng, và thệ nguyện rộng lớn cũng vô lượng. Nếu Ta dùng một kiếp hay hơn một kiếp để rộng nói về những việc ấy, thì kiếp đó còn mau hết, nhưng thực hành, thệ nguyện, và thiện xảo phương tiện của Đức Phật kia vẫn không thể cùng tận."

❖

Lúc bấy giờ ở trong đại chúng có một vị đại Bồ-tát tên là Cứu Thoát, liền từ chỗ ngồi đứng dậy, vén áo lộ vai phải, gối phải quỳ sát đất, cúi mình và chắp tay thưa với Phật rằng:

"Thưa Đại Đức Thế Tôn! Vào thời Tượng Pháp sẽ có những chúng sanh mắc đủ mọi chứng bệnh hoạn khốn khổ, bệnh nặng trường kỳ, thân thể gầy gò, lại không thể ăn uống, môi cổ khô khan, và tướng sắp chết hiện ra trước mặt nên thấy khắp nơi đều đen tối; cha mẹ quyến thuộc và bạn bè thân quen khóc lóc vây quanh.

Tuy thân kia vẫn còn nằm đó, nhưng họ thấy sứ giả Diêm Vương dẫn thần thức của mình đến trước Diêm Vương Thiên Tử. Mỗi hữu tình đều có vị thần được sanh ra cùng lúc với họ, sẽ ghi lại đầy đủ tất cả việc thiện ác, rồi trình tấu hết cho Diêm Vương Thiên Tử. Lúc ấy Diêm Vương tra hỏi người đó, tính toán định đoạt, rồi phán xử tùy theo tội phước đã làm.

Khi ấy, nếu thân bằng quyến thuộc có thể vì người bệnh kia mà quy y Thế Tôn Dược Sư Lưu Ly Quang Vương Như Lai, thỉnh chư Tăng để chuyển đọc Kinh này, thắp đèn bảy tầng, và treo cờ hiệu tục mạng năm màu, thì thần thức của họ có thể sẽ được trở về--như trong giấc mộng, tự mình thấy rõ.

Hoặc nếu thần thức kia về lại sau 7 ngày, hay 21 ngày, hoặc 35 ngày, hay 49 ngày, thì như chợt tỉnh cơn mộng, họ đều sẽ tự nhớ biết nghiệp lành dữ cùng quả báo lãnh thọ. Do tự chứng kiến về nghiệp báo như vậy, cho dù nguy hiểm đến cả tánh mạng, họ cũng không bao giờ tạo những nghiệp ác nữa.

Vì vậy, các thiện nam tử và thiện nữ nhân với tín tâm thanh tịnh đều nên thọ trì danh hiệu của Dược Sư Lưu Ly Quang Vương Như Lai và tùy theo khả năng của mình mà cung kính cúng dường."

❖

Lúc bấy giờ ngài Khánh Hỷ hỏi Cứu Thoát Bồ-tát rằng:

"Thưa thánh giả! Phải nên cung kính cúng dường Thế Tôn Dược Sư Lưu Ly Quang Vương Như Lai kia như thế nào? Còn đèn và cờ hiệu tục mạng thì phải làm ra sao?"

Cứu Thoát Bồ-tát đáp rằng:

"Đại đức! Nếu có ai muốn giúp người bệnh hết bệnh khổ, người đó nên trong bảy ngày bảy đêm hãy thọ trì Tám Phần Trai Giới, và tùy theo khả năng của mình mà dùng thức ăn nước uống cùng những vật dụng cần thiết khác để cúng dường cho các vị Bhikṣu.

Ngày đêm sáu thời, họ lễ bái hành Đạo và cúng dường Thế Tôn Dược Sư Lưu Ly Quang Vương Như Lai kia. Họ đọc tụng Kinh này 49 lần, thắp 49 ngọn đèn, và làm bảy hình tượng của Như Lai kia. Trước mỗi hình tượng đều để bảy ngọn đèn. Mỗi ngọn đèn lớn như bánh xe và phải thắp sáng liên tục, không được gián đoạn trong 49 ngày. Ngoài ra, họ cần tạo lập cờ hiệu năm màu với độ dài của 49 gang tay, và phóng sanh các loài động vật, cho đến 49 loài hay nhiều hơn nữa. Như vậy, người bệnh sẽ tai qua nạn khỏi và chẳng bị chết oan hay gặp ác quỷ bắt giữ.

Lại nữa, Khánh Hỷ! Nếu những quán đảnh vương thuộc dòng dõi vua chúa, khi có tai nạn khởi lên như:

- dân chúng mắc nạn bệnh dịch,

- nạn nước ngoài xâm lăng,
- nạn nội loạn trong nước,
- nạn tinh tú biến đổi quái dị,
- nạn nhật thực nguyệt thực,
- nạn mưa gió trái mùa,
- hoặc nạn quá thời không mưa.

Khi ấy, những quán đảnh vương thuộc dòng dõi vua chúa đó phải vì hết thảy hữu tình mà khởi lòng từ bi và ân xá tội nhân, rồi y theo Pháp cúng dường đã nói ở trên mà cúng dường Thế Tôn Dược Sư Lưu Ly Quang Vương Như Lai kia. Do thiện căn này cùng sức bổn nguyện của Như Lai kia, nên sẽ khiến cho nước đó liền được an ổn, mưa gió thuận hòa, các loại hạt chín rộ, tất cả hữu tình được vui vẻ và không có bệnh tật. Ở trong nước đó sẽ không có quỷ bạo ác, quỷ tiệp tật, hay chúng quỷ thần khác làm não loạn hữu tình. Tất cả điềm xấu thảy liền ẩn mất; còn những quán đảnh vương thuộc dòng dõi vua chúa thì được mạnh khỏe, thọ mạng lâu dài, thân tự tại không bệnh, và mọi việc đều thêm nhiều lợi ích.

Khánh Hỷ! Nếu đế hậu, phi tần, công chúa, thái tử, vương tử, đại thần, phụ tướng, thị nữ trong cung, quần thần bách quan, hay lê dân bách tánh nào mắc bệnh khổ sở cùng những ách nạn khác, thì họ cũng nên tạo lập cờ hiệu năm màu, thắp đèn và để cháy sáng liên tục, phóng sanh các loại chúng sanh, rải nhiều thứ hoa khác nhau, và đốt những nén hương quý. Như thế, bệnh tật của họ được tiêu trừ và thoát khỏi hoạn nạn."

❖

Lúc bấy giờ ngài Khánh Hỷ hỏi Cứu Thoát Bồ-tát rằng:

"Thưa thánh giả! Làm thế nào để tăng thêm tuổi thọ khi mà thọ mạng đã hết?"

Cứu Thoát Bồ-tát đáp rằng:

"Đại đức! Ngài không nghe Như Lai nói có chín loại chết oan hay sao? Vì thế ngài nên khuyên mọi người hãy thắp đèn cùng tạo lập cờ hiệu tục mạng và làm những việc phước đức. Do bởi tu phước nên trọn đời họ sẽ không trải qua các bệnh hoạn đau đớn."

Ngài Khánh Hỷ hỏi rằng:

"Chín loại chết oan là những gì?"

Cứu Thoát Bồ-tát đáp rằng:

"Nếu có các hữu tình nào tuy mắc bệnh nhẹ nhưng chẳng có thuốc uống cùng không thầy khám bệnh, hoặc giả như có thầy nhưng lại cho lầm toa nên phải bị chết một cách oan uổng. Lại có người tin theo tà ma ngoại đạo ở thế gian, nghe mấy thầy yêu nghiệt nói lời họa phước vu vơ nên đâm ra sợ hãi, lòng chẳng được an ổn, rồi đi bói quẻ xem việc tai họa. Vì cúng tế quỷ thần nên họ giết mọi loài chúng sanh để xin sơn tinh yêu quái giúp đỡ hoặc cầu phước. Mặc dù mong muốn trường thọ nhưng kết cục là chẳng thể nào đạt được. Do bởi ngu si mê muội và tin theo tà kiến điên đảo, nên khiến cho mình bị chết một cách oan uổng. Sau khi chết, họ phải đọa địa ngục mà chẳng có kỳ hạn thoát khỏi. Đây là loại chết oan thứ nhất.

Loại chết oan thứ nhì là bị luật vua tử hình.

Loại chết oan thứ ba là đi săn bắn vui chơi, đam mê tửu sắc, buông lung vô độ và bị loài phi nhân đoạt mất tinh khí.

Loại chết oan thứ tư là bị lửa thiêu.

Loại chết oan thứ năm là bị nước dìm.

Loại chết oan thứ sáu là bị các loài thú dữ ăn thịt.

Loại chết oan thứ bảy là bị rơi xuống ven núi.

Loại chết oan thứ tám là bị trúng thuốc độc, bùa ngải trù ếm, hay khởi thi quỷ làm hại.

Loại chết oan thứ chín là bị đói khát khốn khổ mà chết.

Đây là chín loại chết oan mà Như Lai đã nói sơ qua. Ngoài ra còn có vô lượng những loại chết oan khác nữa, thật khó mà kể cho xuể.

Lại nữa, Khánh Hỷ! Diêm Vương là vị chủ lãnh cai quản về sổ bộ trong thế gian.

Nếu có các hữu tình nào bất hiếu với cha mẹ, gây tạo năm tội ngỗ nghịch, phá hoại hay phỉ báng Tam Bảo, vi phạm luật pháp, hoặc hủy phạm tín giới, thì Diêm Vương Thiên Tử khảo xét và trừng phạt tùy theo tội nặng nhẹ.

Vì thế, tôi nay khuyên các chúng sanh hãy thắp đèn, tạo lập cờ hiệu, và phóng sanh tu phước. Như vậy họ sẽ vượt qua mọi khổ ách và không gặp phải những tai nạn."

❖

Lúc bấy giờ có 12 đại tướng tiệp tật đang ở trong đại chúng. Tên các ngài là:
- Đại tướng Cực Úy,
- Đại tướng Kim Cang,
- Đại tướng Chấp Nghiêm,
- Đại tướng Chấp Tinh,
- Đại tướng Chấp Phong,
- Đại tướng Cư Xứ,
- Đại tướng Chấp Lực,
- Đại tướng Chấp Ẩm,
- Đại tướng Chấp Ngôn,
- Đại tướng Chấp Tưởng,
- Đại tướng Chấp Động,
- và Đại tướng Viên Tác.

12 đại tướng tiệp tật này, mỗi vị có 7.000 quỷ tiệp tật làm quyến thuộc, họ đều đồng thanh thưa với Phật rằng:

"Thưa Thế Tôn! Chúng con nay nhờ sức uy thần của Phật mà nghe được danh hiệu của Thế Tôn Dược Sư Lưu Ly Quang Vương Như Lai, nên không còn lo sợ đường ác nữa. Tất cả chúng con đều đồng nhất tâm Quy Y Phật Pháp Tăng cho đến trọn đời; nguyện sẽ bảo hộ hết thảy hữu tình và làm nhiều việc lợi ích để họ được an vui.

Nếu ở bất cứ thôn làng, thành thị, quốc gia, hay núi rừng hẻo lánh nào mà có Kinh này lưu truyền, hoặc có người cung kính cúng dường và thọ trì danh hiệu của Dược Sư Lưu Ly Quang Vương Như Lai, thì quyến thuộc chúng con sẽ hộ vệ người ấy, khiến cho họ đều thoát khỏi tất cả khổ nạn và những điều cầu mong cũng được toại ý. Hoặc có người cầu mong lành bệnh và thoát trừ ách nạn, họ nên đọc tụng Kinh này, lấy sợi chỉ năm màu và niệm danh hiệu của chúng con rồi thắt thành gút. Khi đã được như sở nguyện thì họ hãy nên tháo ra."

Lúc bấy giờ Thế Tôn ngợi khen các vị đại tướng tiệp tật rằng:

"Lành thay, lành thay! Này các đại tướng tiệp tật! Các ông muốn báo đáp ân đức của Thế Tôn Dược Sư Lưu Ly Quang Vương Như Lai, thì nên thường như vậy mà làm lợi ích an vui cho hết thảy hữu tình."

❖

Lúc bấy giờ ngài Khánh Hỷ bạch Phật rằng:

"Bạch Thế Tôn! Pháp môn này tên là gì, và chúng con phụng trì như thế nào?"

Phật bảo ngài Khánh Hỷ:

"Pháp môn này tên là Dược Sư Lưu Ly Quang Vương Như Lai Bổn Nguyện Công Đức, cũng gọi là Thần Chú Kết Nguyện của 12 Vị Thần Tướng để Làm Lợi Ích Hữu Tình, và cũng gọi là Bạt Trừ Tất Cả Nghiệp Chướng. Hãy nên phụng trì như vậy."

Lúc Thế Tôn nói lời ấy xong, chư đại Bồ-tát cùng các vị đại Thanh Văn, quốc vương, đại thần, Phạm Chí, cư sĩ, trời, rồng, quỷ tiệp tật, tầm hương thần, phi thiên, kim sí điểu, nghi thần, đại mãng xà, người và phi nhân, và tất cả đại chúng khi nghe lời Phật dạy, họ đều sanh tâm đại hoan hỷ và tín thọ phụng hành.

Kinh Dược Sư Lưu Ly Quang Vương Như Lai Bổn Nguyện Công Đức

Dịch sang cổ văn: Pháp sư Hỷ Học (652-710)
Dịch sang tiếng Việt: Tại gia Bồ-tát giới Thanh tín nam Nguyên Thuận

☸ Phẩm 1: Thần Thông Tại Cung Trời Tam Thập Tam

TÔI NGHE NHƯ VẦY:

Một thuở nọ, Đức Phật lên trời Tam Thập Tam để thuyết Pháp cho mẫu thân.

Lúc bấy giờ, bất khả thuyết bất khả thuyết, tất cả chư Phật cùng chư đại Bồ-tát từ vô lượng thế giới trong mười phương đều đến hội họp và tán thán Đức Phật Năng Tịch có thể ở đời ác năm trược, mà hiện sức đại trí tuệ và thần thông chẳng thể nghĩ bàn để điều phục chúng sanh cang cường, khiến cho họ biết pháp nào khổ, pháp nào vui. Sau đó, mỗi vị đều sai thị giả đến vấn an Thế Tôn.

Khi ấy Như Lai mỉm cười và phóng ra tỷ ức vầng mây ánh sáng lớn, như là:
- vầng mây ánh sáng đại viên mãn,
- vầng mây ánh sáng đại từ bi,
- vầng mây ánh sáng đại trí tuệ,
- vầng mây ánh sáng đại Diệu Tuệ,
- vầng mây ánh sáng đại Đẳng Trì,
- vầng mây ánh sáng đại cát tường,
- vầng mây ánh sáng đại phước đức,
- vầng mây ánh sáng đại công đức,
- vầng mây ánh sáng đại quy y,
- và vầng mây ánh sáng đại tán thán.

Sau khi phóng ra bất khả thuyết vầng mây ánh sáng như thế, Ngài lại tuôn ra đủ mọi âm thanh vi diệu, như là:
- tiếng Bố Thí Độ,
- tiếng Tịnh Giới Độ,
- tiếng An Nhẫn Độ,

- tiếng Tinh Tấn Độ,
- tiếng Tĩnh Lự Độ,
- tiếng Diệu Tuệ Độ,
- tiếng từ bi,
- tiếng hỷ xả,
- tiếng giải thoát,
- tiếng vô lậu,
- tiếng trí tuệ,
- tiếng trí tuệ lớn,
- tiếng sư tử hống,
- tiếng sư tử hống lớn,
- tiếng mây sấm,
- và tiếng mây sấm lớn.

Sau khi phát ra bất khả thuyết bất khả thuyết âm thanh như thế, có vô lượng ức thiên long quỷ thần từ Thế giới Kham Nhẫn và các quốc độ ở phương khác cũng đến tụ tập tại Cung trời Tam Thập Tam, như là:
- trời Tứ Thiên Vương,
- trời Tam Thập Tam,
- trời Thiện Thời,
- trời Hỷ Túc,
- trời Nhạo Biến Hóa,
- trời Tha Hóa Tự Tại,
- trời Phạm Chúng,
- trời Phạm Phụ,
- trời Đại Phạm,
- trời Thiểu Quang,
- trời Vô Lượng Quang,
- trời Quang Âm,
- trời Thiểu Tịnh,
- trời Vô Lượng Tịnh,
- trời Biến Tịnh,
- trời Phước Sanh,
- trời Phước Ái,

- trời Quảng Quả,
- trời Vô Tưởng,
- trời Vô Phiền,
- trời Vô Nhiệt,
- trời Thiện Kiến,
- trời Thiện Hiện,
- trời Sắc Cứu Cánh,
- trời Đại Tự Tại,
- và cho đến chư thiên ở Phi Tưởng Phi Phi Tưởng Xứ.

Tất cả thiên chúng, long chúng, và các chúng quỷ thần ở những nơi ấy đều đến hội họp.

Lại có những vị thần ở quốc độ phương khác cùng Thế giới Kham Nhẫn, như là:
- thần biển,
- thần sông,
- thần dòng suối,
- thần cây,
- thần núi,
- thần đất,
- thần đầm lầy,
- thần mùa màng mầm non,
- thần ban ngày,
- thần ban đêm,
- thần hư không,
- thần trên trời,
- thần ẩm thực,
- và thần thảo mộc.

Các vị thần như thế đều đến hội họp.

Lại có những đại quỷ vương ở quốc độ phương khác cùng Thế giới Kham Nhẫn, như là:
- Ác Mục Quỷ Vương,
- Đạm Huyết Quỷ Vương,
- Đạm Tinh Khí Quỷ Vương,
- Đạm Thai Noãn Quỷ Vương,

- Hành Bệnh Quỷ Vương,
- Nhiếp Độc Quỷ Vương,
- Từ Tâm Quỷ Vương,
- Phước Lợi Quỷ Vương,
- và Đại Ái Kính Quỷ Vương.

Các vị quỷ vương như thế đều đến hội họp.

❖

Lúc bấy giờ, Đức Phật Năng Tịch bảo Diệu Cát Tường Pháp Vương Tử Đại Bồ-tát rằng:

"Ông hãy quán sát hết thảy chư Phật Bồ-tát cùng thiên long quỷ thần ở thế giới này, thế giới khác, quốc độ này, quốc độ khác, bây giờ họ đã đến hội họp tại Cung trời Tam Thập Tam như thế. Ông biết số ấy là bao nhiêu chăng?"

Ngài Diệu Cát Tường thưa với Phật rằng:

"Thưa Thế Tôn! Dù con dùng thần lực tính đếm trong 1.000 kiếp thì cũng không thể biết được."

Phật bảo ngài Diệu Cát Tường:

"Cho dù Ta dùng Phật nhãn để quán sát mà vẫn còn không tính xuể. Đây đều là do Địa Tạng Bồ-tát từ kiếp xa xưa đến nay đã độ, đang độ, sẽ độ, đã thành tựu, đang thành tựu, hoặc sẽ thành tựu."

Ngài Diệu Cát Tường bạch Phật rằng:

"Bạch Thế Tôn! Từ thuở quá khứ xa xưa, con đã tu thiện căn và chứng đắc sự hiểu biết vô ngại. Khi nghe Phật nói, con lập tức tín thọ. Còn các tiểu Quả Thanh Văn, thiên long bát bộ, cùng những chúng sanh ở đời vị lai, tuy nghe lời thành thật của Như Lai, nhưng chắc chắn sẽ sanh lòng hoài nghi. Cho dù họ có lễ kính và thọ trì đi nữa, nhưng vẫn không tránh khỏi việc phỉ báng.

Kính mong Thế Tôn hãy rộng nói về lúc ở Nhân Địa, Địa Tạng Đại Bồ-tát đã tu thực hành gì và lập thệ nguyện gì mà có thể thành tựu những việc chẳng thể nghĩ bàn như thế?"

Phật bảo ngài Diệu Cát Tường:

"Ví như trong Tam Thiên Đại Thiên Thế Giới có bao nhiêu cỏ cây, rừng rậm, lúa, gai dầu, trúc, lau sậy, núi, đá, và vi trần như thế, thì mỗi vật hãy làm thành một sông Hằng. Rồi mỗi hạt cát trong mỗi sông Hằng làm thành một thế giới, và mỗi vi trần trong mỗi thế giới đó làm thành một kiếp. Sau đó mỗi vi trần chứa trong mỗi kiếp ấy làm hết thành một kiếp nữa. Thời gian Địa Tạng Bồ-tát đã chứng Địa Thứ Mười đến nay còn gấp 1.000 lần nhiều hơn số thí dụ trên. Hà huống là khi Địa Tạng Bồ-tát còn đang ở bậc Thanh Văn hay Độc Giác.

Này Diệu Cát Tường! Uy thần và thệ nguyện của vị Bồ-tát đó không thể nghĩ bàn. Vào đời vị lai, nếu có thiện nam tử hoặc thiện nữ nhân nào nghe được danh hiệu của vị Bồ-tát này, rồi tán thán, chiêm ngưỡng, đảnh lễ, hoặc xưng danh hiệu hay cúng dường, cho đến tô vẽ, khắc chạm, hay đắp sơn hình tượng, thì người ấy sẽ được sanh lên trời Tam Thập Tam 100 lần và vĩnh viễn không đọa đường ác.

❖

Này Diệu Cát Tường! Vào thuở quá khứ xa xưa bất khả thuyết bất khả thuyết kiếp về trước, Địa Tạng Đại Bồ-tát này đây là con trai của một vị đại trưởng giả. Lúc ấy có Đức Phật xuất hiện ở thế gian, hiệu là Sư Tử Phấn Tấn Cụ Túc Vạn Hành Như Lai. Khi thấy tướng hảo với 1.000 phước trang nghiêm của Phật, trưởng giả tử thưa hỏi Đức Phật kia đã tu tập thực hành và thệ nguyện gì mà được các tướng đó.

Lúc ấy Sư Tử Phấn Tấn Cụ Túc Vạn Hành Như Lai bảo trưởng giả tử rằng:

'Nếu ai muốn chứng thân này thì phải trải qua một thời gian lâu dài để độ thoát tất cả chúng sanh thọ khổ.'

Này Diệu Cát Tường! Lúc đó, trưởng giả tử do nhân ấy mà phát nguyện rằng:

'Từ nay cho đến hết vị lai không thể tính kể số kiếp, con sẽ vì những chúng sanh tội khổ trong sáu đường mà rộng thiết lập phương tiện để khiến họ thảy đều giải thoát, rồi sau đó con mới tự mình thành Phật Đạo.'

Từ khi lập đại nguyện ở trước Đức Phật kia đến nay đã trải qua tỷ ức nayuta [na du ta] bất khả thuyết kiếp mà Địa Tạng vẫn còn làm một vị Bồ-tát.

❖

Lại vào thuở quá khứ bất khả tư nghị vô số kiếp, lúc ấy có Đức Phật xuất hiện ở thế gian, hiệu là Giác Hoa Định Tự Tại Vương Như Lai. Thọ mạng của Đức Phật kia là bốn tỷ ức vô số kiếp.

Trong thời Tượng Pháp có một người con gái thuộc dòng dõi Phạm Chí, nhiều đời tích phước sâu dày, mọi người đều kính mến, và đi đứng nằm ngồi có chư thiên hộ vệ. Tuy nhiên, người mẹ của cô lại tin theo tà đạo và luôn khinh chê Tam Bảo.

Thuở ấy thánh nữ đã rộng thiết lập phương tiện để khuyến dụ mẫu thân, hầu khiến cho bà sanh chánh kiến. Thế nhưng mẹ của cô chưa hoàn toàn tin hẳn thì chẳng bao lâu mạng chung và thần hồn đọa ở Địa ngục Vô Gián.

Khi ấy, Phạm Chí nữ biết mẹ khi còn sống không tin nhân quả, nên chắc chắn phải theo nghiệp mà sanh vào đường ác. Thế là, cô bán nhà cửa và mua nhiều hương hoa với những phẩm vật cúng dường, rồi làm đại cúng dường ở trước các tháp tự của Phật.

Trong một ngôi chùa nọ, cô trông thấy hình tượng của Giác Hoa Định Tự Tại Vương Như Lai được đắp vẽ uy dung và đoan nghiêm trọn đủ.

Khi đó Phạm Chí nữ đảnh lễ và chiêm ngưỡng tôn dung, cô sanh tâm kính ngưỡng bội phần, rồi tự nghĩ thầm:

'Đức Phật là bậc Đại Giác và đầy đủ Nhất Thiết Trí. Nếu Ngài còn tại thế thì sau khi mẹ mình mất, giả như mình đến thưa hỏi Phật, chắc chắn sẽ biết được nơi mẹ đã thác sanh.'

Khi đó Phạm Chí nữ mủi lòng khóc đến một hồi lâu và chiêm ngưỡng quyến luyến Như Lai.

Bỗng nhiên cô nghe trên không trung có tiếng bảo rằng:

'Này thánh nữ đang khóc kia, thôi đừng quá bi ai! Ta bây giờ sẽ chỉ cho biết chỗ thác sanh của mẹ con.'

Phạm Chí nữ chắp tay và hướng lên không trung mà bạch rằng:

'Chẳng hay đức thần nào đang giải vơi nỗi buồn của con như thế? Từ khi mẫu thân của con mất đến nay, con ngày đêm thương nhớ, nhưng vẫn không biết đâu để hỏi cho rõ nơi cõi giới mà mẹ con đã sanh về.'

Bấy giờ trên không trung lại có tiếng bảo thánh nữ rằng:

'Ta là Giác Hoa Định Tự Tại Vương Như Lai ở quá khứ mà con đang chiêm ngưỡng và đảnh lễ. Bởi thấy con thương nhớ mẹ trội hơn thường tình của chúng sanh nên Ta đến chỉ bảo.'

Khi nghe tiếng ấy xong, Phạm Chí nữ liền nhảy choàng lên nên té xuống và khiến cho các khớp tay chân đều tổn thương. Tiếp đó những người bên cạnh liền đỡ thánh nữ lên.

Một hồi lâu sau cô mới tỉnh dậy và hướng về không trung mà thưa rằng:

'Cúi mong Đức Phật từ bi thương xót, xin hãy mau nói cho con biết chỗ thác sanh của mẹ con. Nay thân tâm của con sắp chết mất.'

Khi ấy Giác Hoa Định Tự Tại Vương Như Lai bảo thánh nữ rằng:

'Sau khi cúng dường xong, con hãy sớm trở về nhà, rồi ngồi ngay thẳng và tư duy danh hiệu của Ta thì sẽ biết chỗ thác sanh của mẹ con.'

Khi đã lễ Phật xong, Phạm Chí nữ lập tức trở về nhà.

Vì thương nhớ mẹ nên thánh nữ ngồi ngay thẳng và niệm danh hiệu của Giác Hoa Định Tự Tại Vương Như Lai. Trải qua suốt một ngày một đêm, hốt nhiên cô chợt thấy mình đến một bờ biển. Nước trong biển đó sôi sùng sục và có nhiều thú dữ toàn thân bằng sắt. Chúng bay qua chạy lại và rong ruổi trên biển. Cô trông thấy có đến một tỷ kẻ nam người nữ đang chìm nổi trong biển và bị các thú dữ tranh nhau bắt ăn thịt.

Cô lại thấy quỷ tiệp tật với nhiều hình thù khác nhau: hoặc nhiều tay, nhiều chân, nhiều đầu, nhiều mắt, miệng răng chìa ra ngoài và bén nhọn như kiếm. Chúng lùa đuổi những tội nhân đến gần thú dữ, hoặc tự chúng chụp lấy và bẻ đầu cuộn chân thành muôn loại hình tướng đến chẳng dám nhìn lâu.

Khi đó Phạm Chí nữ do sức niệm Phật nên tự nhiên không kinh sợ.

Lúc ấy có một quỷ vương đi đến, tên là Vô Độc, cúi đầu nghênh tiếp và bạch thánh nữ rằng:

'Lành thay, Bồ tát! Do duyên sự gì mà ngài đến chốn này?'

Phạm Chí nữ liền hỏi quỷ vương rằng:

'Đây là nơi nào?'

Vô Độc Quỷ Vương đáp rằng:

'Nơi này là tầng biển thứ nhất ở phía tây của núi Đại Luân Vi.'

Thánh nữ hỏi rằng:

'Tôi nghe nói ở trong núi Luân Vi có địa ngục, việc ấy có thật chăng?'

Vô Độc Quỷ Vương đáp rằng:

'Thật có địa ngục!'

Thánh nữ hỏi rằng:

'Nay tôi làm thế nào mà đến được chốn địa ngục?'

Vô Độc Quỷ Vương đáp rằng:

'Nếu không phải do uy thần, thì phải do nghiệp lực. Ngoài hai điều này, quyết không có cách nào khác có thể đến.'

Thánh nữ lại hỏi rằng:

'Vì nhân duyên gì mà nước ở đây sôi sùng sục và có nhiều người tội cùng các thú dữ như thế?'

Vô Độc Quỷ Vương đáp rằng:

'Đây là những chúng sanh làm ác vừa mới chết ở châu Thắng Kim, và đã hơn 49 ngày mà không có ai kế tự để làm công đức, hầu cứu vớt khổ nạn cho họ. Lúc sanh thời, họ lại không làm được nhân lành nào hết. Vì thế bây giờ họ cứ theo bổn nghiệp mà chiêu cảm địa ngục, nên tự nhiên phải vượt qua biển này trước.

Về phía đông của biển này 100.000 hạn lượng, lại có một cái biển. Những sự thống khổ ở đó còn gấp bội chốn này. Phía đông của biển kia, lại có một cái biển nữa. Những sự thống khổ ở đó càng trội hơn.

Do nhân làm ác của ba nghiệp mà chiêu cảm và gọi chung là biển nghiệp, chính là chốn này vậy!'

Thánh nữ lại hỏi Vô Độc Quỷ Vương rằng:

'Thế còn địa ngục ở đâu?'

Vô Độc Quỷ Vương đáp rằng:

'Ở trong ba cái biển ấy đều là đại địa ngục. Chúng nhiều đến cả 100.000 và mỗi địa ngục đều khác nhau. Về địa ngục lớn thì có cả thảy là 18, bậc kế có 500; tất cả đều hết sức thống khổ và độc ác khôn lường. Bậc kế nữa có đến 100.000 và cũng thống khổ vô lượng.'

Thánh nữ lại hỏi đại quỷ vương rằng:

'Mẹ tôi mới mất gần đây, nhưng tôi không biết thần hồn của bà đã đi về đâu.'

Quỷ vương hỏi thánh nữ rằng:

'Thân mẫu của Bồ-tát khi còn sống quen làm những nghiệp gì?'

Thánh nữ đáp rằng:

'Mẹ tôi tà kiến, khinh chê và hủy báng Tam Bảo; hoặc có lúc tạm tin nhưng rồi lại bất kính. Mặc dù mới mất đây, nhưng tôi vẫn chưa biết nơi bà đã sanh về?'

Vô Độc Quỷ Vương hỏi rằng:

'Thân mẫu của Bồ-tát tên họ là gì?'

Thánh nữ đáp rằng:

'Thân phụ và thân mẫu của tôi đều thuộc dòng dõi Phạm Chí. Thân phụ tên là Thanh Lương Thiện Hiện, còn thân mẫu tên là Duyệt-đế-lợi.'

Vô Độc Quỷ Vương chắp tay và thưa với Bồ-tát rằng:

'Xin thánh giả hãy trở về bổn xứ và chớ thương nhớ lưu luyến. Tội nữ Duyệt-đế-lợi sanh lên trời cách nay đã ba ngày rồi. Nghe nói nhờ có con hiếu thuận đã vì mẹ mà cúng dường tu phước và làm bố thí ở chùa tháp thờ phụng Giác Hoa Định Tự Tại Vương Như Lai. Chẳng phải chỉ riêng thân mẫu của Bồ-tát được thoát khỏi địa ngục, mà trong ngày đó, các tội nhân vô gián cũng được thọ an vui và thảy đồng chuyển sanh.'

Khi nói xong, quỷ vương chắp tay rồi cáo lui.

Như mộng chợt tỉnh, Phạm Chí nữ biết rõ việc đã xảy ra và liền ở trước tháp tượng của Giác Hoa Định Tự Tại Vương Như Lai mà lập hoằng thệ nguyện:

'Từ nay cho đến hết tất cả kiếp vị lai, con nguyện sẽ vì những chúng sanh tội khổ mà rộng thiết lập phương tiện để khiến họ giải thoát.'"

Phật bảo ngài Diệu Cát Tường:

"Vô Độc Quỷ Vương thuở đó, nay chính là Tài Thủ Bồ-tát; còn Phạm Chí nữ, nay là Địa Tạng Bồ-tát."

Lúc bấy giờ, phân thân của Địa Tạng Bồ-tát ở những nơi có địa ngục từ tỷ ức, bất khả tư, bất khả nghị, bất khả lượng, bất khả thuyết, vô lượng vô số thế giới đều đến tụ tập tại Cung trời Tam Thập Tam. Do thần lực của Như Lai nên mỗi phân thân từ phương xứ của mình và cũng có mười triệu ức nayuta chúng sanh đã được giải thoát ra khỏi nghiệp đạo, họ đều cùng cầm theo hương hoa đi đến cúng dường Phật. Những chúng sanh đồng đến kia đều do Địa Tạng Bồ-tát giáo hóa và vĩnh viễn không thoái chuyển ở Vô Thượng Chánh Đẳng Chánh Giác.

Các chúng sanh ấy từ kiếp xa xưa đến nay đã trôi dạt ở sanh tử và chịu khổ trong sáu đường mà không chút tạm ngưng. Nhờ lòng từ bi rộng lớn và thệ nguyện thâm sâu của Địa Tạng Bồ-tát nên ai cũng đều chứng Quả. Lòng họ hớn hở khi đến trời Tam Thập Tam và chiêm ngưỡng Như Lai mà mắt không muốn rời một thoáng.

Lúc bấy giờ Thế Tôn nhấc cánh tay sắc vàng mà xoa lên đỉnh đầu phân thân của Địa Tạng Đại Bồ-tát đã đến từ tỷ ức, bất khả tư, bất khả nghị, bất khả lượng, bất khả thuyết, vô lượng vô số thế giới, rồi Ngài nói lời như vầy:

"Ta ở trong đời ác năm trược giáo hóa các chúng sanh cang cường như thế, làm cho tâm họ điều phục và bỏ tà quy chánh. Nhưng trong mười thì có một hoặc hai vẫn còn bám theo những tập khí ác. Ta cũng phân ra 100.000 ức thân và rộng thiết lập phương tiện.

- Những ai có các căn lanh lợi thì khi nghe liền tín thọ.
- Những ai có thiện quả thì siêng khuyên bảo mới thành tựu.
- Những ai có căn tánh ám độn thì phải giáo hóa rất lâu mới quay về.
- Những ai có nghiệp nặng thì chẳng hề sanh kính ngưỡng.

Ta phân thân độ thoát những hạng chúng sanh như vậy và mỗi người họ đều khác nhau.

- Hoặc Ta hiện thân nam tử.
- Hoặc Ta hiện thân nữ nhân.
- Hoặc Ta hiện thân trời rồng.
- Hoặc Ta hiện thân quỷ thần.
- Hoặc Ta hiện thân núi rừng, dòng nước, đồng bằng, sông hồ, khe suối, hay giếng nước mà làm lợi ích người để thảy đều độ thoát.
- Hoặc Ta hiện thân thiên đế.
- Hoặc Ta hiện thân Phạm Vương.
- Hoặc Ta hiện thân vua Chuyển Luân.
- Hoặc Ta hiện thân cư sĩ.
- Hoặc Ta hiện thân quốc vương.
- Hoặc Ta hiện thân tể tướng.
- Hoặc Ta hiện thân quan thuộc.
- Hoặc Ta hiện thân Bhikṣu [bíc su], Bhikṣuṇī [bíc su ni], Thanh Tín Nam, hay Thanh Tín Nữ.

Và cho đến thân Thanh Văn, Ứng Chân, Độc Giác, hay Bồ-tát mà dùng để hóa độ, chứ chẳng phải chỉ dùng độc nhất thân Phật hiện ra trước họ.

Ông hãy quán sát Ta đã trải qua bao kiếp khổ nhọc để độ thoát những chúng sanh cang cường mắc tội khổ và khó giáo hóa như vậy. Những ai chưa được điều phục thì tùy theo nghiệp mà ứng theo quả báo.

Nếu khi họ bị đọa đường ác để chịu thống khổ thì ông nên nhớ nghĩ đến Ta. Nay tại Cung trời Tam Thập Tam, Ta ân cần phó chúc: hãy khiến chúng sanh ở Thế giới Kham Nhẫn, từ đây cho đến lúc Đức Phật Từ Thị xuất hiện ở thế gian, thảy đều làm cho họ giải thoát, vĩnh viễn xa lìa các ách khổ, và sẽ gặp Phật thọ ký."

❖

Lúc bấy giờ, tất cả phân thân của Địa Tạng Bồ-tát trong các thế giới hợp nhập thành nhất thể và rơi lệ thương luyến.

Sau đó ngài thưa với Phật rằng:

"Từ kiếp xa xưa đến nay, con nhờ Đức Phật tiếp dẫn nên mới được thần lực không thể nghĩ bàn và đầy đủ đại trí tuệ. Phân thân của con biến khắp thế giới nhiều như cát của một tỷ ức sông Hằng. Trong mỗi thế giới lại hóa hiện một tỷ ức thân. Mỗi thân hóa độ một tỷ ức người, khiến họ quy y, cung kính Tam Bảo, vĩnh viễn lìa sanh tử, và đạt đến tịch diệt an vui.

Những chúng sanh nào ở trong Pháp của Phật, dù chỉ làm việc lành chừng bằng một sợi lông, một giọt nước, một hạt cát, một hạt bụi, hoặc nhỏ như sợi lông tơ, thì con dần dần sẽ độ thoát và làm cho họ được lợi ích lớn. Kính mong Thế Tôn chớ vì những chúng sanh tạo nghiệp ác ở đời sau mà lo lắng nữa."

Và như thế, ngài thưa với Phật đến ba lần:

"Kính mong Thế Tôn chớ vì những chúng sanh tạo nghiệp ác ở đời sau mà lo lắng nữa."

Lúc bấy giờ Đức Phật ngợi khen Địa Tạng Bồ-tát rằng:

"Lành thay, lành thay! Ta sẽ hỗ trợ điều ông vui làm để ông có thể thành tựu các thệ nguyện rộng lớn đã phát từ kiếp xa xưa đến nay. Khi việc rộng độ chúng sanh hoàn mãn, ông sẽ liền thành Đạo."

Lúc bấy giờ Phật mẫu là Phu nhân Đại Huyễn, chắp tay cung kính và hỏi Địa Tạng Bồ-tát rằng:

"Thưa thánh giả! Chúng sanh ở châu Thắng Kim tạo những nghiệp sai khác và thọ quả báo ứng, việc ấy như thế nào?"

Ngài Địa Tạng đáp rằng:

"Trong ngàn vạn thế giới cùng các quốc độ, hoặc có địa ngục, hoặc không địa ngục, hoặc có người nữ, hoặc không người nữ, hoặc có Phật Pháp, hoặc không Phật Pháp, cho đến Thanh Văn, Độc Giác cũng đều như thế. Cho nên tội báo ở địa ngục cũng chẳng giống nhau."

Phu nhân Đại Huyễn lại thưa với Bồ-tát rằng:

"Nay tôi chỉ muốn nghe về tội báo chiêu cảm ở đường ác của châu Thắng Kim."

Ngài Địa Tạng đáp rằng:

"Thánh mẫu! Xin hãy lắng nghe và lãnh thọ, tôi sẽ nói sơ việc đó."

Phật mẫu thưa rằng:

"Kính mong thánh giả hãy nói!"

❖

Lúc bấy giờ Địa Tạng Bồ-tát nói với thánh mẫu rằng:

"Danh hiệu của những tội báo ở Nam Châu Thắng Kim là như vầy:

Nếu có chúng sanh nào bất hiếu với cha mẹ hoặc thậm chí giết hại, thì sẽ đọa Địa ngục Vô Gián cho đến mười triệu ức kiếp cũng không có kỳ hạn ra khỏi.

Nếu có chúng sanh nào làm thân Phật chảy máu, hủy báng Tam Bảo, hoặc bất kính tôn Kinh, thì cũng sẽ đọa Địa ngục Vô Gián cho đến mười triệu ức kiếp cũng không có kỳ hạn ra khỏi.

Nếu có chúng sanh nào xâm chiếm, làm tổn hại Thường Trụ, ô nhục Tăng Ni, hoặc tình tứ hành dâm trong tự viện, hoặc giết hoặc hại, thì những kẻ như thế sẽ đọa Địa ngục Vô Gián cho đến mười triệu ức kiếp cũng không có kỳ hạn ra khỏi.

Nếu có chúng sanh nào giả làm Đạo Nhân nhưng tâm chẳng phải Đạo Nhân, phá hoại, lạm dụng Thường Trụ, dối gạt cư sĩ bạch y, vi phạm giới luật, hoặc tạo đủ mọi nghiệp ác, thì những kẻ như thế sẽ đọa Địa ngục Vô Gián cho đến mười triệu ức kiếp cũng không có kỳ hạn ra khỏi.

Nếu có chúng sanh nào trộm cắp tài vật, lúa gạo, thức ăn nước uống, hay y phục của Thường Trụ, thậm chí chỉ một vật không cho mà lấy, thì sẽ đọa Địa ngục Vô Gián cho đến mười triệu ức kiếp cũng không có kỳ hạn ra khỏi."

Ngài Địa Tạng nói rằng:

"Thánh mẫu! Nếu có chúng sanh nào phạm các tội như thế thì sẽ đọa Địa ngục Vô Gián, cầu mong tạm ngưng thống khổ trong một niệm cũng chẳng được."

❖

Phu nhân Đại Huyễn lại thưa với Địa Tạng Bồ-tát rằng:

"Vì sao gọi là Địa ngục Vô Gián?"

Ngài Địa Tạng nói rằng:

"Thánh mẫu! Ở trong núi Đại Luân Vi có những địa ngục. Địa ngục lớn có 18 chỗ. Bậc kế có 500. Mỗi địa ngục có tên gọi riêng.

Bậc kế nữa có đến 100.000. Tên gọi cũng đều khác. Địa ngục Vô Gián ở bên trong của một ngục thành có chu vi là 80.000 dặm. Thành đó toàn bằng sắt và cao 10.000 dặm. Trên thành có lửa cháy rực và không một chỗ nào hở trống. Ở trong thành ấy, các địa ngục nối liền với nhau và tên gọi đều khác.

Độc nhất chỉ có một địa ngục tên là Vô Gián. Địa ngục đó chu vi là 18.000 dặm. Ngục tường cao 1.000 dặm và đều làm bằng sắt. Lửa từ trên bắn xuống, lửa ở dưới bốc lên, có rắn sắt với chó sắt phun ra lửa, và chúng đuổi bắt chạy qua lại ở trên tường.

Trong địa ngục có một cái giường bao trùm 10.000 dặm. Một người thọ tội thì tự thấy thân mình nằm chật cả giường. Mười triệu người thọ tội thì cũng tự thấy thân mỗi người nằm chật trên giường. Do các nghiệp chiêu cảm nên họ thọ báo như vậy.

Lại có những tội nhân phải chịu nhiều thống khổ. Họ bị 100.000 quỷ tiệp tật cùng ác quỷ, với miệng răng như kiếm, mắt như điện chớp, và chúng dùng móng tay bằng đồng mà lôi kéo người tội.

Lại có quỷ tiệp tật cầm cây kích sắt lớn đâm vào thân người tội, hoặc trúng miệng mũi, hoặc trúng bụng lưng. Sau đó, chúng quăng tội nhân lên không trung rồi dùng cây kích hứng lấy, hoặc để họ trên giường.

Lại có chim ưng sắt ăn mắt người tội.

Lại có rắn sắt siết cổ tội nhân. Chân tay và khắp khớp xương bị cây đinh dài đóng vào. Lưỡi bị kéo ra để cày bừa. Ruột bị moi ra và chém đứt. Miệng bị đổ nước đồng nung. Toàn thân bị sắt nóng quấn quanh. Muôn ngàn lần chết đi sống lại. Nghiệp cảm như thế, dù cho trải qua ức kiếp thì họ cũng đừng mong ra khỏi.

Khi thế giới này hư hoại thì họ sanh nhờ qua thế giới khác. Khi thế giới đó hư hoại thì họ sẽ thứ tự chuyển gửi đến thế giới ở phương khác. Khi thế giới ở phương khác hư hoại thì xoay vần chuyển gửi.

Sau khi thế giới này đến kiếp thành thì họ sanh về trở lại. Tội báo của vô gián, việc ấy là như vậy.

❖

Lại có năm việc nghiệp cảm nên gọi là vô gián. Những gì là năm?

1. Ngày đêm thọ tội đến trọn kiếp số, không lúc nào gián đoạn, cho nên gọi là vô gián.

2. Một người cũng chật cả ngục mà nhiều người cũng đầy kín, cho nên gọi là vô gián.

3. Có những tội khí, như là: chỉa, gậy; chim ưng, rắn, sói, chó; giã, mài, cưa, đục, chém, chặt, chảo dầu sôi; lưới sắt, dây sắt; lừa sắt, ngựa sắt; miếng da sống quấn trên đầu; sắt nóng tạt vào thân; đói nuốt viên sắt; khát uống nước sắt. Quanh năm đến suốt nayuta kiếp, khổ sở liên tục, không chút gián đoạn, cho nên gọi là vô gián.

4. Chẳng kể là kẻ nam người nữ, mọi rợ thô lỗ, già trẻ sang hèn, hoặc rồng hoặc thần, hoặc trời hoặc quỷ, hễ tạo nghiệp thì thảy đều chiêu cảm chịu tội như nhau, cho nên gọi là vô gián.

5. Nếu bị đọa địa ngục này thì từ lúc mới vào cho đến 100.000 kiếp, trong một ngày một đêm họ có muôn lần chết đi và muôn lần sống lại, cầu tạm ngưng chừng một niệm cũng không được, trừ phi nghiệp đã hết rồi mới được thọ sanh. Do vì liên miên như thế, cho nên gọi là vô gián."

Địa Tạng Bồ-tát nói với thánh mẫu rằng:

"Đó là kể sơ về Địa ngục Vô Gián như thế. Nếu rộng nói về tên gọi của các tội khí ở địa ngục và những sự thống khổ, thì trong một kiếp cũng chẳng thể nói hết."

Khi Phu nhân Đại Huyễn nghe xong thì lòng ưu sầu, chắp tay đảnh lễ, rồi lui ra.

Lúc bấy giờ Địa Tạng Đại Bồ-tát thưa với Phật rằng:

"Thưa Thế Tôn! Con nương nhờ sức uy thần của Đức Phật Như Lai nên mới có thể phân thân hình này đến khắp tỷ ức thế giới để cứu vớt tất cả chúng sanh mắc nghiệp báo. Nếu không phải do sức đại từ của Như Lai thì con chẳng thể nào biến hóa được như vậy.

Nay con lại được Phật phó chúc:

'Từ đây cho đến khi Vô Năng Thắng Bồ-tát thành Phật, hãy khiến cho các chúng sanh trong sáu đường được độ thoát.'

Dạ vâng, thưa Thế Tôn! Xin Ngài chớ lo lắng."

Lúc bấy giờ Phật bảo Địa Tạng Bồ-tát rằng:

"Hết thảy chúng sanh nào còn chưa giải thoát thì tánh thức bất định. Tập khí ác kết tạo nghiệp; tập khí thiện kết tạo quả. Làm thiện làm ác đều tùy theo cảnh duyên mà sanh, nên họ luân chuyển trong năm đường mà không chút tạm ngưng. Họ trải qua số kiếp nhiều như vi trần, si mê lầm lạc, chướng nạn bủa vây, như cá bơi trong lưới trôi theo dòng nước chảy, tuy tạm thoát ra nhưng mắc vào lưới trở lại. Do những chúng sanh như thế mà Ta lo nhớ. Nhưng đã có ông từ nhiều kiếp phát thệ nguyện hoằng thâm để rộng cứu độ những kẻ mắc tội ấy, vậy Ta còn âu lo gì nữa?"

Khi nói lời ấy xong, trong đại hội có một vị đại Bồ-tát tên là Định Tự Tại Vương.

Ngài bạch Phật rằng:

"Bạch Thế Tôn! Từ nhiều kiếp đến nay, Địa Tạng Bồ-tát đã phát thệ nguyện gì mà nay được Thế Tôn ân cần ngợi khen như thế?

Kính mong Thế Tôn hãy nói sơ về việc đó."

Lúc bấy giờ Thế Tôn bảo Định Tự Tại Vương Bồ-tát:

"Lắng nghe, lắng nghe và khéo tư duy! Ta sẽ phân biệt và giảng giải cho ông.

❖

Vào thuở quá khứ vô lượng vô số nayuta bất khả thuyết kiếp về trước, lúc ấy có Đức Phật, hiệu là Nhất Thiết Trí Thành Tựu Như Lai, Ứng Cúng, Chánh Biến Tri, Minh Hành Túc, Thiện Thệ, Thế Gian Giải, Vô Thượng Sĩ, Điều Ngự Trượng Phu, Thiên Nhân Sư, Phật Thế Tôn. Thọ mạng của Đức Phật đó là 60.000 kiếp.

Khi chưa xuất gia, ngài là vua của một nước nhỏ, cùng kết bạn với vua của nước lân cận, và cả hai đồng tu hành Mười Nghiệp Lành để mang lợi ích tới chúng sanh. Thế nhưng dân chúng trong nước láng giềng lại tạo nhiều nghiệp ác, nên hai vị quốc vương luận nghị tìm kế và rộng thiết lập phương tiện.

Một vị vua phát nguyện rằng:

'Tôi nguyện sớm thành Phật Đạo để độ hết những kẻ ấy--không sót một ai.'

Còn vị vua kia phát nguyện rằng:

'Nếu tôi vẫn còn chưa độ hết những kẻ tội khổ để khiến họ được an vui và cho đến đắc Đạo, thì tôi nguyện mãi mãi chẳng thành Phật.'"

Phật bảo Định Tự Tại Vương Bồ-tát:

"Vị vua phát nguyện để sớm thành Phật, đó chính là Nhất Thiết Trí Thành Tựu Như Lai. Còn vị vua phát nguyện vĩnh viễn cứu độ chúng sanh tội khổ và vẫn chưa chịu thành Phật, đó chính là Địa Tạng Bồ-tát.

❖

Lại vào thuở quá khứ vô lượng vô số kiếp, có Đức Phật xuất hiện ở thế gian, hiệu là Thanh Tịnh Liên Hoa Mục Như Lai. Thọ mạng của Đức Phật đó là 40 kiếp.

Trong thời Tượng Pháp của Đức Phật ấy có một vị Ưng Chân với phước đức cứu độ chúng sanh. Nhân đi tuần tự giáo hóa, vị Ưng Chân gặp một người nữ tên là Quang Mục và được cô dọn thức ăn để cúng dường.

Vị Ưng Chân hỏi rằng:

'Con muốn cầu điều chi?'

Quang Mục đáp rằng:

'Vào ngày mẹ con mất, con có tu phước hầu cứu vớt, nhưng vẫn chưa rõ mẫu thân con đã thác sanh về đâu?'

Vị Ưng Chân thương cảm nên nhập định quán sát, thì thấy mẹ của Quang Mục đọa đường ác và chịu đau đớn khôn xiết.

Vị Ưng Chân hỏi Quang Mục rằng:

'Mẫu thân của con lúc sanh tiền đã làm những nghiệp gì, mà nay phải ở trong đường ác để chịu thống khổ khôn xiết thế kia?'

Quang Mục đáp rằng:

'Mẹ con chỉ ưa ăn cá, ba ba, và những loài hải sản khác. Bà đặc biệt rất thích chiên hoặc luộc trứng cá và trứng ba ba để tha hồ ăn cho thỏa thích. Nếu tính đếm số sanh mạng của chúng thì gấp hơn ngàn muôn.

Thưa Tôn Giả từ mẫn! Con phải làm thế nào để giải cứu mẫu thân.'

Vị Ưng Chân thương xót nên dùng phương tiện mà khuyên Quang Mục rằng:

'Con nên chí thành niệm danh hiệu của Thanh Tịnh Liên Hoa Mục Như Lai cùng với đắp vẽ hình tượng của Ngài, thì người còn sống và kẻ đã khuất đều sẽ được phước báo.'

Khi nghe xong, Quang Mục liền từ bỏ những đồ yêu thích, rồi tìm người vẽ hình tượng Phật để cúng dường. Với lòng cung kính, cô thương cảm khi chiêm ngưỡng và đảnh lễ hình tượng Phật.

Bỗng nhiên vào nửa đêm, cô mộng thấy thân sắc vàng sáng chói của Phật lớn như núi Diệu Cao, phóng ra đại quang minh và bảo Quang Mục rằng:

'Mẹ của con chẳng bao lâu nữa sẽ sanh vào nhà con và khi vừa biết đói lạnh thì liền biết nói.'

Sau đó, có một nữ tỳ trong nhà sanh ra một bé trai và chưa đầy ba ngày thì nó đã biết nói.

Đầu của đứa bé cúi xuống, than khóc và nói với Quang Mục rằng:

'Sanh tử nghiệp duyên, quả báo tự thọ. Tôi là mẹ của con và lâu nay ở chốn tối tăm. Từ khi vĩnh biệt con, mẹ phải rơi vào các đại địa ngục. May nhờ phước lực của con nên mới được thọ sanh làm kẻ hạ tiện, nhưng lại bị thọ mạng ngắn ngủi. Khi đến 13 tuổi thì mẹ sẽ phải đọa đường ác. Con có phương kế gì khiến mẹ được thoát miễn chăng?'

Khi Quang Mục nghe lời ấy, cô biết chắc chắn là mẹ mình và không còn nghi ngờ gì nữa nên nghẹn ngào thương cảm.

Cô nói với đứa bé của nữ tỳ rằng:

'Nếu là mẹ tôi thì hẳn rõ đời trước đã làm nghiệp tội gì mà phải đọa đường ác như thế?'

Đứa bé của nữ tỳ đáp rằng:

'Do hai nghiệp, đó là giết hại và hủy báng nên phải thọ báo. Nếu không nhờ phước lực của con cứu vớt khổ nạn, thì mẹ vẫn còn chưa giải thoát bởi nghiệp đó.'

Quang Mục hỏi rằng:

'Những tội báo trong địa ngục ra sao?'

Đứa bé của nữ tỳ đáp rằng:

'Những việc tội khổ nói ra càng bất nhẫn. Cho dù suốt 100.000 năm thì cũng khó mà kể hết.'

Khi nghe xong, Quang Mục nghẹn ngào rơi lệ và thưa với hư không rằng:

'Nguyện cho thân mẫu con vĩnh viễn thoát khỏi địa ngục. Khi hết 13 tuổi thì mẹ con sẽ không còn trọng tội và cũng chẳng phải trải qua các đường ác. Cúi mong chư Phật ở mười phương từ bi thương xót, lắng nghe con nay vì mẹ mà phát lời thệ nguyện quảng đại.

Nếu thân mẫu con được vĩnh viễn lìa khỏi ba đường ác và tầng lớp hạ tiện này, cho đến vĩnh viễn không còn phải thọ thân nữ, thì con xin ở trước tượng của Thanh Tịnh Liên Hoa Mục Như Lai mà phát nguyện rằng:

Kể từ hôm nay cho đến tỷ ức kiếp về sau, hễ thế giới nào mà còn có những chúng sanh chịu tội khổ ở địa ngục và ba đường ác, con nguyện sẽ cứu vớt và làm cho họ rời xa địa ngục, ngạ quỷ, và chốn bàng sanh xấu ác. Chỉ khi nào những kẻ mắc tội báo như thế đều đã thành Phật hết, thì sau đó con mới thành chánh giác.'

Khi phát nguyện xong, cô liền nghe Thanh Tịnh Liên Hoa Mục Như Lai bảo rằng:

'Này Quang Mục! Con quả có lòng đại từ mẫn, khéo có thể vì mẹ mà phát lời đại nguyện như thế. Ta quán thấy mẹ con lúc hết 13 tuổi, khi xả báo thân ấy rồi thì sẽ sanh làm một vị Phạm Chí và sống lâu đến 100 tuổi. Sau khi hết báo thân đó, mẹ con sẽ sanh về quốc độ vô ưu, thọ mạng lâu dài đến không thể tính kể số kiếp. Sau cùng mẹ con sẽ thành tựu Phật Đạo và rộng độ trời người nhiều như số cát sông Hằng.'"

Phật bảo ngài Định Tự Tại Vương:

"Vị Ưng Chân phước đức độ Quang Mục thuở đó, nay chính là Vô Tận Ý Bồ-tát. Thân mẫu Quang Mục tức là Giải Thoát Bồ-tát. Còn Quang Mục là Địa Tạng Bồ-tát đây vậy.

Từ kiếp xa xưa trong quá khứ, Địa Tạng đã có lòng từ mẫn như thế và phát thệ nguyện nhiều như số cát sông Hằng để rộng độ chúng sanh.

❖

Trong đời vị lai, nếu có nam tử nữ nhân nào không làm việc lành mà làm việc ác, thậm chí chẳng tin nhân quả, tà dâm, nói dối, nói đâm thọc, nói lời ác, hoặc hủy báng Đại Thừa, thì những chúng sanh với nghiệp tội như vậy tất sẽ đọa đường ác.

Tuy nhiên, nếu họ gặp Thiện Tri Thức khuyên bảo hãy quy y Địa Tạng Bồ-tát trong thời gian chừng khảy móng tay, thì các chúng sanh này liền được giải thoát tội báo của ba đường ác. Nếu họ có thể chí tâm quy y, cung kính, chiêm ngưỡng, đảnh lễ và tán thán, rồi dùng hương hoa, y phục, muôn loại trân bảo, hoặc thức ăn nước uống như thế để phụng sự, thì suốt tỷ ức kiếp về sau, họ sẽ thường ở tại các cõi trời để thọ hưởng an vui thù thắng vi diệu. Giả như thiên phước đã hết và sanh xuống nhân gian, thì suốt 100.000 kiếp, họ sẽ luôn làm đế vương và có thể nhớ các việc nhân quả ở đời trước.

Này Định Tự Tại Vương! Địa Tạng Bồ-tát có sức đại uy thần chẳng thể nghĩ bàn để rộng làm lợi ích cho chúng sanh như thế. Chư Bồ-tát các ông nên ghi nhớ Kinh này và lưu truyền rộng rãi."

Ngài Định Tự Tại Vương thưa với Phật rằng:

"Xin Thế Tôn chớ lo lắng! Mười triệu ức chư đại Bồ-tát chúng con đều có thể nương uy thần của Phật mà rộng giảng Kinh này để làm lợi ích cho chúng sanh ở châu Thắng Kim."

Khi Định Tự Tại Vương Bồ-tát đã thưa với Thế Tôn xong, ngài chắp tay cung kính, đảnh lễ và lui ra.

❖

Lúc bấy giờ Bốn Vị Thiên Vương ở bốn phương đều từ chỗ ngồi đứng dậy, chắp tay cung kính và bạch Phật rằng:

"Bạch Thế Tôn! Ngài Địa Tạng Bồ-tát từ kiếp xa xưa đến nay đã phát đại nguyện như thế, nhưng vì sao cho đến bây giờ ngài vẫn còn chưa độ hết và lại phải phát thêm thệ nguyện rộng lớn? Kính mong Thế Tôn thuyết giảng cho chúng con."

Phật bảo Bốn Vị Thiên Vương:

"Lành thay, lành thay! Ta nay sẽ vì sự lợi ích rộng lớn của các ông và trời người với những loài hữu tình khác ở hiện tại cùng vị lai, mà nói về những việc phương tiện của Địa Tạng Bồ-tát ở trong sanh tử từ bi cứu vớt và độ thoát hết thảy chúng sanh tội khổ ở châu Thắng Kim tại Thế giới Kham Nhẫn."

Bốn Vị Thiên Vương thưa rằng:

"Dạ vâng, thưa Thế Tôn! Chúng con vui thích muốn nghe."

❖

Phật bảo Bốn Vị Thiên Vương:

"Địa Tạng Bồ-tát từ kiếp xa xưa đến nay đã và đang độ thoát chúng sanh. Do vì thệ nguyện chưa hoàn tất và từ mẫn chúng sanh tội khổ ở thế giới này, lại quán thấy trong vô lượng kiếp ở vị lai, các nghiệp duyên cứ liên miên mãi không dứt, cho nên vị

Bồ-tát này ở châu Thắng Kim của Thế giới Kham Nhẫn, lại phát thêm trọng nguyện và dùng tỷ ức phương tiện để giáo hóa họ.

Này Tứ Đại Thiên Vương! Nếu Địa Tạng Bồ-tát gặp kẻ sát sanh thì nói quả báo là chết yểu.

Nếu Bồ-tát gặp kẻ trộm cắp thì nói quả báo là bần cùng khổ sở.

Nếu Bồ-tát gặp kẻ tà dâm thì nói quả báo là sanh làm chim se sẻ, bồ câu, hay uyên ương.

Nếu Bồ-tát gặp kẻ ác khẩu thì nói quả báo là quyến thuộc tranh đấu.

Nếu Bồ-tát gặp kẻ hủy báng thì nói quả báo là không lưỡi hoặc miệng lở.

Nếu Bồ-tát gặp kẻ nóng giận thì nói quả báo là xấu xí tàn tật.

Nếu Bồ-tát gặp kẻ keo kiệt thì nói quả báo là sở cầu trái nguyện.

Nếu Bồ-tát gặp kẻ ăn uống vô độ thì nói quả báo là đói khát đau cổ.

Nếu Bồ-tát gặp kẻ săn bắn bừa bãi thì nói quả báo là điên cuồng mất mạng.

Nếu Bồ-tát gặp kẻ ngỗ nghịch với cha mẹ thì nói quả báo là trời đất giết chết.

Nếu Bồ-tát gặp kẻ thiêu đốt núi rừng thì nói quả báo là cuồng mê đến chết.

Nếu Bồ-tát gặp ai làm cha mẹ hoặc làm cha mẹ kế mà ác độc thì nói quả báo là đời sau bị roi quất.

Nếu Bồ-tát gặp kẻ giăng lưới bắt những động vật còn nhỏ thì nói quả báo là cốt nhục phân ly.

Nếu Bồ-tát gặp kẻ hủy báng Tam Bảo thì nói quả báo là mù điếc câm ngọng.

Nếu Bồ-tát gặp kẻ khinh nhờn giáo Pháp thì nói quả báo là vĩnh viễn đọa đường ác.

Nếu Bồ-tát gặp kẻ phá hoại hoặc lạm dụng Thường Trụ thì nói quả báo là ức kiếp luân hồi ở địa ngục.

Nếu Bồ-tát gặp kẻ ô nhục tịnh hành của người khác hoặc vu khống chư Tăng thì nói quả báo là vĩnh viễn ở chốn bàng sanh.

Nếu Bồ-tát gặp kẻ nung đốt, chém chặt, và giết hại chúng sanh thì nói quả báo là luân hồi thọ lại.

Nếu Bồ-tát gặp kẻ phạm giới phá trai thì nói quả báo là sanh làm cầm thú đói khát.

Nếu Bồ-tát gặp kẻ phá hủy đồ dùng một cách phi lý thì nói quả báo là sở cầu thiếu hụt.

Nếu Bồ-tát gặp kẻ cao ngạo thì nói quả báo là sanh làm kẻ hạ tiện và bị sai khiến.

Nếu Bồ-tát gặp kẻ nói đâm thọc để gây tranh đấu thì nói quả báo là không lưỡi hoặc trăm lưỡi.

Nếu Bồ-tát gặp kẻ tà kiến thì nói quả báo là sanh ở chốn biên địa.

Tập khí xấu từ nghiệp thân ngữ ý của chúng sanh ở châu Thắng Kim kết tạo thành trăm ngàn báo ứng như vậy. Nay Ta chỉ nói sơ. Do nghiệp cảm của chúng sanh ở châu Thắng Kim sai khác, nên Địa Tạng Bồ-tát phải dùng trăm ngàn phương tiện để giáo hóa họ.

Trước tiên, những chúng sanh này sẽ thọ quả báo như thế. Sau đó, họ sẽ đọa địa ngục và trải qua nhiều kiếp số mà không có kỳ hạn ra khỏi. Vì thế các ông hãy hộ nhân hộ quốc và đừng để những nghiệp ác mê hoặc chúng sanh."

Khi nghe xong, Bốn Vị Thiên Vương rơi lệ than thở, chắp tay và lui ra.

Kinh Địa Tạng Bồ-tát Bổn Nguyện ♦ Hết quyển thượng

❁ Phẩm 5: Các Tên Gọi của Địa Ngục

Lúc bấy giờ Phổ Hiền Đại Bồ-tát nói với Địa Tạng Bồ-tát rằng:

"Nhân Giả! Xin ngài vì trời, rồng, bốn chúng đệ tử, và hết thảy chúng sanh ở hiện tại cùng vị lai mà nói về tên gọi của địa ngục, nơi thọ báo, và các quả báo ác của chúng sanh tội khổ ở châu Thắng Kim trong Thế giới Kham Nhẫn, hầu khiến cho chúng sanh vào thời Mạt Pháp ở vị lai biết được những quả báo này."

Ngài Địa Tạng đáp rằng:

"Nhân Giả! Tôi nay nương uy thần của Phật và uy lực của Đại Sĩ mà sẽ nói sơ về các tên gọi ở địa ngục cùng tội báo và quả báo ác của việc ấy.

Nhân Giả! Ở hướng đông của châu Thắng Kim có một dãy núi tên là Luân Vi. Núi đó đen mịt, mặt trời và mặt trăng không thể rọi đến. Nơi đó có một địa ngục lớn nhất tên là Cực Vô Gián.

Lại có địa ngục tên là Đại Vô Gián.

Lại có địa ngục tên là Bốn Sừng.

Lại có địa ngục tên là Đao Bay.

Lại có địa ngục tên là Tên Lửa.

Lại có địa ngục tên là Núi Ép.

Lại có địa ngục tên là Thương Đâm.

Lại có địa ngục tên là Xe Sắt.

Lại có địa ngục tên là Giường Sắt.

Lại có địa ngục tên là Trâu Bò Sắt.

Lại có địa ngục tên là Áo Sắt.

Lại có địa ngục tên là Ngàn Mũi Nhọn.

Lại có địa ngục tên là Lừa Sắt.

Lại có địa ngục tên là Nấu Đồng.

Lại có địa ngục tên là Ôm Trụ.

Lại có địa ngục tên là Lửa Chảy.

Lại có địa ngục tên là Cày Lưỡi.

Lại có địa ngục tên là Chém Đầu.

Lại có địa ngục tên là Đốt Chân.

Lại có địa ngục tên là Ăn Mắt.

Lại có địa ngục tên là Viên Sắt.

Lại có địa ngục tên là Tranh Luận.

Lại có địa ngục tên là Rìu Sắt.

Lại có địa ngục tên là Nhiều Sân Khuể."

Ngài Địa Tạng nói tiếp:

"Nhân Giả! Ở trong núi Luân Vi có vô số địa ngục như thế.

Lại có thêm:
- Địa ngục Kêu Gào,
- Địa ngục Rút Lưỡi,
- Địa ngục Phân và Nước Tiểu,
- Địa ngục Khóa Đồng,
- Địa ngục Voi Lửa,
- Địa ngục Chó Lửa,
- Địa ngục Ngựa Lửa,
- Địa ngục Trâu Bò Lửa,
- Địa ngục Núi Lửa,

- Địa ngục Đá Lửa,
- Địa ngục Giường Lửa,
- Địa ngục Sườn Cột Lửa,
- Địa ngục Chim Ưng Lửa,
- Địa ngục Cưa Răng,
- Địa ngục Lột Da,
- Địa ngục Uống Máu,
- Địa ngục Đốt Tay,
- Địa ngục Đốt Chân,
- Địa ngục Treo Đâm Ngược,
- Địa ngục Phòng Ốc Lửa,
- Địa ngục Phòng Ốc Sắt,
- và Địa ngục Chó Sói Lửa.

Các địa ngục như thế, trong mỗi địa ngục ấy lại có những địa ngục nhỏ, hoặc một, hoặc hai, hoặc ba, hoặc bốn, và cho đến 100.000; mỗi danh hiệu trong đó đều chẳng giống nhau."

Địa Tạng Bồ-tát nói với Phổ Hiền Bồ-tát rằng:

"Nhân Giả! Đây đều là do chúng sanh ở Nam Châu Thắng Kim làm ác mà chiêu cảm nghiệp quả như thế. Nghiệp lực của họ rất lớn, có thể sánh bằng núi Diệu Cao, thâm sâu như biển cả, và có thể chướng ngại thánh Đạo. Vì thế chúng sanh đừng bao giờ khinh điều ác nhỏ mà cho là không tội. Sau khi chết đều có quả báo; dù chỉ một tơ hào nho nhỏ cũng phải thọ lấy. Chí thân như cha con thì cũng đường ai nẻo nấy. Cho dù được tương phùng thì chẳng ai chịu thế giùm. Tôi nay nương uy lực của Phật mà nói sơ những việc tội báo ở địa ngục. Kính mong Nhân Giả hãy tạm nghe lời ấy."

Ngài Phổ Hiền đáp rằng:

"Từ lâu tôi đã biết tội báo của ba đường ác. Tôi mong Nhân Giả nói ra, hầu khiến cho hết thảy chúng sanh làm ác vào thời Mạt Pháp ở vị lai, khi nghe được lời dạy của Nhân Giả mà Quy Y Phật."

Ngài Địa Tạng nói rằng:

"Nhân Giả! Về tội báo ở địa ngục, việc ấy là như vầy:

Hoặc có địa ngục kéo lưỡi tội nhân để cho trâu bò cày bừa trên đó.

Hoặc có địa ngục moi tim tội nhân để cho quỷ tiệp tật ăn.

Hoặc có địa ngục dùng chảo dầu sôi để nấu thân thể tội nhân.

Hoặc có địa ngục nung trụ đồng cháy đỏ để bắt tội nhân ôm lấy.

Hoặc có địa ngục có lửa bay theo đốt tội nhân.

Hoặc có địa ngục toàn là hàn băng lạnh rét.

Hoặc có địa ngục có phân và nước tiểu nhiều vô hạn.

Hoặc có địa ngục toàn là chùy sắt nhọn bay.

Hoặc có địa ngục toàn là cây thương lửa.

Hoặc có địa ngục chỉ đánh ngực và lưng.

Hoặc có địa ngục chỉ đốt tay chân.

Hoặc có địa ngục có rắn sắt siết quanh.

Hoặc có địa ngục có chó sắt rượt đuổi.

Hoặc có địa ngục bắt tội nhân kéo con la bằng sắt.

Nhân Giả! Những tội báo như thế, trong mỗi địa ngục có 100.000 khí cụ được tạo bởi nghiệp lực. Nếu không phải là đồng thì là sắt, là đá, hay là lửa. Bốn loại vật khí đó là do các nghiệp hành chiêu cảm. Nếu rộng nói về những tội báo ở địa ngục thì trong mỗi địa ngục còn có thêm 100.000 thứ khổ nữa. Hà huống là nhiều địa ngục. Tôi nay nương uy thần của Phật và nhân lời hỏi của Nhân Giả mà nói sơ như vậy. Nếu rộng giảng giải thì trọn kiếp cũng chẳng hết."

Lúc bấy giờ toàn thân của Thế Tôn phóng ra ánh sáng lớn và chiếu khắp thế giới của chư Phật nhiều như cát của một tỷ ức sông Hằng.

Ngài lại phát ra âm thanh lớn bảo khắp các thế giới của chư Phật và tất cả chư đại Bồ-tát cùng thiên long quỷ thần, người và phi nhân:

"Lắng nghe, Ta nay tuyên dương và ngợi khen Địa Tạng Đại Bồ-tát đã thị hiện sức uy thần với lòng từ bi rộng lớn không thể nghĩ bàn ở các thế giới trong mười phương để cứu hộ hết thảy chúng sanh tội khổ. Sau khi Ta diệt độ, chư Bồ-tát Đại Sĩ các ông cùng thiên long quỷ thần hãy dùng phương tiện rộng lớn mà hộ vệ Kinh này, hầu khiến cho tất cả chúng sanh đều chứng tịch diệt an vui."

Khi nói lời ấy xong, trong đại hội có một vị Bồ-tát tên là Phổ Quảng.

Ngài chắp tay cung kính và thưa với Phật rằng:

"Nay chúng con thấy Thế Tôn ngợi khen Địa Tạng Bồ-tát có đại uy thần đức chẳng thể nghĩ bàn như thế. Kính mong Thế Tôn vì chúng sanh vị lai ở vào thời Mạt Pháp mà tuyên nói về những sự nhân duyên làm lợi ích cho trời người, hầu khiến thiên long bát bộ cùng chúng sanh đời sau tôn kính và đội mang lời dạy của Phật trên đỉnh đầu."

Lúc bấy giờ Thế Tôn bảo Phổ Quảng Bồ-tát cùng bốn chúng đệ tử rằng:

"Lắng nghe, lắng nghe! Ta sẽ vì ông mà nói sơ về những việc phước đức làm lợi ích cho trời người của Địa Tạng Bồ-tát."

Ngài Phổ Quảng thưa rằng:

"Dạ vâng, thưa Thế Tôn! Con vui thích muốn nghe."

❖

Phật bảo Phổ Quảng Bồ-tát rằng:

"Trong đời vị lai, nếu có thiện nam tử hoặc thiện nữ nhân nào khi nghe danh hiệu của Địa Tạng Đại Bồ-tát, mà chắp tay, tán thán, đảnh lễ, hay quyến luyến và kính mến Bồ-tát, thì người ấy sẽ siêu việt 30 kiếp tội.

Này Phổ Quảng! Nếu có thiện nam tử hoặc thiện nữ nhân nào tô vẽ hình tượng, hoặc dùng đất đá, keo sơn, vàng bạc, hay đồng sắt mà tạo hình tượng của vị Bồ-tát này, rồi một lần chiêm ngưỡng và một lần đảnh lễ, thì người ấy sẽ được sanh 100 lần lên trời Tam Thập Tam và vĩnh viễn không đọa đường ác. Giả như thiên phước đã hết, cho dù sanh xuống nhân gian thì cũng làm quốc vương và chẳng hề mất lợi ích to lớn.

Nếu có người nữ nào nhàm chán thân nữ và tận tâm cúng dường tượng vẽ của Địa Tạng Bồ-tát cùng tượng được làm từ đất đá, keo sơn, đồng sắt, hoặc những vật liệu khác. Ngày ngày như thế với tâm không thoái chuyển, họ luôn dùng hương hoa, thức ăn nước uống, y phục, gấm lụa, biểu ngữ, cờ hiệu, tiền tài, châu báu, và các phẩm vật khác để cúng dường. Khi người nữ hiền lành đó thọ hết báo thân, thì đến suốt một tỷ kiếp họ còn không sanh vào thế giới có người nữ, huống nữa lại phải thọ lấy. Trừ phi vì nguyện lực từ bi mà họ muốn thọ thân nữ để độ thoát chúng sanh. Do nhờ phước lực cúng dường Địa Tạng Bồ-tát cùng công đức uy lực mà suốt một tỷ kiếp, họ chẳng còn thọ thân nữ.

Lại nữa, Phổ Quảng! Nếu có người nữ nào chán ghét tấm thân xấu xí với nhiều bệnh tật, như có thể ở trước tượng của Địa Tạng Bồ-tát, rồi chí tâm chiêm ngưỡng và lễ bái trong khoảng thời gian chừng bằng một bữa ăn. Người đó trong mười triệu kiếp sẽ sanh ra với tướng mạo viên mãn. Giả như người nữ xấu xí này không nhàm chán thân nữ, thì suốt tỷ ức đời thường sanh làm công chúa, cho đến vương phi, con gái của tể tướng với uy thế lớn, hay con gái của đại trưởng giả và có tướng mạo đoan chánh viên mãn. Do chí tâm chiêm ngưỡng và đảnh lễ Địa Tạng Bồ-tát mà được phước báo như thế.

Lại nữa, Phổ Quảng! Nếu thiện nam tử hoặc thiện nữ nhân nào có thể ở trước tượng của Bồ-tát mà trỗi các loại âm nhạc, ca vịnh tán thán, và cúng dường hương hoa, cho đến khuyên bảo một người hay nhiều người đồng làm như vậy, thì những người như thế sẽ ở trong đời hiện tại cùng vị lai luôn được 100.000 quỷ thần ngày đêm hộ vệ và không để cho các việc ác lọt vào tai của người đó. Hà huống là họ phải tự chịu những tai họa ấy.

Lại nữa, Phổ Quảng! Trong đời vị lai, nếu có ác nhân, ác thần, hay ác quỷ thấy có thiện nam tử hoặc thiện nữ nhân nào quy y, cung kính, cúng dường, tán thán, chiêm ngưỡng, và đảnh lễ hình tượng của Địa Tạng Bồ-tát mà nảy sanh sai lầm, chê bai hủy báng, và cho là chẳng có công đức hay lợi ích gì. Hoặc kẻ đó nhe răng cười; hoặc mỉa mai trước mặt, nói xấu sau lưng; hoặc bảo cả nhóm người chê, một người chê, hay nhiều người chê; cho đến sanh một niệm chê bai hủy báng họ.

Do tội báo chê bai hủy báng của những kẻ như thế, nên dù 1.000 Đức Phật trong kiếp Hiền đã diệt độ thì họ vẫn còn ở Địa ngục Vô Gián để chịu tội cực trọng. Hết kiếp ấy rồi thì họ sẽ thọ sanh làm ngạ quỷ. Trải qua 1.000 kiếp nữa họ mới được thác vào loài bàng sanh. Lại trải qua thêm 1.000 kiếp nữa họ mới được thân người. Tuy thọ thân người nhưng họ bần cùng hạ tiện và các căn không hoàn chỉnh. Họ còn bị nhiều nghiệp ác tìm đến bủa vây tâm trí và chẳng bao lâu thì lại đọa đường ác.

Vì thế, Phổ Quảng! Những ai khinh chê và hủy báng người khác cúng dường thì sẽ mắc phải tội báo như thế. Hà huống là họ sanh thêm những ác kiến hủy diệt khác nữa.

Lại nữa, Phổ Quảng! Vào đời vị lai, nếu có nam tử nữ nhân nào cứ nằm liệt trên giường gối, muốn chết muốn sống cũng không được. Hoặc ban đêm họ mộng thấy ác quỷ, cho đến với gia quyến thân thuộc, hoặc dạo trên đường hiểm, hoặc nhiều lần ngủ say bị bóng đè, hoặc cùng quỷ thần rong chơi. Ngày tháng năm trôi qua, họ trở nên gầy gò héo hon, trong giấc ngủ kêu gào khổ sở, lòng thê thảm không vui. Đây đều là lúc nghiệp đạo đang thảo luận xét xử và vẫn còn chưa quyết định là nặng hay nhẹ, nên họ khó chết mà cũng chẳng được lành. Nam nữ mắt phàm nên nào rõ việc này. Trong trường hợp đó, người ấy chỉ nên ở trước tượng của chư Phật và Bồ-tát mà lớn tiếng chuyển đọc Kinh này một lần.

Hoặc họ lấy các đồ vật của người bệnh yêu thích, hoặc y phục, vật báu, vườn tược, nhà cửa, rồi ở trước người bệnh mà cao thanh xướng rằng:

'Con tên là [ ]. Hôm nay con vì người bệnh này nên ở trước Kinh tượng mà thí xả các đồ vật.'

Hoặc họ có thể cúng dường Kinh tượng, hoặc tạo hình tượng của Phật và Bồ-tát, hoặc xây chùa tháp, hoặc thắp đèn dầu, hoặc cúng dường Thường Trụ. Hãy nên khải bạch ba lần như vậy để làm cho người bệnh nghe và biết được.

Giả như các thức đã phân tán và hơi thở của người đó đã ngưng, cho đến từ một ngày, hai ngày, ba ngày, bốn ngày, và cho đến bảy ngày thì vẫn tiếp tục cáo bạch rõ ràng và lớn tiếng chuyển đọc Kinh này. Sau khi người ấy mạng chung, họ vĩnh viễn sẽ thoát khỏi tai ương và trọng tội ở đời trước, thậm chí gồm cả năm tội vô gián, và thọ sanh nơi nào cũng thường biết việc đời trước. Hà huống là có thiện nam tử hoặc thiện nữ nhân nào tự biên chép Kinh này, hoặc bảo người khác biên chép, hay tự mình đắp vẽ hình tượng của Bồ-tát, cho đến bảo người khác đắp vẽ, thì quả báo lợi ích thọ hưởng tất sẽ rất lớn.

Vì thế, Phổ Quảng! Nếu thấy có người nào đọc tụng Kinh này, cho đến chỉ một niệm tán thán hoặc cung kính Kinh ấy, thì ông nên dùng trăm ngàn phương tiện mà khuyến tấn để tâm họ chuyên cần và không thoái chuyển. Như vậy trong hiện tại cùng vị lai, họ sẽ có thể đạt được ngàn vạn ức bất khả tư nghị công đức.

Lại nữa, Phổ Quảng! Vào đời vị lai, nếu những chúng sanh nào nằm mộng hoặc khi ngủ say mà thấy chúng quỷ thần và cho đến các hình dạng khác nhau, hoặc buồn bã, hoặc khóc lóc, hoặc ưu sầu, hoặc than thở, hoặc kinh hãi, hoặc sợ sệt. Đây đều là cha mẹ, anh chị em, vợ chồng, con cái, hoặc quyến thuộc của người ấy từ một đời, mười đời, trăm đời, hay ngàn đời trong quá khứ. Nay họ đang ở tại đường ác và vẫn chưa được ra khỏi. Bởi không có nơi nào để trông nhờ phước lực mong cứu vớt cho, thế nên họ mới mách bảo với người thân tình cốt nhục ở đời trước, và hy vọng rằng người ấy sẽ dùng phương tiện để ngõ hầu giúp họ lìa khỏi đường ác.

Này Phổ Quảng! Ông hãy dùng thần lực để khiến cho quyến thuộc của họ ở trước tượng của chư Phật và Bồ-tát mà chí tâm tự đọc Kinh này, hoặc thỉnh người đọc, ba lần hoặc bảy lần. Khi Kinh này đã đọc hoàn tất với số lần trên, các quyến thuộc trong đường ác như thế sẽ được giải thoát. Thậm chí trong giấc mộng và lúc ngủ, người ấy vĩnh viễn sẽ không còn thấy lại nữa.

Lại nữa, Phổ Quảng! Vào đời vị lai, nếu có ai thuộc tầng lớp hạ tiện, hoặc làm thân nô tỳ, thậm chí những kẻ mất đi quyền tự do, mà tỉnh ngộ biết nghiệp tội đã tạo ở đời trước và cầu xin sám hối, rồi họ chí tâm chiêm ngưỡng và đảnh lễ hình tượng của Địa Tạng

Bồ-tát. Từ một ngày cho đến bảy ngày, họ niệm danh hiệu của Bồ-tát đủ 10.000 lần. Khi hết báo thân đó, những người này sẽ ở trong mười triệu đời sau luôn sanh vào gia đình tôn quý và chẳng còn phải trải qua nỗi khổ của ba đường ác.

Lại nữa, Phổ Quảng! Trong đời vị lai ở châu Thắng Kim, nếu vua chúa, Phạm Chí, trưởng giả, cư sĩ, và hết thảy các hạng người khác cùng với những dị tánh chủng tộc, như có ai sắp sanh con trai hay con gái, thì trong bảy ngày trước đó nên đọc tụng Kinh điển chẳng thể nghĩ bàn này và niệm danh hiệu của Bồ-tát đủ 10.000 lần. Như thế các bé sơ sanh đó, hoặc nam hay nữ, nếu có quả báo tai ương đời trước thì sẽ được giải thoát, lại thêm an vui, dễ nuôi, và thọ mạng tăng trưởng. Nếu là nương nhờ phước lực mà sanh, các bé sẽ tăng thêm an lạc và thọ mạng lâu dài.

Lại nữa, Phổ Quảng! Trong mỗi tháng vào những ngày: mùng một, mùng tám, mười bốn, ngày rằm, mười tám, hai mươi ba, hai mươi bốn, hai mươi tám, hai mươi chín, và ba mươi. Đây là những ngày kết tập nghiệp tội và thẩm định nặng nhẹ của chúng sanh.

Mỗi cử chỉ động niệm của chúng sanh ở Nam Châu Thắng Kim, không chi là chẳng nghiệp, không chi là chẳng tội. Hà huống là họ còn buông lung giết hại, trộm cắp, tà dâm, nói dối, và trăm ngàn tội trạng khác.

Vào đời vị lai, nếu có chúng sanh nào có thể một lần trong mười ngày trai đó mà ở trước tượng của Phật và Bồ-tát cùng chư thánh hiền để đọc Kinh này một lần, thì đông tây nam bắc trong vòng 100 hạn lượng đều sẽ không có mọi tai nạn. Trong đời hiện tại cùng vị lai, những người ở gia đình đó, hoặc già hay trẻ, suốt 100.000 năm sẽ vĩnh viễn lìa khỏi đường ác. Nếu lại có thể ở mỗi ngày trong mười ngày trai đó mà chuyển đọc Kinh này một lần, thì hiện đời những người trong nhà ấy sẽ được y phục với thức ăn dư dả và không bị các bạo bệnh.

Vì thế, Phổ Quảng! Ông nên biết Địa Tạng Bồ-tát có bất khả thuyết tỷ ức sức đại uy thần để làm lợi ích như thế. Chúng sanh ở châu Thắng Kim có nhân duyên lớn với vị Đại Sĩ này. Nếu các chúng sanh đó nghe danh hiệu của Bồ-tát và thấy hình tượng của Bồ-tát, cho đến chỉ nghe ba chữ, năm chữ, hoặc một bài kệ hay một câu trong Kinh này, thì ở hiện tại họ sẽ hưởng an vui thù thắng vi diệu. Trong một tỷ đời ở vị lai, họ sẽ luôn được tướng mạo đoan chánh và sanh vào nhà tôn quý."

❖

Lúc bấy giờ, khi Phổ Quảng Bồ-tát nghe Đức Phật Như Lai tuyên dương cùng ngợi khen Địa Tạng Bồ-tát xong, gối phải quỳ, chắp tay và lại bạch Phật rằng:

"Bạch Thế Tôn! Con từ lâu đã biết vị Đại Sĩ này có thần lực cùng sức đại thệ nguyện không thể nghĩ bàn như thế, nhưng con vì muốn chúng sanh ở vị lai biết được những lợi ích đó nên mới thưa hỏi Như Lai. Con xin đội mang lời dạy trên đỉnh đầu và thọ trì.

Bạch Thế Tôn! Kinh này tên là gì, và chúng con lưu truyền như thế nào?"

Phật bảo ngài Phổ Quảng:

"Kinh này có ba danh hiệu. Tên thứ nhất là Kinh Địa Tạng Bồ-tát Bổn Nguyện, cũng gọi là Kinh Địa Tạng Bồ-tát Bổn Hành, và cũng gọi là Kinh Địa Tạng Bồ-tát Bổn Thệ Lực. Do bởi vị Bồ-tát này từ kiếp xa xưa đến nay đã phát đại trọng nguyện để làm lợi ích cho chúng sanh, vì thế các ông hãy y theo thệ nguyện mà lưu truyền."

Khi nghe xong, ngài Phổ Quảng chắp tay cung kính, đảnh lễ và lui ra.

Lúc bấy giờ Địa Tạng Đại Bồ-tát thưa với Phật rằng:

"Thưa Thế Tôn! Con quán thấy cử tâm động niệm của chúng sanh ở châu Thắng Kim, không gì là chẳng tội. Họ từ bỏ những lợi ích lành có được và đa số đều quên mất tâm nguyện ban đầu. Nếu họ gặp duyên ác thì niệm niệm tăng trưởng.

Những hạng chúng sanh này được ví như có người đi trong bùn lầy mà còn phải mang thêm đá nặng. Mỗi bước đi lại thêm khốn đốn và càng đi càng lún sâu hơn. Nếu họ gặp Thiện Tri Thức thì sẽ được phụ gánh bớt hoặc vác hết giùm, bởi vị Thiện Tri Thức đó có sức mạnh. Ngài lại tương trợ giúp đỡ và khuyên bảo phải bước cho vững vàng. Nếu những người này đến được chỗ đất bằng phẳng thì họ phải tỉnh ngộ con đường hiểm ấy và đừng bao giờ đi vào đó nữa.

Thưa Thế Tôn! Những tập khí xấu ác của chúng sanh bắt đầu từ một tơ hào nho nhỏ rồi lần lần đến vô lượng. Khi các chúng sanh có tập khí như thế sắp mạng chung, cha mẹ cùng quyến thuộc hãy vì họ mà tạo phước đức để giúp cho lộ trình ở phía trước. Hoặc họ treo cờ hiệu, lọng che, và thắp đèn dầu, hoặc chuyển đọc tôn Kinh, hoặc cúng dường tượng Phật cùng tượng của chư thánh, cho đến niệm danh hiệu của Phật, Bồ-tát, Độc Giác và làm cho mỗi danh hiệu đều lọt vào căn tai của người sắp mạng chung hoặc làm nơi bổn thức nghe qua.

Nếu căn cứ vào quả báo chiêu cảm của những nghiệp ác mà các chúng sanh này đã tạo, thì họ chắc chắn phải đọa đường ác. Tuy nhiên, do nhờ quyến thuộc vì kẻ lâm chung mà tu tập nhân của bậc thánh này, các tội như vậy thảy đều tiêu trừ.

Sau khi họ đã chết, nếu lại có thể trong 49 ngày tu tạo nhiều việc lành cho họ, thì có thể làm cho các chúng sanh đó vĩnh viễn xa lìa đường ác và được sanh vào cõi trời hay nhân gian để thọ hưởng an vui thù thắng vi diệu; quyến thuộc hiện tại cũng được vô lượng lợi ích.

Vì thế con nay ở trước Đức Phật Thế Tôn cùng thiên long bát bộ, người và phi nhân mà khuyên bảo các chúng sanh ở châu Thắng Kim rằng:

Vào ngày lâm chung cần phải cẩn thận, chớ giết hại và gây tạo duyên ác, cũng đừng bái tế quỷ thần, cầu thỉnh sơn tinh yêu quái.

Vì sao thế? Bởi những việc giết hại và cho đến bái tế đó không hề có một chút tơ hào năng lực lợi ích cho người đã mất, mà trái lại chỉ kết thêm duyên ác và chuyển thành thâm trọng hơn.

Giả sử ở đời vị lai hoặc hiện tại, họ có được phần nào của bậc thánh và sẽ sanh trong cõi trời hay nhân gian, nhưng vì lúc lâm chung bị các quyến thuộc gây tạo nhân ác nên cũng khiến người mạng chung liên lụy và mắc lấy tai ương. Họ phải tự mình bào chữa biện luận và chậm sanh vào nơi an lành. Hà huống là người sắp mạng chung mà lúc sống chưa từng có một chút thiện căn. Cho nên họ cứ y theo bổn nghiệp mà tự đọa đường ác. Các quyến thuộc nỡ nào làm tăng thêm nghiệp của người ấy.

Đây ví như có một người từ phương xa đến. Người ấy đã nhịn đói ba ngày mà còn phải vác đồ vật nặng hơn 100 ký. Hốt nhiên người ấy gặp một người láng giềng và họ nhờ vác thêm một ít đồ nữa; do vậy mà chuyển thành nặng nề và thêm khốn đốn.

Thưa Thế Tôn! Con quán sát chúng sanh ở châu Thắng Kim, thậm chí ở trong giáo Pháp của chư Phật mà chỉ làm việc lành chừng bằng một sợi lông, một giọt nước, một hạt cát, hay một hạt bụi, thì tự mình đều sẽ được lợi ích."

❖

Khi nói lời ấy xong, trong đại hội có một vị trưởng giả tên là Đại Biện. Vị trưởng giả này từ lâu đã chứng Vô Sanh. Vì hóa độ chúng sanh trong mười phương nên ngài hiện thân làm trưởng giả.

Lúc ấy ngài chắp tay cung kính và hỏi Địa Tạng Bồ-tát rằng:

"Thưa Đại Sĩ! Sau khi chúng sanh ở Nam Châu Thắng Kim qua đời, nếu quyến thuộc lớn nhỏ của họ tu tập công đức, cho đến sửa soạn lễ chay, hoặc tạo nhiều nhân lành, thì người mạng chung này có được lợi ích lớn và giải thoát chăng?"

Ngài Địa Tạng đáp rằng:

"Trưởng giả! Tôi nay nương uy lực của Phật mà sẽ nói sơ về việc ấy cho hết thảy chúng sanh ở hiện tại cùng vị lai.

Trưởng giả! Vào ngày lâm chung của những chúng sanh ở hiện tại cùng vị lai mà họ nghe được danh hiệu của một vị Phật, danh hiệu của một vị Bồ-tát, hay danh hiệu của một vị Độc Giác, thì chẳng kể là có tội hay vô tội, họ đều được giải thoát.

Nếu có người nam hoặc người nữ nào lúc sanh thời đã không tu nhân lành mà còn tạo nhiều nghiệp tội, nhưng sau khi mạng chung, người ấy lại được quyến thuộc lớn nhỏ tu tạo phước lợi cho họ, thì hết thảy thánh sự, người chết được một phần trong bảy phần công đức, còn sáu phần thuộc về người hiện đang tu tập. Do bởi lẽ này, khi các thiện nam tín nữ ở hiện tại cùng vị lai mà nghe lời nói vừa rồi, họ hãy nên cố gắng tự tu hành thì sẽ hưởng trọn phần công đức.

Đại quỷ vô thường sẽ chợt đến bất kỳ. Thần hồn vất vưởng u mê, chưa biết là tội hay phước. Trong 49 ngày họ như ngây như điếc.

Hoặc họ ở tại các âm ty để biện luận về nghiệp quả. Sau khi thẩm định xong, họ sẽ y theo nghiệp mà thọ sanh. Giữa lúc còn đang xét xử thì họ đã ngàn vạn lần sầu khổ, hà huống là đọa các đường ác.

Khi người mạng chung này chưa được thọ sanh, họ ở trong 49 ngày luôn luôn trông ngóng các quyến thuộc cốt nhục tu tạo phước lực để cứu giúp. Khi quá ngày ấy rồi, họ sẽ theo nghiệp mà thọ báo. Nếu là tội nhân thì sẽ trải qua 100.000 năm mà không có ngày được giải thoát. Còn nếu là người phạm năm tội vô gián, họ sẽ đọa đại địa ngục để chịu mãi nhiều thống khổ suốt ngàn kiếp vạn kiếp.

Lại nữa, trưởng giả! Sau khi những chúng sanh gây nghiệp tội như vậy mạng chung, các quyến thuộc cốt nhục hãy dọn lễ chay để trợ giúp nghiệp đạo cho họ. Trước khi lễ chay hoàn mãn hoặc trong lúc chuẩn bị, nhớ đừng đổ nước vo gạo hoặc bỏ rau quả xuống đất, cho đến các món ăn chưa dâng cúng cho Phật và chư Tăng thì chớ được ăn trước. Nếu có sai phạm về phần ẩm thực hoặc không chu đáo, thì người mạng chung này sẽ hoàn toàn không được một chút trợ lực nào hết. Như họ có thể chu đáo và thanh tịnh trong việc phụng hiến thức ăn cho Phật và chư Tăng, thì người mạng chung sẽ được một phần trong bảy phần công đức.

Vì thế, trưởng giả! Nếu chúng sanh ở châu Thắng Kim có thể sửa soạn lễ chay để cúng dường cùng chí tâm thành khẩn cho cha mẹ hoặc thậm chí quyến thuộc đã qua đời của họ, thì những người còn sống và kẻ đã mất như thế đều được lợi ích."

Khi nói lời ấy xong, Cung trời Tam Thập Tam có mười triệu ức nayuta [na du ta] quỷ thần ở châu Thắng Kim đều phát khởi Đạo tâm vô thượng. Trưởng giả Đại Biện đảnh lễ và lui ra.

Lúc bấy giờ trong núi Luân Vi có vô lượng quỷ vương, và họ cùng với Diêm Vương Thiên Tử đều đến chỗ của Phật ở trời Tam Thập Tam. Các vị ấy là:
- Ác Độc Quỷ Vương,
- Đa Ác Quỷ Vương,
- Đại Tranh Quỷ Vương,
- Bạch Hổ Quỷ Vương,
- Huyết Hổ Quỷ Vương,
- Xích Hổ Quỷ Vương,
- Tán Ương Quỷ Vương,
- Phi Thân Quỷ Vương,
- Điện Quang Quỷ Vương,
- Lang Nha Quỷ Vương,
- Thiên Nhãn Quỷ Vương,
- Đạm Thú Quỷ Vương,
- Phụ Thạch Quỷ Vương,
- Chủ Hao Quỷ Vương,
- Chủ Họa Quỷ Vương,
- Chủ Thực Quỷ Vương,
- Chủ Tài Quỷ Vương,
- Chủ Súc Quỷ Vương,
- Chủ Cầm Quỷ Vương,
- Chủ Thú Quỷ Vương,
- Chủ Mị Quỷ Vương,
- Chủ Sản Quỷ Vương,
- Chủ Mạng Quỷ Vương,
- Chủ Tật Quỷ Vương,
- Chủ Hiểm Quỷ Vương,
- Tam Mục Quỷ Vương,
- Tứ Mục Quỷ Vương,
- Ngũ Mục Quỷ Vương,
- Kỳ-lợi-thất Vương,
- Đại Kỳ-lợi-thất Vương,
- Kỳ-lợi-xoa Vương,

- Đại Kỳ-lợi-xoa Vương,
- A-na-tra Vương,
- Đại A-na-tra Vương,
- và các đại quỷ vương khác như thế.

Mỗi vị cùng với 100.000 tiểu quỷ vương đang cư ngụ khắp châu Thắng Kim, vị nào chức nấy và có chủ quyền tự trị riêng. Những vị quỷ vương này và Diêm Vương Thiên Tử nương uy thần của Phật cùng uy lực của Địa Tạng Đại Bồ-tát mà cùng đến trời Tam Thập Tam, rồi đứng qua một bên.

Lúc bấy giờ Diêm Vương Thiên Tử quỳ gối phải, chắp tay, và thưa với Phật rằng:

"Thưa Thế Tôn! Nay chúng con và những vị quỷ vương đều nương uy thần của Phật cùng uy lực của ngài Địa Tạng Đại Bồ-tát nên mới có thể đến trời Tam Thập Tam để tham dự đại hội này. Do nhân ấy, chúng con cũng sẽ được các lợi ích lành. Con bây giờ có một hoài nghi nhỏ mong được thưa hỏi Thế Tôn. Kính mong Thế Tôn từ bi tuyên nói."

Phật bảo Diêm Vương Thiên Tử:

"Ông hãy cứ hỏi. Ta sẽ thuyết giảng cho ông."

Lúc ấy Diêm Vương Thiên Tử chiêm ngưỡng và đảnh lễ Thế Tôn, ngoảnh nhìn Địa Tạng Bồ-tát, rồi bạch Phật rằng:

"Bạch Thế Tôn! Con quán sát ngài Địa Tạng Bồ-tát ở trong sáu đường đã dùng trăm ngàn phương tiện để cứu độ chúng sanh tội khổ mà không chút mệt mỏi. Vị đại Bồ-tát này có những sự thần thông chẳng thể nghĩ bàn như thế, nhưng vì sao các chúng sanh vừa thoát khỏi tội báo, chẳng bao lâu thì lại đọa đường ác?

Bạch Thế Tôn! Vị Địa Tạng Bồ-tát này đã có thần lực không thể nghĩ bàn như thế. Cớ sao chúng sanh chẳng nương theo chốn lành để được giải thoát vĩnh viễn? Kính mong Thế Tôn hãy thuyết giảng cho con."

❖

Phật bảo Diêm Vương Thiên Tử:

"Chúng sanh ở Nam Châu Thắng Kim có tâm tánh cang cường, khó điều khó phục. Suốt 100.000 kiếp, vị đại Bồ-tát này luôn mãi cứu vớt các chúng sanh như vậy để khiến họ sớm được giải thoát. Những người mắc tội báo đó và thậm chí phải đọa đường ác kinh hoàng, Bồ-tát cũng dùng sức phương tiện mà bạt trừ căn bổn nghiệp duyên và làm cho họ tỏ ngộ các việc của đời trước. Nhưng chúng sanh ở châu Thắng Kim này bị tập khí ác kết chặt nặng nề nên thoáng vừa ra khỏi lại quay trở vào. Bởi vậy đã làm lao nhọc Bồ-tát phải trải qua nhiều kiếp số rất lâu mới độ thoát.

Ví như có người quên mất nhà của mình và đi lạc vào con đường hiểm. Trong con đường hiểm ấy có rất nhiều quỷ tiệp tật cùng cọp, sói, sư tử, rắn độc, và bọ cạp. Người bị lạc này ở trong con đường hiểm, chẳng mấy chốc thì liền gặp ngay các thứ độc đó. Giả sử khi ấy có một vị Thiện Tri Thức biết nhiều phép thuật và khéo giải trừ các thứ độc đó, bao gồm cả quỷ tiệp tật và những loài ác độc khác.

Khi hốt nhiên gặp kẻ đi lạc đang muốn tiến vào con đường hiểm, ngài vội bảo rằng:

'Ôi trời, anh bạn! Có việc gì mà vào con đường ấy? Anh bạn có phép thuật kỳ lạ nào mà có thể chế phục các thứ độc hại đó chăng?'

Người lạc đường này chợt nghe lời ấy thì mới biết là con đường hiểm nên liền lui lại và cầu ra khỏi con đường đó. Vị Thiện Tri Thức nắm tay dìu dắt và dẫn họ ra khỏi con đường hiểm để thoát miễn các thứ ác độc, đi đến con đường tốt lành, và khiến họ được an vui.

Rồi ngài bảo rằng:

'Anh bạn lạc đường à! Từ nay về sau chớ đi vào con đường đó. Ai mà vào rồi thì khó mà ra khỏi và còn nguy hại đến tánh mạng nữa.'

Khi ấy người lạc đường này hết lòng cảm kích.

Lúc sắp từ biệt, vị Thiện Tri Thức lại căn dặn thêm:

'Nếu gặp ai thân quen cùng những người đi đường khác, hoặc nam hay nữ, thì bảo cho họ biết rằng, con đường này có nhiều thứ độc ác, vào đó rồi thì sẽ mất cả tánh mạng đấy. Anh bạn hãy làm cho họ đừng tự vào chỗ chết.'

Cũng như vậy, Địa Tạng Bồ-tát đầy đủ đại từ bi và luôn cứu vớt chúng sanh tội khổ, khiến họ sanh vào cõi trời hay nhân gian để thọ hưởng an vui vi diệu.

Một khi những người tội đó biết sự thống khổ của nghiệp đạo, thì lúc được thoát ra, họ vĩnh viễn sẽ chẳng còn trở vào lại. Họ cũng như người lạc đường đi nhầm vào con đường hiểm. Khi gặp Thiện Tri Thức, họ liền được tiếp dẫn ra khỏi và vĩnh viễn sẽ không đi vào chỗ ấy nữa.

Khi thấy người khác, họ khuyên đừng có vào và nói rằng:

'Tôi lúc xưa do bị mê lầm nên mới lạc ở đó. Nay tôi đã được ra khỏi nên sẽ không bao giờ trở lại. Nếu còn giẫm bước tiến vào thì cũng bị lạc ngay, và vẫn chẳng biết đó là con đường hiểm mà mình đã từng bị lạc qua, hoặc có thể phải bị mất cả tánh mạng.'

Điều này cũng giống như khi chúng sanh sa đọa đường ác. Địa Tạng Bồ-tát dùng sức phương tiện để khiến họ giải thoát và sanh ở cõi trời hay nhân gian, nhưng thoáng chốc họ lại rơi vào trong ấy nữa. Nếu nghiệp báo kết chặt thâm trọng thì họ vĩnh viễn sẽ ở chốn địa ngục và không có kỳ hạn được ra khỏi."

❖

Lúc bấy giờ Ác Độc Quỷ Vương chắp tay cung kính và thưa với Phật rằng:

"Thưa Thế Tôn! Quỷ vương chúng con ở châu Thắng Kim, số ấy nhiều vô lượng, hoặc làm lợi ích người hay tổn hại người, và ai nấy đều khác nhau. Do nghiệp báo nên khi du hành qua các thế giới, quyến thuộc chúng con làm ác thì nhiều mà làm thiện lại quá ít. Tuy vậy, nhưng nếu chúng con đi qua sân nhà ai hoặc thành thị xóm làng, vườn tược phòng xá, hoặc có nam tử nữ nhân nào tu hành việc lành chừng bằng cọng lông hay sợi tóc, cho đến chỉ treo một cờ hiệu hay một lọng che, dùng chút ít hương hoa mà cúng dường tượng Phật cùng tượng của Bồ-tát, hoặc chuyển đọc tôn Kinh, rồi thắp hương để cúng dường một câu hay một bài kệ, thì quỷ vương chúng con sẽ lễ kính người này như chư Phật thuở quá khứ, hiện tại, cùng vị lai. Chúng con lại sai các tiểu quỷ có uy lực lớn cùng thần thổ địa hộ vệ cho họ để khiến những việc xấu ác, tai họa, bệnh hiểm nghèo, hoặc bạo bệnh đột phát, và thậm chí những điều không như ý còn chẳng hề đến gần nhà cùng các nơi xung quanh. Hà huống là lọt vào cổng nhà của họ."

Đức Phật ngợi khen quỷ vương rằng:

"Lành thay, lành thay! Các ông cùng với Diêm Vương có thể ủng hộ những thiện nam tín nữ như thế, thì Ta cũng sẽ sai Phạm Vương và Năng Thiên Đế hộ vệ các ông."

❖

Khi nói lời ấy xong, trong đại hội có một vị quỷ vương tên là Chủ Mạng, thưa với Phật rằng:

"Thưa Thế Tôn! Do bổn nghiệp duyên mà nay con làm chủ về nhân mạng ở châu Thắng Kim. Khi sanh khi tử đều do con làm chủ. Bổn nguyện của con thì rất muốn làm lợi ích, nhưng chúng sanh không hội ý con nên khiến lúc sanh lúc tử đều chẳng được an ổn.

Vì sao thế? Bởi người ở châu Thắng Kim khi vừa mới sanh, không kể là nam hay nữ, hoặc lúc gần sanh, họ chỉ nên làm việc lành để tăng thêm lợi ích cho nhà cửa. Như vậy tự nhiên sẽ khiến thần thổ địa vô cùng hoan hỷ mà ủng hộ cả mẹ lẫn con đều được nhiều an vui và quyến thuộc cũng được lợi ích. Hoặc khi đã sanh rồi, thân quyến của họ cẩn thận chớ giết hại để lấy những vị tươi ngon cung cấp cho sản phụ, cùng nhóm họp quyến thuộc để uống rượu, ăn thịt, ca hát, và âm nhạc ầm ĩ. Bởi những việc như thế có thể sẽ khiến cả mẹ lẫn con chẳng được an lạc.

Vì sao thế? Bởi đương lúc sanh nở khó khăn ấy, có vô số ác quỷ cùng sơn tinh yêu quái muốn tới ăn máu tanh. Chính con đã sớm sai các thần linh của nhà cửa phải bảo hộ người mẹ và đứa con để khiến họ an vui và được lợi ích. Những người này khi thấy sự an vui thì nên cùng nhau tạo phước để báo đáp các thần thổ địa. Trái lại, nếu họ giết hại và tụ tập quyến thuộc, thì do bởi lẽ này, hễ phạm tai ương ắt phải tự lãnh thọ; người mẹ và đứa con đều sẽ tổn hại.

Lại nữa, khi những người ở châu Thắng Kim sắp mạng chung, chẳng kể là thiện hay ác, con đều không muốn cho người mạng chung đó bị lạc vào đường ác. Hà huống là người ấy tự tu căn lành và lại làm tăng thêm uy lực của con. Dù là người làm thiện ở châu Thắng Kim mà đến lúc lâm chung vẫn còn bị trăm ngàn quỷ thần trong ác đạo giả dạng biến làm cha mẹ và cho đến các quyến thuộc của họ, để mà dẫn dắt người chết và khiến họ sa đọa đường ác. Huống chi là người vốn đã tạo ác.

Thưa Thế Tôn! Các nam tử nữ nhân ở châu Thắng Kim đến lúc lâm chung thì thần thức hôn ám mê muội, chẳng rõ thiện ác, thậm chí mắt và tai đều không còn thấy nghe gì nữa. Các quyến thuộc của họ nên làm những việc cúng dường rộng lớn, chuyển đọc tôn Kinh, niệm danh hiệu của Phật và Bồ-tát. Những duyên lành như vậy mới có thể khiến người chết xa lìa các đường ác và chúng ma quỷ thần đều phải thoái lui.

Thưa Thế Tôn! Tất cả chúng sanh khi sắp mạng chung mà nếu nghe được danh hiệu của một vị Phật, danh hiệu của một vị Bồ-tát, hoặc một câu hay một bài kệ trong Kinh điển Đại Thừa, con quán sát hạng người như thế--chỉ trừ năm tội vô gián và các tội giết hại--còn những nghiệp ác nho nhỏ đáng phải đọa đường ác thì sẽ liền giải thoát."

Phật bảo Chủ Mạng Quỷ Vương:

"Ông vì lòng đại từ nên mới có thể phát đại nguyện như thế để cứu hộ chúng sanh ở trong sanh tử. Vào đời vị lai, nếu có nam tử nữ nhân nào đến thời điểm sanh tử, thì ông chớ quên lời nguyện này và hãy khiến họ giải thoát để có được niềm an lạc vĩnh viễn."

Quỷ vương thưa với Phật rằng:

"Xin Thế Tôn chớ lo lắng! Trọn đời con sẽ niệm niệm ủng hộ chúng sanh ở châu Thắng Kim. Trong lúc sanh lúc tử, con sẽ khiến họ đều được an vui. Con chỉ mong các chúng sanh trong khi sanh khi tử đều tín thọ lời con nói, thì họ sẽ được lợi ích lớn và không ai mà chẳng giải thoát."

Lúc bấy giờ Phật bảo Địa Tạng Bồ-tát:

"Chủ Mạng Đại Quỷ Vương này đã từng trải qua 100.000 đời làm đại quỷ vương để ủng hộ chúng sanh ở trong sanh tử. Do thệ nguyện từ bi nên vị Đại Sĩ này hiện thân làm đại quỷ vương chứ không phải quỷ thật. Trải qua 170 kiếp về sau, ông ta sẽ thành Phật, hiệu là Vô Tướng Như Lai. Kiếp tên là An Lạc. Quốc độ tên là Tịnh Trụ. Thọ mạng của Đức Phật đó lâu dài đến không thể tính kể số kiếp.

Này Địa Tạng! Vị đại quỷ vương ấy có những việc chẳng thể nghĩ bàn như vậy, và trời người được ông ta hóa độ cũng nhiều không thể hạn lượng."

Lúc bấy giờ Địa Tạng Đại Bồ-tát thưa với Phật rằng:

"Thưa Thế Tôn! Vì chúng sanh ở vị lai, con nay muốn diễn nói về những việc lợi ích để làm cho họ trong khi sanh khi tử đều được lợi ích to lớn. Kính mong Thế Tôn cho phép con nói."

Phật bảo Địa Tạng Bồ-tát:

"Ông nay khởi lòng từ bi và muốn cứu vớt hết thảy chúng sanh tội khổ trong sáu đường, mà diễn nói về những việc không thể nghĩ bàn. Nay chính là lúc. Ông nên mau nói. Ta sắp vào tịch diệt và ông hãy sớm hoàn tất thệ nguyện này. Như thế, Ta sẽ không còn phải âu lo cho tất cả chúng sanh ở hiện tại cùng vị lai nữa."

Địa Tạng Bồ-tát thưa với Phật rằng:

"Thưa Thế Tôn! Vào thuở quá khứ vô lượng vô số kiếp, có Đức Phật xuất hiện ở thế gian, hiệu là Vô Biên Thân Như Lai. Nếu có nam tử nữ nhân nào nghe được danh hiệu của Đức Phật này mà tạm sanh lòng cung kính thì liền siêu việt 40 kiếp sanh tử trọng tội. Hà huống là họ đắp vẽ hình tượng, cúng dường, và tán thán Ngài. Người đó sẽ được vô lượng vô biên phước báo.

Lại vào thuở quá khứ Hằng Hà sa kiếp, có Đức Phật xuất hiện ở thế gian, hiệu là Bảo Tánh Như Lai. Nếu có nam tử nữ nhân nào nghe được danh hiệu của Đức Phật này và chỉ trong thời gian khảy móng tay mà phát tâm quy y, người ấy vĩnh viễn sẽ không thoái chuyển ở Đạo vô thượng.

Lại vào thuở quá khứ, có Đức Phật xuất hiện ở thế gian, hiệu là Hồng Liên Thắng Như Lai. Nếu có nam tử nữ nhân nào nghe được danh hiệu của Đức Phật này chừng thoáng qua tai, người ấy sẽ được sanh 1.000 lần lên sáu tầng trời ở cõi dục. Hà huống là họ chí tâm xưng niệm.

Lại vào thuở quá khứ bất khả thuyết bất khả thuyết vô số kiếp, có Đức Phật xuất hiện ở thế gian, hiệu là Sư Tử Hống Như Lai. Nếu có nam tử nữ nhân nào nghe được danh hiệu của Đức Phật này và chỉ một niệm quy y, người ấy sẽ gặp vô lượng chư Phật xoa đảnh thọ ký.

Lại vào thuở quá khứ, có Đức Phật xuất hiện ở thế gian, hiệu là Sở Ưng Đoạn Dĩ Đoạn Như Lai. Nếu có nam tử nữ nhân nào nghe được danh hiệu của Đức Phật này, rồi chí tâm chiêm ngưỡng, đảnh lễ, hoặc tán thán, thì người ấy ở tại đại hội của 1.000 Đức Phật trong kiếp Hiền sẽ làm Đại Phạm Thiên Vương và được thọ thượng ký.

Lại vào thuở quá khứ, có Đức Phật xuất hiện ở thế gian, hiệu là Thắng Quán Như Lai. Nếu có nam tử nữ nhân nào nghe được danh hiệu của Đức Phật này, họ vĩnh viễn sẽ không đọa đường ác, luôn sanh vào cõi trời hay nhân gian, và thọ hưởng an vui thù thắng vi diệu.

Lại vào thuở quá khứ vô lượng vô số Hằng Hà sa kiếp, có Đức Phật xuất hiện ở thế gian, hiệu là Bảo Thắng Như Lai. Nếu có nam tử nữ nhân nào nghe được danh hiệu của Đức Phật này, họ sẽ không bao giờ đọa đường ác, thường sanh lên trời, và thọ hưởng an vui thù thắng vi diệu.

Lại vào thuở quá khứ, có Đức Phật xuất hiện ở thế gian, hiệu là Bảo Tướng Như Lai. Nếu có nam tử nữ nhân nào nghe được danh hiệu của Đức Phật này và sanh tâm cung kính, người ấy không bao lâu sẽ đắc Đạo Ưng Chân.

Lại vào thuở quá khứ vô lượng vô số kiếp, có Đức Phật xuất hiện ở thế gian, hiệu là Pháp Y Tràng Như Lai. Nếu có nam tử nữ nhân nào nghe được danh hiệu của Đức Phật này, họ sẽ siêu việt 100 đại kiếp nghiệp tội của sanh tử.

Lại vào thuở quá khứ, có Đức Phật xuất hiện ở thế gian, hiệu là Đại Thông Sơn Vương Như Lai. Nếu có nam tử nữ nhân nào nghe qua danh hiệu của Đức Phật này, người ấy sẽ gặp được chư Phật nhiều như cát sông Hằng để rộng thuyết Pháp cho họ. Người ấy chắc chắn sẽ thành Đạo.

Lại vào thuở quá khứ có Tịnh Nguyệt Phật, Sơn Vương Phật, Trí Thắng Phật, Tịnh Danh Vương Phật, Trí Thành Tựu Phật, Vô Thượng Phật, Diệu Thanh Phật, Mãn Nguyệt Phật, Nguyệt Diện Phật, và bất khả thuyết chư Phật như vậy.

Thưa Thế Tôn! Hết thảy chúng sanh ở hiện tại cùng vị lai, hoặc trời, hoặc người, hoặc nam, hoặc nữ, như họ chỉ niệm được một danh hiệu Phật mà công đức đã nhiều vô lượng. Hà huống là họ còn niệm được nhiều danh hiệu. Các chúng sanh này trong lúc sanh lúc tử sẽ được những lợi ích to lớn cho bản thân và không bao giờ đọa đường ác.

Nếu có ai sắp mạng chung mà quyến thuộc trong nhà, dù chỉ một người vì người bệnh đó mà niệm lớn danh hiệu của một Đức Phật, thì người mạng chung này, chỉ trừ năm tội vô gián, còn những nghiệp báo khác đều được tiêu trừ. Năm tội vô gián này tuy là cực trọng vô cùng, cho dù trải qua ức kiếp cũng không thể ra khỏi. Tuy nhiên, do nhờ lúc sắp mạng chung lại được người khác vì họ mà xưng niệm danh hiệu Phật, nên các tội ấy rồi cũng lần lần tiêu trừ. Hà huống là có chúng sanh nào tự mình xưng niệm. Họ sẽ được vô lượng phước, diệt vô lượng tội."

Kinh Địa Tạng Bồ-tát Bổn Nguyện ♦ Hết quyển trung

❁ Phẩm 10: Nhân Duyên và So Sánh Công Đức của Bố Thí

Lúc bấy giờ Địa Tạng Đại Bồ-tát nương uy thần của Phật, từ chỗ ngồi đứng dậy, gối phải quỳ, chắp tay, và bạch Phật rằng:

"Bạch Thế Tôn! Con quán sát chúng sanh ở trong các nghiệp đạo và so sánh của việc bố thí thì có nặng, có nhẹ. Có người thọ phước một đời. Có người thọ phước mười đời. Hoặc có người thọ phước lợi lớn đến trăm đời hay ngàn đời. Việc ấy thế nào? Kính mong Thế Tôn hãy thuyết giảng cho con."

Lúc bấy giờ Phật bảo Địa Tạng Bồ-tát:

"Ở giữa tất cả chúng hội tại Cung trời Tam Thập Tam, Ta bây giờ sẽ thuyết giảng về sự so sánh công đức nặng nhẹ của chúng sanh ở châu Thắng Kim. Ông hãy lắng nghe! Ta sẽ thuyết giảng cho ông."

Ngài Địa Tạng thưa với Phật rằng:

"[Thưa Thế Tôn!] Con hoài nghi về việc ấy nên vui thích muốn nghe."

❖

Phật bảo Địa Tạng Bồ-tát:

"Ở Nam Châu Thắng Kim, nếu có những quốc vương, tể tướng, đại thần, đại trưởng giả, đại Phạm Chí, và những ai mà khi gặp kẻ bần cùng thấp kém, cho đến gù lưng, tàn tật, câm ngọng, ngu si, tai điếc, mắt mù, và đủ mọi các căn không hoàn chỉnh như vậy. Khi các đại quốc vương và những người ấy muốn bố thí mà nếu có thể đầy đủ lòng đại từ bi và khiêm tốn niềm nở, tự tay mình làm việc bố thí hoặc bảo người khác bố thí, nói năng hòa nhã và khuyên nhủ cảm thông, thì các đại quốc vương và những người này sẽ được lợi ích của công đức bằng như cúng dường cho chư Phật nhiều như số cát trong 100 sông Hằng.

Vì sao thế? Bởi các quốc vương và những người đó, do nhân duyên đối với hạng bần cùng hạ tiện nhất và những ai bị các căn không hoàn chỉnh mà phát tâm đại từ, nên mới có được quả báo phước lợi như thế. Suốt 100.000 đời, họ sẽ luôn được đầy đủ bảy báu. Hà huống là y phục, ẩm thực, và các đồ dùng.

Lại nữa, Địa Tạng! Vào đời vị lai, nếu có các quốc vương, cho đến Phạm Chí, và những ai gặp chùa tháp Phật, hoặc hình tượng Phật, thậm chí tượng của Bồ-tát, Thanh Văn, hay Độc Giác mà đích thân sửa sang và bố thí cúng dường, thì các quốc vương và những người đó sẽ được ba kiếp làm thân Năng Thiên Đế để thọ hưởng an vui thù thắng vi diệu. Nếu lại có thể dùng phước lợi từ việc bố thí này mà hồi hướng đến khắp chúng sanh trong Pháp Giới, thì các đại quốc vương và những người ấy ở trong mười kiếp sẽ luôn làm Đại Phạm Thiên Vương.

Lại nữa, Địa Tạng! Vào đời vị lai, nếu có các quốc vương, cho đến Phạm Chí, và những ai gặp chùa tháp Phật cổ xưa, hoặc Kinh bị hư hoại hay tượng bị vỡ nát mà có thể phát tâm tu bổ. Các quốc vương và những người đó đích thân tu bổ hoặc bảo người khác, thậm chí cả 100.000 người cùng bố thí kết duyên, thì các quốc vương và những người ấy suốt 100.000 đời sẽ thường làm thân vua Chuyển Luân. Còn những người đồng chung bố thí, suốt 100.000 đời, họ sẽ thường làm thân vua nước nhỏ. Nếu lại có thể ở trước chùa tháp mà phát tâm hồi hướng, thì các quốc vương cùng những người này cuối cùng sẽ thành Phật Đạo, bởi quả báo đó là vô lượng vô biên vậy.

Lại nữa, Địa Tạng! Vào đời vị lai, nếu có các quốc vương, cho đến Phạm Chí, và những ai thấy người già yếu, kẻ bệnh tật cùng phụ nữ đang sanh nở mà trong một niệm với trọn đủ lòng đại từ, bố thí ẩm thực, giường nệm, và thuốc thang để khiến cho họ an vui, thì phước lợi có được như vậy thật chẳng thể nghĩ bàn. Trong 100 kiếp, họ sẽ thường làm thiên chủ ở các cõi trời Tịnh Cư. Trong 200 kiếp, họ sẽ thường làm thiên chủ thuộc sáu tầng trời ở cõi dục. Sau cùng họ sẽ thành Phật và vĩnh viễn không đọa đường ác. Thậm chí suốt 100.000 đời, họ sẽ không hề nghe đến tiếng khổ.

Lại nữa, Địa Tạng! Vào đời vị lai, nếu có các quốc vương cùng Phạm Chí và những ai mà có thể làm việc bố thí như thế, họ sẽ được phước vô lượng. Như lại có thể hồi hướng, chẳng kể là nhiều hay ít, họ cuối cùng đều sẽ thành Phật. Hà huống là những quả báo của Năng Thiên Đế, Phạm Vương, và vua Chuyển Luân.

Vì thế, Địa Tạng! Ông hãy rộng khuyên bảo chúng sanh nên tu học như vậy.

Lại nữa, Địa Tạng! Vào đời vị lai, nếu có thiện nam tử hoặc thiện nữ nhân nào ở trong Pháp của Phật gieo trồng chút ít căn lành chừng bằng cọng lông, sợi tóc, hạt cát, hay hạt bụi, thì phước lợi mà họ thọ hưởng sẽ chẳng thể nào ví dụ cho xuể.

Lại nữa, Địa Tạng! Vào đời vị lai, nếu có thiện nam tử hoặc thiện nữ nhân nào gặp hình tượng của Phật, hình tượng của Bồ-tát, hình tượng của Độc Giác, hoặc hình tượng của vua Chuyển Luân mà bố thí cúng dường, họ sẽ được phước vô lượng và luôn ở cõi trời hay nhân gian để thọ hưởng an vui vi diệu. Nếu họ có thể hồi hướng đến khắp chúng sanh trong Pháp Giới thì phước lợi đó sẽ chẳng thể nào ví dụ cho xuể.

Lại nữa, Địa Tạng! Vào đời vị lai, nếu có thiện nam tử hoặc thiện nữ nhân nào gặp Kinh điển Đại Thừa, hoặc chỉ nghe một bài kệ hay một câu, rồi phát tâm ân cần trân trọng, tán thán cung kính và bố thí cúng dường, thì người này sẽ được quả báo lớn vô lượng vô biên. Nếu họ có thể hồi hướng đến khắp chúng sanh trong Pháp Giới thì phước lợi đó sẽ chẳng thể nào ví dụ cho xuể.

Lại nữa, Địa Tạng! Vào đời vị lai, nếu có thiện nam tử hoặc thiện nữ nhân nào gặp chùa tháp của Phật, hoặc Kinh điển Đại Thừa còn mới mà bố thí cúng dường, chiêm ngưỡng, đảnh lễ, tán thán, và chắp tay cung kính. Còn như chúng đã cũ và bị hư hoại thì có thể một mình phát tâm, hoặc khuyên bảo nhiều người cùng nhau phát tâm để tu bổ sửa sang. Ở trong 30 đời, những người đồng phát tâm như thế sẽ thường làm vua nước nhỏ. Còn vị thí chủ thì thường làm vua Chuyển Luân và lại dùng Pháp lành để giáo hóa các tiểu quốc vương.

Lại nữa, Địa Tạng! Vào đời vị lai, nếu có thiện nam tử hoặc thiện nữ nhân nào ở trong Pháp của Phật gieo trồng căn lành, hoặc bố thí cúng dường, hoặc tu bổ chùa tháp, hoặc sửa sang Kinh điển, thậm chí các việc lành chừng bằng một sợi lông, một hạt bụi, một hạt cát, hay một giọt nước như thế, như họ có thể hồi hướng đến khắp chúng sanh trong Pháp Giới, thì công đức của người này ở 100.000 đời là sẽ thọ hưởng an vui cao thượng vi diệu. Còn như chỉ hồi hướng cho quyến thuộc và gia đình, hoặc lợi ích riêng bản thân, thì quả báo ấy là họ sẽ thọ hưởng an vui ở trong ba đời. Khi xả một thì liền được vạn hồi báo.

Vì thế, Địa Tạng! Nhân duyên về sự bố thí, việc đó là như vậy."

Lúc bấy giờ Kiên Lao Địa Thần thưa với Phật rằng:

"Thưa Thế Tôn! Từ xưa đến nay, con đã chiêm ngưỡng và đảnh lễ vô lượng chư đại Bồ-tát. Tất cả đều là những vị đại trí tuệ với thần thông chẳng thể nghĩ bàn và khéo rộng độ chúng sanh. Ở trong chư Bồ-tát, ngài Địa Tạng Đại Bồ-tát là vị lập thệ nguyện thâm trọng nhất.

Thưa Thế Tôn! Ngài Địa Tạng Bồ-tát có nhân duyên lớn với chúng sanh ở châu Thắng Kim. Như ngài Diệu Cát Tường, ngài Phổ Hiền, ngài Quán Thế Âm, và ngài Từ Thị cũng hóa hiện trăm ngàn thân hình để độ chúng sanh trong sáu đường, nhưng các thệ nguyện đó rồi sẽ hoàn tất. Còn ngài Địa Tạng Bồ-tát đã phát thệ nguyện để giáo hóa hết thảy chúng sanh trong sáu đường và số lượng kiếp đã trải qua thì nhiều như cát của 100.000 ức sông Hằng.

Thưa Thế Tôn! Con quán sát chúng sanh ở hiện tại cùng vị lai, nếu trên vùng đất sạch sẽ nơi trú xứ về hướng nam mà dùng đất đá hay trúc gỗ để xây một điện thờ, như họ lại có thể đắp vẽ, cho đến tạo lập hình tượng của ngài Địa Tạng bằng vàng, bạc, đồng, hay sắt và an trí vào bên trong, rồi thắp hương cúng dường, chiêm ngưỡng, đảnh lễ và tán thán, thì nơi cư ngụ của người ấy liền được mười điều lợi ích.

Những gì là mười?

1. đất đai màu mỡ
2. nhà cửa vĩnh yên
3. kẻ mất sanh thiên
4. người sống tăng thọ
5. ước mong toại ý
6. không nạn nước lửa
7. dứt trừ tai ương
8. đoạn tuyệt ác mộng
9. thần hộ ra vào
10. gặp nhiều nhân thánh

Thưa Thế Tôn! Trong đời hiện tại cùng vị lai, nếu có chúng sanh nào ở nơi trú xứ về hướng nam của mình mà có thể làm việc cúng dường như thế, họ sẽ được những điều lợi ích như vậy."

Lại thưa với Phật rằng:

"Thưa Thế Tôn! Vào đời vị lai, nếu có thiện nam tử hoặc thiện nữ nhân nào ở nơi trú xứ của mình mà có Kinh điển này cùng hình tượng của Bồ-tát, như người ấy lại có thể đọc tụng Kinh điển và cúng dường Bồ-tát, thì con ngày đêm sẽ luôn dùng bổn thần lực mà hộ vệ người đó. Cho đến nạn nước lửa, trộm cướp, các tai họa lớn nhỏ, và tất cả việc xui xẻo thảy đều tiêu trừ."

Phật bảo Kiên Lao Địa Thần:

"Thần lực của thần nữ to lớn, các vị thần khác ít ai sánh bằng.

Vì sao thế? Bởi đất đai ở châu Thắng Kim đều nhận sự bảo hộ của thần nữ, cho đến cỏ cây, cát đá, lúa, gai dầu, trúc hay lau sậy cũng từ dưới đất mà có và đều là do thần lực của thần nữ. Như thần nữ lại luôn tán dương về những lợi ích của Địa Tạng Bồ-tát thì công đức và thần thông của thần nữ sẽ gấp 100.000 lần hơn các địa thần bình thường.

Vào đời vị lai, nếu có thiện nam tử hoặc thiện nữ nhân nào cúng dường Địa Tạng Bồ-tát, cùng chuyển đọc Kinh Địa Tạng Bồ-tát Bổn Nguyện, hoặc nương theo chỉ một điều trong Kinh để tu hành, thì thần nữ hãy dùng thần lực ủng hộ và chớ để cho tất cả tai họa cùng những việc không như ý nghe lọt vào tai họ. Huống nữa là họ phải thọ lấy. Không những người đó được riêng thần nữ bảo hộ mà cũng có quyến thuộc của Năng Thiên Đế, Phạm Vương và quyến thuộc của chư thiên đều ủng hộ người ấy.

Tại sao lại được thánh hiền ủng hộ như vậy? Đó đều là do chiêm ngưỡng cùng đảnh lễ hình tượng của Địa Tạng Bồ-tát và đọc tụng Kinh bổn nguyện này. Họ tự nhiên sẽ có thể rời xa biển khổ và chứng tịch diệt an vui. Do vậy, họ có được sự ủng hộ lớn lao như thế."

Lúc bấy giờ Thế Tôn phóng ra một tỷ ức tướng tia sáng lớn từ trên đỉnh đầu, như là:
- tướng tia sáng màu trắng,
- tướng tia sáng màu trắng lớn,
- tướng tia sáng điềm lành,
- tướng tia sáng điềm lành lớn,
- tướng tia sáng ngọc thạch,
- tướng tia sáng ngọc thạch lớn,
- tướng tia sáng màu tím,
- tướng tia sáng màu tím lớn,
- tướng tia sáng màu xanh,
- tướng tia sáng màu xanh lớn,
- tướng tia sáng màu xanh biếc,
- tướng tia sáng màu xanh biếc lớn,
- tướng tia sáng màu đỏ,
- tướng tia sáng màu đỏ lớn,
- tướng tia sáng màu xanh lá cây,
- tướng tia sáng màu xanh lá cây lớn,
- tướng tia sáng màu vàng,
- tướng tia sáng màu vàng lớn,
- tướng tia sáng vầng mây khánh hỷ,
- tướng tia sáng vầng mây khánh hỷ lớn,
- tia sáng bánh xe ngàn căm,
- tia sáng bánh xe ngàn căm lớn,
- tia sáng bánh xe báu,
- tia sáng bánh xe báu lớn,
- tia sáng vầng mặt trời,
- tia sáng vầng mặt trời lớn,
- tia sáng vầng mặt trăng,
- tia sáng vầng mặt trăng lớn,
- tia sáng cung điện,
- tia sáng cung điện lớn,
- tia sáng mây biển,
- và tia sáng mây biển lớn.

Khi đã từ trên đỉnh đầu phóng ra các tướng tia sáng như thế xong, Ngài lại phát ra âm thanh vi diệu và bảo các đại chúng, thiên long bát bộ, người cùng phi nhân rằng:

"Hãy lắng nghe! Hôm nay Ta tại Cung trời Tam Thập Tam tuyên dương cùng ngợi khen Địa Tạng Bồ-tát về những sự lợi ích trong trời người, những sự không thể nghĩ bàn, những sự siêu việt nhân của bậc thánh, những sự chứng đắc đến Địa Thứ Mười, và những sự cứu cánh không thoái chuyển ở Vô Thượng Chánh Đẳng Chánh Giác."

❖

Khi nói lời ấy xong, trong đại hội có một vị đại Bồ-tát tên là Quán Thế Âm, từ chỗ ngồi đứng dậy, gối phải quỳ, chắp tay, và thưa với Phật rằng:

"Thưa Thế Tôn! Địa Tạng Đại Bồ-tát là bậc đầy đủ lòng đại từ bi và luôn thương xót chúng sanh tội khổ. Ở trong mười triệu ức thế giới, ngài biến hóa mười triệu ức thân và có công đức cùng sức uy thần chẳng thể nghĩ bàn.

Con đã nghe Thế Tôn cùng vô lượng chư Phật ở mười phương với dị khẩu đồng âm mà ngợi khen Địa Tạng Bồ-tát rằng:

'Cho dù chư Phật thuở quá khứ, hiện tại, cùng vị lai đều nói về công đức của ngài thì vẫn chẳng thể hết.'

Mới đây lại được Thế Tôn bảo toàn thể đại chúng, là Ngài muốn tuyên dương các sự lợi ích của Địa Tạng Bồ-tát. Kính mong Thế Tôn hãy vì tất cả chúng sanh ở hiện tại cùng vị lai mà tuyên dương về những việc chẳng thể nghĩ bàn của Địa Tạng Bồ-tát, hầu khiến cho thiên long bát bộ sẽ được phước khi chiêm ngưỡng và kính lễ ngài."

Phật bảo Quán Thế Âm Bồ-tát:

"Ông có đại nhân duyên với Thế giới Kham Nhẫn. Hoặc trời, hoặc rồng, hoặc nam, hoặc nữ, hoặc thần, hoặc quỷ, cho đến các chúng sanh tội khổ trong sáu đường mà nghe danh hiệu ông, thấy hình tượng ông, mến tưởng ông, tán thán ông, thì những chúng sanh ấy đều quyết sẽ không thoái chuyển ở Đạo vô thượng. Họ sẽ luôn sanh vào cõi trời hay nhân gian để thọ hưởng đủ mọi điều an vui vi diệu. Khi nhân quả sắp thành thục, họ liền gặp Phật thọ ký. Với lòng đại từ bi vô tận thương xót các chúng sanh cùng thiên long bát bộ, ông nay muốn Ta tuyên nói về những việc lợi ích chẳng thể nghĩ bàn của Địa Tạng Bồ-tát. Ông hãy lắng nghe! Ta nay sẽ thuyết giảng."

Ngài Quán Thế Âm thưa rằng:

"Dạ vâng, thưa Thế Tôn! Con vui thích muốn nghe."

❖

Phật bảo Quán Thế Âm Bồ-tát:

"Trong các thế giới ở hiện tại cùng vị lai, nếu có thiên nhân nào mà phước trời thọ hưởng đã hết và xuất hiện năm tướng suy, hoặc có vị phải đọa đường ác. Đương lúc tướng suy hiện ra như thế mà các thiên tử hay thiên nữ thấy hình tượng của Địa Tạng Bồ-tát, hoặc nghe danh hiệu của Địa Tạng Bồ-tát, rồi một lần chiêm ngưỡng và một lần đảnh lễ, thì các thiên nhân đó sẽ tăng thêm phước trời, thọ hưởng niềm vui sướng lớn lao, và vĩnh viễn chẳng còn đọa ba đường ác. Hà huống là nghe được danh hiệu của Địa Tạng Bồ-tát, rồi dùng những hương hoa, y phục, ẩm thực, vật báu, và chuỗi ngọc mà bố thí cúng dường, thì công đức phước lợi mà họ có được sẽ vô lượng vô biên.

Lại nữa, Quán Thế Âm! Trong các thế giới ở hiện tại cùng vị lai, nếu có chúng sanh nào trong sáu đường sắp mạng chung mà nghe được một tiếng danh hiệu của Địa Tạng Bồ-tát thoáng qua tai, thì các chúng sanh đó vĩnh viễn sẽ chẳng còn trải qua nỗi khổ của ba đường ác. Huống nữa là lúc gần mạng chung, cha mẹ cùng quyến thuộc lấy nhà cửa, tài vật, bảo bối, và y phục của người sắp chết đó mà đắp vẽ hình tượng của Địa Tạng Bồ-tát.

Hoặc làm cho người bệnh trong lúc chưa mạng chung được mắt thấy tai nghe và biết rằng các quyến thuộc đã lấy nhà cửa, vật báu, cùng những đồ vật khác của mình để chi vào việc đắp vẽ hình tượng của Địa Tạng Bồ-tát. Nếu do nghiệp báo mà người ấy đáng lẽ phải chịu bệnh nặng, thì nhờ công đức này mà họ sẽ liền lành bệnh và thọ mạng thêm lâu dài.

Còn nếu nghiệp báo về thọ mạng của người ấy đã hết, lẽ ra đáng phải chịu tất cả tội chướng, nghiệp chướng, và phải đọa đường ác, nhưng nhờ công đức này nên sau khi mạng chung, họ liền sanh vào cõi trời hay nhân gian để thọ hưởng an vui thù thắng vi diệu. Tất cả tội chướng của họ thảy đều tiêu trừ.

Lại nữa, Quán Thế Âm Bồ-tát! Vào đời vị lai, nếu có nam tử nữ nhân nào, hoặc lúc còn bú mớm, hoặc lúc lên ba tuổi, năm tuổi, hay mười tuổi trở xuống mà cha mẹ đã qua đời, và cho đến mất hết anh chị em, rồi đến khi khôn lớn, người đó tưởng nhớ về cha mẹ cùng các quyến thuộc nhưng vẫn không biết họ lạc vào chốn nào, sanh về thế giới nào, hoặc sanh trong cõi trời nào.

Người ấy nhưcó thể đắp vẽ hình tượng của Địa Tạng Bồ-tát, thậm chí chỉ nghe danh hiệu, rồi một lần chiêm ngưỡng và một lần đảnh lễ. Trong từ một ngày cho đến bảy ngày chớ để quên mất tâm nguyện ban đầu--nghe danh hiệu, thấy hình tượng, chiêm ngưỡng, đảnh lễ, và cúng dường Địa Tạng Bồ-tát--thì quyến thuộc của người đó nếu do nghiệp mà đọa đường ác và lẽ ra phải chịu nhiều kiếp số, nhưng nay nhờ công đức đắp vẽ hình tượng của Địa Tạng Bồ-tát cùng với sự chiêm ngưỡng và đảnh lễ của con cái hoặc anh chị em, nên họ cũng liền giải thoát. Họ sẽ sanh vào cõi trời hay nhân gian để thọ hưởng an vui thù thắng vi diệu.

Còn như quyến thuộc của người ấy có phước lực, họ đã sanh vào cõi trời hay nhân gian và đang thọ hưởng an vui thù thắng vi diệu, thì nhờ công đức này mà tăng trưởng nhân của bậc thánh và sẽ thọ hưởng vô lượng an lạc.

Như người ấy lại có thể trong 21 ngày với nhất tâm chiêm ngưỡng, đảnh lễ hình tượng của Địa Tạng Bồ-tát, và niệm danh hiệu trọn đủ 10.000 lần, họ sẽ được Bồ-tát hiện thân vô biên để nói rõ cõi giới mà các quyến thuộc của mình đã sanh về. Hoặc trong giấc mộng, Địa Tạng Bồ-tát sẽ hiện sức đại uy thần và đích thân dắt người ấy đến các thế giới để thấy các quyến thuộc của mình.

Nếu người này lại có thể mỗi ngày đều niệm danh hiệu của Địa Tạng Bồ-tát 1.000 lần và luôn đến 1.000 ngày, họ sẽ được Địa Tạng Bồ-tát sai các vị quỷ thần cùng thổ địa tại nơi ấy hộ vệ trọn đời, ở đời hiện tại ăn mặc sung túc và sẽ không mắc những bệnh khổ. Cho đến những tai họa còn chẳng hề vào đến cổng nhà của họ, huống nữa là đến thân. Người đó cuối cùng sẽ được Địa Tạng Bồ-tát xoa đảnh thọ ký.

Lại nữa, Quán Thế Âm Bồ-tát! Vào đời vị lai, nếu có thiện nam tử hoặc thiện nữ nhân nào muốn phát lòng từ bi rộng lớn để cứu độ tất cả chúng sanh, muốn tu Đạo vô thượng, và muốn ra khỏi ba cõi, khi những người này thấy hình tượng cùng nghe danh hiệu của Địa Tạng Bồ-tát, rồi chí tâm quy y, hoặc lấy hương hoa, y phục, vật báu, hay ẩm thực để cúng dường, chiêm ngưỡng, và đảnh lễ, thì điều nguyện cầu của các thiện nam tín nữ đó sẽ mau thành tựu và vĩnh viễn không bị chướng ngại.

Lại nữa, Quán Thế Âm! Vào đời vị lai, nếu có thiện nam tử hoặc thiện nữ nhân nào muốn cầu tỷ ức điều nguyện, hoặc tỷ ức sự việc ở hiện tại cùng vị lai, họ chỉ nên quy y, chiêm ngưỡng, đảnh lễ, cúng dường, và tán thán hình tượng của Địa Tạng Bồ-tát, thì những điều cầu mong như thế tất đều sẽ thành tựu.

Nếu lại cầu mong Địa Tạng Bồ-tát, là bậc đầy đủ đại từ bi, luôn mãi ủng hộ mình, thì người ấy trong giấc mộng sẽ liền được Địa Tạng Bồ-tát xoa đảnh thọ ký.

Lại nữa, Quán Thế Âm Bồ-tát! Vào đời vị lai, nếu có thiện nam tử hoặc thiện nữ nhân nào đối với Kinh điển Đại Thừa mà sanh lòng trân trọng thâm sâu, họ phát tâm không thể nghĩ bàn để muốn đọc và muốn tụng, dù gặp được bậc minh sư chỉ dạy cho thành thục, nhưng họ hoàn toàn quên hết. Trải qua đến cả tháng hoặc cả năm mà họ vẫn không thể đọc tụng. Các thiện nam tín nữ này do có nghiệp chướng ở đời trước chưa trừ sạch, cho nên họ đối với Kinh điển Đại Thừa không có căn tánh đọc tụng.

Khi những người như thế nghe danh hiệu của Địa Tạng Bồ-tát và thấy hình tượng của Địa Tạng Bồ-tát, thì hãy mang hết cõi lòng mà cung kính bày tỏ. Họ lại dùng hương hoa, y phục, ẩm thực, và tất cả vật yêu thích để cúng dường Địa Tạng Bồ-tát, rồi lấy một chén nước trong và đặt ở trước Địa Tạng Bồ-tát một ngày một đêm. Sau đó họ hãy chắp tay cung thỉnh để uống với mặt xoay về hướng nam. Khi nước sắp vào miệng, họ phải chí tâm trịnh trọng. Uống nước xong, họ phải kiêng cữ năm loại thực vật hăng nồng, rượu thịt, tà dâm, nói dối, và những việc giết hại trong 7 ngày hoặc 21 ngày.

Các thiện nam tử và thiện nữ nhân đó ở trong giấc mộng sẽ thấy rõ Địa Tạng Bồ-tát đến chỗ của mình, rồi Bồ-tát hiện thân vô biên và rưới nước quán đảnh cho họ. Lúc người ấy thức dậy thì liền được thông minh. Các Kinh điển một khi lọt vào căn tai thì liền nhớ mãi và sẽ không còn quên một câu Kinh hay một bài kệ nữa.

Lại nữa, Quán Thế Âm Bồ-tát! Vào đời vị lai, nếu có những người nào thiếu thốn y phục và ẩm thực, cầu gì cũng trái nguyện, hoặc nhiều bệnh tật, hoặc gặp nhiều sự không may, nhà cửa chẳng yên ổn, quyến thuộc bị chia cách, hoặc các tai nạn cứ nhiều lần xảy đến nơi thân, hay lúc ngủ nằm mơ thường thấy nhiều việc kinh sợ.

Khi những người như thế nghe danh hiệu của Địa Tạng Bồ-tát, hoặc thấy hình tượng của Địa Tạng Bồ-tát, rồi chí tâm cung kính và niệm đủ 10.000 lần, thì những việc không như ý sẽ dần dần tiêu tan. Họ liền được an lạc, ăn mặc sung túc, và cho đến trong giấc mộng thảy đều vui vẻ.

Lại nữa, Quán Thế Âm Bồ-tát! Vào đời vị lai, nếu có thiện nam tử hoặc thiện nữ nhân nào, hoặc vì việc làm ăn sinh sống, hoặc vì chuyện công việc tư, hoặc vì việc sanh tử, hoặc vì việc khẩn cấp, nên họ phải vào rừng lên núi, qua sông vượt biển, cho đến gặp nước lớn, hoặc đi ngang qua đường hiểm, người đó trước tiên hãy niệm danh hiệu của Địa Tạng Bồ-tát 10.000 lần. Như vậy, khi họ đi qua nơi nào cũng có quỷ thần hộ vệ; đi đứng nằm ngồi sẽ luôn mãi an vui. Thậm chí dù họ có gặp cọp, sói, sư tử, cùng tất cả mọi thứ độc hại thì cũng không thể làm tổn thương đến họ."

Phật bảo Quán Thế Âm Bồ-tát:

"Địa Tạng Bồ-tát có đại nhân duyên với chúng sanh ở châu Thắng Kim. Nếu nói về những việc lợi ích nhờ được thấy nghe của các chúng sanh, thì suốt 100.000 kiếp cũng chẳng thể cùng tận.

Vì thế, Quán Thế Âm! Ông hãy dùng thần lực mà lưu truyền Kinh này và làm cho chúng sanh ở Thế giới Kham Nhẫn suốt tỷ kiếp luôn hưởng mãi an vui."

❖

Lúc bấy giờ Thế Tôn nói kệ rằng:

"Ta quán Địa Tạng sức uy thần
Hằng Hà sa kiếp nói chẳng cùng
Thấy nghe đảnh lễ dù một lần
Lợi ích trời người nhiều vô lượng

Nếu nam hay nữ hoặc long thần
Hết phước nên phải đọa đường ác
Chí tâm quy y bậc Đại Sĩ
Thọ mạng chuyển tăng tội chướng trừ

Trẻ thơ mất sớm tình cha mẹ
Chẳng rõ thần hồn tại xứ nào
Anh chị em gái cùng thân thuộc
Đến nay khôn lớn chẳng biết nhau

Hoặc đắp hay vẽ hình Đại Sĩ
Quyến luyến đảnh lễ chẳng rời xa
Ba tuần luôn niệm danh hiệu ấy
Bồ-tát liền hiện vô biên thân

Chỉ họ quyến thuộc cõi sanh về
Dù đọa đường ác cũng thoát mau
Sơ tâm nếu lại không thoái chuyển
Liền được xoa đảnh thọ thánh ký

Đại giác vô thượng quyết chí tu
Ba cõi khổ não muốn lìa xa
Người ấy đã khởi, lòng đại bi
Trước tiên đảnh lễ tượng Đại Sĩ
Hết thảy các nguyện chóng viên thành
Mãi không nghiệp chướng nào cản ngăn

Có người phát tâm tụng Kinh điển
Muốn độ quần mê qua bờ kia
Tuy lập thệ nguyện không nghĩ bàn
Mới đọc liền quên xao lãng mất

Người này do có nghiệp chướng mê
Kinh điển Đại Thừa không thể nhớ
Cúng dường Địa Tạng với hương hoa
Y phục ẩm thực vật yêu thích

Để chén nước trong trước Đại Sĩ
Sau một ngày đêm rồi thỉnh uống
Thực vật hăng nồng phải kiêng cữ
Rượu thịt tà dâm cùng nói dối

Hai mươi mốt ngày chớ giết hại
Chí tâm nhớ tưởng Đại Sĩ danh
Liền như trong mộng thấy vô biên
Tỉnh giấc căn tai được bén lanh

Kinh giáo một khi đã nghe qua
Ngàn vạn đời sau mãi chẳng quên
Bậc Đại Sĩ ấy không nghĩ bàn
Có thể khiến người được trí tuệ

Bần cùng chúng sanh và bệnh tật
Nhà cửa hung suy quyến thuộc ly
Lúc ngủ mộng điềm chẳng an lành
Cầu gì cũng trái không toại ý

Chí tâm đảnh lễ tượng Địa Tạng
Tất cả việc xấu đều tiêu tan
Cho đến trong mộng được bình an
Ăn mặc sung túc quỷ thần hộ

Vào rừng lên núi qua biển cả
Chim thú độc dữ cùng ác nhân
Ác thần ác quỷ với cuồng phong
Tất cả ách nạn mọi khổ não

Chỉ cần đảnh lễ và cúng dường
Ở trước hình tượng của Địa Tạng
Giả như băng rừng vượt biển lớn
Các điều dữ ấy đều tiêu tan

Quán Âm chí tâm nghe Ta nói
Địa Tạng vô tận chẳng nghĩ bàn
Nói suốt tỷ kiếp cũng không hết
Rộng tuyên Đại Sĩ sức như vậy

Nếu ai nghe được Địa Tạng danh
Cho đến thấy tượng và kính lễ
Hương hoa y phục ẩm thực dâng
Thọ hưởng trăm ngàn vi diệu lạc

Nếu lại hồi hướng đến Pháp Giới
Tất sẽ thành Phật liễu sanh tử
Vì thế Quán Âm hãy bảo khắp
Hằng sa quốc độ đều nên biết"

Lúc bấy giờ Thế Tôn lại nhấc cánh tay sắc vàng và xoa lên đỉnh đầu của Địa Tạng Đại Bồ-tát, rồi nói lời như vầy:

"Địa Tạng, Địa Tạng! Thần lực của ông chẳng thể nghĩ bàn, từ bi của ông chẳng thể nghĩ bàn, trí tuệ của ông chẳng thể nghĩ bàn, biện tài của ông chẳng thể nghĩ bàn. Suốt mười triệu kiếp, cho dù chư Phật ở mười phương ngợi khen và tuyên nói về những việc không thể nghĩ bàn của ông thì cũng chẳng thể hết.

Địa Tạng, Địa Tạng! Ông nên nhớ Ta nay tại Cung trời Tam Thập Tam ở giữa đại hội với tỷ ức bất khả thuyết bất khả thuyết với tất cả chư Phật Bồ-tát và thiên long bát bộ, một lần nữa, Ta phó chúc trời và người cùng các chúng sanh cho ông--những kẻ còn ở trong căn nhà lửa và vẫn chưa ra khỏi ba cõi. Ông đừng khiến cho những chúng sanh ấy sa đọa đường ác dù chỉ một ngày một đêm. Hà huống họ lại đọa Địa ngục Vô Gián, đến nỗi phải trải qua mười triệu ức kiếp mà chẳng có kỳ hạn thoát ra.

Này Địa Tạng! Chúng sanh ở Nam Châu Thắng Kim này đây có ý chí với tâm tánh bất định và nhiều tập khí xấu ác. Dù họ đã phát thiện tâm nhưng thoáng liền quên mất. Nếu họ gặp duyên ác thì niệm niệm tăng trưởng. Bởi vậy Ta mới phân ra 100.000 ức thân để hóa độ với tùy theo căn tánh mà độ thoát họ.

Này Địa Tạng! Ta nay ân cần phó chúc trời và người cho ông. Vào đời vị lai, nếu có trời, người, cùng thiện nam tử hoặc thiện nữ nhân nào ở trong Pháp của Phật gieo trồng được chút căn lành chừng bằng một sợi lông, một hạt bụi, một hạt cát hay một giọt nước, thì ông hãy dùng Đạo lực mà ủng hộ người đó, rồi làm cho họ dần dần tu hành Đạo vô thượng và chớ để thoái chuyển hay quên mất.

Lại nữa, Địa Tạng! Vào đời vị lai, hoặc trời hay người, do tùy theo nghiệp mà thọ báo ứng và đọa đường ác, hay họ sắp đọa trong đường ác, hoặc gần kề đến trước cổng. Nếu các chúng sanh này có thể niệm được danh hiệu của một vị Phật, danh hiệu của một vị Bồ-tát, một câu hay một bài kệ trong Kinh điển Đại Thừa, thì ông hãy dùng thần lực và phương tiện để cứu vớt những chúng sanh ấy. Ông hãy hiện thân vô biên ở chỗ của người đó và phá tan địa ngục, khiến họ sanh lên trời để thọ hưởng an vui thù thắng vi diệu."

Lúc bấy giờ Thế Tôn nói kệ rằng:

"Hiện tại vị lai trời và người
Ta nay ân cần phó chúc ông
Dùng đại thần thông phương tiện độ
Chớ khiến họ đọa đường ác khổ"

Lúc bấy giờ Địa Tạng Đại Bồ-tát quỳ gối phải, chắp tay, và thưa với Phật rằng:

"Thưa Thế Tôn! Kính mong Thế Tôn chớ lo lắng. Vào đời vị lai, nếu thiện nam tử hoặc thiện nữ nhân nào ở trong Pháp của Phật mà có chừng một niệm cung kính, thì con cũng dùng trăm ngàn phương tiện để độ thoát người đó và làm cho họ mau ra khỏi sanh tử. Hà huống là họ nghe về các việc lành rồi niệm niệm tu hành, thì tự nhiên ở Đạo vô thượng sẽ vĩnh viễn không thoái chuyển."

❖

Khi nói lời ấy xong, trong đại hội có một vị Bồ-tát tên là Hư Không Tạng, bạch Phật rằng:

"Bạch Thế Tôn! Con nay đến trời Tam Thập Tam và nghe được Như Lai ngợi khen về sức uy thần chẳng thể nghĩ bàn của Địa Tạng Bồ-tát. Trong đời vị lai, nếu có thiện nam tử hoặc thiện nữ nhân nào và cho đến hết thảy trời rồng, mà nghe Kinh điển này cùng danh hiệu của Địa Tạng Bồ-tát, hoặc chiêm ngưỡng và đảnh lễ hình tượng, thì họ sẽ được bao nhiêu điều phước lợi? Kính mong Thế Tôn vì tất cả chúng sanh ở hiện tại cùng vị lai mà nói sơ việc ấy."

Phật bảo Hư Không Tạng Bồ-tát:

"Lắng nghe, lắng nghe! Ta sẽ phân biệt và giảng giải cho ông.

Vào đời vị lai, nếu có thiện nam tử hoặc thiện nữ nhân nào thấy hình tượng của Địa Tạng Bồ-tát, cùng nghe Kinh này và cho đến đọc tụng, rồi dùng hương hoa, ẩm thực, y phục và trân bảo để cúng dường, bố thí, tán thán, chiêm ngưỡng, và đảnh lễ, họ sẽ được 28 điều lợi ích.

1. trời rồng hộ niệm
2. thiện quả ngày tăng
3. tích nhân thánh thượng
4. Đạo tâm kiên cố
5. ăn mặc sung túc
6. bệnh dịch bất xâm
7. thoát nạn nước lửa
8. chẳng gặp trộm cướp
9. người thấy kính mến
10. quỷ thần hộ giúp
11. thân nữ chuyển nam
12. làm con vua chúa
13. tướng đẹp đoan chánh
14. thường sanh lên trời
15. hoặc làm đế vương
16. đắc Túc Mạng Thông
17. cầu mong như ý
18. quyến thuộc hòa vui
19. tai họa tiêu diệt
20. nghiệp đạo vĩnh trừ

21. đi đến nơi chốn
22. đêm mộng an vui
23. người mất lìa khổ
24. túc phước thọ sanh
25. chư thánh ngợi khen
26. thông minh lanh lợi
27. giàu lòng từ mẫn
28. cứu cánh thành Phật

Lại nữa, Hư Không Tạng Bồ-tát! Nếu thiên long quỷ thần ở hiện tại cùng vị lai mà nghe danh hiệu của Địa Tạng Bồ-tát và đảnh lễ hình tượng của Địa Tạng Bồ-tát, hoặc nghe về bổn nguyện và sự tích tu hành của Địa Tạng Bồ-tát, rồi tán thán, chiêm ngưỡng và đảnh lễ, thì họ sẽ được bảy điều lợi ích:

1. mau vượt thánh vị
2. nghiệp ác tiêu diệt
3. chư Phật đến hộ
4. Đạo tâm kiên cố
5. bổn lực tăng trưởng
6. đắc Túc Mạng Thông
7. cứu cánh thành Phật"

❖

Lúc bấy giờ, bất khả thuyết bất khả thuyết, tất cả chư Phật Như Lai đã đến từ mười phương, cùng chư đại Bồ-tát và thiên long bát bộ, khi nghe Đức Phật Năng Tịch tuyên dương và tán thán sức đại uy thần không thể nghĩ bàn của Địa Tạng Bồ-tát, họ đều tán thán là việc chưa từng có. Khi ấy ở trời Tam Thập Tam mưa xuống vô lượng hương hoa, y phục cõi trời, và chuỗi ngọc trân châu để cúng dường Đức Phật Năng Tịch cùng Địa Tạng Bồ-tát. Sau đó, hết thảy chúng hội đều chiêm ngưỡng, đảnh lễ, chắp tay rồi cáo lui.

Kinh Địa Tạng Bồ-tát Bổn Nguyện ♦ Hết quyển hạ

Kinh Trường Thọ Diệt Tội Hộ Chư Đồng Tử Tổng Trì

Dịch sang cổ văn: Pháp sư Giác Hộ ở Thế Kỷ 7
Dịch sang tiếng Việt: Tại gia Bồ-tát giới Thanh tín nam Nguyên Thuận

TÔI NGHE NHƯ VẦY:

Một thuở nọ, Đức Phật ở trên núi Thứu Phong gần thành Vương Xá, cùng với 1.250 vị đại Bhikṣu [bíc su], 12.000 vị đại Bồ-tát, chư thiên long bát bộ quỷ thần, người và phi nhân đồng đến hội họp để nghe Phật thuyết Pháp.

Lúc bấy giờ Thế Tôn dùng thần lực và từ khuôn mặt, Ngài phóng ra muôn loại tia sáng với nhiều màu sắc, như là xanh, vàng, đỏ, trắng, và những màu sắc khác. Trong mỗi màu sắc có vô lượng hóa Phật. Mỗi hóa Phật có thể làm Phật sự chẳng thể nghĩ bàn. Mỗi hóa Phật lại có vô lượng hóa Bồ-tát đang tán dương công đức của Phật.

Các tia sáng ấy rất vi diệu và nhiều chẳng kể xiết. Chúng lượn quanh 80.000 vòng và chiếu sáng khắp nơi, trên lên đến Phi Tưởng Phi Phi Tưởng Xứ, dưới đến tận Địa ngục Vô Gián, không một chỗ nào mà chẳng rọi tới. Khi các chúng sanh ở trong đó thấy được quang minh của Phật, họ tự nhiên niệm Phật và đều đắc Sơ Địa Phương Tiện Đẳng Trì.

❖

Lúc bấy giờ trong đại chúng có 49 vị sơ phát tâm Bồ-tát. Ai ai cũng muốn hỏi Đức Phật làm sao để sống lâu, nhưng họ đều chẳng biết phải hỏi như thế nào.

Khi ấy Diệu Cát Tường Bồ-tát biết họ có điều nghi, nên ngài từ chỗ ngồi đứng dậy, vén áo lộ vai phải, chắp tay và hướng về Đức Phật, rồi thưa với Phật rằng:

"Thưa Thế Tôn! Con thấy một số vị trong đại chúng đây có điều nghi muốn hỏi, nhưng họ đều chẳng biết phải hỏi như thế nào. Thế nên, bây giờ con muốn thay họ để thưa hỏi. Kính mong Như Lai cho phép con nói."

Đức Phật bảo:

"Lành thay, lành thay, Diệu Cát Tường! Ông có điều gì nghi thì hãy cứ hỏi."

Ngài Diệu Cát Tường bạch rằng:

"Bạch Thế Tôn! Tất cả chúng sanh ở trong biển sanh tử, họ gây tạo các nghiệp ác. Từ kiếp này đến kiếp khác, họ luân hồi trong sáu đường. Cho dù được thân người nhưng do quả báo nên mạng sống ngắn ngủi. Họ phải làm thế nào mới có thể diệt trừ những nghiệp ác và được sống lâu? Ngưỡng mong Thế Tôn giảng dạy phương pháp để được trường thọ."

Đức Phật bảo:

"Này Diệu Cát Tường! Lòng đại từ của ông thật vô lượng. Ông vì thương xót chúng sanh tội khổ nên mới hỏi việc ấy. Nếu Ta thuyết giảng tường tận thì hết thảy chúng sanh đều không thể tín thọ."

Ngài Diệu Cát Tường lại thưa với Phật rằng:

"Thưa Thế Tôn! Ngài có Nhất Thiết Chủng Trí, là thầy của trời người, là cha lành của tất cả chúng sanh. Ngài làm bậc đại Pháp Vương và có thể diễn nói hết thảy diệu Pháp với chỉ một âm thanh. Kính mong Thế Tôn hãy thương xót chúng sanh mà rộng thuyết giảng Pháp này."

❖

Khi ấy Đức Phật liền mỉm cười và bảo toàn thể đại chúng:

"Các ông hãy lắng nghe. Ta sẽ phân biệt và giảng giải cho các ông.

Vào thuở quá khứ có một thế giới tên là Vô Cấu Thanh Tịnh. Trong quốc độ ấy có Đức Phật, hiệu là Phổ Quang Chánh Kiến Như Lai, Ưng Cúng, Chánh Biến Tri, Minh Hành Túc, Thiện Thệ,

Thế Gian Giải, Vô Thượng Sĩ, Điều Ngự Trượng Phu, Thiên Nhân Sư, Phật Thế Tôn. Đức Phật ấy có vô biên chư Bồ-tát đại chúng cung kính vây quanh.

Trong giáo Pháp của Đức Phật đó có một Thanh Tín Nữ tên là Điên Đảo. Khi biết Phật đã xuất hiện ở thế gian, nàng đến chỗ của Phật và xin muốn xuất gia.

Khi ấy người nữ Điên Đảo khóc lóc thảm thiết rồi thưa với Đức Phật kia rằng:

'Thưa Thế Tôn! Con đã trót tạo nghiệp ác. Con nay muốn cầu xin sám hối. Kính mong Thế Tôn hãy nghe con kể rõ sự tình.

Xưa kia con từng có mang và thai nhi đã tròn tám tháng tuổi. Do vì gia pháp nên con không thể có con cái. Thế là con uống thuốc độc để phá thai. Bào thai do con phá khi ấy đã đầy đủ hình người.

Sau đó, con gặp một người trí và vị ấy đã bảo con rằng:

"Nếu ai cố ý phá thai thì hiện đời người này sẽ bị quả báo bệnh nặng và thêm thọ mạng ngắn ngủi. Còn lúc chết sẽ đọa Địa ngục Vô Gián để chịu đau đớn khôn xiết."

Giờ con suy nghĩ lại thì cảm thấy vô cùng hoảng sợ. Cầu mong Thế Tôn với sức đại từ bi, xin Ngài hãy vì con mà thuyết Pháp và cho phép con được xuất gia để thoát miễn khổ báo này.'

❖

Lúc bấy giờ Phổ Quang Chánh Kiến Như Lai bảo người nữ Điên Đảo rằng:

'Ở thế gian có năm loại nghiệp ác khó mà sám hối cho sạch. Những gì là năm?

1. giết cha
2. giết mẹ
3. phá thai
4. làm thân Phật chảy máu
5. phá hòa hợp Tăng

Tội lỗi của những nghiệp ác này rất khó diệt trừ.'

Lúc bấy giờ người nữ Điên Đảo nghẹn ngào khóc than, lệ tuôn như mưa, cúi đầu đảnh lễ với năm điểm chạm đất, và quỳ lết đến trước Phật, rồi thưa với Phật rằng:

'Đức Thế Tôn, bậc đại từ cứu hộ tất cả. Cúi mong Thế Tôn thương xót, xin hãy thuyết Pháp cho con.'

❖

Phổ Quang Chánh Kiến Như Lai lại bảo rằng:

'Nghiệp ác do con gây ra sẽ khiến con đọa Địa ngục Vô Gián và phải chịu đau đớn mà chẳng hề ngừng nghỉ.

Ở trong địa ngục nóng bỏng, luồng gió lạnh bỗng nhiên thổi đến và làm cho người tội tạm thoáng được lạnh. Ở trong địa ngục lạnh buốt, luồng gió nóng bỗng nhiên thổi đến và làm cho người tội tạm thoáng được nóng.

Địa ngục Vô Gián thì không phải như vậy. Ở địa ngục này, lửa từ trên bắn xuống, lửa ở dưới bốc lên. Ở bốn phía tường của địa ngục này đều làm bằng sắt, bên trên có lưới sắt bao phủ, và trên bốn cổng thành của đông tây nam bắc đều có lửa nghiệp cháy hừng hực.

Nếu một người thọ tội thì thân họ cũng đầy chật cả địa ngục và thân dài đến 80.000 hạn lượng. Nếu nhiều người thọ tội thì thân họ cũng đầy chật địa ngục.

Toàn thân của người tội có những con rắn sắt khổng lồ quấn quanh. Nọc độc của nó còn thống khổ hơn cả lửa dữ. Có con bò vào miệng rồi chui ra mắt hoặc tai của người tội. Chúng siết chặt toàn thân của họ từ kiếp này đến kiếp khác. Các khớp xương nơi tay chân của người tội luôn có lửa cháy rực phun ra.

Lại có quạ sắt mổ ăn thịt tội nhân. Hoặc có chó đồng cắn xé thân xác người tội. Các ngục tốt đầu trâu cầm binh khí và thét ra tiếng ác vang dội như sấm sét nổ.

Con cố ý phá thai nên sẽ chuốc lấy khổ này. Nếu Ta nói dối thì Ta không gọi là Phật.'

Khi người nữ Điên Đảo nghe Phật nói xong thì nghẹn ngào đau xót và xỉu trên đất.

Một hồi sau thì mới dần dần tỉnh dậy và lại bạch Phật rằng:

'Bạch Thế Tôn! Có phải chỉ riêng một mình con là sẽ chịu thống khổ này, hay tất cả những chúng sanh nào phá thai thì cũng đều phải thọ lấy nỗi khổ đó?'

❖

Phổ Quang Chánh Kiến Như Lai bảo người nữ Điên Đảo rằng:

'Thai nhi của con đã phát triển đầy đủ hình người. Nó nằm ở giữa các bộ phận dạ dày và đường ruột mà như là đang ở địa ngục với hai tảng đá đè ép vào thân. Nếu mẹ ăn đồ nóng thì con như ở địa ngục nóng. Nếu mẹ ăn đồ lạnh thì con như ở địa ngục lạnh. Suốt ngày nó phải chịu thống khổ.

Thế mà ở trong vô minh, con còn ác tâm cố ý uống thuốc độc. Nghiệp ác này sẽ tự động dẫn con đọa Địa ngục Vô Gián. Những tội nhân ở địa ngục chính là bạn đồng hành của con đó.'

Người nữ Điên Đảo kêu gào và lại bạch rằng:

'Con đã từng nghe người trí nói lời như thế này:

"Nếu ai trót tạo các nghiệp ác mà gặp được Phật hoặc chư Tăng, rồi chí thành sám hối thì tội sẽ được tiêu trừ. Giả như đã mạng chung và rơi vào các địa ngục, nhưng nếu thân bằng quyến thuộc tạo một ít phước cho họ, thì người chết sẽ được sanh lên trời."

Có thật đúng như vậy không, Thế Tôn? Xin Ngài hãy nói cho con biết!'

❖

Phổ Quang Chánh Kiến Như Lai bảo người nữ Điên Đảo rằng:

'Nếu có chúng sanh nào tạo các trọng tội mà gặp được Phật hoặc chư Tăng, rồi chí thành sám hối và quyết không bao giờ tái phạm, thì tội sẽ được tiêu trừ.

Giả như họ đã mạng chung và còn trong lúc Diêm Vương Thiên Tử vẫn chưa tra hỏi định đoạt, nếu lục thân quyến thuộc của người chết có thể lễ Phật cùng thỉnh chư Tăng để cúng dường, lại trong bảy ngày chuyển đọc Phương Quảng Kinh điển của Đại Thừa và thắp hương rải hoa, thì khi ấy sứ giả khảo xét thiện ác của Diêm Vương sẽ cầm cây cờ hiệu năm màu mà đến trước chỗ của Diêm Vương. Ở trước và phía sau của cây cờ hiệu này sẽ có tiếng ca tụng ngợi khen với âm thanh vi diệu và nhu hòa hiền từ vang ra.

Họ trình tấu cho Diêm Vương rằng:

"Người này tích tập việc lành!"

Hoặc giả như người chết lúc sanh thời tin theo tà kiến điên đảo, không tin Kinh điển trong Phật Pháp Đại Thừa, chẳng có tấm lòng hiếu thảo và không có tâm từ bi, lại chẳng có ai làm công đức cho họ trong bảy ngày sau khi mất, thì khi ấy sứ giả của Diêm Vương sẽ cầm cây cờ hiệu màu đen mà đến trước chỗ của Diêm Vương. Ở trước và phía sau của cây cờ hiệu này sẽ có vô lượng ác quỷ.

Họ trình tấu cho Diêm Vương rằng:

"Người này tích tập việc ác!"

Lúc bấy giờ, khi Diêm Vương Thiên Tử thấy cây cờ hiệu năm màu đi đến thì lòng vui mừng vô cùng, ngài lớn tiếng nói rằng:

"Nguyện việc thiện của ta cũng bằng như họ vậy!"

Ngay lúc đó, các địa ngục sẽ biến thành những dòng suối trong. Núi đao rừng kiếm biến thành hoa sen. Tất cả tội nhân đều thọ hưởng vui sướng.

Còn nếu Diêm Vương thấy cây cờ hiệu màu đen thì lòng phẫn nộ và hét ra tiếng dữ tợn như sấm nổ. Người tội lập tức rơi vào trong 18 đại địa ngục.

Tội nhân bị ép phải leo lên rừng kiếm, vào trong núi đao, ngồi trên giường sắt, hay bắt ôm trụ đồng. Lưỡi của họ bị kéo ra để cày bừa, hoặc bị nhét vào trong cối xay để nghiền nát.

Trong một ngày họ có muôn lần chết đi và muôn lần sống lại. Triển chuyển như thế cho đến khi họ đọa Địa ngục Vô Gián để chịu thống khổ tột cùng; từ kiếp này cho đến kiếp khác mà chẳng hề ngừng nghỉ.'

❖

Khi Như Lai kia còn chưa nói xong, thì lúc bấy giờ trong hư không có âm thanh ghê rợn hét ra:

'Điên Đảo! Ngươi cố ý phá thai nên phải chịu quả báo đoản mạng. Ta là quỷ sứ đến truy bắt ngươi đó!'

Khi ấy người nữ Điên Đảo kinh hoàng, nàng ôm chân của Như Lai kia và khóc than.

'Cúi xin Thế Tôn hãy rộng thuyết giảng Pháp tạng của chư Phật và phương pháp tiêu trừ nghiệp tội cho con. Nếu được như thế thì dù có chết đi, con cũng cam lòng.'

Lúc bấy giờ Phổ Quang Chánh Kiến Như Lai dùng uy lực của Phật mà bảo quỷ sứ rằng:

'Này sát quỷ vô thường! Ta bây giờ muốn giảng Kinh Trường Thọ Diệt Tội cho người nữ Điên Đảo. Hãy đợi thêm một lát nữa thì tự ông sẽ có điều chứng ngộ.

[Này Điên Đảo!] Con hãy lắng nghe. Ta sẽ nói Pháp bí mật của chư Phật cho con, đó là Kinh Trường Thọ mà 1.000 Đức Phật quá khứ cũng đã giảng dạy, để khiến con cùng chúng sanh xa lìa đường ác.

Này Điên Đảo! Nên biết rằng, sát quỷ vô thường này đây không bao giờ lay động trước tình cảm van xin. Dù con có lấy vô lượng trăm ngàn vàng, bạc, lưu ly, xa cừ, xích châu, và mã não để mua chuộc tánh mạng thì vẫn không thể nào được thoát miễn đâu. Cho dù những người có thế lực, như là quốc vương, vương tử, đại thần, hay trưởng giả, nhưng lúc quỷ vô thường đến tước đi mạng sống quý báu của họ thì chẳng một ai có thể thoát khỏi.

Này Điên Đảo! Nên biết rằng, duy nhất một chữ Phật mới có thể thoát miễn khổ ách đó.

Này Điên Đảo! Thế gian có hai loại người rất là hy hữu; họ khó gặp như hoa linh thụy.

- Một là những người không bao giờ làm điều ác.
- Hai là những người có thể sám hối khi phạm lỗi lầm.

Những người như thế rất là quý hiếm. Do con đã có thể thành tâm sám hối ở trước Ta, nên Ta sẽ vì con mà thuyết Kinh Trường Thọ, hầu khiến con thoát khỏi khổ ách bị quỷ vô thường truy sát.

❖

Này Điên Đảo! Nên biết rằng, trong đời ác năm trược ở vị lai, nếu có chúng sanh nào gây tạo các trọng tội, như là: giết hại cha mẹ, uống thuốc độc phá thai, hủy hoại chùa tháp, làm thân Phật chảy máu, hoặc phá hòa hợp Tăng.

Những chúng sanh gây tạo năm tội ngỗ nghịch như thế, nếu họ có thể thọ trì Kinh Trường Thọ này, rồi biên chép đọc tụng, hoặc tự biên chép, hay bảo người khác biên chép, thì tội sẽ tiêu trừ và sẽ được sanh lên cõi Phạm Thiên. Huống chi là con nay còn đích thân thấy được Ta.

Lành thay, Điên Đảo! Ở trong vô lượng kiếp, con đã gieo trồng những căn lành. Nhân do câu hỏi khéo léo và sự ân cần sám hối của con, Ta nay sẽ thuyết Pháp cho con. Không bao lâu nữa, con sẽ có thể chuyển Pháp luân vô thượng, có thể vượt qua vô biên đại hải của sanh tử, có thể chiến đấu với Thiên ma Ác Giả, có thể bẻ gãy cờ chiến thắng đã dựng lên của Thiên ma Ác Giả. Con hãy lắng nghe! Ta sẽ thuyết 12 Duyên Khởi mà chư Phật quá khứ cũng đã dạy.

Vô minh làm duyên cho hành, hành làm duyên cho thức, thức làm duyên cho danh sắc, danh sắc làm duyên cho sáu nhập, sáu nhập làm duyên cho xúc, xúc làm duyên cho thọ, thọ làm duyên cho ái, ái làm duyên cho thủ, thủ làm duyên cho hữu, hữu làm duyên cho sanh, sanh làm duyên cho già chết và các ưu sầu khổ não.

Khi vô minh diệt thì hành diệt, hành diệt thì thức diệt, thức diệt thì danh sắc diệt, danh sắc diệt thì sáu nhập diệt, sáu nhập diệt thì xúc diệt, xúc diệt thì thọ diệt, thọ diệt thì ái diệt, ái diệt thì thủ diệt, thủ diệt thì hữu diệt, hữu diệt thì sanh diệt, sanh diệt thì già chết và các ưu sầu khổ não diệt.

Này Điên Đảo! Nên biết rằng, do bởi tất cả chúng sanh không thể quán chiếu 12 Duyên Khởi, nên họ phải luân chuyển trong các đường sanh tử để thọ khổ. Nếu ai có thể quán chiếu 12 Duyên Khởi thì họ sẽ liền thấy như thật của các pháp. Do người đó thấy như thật của các pháp nên họ sẽ liền thấy Phật. Khi đã thấy Phật thì họ sẽ liền ngộ Phật tánh.

Vì sao thế? Bởi hết thảy chư Phật đều dùng 12 Duyên Khởi để làm pháp tánh.

Bây giờ con đã nghe được Ta thuyết giảng 12 Duyên Khởi này, thì con sẽ được Phật tánh thanh tịnh và có thể làm bậc Pháp khí. Ta nay sẽ vì con mà nói một Đạo chân thật. Con hãy tư duy và gìn giữ một niệm này. Một niệm này gọi là Đạo tâm, mà Đạo tâm còn gọi là tâm Đại Thừa.

Vì căn tánh của chúng sanh không đồng đều, nên chư Phật và Bồ-tát phân biệt mà nói có Ba Thừa. Trong niệm niệm con phải luôn luôn gìn giữ Đạo tâm này và chớ để quên mất. Dù thân bị năm uẩn [--sắc, thọ, tưởng, hành, thức--] thiêu đốt, bị bốn con rắn [--đất, nước, gió, lửa--] ăn nuốt, bị ba độc [--tham, sân, si--] não loạn, bị sáu tên giặc [--sắc, thanh, hương, vị, xúc, pháp--] chiếm đoạt, và bị hết thảy chúng ma đến xâm nhiễu, thì cũng không thể nào biến đổi Đạo tâm này.

Nhân do được Đạo tâm như thế, nên thân họ sẽ kiên cố như kim cang, tâm bao la như hư không, và chẳng gì có thể trở ngại hay phá hoại.

Nhân do được thân tâm bất hoại, nên họ liền đắc Vô Thượng Chánh Đẳng Chánh Giác.

Nhân do đắc Vô Thượng Chánh Đẳng Chánh Giác, nên họ sẽ có thường lạc ngã tịnh.

Khi đã có đầy đủ bốn đức của tịch diệt, thì họ sẽ liền có thể xa rời sát quỷ vô thường này cùng sanh già bệnh chết và những sự thống khổ ở địa ngục.'

❖

Khi Đức Phật kia ở giữa đại chúng thuyết Pháp này xong, lúc bấy giờ quỷ sứ đang ở trong hư không nghĩ như vầy:

'Ta đã nghe được Thế Tôn thuyết giảng Pháp yếu đó. Cho dù là địa ngục thì cũng có thể biến thành ao hoa sen thanh tịnh. Bây giờ ta phải xả bỏ cảnh giới của quỷ này mới được.'

Quỷ sứ lại nói với người nữ Điên Đảo rằng:

'Điên Đảo! Khi cô đắc Đạo thì xin hãy hóa độ cho ta!'

Lúc bấy giờ Phổ Quang Chánh Kiến Như Lai lại bảo người nữ Điên Đảo rằng:

'[Này Điên Đảo!] Ta đã giảng 12 Duyên Khởi cho con. Giờ đây Ta sẽ lại vì con mà nói Sáu Độ. Đó là Bố Thí Độ, Tịnh Giới Độ, An Nhẫn Độ, Tinh Tấn Độ, Tĩnh Lự Độ, và Diệu Tuệ Độ. Đây là Sáu Độ, con hãy gắng thọ trì.

Nay Ta sẽ lại vì con mà thuyết bài kệ vô thường của chư Phật quá khứ đã nói khi các Ngài thành Phật.

Các hành đều vô thường
Là pháp của sanh diệt
Khi sanh diệt diệt rồi
Tịch diệt an vui nhất'

Khi nghe Pháp xong, người nữ Điên Đảo hoan hỷ vô cùng, tâm hoát nhiên thanh tịnh, minh liễu khai ngộ. Sau đó, nàng nương thần lực của Phật rồi bay lên hư không với độ cao bằng bảy cây cọ và tĩnh tọa an nhiên.

❖

Lúc bấy giờ có một đại tánh Phạm Chí, gia tài giàu sang không ai sánh bằng, bỗng nhiên lâm trọng bệnh. Sau khi khám bệnh xong, thầy thuốc bảo là cần phải có mắt người trộn với dược thảo thì mới trị lành.

Khi ấy ông trưởng giả liền sai đồng bộc đến các ngã tư đường mà lớn tiếng rao rằng:

'Ai có thể nhẫn chịu đau đớn để bán đôi mắt của mình, thì tôi sẽ cho ngàn lượng vàng với kho tàng trân bảo; tùy ý muốn bao nhiêu cũng được và sẽ không bao giờ nuối tiếc.'

Khi người nữ Điên Đảo nghe qua lời rao đó, trong lòng vui mừng vô cùng và tự nghĩ thầm:

'Mình đã nghe được Kinh Trường Thọ từ Đức Phật, và giờ đây hết thảy nghiệp ác cũng đã tiêu trừ. Tâm mình đã liễu ngộ tánh của chư Phật, và còn rời xa sát quỷ vô thường cùng những sự thống khổ ở địa ngục. Ta phải xả bỏ thân này để báo đáp ân huệ từ bi của Phật.'

Sau khi nghĩ như thế rồi, nàng hô lớn rằng:

'Tôi nay đã 49 tuổi. Sau khi nghe được Kinh Trường Thọ từ Đức Phật, bây giờ tôi muốn xả bỏ thân mạng này mà không hề luyến tiếc để biên chép 49 quyển Kinh Trường Thọ. Tôi chỉ mong sao tất cả chúng sanh đều có thể thọ trì và đọc tụng Kinh này. Tôi cần bán đôi mắt của mình để trả tiền công cho những người biên chép Kinh. Mắt của tôi vô giá và muốn trả bao nhiêu cũng được.'

❖

Lúc bấy giờ Năng Thiên Đế và các vị thiên tử biến hóa thành 49 người phàm, rồi họ đến chỗ của người nữ Điên Đảo mà nói rằng:

'Chúng tôi nguyện sẽ biên chép Kinh này cho cô, nhưng sau khi đã thấy Kinh rồi thì cô phải bán đôi mắt của mình.'

Lúc ấy người nữ Điên Đảo mừng rỡ khôn xiết, nàng tự rạch thịt từ nơi chân tay để lấy xương chẻ làm bút và chích máu làm mực mà cung cấp cho những người biên chép Kinh. Chỉ nội trong bảy ngày thì việc biên chép Kinh hoàn mãn.

Sau đó những người biên chép Kinh nói với người nữ Điên Đảo rằng:

'Bây giờ chúng tôi đã biên chép Kinh xong. Chúng tôi hy vọng cô vẫn còn giữ lời hứa của mình. Sau khi xem Kinh xong, xin cô hãy trao đôi mắt của mình để chúng tôi mang đi bán cho Phạm Chí.'

Lúc bấy giờ người nữ Điên Đảo liền sai một kẻ làm nghề mổ giết để khoét đôi mắt của mình. Nàng cũng thỉnh cầu 49 người biên chép Kinh hãy chia một phần cho hắn.

Kẻ làm nghề mổ giết tuân lệnh và khi sắp sửa khoét mắt nàng thì 49 người kia đều xướng lên rằng:

'Hiếm có thay, hiếm có thay! Thật là chẳng thể nghĩ bàn! Vì muốn biên chép Kinh này, người nữ Điên Đảo này đây đã có thể nhẫn chịu đau đớn để chẻ xương làm bút và chích máu làm mực mà chẳng hề luyến tiếc thân mạng. Chúng tôi làm sao mà đành nỡ lấy đi đôi mắt của cô chứ?'

Rồi với lòng từ bi, họ bảo người nữ Điên Đảo rằng:

'Chúng tôi không còn muốn bán đôi mắt của cô cho Phạm Chí nữa. Nhưng khi nào cô đắc Đạo thì xin hãy cứu độ chúng tôi.

Mong nguyện chúng tôi đời đời sẽ luôn được sanh chung một nơi với cô để làm Thiện Tri Thức và cùng tuyên dương Kinh này để cứu độ hết thảy chúng sanh tội khổ.'

❖

Lúc bấy giờ Hỷ Lạc Long Vương dùng đại uy lực, ngài thi triển những huyễn thuật mà trộm lấy Kinh của người nữ Điên Đảo, rồi cất giữ chúng trong long cung để thọ trì và cúng dường.

Chỉ trong khoảnh khắc, người nữ Điên Đảo bỗng hốt nhiên chẳng còn thấy các Kinh đâu nữa nên nàng nghẹn ngào rơi lệ mà thưa với Phật rằng:

'Thưa Thế Tôn! Con đã xả bỏ thân mạng để biên chép Kinh Trường Thọ. Con chỉ mong sao Kinh này sẽ lưu truyền đến hết thảy chúng sanh. Bỗng nhiên bây giờ con không biết các Kinh đó ở đâu nữa. Lòng con giờ đây tràn đầy sầu muộn và nỗi thống khổ này thật khó mà nhẫn cho đành.'

Phổ Quang Chánh Kiến Như Lai bảo người nữ Điên Đảo rằng:

'Kinh của con đã được long vương thỉnh xuống long cung để thọ trì và cúng dường. Con nên vui mừng và không cần phải ưu sầu.

Lành thay, Điên Đảo! Do bởi năng lực từ công đức đó nên sau khi thọ mạng chấm dứt, con sẽ sanh về các tầng trời ở cõi vô sắc để thọ hưởng mọi điều vui sướng và vĩnh viễn chẳng còn thọ thân nữ.'

Khi ấy người nữ Điên Đảo thưa với Phật rằng:

'Thưa Thế Tôn! Ước nguyện của con không phải muốn sanh lên trời. Con chỉ nguyện đời đời kiếp kiếp sẽ luôn được gặp Thế Tôn. Như thế, Đạo tâm sẽ không bao giờ thoái chuyển. Ở bất cứ nơi nào mà con đến, con sẽ luôn tuyên dương Pháp này cho hết thảy chúng sanh tội khổ.'

Phổ Quang Chánh Kiến Như Lai bảo rằng:

'Có phải con đang nói dối?'

Người nữ Điên Đảo lại thưa rằng:

'[Thưa Thế Tôn!] Nếu con nói dối, xin hãy khiến con bị quỷ vô thường truy bắt như lúc trước. Nếu con thật lòng thì bây giờ ở trước Phật, xin hãy khiến vết thương của con được lành hẳn.'

Do bởi nguyện lực nên người nữ Điên Đảo liền lập tức được bình phục như cũ.

❖

Phổ Quang Chánh Kiến Như Lai lại bảo người nữ Điên Đảo rằng:

'Nếu nhất tâm niệm Phật thì con có thể du hành từ cõi Phật này đến cõi Phật khác. Con sẽ liền có thể thấy vô lượng vô biên thế giới của chư Phật và cũng như thông hiểu bất khả thuyết văn tự cùng ngôn ngữ ở nơi đó.'

Lúc bấy giờ chỉ trong thoáng chốc, người nữ Điên Đảo liền đắc Vô Sanh Pháp Nhẫn của Vô Thượng Chánh Đẳng Chánh Giác.

Này Diệu Cát Tường! Nên biết rằng, Phổ Quang Chánh Kiến Như Lai lúc ấy chính là tiền thân của Ta. Người nữ Điên Đảo chính là tiền thân của ông đó. Còn 49 người biên chép Kinh thuở đó, nay chính là 49 vị sơ phát tâm Bồ-tát đây vậy.

Từ vô lượng kiếp đến nay, Ta luôn tuyên giảng Kinh này cho các ông và Pháp hộ thân để khiến cho hết thảy chúng sanh nào đã gây tạo nghiệp ác, dù họ chỉ nghe được nửa bài kệ trong Kinh Trường Thọ, thì thảy đều được tiêu trừ. Huống chi là nay Ta còn thuyết giảng thêm một lần nữa."

❖

Lúc bấy giờ vua Thắng Quân đang ở trong vương cung. Bỗng vào khoảng nửa đêm, ngài nghe có tiếng của một người đàn bà kêu gào khóc lóc. Tiếng gào khóc bi ai thảm thiết của bà khó ai kiềm lòng cho được.

Nhà vua tự nghĩ thầm:

"Trong thâm cung của ta chưa từng có việc này. Tại sao lại có tiếng bi ai như thế?"

Vào sáng sớm hôm sau, ngài lập tức sai người đến khắp mọi nẻo đường trong thành để tìm cho ra người đàn bà đó. Sứ giả nhận sắc lệnh của quốc vương, họ tìm được và mang về. Khi người đàn bà ấy thấy quốc vương, bà hốt hoảng và xỉu ngay tại chỗ. Sau đó, nhà vua sai người xối nước lạnh vào mặt và dần dần thì bà tỉnh dậy.

Nhà vua hỏi rằng:

"Tối qua có tiếng kêu khóc. Có phải là ngươi không?"

Người đàn bà đó thưa rằng:

"Dạ thưa, chính là thảo dân!"

Nhà vua hỏi rằng:

"Tại sao ngươi lại khóc lóc thảm thiết như thế? Ai đã ức hiếp ngươi?"

Người đàn bà đó thưa rằng:

"[Tâu đại vương!] Nỗi uất hận của con thật không có ai ức hiếp cả. Kính mong đại vương hãy nghe lời nói của thảo dân.

Con xuất giá theo chồng lúc con mới 14 tuổi. Trải qua 30 năm, thảo dân đã sanh được 30 đứa con. Dung nhan của chúng thù diệu, gương mặt hồng hào, môi đỏ như son, và răng trắng như ngọc. Chúng rất đáng yêu và xinh tươi như hoa giữa mùa xuân.

Con thương yêu chúng như xương, như não, và cũng như ruột gan của mình. Thậm chí con quý chúng còn hơn tánh mạng của mình nữa. Nhưng khi chúng vừa chớm lớn và còn chưa đầy một tuổi, khoảng vào mùa hè hoặc mùa thu, thì chúng liền bỏ con mà chết.

Bây giờ chỉ còn lại một đứa cuối cùng. Nó là mạng sống của con, nhưng hiện giờ nó trông ủ rũ. Con e rằng nó cũng sắp ra đi. Đó là nguyên nhân mà vì sao tối qua con đã khóc than."

Khi nghe lời ấy xong, nhà vua rất ư sầu não và tự nghĩ thầm:

"Tất cả bách tánh đều trông cậy nơi ta. Nếu như không thể cứu giúp họ thì ta không gọi là vua."

❖

Thế là ngài liền triệu tập quần thần và cùng họ thảo luận. Ở trong số họ có sáu vị đại thần:

- Vị thứ nhất tên là Kiến Sắc.
- Vị thứ nhì tên là Văn Thanh.
- Vị thứ ba tên là Hương Túc.
- Vị thứ tư tên là Biện Tài.
- Vị thứ năm tên là Tùy Duyên.
- Vị thứ sáu tên là Dị Nhiễm.

Sáu vị đại thần này cùng tâu với nhà vua rằng:

"[Tâu đại vương!] Khi em bé mới chào đời thì nên lập thần đàn thất tinh và nhị thập bát tú để kéo dài thọ mạng, như thế em bé sẽ không bị chết yểu. Kính mong đại vương hãy tuyên cáo phương pháp này đến khắp thiên hạ."

Khi ấy có một vị đại thần tài trí, đã từng gieo trồng các thiện căn ở vô lượng chư Phật, tên là Định Tuệ.

Ngài đến trước nhà vua và tâu rằng:

"[Tâu đại vương!] Đại vương nên biết rằng, phương pháp của sáu vị đại thần đều không thể giúp em bé thoát miễn chết yểu.

Hiện tại có một vị Đại Sư, họ của Ngài là Địa Tối Thắng, tên là Nhất Thiết Nghĩa Thành, là bậc vô sư tự ngộ. Bây giờ Ngài đã thành Phật và đang thuyết Kinh Trường Thọ ở tại núi Thứu Phong. Kính mong đại vương hãy đến nơi đó để nghe.

Nếu ai nghe được nửa câu kệ của Kinh này thì hết thảy trọng tội mà họ đã tạo suốt 100.000 kiếp sanh tử đều sẽ tiêu diệt. Tất cả những đứa trẻ nào nghe Kinh này qua tai, mặc dù chúng không hiểu nghĩa lý, nhưng do bởi công đức của Kinh nên chúng tự nhiên sẽ trường thọ."

Vua Thắng Quân nói rằng:

"Trẫm đã từng nghe sáu vị đại sư nói là tài học của Đạo nhân Địa Tối Thắng kém cỏi, chỉ là đứa con nít, tuổi tác non nớt. Theo luận thuyết của sáu vị đại sư thì Đạo nhân Địa Tối Thắng dùng yêu thuật huyễn hóa. Nếu ai tôn sùng thì đa số họ sẽ mất Chánh Đạo."

❖

Lúc bấy giờ Đại thần Định Tuệ dùng kệ thưa với nhà vua rằng:

"Năng Nhân Tịch Tĩnh Thiên Nhân Sư
Trong vô lượng kiếp tu khổ hành
Nay được thành Phật chuyển Pháp luân
Tuyên lại quá khứ lời chư Phật

Chẳng trái hết thảy chúng sanh nguyện
Sức đại từ bi cứu quần mê
Thấy Phật như rùa gặp gỗ trôi
Cũng như linh thụy tối diệu hoa

Kính mong đại vương đến nghe Pháp
Đừng tin ngoại đạo lục sư ngôn"

Khi nói những bài kệ này xong, Đại thần Định Tuệ dùng sức thần thông, ngài từ dưới đất vọt lên hư không với độ cao bằng bảy cây cọ. Ngài liền ở trước nhà vua mà đọc các chú thuật. Và chỉ trong thời gian của một niệm, Đại thần Định Tuệ khiến núi Diệu Cao cùng nước của biển cả vào trong tim ngài mà thân thể vẫn an nhiên vô ngại.

Khi vua Thắng Quân thấy việc này, nhà vua khen thật hiếm có và biết ngay là Thiện Tri Thức chân chánh.

Rồi ngài đảnh lễ ở trước Đại thần Định Tuệ và hỏi rằng:

"Thầy của thần là ai?"

Đại thần Định Tuệ tâu rằng:

"[Tâu đại vương!] Thầy của vi thần là Đức Phật Năng Tịch. Bây giờ Ngài đang thuyết Kinh Trường Thọ Diệt Tội ở trên núi Thứu Phong gần Đại thành Vương Xá."

❖

Sau khi nghe xong, nhà vua rất vui mừng. Ngài liền tạm ủy thác quốc sự cho Đại thần Định Tuệ, rồi với vô lượng quyến thuộc, đại thần, và trưởng giả cùng đi lên núi Thứu Phong gần thành Vương Xá. Ở trước và phía sau của những cỗ xe báu với bốn ngựa của nhà vua, có cung nữ với đồng bộc cầm theo vòng hoa và 100 loại phẩm vật cúng dường. Khi đến nơi, họ cởi xuống các trang sức trên mình, đi nhiễu Phật bảy vòng, rồi chắp tay đảnh lễ và rải hoa cúng dường. Tiếp đến, nhà vua thưa rõ sự việc ở trên với Phật.

Lúc bấy giờ Thế Tôn bảo vua Thắng Quân:

"Vào thuở quá khứ, người nữ này đã từng làm mẹ kế. Bởi lòng ganh tị, bà dùng thuốc độc giết chết 30 đứa con của người vợ trước.

Những đứa con bị giết đó đều thề rằng:

'Ta nguyện đời đời kiếp kiếp luôn sanh làm con của bà ấy, rồi sẽ liền chết yểu để khiến bà khổ xiết và đau đớn thảm thiết.'

Nhưng bây giờ người nữ này đã tới đây nghe Ta giảng Kinh Trường Thọ, dù chỉ nghe được một bài kệ thì oan gia trái chủ sẽ từ đây vĩnh tuyệt."

❖

Lúc bấy giờ Thế Tôn bảo các đại chúng:

"Khi người mẹ mang thai, Ma vương Ác Giả liền phóng rắn độc của bốn đại và ác tặc của sáu trần vào trong thai nhi. Nếu bất cứ một thứ nào ở trên không điều hòa thì mạng căn liền đứt. Ta có một Tổng Trì thần chú, khéo có thể giúp tăng thêm thọ mạng của em bé. Nếu có em bé nào bị bệnh hoạn khốn khổ, một khi nghe chú này của Ta qua lỗ tai, thì không gì là chẳng lành. Ngoài ra, chú này còn có thể khiến cho ác quỷ tháo chạy biệt tăm."

Liền nói chú rằng:

|| padmi padmi-devī kṣīni kṣīni kṣemin
jūre jūra jūrī hūrā hūrā yu rī yu ra yu rī
para pari-muñca chide bhide bhañje māthe chida-kare svāhā ||

|| bách mi, bách mi - đe vi, cờ si ni, cờ si ni, cờ se min,
chu re, chu ra, chu ri, hu ra, hu ra, du, ri, du, ra, du, ri,
ba ra, ba ri - mun cha, chi đe, bi đe, ban che, ma the, chi đa - ca re, sờ qua ha ||

Đức Phật bảo:

"Nếu có thiện nam tử hoặc thiện nữ nhân nào thọ trì đọc tụng văn cú của Tổng Trì thần chú này, như họ muốn tụng chú này cho em bé đang ở trong bào thai, hoặc cho em bé đã sanh rồi, hay cho các em bé mắc bệnh, thì trong bảy ngày bảy đêm hãy thắp hương rải hoa, biên chép Kinh này để cúng dường, chí tâm lắng nghe và lãnh thọ, thì tất cả trọng bệnh cùng nghiệp chướng ở đời trước của chúng đều sẽ được tiêu trừ."

❖

Lúc bấy giờ có y vương Bồ-tát tên là Năng Hoạt, ngài đến trước Phật và thưa rằng:

"Thưa Thế Tôn! Con làm đại y vương và có thể chữa trị nhiều chứng bệnh. Các trẻ nít có chín loại bệnh khiến chúng có thể bị chết yểu. Những gì là chín?

1. Cha mẹ phi thời hành dục.

2. Nơi sanh nở có máu chảy ô uế trên đất, khiến địa thần không chịu ở nên ác quỷ thừa cơ đột nhập.

3. Lúc sanh nở, rốn của em bé do không khử trùng đàng hoàng nên bị nhiễm vi khuẩn.

4. Lúc sanh nở đã không dùng bông gòn thấm thuốc khử trùng để lau sạch máu dơ từ bào thai bọc em bé.

5. Giết hại động vật để mở tiệc ăn mừng.

6. Khi mang thai hoặc lúc cho em bé bú, người mẹ ăn tạp nhạp các trái cây lạnh.

7. Khi em bé mắc bệnh, chúng được cho ăn với những loại thịt hỗn tạp.

8. Đương lúc sanh nở, điềm chẳng lành xuất hiện tại chỗ sanh. Nếu dây rốn vẫn còn dính vào người mẹ, thì người mẹ sẽ có thể bị chết. Nếu dây rốn đã cắt rồi, thì sẽ khiến em bé bị chết.

Thế nào là điềm chẳng lành? Mắt con người có thể thấy tất cả những loại xác chết và các điều quái dị. Do bởi mắt thấy những điều bất tịnh cho nên gọi là điềm chẳng lành. Nếu lấy ngưu hoàng, trân châu, và cát trắng tinh mang đi nghiền nát, rồi trộn với mật ong và cho em bé dùng, thì sẽ định tâm của em bé và có thể thoát miễn việc không cát tường.

9. Khi dẫn em bé đi vào buổi tối, chúng bị ác quỷ đánh đập.

Nếu có thể thận trọng chín việc này cho tất cả em bé thì chúng sẽ không bị chết yểu."

❖

Giữa lúc bấy giờ, Thiên ma Ác Giả ở trong ma cung, do cũng có Tha Tâm Thông nên thiên ma biết Đức Phật đang thuyết Kinh Trường Thọ Diệt Tội Hộ Chư Đồng Tử Tổng Trì cho đại chúng, thế nên thiên ma sanh lòng phẫn nộ dữ dội, rồi thét ra tiếng ác vang dội, ưu sầu không vui.

Khi ấy ba con gái của thiên ma đến trước phụ vương mà thưa rằng:

"Thưa đại vương! Vì sao cha lại ưu sầu khổ não như thế?"

Ma vương đáp rằng:

"Hiện giờ Đạo nhân Địa Tối Thắng đang thuyết Kinh Trường Thọ cho vô lượng vô biên chúng sanh ở trên núi Thứu Phong gần thành Vương Xá. Đạo nhân Địa Tối Thắng muốn lưu truyền Kinh này đến hết thảy chúng sanh để họ trường thọ an vui. Ông ta đang xâm phạm cảnh giới của cha nên khiến cha khởi sanh lòng tà ác.

Cha bây giờ muốn thống lãnh các quyến thuộc cùng tất cả ma binh để đến chiến đấu. Cho dù là không thể cản trở Đạo nhân Địa Tối Thắng, thì cha cũng sẽ dùng uy lực mà bịt tai của chư thiên và đại chúng lại, để khiến họ không thể nghe Phật giảng Kinh Trường Thọ."

Khi ấy ba con gái của ma vương dùng kệ can ngăn phụ vương:

"Thiên ma Ác Giả có ba con gái
Đến trước phụ vương cúi đầu thưa rằng

Đạo nhân Địa Tối Thắng, thầy trời người
Chẳng phải ma lực có thể cấm ngăn

Ngày xưa Phật ở dưới cội Đạo thụ
Khi vừa ngồi lên Pháp tòa Cát Tường
Ba chúng con đây khêu gợi sắc đẹp

Trong những thiên nữ chúng con đẹp nhất
Trăm loại nhảy múa mưu toan muốn dụ
Nhưng tâm Bồ-tát đều chẳng nhiễm trước
Quán ba chúng con như các cụ bà
Rồi thành chánh giác bậc thầy tất cả

Cung tên của cha muốn làm khiếp sợ
Ma binh vũ khí đầy khắp hư không
Bồ-tát xem như trò chơi trẻ nít
Chẳng chút hãi kinh tâm không thoái chuyển

Ngày nay thành Đạo làm bậc Pháp Vương
Kính mong phụ vương ác ý hãy dừng"

Sau khi Ma vương Ác Giả nghe các bài kệ từ ba con gái của mình xong, thiên ma chọn những binh sĩ anh dũng và nói với họ rằng:

"Ta và các ngươi sẽ cùng đi đến chỗ của Phật. Chúng ta giả vờ đầu hàng Phật, rồi sau đó dùng phương tiện khéo léo để làm cho Phật tin tưởng. Nếu được Phật tín nhiệm, chúng ta tha hồ làm việc của ma để cản trở Kinh này."

Nói xong, ma vương liền dẫn quyến thuộc đồng đến chỗ của Phật, rồi đi nhiễu Đức Phật bảy vòng và thưa với Phật rằng:

"Thế Tôn thuyết Pháp không mệt mỏi chứ? Con nay thống lãnh chúng ma quyến thuộc để đến nghe Kinh Trường Thọ và chúng con muốn làm đệ tử của Phật. Cúi mong Thế Tôn hãy cho chúng con được mãn nguyện."

Lúc ấy Thế Tôn quở trách ma vương rằng:

"Ông đã ở tại ma cung của mình sanh tâm phẫn nộ. Mưu kế của ông là giả vờ quy thuận, rồi thừa cơ làm ma sự. Ở trong Pháp của Ta không dung chứa việc dối trá của ông."

Khi ấy Ma vương Ác Giả cảm thấy hổ thẹn, rồi từ bỏ cái dáng điệu gian xảo mà thưa với Phật rằng:

"Thưa Thế Tôn! Mưu kế ngu si của con thật không thể che giấu được Ngài. Cầu mong Thế Tôn đại từ bi, xin hãy tha thứ lỗi lầm của con. Bây giờ con đã nghe được Kinh Trường Thọ Diệt Tội Hộ Chư Đồng Tử Tổng Trì.

Con xin phát thệ nguyện rằng:

'Vào thời Mạt Pháp, nếu có ai thọ trì đọc tụng và biên chép Kinh này, thì ở nơi đó, con sẽ ủng hộ và không để cho ác quỷ có cơ hội gây hại đến họ.

Giả như ở địa ngục, nếu có tội nhân nào tưởng nhớ đến Kinh này chỉ trong một thoáng thôi, thì con sẽ dùng sức đại uy thần để lấy nước của biển lớn mà xối vào người tội, và con cũng khiến cho đại địa ngục biến thành như ao hoa sen.'"

❖

Lúc bấy giờ lại có chúng quỷ bạo ác bay trên không, với Quỷ bạo ác Ăn Thịt Con Nít và những vị khác như thế làm thủ lãnh của họ, cùng với các quyến thuộc đồng loại từ trên không bay xuống.

Sau đó họ đi nhiễu Đức Phật 1.000 vòng, rồi thưa với Phật rằng:

"Thưa Thế Tôn! Chúng con đã thọ sanh làm thân quỷ bạo ác từ vô lượng kiếp đến nay. Quyến thuộc của chúng con thì nhiều như cát sông Hằng.

Chúng con ai nấy đều phải bị đói khát giày vò. Ở khắp mọi nơi, chúng con chỉ ăn thai nhi và uống máu ăn thịt của các em bé sơ sinh. Quyến thuộc của chúng con luôn rình rập tất cả chúng sanh. Đợi đến lúc vợ chồng giao hợp, chúng con ăn tinh dịch của họ và khiến họ không thể có con cái.

Hoặc chúng con cũng theo vào trong thai nhi để gây hại và uống máu.

Hoặc trong vòng bảy ngày từ lúc em bé mới sanh, chúng con tìm cơ hội để đoạt mất tánh mạng của nó. Cho dù là đứa bé đã đến mười tuổi, quyến thuộc của chúng con cũng có thể biến làm muôn loại trùng ác độc để vào trong bụng của em bé, rồi ăn nuốt ngũ tạng và toàn bộ tinh huyết của nó. Khi đó sẽ có thể khiến cho em bé bị ói sữa và mắc bệnh lỵ.

Hoặc làm cho em bé mắc bệnh đường ruột, bệnh sốt rét, mắt sưng húp, và bụng trướng nước. Rồi dần dần chúng con sẽ đoạt mất mạng sống của nó.

Nay chúng con đã nghe Phật giảng Kinh Trường Thọ Diệt Tội Hộ Chư Đồng Tử Tổng Trì, chúng con sẽ phụng trì lời giáo sắc của Thế Tôn. Cho dù quyến thuộc của chúng con bị đói khát bức bách, thì chúng con cũng không bao giờ dám ăn thai nhi và uống máu ăn thịt của các em bé sơ sinh."

Phật bảo những vị quỷ bạo ác rằng:

"Các ông nên thọ trì giới cấm của Ta, thì sẽ khiến các ông sau khi xả thân quỷ bạo ác này mà được sanh lên trời để thọ hưởng vui sướng."

Phật bảo đại chúng rằng:

"Nếu có em bé nào mắc bệnh ngặt nghèo, thì mẹ hiền của chúng nên lấy một ít sữa của mình rồi rưới lên không trung để bố thí cho chúng quỷ bạo ác. Lại với tâm thanh tịnh, người mẹ hãy thọ trì, biên chép, và đọc tụng Kinh Trường Thọ Diệt Tội Hộ Chư Đồng Tử Tổng Trì này, thì bệnh của em bé sẽ liền tiêu trừ."

Khi ấy chúng quỷ bạo ác vui mừng vô cùng và thưa với Phật rằng:

"[Thưa Thế Tôn!] Nếu chúng con có thể sanh lên trời thì quyến thuộc của chúng con sẽ không bao giờ xâm đoạt sữa của em bé. Cho dù là phải nuốt viên sắt, chúng con cũng không bao giờ uống máu con nít.

Sau khi Phật diệt độ, nếu ai có thể đọc tụng và thọ trì Kinh này thì dù ở bất cứ nơi đâu, giả như có kẻ ác muốn não loạn vị Pháp sư này, hoặc có ác quỷ muốn não hại các em bé, chúng con sẽ cầm chày kim cang của Phật mà hộ vệ họ và không để cho ác quỷ thừa cơ hãm hại."

❖

Lúc bấy giờ tất cả các đại thiên vương cùng quyến thuộc, tất cả long vương, tất cả tiệp tật vương, phi thiên vương, kim sí điểu vương, nghi thần vương, đại mãng xà vương, vua quỷ đói, vua quỷ hút tinh khí, vua quỷ xú uế, và cho đến vua quỷ cực xú uế. Khi ấy, hết thảy chư vương cùng quyến thuộc đều lễ bái Đức Phật.

Sau đó, họ cùng chắp tay và nói lời như vầy:

"Thưa Thế Tôn! Kể từ bây giờ, ở bất cứ nơi đâu mà có những vị Bhikṣu, Bhikṣuṇī [bíc su ni], Thanh Tín Nam, hoặc Thanh Tín Nữ nào thọ trì hay biên chép Kinh Trường Thọ này, thì quyến thuộc của chúng con sẽ luôn hộ vệ người ấy.

Chư vương chúng con đây sẽ đuổi trừ tất cả ác quỷ. Giả như có chúng sanh nào bị ác quỷ não hại và khiến họ gặp hoạn nạn khổ bức, nếu họ có thể thanh tịnh thân tâm mà biên chép Kinh này, thì chư vương chúng con đây sẽ chế phục ác quỷ, khiến người ấy không bị chết oan và cũng không bị loài ác quỷ gây hại."

❖

Lúc bấy giờ Kiên Lao Địa Thần từ chỗ ngồi đứng dậy và nói lời như vầy:

"Thưa Thế Tôn! Nếu có đệ tử nào của Phật thọ trì Kinh Trường Thọ Diệt Tội Hộ Chư Đồng Tử Tổng Trì này, thì địa thần chúng con sẽ làm cho đất đai của người đó luôn được phì nhiêu màu mỡ. Khi ăn thực vật trồng trên đó sẽ khiến họ tăng thêm thọ mạng.

Chúng con sẽ luôn dùng vô số vàng bạc, cùng đủ mọi đồ dùng trong sinh hoạt, và muôn loại cốc mễ mà cung cấp đầy đủ cho người có tín tâm này. Như thế họ sẽ không bị thiếu hụt, cuộc sống an ổn, chẳng có lo âu, tâm thường hoan hỷ, được phước điền tốt lành, và sẽ chẳng có ác quỷ đoạt mất mạng sống của họ.

Nếu có em bé nào mới chào đời trong vòng bảy ngày, địa thần chúng con sẽ bảo hộ và không để các bé bị chết yểu."

❖

Lúc bấy giờ trong đại chúng, vị Kim Cang Lực Sĩ cũng thưa với Phật rằng:

"Thưa Thế Tôn! Sau khi Như Lai đã giảng Kinh Trường Thọ Diệt Tội Hộ Chư Đồng Tử Tổng Trì này rồi, thì các vị đại thí chủ cùng những quyến thuộc đều nên phát tâm hộ trì, đọc tụng, và biên chép Kinh này. Họ cũng nên cúng dường đầy đủ và chớ để thiếu hụt.

Con đã từng nghe Đại Đức Thế Tôn tuyên thuyết Cát Tường Đại Thần Lực Chương Cú. Ngài bảo rằng, nếu có chúng sanh nào nghe thần chú này một lần qua tai thì suốt 100.000 đời, họ sẽ không bao giờ bị đoản mạng. Họ sẽ được trường thọ và chẳng mắc bệnh khổ. Tuy họ có bốn loại ma đang cư ngụ trong thân thể, nhưng chúng sẽ không thể ngang ngược lộng hành. Thần chú này giúp họ tăng trưởng thọ mạng. Họ có thể sống đến trọn 120 tuổi, hoặc không già không chết, và cho đến được quả vị không thoái chuyển.

Nếu có đệ tử nào của Phật đang mắc bệnh khổ trầm trọng mà nghe được thần chú này, thì sẽ liền thoát khỏi bị chúng ác quỷ đoạt mất tánh mạng."

Liền nói chú rằng:

|| tadyātha candri candra-vide candrama hūṃ candravate
candra-pūre candra-jaye candra-tire candra-vime
candra-dhuru candra-prabhe candra-uttare candra-patīye
candra-bhāme candra-khaḍge candrāloke svāhā ||

|| ta đi a tha, chân đờ ri, chân đờ ra - vi đe, chân đờ ra ma, hùm, chân đờ ra qua te,
chân đờ ra - bu re, chân đờ ra - cha de, chân đờ ra - ti re, chân đờ ra - vi me,
chân đờ ra - đu ru, chân đờ ra - bờ ra be, chân đờ ra - út ta re, chân đờ ra - ba ti de,
chân đờ ra - ba me, chân đờ ra - kha đi ghe, chân đờ ra lô ke, sờ qua ha ||

Đức Phật bảo:

"Lành thay, lành thay, Kim Cang Lực Sĩ! Ông nay có thể tuyên thuyết Thần Chú Cát Tường Bảo Hộ Các Em Bé này, thì ông sẽ sớm làm bậc đại Đạo Sư của tất cả chúng sanh.

Này Diệu Cát Tường! Nên biết rằng, chư Phật quá khứ đều tuyên thuyết thần chú như vậy. Nó có năng lực bảo hộ người tu hành, khéo có thể tăng trưởng thọ mạng cho trời người, có thể diệt trừ hết thảy tội cấu ác kiến, và có thể hộ vệ tất cả người trì Kinh để họ tăng thêm thọ mạng."

❖

Lúc bấy giờ Thế Tôn bảo Diệu Cát Tường Pháp Vương Tử:

"Sau khi Ta diệt độ, trong đời ác năm trược, nếu có Bhikṣu nào phá giới cấm của Ta, gần gũi Bhikṣuṇī cùng với các xử nữ, hoặc cùng với Cần Sách Nam hay Cần Sách Nữ uống rượu ăn thịt, gian dâm hẫy hừng, thì chính những kẻ này sẽ hủy diệt Pháp của Ta và làm cho các cư sĩ bạch y khinh rẻ. Chúng kinh doanh như người thế tục và làm những việc bất tịnh. Chúng không có lòng hổ thẹn và tâm như cái đầu gỗ. Phải biết hạng người này là những kẻ tạo năm tội ngỗ nghịch, không phải đệ tử của Ta, là quyến thuộc của ma, và chúng được gọi là lục sư ngoại đạo. Ở đời hiện tại, các Bhikṣu đó sẽ mắc quả báo đoản mạng. Còn những Bhikṣuṇī nào như thế thì cũng sẽ mắc quả báo như vậy. Nhưng nếu họ có thể sám hối và không bao giờ tái phạm, cùng thọ trì Kinh này thì sẽ liền được trường thọ.

❖

Lại nữa, Diệu Cát Tường! Sau khi Ta diệt độ, trong đời ác năm trược, nếu có Bồ-tát nào phỉ báng người khác, rồi tự khen việc thiện của mình, hoặc không muốn chia sẻ và truyền dạy Phương Quảng Kinh điển cho người khác, Bồ-tát như thế chính là bạn lữ của ma, không phải là Bồ-tát chân thật. Nhưng nếu họ có thể chí tâm thọ trì Kinh này cùng biên chép đọc tụng, thì sẽ liền được thân kim cang bất hoại và thường hằng của chư Phật.

❖

Lại nữa, Diệu Cát Tường! Sau khi Ta diệt độ, trong đời ác năm trược, nếu có quốc vương nào giết hại cha mẹ, tru trảm lục thân, không y theo vương pháp, và khởi binh xâm chiếm nước khác; khi trung thần can gián thì liền bị giết, dâm dục hẫy hừng, đi ngược lại chính sách an dân của tiên đế; lại còn phá hủy tháp tự và thiêu đốt Kinh tượng. Do bởi quốc vương vô đạo như thế nên trong nước ấy sẽ có lũ lụt và hạn hán thất thường, dân chúng đói khát và mắc bệnh dịch nên phải tử vong. Ở đời hiện tại, quốc vương như thế sẽ bị đoản mạng. Khi chết họ sẽ đọa Đại địa ngục Vô Gián. Nhưng nếu họ có thể biên chép, lưu thông, và cúng dường Kinh này, cùng chí thành sám hối và làm theo chính sách an dân của tiên đế thì sẽ liền được trường thọ.

❖

Lại nữa, Diệu Cát Tường! Sau khi Ta diệt độ, trong đời ác năm trược, nếu có đại thần cùng bách quan nào thọ hưởng bổng lộc của vua mà không làm tròn chức vụ của mình; họ không có lòng hổ thẹn, nịnh hót bất trung, chuyên làm điều dối trá; họ là những tặc thần nguy hại, khiến cho đất nước bất an; giả như có người đến trình tấu thì họ không làm đúng theo quốc pháp, hà hiếp bách tánh, phóng túng tham lam, giết hại kẻ vô tội, và cướp đoạt tài bảo của dân chúng; họ còn khinh nhờn Kinh điển và làm chướng ngại sự truyền bá của giáo Pháp Đại Thừa. Ở đời hiện tại, những hạng người như thế sẽ bị đoản mạng. Khi chết họ sẽ đọa Địa ngục Vô Gián mà không có kỳ hạn thoát khỏi. Nhưng nếu họ có thể sám hối, biên chép đọc tụng, và thọ trì Kinh này thì sẽ liền được trường thọ và luôn mãi có bổng lộc.

❖

Lại nữa, Diệu Cát Tường! Sau khi Ta diệt độ, trong đời ác năm trược sẽ có những Thanh Tín Nam cùng Thanh Tín Nữ tin theo tà kiến điên đảo và không tin Chánh Pháp trong Kinh điển Đại Thừa. Các chúng sanh như thế, cho dù được sở hữu vô lượng trăm ngàn vàng bạc đi nữa thì vẫn ôm lòng bỏn xẻn. Họ chỉ tham cầu tiền tài danh lợi, chẳng thể bố thí, hoặc tương cứu những ai nghèo khổ túng thiếu. Họ lại không thể biên chép, thọ trì, và đọc tụng 12 Phần Giáo. Họ sẽ chẳng bao giờ thoát khỏi khổ ách vô thường của đường ác. Những người như vậy, cảnh nhà sa sút: chim đậu ở dưới bếp lò, rắn bò vào phòng, chó thình lình trèo lên nóc nhà, chuột kêu 100 tiếng lạ khác nhau, các loài cầm thú hoang dã tranh nhau vào nhà, hoặc 100 loại yêu tinh quỷ quái xuất hiện nơi cư trú. Bởi thấy những điều quái dị như thế nên trong lòng của họ sanh phiền não. Do phiền não tích tập nên họ bị đoản mạng.

Nhưng nếu họ có thể biên chép, thọ trì, lưu thông, và đọc tụng Kinh này thì liền có thể tồi phá những điều quái dị như thế và sẽ được trường thọ.

❖

Lại nữa, Diệu Cát Tường! Sau khi Ta diệt độ, trong đời ác năm trược sẽ có các bậc làm cha mẹ, tuy con cái đã lớn khôn nhưng vẫn luôn thương nhớ và lo lắng. Thế nên họ sanh ra tâm bệnh.

Tại sao thế? Ví dụ như khi con trai trưởng thành và bị bắt đi quân dịch. Bởi là pháp luật của đất nước nên không thể làm gì hơn, vì thế mà cha mẹ lo âu. Đây gọi là tâm bệnh. Hoặc khi con gái khôn lớn và xuất giá theo chồng. Ở bên phía chồng, chúng bị người khinh khi, vợ chồng không hòa thuận, vì thế mà cha mẹ lo âu. Đây gọi là tâm bệnh. Do bởi tâm bệnh nên họ sanh ra ưu sầu khổ não. Do bởi bệnh tích tập từ ưu sầu khổ não nên hiện đời họ phải đoản mạng. Nhưng nếu họ có thể biên chép và thọ trì Kinh này thì sẽ được trường thọ. Do bởi uy lực của Kinh nên con cái của họ bình an, sống hòa thuận, và tâm bệnh của bản thân cũng được tiêu trừ.

❖

Lại nữa, Diệu Cát Tường! Sau khi Ta diệt độ, trong đời ác năm trược sẽ có những chúng sanh chẳng có một chút lòng từ bi. Chúng giết hại sanh mạng và ăn thịt của mọi loài chúng sanh, bao gồm mười loại thịt [: thịt người, thịt voi, thịt ngựa, thịt chó, thịt rắn, thịt sư tử, thịt cọp, thịt beo, thịt gấu, và thịt linh cẩu].

Này Diệu Cát Tường! Nên biết rằng, việc đó thì cũng như là việc giết cha mẹ và ăn thịt lục thân. Hoặc do bởi sát sanh mà lại còn phá thai, nhân vì tạo nghiệp như thế nên hiện đời họ bị đoản mạng. Giả sử khi vợ chồng giao hợp, tinh dịch sẽ bị quỷ bạo ác ăn nuốt nên khiến họ không thể có con. Nhưng nếu họ có thể biên chép và thọ trì Kinh này thì sẽ liền thoát miễn khổ báo đó.

❖

Lại nữa, Diệu Cát Tường! Sau khi Ta diệt độ, trong đời ác năm trược sẽ có những chúng sanh không biết việc đời trước. Khi tạm được thân người thì chúng chỉ lo hưởng thụ khoái lạc. Thế nhưng chúng còn phỉ báng, hoặc cậy thế ỷ quyền và hăm dọa tánh mạng người khác. Chúng dấy khởi muôn loại ác tâm, kiêu căng ngã mạn, và chẳng tin Kinh điển Đại Thừa. Ở đời hiện tại, những hạng người như thế sẽ bị đoản mạng. Nhưng nếu họ có thể thành tâm sám hối, sửa đổi tâm tánh, cùng biên chép đọc tụng và thọ trì Kinh này, thì do bởi năng lực từ thiện căn ấy mà họ được trường thọ. Cho dù có mắc bệnh tật đi nữa thì họ cũng không bao giờ bị chết một cách oan uổng.

❖

Lại nữa, Diệu Cát Tường! Sau khi Ta diệt độ, trong đời ác năm trược sẽ có những chúng sanh thi hành sắc lệnh của vua hoặc lời dạy bảo của cha mẹ mà đến nơi tha phương. Họ băng qua những con đường hiểm trở để buôn bán và đi tìm các trân bảo. Do vì tiền tài danh lợi, họ kiêu căng ngã mạn, chơi bời cờ bạc, gần gũi dâm nữ, và kết giao với ác tri thức. Bởi không tuân theo sắc lệnh của vua cùng lời căn dặn của cha mẹ, họ rượu chè đàng điếm nên khiến thân tàn mạng mất. Hoặc giả sử có được tài bảo đi nữa, nhưng do rượu làm tâm trí hôn mê nên họ không biết con đường nào dẫn đến chỗ an toàn. Cuối cùng là họ phải lạc vào hiểm lộ nên bị bọn ác tặc cướp đoạt tài bảo. Thế nên tánh mạng của họ cũng mất đi. Nhưng nếu họ có thể biên chép Kinh này và phát lời thệ nguyện quảng đại, thì dù ở bất cứ nơi đâu, ác tặc sẽ thoái lui và chúng khởi tâm hoan hỷ, các loài thú dữ sẽ không thể nhiễu loạn hay gây hại, thân tâm an ổn, và có được nhiều tài bảo. Do bởi uy lực của Kinh mà họ được trường thọ.

❖

Lại nữa, Diệu Cát Tường! Sau khi Ta diệt độ, trong đời ác năm trược sẽ có những chúng sanh do vì gây tạo nghiệp ác nên lúc chết phải đọa địa ngục. Khi từ địa ngục ra khỏi, họ sẽ thác vào chốn bàng sanh. Cho dù họ có được thân người đi nữa thì sáu căn cũng không hoàn chỉnh. Lúc sanh ra thì họ bị mù điếc, câm ngọng, hoặc gù lưng. Nếu sanh làm thân nữ thì họ sẽ không hề biết đến văn tự trong Kinh điển. Giả như sanh làm thân người nam, nhưng do bởi nghiệp ác, họ ngu si ám độn và không thể chuyển đọc Kinh Trường Thọ này. Thế nên tâm họ sẽ khởi sanh ưu sầu khổ não. Do bởi có ưu sầu khổ não nên gọi là tâm bệnh. Do bởi có tâm bệnh nên hiện đời họ bị đoản mạng. Nhưng nếu họ có thể thỉnh cầu Thiện Tri Thức biên chép Kinh này, rồi đích thân truyền trao cho người khác, từ đầu đến cuối, họ một lòng tôn kính và đội mang Kinh này trên đỉnh đầu. Do bởi chí thành nên họ sẽ được vô lượng công đức. Họ sẽ không bao giờ còn thọ lại những nghiệp ác như trên. Ở hiện đời, người ấy sẽ được trường thọ.

❖

Lại nữa, Diệu Cát Tường! Sau khi Ta diệt độ, trong đời ác năm trược, nếu có chúng sanh nào sau khi mạng chung, lại được quyến thuộc vì người chết ấy mà tu tạo những phước lành từ 7 ngày cho đến 49 ngày, thì trong bảy phần công đức, người chết chỉ được một phần. Nhưng nếu có thể trong 49 ngày ở lúc sanh thời, họ ngưng tất cả chuyện nhà để biên chép Kinh này, rồi cúng dường hương hoa, đảnh lễ Phật, và thỉnh chư Tăng đến để dọn lễ chay cúng dường bảy lần, thì công đức có được sẽ nhiều như cát sông Hằng. Ở đời hiện tại, người ấy sẽ được trường thọ và vĩnh viễn lìa xa khổ ách của ba đường ác. Còn nếu người ấy đã chết, người thân cốt nhục có thể mang tài sản của họ mà tu tạo phước đức, thì người chết sẽ hưởng trọn bảy phần công đức.

❖

Lại nữa, Diệu Cát Tường! Sau khi Ta diệt độ, trong đời ác năm trược sẽ có những chúng sanh bất hiếu và tạo năm tội ngỗ nghịch. Đối với cha mẹ, chúng chẳng nhớ ơn nghĩa sinh thành. Còn đối với anh chị em, chúng vong ân phụ nghĩa. Lúc bấy giờ, khi Hành Đạo Thiên Vương đi tuần ở bốn châu thiên hạ, ngài trỗi muôn loại âm nhạc và dẫn các quyến thuộc đến châu Thắng Kim vào ba tháng chay [--tháng Giêng, tháng Năm, và tháng Chín--] của mỗi năm để làm lợi ích cho chúng sanh. Nếu có chúng sanh nào đang bị những chứng bệnh hành hạ, thì Hành Đạo Thiên Vương sẽ giúp đuổi trừ ác quỷ và khiến họ được lành bệnh. Nhưng nếu có chúng sanh nào bất hiếu, ganh tị, và tạo nghiệp ác, thì lúc bấy giờ Hành Bệnh Quỷ Vương liền thổi khí độc để họ mắc mọi chứng bệnh ôn dịch nguy kịch. Họ bị nóng, bị lạnh, hay bị sốt rét làm đuối sức, tà ma quỷ độc thừa cơ đột nhập, hoặc mắc phải bệnh hủi ngặt nghèo. Nhưng nếu họ có thể vào mùng một của tháng Giêng mà thắp hương rải hoa cùng thanh tịnh thân tâm để biên chép Kinh này, hoặc từ ngày đó cho đến bảy ngày, họ đảnh lễ Phật, thỉnh chư Tăng đến cúng dường, ăn chay, trì giới thanh tịnh, và đọc tụng Kinh này, thì do bởi thiện căn ấy mà trọn đời họ sẽ không bao giờ mắc phải bệnh tật và ôn dịch. Do bởi không mắc phải bệnh tật và ôn dịch nên họ sẽ được trường thọ.

❖

Lại nữa, Diệu Cát Tường! Sau khi Ta diệt độ, trong đời ác năm trược sẽ có những chúng sanh phước bạc. Khi kiếp sắp chấm dứt, lúc đó sẽ có bảy mặt trời đồng thời chiếu sáng. Cho dù không có bảy mặt trời đi nữa, nhưng nếu có quốc vương vô đạo nên sẽ khiến trời hạn hán. Tất cả mọi cỏ cây, rừng rậm, trăm loại hạt, cây mía, và hoa quả ở trên đất sẽ khô héo rồi chết đi. Trái lại, nếu có quốc vương nào vì hết thảy chúng sanh mà có thể thọ trì đọc tụng Kinh điển này, thì Hỷ Lạc Long Vương, Hiền Hỷ Long Vương, và các vị long vương khác sẽ thương xót chúng sanh. Rồi các vị vua rồng sẽ lấy nước từ biển lớn và tuôn xuống những cơn mưa để thấm nhuần tất cả rừng rậm, trăm loại hạt, dược thảo, và cây cối để làm chúng sanh vui mừng. Do bởi uy lực từ Kinh này nên mọi người sẽ được trường thọ.

❖

Lại nữa, Diệu Cát Tường! Sau khi Ta diệt độ, trong đời ác năm trược sẽ có những chúng sanh buôn bán gian lận và kiếm tiền một cách bất nghĩa. Do bởi tạo nghiệp tội đó nên khi chết, họ sẽ đọa địa ngục. Khi từ địa ngục ra khỏi, họ sẽ sanh làm các loài động vật, như là trâu bò, lừa, voi, ngựa, heo, chó, dê, muỗi, ruồi trâu, rận, kiến, cùng mọi loài cầm thú. Nếu có vị đại Bồ-tát nào với lòng từ bi mà chuyển đọc Kinh này ở trước những động vật ấy để khiến chúng nghe được một lần qua tai, thì do bởi uy lực của Kinh này nên tùy theo mỗi loài mà thảy đều giải thoát. Khi các loài động vật ấy xả bỏ thân đó rồi, chúng sẽ được sanh lên trời để thọ hưởng vui sướng. Nếu có Bồ-tát nào mà chẳng có lòng từ bi và không thể rộng thuyết giảng Kinh điển này, thì họ không phải là đệ tử của Phật, mà là bạn lữ của ma.

❖

Lại nữa, Diệu Cát Tường! Sau khi Ta diệt độ, trong đời ác năm trược sẽ có những chúng sanh ngã mạn, không tin Kinh điển, và hủy báng Pháp của Ta. Hoặc giả sử có nơi giảng Pháp, chúng chẳng có lòng muốn nghe hay muốn học. Do bởi tạo những nghiệp tội đó nên hiện đời họ bị đoản mạng và sau khi chết phải sa vào các địa ngục. Nhưng nếu có nơi nào thuyết giảng Kinh Trường Thọ này, và tất cả chúng sanh có thể đến nghe, hoặc họ có thể khuyên người khác đến nghe, hay san sẻ chỗ ngồi của mình cho người mới tới, thì người như vậy chính là hộ Pháp của Phật. Họ sẽ trường thọ và không rơi vào đường ác. Nếu ai muốn chuyển đọc Kinh Pháp này, họ có thể lập đàn thanh tịnh, lớn nhỏ tùy theo kích cỡ của căn phòng.

❖

Lại nữa, Diệu Cát Tường! Sau khi Ta diệt độ, trong đời ác năm trược sẽ có những người nữ đang mang thai mà giết hại động vật để lấy ăn thịt, hoặc ăn các loại trứng chim. Bởi chẳng có một chút lòng từ mẫn nên ở đời hiện tại, họ sẽ mắc phải quả báo đoản mạng và quả báo sanh khó. Do bởi sanh khó nên họ có thể bị chết. Hoặc dù có sanh được đứa con này đi nữa, nhưng nó là oan gia trái chủ chứ không phải đứa con hiền đức. Nhưng nếu họ có thể phát thệ nguyện rộng lớn và biên chép Kinh này, thì sẽ liền sanh dễ dàng, không có các tai chướng, và mẹ con đều an vui. Như muốn con trai hay con gái thì sẽ tùy theo ước nguyện của họ mà được sanh cả."

❖

Lúc bấy giờ Thế Tôn bảo Diệu Cát Tường Bồ-tát:

"Ta nay giảng Kinh Trường Thọ Diệt Tội và 12 Duyên Khởi Phật Tánh này, thì chư Phật quá khứ cũng đã đồng thuyết giảng. Nếu có chúng sanh nào thọ trì đọc tụng Kinh này, họ sẽ đạt được rất nhiều phước lợi và có thể sống trọn đến 120 tuổi. Khi lâm chung, họ sẽ không bị đao bay cắt xẻo thân thể và cũng chẳng phải chịu hết thảy mọi khổ ách khác. Do bởi nghe Kinh Phật Tánh nên họ sẽ được thân kim cang bất hoại và thường hằng của chư Phật. Thân ấy là trạm nhiên thanh tịnh, niệm niệm kiên cố. Khi họ sắp mạng chung thì sẽ có hai vị Bồ-tát xuất hiện. Vị thứ nhất tên là Quán Thế Âm. Vị thứ nhì tên là Đại Thế Chí. Hai vị Bồ-tát này sẽ cưỡi mây năm màu, ngồi trên lưng voi trắng sáu ngà, và mang theo đài hoa sen để tiếp dẫn người niệm Phật sanh về quốc độ của Đức Phật Bất Động. Lúc đó, hành giả sẽ tự nhiên được an vui và sẽ không rơi vào tám nạn.

Này Diệu Cát Tường! Nên biết rằng, tất cả chúng sanh si mê đều chẳng hay chẳng biết gì về thọ mạng ngắn ngủi mỏng manh của họ như cục đá cọ xát xẹt ra tia lửa, như bọt trên mặt nước, và như tia điện chớp.

- Bởi thế mà họ ở trong đó chẳng kinh chẳng sợ.
- Bởi thế mà họ ở trong đó tham lam tài lợi.
- Bởi thế mà họ ở trong đó rượu chè đàng điếm.
- Bởi thế mà họ ở trong đó sanh lòng đố kỵ.

Cho nên, họ cứ phải trôi dạt trên sóng biển lớn của sanh tử. Duy chỉ có chư Phật và Bồ-tát mới có thể qua bờ kia. Còn chúng sanh phàm phu thì chắc chắn phải bị trầm luân. Sát quỷ vô thường sẽ chợt đến bất kỳ. Cho dù họ có dùng vô lượng vô biên vàng bạc với tài bảo để cầu xin tha mạng thì cũng chỉ là vô ích.

Chúng sanh nên biết và cần quán thân này mà nghĩ như vầy:

'Thân này như bốn con rắn độc và luôn bị vô lượng loài trùng táp ăn. Thân này là xú uế, ham muốn dục lạc, trói buộc như lao ngục. Nó là thân đáng ghét và giống như con chó đã chết. Thân này bất tịnh và có chín lỗ luôn tiết ra đồ dơ bẩn. Thân này như thành trì để cho quỷ bạo ác ẩn náu. Thân này không bền lâu, rồi sẽ bị quạ, diều hâu, và chó đói ăn thịt. Vì thế ta cần phải xả bỏ thân ô uế này mà khởi tâm cầu Đạo.'

Hãy quán sát lúc thân này mất đi, mồ hôi trắng chảy ra, hai tay ngửa lên, đau đớn khó mà nhẫn cho đành. Khi mạng căn đã hoàn toàn đứt hẳn, từ một ngày, hai ngày, và cho đến năm ngày, thân xác trương sình với máu ứ xanh bầm, máu mủ xì ra. Nó thật gớm ghiếc đến ngay cả cha mẹ vợ con còn không dám nhìn.

Cho dù thân này đã chôn xuống đất thì thịt và xương cũng đều phân tán. Như là xương đùi, xương vai, xương chày, xương hông, xương sườn, xương sống, xương sọ, và đầu lâu thì mỗi thứ mỗi nơi. Còn thịt, ruột, dạ dày, tim, gan, phổi, thận, và lá lách thì bị các loài trùng làm ổ.

Nếu quán sát như vậy thì làm gì thật có tồn tại của chính mình chứ? Cho dù đương lúc còn sống đi nữa, thì vàng bạc, trân bảo, tiền tài, và kho tàng, chúng có liên quan gì với ta đâu?

Nếu có chúng sanh nào muốn cầu thoát khỏi những sự thống khổ này, thì chớ đau tiếc quốc gia, thành trì, vợ con, và cho đến xả bỏ đầu mắt tủy não của họ để biên chép Kinh này cùng thọ trì đọc tụng.

12 Duyên Khởi này là bí tạng của chư Phật. Nếu ai lưu thông cúng dường và niệm niệm tu hành, họ sẽ đắc Vô Thượng Chánh Đẳng Chánh Giác và không gì có thể chướng ngại hay phá hoại người ấy. Họ sẽ không bao giờ bị chết yểu hay bị chết đột ngột."

❖

Khi Phật ở giữa đại chúng thuyết Pháp 12 Duyên Khởi Phật Tánh này xong, hết thảy đại hội--Bhikṣu, Bhikṣuṇī, Thanh Tín Nam, Thanh Tín Nữ, thiên long bát bộ, người và phi nhân, cùng vua Thắng Quân với quyến thuộc--số lượng đại chúng tham dự nhiều như cát sông Hằng, họ đều đắc Vô Sanh Pháp Nhẫn của Vô Thượng Chánh Đẳng Chánh Giác. Tất cả đều tán thán là việc chưa từng có. Sau đó, họ nhất tâm đảnh lễ và hoan hỷ phụng trì.

Kinh Trường Thọ Diệt Tội Hộ Chư Đồng Tử Tổng Trì